LỊCH SỬ VIỆT NAM
THỜI TỰ CHỦ
[TẬP SÁU]

LỊCH SỬ VIỆT NAM
THỜI TỰ CHỦ

- HỒ BẠCH THẢO -

Thiết kế bìa: UYÊN NGUYÊN TRẦN TRIẾT

Dàn trang: ĐỖ HUỲNH ĐĂNG NGỌC

Nhà Xuất Bản
NHÂN ẢNH, 2024
ISBN: 979-8-3302-8462-7

HỒ BẠCH THẢO

LỊCH SỬ VIỆT NAM

THỜI TỰ CHỦ

TẬP SÁU

NHÂN ẢNH

2024

Lời tựa

Sau khi hoàn thành 5 tập **Lịch Sử Việt Nam Thời Tự Chủ** với gần 3000 trang; bèn tiếp tục soạn tập 6, chép về phần còn lại của nhà Tây Sơn; và thời Nguyễn vương Phúc Ánh bôn ba phục quốc, cùng 18 năm trị vì của vị Vua này.

Giai đoạn lịch sử thời Tây Sơn mang đậm dấu ấn liên can đến việc Vua Càn Long đầy tham vọng, ông ta muốn vượt trội lịch sử Trung Quốc với danh hiệu **Thập Toàn Vũ Công**; nhưng lỡ thất trận nhục nhã tại An Nam, thì làm sao có được danh hiệu đó! Với lòng tham danh không đáy, Càn Long sượng mặt đổi trắng thay đen, bằng cách bố trí cho Vua Quang Trung giả đến kinh đô chiêm bái, mong rửa sạch vết nhơ thua trận. Để rồi sau đó vào năm 82 tuổi [1792] tuyên bố **Thập Toàn Vũ Công** [十全武功],tự xưng là Thập Toàn Lão Nhân [十全老人], trắng trợn ghi chiến công tại An Nam với tiêu đề "*Càn Long ngũ thập tứ niên An Nam chi dịch*" [乾隆五十四年安南之役); *chiến dịch tại An Nam vào năm Càn Long thứ 54* (1789)].

Với tham vọng này, Càn Long phải trả giá rất đắt; năm Càn Long thứ 57 [22/6/1792] bỏ lệ cống vàng, mà trước đó dưới thời Vua Lê Thái Tổ nước ta phải nạp tuế cống cho nhà Minh đến 50 ngàn lạng. Các năm về sau, An Nam cầu kết với thuyền cướp biển người Hoa đánh phá tại vùng biển Phúc Kiến, Quảng Đông nhưng Càn Long đành phải nuốt hờn, ngậm miệng. Vua Quang Trung đã nắm được nhược điểm của Càn Long; nếu ông sống lâu hơn, thì không biết lịch sử sẽ đi về đâu!

Dấu ấn quan trọng khác, ghi công Nguyễn Vương Phúc Ánh kiên trì phục quốc, trải qua nhiều bôn ba, để rồi tạo thế tiến lên, cuối cùng khải hoàn thống nhất đất nước. Bôn ba nơi xứ người, rồi quay mũi giáo trở về nước, thành công trong sự nghiệp phục quốc là sự kiện hiếm hoi trong lịch sử Việt Nam; cuộc trường kỳ đấu tranh của Nguyễn Vương Phúc Ánh, qua nhiều gian nan thử thách; có thể rút ra nhiều bài học hữu ích. Lại cần lưu ý thêm, phép hành sử quyền lực của Nguyễn Vương có những nét đặc trưng. Với chủ trương ăn miếng trả miếng, tàn ác không khoan nhượng với kẻ thù Tây Sơn. Riêng đối những kẻ được cho là đe doạ uy quyền bản thân thì mưu giết không tha; như bố trí giết Thượng tướng quân Đỗ Thành Nhân, bức tử Chưởng tiền quân Lê Văn Quân. Lúc đã về già, lại trù tính an toàn cho Vua nối dõi Minh Mệnh, nên tìm cách giết Nguyễn Văn Thành cho bằng được.

Ba mươi năm lịch sử với những nét sống động, mở đầu cho triều đại nhà Nguyễn gồm 13 Vua [Gia Long, Minh Mệnh, Thiệu Trị, Tự Đức, Dục Đức, Hiệp Hoà, Kiến Phúc, Hàm Nghi, Đồng Khánh, Thành Thái, Duy Tân, Khải Định, Bảo Đại].

Soạn giả cẩn chí,

163. Nhà Tây Sơn: Quang Trung [1788-1792] (2)

Sau khi Vua Quang Trung sai Nguyễn Hữu Điều và Vũ Huy Phác mang biểu văn đến Quảng Tây xin thông hiếu và sai người đem các quan binh bị bắt trở về; Vua Càn Long cảm thấy tình hình trở nên yên ổn; nên cho Tổng đốc Phúc Khang An từ ải Nam Quan rút về trú đóng tại Nam Ninh hoặc tỉnh thành Quảng Tây. Lại chấp nhận lời xin của viên Tổng đốc này, cho phép định cư tại Trung Quốc một số bà con và quan lại cũ của Cựu hoàng Lê Chiêu Thống; cá biệt bổ dụng những người được tin cậy làm võ quan cấp thấp:

"***Ngày 8 tháng 4 năm Càn Long thứ 54*** [2/5/1789]

Lại dụ: Nguyễn Huệ đối với quan binh còn kẹt lại, răn đe đồng bọn không được chém giết, đưa số người này tiếp tục ra khỏi quan ải; xem việc làm có vẻ cung thuận. Tương lai, nếu y sai người đến kêu ca tại cửa quan với thái độ thành khẩn, thì cũng nhân cơ hội này kết thúc công việc. Còn Phúc Khang An sau khi nhận sự qui thuận của bọn họ, trú tại trấn Nam Quan lâu cũng không tiện, nhưng nếu về tỉnh thành Quảng Đông thì sợ roi dài vươn không tới; ước lượng nên trú tại tỉnh thành Quế Lâm, hoặc các xứ Nam Ninh, Thái Bình để liệu lý mọi việc cần thiết. Đợi đến mùa thu hoặc mùa đông, mọi việc ổn thoả, tại đó cũng không có việc gì phải ứng biện, Phúc Khang An tâu lên, rồi đợi chiếu chỉ cho phép trở về nhiệm sở, lúc đó mới khởi trình về tỉnh thành Quảng Đông.

Còn Nguyễn Quốc Đống (1), *Hoàng Ích Hiểu năm ngoái theo quyến thuộc của Lê Duy Kỳ sang đây, lần này lại theo Lê Duy Kỳ chạy trốn, rồi cùng vào quan ải, Phúc Khang An ra lệnh cho những người này cùng với Lê Duy Kỳ, được an sáp một chỗ. Lại cho những người chạy đến nội địa, được an sáp tại vùng phụ cận biên giới. Sự liệu biện rất đúng, nên thu xếp cho ổn thoả để họ được yên chỗ, không nên quá sợ tốn kém.*

Phan Khải Đức đã bị Ngô Sở [Ngô Văn Sở] *móc ngoặc, nhưng kháng cự không theo, lại cùng với quan binh đi đánh dẹp, thật biết đại nghĩa, Phúc Khang An tâu xin lục dụng chức Thiên tổng Thủ Bị, ý kiến đúng.*

Ba viên quan lại cũ là Nguyễn Đình Phái, Hoàng Đình Cầu, Nguyễn Đình Liên không theo giặc, mang cả nhà vào quan ải, đáng đặc biệt thương xót cũng nên bổ dụng chức Thiên tổng...." (**Cao Tông Thực Lục** quyển 1326, trạng 13-15)

Quyết định hoà hiếu với An Nam, nên Vua Càn Long cho phép quân Quảng Đông trở về nhiệm sở cũ, cựu Tổng đốc Tôn Sĩ Nghị trở về kinh đô, riêng tân Tổng đốc Phúc Khang An vẫn trú trát trong vòng tỉnh Quảng Tây để liệu biện công việc:

"***Ngày 10 tháng 4 năm Càn Long thứ 54*** **[4/5/1789]** *Dụ các quân cơ đại thần về việc An Nam, đã quyết định không đánh nữa, nên không cần nhiều binh để phòng thủ. Số binh Quảng Đông gồm 3000 tên, đã ra lệnh triệt hồi, không phải đóng lâu nơi chướng khí, nóng nực dễ sinh bệnh. Tôn Sĩ Nghị bị bệnh tê thấp, tuy bệnh nhưng vẫn ở tại đó lo công việc.*

Trước đây đã có chiếu chỉ cho về kinh, biểu thị lòng thương xót; nay Tôn Sĩ Nghị tiếp được chiếu chỉ hãy khởi hành ngay, không nên trú lâu tại đó.

Phúc Khang An thân thể vốn cường tráng, nhưng thuỷ thổ tại xứ đó không quen, chỗ này lúc giao mùa giữa xuân và hè, chướng khí rất nhiều, vạn nhất nếu sinh bệnh tật, thuộc loại bất trị. Nay truyền dụ Phúc Khang An hãy tự ước lượng, hoặc dời đến địa phương Nam Ninh, Thái Bình, hoặc trở về tỉnh thành Quế Lâm liệu biện công việc; khiến thuỷ thổ bình hoà, dễ điều dưỡng sức khỏe, không phụ tấm lòng khoan hồng ưu đãi của Trẫm." (**Cao Tông Thực Lục** quyển 1326 trang 18)

Lúc này viên quan đặc trách về ngoại giao là Nguyễn Hữu Điều, túc trực nơi quan ải, liên lạc một cách mật thiết với nhà Thanh; nên Tổng đốc Phúc Khang An sai thuộc hạ Thang Hùng Nghiệp mớm lời cho Hữu Điều khuyên Vua Quang Trung nên đến quan ải dâng biểu. Vua Càn Long được tin, soạn lời hiểu dụ; chuẩn bị cho Phúc Khang An giao tiếp với Vua Quang Trung:

"*Ngày 14 tháng 4 năm Càn Long thứ 54* [8/5/1789]

Dụ quân cơ Đại thần: Bọn di mục An Nam Nguyễn Hữu Điều mỗi lần được gọi, liền đến nơi. Phúc Khang An bèn sai Thang Hùng Nghiệp đến cửa quan ải tiếp kiến, hỏi han cặn kẽ, bọn di mục nói năng cử chỉ hết sức cung kính; xem tình hình như vậy thấy Nguyễn Huệ đã thực tâm hối tội. Đất An Nam hiểm trở xa xôi, lại nhiều chướng lệ, không đáng để làm lớn chuyện. Hiện Phúc Khang An ra lệnh Thang Hùng Nghiệp mật dụ Nguyễn Hữu Điều báo với Nguyễn Huệ thân đến quan ải dâng biểu xin hàng. Nếu Nguyễn Huệ tuân theo,

Phúc Khang An hãy trực tiếp dụ rằng:

"Ngươi là Thổ tù đất An Nam, dám kháng cự Thiên binh, giết hại các Đề Trấn viên chức lớn, tội không thể tha được. Bản Bộ Đường phụng mệnh đến đây, điều động đại binh, phân lộ đến đánh; muốn quét sạch toàn bộ đất đai của ngươi, những người kháng cự đều bị tru di tất cả. Nay nhân nhà ngươi biết sợ, gõ cửa quan cầu khẩn, vả lại những quan binh chưa về, không dám giết hại, lục tục đưa ra khỏi nước; xét ra còn có thể tha thứ. Bản Bộ Đường ngưỡng vọng đức hiếu sinh của Đại Hoàng đế sẽ tâu lên để được nghe Đại Hoàng đế chuẩn nhận lòng thành, không mang binh tiến đánh, ngoài ra còn có ban ơn..." (**Cao Tông Thực Lục** quyển 1327, trang 957 958)

Do việc mang binh gây hấn bị thất bại, nhưng không dám phục thù, vua Càn Long không khỏi cảm thấy ngượng ngùng với dân chúng; bèn soạn chỉ dụ dài, viện dẫn mọi lý do không nên đánh An Nam và thiết lập ngoại giao với Vua Quang Trung:

"***Ngày 21 Đinh Vị tháng 4 năm Càn Long thứ 54* [15/5/1789].** *Trước đây An Nam có nội chiến, Lê Duy Kỳ gõ cửa quan cầu cứu; Trẫm nghĩ nước này cung kính triều cống đã hơn một trăm năm, nay từ xa đến khống tố, không lẽ bỏ qua không xét đến! Nên đã ưng thuận lời xin của Tôn Sĩ Nghị, cho mang binh xuất quan tiến tiễu; Nguyễn Huệ sợ hãi bỏ chạy, trở về trốn tại Quảng Nam. Sau khi quan binh xuất quan chưa đầy một tháng, đã thu phục thành nhà Lê. Nếu thừa thắng đuổi dài, thâm nhập truy kích đến cùng thì cũng không khó; nhưng nghĩ rằng xứ đó thuỷ thổ nhiều chướng lệ, binh phu dễ bị nhiễm tật bệnh. Vả lại họ Lê trong mấy năm gần đây, trong nước mối loạn gây ra do nhiều nguyên* *nhân; Lê Duy Kỳ là kẻ khiếp nhược không có khả năng, mềm yếu buông lỏng, tả hữu lại không có người giỏi phụ tá. An Nam tuy là một nước nhỏ nơi xa xôi, nhưng lập quốc đã lâu, sự hưng phế không phải là không liên quan đến khí số; nay nước đó như vậy, xem ra lòng trời đã chán ghét họ Lê rồi. Ngay trước khi Tôn Sĩ Nghị khắc phục thành nhà Lê, Trẫm đã mấy lần giáng chỉ ra lệnh sau khi thu phục xong hãy triệt binh gấp. Nhưng Tôn Sĩ Nghị chưa thể tuân chỉ triệt binh kịp, lần lữa hơn một tháng nên Nguyễn Huệ thừa dịp tụ tập đám đông đến hỏi tội Lê Duy Kỳ. Rồi Lê Duy Kỳ khiếp nhược bỏ chạy trước, quan binh bắt đầu rút lui, các Trấn Tướng binh lính bị thương vong; cũng do lâm trận tao ngộ, vàng đá không thể phân biệt; mà bọn Hứa Thế Hanh dũng cảm liều mình, đều được ưu thưởng.*

Hiện tại đáng điều các lộ đại binh, chỉnh quân hỏi tội; huống nay quốc gia toàn thịnh, lương đủ binh tinh, chỗ nào Thiên binh vung qua [giáo mác] *lên, mà không bình định! Một khoảnh đất Quảng Nam nhỏ bé làm sao cự nổi! Đặc biệt nghĩ đến đất An Nam thuỷ thổ ác liệt, chướng lệ quá nhiều, thật không đáng để tổn thất quân ta. Quân lệnh ra, các tướng lãnh, binh lính không tranh dẫn đầu xông lên, thì bị trị tội khiếp nhược; nay phải giao chiến tại nơi chướng khí, Trẫm thực không nỡ. Như hợp binh cùng đánh, bắt sống Nguyễn Huệ, thu phục đất Quảng Nam vào bản đồ, lại phải đặt thêm quan chức, quân lính phòng thủ. Hơn nữa xứ này thuỷ thổ ác liệt không thể ở lâu, dân tình lại trí trá phản phúc vô thường; đời trước đã chia đất này thành quận huyện, rồi không bao lâu lại xẩy ra biến cố; lấy bánh xe trước đổ để làm răn, thực khó giữ được vài chục năm mà không sinh ra việc. Rồi sau khi đại quân rút lui, nếu lập một người để lo việc quốc sự, thì kẻ đó cũng không khác gì Nguyễn Huệ; như vậy chỉ lao tổn binh lực, không đáng để làm.*

Trẫm thấy được tiên cơ, trong bụng sẵn thành kiến, bởi vậy lúc nhận được tờ tấu về tin chiến thắng tại thành nhà Lê, đã ra lệnh triệt binh; không đợi cho việc xẩy ra mới định kế không mang binh trở lại đánh. Trẫm lên ngôi trên năm mươi năm, lo liệu công việc chăm chỉ hàng ngày, không phải vì già nên ghét việc binh, sợ khó khăn muốn yên ổn; như trước kia bình định Chuẩn Cát Nhĩ, Hồi Bộ, Kim Xuyên, cùng bọn giặc tại Cam Túc, Đài Loan; vận trù quyết sách ngày đêm không nghỉ, ra chỉ thị kịp thời; nhờ lượng trời xanh phù hộ chứng giám, tấm lòng bất đắc dĩ phải dụng binh của Trẫm, lại không phải do thích sự nghiệp ưa bành trướng, nên đánh đâu thắng đó, mau chóng báo thành công.

Nay công việc tại An Nam, xét về thiên thời địa lợi, không đáng cực nhọc quân viễn chinh; vả lại bậc Vương giả chia đất, nhưng không chia dân, không nỡ để dân nước này lâm vào cảnh đầu tên mũi đạn; nên quyết kế không dùng binh lần nữa. Huống hồ Nguyễn Huệ đã sợ thanh uy, trong vòng một tháng ba lượt khất hàng, lại đưa những binh lính lạc đường trở về; tương lai, nếu y thành khẩn đến kinh khuyết xin ban ân, có thể xét tấm lòng thành hối tội, gia phong tước hiệu; nếu lại nghi sợ không dám đến, thì chỉ xá tội trước là cùng, không thể phong tước. Trẫm chế ngự ngoại di, ân uy rõ rệt, đại nghĩa rõ ràng; luôn luôn thể theo đức hiếu sinh của trời, từ trước tới nay chưa có biểu hiện cùng binh độc vũ (2), thần dân trong thiên hạ đều nghe và thấy. Nay đem đầu đuôi việc An Nam, ban dụ trong ngoài, để mọi người biết rõ Trẫm ý."
(**Cao Tông Thực Lục**, quyển 1327, trang 15-18)

Vào đầu tháng này, phía nhà Thanh chuyển lời qua Sứ

thần Nguyễn Hữu Điều ý muốn vua Quang Trung đến dâng biểu tại quan ải; nhưng vào cuối tháng phía Tây Sơn cho biết sẽ sai cháu ruột là Nguyễn Quang Hiển sang thay. Nhân dịp này, qua Nguyễn Quang Hiển Vua Càn Long muốn gửi bài **Ngự chế An Nam Ký sự Văn**, cho Vua Quang Trung. Bảo rằng bài văn đã được soạn lúc Tôn Sĩ Nghị mới chiếm thành Thăng Long; nội dung không muốn vĩnh viễn chiếm An Nam và duy trì chính quyền nhà Lê bất lực; qua đó mở đường hứa hẹn phong tước cho Vua Tây sơn:

***"Ngày 27 Quí Sửu tháng 4 năm Càn Long thứ 54* [21/5/1789]**

Dụ các quân cơ Đại thần: Khi mang quân tiễu trừ tại An Nam, được tin thu phục thành nhà Lê, đã ngự chế một thiên văn chương ký sự bàn về việc nhà Lê hồi gần đây loạn lạc liên miên; hoặc giả trời đã chán đức, nên Trẫm cho xuất sư để định loạn, ban sư để để rút lui đúng lúc, không muốn thâm nhập lao tổn quân lính; đó là do Trẫm thể theo đạo trời, thấy trước sự việc. Nay sao lại thiên ngự chế văn này cho Phúc Khang An xem; ngoài ra nước An Nam vốn được khen là giỏi về văn chương, cũng có thể đưa cho Nguyễn Huệ xem để y rõ ý của Trẫm. Nay Nguyễn Huệ mấy lần cầu khẩn nội phụ, đã định không dùng binh nữa. Nhưng Nguyễn Huệ là viên Thổ tù nước An Nam, dám giết hại các quan Đề Trấn, tội rất lớn; tuy rằng y chỉ muốn hỏi tội họ Lê rồi bất ngờ lâm trận, không phân biệt quân của phe nào, mà bọn Hứa Thế Hanh thì dũng cảm phấn đấu liều thân xâm nhập đến nỗi quyên sinh! Dù vậy, cái tội của Nguyễn Huệ kháng cự Thiên binh, gây tử thương các quan Đề, Trấn; khó mà có thể tha thứ được. Nay nếu không đích thân đến kinh khuyết chịu tội, xin ơn trên; thì làm sao có thể phong tước được!

Lúc này Nguyễn Quang Hiển chắc đã đến quan ải, Phúc Khang An hãy dụ viên di mục thêm một lần nữa rằng: Nước các ngươi nội bộ gây hấn; Thiên triều nghĩ rằng họ Lê đã triều cống hơn trăm năm nay, lại từ xa đến tố cáo, nên không thể bỏ qua không giải quyết. Sau khi thu phục thành nhà Lê, phong Lê Duy Kỳ làm Quốc vương; nhưng Lê Duy Kỳ hôn nhược không có khả năng, vứt ấn bỏ chạy, khó có thể tự lập được, vậy không đáng để phù trợ. Ngay lúc thu phục thành nhà Lê, Đại Hoàng đế lo rằng Lê Duy Kỳ không thể chấn tác được, bèn ngự chế bài ***Ký Sự Văn*** *nội dung bàn về lẽ phế hưng trong việc dựng nước, biết dừng đúng lúc thì không nguy hiểm, ham dùng binh là điều không may; ứng dụng những điều này để không trái đạo trời. Hãy ngẩng đầu lên xem, Đại Hoàng đế hành động không việc gì không thuận lòng trời; há lại lợi dụng lúc Nguyễn Huệ đến qui thuận, lưu lại không cho về, rồi đưa con người không có khả năng như Lê Duy Kỳ trở về nước! Hiện tại Lê Duy Kỳ bị an sáp tại tỉnh thành Quế Lâm, vì nghĩ rằng chỉ có một tội không có khả năng, nên không tiện trị tội tru lục; cho trợ cấp như người dân ngụ cư tại biên giới, đó là ơn cho sống thêm, chớ không có ý cho trở về nước. Ngươi cứ cho người đến ngay chỗ Lê Duy Kỳ ở để quan sát, cũng không có gì cản trở! Nói tóm lại, Thiên triều phủ ngự ngoại di, chống lại thì chinh phạt, qui thuận thì được ân sủng hiển vinh. Nếu Nguyễn Huệ không đến kinh khuyết để cầu khẩn, chỉ sai thân thuộc đến tiến cống, tuy xuất tự lòng thành cũng khó có thể thu nạp. Vì rằng Nguyễn Huệ giết hại các viên chức lớn, mang tội rất to, cho dù mang các đồ trân quí của cả nước trình hiến cũng không thể bồi thường lại 3 viên Đề Trấn trung thành báo quốc, vậy không có thể dùng nó để chuộc hết tội được.*

Ngự chế An Nam Ký sự Văn *như sau:*

"An Nam là một nước nhỏ ở biển Nam, nhưng cũng có nhân dân, có xã tắc; tuân theo lịch Chính Sóc làm ngoại phiên đã hơn một trăm năm nay. Nước này gặp cảnh loạn lạc; vậy nên phục hưng nước bị diệt, nối dòng chính thống, theo lễ đáng làm, đó là thể theo đạo trời vậy. Tuy nhiên nước này tao loạn không phải là không có lý do. Họ Lê chiếm được thành rồi tự tiện đặt tên là thành nhà Lê, thành này không phải của một họ, xem các Vua chính thống làm chủ Trung Hoa thì có thể thấy vậy. Tuy lên ngôi có số mệnh, nhưng lẽ hưng vong tại người, thuận lòng trời thịnh vượng, nghịch với trời tiêu vong. Than ôi! không đáng sợ sao!

Sau khi thành nhà Lê được thu phục, cháu nối dõi nhận sắc phong; đất đai bị chiếm đã được truyền hịch bình định, hai tên họ Nguyễn (3) cùng khốn chạy trốn về Quảng Nam. Quảng Nam cách thành nhà Lê hơn hai ngàn dặm; chiến dịch này quan binh phải mang lương mà tiến, lập đài trạm để vận chuyển, không lấy của An Nam một khúc cây, cọng cỏ; mà nước An Nam trong cảnh hoang tàn loạn lạc, cũng không có khả năng cung cấp lương thực cho quân lính. Quan quân hơn một vạn người, nhưng dân phu lo vận lương từ các đài trạm phải dùng đến mười vạn; như vậy thực mệt nhọc cho nội địa. Giúp nước nhỏ bên ngoài, quét sạch sào huyệt để bắt kẻ xấu xa, mà phải cực nhọc quân nội địa, là điều quyết không nên làm. Vả lại đã hoàn thành việc "hưng diệt, kế tuyệt" (4), còn việc bắt số giặc trốn tránh, tự họ phải lo.

Xét thực lực quốc dân, nếu dùng để đánh Quảng Nam bắt hai tên xấu, có thừa sức làm; nhưng cân nhắc sự nặng nhẹ, biết dừng lại sẽ không gặp nguy, ham dùng binh không phải điều tốt. Vả lại An Nam là một nước nhỏ, họ Lê mấy đời gần đây ít vua có khả năng biết tự cường, hoặc giả trời đã ghét đức. Một khi trời đã ghét đức mà Trẫm lại giúp, thì Trẫm chỉ dám xuất sư để định loạn, rồi ban sư để biết dừng đúng lúc, như thế mới khỏi trái đạo trời, hợp với việc làm của đạo quân Vương giả; nay làm bài ký này." (**Cao Tông Thực Lục** quyển 1327, trang 28-32)

Khi Nguyễn Quang Hiển tới Quảng Tây, dâng biểu văn của Vua Quang Trung trần tình việc bất đắc dĩ va chạm đến quân Thanh, lại xin cho Nguyễn Quang Hiển mang biểu văn đến kinh khuyết để làm lễ chiêm bái; và hứa chờ đến lúc việc nước tạm yên, cũng sẽ xin đích thân đến kinh khuyết chiêm bái. Vua Càn Long vin vào lời hứa, soạn sắc dụ gửi cho Vua Quang Trung, hẹn đến tháng 8 năm Càn Long thứ 55 [9/9-7/10/1790] nhân dịp lễ khánh thọ 80, Vua Quang Trung đích thân đến chiêm bái; ngoài ra tại đất An Nam cho lập nơi tế tự cho bọn Hứa Thế Hanh:

"Ngày 3 Kỷ Vị tháng 5 năm Càn Long thứ 54 **[27/5/1789].** *Sắc dụ An Nam Nguyễn Quang Bình rõ: cứ lời tâu của bọn Hiệp biện Đại học sĩ Tổng đốc Lưỡng Quảng Công tước Phúc Khang An rằng ngươi sai cháu ruột là Lê Quang Hiển đến quan ải xin hàng, dâng biểu và cống vật. Biểu đã được trình lên, duyệt khán nội dung xưng rằng trước kia ngươi có đất riêng tại Quảng Nam, không phải là bầy tôi của họ Lê. Năm ngoái đã từng đến quan ải trình bày nguyên do việc gây hấn với họ Lê, nhưng quan lại tại biên giới bác thư, không đề đạt lên trên. Rồi quan binh xuất quan chinh tiễu, đến ngay thành nhà Lê. Vào tháng giêng đầu năm nay ngươi đến thành nhà Lê muốn gặp Lê Duy Kỳ để hỏi tại sao lại mời quan binh đến; không ngờ khi quan binh thấy bọn ngươi, thì xông lên chém giết. Bọn thủ hạ của ngươi trong lúc hoảng hốt khó có thể* *bó tay chịu trói, lại gặp lúc trên sông cầu bị đứt, nên gây tổn thương cho quan binh, rất lấy làm sợ hãi. Mấy lần sai người gõ cửa quan ải chịu tội, lại đưa các quan binh chưa ra khỏi quan ải trở về; những người giết hại các quan Đề, Trấn đã bị chính pháp. Bản ý muốn đến cửa khuyết để trần tình chịu tội, nhưng trong nước mới gặp phải cảnh binh đao, lòng người mê hoặc vẫn chưa được ổn định, nên kính cẩn sai cháu ruột là Nguyễn Quang Hiển mang biểu đến kinh khuyết để làm lễ chiêm cận. Lại theo lời Nguyễn Quang Hiển bẩm xưng, ngươi chờ đến lúc việc nước tạm yên, cũng sẽ xin đích thân đến kinh khuyết chiêm cận.*

Họ Lê tại An Nam là bề tôi thờ Thiên triều, cung kính tiến cống đã hơn một trăm năm nay rồi, còn ngươi tại Quảng Nam trước đây chưa từng triều cống. Năm ngoái mẹ và vợ Lê Duy Kỳ đến cửa quan ải khống tố ngươi làm loạn chiếm nước, cầu xin mang quân cứu viện. Việc này liên quan thể thống của Thiên triều "vỗ về nước nhỏ, làm sống lại dòng họ kế vị bị diệt" nên viên Tổng đốc tiền nhiệm là Tôn Sĩ Nghị xin mang quân xuất quan. Ngươi tuy đã từng gõ cửa quan ải xin biện bạch, nhưng các viên quan tại biên thuỳ từ trước đến nay chỉ biết đất An Nam có họ Lê cai trị, chưa từng biết có họ Nguyễn, nên bác trả lại nguyên đơn và đã tâu lên Trẫm việc này, cách liệu biện như vậy là đúng. Qua viên Tổng đốc Tôn Sĩ Nghị tâu về việc sau khi khắc phục thành nhà Lê, Trẫm cho rằng trong nước này có nhiều sự rối ren, Lê Duy Kỳ lại khiếp nhược không có khả năng, xem ra ý trời đã chán ghét họ Lê rồi! Trẫm từ trước đến nay liệu biện công việc không bao giờ làm trái lòng trời, bèn lập tức ra lệnh Tôn Sĩ Nghị rằng thành nhà Lê đã khôi phục, đáng cho triệt binh. Nhưng Tôn Sĩ Nghị chưa có thể tuân chỉ để triệt thoái lập tức, dây dưa ngày tháng, rồi ngươi mang đồng bọn đến thành nhà Lê muốn gặp Lê Duy Kỳ để vặn hỏi; quan binh tại đó há lại ngồi yên, bèn dũng cảm cùng với bọn ngươi đánh nhau, bộ hạ của ngươi sợ chết chống cự, khiến tổn thương quan binh. Các Đề Trấn cùng quan binh lâm trận quyên sinh, Trẫm hết sức thương xót; đã cho ưu đãi thưởng tuất, phong Hứa Thế Hanh tước Bá, hai Đề đốc thì con được thế tập, và đều được thờ tại Chiêu Trung Từ để tưởng lệ. Ngươi là Đầu mục đất An Nam, dám kháng cự quan binh, giết hại các viên chức lớn Đề, Trấn, tội hết sức nặng nề; đã sai Phúc Khang An làm Tổng đốc Lưỡng Quảng, ra lệnh điều tập các lộ đại binh đến hỏi tội. Nhưng nghĩ đến ngươi mấy lần cho người gõ cửa quan ải chịu tội, xét ra còn biết sợ Thiên triều; Trẫm thương ngươi thành tâm hối lỗi, nên việc dĩ vãng không muốn truy cứu. Tuy nhiên trừ phi ngươi đích thân đến kinh khuyết làm lễ chiêm cận nhận tội xin tha; còn chỉ sai cháu là Nguyễn Quang Hiển dâng biểu, đến kinh khuyết làm lễ chiêm cận để xin cầu phong, thì Thiên triều không có thể chế như vậy. Nay nước ngươi chưa được liệt vào hạng ngoại phiên đã qui phục, nên các đồ cống phẩm chưa tiện thu nạp, cho đem trả lại.

Nếu như ngươi có lòng thành nạp cống, hãy đợi đến tháng 8 năm thứ 55 nhân dịp lễ khánh thọ 80 tuổi của ta; thời điểm này tính đến nay còn hơn một năm, trong nước ngươi chắc đã thu xếp yên ổn, lúc bấy giờ hãy bẩm với viên Tổng đốc xin đến kinh khuyết cầu khẩn, để toại lòng chiêm ngưỡng Thiên triều. Ngoài ra tại đất An Nam lập thêm nơi tế tự cho bọn Hứa Thế Hanh, xuân thu thờ cúng, để chuộc phần nào lỗi cũ. Đến lúc đó Trẫm sẽ xem xét tấm lòng thành biết sợ hãi để đặc biệt gia ân, hoặc phong ngươi tước Vương đời đời con cháu được cai quản đất An Nam; và cũng lúc này trình đồ tiến cống lên sẽ được thu nhận; lại còn được ban thưởng để tỏ tấm lòng ưu đãi.

Trẫm lên ngôi đã hơn năm mươi năm, đối với các phiên bang bộ tộc lấy sự thành tín để cư xử; Lê Duy Kỳ nhu nhược không có khả năng, vứt ấn bỏ chạy; nếu lấy điều luật của Thiên triều về tội dám tự tiện bỏ chức vụ trấn thủ mà xử, thì đáng trị tội nặng; nay nghĩ rằng y là ngoại phiên, chỉ vì không có khả năng chớ không có vi phạm nào khác, nên ra lệnh cho an sáp tại thành Quế Lâm; quyết không có việc lợi dụng khi ngươi sang đây triều kiến, để thừa dịp đem Lê Duy Kỳ về nước. Đã ra chỉ dụ cho viên Tổng đốc Phúc Khang An sai viên quan hộ tống cháu của ngươi là Nguyễn Quang Hiển trên đường đi qua tỉnh thành Quế Lâm, hãy thân hành xem quang cảnh của Lê Duy Kỳ tại đây, rồi cháu ngươi ghi chép thực trạng gửi thư cho ngươi rõ, để ngươi không còn một chút nào nghi hoặc lưỡng lự. Nay đặc biệt ban cho ngươi một xâu chuỗi minh châu; ngươi đáng được ân mệnh xếp sắp cuộc hành trình vào tháng sáu, tháng bảy năm sau; đích thân thành khẩn cầu xin tại kinh khuyết, để vĩnh viễn hưởng ân mưa móc. Gắng lên! Khâm tai! Đạo dụ đặc biệt." (**Cao Tông Thực Lục** quyển 1328, trang 5-7)

Càn Long là vị Vua đầy tham vọng, ông ta muốn vượt trội trong lịch sử Trung Quốc với danh hiệu **Thập Toàn Vũ Công**; nhưng khốn nỗi đã từng thất trận nhục nhã tại An Nam, thì làm sao có được danh hiệu đó! Nhưng với lòng tham danh chứa chất, Càn Long không sượng mặt, đổi trắng thay đen bằng cách bố trí cho Nguyễn Quang Hiển và Vua Quang Trung trên danh nghĩa đến kinh đến kinh đô chiêm bái, để mong rửa sạch việc thua trận tại thành Thăng

Long. Để rồi sau đó vào năm 82 tuổi [1792] tuyên bố **Thập Toàn Vũ Công** [十全武功],tự xưng là Thập Toàn Lão Nhân [十全老人], trong đó trắng trợn ghi chiến công *Càn Long ngũ thập tứ niên An Nam chi dịch* [乾隆五十四年安南之役 (1789年]; *chiến dịch tại An Nam vào năm Càn Long thứ 54*]:

"***Ngày 3 Kỷ Vị tháng 5 năm Càn Long thứ 54*** **[27/5/1789].** *Lại dụ: Lần này Nguyễn Huệ lại sai cháu ruột là Nguyễn Quang Hiển dâng biểu xin hàng, lời lẽ và nội dung so với lần trước hết sức cung thuận, bộc lộ lòng chí thành sợ uy; nên đã giáng chiếu dụ một cách rõ ràng, Phúc Khang An cần ra lệnh cho Nguyễn Quang Hiển sai người kính cẩn mang về nước giao cho Nguyễn Huệ xem, đợi có tin tức mới hãy tâu lên, rồi tuân chiếu chỉ thi hành. Theo lời bọn Phúc Khang An tâu đã bảo Nguyễn Quang Hiển trở về Lạng Sơn. Khi Phúc Khang An nhận được chỉ dụ này, lại ra lệnh cho Nguyễn Quang Hiển từ Lạng Sơn khởi hành đến kinh đô; cũng không cần quá vội vã, khoảng ngoài ngày 20 tháng 7 đến Nhiệt Hà, lúc này các Vương, Công, Đài Cát* [quí tộc Mông Cổ] *của Mông Cổ đều đến triều cống hầu cận; để Nguyễn Quang Hiển thấy được cảnh thịnh trị xa thư nhất thống, vạn nước triều cống lên vua. Cũng vào dịp này Quang Hiển cùng các Vương, Công, Đài cát hưởng vinh dự được mời dự yến tiệc.*

Lệnh Thang Hùng Nghiệp tháp tùng đến kinh đô, nhớ đi qua Quế Lâm, để Nguyễn Quang Hiển trực tiếp nói chuyện với với Lê Duy Kỳ; lại nói cho Nguyễn Quang Hiển biết rằng Lê Duy Kỳ dám để mất ấn tín của đại Hoàng đế ban cho, đáng trị tội nặng; nhân vì nhà Lê mấy đời cung thuận, lại không vi phạm điều gì khác, nên chỉ bị an sáp; há lẽ nào lại cho trở lại làm chủ nước tại thành nhà Lê. Nếu như Nguyễn Huệ vào tiết vạn thọ năm sau đến chiêm cận, đại Hoàng đế sẽ đặc biệt gia ân, hoặc phong tước Vương, con cháu được đời đời giữ nước An Nam. Hãy lệnh Nguyễn Quang Hiển đem tình tiết này, biên thư cho Nguyễn Huệ hay, để lòng y không còn nghi sợ...." (**Cao Tông Thực Lục** quyển 1328, trang 8-9)

Nhằm thực hiện tham vọng được Vua Quang Trung xin hàng, để chuốc lấy hư danh **Thập Toàn Vũ Công**, Vua Càn Long sai Phúc Khang An bắt ép Vua Lê Chiêu Thống cạo đầu dóc tóc:

"*Ngày 5 Tân Dậu tháng 5 năm Càn Long thứ 54* [29/5/1789]

Dụ quân cơ Đại thần: Lê Duy Kỳ vì không có năng lực nên mất nước, bỏ ấn tín chạy trốn, nay khoan phạt tội để mất đất được phong, bắt an sáp tại tỉnh thành Quế Lâm, trợ cấp như một người dân nơi biên Thuỳ. Nghe rằng y vẫn để tóc dài như cũ, ăn mặc y phục của nước y, khác với dân nội địa, xét thể chế không hợp. Nay truyền lệnh các viên Tổng đốc, Tuần phủ lập tức lệnh Lê Duy Kỳ cùng bọn tuỳ tùng của y phải cạo đầu, dùng y phục của Thiên triều. Trong tương lai Nguyễn Quang Hiển đi qua Quế Lâm, trực tiếp đến gặp Lê Duy Kỳ trò chuyện, thấy y đã cạo tóc, ăn mặc khác lạ, không còn lý nào trở về nước; rồi lệnh Nguyễn Quang Hiển sai người trở về nước báo cáo với Nguyễn Huệ để không còn có sự nghi ngờ." (**Cao Tông Thực Lục** quyển 1328, trang 10)

Sử nước ta xác nhận Phúc Khang An đánh lừa Cựu hoàng Lê Chiêu Thông cạo đầu dóc tóc, y phục giống như Mãn Thanh để mang quân về nước phục quốc, Cựu hoàng tin thật nghe lời:

"*Tháng 4* [25/4-24/5/1789], *Khang An về đến Quế Lâm, nói thác ra rằng trời hè đang nắng nóng, hãy tạm nghỉ việc quân, đợi sang mùa thu, sẽ lại điều khiển. Khang An lại lừa gạt nhà vua rằng: "Thời kỳ xuất quân không xa đâu. Tự vương sẽ phải chính mình thống suất các thuộc tướng đi trước dẫn đường. Có điều là đồ mặc của An Nam vốn bị Tây Sơn coi khinh. Việc hành binh cốt phải trí trá. Chi bằng Tự vương hãy tạm gióc tóc, thay đổi đồ mặc để đánh lạc tai mắt quân giặc trong khi hành binh. Đợi khi đã khôi phục được nước rồi, bấy giờ sẽ lại giữ theo lề thói bản quốc như cũ". Nhà vua không dè bị gạt, cũng gắng gượng làm theo. Phàm người nước ta trước hay sau đã sang bên Thanh bấy giờ đều bị Khang An bắt gióc tóc và thay đổi đồ mặc."* (**Khâm Định Việt Sử Thông Giám Cương Mục**, bản dịch, tập 2, trang 849.)

Tại miền Nam vào tháng tháng 4 [25/4-24/5/1789], Nguyễn Vương Phúc Ánh sai Lê Văn Quân đem quân sở bộ đóng giữ Bà Rịa.

Nước Xiêm La bị hạn hán và đói, xin mua gạo ở nước ta. Vương ra lệnh cho hơn 8.800 phương (5) gạo, bằng 200 xe của Xiêm .

Ra lệnh cho quan công đường bốn dinh Phiên Trấn, Trấn Biên, Trấn Định, Vĩnh Trấn bố cáo cho nhân dân trong hạt biết: *Phàm quan và binh của Tây Sơn ngày trước trốn ở thôn ấp mà còn để lậu, như nay muốn theo quân ngũ thì ghi vào binh tịch, muốn ở yên làm ruộng thì ghi vào hộ tịch. Kẻ nào lọt sổ thì xử tội chết. Thôn trưởng biết mà không nêu ra thì xử 100 roi, sung dịch phu 3 năm.*

Tháng 5 [25/5-22/6/1789], chuẩn định rằng những thuyền buôn của người Thanh từ nay hễ chở đến bốn thứ sắt, gang, kẽm, lưu hoàng, thì nhà nước mua cả, lại theo số hàng nhiều ít để định mức tha thuế cảng và cho đong gạo chở về nước nhiều ít khác nhau. Phàm bốn thứ ấy chở được 10 vạn cân [cân=604.4 g.] (6). là hạng nhất, miễn thuế cảng, cho chở gạo về 30 vạn cân, chở được 6 vạn cân là hạng nhì, cho chở gạo về 22 vạn cân, chở được 4 vạn cân thì cho chở gạo về 15 vạn cân; còn thuyền nào không đủ số trên thì cứ 100 cân hàng được chở gạo về 300 cân, thuế cảng vẫn phải nộp như thường. Từ đó những thuyền buôn vui lòng chở đến bán, mà quân dụng được dồi dào.

Lấy Ốc Nha Chích người Chân Lạp làm An phủ Trà Vinh.

Chú thích:

1. Nguyễn Quốc Đống người xã Tỳ Bà, huyện Lang Tài (nay thuộc thôn Tỳ Bà, xã Phú Hoà, huyện Gia Lương, tỉnh Bắc Ninh) là anh của Hoàng phi Nguyễn Thị Kim.

2. Cùng binh độc vũ: đánh đến cùng, chiến tranh không dứt.

3. Hai tên họ Nguyễn: chỉ Nguyễn Nhạc và Nguyễn Huệ.

4. Hưng diệt kế tuyệt: phục hưng nước bị diệt, nối dòng họ đã tuyệt.

5. Phương: đơn vị đo lường xưa, bằng 30 bát gạt ngang, khoảng 30 lít.

6. Cân: 1 cân thời Nguyễn sơ bằng 604.4 gram; 1 cân Trung Quốc bằng 500 gram.

164.
Nhà Tây Sơn: Quang Trung [1788-1792] (3)

Thực hiện cuộc hành trình chiêm bái Vua Càn Long; vào ngày 25 tháng 5 năm thứ 54 [18/6/1789] bọn Nguyễn Quang Hiển đến ải Nam Quan; được các quan văn võ nhà Thanh gồm viên Tả Giang đạo Thang Hùng Nghiệp và Phó tướng Đức Khắc Tinh Ngạch hộ tống đến hành cung Nhiệt Hà:

"***Ngày 15 tháng 5 Tân Sửu Nhuần năm Càn Long thứ 54* [8/7/1789].** *Tổng đốc Lưỡng Quảng Phúc Khang An cùng Tuần phủ Quảng Tây Tôn Vĩnh Thanh tâu rằng: Bọn thần đã cẩn thận phái người đem đến trấn Nam Quan sắc thư, cùng xâu chuỗi minh châu, để đợi ban cho Nguyễn Quang Bình. Ngày 25 bọn Nguyễn Quang Hiển tới cửa quan quì xem sắc thư, kính cẩn phủ phục không ngẩng đầu lên; xưng là kẻ thân thuộc Phiên thần nước nhỏ, được đọc sắc chỉ, cảm tạ uy trời thánh đức soi xét tấm lòng thành khẩn khiếp sợ của chú là Nguyễn Quang Bình* [tên Vua Quang Trung xưng với nhà Thanh], *được tha tội cũ hứa cho đầu thuận, đặc cách ban cho tỷ thư* (1) *cùng đồ trân quí. Vạn lần vinh hạnh được đại Hoàng đế ban ân chỉ cho phép tiến kinh, nên không dám ra khỏi quan ải để trở về; đặc biệt ra lệnh bọn Bồi thần Nguyễn Hữu Điều kính cẩn đưa sắc thư cùng chỉ dụ tới Lạng Sơn, cùng sai Trấn mục xứ này hộ tống tới thành nhà Lê. Lại đích* *thân nhắc nhở soạn biểu tạ ơn, cùng khẩn thiết thỉnh cầu năm sau đến kinh đô chiêm cận; xem thần sắc của y, thấy sự vui mừng lộ ra nét mặt.*

Hộ tống Nguyễn Quang Hiển tới kinh đô lần này, bọn thần tuân chỉ sai Thang Hùng Nghiệp coi tổng quát mọi sự, lại còn phái thêm viên võ quan cấp cao cùng lo liệu. Đã phái viên Phó tướng tỉnh Quảng Tây Đức Khắc Tinh Ngạch đến trấn Nam Quan ứng trực. Từ Nam Ninh đến trấn Nam Quan con đường sứ thần sẽ đi qua, sức cho viên Tổng binh trấn Tả Giang Phổ Nhĩ Bảo đi về tra xét...." (**Cao Tông Thực Lục** Quyển 1331, trang 1-2)

Bấy giờ một sự việc bất ngờ phát giác, Tổng đốc Phúc Khang An can tội buôn lậu một số lượng gỗ rất lớn. Đây là một tội nặng, nhưng Phúc Khang An đang lo thu xếp việc An Nam hàng phục, để Càn Long đạt danh hiệu **Thập Toàn Võ Công**, nên đành bỏ qua. Khang An biết thân phận mình, tìm mọi cách giúp Càn Long đạt được mục đích:

"***Ngày 12 Đinh Mão tháng 6 năm Càn Long thứ 54* [3/8/1789]**. *Dụ các viên quân cơ Đại thần: mới đây bọn A Quế cùng Tất Nguyên lần lượt tâu rằng bọn Lý Thiên Bồi cấu kết với thương thuyền chở lậu 1.950 cây gỗ, trong đó có 800 cây do Phúc Khang An nhờ mua. Không ngờ Phúc Khang An lại làm chuyện này! Y là con của Phó Hằng, thuở nhỏ được nuôi dưỡng giáo dục cẩn thận; mấy năm gần đây lại được chịu ơn; năm trước bình định Đài Loan, bắt sống hai đầu đảng xấu ác, Trẫm xét thành tích, ưu đãi ban ân; nay lại làm việc mua lậu gỗ này, thực ngoài sự liệu tính. Trẫm thưởng công phạt tội, hết sức công bằng; lần trước khi việc quân hoàn tất đã thưởng công một cách trọng hậu, thì việc giao thiệp với Lý Nguyên Bồi mua gỗ lần này nên trị tội nặng nề. Đáng cách* *trừ Công tước, áo thêu 4 con rồng chầu, hồng bảo thạch gắn ở đỉnh mũ cùng dây đai vàng, để trừng phạt. Nhưng nghĩ rằng hiện tại Nguyễn Quang Hiển dâng biểu đến đầu thuận, năm sau Nguyễn Huệ lại đích thân đến kinh chúc mừng lễ Vạn Thọ, nếu bây giờ giáng cách cùng thay đổi sắc phục của Phúc Khang An, thì nhìn ngó vào không được nghiêm túc, mà lòng kẻ di địch thêm nghi ngờ, đó là điều quan hệ. Tương lai khi Phúc Khang An tâu trình việc này, Trẫm sẽ ước lượng lại rồi xuống chỉ gia ân. Thực nếu không có việc Nguyễn Huệ thành khẩn qui thuận, thì tội của Phúc Khang An không thể tránh được; Trẫm trong lòng cảm thấy tự thẹn, nhưng cũng là điều may cho Phúc Khang An vậy. Nay ban dụ này để Phúc Khang An biết ý Trẫm, và bộ liên hệ tuân theo mà thi hành."* (**Cao Tông Thực Lục** quyển 1333, trang 5)

Sau khi nhận được sắc thư của Vua Càn Long, Vua Quang Trung dâng biểu hứa sẽ đến kinh đô chiêm bái chúc phúc, nhân đề cập đến việc triều đình mới lập, mọi việc chưa ổn định, chính danh định phận dựa vào việc phong tước của Thiên triều; nên Vua Càn Long phong Vua Quang Trung tước An Nam Quốc vương cùng bài thơ Ngự Chế:

"***Ngày 21 Bính Tý tháng 6 năm Càn Long thứ 54* [12/8/1789].** *Tổng đốc Lưỡng Quảng Công tước Phúc Khang An và Tuần phủ Quảng Tây Tôn Vĩnh Thanh tâu rằng vào ngày mồng 5 tháng này* [26/7/1789] *Nguyễn Huệ sai người đến quan ải dâng biểu tạ ơn cùng cống phẩm. Đã sai mang cống phẩm trở về Lạng Sơn đợi lệnh sau; riêng hai đạo biểu văn của Nguyễn Huệ, dâng lên để xin ngự lãm. Những cống vật trình trong biểu văn, có được ban ơn thu nhận hay không, ngưỡng xin huấn thị để biện lý.*

Nay dụ các quân cơ Đại thần: Trẫm xem biểu văn Nguyễn

Huệ tiến dâng rất cung kính, phát xuất từ tấm lòng thành; đối với việc đến kinh đô chiêm cận chúc phúc, hết sức ân cần tha thiết. Nước này phủ dụ dân chúng dựa vào việc phong tước của Thiên triều; huống triều đình mới lập, mọi việc chưa ổn định, càng cần đến sự chính danh định phận. Làm sáng tỏ sự ân sủng của Thiên triều, là kế lâu dài để vỗ về các nước xa xôi.

Nay giáng chỉ phong Nguyễn Huệ An Nam Quốc vương, lại gửi riêng một sắc dụ để hiểu thị một cách rõ ràng. Tất cả các văn kiện tước phong cùng ấn tín, đợi Nguyễn Quang Hiển đến kinh khuyết chiêm cận, lúc trở về sẽ mang theo. Các cống vật trình tiến được thu nhận đưa về kinh, đợi Trẫm gia ân thưởng. Lại nhân Nguyễn Huệ dâng biểu tạ ân, bèn ngự chế một bài thơ rồi tự tay chấp bút viết, cùng sắc dụ để ban cho Nguyễn Huệ. Phúc Khang An hãy chọn một viên Tri phủ người Mãn Châu có khả năng đưa những văn kiện này đến An Nam, gặp mặt giao cho Nguyễn Huệ.

Dụ: Bọn Phúc Khang An tâu rằng Nguyễn Huệ tức Nguyễn Quang Bình được xá tội cũ, lại chuẩn cho qui phụ, bèn cung kính đến quan ải dâng biểu tạ ân và tiến cống, xin đến năm sau đến kinh khuyết chiêm cận, cùng dự lễ khánh thọ bát tuần của Trẫm. Hồi đầu năm, sau khi Tôn Sĩ Nghị triệt binh, Nguyễn Quang Bình biết rằng đã đắc tội với Thiên triều, hết sức hối hận và sợ hãi, đem quan binh lạc đường dẫn đến quan ải; mấy lần gõ cửa quan cầu xin nội phụ, đều bị Phúc Khang An, Tôn Sĩ Nghị khước từ. Rồi Nguyễn Quang Bình lại sai cháu ruột là Nguyễn Quang Hiển đến trấn Nam Quan thỉnh cầu đến kinh khuyết làm lễ chiêm cận, lại nhờ bọn Phúc Khang An tâu xin dùm. Trẫm nghĩ rằng An Nam là xứ hoang vu nơi góc biển, nhưng lập quốc đã lâu, sự hưng phế có liên quan đến khí vận; Lê Duy Kỳ nhu nhược buông thả nên lòng trời đã ghét họ Lê. Trẫm từ trước đến nay biện lý mọi việc, đều thuận lòng trời mà làm; Nguyễn Quang Bình đã bị thanh uy Thiên triều chấn động, thành khẩn hối tội đầu thuận, trong vài tháng liền mấy lượt đến khất hàng, lại sai cháu ruột mang biểu văn đến quan ải xin làm lễ chiêm cận, thực đã biết sợ hãi; nên xá lỗi cũ, không mang quân thảo phạt; lại ra lệnh cho Phúc Khang An phái viên Tả Giang đạo Thang Hùng Nghiệp hộ tống Nguyễn Quang Hiển đến kinh khuyết làm lễ chiêm cận. Nay theo lời tấu của bọn Phúc Khang An, nhân được Trẫm chấp nhận cho hàng phục, Nguyễn Quang Bình dâng biểu tạ ân, cùng xin được đến kinh khuyết làm lễ chiêm cận và chúc mừng thượng thọ. Duyệt biểu văn lời lẽ hết sức tha thiết, phát xuất từ lòng chí thành. Lại xưng rằng đã lập đàn cúng tế các Đề Trấn Đại thần trận vong; hiện đang chọn ngày tốt để lập miếu thờ, xin cấp phát phẩm hàm cùng thuỵ hiệu [tên hiệu lúc mất], *tuân theo chiếu chỉ làm lễ để chuộc lỗi cũ; thái độ thực cung thuận cẩn trọng. Họ Lê đã bị trời ghét bỏ, mà Lê Duy Kỳ lại bỏ ấn tín chạy trốn, không có lý nào lại cho dựng nước. Bậc Vương giả chia đất để cai trị, nhưng không để dân bơ vơ; An Nam là một nước nhỏ, nhưng không thể không có người thống suất. Nguyễn Quang Bình mới lập quốc, khẩn cầu Thiên triều phong tước, để làm kế chiêu tập nhân dân, lời lẽ rất thành thực. Nay phong Nguyễn Quang Bình làm An Nam Quốc vương. Các ấn tín, sắc thư giao cho các nha môn theo lệ soạn đúc, đợi khi cháu y về nước, sẽ cung kính mang về. Một khi phong Nguyễn Quang Bình là Quốc vương, các đồ tiến cống được thu nhận, lại còn được gia thưởng. Trẫm chế ngự ngoại di, ân uy rõ ràng; phản thì đánh dẹp, thuận thì chiêu phủ, đại nghĩa sáng tỏ, luôn luôn thể theo lòng trời, khiến khắp bốn biển đều được hàm dưỡng giáo hóa.*

Sắc dụ Nguyễn Quang Bình nước An Nam hiểu rõ:

"Theo lời tâu của viên Hiệp Biện Đại Học sĩ Tổng đốc Lưỡng Quảng Công tước Phúc Khang An rằng ngươi dâng biểu tạ ơn, trần tình lòng thành khẩn. Trẫm duyệt đọc biểu văn, lời lẽ khẩn thiết, cầu xin năm sau đến kinh khuyết làm lễ chiêm cận cùng chúc mừng thượng thọ, thấy rõ được lòng cung kính cẩn trọng. Những cống vật mang đến, được ân thưởng cho phép thu nhận để toại nguyện lòng thành cung hiến.

Lê Duy Kỳ đất An Nam hèn yếu không có khả năng, trời đã ghét đức, nên vận nước cáo chung. Ngươi hiện đã hối tội đầu thuận, không những cầu xin khẩn thiết hai ba lần, mà lại còn sai cháu nội Nguyễn Quang Hiển dâng biểu đến cung khuyết làm lễ chiêm cận. Nay xét theo lẽ chính công đạo; bèn phế một người, để cất nhắc một người. Vốn định đợi đến năm sau khi ngươi thân hành đến chúc mừng sẽ ban thưởng tước Vương, nhưng duyệt qua lời ngươi cầu xin rằng nước mới lập, dựa vào ân sủng ban tước phong hiệu của Thiên triều để có uy vọng chế ngự nhân tâm. Xét lời xin thực tình, nên đặc giáng ân chỉ phong ngươi làm An Nam Quốc vương, theo chức năng để trấn phủ; lại tự tay viết bài thơ Ngự Chế ban cho, để làm bảo vật đời đời. Từ nay trở về sau phàm những biểu văn trình lên, hoặc những văn thư trong nước đều được phép ghi danh hiệu Quốc vương. Các ấn tín sắc thư cần thiết, hiện giao cho các nha môn soạn văn, đúc triện; đợi đến lúc cháu ngươi đến kinh đô, sẽ giao mang về. Còn các quan lớn Đề Trấn của Thiên triều lâm trận hy sinh, trong nước ngươi lập miếu phụng thờ, biểu thị lòng thành hối lỗi; việc xin cấp phẩm hàm thuỵ hiệu sẽ sắc cho các bộ sở quan cấp phát. Ngươi nên cẩn thận kính sợ, giữ bổn phận phiên thuộc để mãi mãi hưởng ân trạch. Nay ra đặc dụ."

Sách phong Nguyễn Quang Bình làm An Nam Quốc vương; sách văn như sau:

"Trẫm Vương hoá nơi xa xôi, phạt tội rồi tha cho qui phục. Ngươi được phong tước, giữ phận thờ nước lớn do đạo kính trời. Xét lòng thành kẻ hoang dã, tha chuyện cũ, ơn mưa móc tưới nhuần thuộc quốc. Vui mừng vận hội mới, rạng rỡ thay ân sủng ban cho, gắng sức lo bề huấn học.

An Nam tại nơi viêm nhiệt, đất đai gồm 13 đạo phong cương. Họ Lê xưng thần với Thiên triều, hơn 100 năm (2) giữ phận triều cống. Mỗi theo Vương hóa, qui phụ Vương triều. Từ khi gặp hoạn nạn lưu ly, thân cô đến tố cáo. Bèn hưng binh phục quốc, vỗ về nước nhỏ làm sống lại dòng kế thừa. Cớ sao lại bỏ thành vứt ấn, hèn yếu chồng chất nên thất thủ; trời bèn ghét đức, phúc tộ cáo chung.

Ngươi, Nguyễn Quang Bình, dấy lên tự Tây Sơn, đất thuộc phương Nam. Với họ Lê không phải là thần dân, từ thông gia (3) biến thành thù hận. Rồi binh lửa giao tranh, cố tình cậy hiểm. Liều đánh [quân Thiên triều] *lúc hoảng hốt, tuy vô tâm nhưng không dấu được lỗi lầm. Hối hận mong rửa sạch tội, thành tâm sửa đổi sai lầm. Dâng biểu kêu xin thống thiết, sứ đi về dốc một lòng thành. Cống dâng bảo vật, xin năm sau triều kiến chúc mừng. Không những nhờ ơn trên được phong tước, hiển vinh dưới ánh sân rồng; lại dựa uy danh khiến con dân hưởng ứng tụ tập. Lời trần tình đều thành thực, trưng bày rõ tấm lòng qui thuận.*

Huống đấng Vương giả không kỳ thị dân, há lại câu nệ bản đồ để phân biệt. Sinh dân phải có người coi sóc, để cho yên ổn nước nhà. Nay công bố ân sủng, lấy làm bằng để trấn nhậm. Phong ngươi làm An Nam Quốc vương, ban ấn mới. Y hy! một hưng, một phế (4); Thiên tử thuận lòng trời mà làm. Không thiên vị, không sai lầm; cả nước hãy nghe lệnh.

Vương hãy đem hết lòng thành, nghiêm túc lo lắng, giữ vững cõi bờ, để con cháu nối dõi lâu dài. Đừng để họ khác khinh lờn, sớm tối cần lao, chớ cho kẻ buông thả tham lam coi việc nước. Hãy kính phụng uy trời, vĩnh viễn chịu ân điển. Khâm tai! Trẫm mệnh không thay thế!

Bài thơ Ngự Chế như sau:

Tam phiên kỳ vũ phỉ giai binh,

Tạc tuế An Nam trùng hữu chinh.

Vô nại phục Lê, Lê yếm đức,

Viên giao phong Nguyễn, Nguyễn thâu thành.

Thủ phong cương vật tư tha tộc,

Truyền tử tôn hằng phụng đại Thanh.

Hạnh mộc Thiên ân khâm cửu đạo,

Bất hoàng nhật giám lẫm trì doanh.

Tạm dịch thơ:

Ba lần dụng võ, chẳng ưa binh,

Năm ngoái An Nam lại viễn chinh.

Không thể phò Lê, Lê kém đức,

Bèn phong họ Nguyễn, Nguyễn chân thành.

Biên cương chớ để lờn ngoại tộc,

Con cháu đời đời phụng đại Thanh.

Tắm gội ơn trên bền vững gốc,

Giữ gìn thành nghiệp rạng công danh.

(**Cao Tông Thực Lục** quyển 1333, trang 15-21)

Phái đoàn Nguyễn Quang Hiển rời ải Nam Quan vào ngày 25 tháng 5 năm thứ 54 [18/6/1789] vào cuối tháng 7 đến chiêm bái Vua Càn Long tại thắng cảnh Quyển A, chốn hành cung tránh nóng tại Nhiệt Hà. Dịp này nhà Vua thưởng trước cho Vua Quang Trung những vật như ngọc Quan Âm, ngọc Như Ý, đoạn Kim Ty, Triều Châu vv..; riêng thưởng Nguyễn Quang Hiển các vật như ngọc La Hán, ngọc Như Ý, đoạn Kim Ty, hộp bạc:

"***Ngày 24 Mậu Thân tháng 7 năm Càn Long thứ 54* [13/9/1789].** *An Nam Chánh sứ Nguyễn Quang Hiển, Phó sứ Nguyễn Hữu Điều, Vũ Huy Tấn và bọn Hành nhân đến chiêm cận. Thiên tử ngự tại Quyển A Thắng Cảnh triệu vào gặp... Thiên tử ban yến, và thưởng có phân biệt.*" (**Cao Tông Thực Lục** quyển 1335, trang 17)

Tháng sau Vua Càn Long ra lệnh cho phái đoàn Nguyễn Quang Hiển trở về Bắc Kinh, nhận lãnh sắc ấn Quốc vương ban cho Vua Quang Trung, rồi cho trở về nước, không phải đợi xa giá nhà Vua hồi loan:

"***Ngày 5 tháng 8 năm Càn Long thứ 54* [23/9/1789].** *Dụ Quân Cơ Đại thần: Cống sứ nước An Nam Nguyễn Quang Hiển, sau khi tống tiễn xa giá, được lệnh trở về kinh đô. Những sắc ấn ban cấp, giao cho bộ Lễ mang về kinh. Sau khi viên Cống sứ đến kinh đô; các Vương, Đại thần tại kinh chọn ngày tốt để ban phát. Lệnh viên Cống sứ đến điện Thái Hoà,* *dưới đan trì làm lễ chi lãnh. A Quế mang ấn, Kê Hoàng mang sắc, lại phái Tán Lễ lang chiếu theo lệ làm lễ; khiến bọn Cống sứ có dịp chiêm ngưỡng cung khuyết triều đình, thấy được lễ nghi nghiêm túc. Sau khi viên Cống sứ làm lễ chi lãnh xong, chỉ nên trú thêm hai ba ngày rồi ra lệnh cho Uỷ viên hướng dẫn về nước, không phải đợi xa giá hồi loan.*" (**Cao Tông Thực Lục** quyển 1336, trang 11)

Theo qui định chọn được ngày tốt, cho Nguyễn Quang Hiển làm lễ nhận lãnh sắc ấn Quốc vương của Vua Quang Trung tại điện Thái Hoà:

"***Ngày 22 tháng 8 năm Càn Long thứ 54*** [**10/10/1789**]. *Mệnh các Vương và Đại thần tại kinh đô ban cho Quốc vương nước An Nam sắc ấn tại trước điện Thái Hoà. Bọn Nguyễn Quang Hiển nước An Nam làm lễ nhận lãnh theo nghi thức.*" (**Cao Tông Thực Lục** quyển 1337, trang 20)

Ngoài việc Nguyễn Quang Hiển nhận ấn tín Quốc vương tại kinh đô, Vua Càn Long lại ra lệnh cho Phúc Khang An sai viên quan gốc Mãn Châu tên Thành Lâm đến An Nam trao sắc dụ và thơ Ngự Chế cho Vua Quang Trung. Nhân dịp này, Thành Lâm được lệnh quan sát kỹ tình hình tại An Nam, thái độ Vua Quang Trung; rồi gửi tin gấp về triều theo độ khẩn 600 dặm một ngày:

"***Ngày 20 tháng 8 năm Càn Long thứ 54*** [**8/10/1789**]. *Phúc Khang An tâu: "Hiện sai Thành Lâm mang sắc dụ, cùng thơ Ngự chế, vào ngày mồng 1 tháng 8* [19/9/1789] *khởi hành đến An Nam."*

....Thành Lâm khởi trình, nếu ngoài quan ải chướng khí đã hết, thì khoảng sau ngày 20 đến thành nhà Lê". Như vậy Nguyễn Quang Bình thụ phong, rồi hoàn tất biểu văn, đợi

ngày tốt gửi đến trấn Nam Quan cũng phải đến hạ tuần tháng 9 mới tới. Sau khi Thành Lâm đến nơi, gặp mặt Nguyễn Quang Bình, tuyên đọc sắc dụ, ắt phải đem những tin tức như viên Quốc vương hoan hỷ ra sao, nước này có yên ổn không, vào lúc nào năm sau viên Quốc vương khởi trình, hãy chuyển tin về trước một cách rõ ràng. Tôn Vĩnh Thanh lập tức sai Uỷ viên chờ sẵn tại trấn Nam Quan, đợi tờ bẩm của Thành Lâm đến, phi ngựa đưa gấp cho Tôn Vĩnh Thanh xem. Lời bẩm của Thành Lâm chỉ gửi cho Phúc Khang An, nhưng Tôn Vĩnh Thanh được mở ra xem, một mặt phong lại rồi gửi tâu đầy đủ, truyền gấp theo độ khẩn 600 dặm; một mặt báo cho Phúc Khang An, để khỏi mất công mong đợi..." (**Cao Tông Thực Lục** quyển 1337, trang 12-13)

Theo sự sắp xếp giữa Tổng đốc Phúc Khang An với nhà Tây Sơn, vào mùa xuân năm Càn Long thứ 55 [1790], giả vương Quang Trung sẽ đến chiêm bái Vua Càn Long. Gọi là giả vương vì chánh sử hai nước xác nhận như vậy. **Thanh Sử Cảo** do quan lại nhà Thanh soạn, trong phần **Liệt Truyện, Việt Nam** chép như sau:

"Vào năm thứ 55 [1790], Nguyễn Quang Bình đến chúc phúc, trên đường con trai đầu Nguyễn Quang Toản được phong hàm Thế tử. Tháng 7 [10/8-8/9/1790], đến chiêm bái tại sơn trang Nhiệt Hà, xếp vào thứ bực dưới Thân vương, trên Quận vương; ban cho thơ Ngự Chế, nhận khăn dây đai, rồi về. Kỳ thực Quang Bình sai người em mạo danh đến; Quang Bình không dám đích thân đến, nguỵ trá như vậy!"

（五十五年，阮光平來朝祝釐，途次封其長子阮光缵爲世子。七月，入覲熱河山莊，班次親王下、郡王上，賜御製詩章，受冠帶歸。其實光平使其弟冒名來，光平未敢親到也，其谲詐如此.）

Sử nước ta, **Đại Nam Thực Lục** xác nhận sự kiện nêu trên, chỉ khác một chi tiết là Vua Quang Trung dùng người cháu con cô là Phạm Công Trị đi thay:

"*Giặc Tây Sơn Nguyễn Văn Huệ sai người sang chầu nước Thanh. Đầu là Huệ đã đánh bại quân Thanh, lại xưng tên là Nguyễn Quang Bình mà cầu phong với nhà Thanh. Vua Thanh cho, lại yêu cầu vào chầu. Huệ lấy người cháu gọi bằng cậu là Phạm Công Trị, nét mặt giống mình, sai đi thay, cùng đi với bọn Ngô Văn Sở và Phan Huy Ích. Vua Thanh thẹn vì thua trận, nên cũng nhận cho qua, ban cho rất hậu. Huệ tự lấy làm đắc chí, càng ngông càn lắm.*"

Sau khi Phúc Khang An tâu về chuyến đi sẽ khởi hành vào mùa xuân, Vua Càn Long cho rằng hơi sớm, có thể sắp xếp lại cho thuận tiện hơn:

"***Ngày 26 tháng 8 năm Càn Long thứ 54*** [14/10/1789]. *Dụ Quân Cơ Đại thần: Năm sau Nguyễn Quang Bình thân đến kinh khuyết chúc thọ. Theo lời tâu trước đây của Phúc Khang An, thì viên Quốc vương sẽ đến quan ải trong mùa xuân, Phúc Khang An sẽ chờ tại trấn Nam Quan rồi hướng dẫn đến kinh đô. Nhưng nghĩ rằng từ Quảng Tây đến kinh đô không xa, nếu mùa xuân khởi trình sẽ đến kinh đô trong vòng tháng sáu là cùng. Lúc đó Trẫm trú tất tại Nhiệt Hà, Nguyễn Quang Bình lại phải đến sơn trang tại đó để chiêm cận. Còn lễ khánh chúc năm sau, cử hành tại kinh sư. Nguyễn Quang Bình là Quốc vương nước An Nam, người trong nước mới qui tụ, cũng không tiện rời nước lâu. Nay truyền dụ Phúc Khang An tin cho Nguyễn Quang Bình hay rằng lễ vạn thọ của đại Hoàng đế cử hành vào ngày13 tháng 8* [21/9/1790]; *nếu y đến quan ải quá sớm, tới kinh đô không khỏi phải chờ đợi lâu, trong nước công việc nhiều, không có ai lo liệu.*

Vậy đừng ngại, có thể hoãn ngày khởi trình, chỉ cần tính toán nhật kỳ đến kinh đô vào khoảng sau ngày 20 tháng 7 [29/8/1790] *để có thể cùng các Vương, Công, Đại thần, Ngoại phiên khánh chúc, xem vương hội rực rỡ huy hoàng, cung khuyết tráng lệ, ngõ hầu Nguyễn Quang Bình có thể chiêm ngưỡng quang cảnh bình sinh chưa từng được thấy, do đó càng kiên định thêm tấm lòng thành hướng hóa."* (**Cao Tông Thực Lục** quyển 1337, trang 28-29)

Tại miền Nam vào tháng 6 [22/7-20/8/1789], Giám mục Bá Đa Lộc và Hoàng cả Cảnh từ nước Tây Dương trở về nước; đem theo 2 chiếc tàu cùng súng đạn. Khởi đầu vào tháng chạp năm Giáp Thìn [11/1-8/2/1785] Nguyễn Vương nhờ Giám mục đưa Hoàng cả sang nước Pháp cầu viện. Vua nước ấy đãi theo vương lễ, nhưng cuối cùng không thể giúp được. Giám mục cùng các thuộc hạ là Nguyễn Văn Thắng [Chaigneau] và Nguyễn Văn Chấn [Vannier] đưa Cảnh về. Cảnh từ khi vâng mệnh sang Pháp, đã được bốn năm, Vương để lòng thương nhớ, kịp được tin báo, tức thì sai Tôn Thất Hội đem binh thuyền ra cửa biển Cần Giờ đón. Về đến nơi, Vương vui mừng lắm, Thắng và Chấn đều xin ở lại giúp, đều cho chức Cai đội (5) và cho một nghìn quan tiền, Thắng, Chấn đều là tên do Vương đặt.

Bắt đầu đặt quan Điền tuấn lo việc canh nông, lấy bọn Hàn lâm chế cáo là Trịnh Hoài Đức, Lê Quang Định, Ngô Tòng Chu, Hoàng Minh Khánh cộng 12 người chuyên coi việc điền tuấn, chia đi bốn dinh Phiên Trấn [Gia Định], Trấn Biên [Biên Hoà], Vĩnh Trấn [Vĩnh Long], Trấn Định [Định Tường], để khuyên bảo nông dân, cứ theo sổ đinh, từ phủ binh cho đến hạng cùng cố, đều phải gắng sức làm ruộng. Người dân nào không theo nghề làm ruộng thì sung thay chân phủ binh. Đến khi lúa chín, xét số thu hoạch, người nào cấy ruộng nước được 100 thúng thóc (mỗi thúng đong 24 bát), cấy ruộng cao được 70 thúng thóc trở lên, phủ binh thì miễn một năm tòng chinh, dân đinh thì miễn một năm dao dịch. Không kịp số ấy thì không được hưởng lệ miễn. Lại mộ dân ngoại tịch lập làm điền tốt, thuộc về quan điền tuấn, cấp cho ruộng hoang, trâu cày và điền khí, nếu không đủ thì nhà nước cho vay, sau mùa gặt thì nộp thóc để trả nợ.

Đặt đạo Kiên Đồn ở cửa sông Trà Ôn [Vĩnh Long] dinh Vĩnh Trấn, sai Tham mưu Nguyễn Ngọc Chương và Cai cơ Nguyễn Văn Thư coi giữ và kiêm thu thuế của người Hoa kiều; mỗi người mỗi năm nộp 1 đồng bạc phiên.

Tháng 7 [21/8-18/9/1789] sai cai cơ Thuỷ dinh Trung quân Nguyễn Công Nga mộ dân lập nậu sáp ong; mỗi người mỗi năm nộp sáp ong 10 cân, dao dịch đều miễn, thuế thân thì theo như quân hạng).

Dân cư thôn Tân Lập ở Biên Hoà có nạn cọp; Vương ra lệnh tìm cách bắt cọp, ai bắt sống thì thưởng tiền 15 quan, giết chết thì thưởng 10 quan.

Hàng tướng Phạm Văn Tham có tội bị giết. Khởi đầu Vua Quang Trung sai người tin cậy là Diệm đưa mật thư cho Tham. Diệm đến, nghe tin Tham đã đầu hàng, bèn nhân đêm lẻn vào gặp Tham. Tham được thư nói rằng: "*Nay việc đã như thế, thì làm thế nào được*?". Diệm nói: "*Nay dầu bị thua, nhưng không bao lâu Chúa ta hẳn trở lại, Gia Định tất lại về tay chúng ta. Tướng quân nên liệu tính đi*". Tham yên lặng hồi lâu, bèn giữ Diệm ở lại với mình. Có người mật đem việc ấy tố cáo. Vương sai Nguyễn Huỳnh Đức rủ Tham đến gặp. Đến cửa cung, vệ sĩ trói Tham đem dâng. Vương kể tội cho nghe rồi sai giết, bêu đầu cho công chúng xem, lại khuyên dụ cho các tướng sĩ mới hàng cứ yên tâm.

Đặt nhà sứ quán gồm hai toà nhà, mỗi toà 5 gian, lính lệ 20 người, phàm sứ giả các nước Chân Lạp, Xiêm La đến đều ở đấy.

Tháng 8 [19/9-18/10/1789], sai các quân đóng chiến thuyền lớn hơn 40 chiếc, thuyền đi biển hơn 100 chiếc, lại sai các nha văn võ cùng các quan coi giữ đạo thuộc các dinh Trấn Biên, Trấn Định và Vĩnh Trấn đi lấy ván gỗ để nộp. Các đạo Long Xuyên [Cà Mau] đóng 10 chiếc, Kiên Giang [Rạch Giá] 3 chiếc, Trấn Giang 5 chiếc, Phú Quốc 8 chiếc.

Chú thích:

1. Tỷ thư: Thư của vua, có đóng dấu ấn tỷ; tức sắc dụ Vua Càn Long gửi Vua Quang Trung đề ngày **3 tháng 5 năm Càn Long thứ 54** [27/5/1789]

2. Sứ nhà Thanh lần đầu tiên sang sách phong nước ta vào thời Lê Huyền Tông, Cảnh Trị năm thứ 5 (1667) tính đến năm sách phong cho Quang Trung (1789), tức hơn 100 năm.

3. Nguyễn Huệ lấy Ngọc Hân Công chúa con vua Lê.

4. Hữu hưng, hữu phế: Một người được cất nhắc tức Nguyễn Huệ, một người bị phế tức Lê Chiêu Thống.

5. Cai đội: cai đội thời xưa là sĩ quan cấp cao.

165. Nhà Tây Sơn: Quang Trung [1788-1792] (4)

Vào tháng 9, Tổng đốc Lưỡng Quảng Phúc Khang An tâu rằng em Cựu hoàng Lê Chiêu Thống là Lê Duy Chi tụ tập dân thiểu số nổi dậy tại Cao Bằng. Vua Càn Long cho rằng cuộc nổi dậy sẽ thất bại, nên dặn Khang An nếu Duy Chi thế cùng xin tá túc, hãy theo lệ Hoàng Công Toản trước kia, chấp thuận. Lại tiên liệu Vua Quang Trung có thể xin đem Duy Chi về nước, căn dặn Phúc Khang An viện lẽ tổ tiên họ Lê xưng thần đã lâu, đáng lưu Duy Chi lại nội địa, để được cùng an sáp như anh của y:

"***Ngày 22 tháng 9 năm Càn Long thứ 54*** [9/11/1789]. *Lại dụ rằng: Phúc Khang An tâu:*

'Em của Lê Duy Kỳ là Lê Duy Chi ẩn náu tại vùng Bảo Lạc nước An Nam, cùng với Hoàng Văn Thông tụ tập dân Thổ, công phá vùng Mục Mã, bị thủ hạ của Nguyễn Quang Bình đánh bại.'

Sau khi anh y đến quan ải, Lê Duy Chi cùng khốn trốn tránh không có đường về; vận họ Lê đổi dời, toàn nước An Nam vào tay Nguyễn Quang Bình. Lê Duy Chi là con thứ thuộc dòng nhà Lê, nếu sức có thể mưu đồ cùng Nguyễn Quang Bình tương tranh, thì cũng hợp tình lý. Nhưng Nguyễn Quang Bình đã được phong tước, thanh thế ắt phải gia tăng. Lê Duy Chi muốn thu thập thần dân cũ, mưu đồ khôi phục, xét về thời thế không thể làm được. Còn Nguyễn Quang Bình muốn trừ hậu hoạn sẽ tung quân bốn phương để tầm nã Lê Duy Chi, sự việc sẽ xẩy ra như vậy. Nếu như Lê Duy Chi, nhân bị Nguyễn Quang Bình đánh bại, đến xin tị nạn tại nội địa, thì cũng được cùng an trí với Lê Duy Kỳ. Trước đây Hoàng Công Toản (1) với tư cách là một Di mục xin đầu thuận, cũng được thu nạp, há có lý nào không dung nạp con cháu Tôn thất nhà Lê.

Nếu trong tương lai Lê Duy Chi không xin vào nội địa thì thôi; trường hợp Lê Duy Chi xin vào tá túc; Nguyễn Quang Bình có bẩm xin được thưởng cho đem trở về nước, thì Phúc Khang An hãy dụ rằng:

'Lê Duy Kỳ là kẻ nhu nhược không có khả năng, chạy trốn để mất nước; tuy nhiên họ Lê đã được phong làm Phiên thần hơn 100 năm nay, tuy có gây hấn với Quốc vương, nhưng không có tội với Thiên triều. Nay Lê Duy Chi thế cùng đến đầu thuận, nghĩ đến việc tổ tiên xưng thần đã lâu, đáng lưu lại nội địa để được cùng an sáp với anh của y. Đại Hoàng đế phủ ngự nhân dân trong ngoài nước, hết sức công chính, cùng đối xử chung một lòng nhân. Hiện nay Quốc vương hối lỗi, có lòng thành đầu thuận, được ban cho tước hiệu. Há lại đem người họ Lê kia bị trời ghét, để phù trì một lần nữa ư! Nay Quốc vương được cai trị cả nước An Nam, lại muốn đem cho cháu họ Lê ra để tru lục tất cả, nên Trẫm không nỡ cho đi." ... (**Cao Tông Thực Lục** quyển 1339, trang 15-16)

Tổng Đốc Phúc Khang An tâu việc Tri Điền Châu Sầm Nghi Đống tử trận, con trai là Sầm Dục thuộc hàng thứ, nên chờ người cháu đích tôn là Sầm Dụ Khải trưởng thành, sẽ cho cho thế tập (2). Theo ý Vua Càn Long, cứ cho Sầm Dục thế tập; nếu làm việc tốt đến đời sau, con y và Sầm Dụ Khải đều được thế tập:

"*Ngày 13 tháng 10 năm Càn Long thứ 54* [29/11/1789]. *Dụ: Cứ lời tâu của Phúc Khang An:*

'Đã điều tra rõ viên Tri châu Thổ Điền Châu Sầm Nghi Đống bị giặc vây vào ngày mồng 5 tháng Giêng năm nay [30/1/1789], *thực bị thương trận vong, xin chiếu chỉ ban cho bộ, để nghị định việc thưởng tuất.'*

Lại nêu việc thế tập tại Điền Châu như sau:

'Con của Sầm Nghi Đống là Sầm Dục, thuộc hàng thứ, theo lệ không phù hợp để thế tập; xin tạm cho thi hành Hiệp lý [tạm xử lý công việc] *đợi cháu đích tôn của y là Sầm Dụ Khải trưởng thành lại cho thế tập.'*

Sầm Nghi Đống là viên Thổ tù được thế tập nơi biên giới, hiểu rõ đại nghĩa, lúc quan binh đánh An Nam bèn mang quân trợ chiến, lại ruổi ngựa giết giặc, lâm trận liều thân, tình thực đáng thương. Trước đây nỗ lực công vụ, được viên Tổng đốc Lý Thị Nghiêu tâu rõ, bèn thưởng mũ đỉnh đái hàng tứ phẩm; nay giao bộ theo lệ ra nghị định thưởng tuất theo hàng tứ phẩm.

Về chức vụ Tri châu Thổ Điền Châu; căn cứ sự điều tra rõ ràng của Phúc Khang An, người con thứ tư là Sầm Dục bản tính thuần lương, vậy cũng không nên câu nệ đích, thứ; hãy ra lệnh Sầm Dục thừa tập, quản lý mọi việc trong châu. Nhưng Tri châu chỉ thuộc vào hàng ngũ phẩm, nay Sầm Nghi Đống gắng sức phấn đấu lại bị trận vong nên Sầm Dục cũng được gia ân đội mũ đỉnh đái hàng tứ phẩm. Sau khi Sầm Dục thừa tập, nếu quả thực có thể kế thừa gia thanh, trước sau cần mẫn ra sức; tương lai khi đến lượt con y thừa tập cũng được thu dụng; bất quá chia đất ra để ban chức và vẫn được lãnh Tri châu đỉnh đái, để tỏ lòng ưu tuất bề tôi cần lao, cùng được đối xử chung một lòng nhân." (**Cao Tông Thực Lục** quyển 1340, trang 15-16)

Ngày mồng 1 tháng 8 [19/9/1789];Thành Lâm viên quan người Mãn Châu, mang sắc phong, cùng thơ Ngự chế từ Quảng Tây khởi hành đến An Nam. Sau khi đến nơi được đón tiếp trọng thể. Y cho biết Vua Quang Trung nghe tin, bèn dừng việc đôn đốc xây thành tại Nghệ An, đi ra Bắc ngay; nhưng chẳng may giữa đường bị bệnh, đợi thuyên giảm sẽ đến nghênh đón tại thành Thăng Long:

"***Ngày 17 tháng 10 năm Càn Long thứ 54*** [3/12/1789]. *Tuần phủ Quảng Tây Tôn Vĩnh Thanh tâu:*

'Cứ theo lời bọn Thành Lâm bẩm xưng rằng vào ngày 23 tháng 9 [10/11/1789] *đến địa phương Gia Quất* [xã Gia Quất, huyện Gia Lâm, Bắc Ninh]*; Nguyễn Quang Bình sai con là Quang Thuỳ, cùng quan viên hơn một trăm người, cung kính dâng tờ trình của Nguyễn Quang Bình. Nội dụng xưng rằng vào tháng 8 đang lo việc xây thành tại Nghĩa An* [Nghệ An] (3)*, thì tiếp nhận được tin biết rằng đã được phong chức An Nam Quốc vương, bèn đình chỉ việc xây thành rồi khởi hành ngay. Đi đến huyện Đông Thành* [Nghệ An]*, chẳng may bị bệnh, phải tạm lưu lại để điều trị, đợi ngày thuyên giảm sẽ đến thành nhà Lê, kính cẩn nghênh đón ân mệnh. Thành Lâm lại bẩm xưng rằng sau khi ra khỏi quan ải, Nguyễn Quang Bình sai quan văn là bọn Lê Xuân Tài, đốc suất 500 vệ sĩ hộ tống nghi trượng long đình rất nghiêm túc, sáng chiều hành lễ hết sức cung kính.'*

Dụ Quân Cơ Đại thần: Nguyễn Quang Bình được tin Thiên triều cho người mang sắc thư cùng thơ Ngự chế đến tuyên phong, bèn cho đình hoãn việc xây thành, đến thành nhà Lê gấp để dự bị làm lễ cung nghênh, sự hân hoan cảm khích phát ra tự tấm lòng thành. Hiện nay nhân vướng bệnh chưa khỏi, trên đường đi phải tạm dừng để điều trị, bèn sai con nhỏ cùng Bồi thần đến nghênh đón, lại bẩm xin triển hạn ngày thụ phong. Điều này do thực tình, không cần trách cứ việc dời ngày. Kể từ khi Thành Lâm bẩm xưng đến nay đã đến hai tuần [20 ngày]; *bệnh tình Nguyễn Quang Bình chắc đã thuyên giảm, ắt phải đến thành nhà Lê gấp, chọn ngày tốt để thụ phong. Nay truyền dụ cho Tôn Vĩnh Thanh đợi khi Thành Lâm bẩm báo tiếp về việc ngày nào Nguyễn Quang Bình đến thành nhà Lê, ngày nào làm lễ tuyên phong, hãy phúc tấu gấp."* (**Cao Tông Thực Lục** quyển 1341, trang 1-2)

Mười ngày sau Vua Càn Long nhận được lời tâu của Tuần phủ Quảng Tây Tôn Vĩnh Thanh báo tin bệnh tình Vua Quang Trung đã thuyên giảm, tiếp tục cuộc hành trình và có thể làm lễ nhận sắc phong trước ngày 20 tháng 10 [6/12/1789]. Vua Càn Long sai Tôn Vĩnh Thanh gửi lời uỷ lạo Vua Quang Trung cùng tặng quà:

"***Ngày 27 tháng 10 năm Càn Long thứ 54*** [13/12/1789]. *Dụ Quân Cơ Đại thần: Tôn Vĩnh Thanh tâu:*

'Nhận được tờ biểu của Thành Lâm xưng rằng bệnh của Nguyễn Quang Bình đã thuyên giảm, bắt đầu khởi hành từ Nghĩa An [Nghệ An] *vào ngày mồng 3 tháng 10* [19/11/1789] *để đến thành nhà Lê và có thể tới nơi vào khoảng giữa tháng. Thành Lâm định chọn giờ tốt trước ngày 20 để hành lễ; lại xưng rằng bọn Ngô Văn Sở xin năm sau được tháp tùng Nguyễn Quang Bình cùng đến kinh đô, để chúc thọ.'*

Sự liệu biện rất tốt! Nguyễn Quang Bình nghe tin Thiên

triều sai viên chức cung kính mang sắc thư, cùng thơ Ngự chế đến tuyên phong, bèn đình chỉ việc xây thành, đi gấp đến thành nhà Lê. Nhân dọc đường bị bệnh, tạm dừng tại Nghĩa An [Nghệ An]. *Nay bệnh của viên Quốc vương đã thuyên giảm, bèn báo cho Thành Lâm biết đã khởi hành vào ngày mồng 3 tháng 10, lúc này chắc đã đến thành nhà Lê và hoàn thành lễ tuyên phong; Trẫm rất vui mừng.*

Nay truyền dụ cho Tôn Vĩnh Thanh báo cho viên Quốc vương hay rằng:

'Quốc vương nghe tin Thiên triều sai người đến sắc phong, bèn lập tức khởi trình đến thành nhà Lê, dọc đường chẳng may bị bệnh nhẹ, tạm lưu tại Nghĩa An [Nghệ An] *để điều trị. Nay bệnh tình đã thuyên giảm, Quốc vương trình tấu xác nhận rằng đang trên đường đi tiếp. Bản Bộ viện đem sự tình tâu lên, Đại Hoàng đế hết sức khen lao và uỷ lạo rất nhiều, đặc ân ban cho một mâm san hô Triều Châu, một đôi Ngự dụng đại hà bao, hai đôi tiểu hà bao; ghi nhận sự vui mừng và chúc bệnh tình thuyên giảm. Lại truyền thêm rằng nước của Quốc vương mới lập, mọi việc cần phải sửa sang liệu lý; nghe rằng Ngô Văn Sở là bầy tôi đắc lực, nếu năm sau cùng với Quốc vương đến kinh khuyết, thì trong nước không có người trông coi, đối với quốc sự có phần quan hệ. Ngô Văn Sở nặng tình muốn chiêm cận, thì không ngại đợi kỳ tới khi Quốc vương chúc thọ trở về, nhân lễ cống kỳ sau hãy ra lệnh cho Ngô Văn Sở đến kinh khuyết để toại tấm lòng thành chiêm ngưỡng. Đây là đặc cách ban ơn của Đại Hoàng đế, có nhiều bề thể tuất, ra lệnh cho Bản Bộ viện truyền cho Quốc vương. Hãy dốc một lòng ngưỡng vọng, để mãi mãi được hưởng ân điển'...."* (**Cao Tông Thực Lục** quyển 1341, trang16-18)

Thành Lâm cho biết lễ tuyên phong cử hành vào ngày 15 tháng 10 [1/12/1789], sau đó Vua Quang Trung sai bọn Bồi thần Nguyễn Hoẳng Khuông tháp tùng Thành Lâm đến triều Thanh làm lễ tạ ơn:

"***Ngày 3 tháng Một năm Càn Long thứ 54*** **[19/12/1789].** *Lại dụ: Tôn Vĩnh Thanh tâu:*

'Theo lời bẩm của Thành Lâm: Nguyễn Quang Bình đến thành nhà Lê vào ngày 14 tháng 10 [30/11/1789], *chọn giờ tốt vào ngày 15 làm lễ tuyên phong. Nguyễn Quang Bình hoan hỷ cảm động phát ra tự tấm lòng thành, định vào tháng 3 năm sau đến kinh khuyết làm lễ chúc thọ.' Trước đó sai Bồi thần tháp tùng Thành Lâm đến quan ải để làm lễ tiến cống, tạ ơn. Hiện cho Bồi thần tạm dừng tại vùng Thái bình, Nam Ninh; đợi nhận chỉ dụ tuân hành. Còn những cống vật tiến cống theo niên lệ, thì chiếu theo lệ cũ cho phái viên hộ tống đến kinh sư vv....'*

Nguyễn Quang Bình kính cẩn nhận tước phong được làm Phiên thần, sự hoan hỷ cảm khích trong thâm tâm biểu lộ ở lòng chí thành, bèn trình tiến cống vật để tạ ơn; đáng ban thưởng cho thu nhận. Những Bồi thần sai đi, hiện cùng Thành Lâm đến quan ải. Nay truyền lệnh cho Phúc Khang An và Tôn Vĩnh Thanh lập tức sai Uỷ viên hộ tống đến kinh gấp. Như cuối năm đến nơi, có thể cùng Sứ thần các nước Ba Lặc Bố [thuộc Tây Tạng], *Tiêm La dự lễ lớn đầu năm, để toại tấm lòng thành chiêm ngưỡng. Nếu như tính toán hành trình đi nhanh không kịp, thì nên đến kinh đô vào dịp hoa đăng, ngõ hầu cùng các ngoại phiên Mông Cổ dự yến, được ban thưởng thêm, ngưỡng gội ơn mưa móc. Các Bồi thần mang đồ tiến cống, cũng được đi cùng Cống sứ dâng biểu tạ ơn, để đến kinh đô cùng một lượt."* (**Cao Tông Thực Lục** quyển 1342, trang 6)

Vua Quang Trung sai bồi thần theo Thành Lâm sang nhà Thanh cống tạ ơn, lại hứa tháng 3 năm sau làm lễ chiêm bái; Vua Càn Long bằng lòng và cho tính vào kỳ cống lần sau, lại có **thơ Ngự chế** ban cho:

"***Ngày 4 tháng Một năm Càn Long thứ 54*** [20/12/1789]. *Lại dụ: Cứ theo lời Tôn Vĩnh Thanh tâu:*

'Sau khi Thành Lâm đến thành nhà Lê, chọn giờ tốt vào ngày 15 tháng 10 [1/12/1789] *tuyên đọc chiếu chỉ, phong Nguyễn Quang Bình chức An Nam Quốc vương. Viên Quốc vương kính cẩn nhận ân mệnh, niềm cảm xúc vui mừng biểu lộ bởi lòng chí thành; định vào tháng 3 năm sau đích thân đến kinh đô cung chúc vạn thọ. Hiện cung kính sai Bồi thần dâng biểu văn, cung tiến lễ cống phẩm tạ ơn, lại riêng một lễ theo lệ cống hàng năm.'*

Nguyễn Quang Bình kính cẩn nhận tước phong, đứng vào hàng Phiên thần; nhờ ân sủng được cai trị nước An Nam. Tấm lòng đội ơn kính sợ thể hiện bởi lòng chí thành, tình nguyện đến kinh khuyết tạ ân và chúc thọ; ngoài lệ cống hàng năm, lại còn tiến dâng thêm cống phẩm tạ ơn, thực cung kính thuận thảo đáng khen!

Nhưng nghĩ rằng viên Quốc vương buổi đầu mới lập quốc, dâng hai lễ cống một lượt, không khỏi hao phí tài lực. Nay cống phẩm đã đưa đến quan ải, nếu không ban thưởng cho thu nhận tất cả, thì sợ trở ngại đến tấm lòng thành cầu xin giáo hóa; nay gia ân đem lễ cống năm nay làm lễ cống kỳ tới, để tỏ lòng thưởng tuất.

Nay viên Quốc vương đã được phong tước là thần tử của Thiên triều, khác với bọn Bồi thần. Năm sau đến kinh đô chiêm cận, các Tổng đốc, Tuần phủ gặp gỡ, nên theo lễ tân chủ đãi nhau. Các nghi thức tiếp kiến, nay giao cho Đại Học sĩ cùng bộ lễ bàn bạc kỹ, tâu lên rồi ban cho nước này tuân hành; lại thưởng bài thơ luật, để tỏ lòng Trẫm ngoại lệ ưu đãi nước văn hiến.

Thơ Ngự chế như sau:

Phu ý quân thần sự bất nan,

Thành truân na tạ thiết minh đàn.

Lai triều Bắc khuyết thân nhi cận,

Phất dị Nam bang y dữ quan.

Ban tiếp chư Vương lân nhạn liệt,

Diên khai bát nguyệt hưởng kê hàn.

Hiền phiên cống khổn thù thị ngự,

*Kỷ thực liêu bằng tín sử khan. (**Cao Tông Thực Lục** quyển 1342, trang 10-11)*

Dịch Nghĩa:

Duy trì lòng tin giữa vua tôi cũng không khó,

Do bởi thành thực, đâu cần dựa vào việc lập đàn thề thốt.

Đường đến Bắc khuyết tuy xa xôi, nhưng nhờ tình thân nên cảm thấy gần,

[Phong tục vẫn duy trì] *không thay đổi y phục mũ áo của nước Nam.*

Trong ngày hội cùng các Vương ngồi cạnh nhau thứ tự như bầy chim nhạn,

Khai yến vào tháng tám, thưởng thức món gà lạnh.

Lòng thành hiền Phiên đến tiến cống, không chỉ riêng việc hầu hạ Thiên tử,

Mà còn được ghi lại làm bằng, để được xem qua sử sách.

(Cao Tông Thực Lục quyển 1342, trang 10-11)

Tạm dịch thơ:

Thủ tín, vua tôi chẳng khó khăn,

Thành tâm, nào phải lập thề đàn.

Xa xôi Bắc khuyết thân nên ngắn,

Chẳng bỏ tục Nam đổi y quan.

Lớp lớp Vương, Công đua yến nhạn.

Tiệc mừng tháng tám món kê hàn.

Chẳng riêng tiến cống chầu Thiên tử,

Thực lục, sử truyền vạn thế xem.

Bọn Bồi thần An Nam đến quan ải vào ngày17 tháng 10 [3/12/1789], Tuần vũ Tôn Vĩnh Thanh bảo tạm nán lại tại Quảng Tây để chờ lệnh Vua Càn Long. Do nhận lệnh tương đối trễ, nên đám bồi thần phải đi gấp trong vòng 50 ngày để đến Bắc Kinh, kịp dự lễ vào ngày tết Nguyên Đán [14/2/1790]:

"Ngày 4 tháng một năm Càn Long thứ 54 [20/12/1789]. *Dụ các Quân Cơ Đại thần: Hôm qua Tôn Vĩnh Thanh tâu "Quốc vương An Nam Nguyễn Quang Bình sai bọn Bồi thần tiến dâng biểu tạ ơn cùng lễ cống theo lệ hàng năm, đã đến quan ải vào ngày 17 tháng 10* [3/12/1789]*."*

Tính ra đến cuối năm còn hơn 70 ngày, nếu như Tôn Vĩnh

Thanh sai người hộ tống đi ngay, xét theo hành trình còn có thể kịp. Nhưng viên Tuần phủ ra lệnh cho bọn Bồi thần dừng đợi tại vùng Thái Bình; Nam Ninh, để cung kính đợi chỉ dụ mới thi hành. Tôn Vĩnh Thanh không nên câu nệ hồ đồ như vậy! Hôm qua đã gửi chỉ dụ khẩn cấp truyền theo độ khẩn 600 dặm [1 ngày], ước tính có thể nhận được vào ngoài mồng 10 tháng này [26/12/1789]*; vào lúc đó nếu viên Tuần phủ lo liệu cho đi ngay, tính ra đến cuối năm còn khoảng 50 ngày, nếu đi nhanh thì có thể đến đúng lúc. Trong chỉ dụ báo cho bọn họ biết rằng, nếu như cuối năm đến kinh đô, thì có thể cùng với Sứ thần Ba Lặc Bố* [thuộc Tây Tạng], *Tiêm La dự lễ lớn tại triều nhân dịp tết Nguyên Đán* [14/2/1790]. *Bọn Bồi thần là Sứ giả ngoại phiên, được tham dự lễ nghi triều hội, hân hoan chiêm ngưỡng quang cảnh bình sinh chưa hề được thấy, tất sẽ hăng hái đi nhanh; tuy hành trình gấp rút cũng vui vẻ tuân theo. Nếu thực sự trong năm không thể đến kịp, thì cũng không nên miễn cưỡng, hãy đến kinh đô vào dịp hoa đăng, có thể cùng dự yến tiệc với ngoại phiên Mông Cổ. Nếu chậm, đến sau dịp hoa đăng, mùa yến tiệc đã qua, chẳng lẽ chỉ riêng có Bồi thần An Nam lại cử hành yến hội; viên Tuần phủ nên sớm tính toán chuyện đó.*

Nay lại truyền dụ cho Tôn Vĩnh Thanh, hãy thông tri cho Uỷ viên hộ tống đi nhanh, báo tin cho các địa phương đi qua; chuẩn bị phu, ngựa sẵn sàng đi gấp, để đến kịp trong năm. Nếu đi nhanh mà không kịp thì có thể đến kinh đô vào mùa hoa đăng, đừng để chậm trễ lỡ việc. Còn những nhân viên trước kia hộ tống Nguyễn Quang Hiển như Phó tướng Đức Khắc Tinh Ngạch, Đạo viên Thanh Hùng Nghiệp; lo liệu công việc dọc đường tương đối ổn thoả. Vả lại chức vụ của hai viên này bị khuyết tại nhiệm sở đã có người thay; lần này giao bọn họ hộ tống các Cống sứ đến kinh đô, ắt mọi việc đã quen, không cần phải giao cho người khác, để khỏi phải rắc rối sinh sự. Nay đem dụ này truyền khẩn cấp 600 dặm [1 ngày]; để tiếp tục hiểu dụ Tôn Vĩnh Thanh cùng Phúc Khang An." (**Cao Tông Thực Lục** quyển 1342, trang 12-13)

Nhân em Cựu hoàng Lê Chiêu Thống là Lê Duy Chi vẫn còn ẩn náu tại Cao Bằng, Vua Càn Long e ngại bọn này giả mạo tên tuổi Cựu hoàng để tiếp tục hoạt động. Nên quyết định đem Cựu hoàng và bộ hạ đến kinh đô, xa cách vùng biên giới, cho nhập ngũ dưới cờ Hán quân; để phía Tây Sơn khỏi có sự nghi ngại:

"***Ngày 8 tháng Một năm Càn Long thứ 54*** **[24/12/1789].** *Dụ Quân Cơ Đại thần: Phúc Khang An tâu:*

'Lê Duy Chi ẩn náu tại vùng Bảo Lạc nước An Nam, bị Nguyễn Quang Bình đánh tan bèn chạy trốn; từ một tháng nay chưa do thám ra tung tích. Nếu như y đến biên giới xin đầu thuận, đáng được cùng an sáp với Lê Duy Kỳ.'

Lê Duy Chi là con thứ thuộc dòng dõi nhà Lê tại An Nam, vẫn còn tụ tập bè đảng để tranh hấn với Nguyễn Quang Bình, chuyện này để ra ngoài không xét đến. Nhân lo về việc Lê Duy Kỳ đã từng là Quốc vương, hiện an sáp tại tỉnh thành Quế Lâm, chỗ này còn gần với An Nam, sợ bọn bầy tôi xưa giả mạo tên tuổi y để gây sự; nhân đó Nguyễn Quang Bình còn giữ mối nghi hoặc. Vả lại Lê Duy Kỳ vốn nhu nhược thiếu khả năng, không thể tự chấn tác được, chạy đến xin tá túc tại nội địa; vốn không có tội lớn, nay đối xử như người dân bình thường, thì không hợp với chủ trương 'Phục hưng nước bị diệt, nối dòng bị đứt'. Vậy nên đem tất cả bộ hạ của Lê Duy Kỳ đến kinh đô, cho nhập ngũ dưới cờ Hán quân (4), *biên chế thành một tá lãnh (5), để Lê Duy Kỳ đời đời làm Tá lãnh. Một khi Lê Duy Kỳ được tập ấm quan chức, thuộc hạ làm việc có lương tiền sinh sống, bọn họ sẽ vui vẻ tuân theo.*

Nay truyền lệnh cho Phúc Khang An hãy hạch hỏi kỹ lưỡng các phủ huyện, đem bọn Lê Duy Kỳ cùng thuộc hạ bị an sáp tống về kinh đô, biên chế vào Hán quân, để biểu thị lòng thương xót thể tuất của Trẫm. Việc Lê Duy Kỳ cùng khốn xin đầu thuận rồi được đưa về kinh đô, khiến Nguyễn Quang Bình nghe được tin toàn bộ thuộc hạ nhà Lê bị đưa về kinh, không còn để lại hậu hoạn cho họ, thì sẽ gia tăng cảm khích. Nay truyền dụ này để hiểu rõ." (**Cao Tông Thực Lục** quyển 1342, trang 20-21)

Sau khi đem Cựu hoàng Lê Chiêu Thống và đám thuộc hạ về kinh đô, Vua Càn Long căn dặn Phúc Khang An đem sự việc báo cho Vua Quang Trung hay để lấy lòng, bởi triều Thanh sắp xếp yên ổn mọi việc:

"Ngày 10 tháng Một năm Càn Long thứ 54 **[26/12/1789].** *Nay truyền dụ bọn Phúc Khang An nhân lúc thuận tiện dụ viên Quốc vương này hay rằng:*

"Lê Duy Kỳ tuy hèn yếu không thể chấn tác, bỏ ấn tín chạy vào nội địa; nhưng họ hàng thần dân còn mang tâm chống đối; nghe tin Lê Duy Kỳ vẫn còn trú tại Quế Lâm, không khỏi mưu tính mượn danh, để tụ tập phiến động. Lúc này về chính danh, Quốc vương đã được Thiên triều phong tước để cai trị con dân, nên không sợ về sự quấy nhiễu này; tuy nhiên nước mới lập, trong giai đoạn ngắn ngủi chưa có thể êm ấm mọi bề, nên không khỏi mệt nhọc để trù hoạch. Nay đại Hoàng đế tăng thêm lòng thể tuất, sợ Lê Duy Kỳ cư trú tại Quế Lâm, họ hàng thuộc hạ của y dựa vào tên tuổi để sinh việc, bèn đặc

biệt cho Lê Duy Kỳ cùng thuộc hạ hiện cư trú tại tỉnh Quảng Tây di chuyển đến kinh đô sung quân, biên chế vào Bát Kỳ, Lê Duy Kỳ được ban chức Tá lãnh.

"Còn Lê Duy Chi hiện còn tại Cao Bằng tụ tập gây hấn, đến lúc thế cùng lực kiệt xin đầu thuận nội địa, thì cũng đáng theo lệ Lê Duy Kỳ, cho về kinh đô an trí. Quốc vương cai trị toàn lãnh thổ An Nam, vĩnh viễn không còn hậu hoạn. Đây là sự đặc biệt ban ân của đại Hoàng đế, không có điều nhỏ nhặt nào mà không nghĩ tới nơi. Quốc vương hãy dốc hết lòng thành, ngưỡng vọng ơn mưa móc.'

Dụ một cách tường tận như vậy, Nguyễn Quang Bình sẽ hết sức cảm khích hoan hỷ, kiên định tấm lòng thành hướng hóa." (**Cao Tông Thực Lục** quyển 1342, trang 23-24)

Sau đó Tuần phủ Quảng Tây Tôn Vĩnh Thanh tâu rằng các Đầu mục dân tộc thiểu số họ Bế và họ Nùng từng theo Lê Duy Chi đã bị quân Tây Sơn đánh bắt, chạy trốn, hoặc đầu hàng; riêng Lê Duy Chi không biết tung tích nơi nào:

"***Ngày 16 tháng Một năm Càn Long thứ 54*** **[1/1/1790].** *Tuần phủ Quảng Tây Tôn Vĩnh Thanh tâu rằng:*

Qua sự do thám, được tin Đốc trấn Mục Mã nước An Nam đem quân đến vùng Bảo Lạc, Na Lữ thuộc Cao Bằng, bắt được viên Đầu mục cũ của Lê Duy Kỳ tên là Bế Nguyễn Hào. Lại nghe rằng chú cháu anh em của hai cựu Đầu Mục thuộc họ Bế và Nùng hoặc đã đầu hàng hoặc chạy trốn. Xét hai xứ Mục Mã, Bảo Lạc đều thuộc địa phương Cao Bằng; trước đây nghe rằng em Lê Duy Kỳ là Lê Duy Chi cùng với Hoàng Văn Thông tụ tập đánh Mục Mã, nay đã bị viên Đốc trấn đánh tan. Những người thuộc họ Bế và Nùng đều do Lê Duy Chi chiêu tập; hiện nay Bế Nguyễn Hào bị bắt, Lê Duy

Chi không biết tại nơi nào; còn những người khác thì hoặc đầu hàng, hoặc chạy trốn. Lộ Cao Bằng thuộc nước này đã dần dần yên ổn, năm sau Nguyễn Quang Bình khởi trình đến kinh đô thì không có gì đáng lo nữa.'

Nay thông tri." (**Cao Tông Thực Lục** quyển 1343, trang 5-6)

Thành Lâm về nước, trình bày nguyện vọng của Vua Quang Trung xin ban lịch **Thời Hiến** và mở cửa khẩu đường thuỷ và quan ải tại Quảng Tây để giao thông buôn bán. Sự việc do Tổng đốc Phúc Khang An trình lên, Vua Càn Long hoan hỷ chấp thuận cả hai điều. Riêng việc ban lịch **Thời Hiến,** chứng tỏ dưới thời Tây Sơn nước ta dùng lịch này; riêng chúng tôi cũng sưu tầm được bằng chứng bấy giờ lịch ta và lịch nhà Thanh giống nhau. Nhân dịp Phan Huy Ích tham dự chuyến đi của giả vương Quang Trung sang nhà Thanh, có soạn tập thơ nhan đề **Tinh Sa Kỷ Hành** [星槎紀行], qua bài **Xuất Quan** tác giả chú thích như sau "*Giờ Tỵ ngày 15 tháng 4 mở cửa ải, phụng mệnh đến làm lễ ở đài Chiêu Đức* [tỉnh Lạng Sơn]" (6); **Thanh Thực Lục**, qua đạo dụ ngày 23 tháng 4 năm Càn Long 55 [5/6/1790] cũng ghi "*Quốc vương khởi hành vào ngày 29 tháng 3* [12/5/1790]; *ngày 15 tháng 4 đến cửa ải*"; như vậy lịch 2 nước đều xác nhận đến quan ải vào ngày 15 tháng 4 [28/5/1790]:

"Ngày 4 tháng Chạp năm Càn Long thứ 54 [18/1/1790].
Dụ: Bọn Phúc Khang An tâu rằng Thành Lâm tuyên cáo sắc phong tại An Nam, đã trở về quan ải. Khang An gặp viên này, hỏi han cặn kẽ sự tình An Nam, rồi soạn thành tấu văn nội dung:

'Nguyễn Quang Bình tâu rằng An Nam là nơi cùng tịch

hoang vu, cầu khẩn Thiên triều ban lịch chính sóc; ngoài ra nước y sản vật nghèo nàn, lại liên miên vướng vào cảnh binh lửa, tài lực suy hao, khẩn khoản xin gia ân mở cửa khẩu đường thuỷ và quan ải cho buôn bán; thì tất cả sinh linh đều được hưởng lợi ích.'

Nguyễn Quang Bình đã được phong tước, đủ tư cách là Phiên thần, lòng cảm khích hoan hỷ thể hiện một cách thành thực; trước đây đã sai sứ tiến cống, lại mấy lần xin mùa xuân năm sau đến chiêm cận chúc mừng; tâm địa thực đáng khen, nên chuẩn theo lời thỉnh cầu. Nay lại cho rằng xứ Nam Giao là chốn hoang vu, xin được ban lịch chính sóc. Viên Quốc vương vừa mới lập quốc, biết sùng thượng Thiên triều, cho việc ban lịch chính sóc là cần kíp, lòng Trẫm rất vui; đương nhiên đáng ban phát ngay để được vĩnh viễn kính cẩn tuân theo thời lịch. Nhưng từ trước tới nay Sứ thần nước Triều Tiên thường đến kinh đô trước kỳ hạn; để đợi đến ngày mồng một tháng mười, kính cẩn lãnh lịch **Hiến Chương** [Lịch **Thời Hiến**, nhà Thanh]. *Còn An Nam ở đất Nam Giao xa xôi, nếu hàng năm theo lệ của Triều Tiên đến kinh đô nhận lãnh, lúc trở về đã quá ngày tết Nguyên đán; thần dân nước này không được dùng lịch kịp thời, thật không đúng với đạo thể tuất nước xa xôi.*

Nay dụ bộ liên hệ, cho mang lịch **Hiến Chương** *năm Càn Long thứ 55 phát vãng, giao cho viên Tổng đốc để đưa đến ải Nam Quan, rồi ra lệnh Trấn mục nước này chuyển giao cho Quốc vương lãnh nhận. Từ nay trở về sau, bộ liên hệ chiếu theo số lượng đã ban cho Triều Tiên, kịp thời đem lịch* **Hiến Chương** *giao cho Quảng Tây, lệnh viên Tuần phủ chiếu theo lệ năm nay, đúng hạn ban cấp. Để biểu thị lòng thể tuất đối với nước này, đừng đợi họ phải sai Sứ thần đến kinh đô lãnh* *nhận.*

Về việc mậu dịch, trước kia nước ta thông thương với An Nam; từ khi có lệnh cấm đến nay, thiếu hàng hoá từ nội địa, nhu cầu tiêu thụ của dân nước này tất bị hạn chế. Nay Quốc vương thành tâm qui thuận, được phong tước; dân nước này là con đỏ của ta, vậy đáng được mở cửa quan cho buôn bán sớm ngày nào thì dân hưởng lợi ngày đó. Huống hồ nước An Nam trải qua ngày tháng binh lửa, làng xóm tiêu điều, vật lực khó khăn, phải mở cửa buôn bán để nơi có bù nơi không, khiến dân chúng sớm được no đủ. Nay ra lệnh cho các viên Tổng đốc, Tuần phủ hãy cho mở cửa đường thuỷ và quan ải, để việc mậu dịch được bình thường, làm đúng theo bụng Trẫm đối xử tất cả đều chung một lòng nhân." (**Cao Tông Thực Lục** quyển 1344, trang 4-5)

Bấy giờ đang đánh dẹp dân thiểu số nổi dậy tại phía nam tỉnh Hồ Nam, nên nhà Thanh dự trù chuyến đi của giả vương Quang Trung vào năm sau, phải đổi đường theo hướng Quảng Đông, Giang Tây, qua Hồ Bắc, rồi đến Nhiệt Hà. Riêng Tổng đốc Phúc Khang An tâu việc cựu thần nhà Lê Lê Quýnh "*không còn chỗ để trốn tránh, thế cùng xin vào tá túc nội địa*" không đúng sự thực, vì theo lời tự thuật của Lê Quýnh trong **Bắc Hành Tùng Ký** rằng khi ông ta tụ tập đồng đảng gần biên giới, Phúc Khang An sai người mời đến gặp. Ngoài ra Phúc Khang An tâu số thuộc hạ cựu thần Lê Chiêu Thống 376 người đến nội địa, Vua Càn Long cho rằng số lượng quá đông, chỉ để 100 người lập một tá lãnh tại kinh sư, số còn lại chia ra định cư tại các tỉnh:

"Ngày 12 tháng Chạp năm Càn Long thứ 54 [25/1/1790].
Lại dụ: Phúc Khang An tâu:

"Dự trù năm sau Nguyễn Quang Bình đến kinh đô chiêm cận, lo liệu hành trình dọc đường, dịch trạm cung đốn rất tốt. Riêng việc xin hộ tống viên Quốc vương qua Mai Lĩnh [huyện Ninh Đô, tỉnh Giang Tây], rồi đi thẳng đến hành cung tại Nhiệt Hà, thì tương đối quá sớm."

Nguyễn Quang Bình đến kinh đô chiêm cận lần này, mang Bồi thần tương đối nhiều, từ Mai Lĩnh đến Nam Xương [Giang Tây], rồi do hướng Hồ Nam, Hồ Bắc đến kinh đô; qua một số tỉnh hành trình tương đối xa hơn; nếu giao cho một Phó tướng hoặc Tri đạo lo liệu, sợ rằng không chu toàn. Phúc Khang An nên đích thân đi cùng với viên Quốc vương qua Bảo Định tỉnh Trực Lệ, rồi đến Nhiệt Hà cũng không muộn.

Còn Lê Quýnh là cựu thần của họ Lê, thấy Nguyễn Quang Bình đã qui thuận Thiên triều cai trị nước An Nam, không còn chỗ để trốn tránh, thế cùng xin vào tá túc nội địa, lại không mang ấn tín trở về; còn mượn cớ nặng lòng với chủ cũ, muốn mưu đồ cử sự, không tiện tống ra khỏi quan ải để gây sự phiến động mê hoặc. Vả lại Nguyễn Quang Bình đã được Thiên triều phong tước, thay thế họ Lê cai trị nước Nam, Lê Quýnh vẫn còn vì họ Lê mà báo thù, gây khó khăn cho Nguyễn Quang Bình; đem tình hình hiện tại mà bàn, đáng cho an sáp tại nội địa. Nhưng bọn y lấy danh trung nghĩa, lời lẽ cương quyết cố chấp, nay Phúc Khang An cho phái viên đem bọn Lê Quýnh 4 người đến kinh đô, đợi Trẫm hỏi rõ ràng, rồi sẽ ước lượng giáng chỉ. Bọn tay chân của Lê Quýnh còn nấn ná tại trấn Nam Quan, Phúc Khang An hãy tìm cách lôi kéo, mang vào nội địa an sáp, để không còn sinh sự nữa.

Tái bút: Lê Duy Kỳ cùng những thuộc hạ của y, trước đây đã giáng chỉ đem hết về kinh, cho gia nhập vào Hán Quân, *biên chế thanh một Tá Lãnh, đây thuộc loại ngoại lệ gia ân. Nay Phúc Khang An điều tra rõ, số người bị an sáp tại các phủ gồm 376 người, nhân số không khỏi quá nhiều. Theo biên chế Tá Lãnh thuộc các kỳ, nhân số chỉ vào khoảng một hai trăm người mà thôi; nếu đem tất cả bọn họ vào biên chế, thì số phòng ốc chỗ ở không đủ cung cấp; vả lại họ là những người mới, nhất thời tụ tập tại kinh sư, xét về sinh kế cũng không dễ!*

Nay truyền Phúc Khang An hãy phân biệt, đem những người thân thích họ Lê cùng với những người từng giữ quan chức, ước độ hơn 100 người, đủ để biên chế thành một Tá Lãnh, cho khởi hành đến kinh đô. Kỳ dư những người khác, cùng nhóm đi theo Lê Quýnh là bọn Đoàn Uông gồm 29 người, đều đưa đi các tỉnh thuộc Giang Nam [Giang Tô, An Huy], *Chiết Giang, Tứ Xuyên; dưới quyền Tổng đốc, Tuần phủ, cho nhập ngũ ăn lương, để ràng buộc dần dần trở thành dân. Còn bọn Phan Khải Đức, Đinh Nhạ Hành, Nguyễn Đình Phái trước đây được thưởng chức hàm Đô ty, Thủ bị; cứ theo lời tâu của Phúc Khang An, bọn này ngôn ngữ không rành, chưa quen công việc trong doanh ngũ, vậy nên cho đưa về kinh nhập ngũ, ước lượng cho bổ dụng vào các chức Kiêu kỵ, Hiệu úy."* (**Cao Tông Thực Lục** quyển 1344, trang 21-23)

Phúc Khang An tâu thêm Lê Quýnh không chịu cắt tóc theo phong tục Mãn Thanh, lại muốn ra khỏi quan ải để phục thù cho họ Lê. Vua Càn Long có phần nể Lê Quýnh lưu ly bôn ba mà không đổi khí tiết; nên khuyên Phúc Khang An ôn tồn hỏi han xem ý hướng như thế nào, rồi tâu lên cặn kẽ:

"***Ngày 13 tháng Chạp năm Càn Long thứ 54*** **[26/1/1790].** *Dụ các Quân Cơ Đại thần: Hôm qua nghe lời tâu của Phúc Khang An rằng bọn Di quan Lê Quýnh đến nội địa không* *chịu cắt tóc, lại muốn ra khỏi quan ải để phục thù cho họ Lê, lời lẽ kiên quyết cố chấp; đã ra lệnh đem bọn Lê Quýnh bốn tên đến kinh đô, để Trẫm điều tra rõ ràng, sau mới giáng chỉ quyết định. Lê Quýnh là cựu thần của nhà Lê, năm ngoái theo mẹ và vợ của Lê Duy Kỳ vào nội địa; lại ra khỏi quan ải để trở về nước tìm Lê Duy Kỳ. Lúc Lê Duy Kỳ xuất bôn, Quýnh không theo kịp; mới đây bí mật trốn từ ải này qua ải khác để vào nội địa, không qua con đường Lạng Sơn; tức phải có tình tiết riêng. Lo thám thính tin tức về chủ cũ, lưu ly bôn ba mà không đổi khí tiết, lại khoe rằng ngoài quan ải còn tụ tập nhiều lính, ai cũng muốn đánh Nguyễn để phục thù; ý muốn Thiên triều mang binh đánh Nguyễn Quang Bình để toại chí phục hưng họ Lê. Lúc gặp Phúc Khang An trình bày việc xin mượn quân, cớ sao trong tấu điệp Phúc Khang An không nói việc này ra? Hoặc giả Lê Quýnh tự thị trung với họ Lê, lòng quá phẫn khích; lại nhân Phúc Khang An hai ba lần bác bỏ, thì lời nói và sắc mặt có vẻ giận dữ, rồi đưa ra những lời chọc tức! Phúc Khang An nhân đó không kiên nhẫn hỏi tường tận, xin an trí bọn này tại Tân Cương.*

Lúc này họ Lê bị bại vong đã lâu, Nguyễn Quang Bình hết sức thành khẩn cung thuận, cai trị nước An Nam, lại được phong làm Phiên vương, không có lý nào thay đổi chủ trương. Bàn về tình hình hiện tại, chỉ có thể làm như vậy. Những lời Lê Quýnh nói, không cần bàn đến; nhưng Lê Quýnh đã từng thờ nhà Lê, không vì sự suy thịnh mà bỏ hoặc theo, tuy lời lẽ ngu muội cứng nhắc, nhưng xét tâm địa thì cũng đáng tha thứ. Phúc Khang An đối với Lê Quýnh nên bớt nóng, bình tâm hỏi han xem ý hướng của y như thế nào, rồi phúc tấu cặn kẽ. Trẫm chỉ muốn biết rõ ràng việc này, chứ không có ý gì khác. Phúc Khang An nên thể theo ý Trẫm; nay truyền đạo dụ để hiểu rõ." (**Cao Tông Thực Lục** quyển 1344, trang 24-26)

Tuần phủ Tôn Vĩnh Thanh lại tâu thêm phái bộ Nguyễn Hoẳng Khuông đến triều đình tạ ơn, vì chờ đợi lệnh trên, nên khởi hành vào ngày 1 tháng 12 [15/1/1790] tại tỉnh thành Quế Lâm, chuyến đi tương đối cấp bách, trù tính đến kinh đô Bắc Kinh vào sau tết:

"***Ngày 18 tháng Chạp năm Càn Long thứ 54*** **[1/2/1790].** *Lại dụ: Tôn Vĩnh Thanh tâu:*

"Viên Bồi thần nước An Nam Nguyễn Hoẳng Khuông đến tỉnh thành Quế Lâm vào ngày 29 tháng 11 [14/1/1790], *chiếu theo lệ khao thưởng. Ngày 1 tháng 12* [15/1/1790] *từ tỉnh thành khởi hành, lại phi báo các tỉnh dọc đường dự bị ứng phó; tính nhật kỳ trước mồng 10 tháng giêng năm sau* [23/2/1790] *có thể đến nơi, không đến nỗi chậm trễ quá ngày đó vvv...."*

Viên Cống sứ đến quan ải đã lâu, nếu cho khởi hành đi ngay thì lúc này đã đến biên giới tỉnh Trực Lệ rồi, trong năm có thể thong thả tới nơi. Nay vào ngày mồng 1 tháng 12 [15/1/1790] *mới bắt đầu khởi hành tại Quế Lâm, đi thật gấp thì có thể đến kinh đô trước mùa hoa đăng. Nhưng bắt viên Bồi thần đi gấp, đường xa mệt nhọc; việc này do Tôn Vĩnh Thanh câu nệ hồ đồ, khiến cuộc hành trình bức bách; tội của Tôn Vĩnh Thanh không thể chối được...."* (**Cao Tông Thực Lục** quyển 1345, trang 3-4)

Tại miền Nam vào tháng 10 [17/11-16/12/1789], Nguyễn Vương tổng duyệt tướng sĩ các dinh ở đồng Tập Trận [Gia Định].

Định lệ báo trộm cướp. Phàm các nhà bị mất trộm cướp phải làm đơn hai bản, quan công đường được báo giữ một bản, lưu án một bản, rồi tức thì phái lính đi truy nã, cuối tháng đều làm sớ tâu lên.

Miễn thuế ruộng cho đạo Long Xuyên [Cà Mau], thuế thân thì cũng như dân các huyện khác.

Tha thuế thân sang năm cho dân Phú Quốc; Vua thấy xứ ấy đất hẹp dân nghèo, nên tha cho.

Tha thuế thiếu về ruộng vườn bỏ hoang trong bốn dinh; sai quan công đường khám thực làm sổ, để cho dân sở tại lấy ruộng hoang canh tác.

Tháng 11 [17/12/1789-14/1/1790], sai các quân thao diễn chiến trận; dùng Cai cơ Nguyễn Đình Đắc biết việc binh, đem trận pháp để huấn luyện cho quân sĩ.

Nước Tà Ni [biệt danh nước Java], sai sứ đến hiến sản vật địa phương và xin quân giúp đánh Xiêm La. Vương cho rằng nước ta cùng nước Xiêm tình nghĩa láng giềng ấm cúng, nên khước từ phẩm vật; nhân viết thư báo cho nước Xiêm, người Xiêm cảm tạ.

Sai dinh Trấn Biên [Biên Hoà] đặt mua đường cát, mỗi năm lấy 10 vạn cân làm hạn, cứ số đường 100 cân thì phát trước tiền công cho 10 quan. Đến ngày nộp đường cho nhà nước thì theo giá chợ mà cấp thêm, để sẵn mà đổi cho người Tây Dương lấy đồ binh khí.

Tháng 12 [15/1-13/2/1790], đắp thành đất Đồng Môn tại huyện Long Thành dinh Trấn Biên [Biên Hoà].

Bọn tù trưởng phản nghịch ở Ba Xắc [Sóc Trăng] nổi dậy, xâm phạm thành Trấn Di [huyện Long Phú, Sóc Trăng]. Trước là Ốc Nha Ốc đã bị giết, sai Già Tri Giáp giữ đất ấy, đến đây Giáp về Nam Vang, dư đảng của Ốc lại họp quân quấy rối biên Thuỳ, Thủ bảo Tống Phước Khoa không thể chống được. Vua sai Tôn Thất Hội và Nguyễn Văn Trương đem binh thuyền đánh dẹp yên, bèn đặt một bảo lớn ở Xao Châu, ở phía bắc cửa biển Mỹ Thanh [huyện Long Phú, Sóc Trăng], phái quân đến phòng giữ, để dựa nhau cùng thành Trấn Di yểm trợ.

Ngày 17 tháng 12 [31/1/1790] Nguyễn Vương viết thư cảm ơn Hoàng đế Pháp; nội dung cho biết hiện nay đã thu phục được một phần giang sơn, nên không cần Pháp viện trợ.

Chú thích:

1. Hoàng Công Toản: là con Hoàng Công Chất, sau khi cha mất vẫn tiếp tục nổi loạn tại vùng Hưng Hoá, bị quân chúa Trịnh đánh thua, phải chạy sang Vân Nam xin tá túc.

2. Thế tập: Chức vụ được giao, theo chế độ cha truyền con nối.

3. Nghĩa An: Theo **Phương Đình Địa Dư Chí** đời Tây Sơn đổi trấn Nghệ An thành Nghĩa An, năm 1802 đầu triều Gia Long lấy lại tên cũ là Nghệ An.

4. Hán quân: Quân Thanh nguyên có Mãn Châu Bát Kỳ; thời Thái Tông Mông Cổ qui phụ, lập Mông Cổ Bát Kỳ; người Hán qui phụ, lập Hán quân Bát Kỳ.

5. Tá lãnh: Biên chế của quân Thanh, cứ 300 quân có một Tá lãnh chỉ huy.

6. **Tổng tập văn học Việt Nam** (tập 8), NXB Khoa học xã hội, 2000.

166.
Nhà Tây Sơn: Quang Trung [1788-1792] (5)

Phái đoàn Nguyễn Quang Hiển rời ải Nam Quan vào ngày 25 tháng 5 năm thứ 54 [18/6/1789] đến chiêm bái Vua Càn Long tại hành cung Nhiệt Hà; vào cuối năm lại trở về ải Nam Quan. Ngô Văn Sở được cử đến nhận lãnh sắc ấn, nhân dịp xin tháp tùng Quốc vương đến chiêm bái. Vua Càn Long dặn viên Tuần phủ Tôn Vĩnh Thanh bảo Văn Sở rằng nước các ngươi mới được phong, cần có người lo việc nước; nên đặc biệt thể tuất, sau khi Quốc vương ngươi đến kinh đô, cho ngươi ở lại lo giữ nước:

"***Ngày 5 tháng Giêng năm Càn Long thứ 55*** **[18/2/1790].** *Tuần phủ Quảng Tây Tôn Vĩnh Thanh tâu rằng:*

'Theo lời bẩm của viên Tả Giang đạo Thang Hùng Nghiệp thì vào ngày 12 tháng 12 [26/1/1790] *Nguyễn Quang Hiển về đến trấn Nam Quan; Nguyễn Quang Bình sai các Bồi thần Nguyễn Văn Danh, Ngô Văn Sở cùng vệ sĩ vào ngày 13* [27/1/1790] *đến dưới đài Chiêu Đức làm lễ nhận lãnh sắc ấn. Lại theo lời bẩm của Ngô Văn Sở Quốc vương* [vua Quang Trung] *định trong tháng 3 đến kinh đô cung chúc vạn thọ, Văn Sở kính cẩn dâng biểu tạ ơn của Quốc vương và xin được tháp tùng để được sớm đến chiêm cận.'...*

Dụ Quân Cơ Đại thần: Tôn Vĩnh Thanh vừa tiến dâng biểu tạ ơn của Nguyễn Quang Bình, Trẫm đã dùng bút son phê trên biểu văn; hiện nay Sứ thần Nguyễn Hoằng Khuông đã đến kinh đô, đợi khi trở về nước sẽ giao tờ biểu văn có lời châu phê tuyên dụ, để tỏ lòng sủng ái. Còn Ngô Văn Sở là thuộc hạ đắc lực, nếu cùng với Quốc vương đến kinh khuyết sẽ thiếu người coi sóc trong nước. Đã giáng chỉ ra lệnh cho Nguyễn Quang Bình rằng sau khi từ kinh đô trở về nước, đến kỳ tiến cống kế tiếp, Văn Sở hãy đến kinh đô; viên Quốc vương cũng đệ trình tờ thiếp đến Tôn Vĩnh Thanh, xưng tuân sợ Thánh chỉ để Ngô Văn Sở ở lại giữ nước. Nay Ngô Văn Sở lại hướng đến Thang Hùng Nghiệp khẩn khoản xin được cùng với Quốc vương chiêm cận. Viên Tuần phủ đáng tuân theo chiếu chỉ trước dạy Ngô Văn Sở rằng nước các ngươi mới được phong, nên đặc biệt thể tuất đợi sau khi Quốc vương tiến kinh, cho ngươi ở lại lo giữ nước, vậy hãy tạm hoãn tiến kinh. Nay viên Tuần phủ tuân theo chỉ dụ này hiểu thị Ngô Văn Sở, chờ khi có văn thư phúc trình, hãy tấu lên ngay." (**Cao Tông Thực Lục** quyển 2346, trang 13-14)

Phái đoàn Nguyễn Quang Hiển vừa trở về nước, phái đoàn Nguyễn Hoằng Khuông đến tạ ơn, làm lễ chiêm bái Vua Càn Long tại cửa Tây Uyển, Bắc Kinh:

"*Ngày 6 tháng Giêng năm Càn Long thứ 55* [19/2/1790]. *Thiên tử đến Doanh Đài. Chánh sứ An Nam là Nguyễn Hoằng Khuông, Trần Đăng Đại; Phó sứ là bọn Tống Danh Lang làm lễ chiêm cận tại cửa Tây uyển."* (**Cao Tông Thực Lục** quyển 2346, trang 14)

Bấy giờ Sứ thần An Nam đến triều Thanh như mắc cửi, lúc phái bộ Nguyễn Hoằng Khuông còn ở Bắc Kinh, nhà Tây Sơn lại cử phái bộ Lê Bá Đang đến dâng biểu tạ ơn được nhận quốc ấn. Ngoài ra Tuần phủ Tôn Vĩnh Thanh tâu rằng theo thông lệ đã duyệt thư của Vua Quang Trung gửi cho Nguyễn Hoằng Khuông; nội dung đề cập đến việc trước đây đánh nhau với Tiêm La, sợ bị cật vấn nên ra lệnh Hoằng Khuông cứ sự thực tâu; lại nhân mẫu thân tuổi cao, lệnh Bồi thần mua nhân sâm để phụng dưỡng. Vua Càn Long nhận được, bèn ban sắc dụ khen Vua Quang Trung ngay thẳng, và tặng cho mẹ Vua một cân nhân sâm:

"***Ngày 16 tháng Giêng năm Càn Long thứ 55*** **[2/3/1790].** *Tuần phủ Quảng Tây Tôn Vĩnh Thanh tâu:*

'Quốc vương nước An Nam Nguyễn Quang Bình nhận quốc ấn cùng thơ Ngự chế, bèn dâng biểu tạ ơn, sai Bồi thần đến tiến cống; định hạ tuần tháng Giêng đến quan ải. Ngoài ra viên Quốc vương còn gửi thư cho Bồi thần Nguyễn Hoằng Khuông, thần duyệt nội dung đề cập việc trước đây đánh nhau với Tiêm La, sợ bị cật vấn nên ra lệnh Nguyễn Hoằng Khuông cứ sự thực tâu, để hợp với đạo nghĩa cung thuận. Lại nhân mẫu thân y tuổi cao, lệnh Bồi thần mua nhân sâm để phụng dưỡng; nay xin gửi nguyên lá thư qua trạm dịch để trình tiến.'

Dụ Quân Cơ Đại thần: Nguyễn Quang Bình kính cẩn lãnh ấn tín, thơ Ngự chế, cảm khích tận đáy lòng; bèn sai Sứ thần dâng biểu cùng cống vật, chứng tỏ lòng chí thành. Hiện tại vào ngày 8 tháng 2 [2/4/1790] *Trẫm sẽ ngự xe loan tuần hạnh* [đi thị sát] *Sơn Đông; còn viên Bồi thần vào khoảng cuối tháng Giêng đến quan ải, hành trình đến kinh đô cần phải có thời gian. Nay truyền dụ cho viên Tuần phủ tính nhật kỳ, hoặc lệnh viên Cống sứ đợi Trẫm tại nơi trú tất* [nơi tạm trú] *tại Thái An, trên đường đi Khúc Phụ* [Sơn Đông], *để làm lễ chiêm cận tại nơi này thì rất tốt. Nếu không thể đến nơi đúng hẹn, thì sau lúc Trẫm hồi loan vào ngày 16 tháng 4* [29/5/1790], *viên Cống sứ đến kinh đô để được chiêm cận và dự yến tiệc, cũng không phải là không thể được. Lần này viên Cống sứ cứ theo trạm dịch mà đi, không cần phải quá cấp tốc như lần trước khiến mệt nhọc nhiều.*

Lại nghe lời tấu xưng rằng Nguyễn Quang Bình mới gửi thư cho bọn Bồi thần Nguyễn Hoằng Khuông, lệnh đem đầu đuôi việc gây hấn giữa An Nam và Tiêm La cứ thực trình tấu; nguyên thư cũng được đệ trình vv.. Hiện tại Sứ thần Tiêm La và An Nam cùng đến kinh khuyết dự yến tiệc, hai tuần nay cả hai bên chẳng ai đề cập đến nguyên do việc gây hấn, cũng không có hình tích biểu lộ sự thù hằn. Trẫm cũng chưa hỏi qua việc này. Hiện đem nguyên thư của Quốc vương trao cho viên Chánh sứ xem. Lại nhân Quốc mẫu y đã lớn tuổi, thưởng cấp một cân [500 gram] *nhân sâm, cùng sắc thư, lời châu phê vào biểu văn cho gửi đi trước. Sau khi viên Tuần phủ nhận được, sai Uỷ viên mang đến trấn Nam Quan, giao cho Trấn mục nước này chuyển giao Nguyễn Quang Bình thu nhận; viên Quốc vương sẽ rất vui vẻ cảm động.*

Sắc dụ ban cho Quốc vương nước An Nam Nguyễn Quang Bình như sau:

Tuần phủ Tôn Vĩnh Thanh tâu 'Trong bức thư Vương gửi cho Tả Giang Đạo Thang Hùng Nghiệp cho biết Sứ thần Nguyễn Quang Hiển trở về nước, kể lại tỷ mỷ về lễ chiêm cận tại kinh khuyết, được ban ân sủng nhiều lần, nên cũng mong được đến kinh đô chúc mừng để bộc lộ tấm lòng thành khẩn; hiện đang soạn biểu tiến cống, tạ ơn. Riêng viên Bồi thần Nguyễn Hoằng Khuông đến kinh đô trước mùa hoa đăng, cùng với các Phiên vương, Sứ thần dự yến tiệc. Trong số Sứ thần các nước, có Tiêm La trước đây gây sự đánh nhau với An Nam, sợ Thiên tử hỏi về việc này, bèn gửi thư cho Bồi thần lệnh cứ sự thực trần tấu vv..'

Tôn Vĩnh Thanh lại đem thư của Quốc vương gửi Nguyễn Hoằng Khuông tiến trình, duyệt thư xong Trẫm rất vui vì thấy tấm lòng thành thực của Quốc vương thể hiện ở chỗ cảm khích vui mừng được phong tước và mấy lần được ban ân. Lời Quốc vương gửi cho Bồi thần dặn nhất thiết cứ sự thực trần tấu, khiến Trẫm rất hài lòng. Quốc vương liên tiếp sai Bồi thần dâng biểu tiến cống, trên đường đi về không ngớt, tháng 3 năm nay lại đích thân đến kinh khuyết, bộc lộ tấm lòng thành khẩn chúc mừng, đủ chứng tỏ dốc lòng nhận giáo hóa, ân cần phụng thờ nước lớn.

Nhân viên Bồi thần Nguyễn Hoằng Khuông đến kinh đô, gặp dịp ban yến tiệc đầu năm cho Sứ thần ngoại phiên; trong đó có Sứ thần nước Tiêm La đã từng đánh nhau với An Nam. Sợ viên Sứ nước này dùng miệng lưỡi xảo trá nói xấu, nên ra lệnh bọn Nguyễn Hoằng Khuông rằng nếu có bị hỏi về việc đánh nhau, thì cứ trình bày thực; điều này thấy được tấm lòng ngay thẳng của Quốc vương cư xử như tình cha con trong nhà, cẩn thận tin kính. Tuy nhiên lúc Trẫm ban yến cho các ngoại Phiên, thì Sứ thần vạn quốc đều quây quần triều hội; như các nước Triều Tiên, Lưu Cầu, Tiêm La, Khuếch Nhĩ Khách vv.. không nước nào là không được mời, cùng hưởng chung ân trạch. Sứ thần Tiêm La và Sứ thần Quốc vương tuy cùng triều hội, nhưng điển lệ nghiêm túc hoà mục, không thể có lời qua tiếng lại được. Huống các ngoại phiên bộ lạc được che chở bởi Thiên tử sáng suốt, đều xem là thuộc quốc. Trẫm từ trước đến nay phủ ngự trong ngoài đều chung một lòng nhân, nên các Bồi thần không dám đem việc riêng tư làm phiền tai Thiên tử! Trong khung cảnh này, Sứ thần Tiêm La và Sứ thần nước ngươi đều quên chuyện cũ coi là vô sự; thể chế của Thiên triều cũng chưa từng hỏi thêm về việc riêng của các nước.

Cũng trong thư Quốc vương gửi Nguyễn Hoằng Khuông, xưng rằng mẹ 80 tuổi khí huyết suy hao, muốn được loại nhân sâm hảo hạng để cung dưỡng; lệnh Nguyễn Hoằng Khuông đến kinh đô mua, rồi tìm cách gửi về. Nghĩ rằng Quốc vương mùa xuân năm nay đến kinh đô chúc mừng, đường xa vạn dặm, tạm thời lỗi đạo định tỉnh thần hôn [sớm tối hầu hạ cha mẹ]*, nên cẩn thận ra lệnh Bồi thần mua nhân sâm để cung dưỡng; rõ ý Quốc vương càng có lòng thành chiêm cận bao nhiêu, càng tha thiết với đạo thần hôn bấy nhiêu, thực trung hiếu vẹn toàn đáng khen lao. Nay đặc cách ban cho một cân nhân sâm, để thân mẫu ngươi tuổi cao bổ ích. Nếu giao cho bọn Nguyễn Hoằng Khuông mang về, sợ trước khi Quốc vương khởi hành chưa tới kịp. Đặc biệt gửi treo dịch trạm, giao cho Tuần phủ Tôn Vĩnh Thanh sai Uỷ viên đưa đến trấn Nam Quan chuyển cho Trấn mục, sớm giao Quốc vương nhận lãnh, ngõ hầu thân mẫu sớm được an ủi vui lòng. Quốc vương nên thừa dịp mùa xuân khí hậu ấm áp ôn hoà, đi thong thả đến chiêm cận, để thừa hưởng đặc cách ban ơn. Lại trước đây Quốc vương dâng biểu cảm tạ về việc được ban bao sen Triều Châu, tình từ thành khẩn; Trẫm đã châu phê đáp lại và giao cho Nguyễn Hoằng Khuông đưa về, nay lại báo thêm vào đây để Quốc vương sớm biết được tấm lòng ưu đãi, các ngoại phiên ít ai được như vậy. Quốc vương kính cẩn nhận sự khen lao, vững lòng trung nghĩa, để ngưỡng vọng sự chiếu cố ân sủng. Khâm tai! Đặc dụ!*" (**Cao Tông Thực Lục** quyển 1347, trang 2-5)

Qua chỉ dụ trước, Vua Càn Long dự định gặp phái bộ Lê Bá Đang đến dâng biểu tạ ơn lúc nhà Vua đi thị sát tại tỉnh Sơn Đông. Nhưng phái bộ rời ải Nam Quan vào hạ tuần tháng giêng [5/3-15/3/1790]; nhà Vua định đến Sơn Đông vào ngày 8 tháng 2 [23/3/1790]; nên cận ngày không thể đến kịp. Bởi vậy nhà Vua lại quyết định gặp phái bộ tại kinh đô:

"***Ngày 23 tháng Giêng năm Càn Long thứ 55* [8/3/1790].** *Dụ các Quân Cơ Đại thần: Trước đây theo lời tâu của Tôn Vĩnh Thanh rằng:*

"Nguyễn Quang Bình được ban quốc ấn và phụng nhận thơ ngự chế lần thứ hai, bèn dâng biểu tạ ơn và sai Cống sứ trình tiến cống vật, ước lượng vào hạ tuần tháng Giêng đến quan ải vv..".

Đã có chỉ dụ cho bọn Cống sứ khởi hành. Vào ngày 8 tháng 2 Trẫm ngự xe loan tuần hạnh Sơn Đông; nếu bọn Cống sứ vào hạ tuần tháng giêng đến quan ải, rồi từ Quảng Tây đến kinh đô thì cần phải có đủ thời gian. Nay truyền lệnh cho Tôn Vĩnh Thanh hãy tính toán nhật kỳ, bố trí cho các Cống sứ được chiêm cận tại một trong các nơi trú tất của Trẫm như Thái An, Khúc Phụ, hoặcTuyền Lâm. Nếu không thể đến kịp theo kỳ hạn; thì hãy đợi lúc Trẫm hồi loan, sẽ cho các Cống sứ chiêm cận tại kinh đô cũng được...." (**Cao Tông Thực Lục** quyển 1347, trang 12-13)

Về việc Vua Quang Trung gửi thư cho Sứ thần Nguyễn Hoẳng Khuông nhờ mua sâm cho mẹ, Vua Càn Long biết được việc này tặng 1 cân nhân sâm. Riêng Tổng đốc Phúc Khang An cũng nhận được báo cáo; riêng gửi tặng 4 lạng nhân sâm, qua đường Lạng Sơn:

"***Ngày 6 tháng 2 năm Càn Long thứ 55 [21/3/1790].*** *Dụ các Quân Cơ Đại thần: Theo lời tấu của Phúc Khang An ngày hôm qua rằng:*

"Thang Hùng Nghiệp đưa thư Nguyễn Quang Bình gửi

cho Cống sứ Nguyễn Hoằng Khuông ra kiểm duyệt; đây là theo tiền lệ mà làm. Nhân việc kiểm duyệt thư, Phúc Khang An biết Nguyễn Quang Bình sai Cống sứ mua nhân sâm cho mẹ, nên không tiện làm ngơ, bèn gói 4 lạng nhân sâm kèm thiếp gửi, bảo Thang Hùng Nghiệp sai Uỷ viên chuyển qua Lạng Sơn."

Việc liệu biện rất tốt! Từ trước tới nay các ngoại phiên gửi thư tín đến quan ải, thông lệ viên Đại thần quản hạt mở ra kiểm duyệt. Nay Thang Hùng Nghiệp trú đóng tại đó, thấy thư của Nguyễn Quang Bình gửi cho Bồi thần, bèn không câu nệ chiếu lệ kiểm duyệt, rồi đem nguyên thư gửi cho Phúc Khang An để chuyển tấu; việc làm rất đúng cách. Còn Nguyễn Quang Bình có mẹ già khí huyết đã suy hao, muốn tìm nhân sâm tốt để phụng dưỡng, nhưng không dám trực tiếp nói ra. Chắc y tiên liệu rằng thư tín gửi đi phải qua thủ tục kiểm duyệt, do đó sự mong muốn sẽ được đạo đạt lên để được ân thưởng; dụng tâm của Nguyễn Quang Bình thực khôn khéo! Phúc Khang An bèn cấp 4 lạng nhân sâm, khiến viên Quốc vương tin rằng sức khỏe của mẹ nhờ vào thuốc tốt, nên có thể an tâm để đến kinh đô chiêm cận. Tuy rằng việc làm của Phúc Khang An hợp ý Trẫm, nhưng nhân sâm là vật quí trong nước; khi Tôn Vĩnh Thanh tâu về việc này, Trẫm đã gia ân cấp một cân, Phúc Khang An lại cấp 4 lạng; việc làm giống như muốn là được thoả mãn liền, không một chút tiết chế; sợ y sẽ coi đây là việc tầm thường, không cân nhắc được sự khinh trọng. Phúc Khang An không thể không lưu ý Nguyễn Quang Bình rằng nhân sâm là vật không dễ kiếm, và đây là Thiên triều ngoại lệ ban cho, khiến y càng kiên định tấm lòng thành hướng xin cải hóa. Nay ban đạo dụ này để hiểu rõ." (**Cao Tông Thực Lục** quyển 1348, trang 13-14)

Ngoài việc ban nhân sâm, nhà Thanh còn tìm mọi cách o bế Vua Quang Trung. Lúc Thành Lâm lúc đi sứ sang nước ta, được lệnh quan sát y phục cách ăn mặc, rồi tâu rằng Vua Quang Trung dùng dây đai màu hồng. Vua Càn Long dự định lúc gặp ở kinh đô sẽ ban cho dây đai màu vàng, chứng tỏ ưu ái hơn:

*"**Ngày 11 tháng Giêng năm Càn Long thứ 55 [24/2/1790].** Lại dụ: Cứ lời diện tấu của Thành Lâm về những đồ y phục, mũ, đai áo của Nguyễn Quang Bình ưa dùng; đã ra lệnh theo kiểu chế tạo, đợi lúc đến kinh đô ban cấp. Riêng đai áo Quốc vương dùng trong nước thuộc loại da màu hồng, nay được ban thưởng màu vàng để chứng tỏ sự ưu đãi. Phúc Khang An chờ sau khi viên Quốc vương đến quan ải, nói với y rằng:*

"Lần này đến kinh đô chúc thọ; đại Hoàng đế chờ lúc Quốc vương đến triều kiến, đặc biệt ban cho đai vàng. Theo thể chế của Thiên triều thì các Tôn thất Phiên thần mới được đặc biệt đeo loại đai này, Nay Quốc vương được đặc biệt ưu đãi, các Phiên bang thân cận cũng khó thấy được vinh dự như vậy! Khi Quốc vương đến kinh đô cứ dùng đai màu hồng, đợi lúc đến kinh đô diện kiến, đại Hoàng đế ra ân ban thưởng cho đổi đai áo mới."

Hãy dụ một cách rõ ràng cặn kẽ như vậy, Nguyễn Quang Bình cảm thấy sự ngoại lệ ban ơn sẽ gia tăng không ngớt."
(**Cao Tông Thực Lục** quyển 1346, trang 22-23)

Vào tháng 6 năm ngoái [3/8/1789] do phát giác việc Phúc Khang An mua gỗ lậu nên bị phạt cắt tiền dưỡng liêm. Nay gần đến ngày Vua Quang Trung sang chiêm bái; cần Phúc Khang An đưa đón, nên Vua Càn Long tỏ ra ưu ái, tái cấp tiền dưỡng liêm cho y:

"Ngày 22 tháng 2 năm Càn Long thứ 55 [6/4/1790]. *Phúc Khang An trước đây can án mua lậu gỗ, bị phạt phải nạp trả lại tiền bổng dưỡng liêm. Phúc Khang An chịu ơn sâu, không nỡ phạt nặng để đến nỗi quá túng thiếu, phải hạch sách thuộc viên. Hơn nữa lần này đưa Nguyễn Quang Bình đến kinh đô chiêm cận, dọc đường phí tổn và phải sắm đồ cần dùng quá nhiều, nay gia ân thưởng cấp tiền dưỡng liêm năm nay 8000 lượng bạc, do ngân khố Quảng Đông chi cấp để tỏ lòng thể tuất...* (**Cao Tông Thực Lục** quyển 1349. trang 14-15)

Vì phái bộ Lê Bá Đang đến muộn, không kịp để đón Vua Càn Long tại Sơn Đông, nên nhà Vua đổi ý cho gặp tại kinh đô. Nhưng cuối cùng lại bắt kịp, đón đoàn ngựa xe của Vua tại Thiên Tân [phía đông Bắc Kinh], bèn làm lễ chiêm bái bên vệ đường:

"Ngày 7 tháng 4 năm Càn Long thứ 55 [20/5/1790]. *Thiên tử ruổi ngựa đến miếu Hải thần, thuộc phủ thành Thiên Tân làm lễ. Bọn Sứ thần An Nam Lê Bá Đang chiêm cận tại vệ đường."* (**Cao Tông Thực Lục** quyển 1352, trang 10)

Cũng tại Thiên Tân, phái bộ Lê Bá Đang được ban yến tiệc, nhận sắc dụ Vua Càn Long gửi cho Vua Quang Trung, rồi trở về nước:

"Ngày 8 tháng 4 năm Càn Long thứ 55 [21/5/1790]. Thiên tử ban tiệc cho Bồi thần nước An Nam cùng Vương, Công, Đại thần tháp tùng; lại ban sắc dụ cho Quốc vương An Nam Nguyễn Quang Bình như sau:

"Ngươi đem lòng thành hướng hóa, khuynh tâm nội thuộc; gắng gỏi dốc lòng cung kính, mấy lần biện đầy đủ lễ nghi tiến cống. Lòng thành khẩn đáng khen, văn từ lại hoa lệ.

Nay nhân Trẫm ban cho thơ Ngự chế, lại được gộp kỳ cống năm Kỷ Dậu [1789] *làm lễ cống năm tới; bèn dâng biểu sai sứ đến tạ ơn, cùng tiến cống phương vật. Gặp tiết xuân, Trẫm đi tuần thú hành lễ tại núi Đại Tông* [Sơn Đông], *Khuyết Lý* [Khúc Phụ, Sơn Đông]; *trên đường về Sứ giả nước ngươi vui mừng chờ đón để chiêm bái nơi hành tại. Bấy giờ xe loan qua nơi bến nước mênh mông, thuyền bè san sát; bèn ban sắc dụ này làm kỷ niệm văn chương, lại mở yến tiệc cùng chung hoan hỷ; khiến Sứ giả được chiêm ngưỡng cảnh trời biển bao la, nơi hành cung chỉnh túc. Hôm nay Sứ thần trở về nước, đặc cách ban cho Vương gấm vóc các loại, để làm nổi bật sự ưu đãi. Quốc vương nặng tình đến chúc thọ, hiện đang chọn ngày tốt để khởi hành; nỗi vui mừng được gặp nhau sẽ không xa, lại được hưởng ân không ngớt. Nay chiếu chỉ ban truyền, hãy cúi đầu nhận mệnh. Đặc dụ!"* (**Cao Tông Thực Lục** quyển 1352, trang 13-14)

Vua Càn Long có phần nể Lê Quýnh lưu ly bôn ba mà không đổi khí tiết; nên tháng trước khuyên Phúc Khang An ôn tồn hỏi han xem ý hướng như thế nào, rồi tâu lên. Sau đó nhà Vua đem sự việc hỏi Tôn Sĩ Nghị thì viên này chê bai Lê Quýnh bụng dạ thâm độc, muốn gây hấn với nhà Tây Sơn để mưu lợi cho bản thân. Càn Long nghe lời bèn sai áp giải Quýnh, cấp tốc đưa tới kinh đô:

"***Ngày 3 tháng Giêng năm Càn Long thứ 55*** **[16/2/1790].** *Lại dụ: Trước đây đã có dụ rằng Lê Quýnh thờ họ Lê không vì thịnh suy mà theo hoặc bỏ, chút lòng cũng đáng tha thứ, nên đã giáng chỉ lệnh Phúc Khang An nên bình tâm hỏi han xem ý hướng của y như thế nào; cùng sai Phái viên đưa bọn Lê Quýnh 4 người đến kinh đô để xem xét định liệu. Lại ra lệnh Tôn Sĩ Nghị xét xem Lê Quýnh có nói quá sự thực hay không,* *rồi tâu trình rõ ràng. Nay theo lời Tôn Sĩ Nghị phúc tấu:*

"Lê Quýnh trong buổi đầu thì huênh hoang đến nhàm tai, khi nhờ việc thì tạ bệnh từ chối, dùng phép công để báo oán, bụng dạ thực hiểm trá. Mới đây thấy Nguyễn Quang Bình qui thuận Thiên triều cai trị đất An Nam, y hết đường trốn tránh bèn chạy vào nội địa; giả bộ xưng nặng lòng với chủ cũ, mượn danh trung nghĩa, hy vọng Thiên triều cất quân. Thâm ý cho rằng Lê Duy Kỳ nhu nhược không có khả năng, nếu được phục quốc thì cũng coi như bù nhìn, để y mặc sức thao túng, mang lợi cho bản thân. Bởi vậy trước mặt Phúc Khang An không thể không tự khoe là nghĩa sĩ cựu thần của nhà Lê, tình nguyện ra sức phục quốc, Lạng Sơn, Kinh Bắc [Bắc Ninh, Bắc Giang] *các xứ có đến 3,4 vạn quân tụ tập. Nói khoe khoang để mong sinh sự gây hấn, mồm miệng giảo hoạt khéo léo không còn chỗ nói."*

Phúc Khang An, Tôn Vĩnh Thanh sau khi nhận được chỉ dụ trước, tất đã sai phái viên giải bọn này về kinh đô. Nay dụ Quân Cơ Đại thần gửi trát cho các phái viên, dọc đường phải hết sức cẩn thận quản lý áp giải, cấp tốc đưa bọn này tới kinh đô." (**Cao Tông Thực Lục** quyển 1346, trang 10-11)

Vua Càn Long và Phúc Khang An chủ trương phân biệt đối xử, chia số cựu thần nhà Lê theo Lê Quýnh vào tỉnh Quảng Tây làm hai; nhóm 4 người không chịu cạo đầu dóc tóc theo phong tục Mãn Thanh, trong đó có Lê Quýnh; sai quan quân võ trang áp giải đến kinh đô. Nhóm Đoàn Vượng 29 người; cho định cư tại các tỉnh Chiết Giang, Tứ Xuyên hoặc Quảng Tây:

"Ngày 8 tháng Giêng năm Càn Long thứ 55 [21/2/1790]. *Dụ các Quân Cơ Đại thần: Theo lời tâu của Phúc Khang An* *thì bọn Đoàn Vượng 29 người đi theo Lê Quýnh vào quan ải một lượt, đang được cạo đầu đổi y phục, định chọn địa phương tại Khánh Viễn* [Quảng Tây] *cho an sáp. Đã giáng chỉ dụ xuống Phúc Khang An đem bọn Đoàn Vượng đến các tỉnh Giang Nam* (1) *như Chiết Giang, Tứ Xuyên giao Tổng đốc, Tuần phủ cho nhập ngũ hưởng lương và dựa vào cơ chế này để ràng buộc. Lúc này chắc Phúc Khang An đã nhận được chỉ dụ; nhưng cụ thể về việc phân chia bọn Đoàn Vượng đến các tỉnh Giang Nam, cùng lúc nào khởi hành thì vẫn chưa được các viên Tổng đốc, Tuần phủ phúc tấu.*

Còn Lê Quýnh, trước mặt Phúc Khang An xưng là cựu thần nhà Lê, tình nguyện ra sức phục thù; khoa trương thực lực hiện có 3,4 vạn binh tụ tập, gây hấn sinh sự; lại rêu rao rằng 'Đợi Nguyễn Quang Bình đến kinh đô, sẽ xin đại binh đem họ Lê trở về' với thâm ý mong một ngày Lê Duy Kỳ phục quốc, y sẽ ra tay mưu đồ riêng lợi cho bản thân. Tâm tư tên này thực hiểm trá! Đã truyền dụ cho Phúc Khang An sai người đưa Lê Quýnh cùng đồng đảng là bọn Lý Bình Đạo ba người đến kinh đô, nhưng vẫn chưa nhận được tờ tấu về ngày khởi hành.

Nay lại giáng chỉ dụ cho Phúc Khang An, Tôn Vĩnh Thanh hãy phúc tấu rõ ràng tình tiết về việc đem bọn Đoàn Vượng 29 người và Lê Quýnh 4 người đi. Lại nói thêm Lê Quýnh là tên giảo hoạt, không thể không tăng sự phòng bị; ra lệnh các Tổng đốc, Tuần phủ khi bọn Lê Quýnh được giải qua địa phương, cần phái các nhân viên võ trang có khả năng quản thúc nghiêm nhặt và mau chóng giải về kinh. Nếu dọc đường có sự chậm trễ sai sót thì các viên Tổng đốc, Tuần phủ không gánh hết tội. Đem dụ này truyền theo độ khẩn 500 dặm [1 ngày] *để các nơi liên hệ hay biết."* **(Cao Tông Thực Lục** quyển 1346, trang 17-19)

Về số phận 376 người theo Cựu Hoàng Lê Chiêu Thông đến Trung Quốc, được an bài như sau. Vua Càn Long ra lệnh đem gia đình thân thích cùng các quan thân cận Cựu Hoàng khoảng 80 hộ đến kinh đô, biên chế thành một Tá lãnh; sai chuẩn bị chỗ ở tại kinh đô. Số còn lại chia ra cho định cư tại các tỉnh Chiết Giang, Tứ Xuyên hoặc Quảng Tây:

"*Ngày 9 tháng Giêng năm Càn Long thứ 55* [22/2/1790]. *Dụ các Quân Cơ Đại thần: Trước đây đã giáng chỉ ra lệnh Lê Duy Kỳ cùng thuộc hạ đến kinh đô gia nhập Hán quân, biên chế thành một Tá lãnh, sau đó Phúc Khang An tra rõ bọn Lê Duy Kỳ bị an sáp tại tỉnh Quảng Tây, tổng cộng nam nữ lớn nhỏ gồm 376 người, đợi đến mùa xuân trước khi Nguyễn Quang Bình đến quan ải sẽ đưa đến kinh đô.*

Trẫm cho rằng nhân số quá nhiều, ra lệnh bọn Phúc Khang An phân biệt khoảng hơn 100 người đủ để biên chế thành một Tá lãnh, cho về kinh nhập ngũ. Số còn lại gửi đến các tỉnh Giang Nam như Chiết Giang, Tứ Xuyên đặt dưới quyền Tổng đốc, Tuần phủ cho nhập ngũ ăn lương. Những chỉ dụ này chắc bọn Phúc Khang An đã nhận được; nhưng vẫn chưa nhận được phúc tấu về phương thức phân biệt lựa chọn và số người sẽ đưa về kinh đô.

Hiện nay đã vào tiết xuân, bọn Lê Duy Kỳ chắc đã được chia ra để đến kinh đô, việc chuẩn bị phòng ốc chỗ ở cần phải lo liệu. Nếu đợi đến lúc bản tâu của Phúc Khang An tới nơi mới bắt đầu chuẩn bị, thì không khỏi chậm lỡ. Hiện đã giáng chỉ chọn chỗ đất trống nơi kinh thành xây dựng phòng ốc; tra rõ bộ phận Hán Quân Bát Kỳ tương đối ít, đưa bọn Lê Duy Kỳ biên chế vào; lại chọn một quan Đại thần quản lý đơn vị này, để lo ràng buộc ước thúc. Xét ra nhân số các Tá Lãnh khoảng một hai trăm người; nếu đem tất cả bọn này nhập chung một đơn vị thì không khỏi quá nhiều. Nay truyền dụ bọn Phúc Khang An lại phân biệt một lần nữa, đem thân thích của Lê Duy Kỳ cùng những người làm quan, ước khoảng trong vòng 80 hộ đến kinh đô; những hộ còn lại vẫn tuân theo chỉ dụ trước, đưa đến các tỉnh Giang Nam như Chiết Giang, Tứ Xuyên hoặc tại Quảng Tây; cho an sáp nhập ngũ ăn lương để từ từ trở thành thường dân, cũng không phải là không được. Bọn chúng đã cạo đầu, thay y phục, nên không lo việc bỏ trốn. Nếu có những kẻ không yên với bổn phận, gây chuyện bỏ trốn thì chẳng khó, cứ bắt tội một cách đích đáng." (**Cao Tông Thực Lục** quyển 1346, trang 19-21)

Qua văn bản trước Tổng đốc Phúc Khang An tâu 376 người theo Cựu Hoàng Lê Chiêu Thông đến Trung Quốc, nay lại đổi số lượng là 372 người. Trong số này có 169 người, gồm thân thuộc Cựu Hoàng và bọn quan lại như Đinh Nhạ Hành, Phan Khải Đức, Nguyễn Đình Phái, Phan Mãnh Hiền, được đem đến kinh đô Bắc Kinh biên chế thành một tá lãnh. Số còn lại 203 người, bèn đem đi định cư tại các tỉnh:

"***Ngày 5 tháng 2 năm Càn Long thứ 55*** **[20/3/1790].** *Tổng đốc Lưỡng Quảng Công tước Phúc Khang An tâu rằng:*

"Đã sưu tra bọn Lê Duy Kỳ bị an sáp tại các phủ thuộc tỉnh Quảng Tây gồm 372 người, tuân chỉ hạch hỏi kỹ lưỡng, xếp bọn Lê Duy Kỳ, Lê Duy An vào một nhóm gồm 61 người; bọn Đinh Nhạ Hành, Phan Khải Đức, Nguyễn Đình Phái, Phan Mãnh Hiền gồm 108 người, chia làm 3 nhóm; tất cả đều được giải đưa về kinh đô. Ngoài ra bọn Bế Nguyễn Cung, Hoàng Đình Cầu, Nguyễn Hiền, Nguyễn Đình Kiến, Hoàng Đức Đặng, Lê Duẫn Tuấn, Bế Nguyễn Ngoạn, Đoàn Vượng

gồm 203 người, đem an trí tại các tỉnh thuộc Giang Nam."

Nếu những nhóm người này được lưu giữ tại Quảng Tây, tỉnh này sát nách An Nam, lâu ngày sẽ xẩy ra chuyện; nên đưa toàn số giải đi chỗ khác và cho vào biên chế quản lý. Lại tra xét số lượng giải về kinh, trừ những người nổi tiếng, kỳ dư những tên khác đều là anh em thân tộc, có thể chia ra vài chục hộ, biên chế thành một Tá lãnh. Hiện số phòng ốc xây dựng tại kinh thành đủ để trú ngụ. Nay thông báo để hiểu rõ." (**Cao Tông Thực Lục** quyển 1348, trang 12-13)

Sau khi nhận lệnh của Vua Càn Long không muốn cho đám cựu thần nhà Lê định cư tại tỉnh tại tỉnh Quảng Tây, sợ gần biên giới gây sự lôi thôi; Tuần phủ Quảng Tây sắp xếp đưa đến các tỉnh Giang Nam, Chiết Giang, Tứ Xuyên:

"***Ngày 15 tháng 2 năm Càn Long thứ 55*** [30/3/1790]. *Tuần phủ Quảng Tây Tôn Vĩnh Thanh tâu:*

'Hiện đã phân nhóm bọn Lê Duy Kỳ để đưa về kinh đô; lại tuân chiếu chỉ trước, cùng với Tổng đốc Phúc Khang An xem xét cẩn thận, chia những người và hộ còn lại như sau: Bọn Bế Nguyễn Cung 71 người, phát vãng Giang Nam [Giang Tô, An Huy]; *Bọn Hoàng Đức Đặng 68 người, phát vãng Chiết Giang; bọn Bế Nguyễn Ngoạn, Đoàn Vượng 63 người, phát vãng Tứ Xuyên.'*

Nay thông báo để cùng biết." (**Cao Tông Thực Lục** quyển 1349, trang 28-29)

Tại miền Nam vào ngày Kỷ Sửu tháng 3 [22/4/1790], Nguyễn Vương sai đắp thành Gia Định; thành này do Kỹ sư người Âu vẽ kiểu. Vương thấy thành cũ ở thôn Tân Khai [Sài Gòn] chật hẹp, bèn mở rộng thêm. Ban dụ rằng:

"Vương công giữ nước, tất phải đặt nơi hiểm yếu trước. Nay đất Gia Định mới thu phục, cần sửa thành trì cho bền vững để chỗ ở được vững mạnh".

Bấy giờ mới huy động quân dân để khởi đắp, Thành đắp theo kiểu bát quái, mở 8 cửa, ở giữa là cung điện, bên tả dựng nhà Thái miếu, phía sau miếu là kho tàng, bên hữu đặt cục chế tạo, chung quanh là nhà tranh cho quân túc vệ ở. Giữa sân dựng kỳ đài ba tầng, trên làm toà vọng đẩu (2), có nóc là vọng lâu, 8 cạnh, ban ngày kéo cờ, ban đêm thì kéo đèn làm hiệu lệnh cho các quân. Thành xây xong, gọi tên là kinh thành Gia Định, thưởng cho quân dân có công hơn 7.000 quan tiền. Tám cửa thành đều xây bằng đá ong, phía nam là cửa Càn Nguyên và cửa Ly Minh, phía bắc là cửa Khôn Hậu và cửa Khảm Hiểm, phía đông là cửa Chấn Hanh và cửa Cấn Chỉ, phía tây là cửa Tôn Thuận và cửa Đoài Duyệt. Ngang dọc có 8 đường, đông sang tây dài 131 trượng 2 thước [524.8 mét] (3), nam sang bắc cũng thế, cao 13 thước [5.2 mét], chân dầy 7 trượng 5 thước [30 mét]. Phía ngoài thành là hào, hào rộng 10 trượng 5 thước [42mét], sâu 14 [5.6] thước, có cầu treo bắc ngang. Chu vi ngoài thành là 794 trượng [3,176 mét]. ở ngoài là đường phố chợ búa, dọc ngang la liệt đều có thứ tự. Hai bên đường quan đều trồng cây, gọi là đường thiên lý.

Chú thích:

1. Giang Nam: Các tỉnh phía nam sông Dương Tử gồm toàn bộ 4 tỉnh Triết Giang, Phúc Kiến, Giang Tây, Hồ Nam; phía nam các tỉnh Giang Tô, An Huy; phía đông bắc các tỉnh Tứ Xuyên, Quí Châu. Riêng đời Khang Hy lại đặt địa phận

tỉnh Giang Tô và An Huy thành Giang Nam.

2. Vọng đẩu: Đài có lan can hình như cái đấu để trông xa.

3. 1 trượng=4 mét; 1 thước=0.4 mét.

167.
Nhà Tây Sơn: Quang Trung [1788-1792] (6)

Qua bài nghiên cứu kỳ trước, xác nhận Giả vương Quang Trung là Phạm Công Trị sẽ đến chiêm bái Vua Càn Long. Xét về chuyến đi của Giả vương hai bên đều có lợi: Phía Tây Sơn sau khi chiến thắng quân Thanh, có thể nhờ đó dập tắt hấn khích, không phải lo nước lớn trả thù. Về phía Vua Càn Long, giả hay thực không quan trọng, chỉ cần một người nhân danh Quang Trung đến qui phụ; để Càn Long từ kẻ bại trận thành người chiến thắng rồi trắng trợn ghi thành tích "*Càn Long ngũ thập tứ niên An Nam chi dịch*" [乾隆五十四年安南之役 (1789年]; *chiến dịch tại An Nam vào năm Càn Long thứ* 54] trong **Thập Toàn Vũ Công** [十全武功] và tự xưng là Thập Toàn Lão Nhân [十全老人]. Bởi vậy hai bên thông đồng, nhất trí ngậm miệng đóng kịch cho mọi việc êm xuôi.

Theo lịch trình phía An Nam cho biết ngày khởi hành, và ngày đến quan ải; những nhân vật quan trong tháp tùng, như con trai Vua Quang Trung Nguyễn Văn Thuỳ và Bồi thần Ngô Văn Sở. Vua Càn Long nhận được tin hứa phong Nguyễn Quang Thuỳ làm Thế tử và gửi tặng những đồ vua dùng để tỏ lòng sủng ái:

"***Ngày 23 tháng 4 năm Càn Long thứ 55*** [5/6/1790]. *Sắc dụ Quốc vương An Nam Nguyễn Quang Bình: Theo lời Hiệp*

Biện Đại Học sĩ Tổng đốc Lưỡng Quảng Phúc Khang An tâu rằng Quốc vương khởi hành vào ngày 29 tháng 3 [12/5/1790], *đến ngày 15 tháng 4* [28/5/1790] *đến quan ải; mang con trai Nguyễn Quang Thuỳ, Bồi thần là bọn Ngô Văn Sở cùng đến chiêm cận, lại tiến trình biểu tạ ơn. Trẫm xem biểu văn, lời lẽ ân cần, kính yêu chân thành, mở ra xem xong tâm tắc khen chuộng! Đặc cách phê đáp ngay trong biểu văn:*

'Quốc vương nhận được tước phong, hưởng ân sủng đầy đủ; nhân tháng 8 năm nay Trẫm mừng thọ 80 tuổi, bèn đem con trai và bọn Bồi thần vượt qua vạn dặm đến chúc mừng. Trong biểu văn lại coi Trẫm như thầy, như cha; mong đợi sự thành toàn. Xét bụng dạ chân thành của Vương như tình cha con trong nhà; Vương đã coi Trẫm như cha, Trẫm lẽ nào không coi Vương như con. Con trai Vương vừa đến tuổi để trái đào (1), lòng mong muốn đến kinh khuyết chiêm cận, chứng tỏ được giáo dục đúng đắn, vun bồi tận gốc; riêng phong cho con Vương Nguyễn Quang Thuỳ là Thế tử; khi nào làm lễ chiêm cận sẽ được ban sắc thư cùng mũ áo.

Nay ban trước cho Vương đồ Ngự dụng gồm 1 đôi hà bao lớn, 3 đôi hà bao nhỏ, 6 hộp hương khí; ban cho con trai Vương đồ Ngự dụng 1 đôi hà bao lớn, 2 đôi hà bao nhỏ, 4 hộp hương khí để đặc biệt chứng tỏ lòng sủng ái. Giờ này Quốc vương đang trên đường, ngày gặp gỡ không xa; chiếu chỉ khuyên gắng sức, để phụng thừa ân sủng. Khâm tai! Chỉ dụ đặc biệt." (**Cao Tông Thực Lục** quyển 1353, trang 29-30)

Giả vương sai Nguyễn Quang Thuỳ và bầy tôi đến quan ải vào ngày13 tháng 4 [26/5/1790], sau đó Tổng đốc Phúc Khang An lấy cớ Thuỳ bị bệnh cho trở về nước; Vua Càn Long bèn phong cho Thuỳ làm Thế tử:

*“**Ngày 2 tháng 5 năm Càn Long thứ 55** [14/6/1790]. Dụ Quân Cơ Đại thần: Bọn Phúc Khang An tâu rằng:*

‘Nguyễn Quang Bình đến Lạng Sơn, đem con và bầy tôi đến quan ải vào ngày 13 [26/5/1790] . Phúc Khang An lập tức đem chỉ dụ ra hiểu thị; Nguyễn Quang Bình khấu đầu tạ ơn, xưng rằng được thưởng đai vàng, hiểu được ơn Thiên tử rất nặng, lại cho làm lễ bảo kiến (2), càng thấy được sự ưu đãi to lớn đặc biệt hơn, nên không dám nhận ơn này, sẽ dâng biểu tạ từ. Con y là Nguyễn Quang Thuỳ bị nhuốm bệnh dọc đường, bọn Phúc Khang An cho về nước để điều trị và sai người hộ tống ra khỏi quan ải, lại gửi biểu tạ ơn và khánh chúc của Nguyễn Quang Bình tiến trình.v.v..”

Mọi việc liệu biện tốt! Trẫm xem những biểu văn của viên Quốc vương tiến trình, lời thành khẩn tha thiết, đặc cách dùng bút son phê rõ ràng. Còn con y Nguyễn Quang Thuỳ vướng chút bệnh nhỏ, viên Quốc vương xin cho trở về điều trị, nên chấp thuận lời xin. Nay đặc thưởng Nguyễn Quang Thuỳ một viên ngọc Như Ý, Phúc Khang An hãy gặp mặt viên Quốc vương trao tận tay cùng biểu văn được châu phê, để kính cẩn lãnh nhận. Lại nói thêm cho viên Quốc vương biết rằng, con trai Vương vừa tuổi để trái đào [thiếu niên], *thông minh chí thành, thiết tha muốn chiêm cận Thiên tử, Đại Hoàng đế gia ân ngoại lệ phong chức Thế tử (3). Nay tuy vướng chút bệnh nhỏ phải trở về nước; tuy chưa thể cùng đến chiêm cận, nhưng biểu hiện lòng trung ái tôn thờ, Đại Hoàng đế khen lao vô cùng và đặc cách ban cho Thế tử một viên ngọc Như Ý, để làm điềm tốt cho sự an lành may mắn, tức bệnh sẽ thuyên giảm. Còn việc Quốc vương từ tạ hành lễ bảo kiến lúc thỉnh an, biểu văn khiêm cẩn, Đại Hoàng đế xem đến thấy được tấm lòng thành. Quốc vương nên tuân theo lời dụ ban ơn, không nên từ tạ nữa.*

Hãy cáo tri một cách rõ ràng như vậy, khiến cõi lòng viên Quốc vương càng thêm hoan hân việc triều cận. Lại thưởng Phúc Khang An, Nguyễn Quang Bình bản khắc bài tựa Thạch Cổ Thi trong tập thơ ***Ngự Chế****. Hãy phát cho mỗi người một bản, để cung kính lãnh nhận."* (**Cao Tông Thực Lục** quyển 1354, trang 2-3)

Ngày 15 tháng 4 năm Càn Long thứ 55 [28/5/1790], phái đoàn vua Quang Trung giả gồm 60 người, vượt ải Nam Quan vào đất Trung Quốc. Về sự kiện này, danh sĩ Phan Huy Ích từng tham dự phái đoàn, nhân cuộc hành trình soạn tập thơ nhan đề **Tinh Tra Kỷ Hành** [星槎紀行]; hai chữ "tinh tra" có nghĩa là thuyền bè; vậy đây là tập thơ ghi chép cuộc hành trình phần lớn bằng đường thuỷ. Qua bài **Xuất Quan** Phan Huy Ích chú thích như sau "*Giờ Tỵ ngày 15 tháng 4 mở cửa ải, phụng mệnh đến làm lễ ở đài Chiêu Đức* [tỉnh Lạng Sơn], tức vào quan ải vào khoảng 9 giờ sáng ngày 28/5/1790. Từ ải nam quan dùng đường bộ hơn 20 cây số đến sông Minh Giang, thuộc châu Ninh Minh. Tại đây phái đoàn bắt đầu xuống thuyền, **Thanh Thực Lục** xác nhận khởi hành bằng đường thuỷ, tại sông Minh Giang [Mingjiang]:

"***Ngày 10 tháng 6 năm Càn Long thứ 55*** [21/7/1790].... *Theo lời tâu thì phái đoàn Nguyễn Quang Bình từ châu Ninh Minh tỉnh Quảng Tây đáp thuyền đi; cấp cho gạo thịt, các vật dụng v.v..lệnh cho họ tự nấu lấy..."* (**Cao Tông Thực Lục** quyển 1356, trang 21-24)

Thuyền xuôi dòng sông Minh Giang, rồi nhập vào sông Tả giang [zuojiang]; đến gần Nam Ninh tỉnh Quảng Tây, sông Tả Giang hợp với sông Hữu Giang thành sông lớn

Uất Giang [Yongjiang]. Tại hạ nguồn sông Uất Giang, có sự thay đổi; đáng lý ra theo thông lệ sứ đoàn Việt Nam phải đi ngược lên Quế Lâm, rồi theo sông đến Động Đình Hồ, qua Hồ Nam, Hồ Bắc. Nhưng lúc đó dân tộc Mèo tại các tỉnh Quí Châu và phía nam Hồ Nam nổi dậy, đường sá không an ninh; nên buộc phải chọn con đường đi qua tỉnh Giang Tây xa hơn. Sự việc được **Thanh Thực Lục** xác nhận qua đạo dụ vua Càn Long căn dặn viên Đại thần Tất Nguyên phụ trách về tiếp đãi như sau:

"***Ngày 10 tháng 6 năm Càn Long thứ 55*** **[21/7/1790].** *Bọn Tất Nguyên cần cáo tri cho Thang Hùng Nghiệp, Thành Lâm biết rằng:*

"Con đường qua tỉnh Giang Tây không phải là đường chính cho các ngoại phiên đến chiêm cận đi qua, nên việc cung ứng không theo một chương trình nhất định. Còn ba tỉnh Hồ Quảng, Hà Nam, Trực Lệ là đường thông cù cho các nước phương nam triều cống dùng, mọi việc đều có qui chế, không thể theo ngoại lệ ưu đãi." (**Cao Tông Thực Lục** quyển 1356, trang 25-26)

Theo hành trình mới, đoàn thuyền của phái đoàn tiếp tục xuôi dòng đến Ngô Châu [Wuzhou] để nhập vào con sông lớn hơn, tức Tây Giang [Xijiang].Tại Ngô Châu, nơi đô hội thuyền bè san sát, danh sĩ Phan Huy Ích tức cảnh một bài thơ nhan đề **Thương Ngô Giang Thứ** [Trú bên sông Thương Ngô].

Trên đường đi, Tổng đốc Phúc Khang An tâu rằng theo thông lệ đã kiểm duyệt 3 lá thư không dán phong bì của Giả vương gửi về nước; Vua Càn Long muốn chứng tỏ tin tưởng Vương An Nam, bỏ lệ kiểm duyệt, cho dán phong bì trước khi gửi thư đi:

“***Ngày 11 tháng 5 năm Càn Long thứ 55 [23/6/1790].*** *Lại dụ: Phúc Khang An gửi tấu triệp về việc hướng dẫn bọn Nguyễn Quang Bình trên đường đến kinh đô, cùng sao lục 3 phong thư của viên Quốc vương này gửi về thành Thăng Long, sự liệu biện rất tốt.*

Nguyễn Quang Bình mấy lần được hưởng đặc ân, thành tâm cảm khích, sau khi vào quan ải được chiêm ngưỡng đất nước Thiên triều ngang dọc rộng lớn, thanh giáo phô bày, ngoài sự hâm mộ còn kinh ngạc khâm phục. Được gia tăng thể tuất, lòng hân hoan cảm khích phát ra bởi tấm lòng thành. Còn việc gửi thư về nước, không dán phong bì, thấy được viên Quốc vương cẩn thận hiểu việc; mà trong thư những lời phân xử việc nước rõ ràng có cách thức; lại tường thuật sự việc được Thiên triều ưu đãi, không nhằm để khoe khoang với thần dân, mà chỉ muốn nhờ đó lòng người càng thêm yên ổn thần phục . Xem ra Nguyễn Quang Bình dụng tâm chu đáo, đủ sức để cai trị lâu dài; nhận ơn sâu của Trẫm để đi đến chỗ tốt đẹp.

Tuy nhiên viên Quốc vương đến chiêm cận và chúc thọ; đi về lâu đến tám, chín tháng trời, cần phải có thư từ vãng lai thương thảo; nếu cứ nhất luật không dán phong bì, thì không phải cách tin tưởng người ở xa. Nay truyền dụ Phúc Khang An, nhân tiện trên đường đi, nói với viên Quốc vương biết rằng thể chế của Thiên triều có lệ ngoại phiên gửi thư qua lại không được dán phong bì. Nay Quốc vương được phong tước phiên bang, thành tâm vào chiêm cận, Đại Hoàng đế xét chung một lòng nhân, không phân biệt trong ngoài; từ nay trở về sau thư từ qua lại không theo lệ cũ, được dán phong bì. Hãy dụ một cách tường tận như vậy, họ sẽ gia tăng hân hoan cảm động, cởi bỏ mọi nghi ngờ." (**Cao Tông Thực Lục** quyển 1354, trang 17-18).

Phái đoàn tiếp tục xuôi dòng Tây Giang [Xijiang], đến khu Tam Thuỷ tỉnh Quảng Đông, đáng lý phải ngược sông Bắc Giang [Beijiang]; phái đoàn lại ghé vào thành Quảng Châu[Guangzhou], thăm kinh đô cũ nước Nam Việt của Triệu Đà; tại nơi này tác giả **Tinh Tra Kỷ Hành** cảm hoài với bài thơ **Quảng Thành Công Quán**. Rồi đoàn thuyền chở phái đoàn quay mũi, trở lại khu Tam Thuỷ, để ngược dòng sông Bắc Giang. Đến huyện lỵ Thanh Viễn [Qingyuan, Quảng Đông] sát bờ sông, vua Quang Trung giả nhận được chiếu chỉ của vua Càn Long phong cho Nguyễn Quang Thuỳ làm Thế tử, nhưng từ chối vì Quang Thuỳ là con thứ, sự việc ghi tại văn bản sau đây:

"***Ngày 2 tháng 6 năm Càn Long thứ 55*** [13/7/1790]. *Dụ Quân Cơ Đại thần. Phúc Khang An tâu rằng:*

'Trên đường qua huyện Thanh Viễn đã hướng dẫn Nguyễn Quang Bình quì nhận chỉ dụ về việc tấn phong Nguyễn Quang Thuỳ làm Thế tử, cùng được ban ơn cho các vật dụng như bao sen, hương khí v.v... Viên Phiên thần cung kính hân hạnh, hành lễ cúi đầu xuống tận đất, xưng rằng còn có con trưởng là Quang Toản hiện đang lo việc quốc sự trong nước; Quang Thuỳ chỉ là con thứ được ban ân tấn phong Thế tử nên không dám nhận, xin dâng biểu tạ từ.'

Trẫm sau khi xem biểu văn, khen ngợi vô cùng! Đặc cách dùng bút son phê ngay trên biểu để tỏ lòng sủng ái. Nay đem biểu văn giao cho Phúc Khang An, để chuyển cho Nguyễn Quang Bình xem, và nói cho y biết rằng Đại Hoàng đế xem biểu văn tạ ơn mới biết rằng Nguyễn Quang Thuỳ là con *thứ; Quốc vương tâu rõ sự thực, không che dấu mảy may, hiểu rất sâu đại nghĩa. Đại Hoàng đế ra lệnh các quan trong nội các thay đổi sắc văn, phong cho con trưởng của Vương, Nguyễn Quang Toản làm Thế tử. Những đồ tặng thưởng trước đây vẫn cấp cho Nguyễn Quang Thuỳ; lại thưởng cho Thế tử của Vương, Nguyễn Quang Toản, 1 viên ngọc Như ý, một đôi túi bao sen lớn, hai đôi bao sen nhỏ, 4 tấm sa, 2 hộp trà, 1 hộp quạt, 7 hộp hương khí, 20 đỉnh thuốc để được cùng thấm nhuần đầy đủ ân sủng. (***Cao Tông Thực Lục*** *quyển 1356, trang 3-4)"*

Từ Thanh Viễn ngược dòng Bắc Giang trên 50 km. đến Thiều Châu [Shaoguan, Quảng Đông]; tại nơi này phái đoàn từ giả viên Án sát Quảng Đông để chuẩn bị đường bộ qua lãnh Đại Dữu; dịp này danh sĩ Phan Huy Ích có bài thơ **Thiều Châu Giang Thứ Phụng Tiễn Quảng Đông Trương Niết Đài Hồi Trị** [Tại chỗ đậu trên sông Thiều Châu, tiễn đưa quan Án sát Quảng Đông họ Trương trở về trị sở].

Qua lãnh Đại Dữu phái đoàn lại đi thuyền xuôi dòng sông Cám [Gan Jiang] tỉnh Giang Tây.Tại thời điểm này Vua Càn Long ban sắc phong cho Nguyễn Quang Toản làm Thế tử:

***"Ngày 7 Bính Thìn tháng 6 năm Càn Long thứ 54* [18/7/1790].** *Sắc phong cho Nguyễn Quang Toản, con trưởng của Nguyễn Quang Bình, chức Thế tử. Sắc rằng:*

'Trẫm một mình ở trong nhà vắng, nhưng thống ngự nơi cõi ngoài, ban phong cho thuộc quốc. Ngươi theo điển lệ thừa kế, mở mang sự nghiệp nhà. Hàng đêm vâng mệnh rèn cặp nghĩa phương đúng theo điều nghĩa, giữ đạo tôn thân; hiểu đức lớn, với đứng sinh thành, một lòng tôn kính. Nhằm

khuyến thưởng dòng dõi Phiên vương, đặc cách ban ơn rộng rãi.

Duy An Nam là nước nơi hoang nóng xa xôi, nhưng Quốc vương kính cẩn tuân giữ chức phận thần tử. Phiên bang mới lập, con trưởng coi việc nhà; Tước lớn mới được ban, dốc tâm theo điều phúc đến chiêm bái. Biểu văn khẩn khoản, dâng hiến tình ân. Khắp dưới trời khánh thọ vui mừng, nơi biển rộng hân hoan xưng tụng. Sảng khoái hoàng phong, khá khen phẩm hạnh tượng hiền, vui thay giữ thành nối dõi. Ngươi Nguyễn Quang Toản là con trưởng Quốc vương Nguyễn Quang Bình, bẩm tính ôn lương, tư chất khôi vỉ; nghe tiếng hạc hoà âm, bút tô vẽ lan ngọc, nhận lời dạy qua thư (4), mầm non nảy lá...

*Nay phong ngươi làm Thế tử của Quốc vương An Nam, ban cho sắc mệnh. Ý hy! Nghi văn rực rỡ vinh quang, điển sách thoả lòng ân sủng; đối với nhà lo hiếu, với nước lo trung, mài dũa lòng ngươi không dứt, học làm bầy tôi, học làm con, tu nghiệp không lỗi lầm. Thành thực không làm mất tiếng tốt, cùng thừa hưởng nhiều phước lành. Khâm tai! Trẫm mệnh không thay thế!" (**Cao Tông Thực Lục** quyển 1356, trang 13-14)*

Phái đoàn qua huyện Cát An [Ji'an, Giang Tây], quê hương của Trạng nguyên Tể tướng Nam Tống Văn Thiên Tường, tác giả thiên tuyệt tác **Chính Khí Ca**; danh sĩ Phan Huy Ích cảm hoài vị trung thần với bài thơ **Kinh Cát Thuỷ,** Vãn Văn Thừa Tướng [Qua huyện Cát Thuỷ, viếng Văn Thừa tướng].

Thuyền chở phái đoàn tiếp tục theo dòng sông Cám trên 100 km. đến Nam Xương [Nanchang] thủ phủ của tỉnh

Giang Tây vào ngày 8 tháng 6 [19/7/1790]. Vua Càn Long ước tính hành trình đến Nhiệt Hà còn hơn 4000 dặm, sợ không đến kịp vào ngày mồng 8 tháng sau; nên cho thêm 2 cuộc hẹn mới:

"***Ngày 21 tháng 6 năm Càn Long thứ 55*** [1/8/1790]. *Lại dụ: Hôm qua Phúc Khang An tấu:*

'Vào ngày mồng 8 tháng 6 [19/7/1790] *đến Nam Xương, tiếp tục đi thẳng.'*

Từ Nam Xương tỉnh Giang Tây đến Nhiệt Hà hành trình còn hơn 4000 dặm, còn thời gian từ hôm nay cho đến ngày mở yến tiệc thì không đầy một tháng. Đã giáng chỉ dụ ngày mồng 8 tháng 7 [17/8/1790] *đến Nhiệt Hà, để tiện cho ngày mồng 9* [18/8/1790] *chiêm cận. Nay khí trời nóng nực, dọc đường có lúc gặp mưa, sợ khó có thể đi nhanh được; viên Phiên vương nặng tình chiêm cận, lòng thành đáng khen; không thể không biểu lộ tấm lòng thể tuất. Nay truyền lệnh cho Phúc Khang An hãy ước lượng tình hình dọc đường, nếu như ngày mồng 8 có thể đến được Nhiệt Hà thì đó là điều rất tốt, nếu có sự trì trệ thì có thể đến vào ngày mồng 10, để ngày 12 chiêm cận tại Huệ Địch Cát Môn; nếu lại còn không đến kịp thì có thể đến vào ngày 12 hoặc 13; để khỏi lỡ ngày 14 kỳ diên yến. Trên đường Phúc Khang An vốn không thể tự ý trì hoãn, nhưng cũng không nên thúc dục đi quá nhanh, để đến nỗi mệt nhọc."* (**Cao Tông Thực Lục**, quyển 1357, trang 11-12)

Thuyền tiếp tục xuôi dòng sông Cám, vượt hồ Bà Dương [Poyang lake] đến Cửu Giang [Jiujiang] đến chỗ tụ hội với sông Trường Giang. Nhân dịp phái đoàn qua sông Tầm Dương chiêm ngưỡng đình Tỳ Bà [Xunyang district], nơi kỷ niệm Thi hào Bạch Cư Dị, tác giả **Tinh Tra Kỷ Hành** cảm khái với bài thơ Độ Tầm Dương Vọng Tỳ Bà Đình.

Nhận được chiếu chỉ phải đi gấp, để kịp đến ngày 9 tháng 7 [18/8/1790] chiêm cận tại hành cung Nhiệt Hà; Phúc Khang An tâu ngày 15 tháng 6 đến Hoàng Cương, phía nam tỉnh thành Vũ Hán, Hồ Bắc:

"Ngày 24 tháng 6 năm Càn Long thứ 55 **[4/8/1790].** *Dụ: ngày hôm qua Phúc Khang An tâu:*

'Vào ngày 15 tháng 6 [26/7/1790] đến Hoàng Cương tỉnh Hồ Bắc, vào ngày 16 có thể đến Vũ Xương, hiện nay đang đi gấp v.v.." Lại đem biểu văn của Nguyễn Quang Bình cung tạ việc sắc phong Nguyễn Quang Toản làm Thế tử tiến trình...." (Cao Tông Thực Lục quyển 1357, trang 18)

Từ tỉnh Hồ Bắc, qua Hà Nam, rồi đến Hà Bắc; trên con đường dài đến kinh sư, phái đoàn di chuyển bằng xe; Phan Huy Ích tác giả **Tinh Tra Kỷ Sự** mô tả đường qua tỉnh Hà Nam với 2 thiên thất ngôn bát cú nhan đề **Hà Nam Đạo Trung**. Riêng Tổng đốc Phúc Khang An tâu đã đến phía bắc tỉnh Hà Nam, bèn bớt tuỳ tòng cho đến sau, để phái đoàn đi nhanh hơn:

"Ngày 2 tháng 7 năm Càn Long thứ 55 [11/8/1790]. *Dụ Quân Cơ Đại thần: Phúc Khang An tấu rằng:*

'Ngày 24 tháng 6 [4/8/1790] *đưa Nguyễn Quang Bình đến Hứa Châu* [bắc Hà Nam], *ước lượng vào ngày 8 tháng 7* [17/8/1790] *sẽ tới nơi. Đã tuân theo chiếu chỉ giảm nhân số tuỳ tòng đi theo viên Quốc vương; lệnh số còn lại đi từ từ phía sau, cho Uỷ viên dẫn đến kinh đô. Lại biên thư dặn Kim Giản để nhóm này đến cư trú tại căn nhà dành riêng cho Nguyễn Quang Bình..'*

Sự liệu biện đều thoả đáng, đã phê rõ ràng trong tấu triệp. Nguyễn Quang Bình nặng tình đến chiêm cận, hăng hái hân hoan, dọc đường phải đi gấp nhưng không nề gian lao, biểu lộ tấm lòng chí thành. Từ Hứa Châu đến Nhiệt Hà hành trình hơn 2000 dặm, nếu tính mỗi ngày đi được 200 dặm, thì khoảng ngày mồng 8 tháng này có thể tới Nhiệt Hà; để sớm toại lòng chiêm cận Thiên tử, đó là việc tốt. Phúc Khang An tháp tùng và lo liệu công việc, mọi điều đều thích hợp....” (**Cao Tông Thực Lục** quyển 1358, trang 4-5)

Đến đầu tháng 7 phái đoàn tới tỉnh Trực Lệ [Hà Bắc]; vùng này trời mưa liên miên, nên Vua Càn Long cho hoãn, có thể đến trước hoặc sau ngày mồng 10:

“***Ngày 5 tháng 7 năm Càn Long thứ 55*** [14/8/1790]. *Dụ Quân Cơ Đại thần: Phúc Khang An tấu:*

‘Vào ngày mồng 1 tháng 7 [10/8/1790] *dẫn phái đoàn Nguyễn Quang Bình đến Từ Châu, tỉnh Trực Lệ, hiện tìm cách đi nhanh không kể sáng tối. Nếu như vào ngày mồng 8 đến nơi được thì tốt, nếu không được thì ngày mồng 9 sẽ đến Nhiệt Hà chiêm cận.”*

Từ Từ Châu đến Nhiệt Hà còn hơn 1500 dặm đường; hạ tuần tháng trước tại tỉnh Trực Lệ, kinh thành cùng Nhiệt Hà mưa liên miên, đường sá lầy lội; hiện nay tuy đã tạnh mưa hơn một tuần, nhưng đường sá cũng chưa khô ráo hẳn; nếu đi gấp không khỏi mệt nhọc. Phiên thần từ vạn dặm đến sân đình, nay cách chốn kinh kỳ không xa; càng nên gia tăng lòng thể tuất. Nay ra lệnh Phúc Khang An tuân theo chi tiết lời dụ sau đây: Nếu như ngày mồng 8 không thể đến được, thì hãy đến trước hoặc sau ngày mồng 10 cũng không chậm trễ; tóm lại đừng để lỡ kỳ yến hội vào ngày 14 là quan trọng.

Nay truyền dụ để hiểu rõ." (**Cao Tông Thực Lục** quyển 1358, trang 6)

Trong khi phái đoàn Giả vương trên đường đến chiêm bái, viên Tuần phủ đạo Nhiệt Hà nhận được tin các tỉnh dọc đường cung đốn ăn ở tốn khoảng 4000 lạng bạc một ngày; bèn đem sự việc ra hỏi:

"Ngày 10 tháng 6 năm Càn Long thứ 55 [21/7/1790]. *Lại dụ: Hôm qua viên Tuần phủ đạo Nhiệt Hà đến bẩm với Quân Cơ Đại thần rằng:*

'Nhận được giấy tờ loan báo gửi đi từ dọc đường, cho biết việc cung ứng phái đoàn Nguyễn Quang Bình một ngày ăn ở tốn khoảng 4000 lạng bạc; vậy sau khi Nguyễn Quang Bình đến Nhiệt Hà, mọi sự chi tiêu cung phụng có hoặc không nên theo cách tiếp đãi dọc đường?".... (**Cao Tông Thực Lục** quyển 1356, trang 21-24)

Vua Càn Long bèn cho mở cuộc điều tra sâu rộng, thì các tỉnh dọc đường từ Hà Nam trở về phía nam đều phủ nhận việc cung ứng hết 4000 lượng bạc một ngày. Chỉ còn một tỉnh cuối cùng là Trực Lệ chưa tâu báo, nên nhà Vua bắt viên Tổng đốc Lương Khẳng Đường phải điều tra tận gốc:

***"Ngày 26 tháng 6 năm Càn Long thứ 55** [7/8/1790]. Dụ rằng: Quốc vương An Nam Nguyễn Quang Bình vào triều chiêm cận, cung ứng dọc đường tiêu phí nhiều. Về việc này, hôm qua đã giáng chỉ ra lệnh Lương Khẳng Đường cứ thực tình điều tra và tâu lên các loại truyền đơn đã in ra, do xứ nào chuyển đến Trực Lệ. Cứ lời tâu hôm nay của Diêu Phần* [Tuần phủ tỉnh Giang Tây]*:*

'Đã đốc suất các ty, đạo, tề tựu tại tỉnh; cùng điều tra các phủ huyện đều khẳng định chưa từng thấy loại truyền đơn

này. Các huyện đã đi qua cũng không có việc tốn mỗi ngày 4000 lượng; các nơi ăn chốn ở chỉ tốn mỗi ngày hết hơn 200 lượng; công việc giao cho viên Bố chánh Thác Luân trông coi; Tuần phủ tiền nhiệm Hà Dụ Thành cũng không để lại chương trình dự định nào cả v.v..'.

Quảng Đông, Quảng Tây đã viết đơn trình xem dự định cung ứng vật thực hàng ngày. Như vậy bản khắc in truyền đơn không phải đã hỏi ý kiến từ Giang Tây để làm; còn Hà Nam, Hồ Quảng cũng xưng là không biết. Theo lời tâu của Phúc Khang An ngày hôm qua về việc cung ứng, thì càng ngày càng tiết giảm, có ghi trên bản văn thư để dọc đường lo liệu, lời nói chắc không tự đặt ra. Như vậy truyền đơn này chưa tìm ra xuất xứ; Trẫm há chịu để mập mờ không tra cứu cho rõ ràng ư! Nay lại truyền dụ cho Lương Khẳng Đường, hãy tuân theo chiếu chỉ trước, điều tra tận gốc để xem truyền đơn này phỏng theo xứ nào mà làm, hoặc do Trực Lệ tự khắc in ra; hãy phúc trình thành thực, không thể để tình trạng mập mờ, sẽ bị can tội." (**Cao Tông Thực Lục** quyển 1357, trang 22-23)

Cuối cùng thì viên Tổng đốc Trực Lệ đành phải quanh co nhận tội, vua Càn Long lại hạ bút tìm lời che chở "*Lương Khẳng Đường cho rằng Phiên vương họ Nguyễn nặng tình chiêm cận, từ nơi vạn dặm đến sân đình, nên trù liệu điều khoản nghênh tiếp quá ư phung phí; sai lầm này do ý nghĩ tốt mà ra.*" Qua luận điệu này chứng tỏ việc cung phụng này hợp ý Vua, nhưng chỉ vì viên Tuần phủ đạo Nhiệt Hà hỏi công khai việc này ra, nên Càn Long buộc phải làm cuộc điều tra:

"***Ngày 6 tháng 7 năm Càn Long thứ 55*** **[15/8/1790]**. *Dụ Quân Cơ Đại thần: Lương Khẳng Đường phúc tấu:*

"Để đón tiếp Quốc vương An Nam Nguyễn Quang Bình quá cảnh, đã thông sức các ty, đạo, bàn bạc chương trình quyên tiền dưỡng liêm 4000 lạng bạc để chuẩn bị cung cấp dọc đường; chứ không phải mỗi ngày tốn hết 4000 lượng. Những điều khoản bàn bạc, sợ hành văn sao chép sai lạc, nên được cho in theo lối hoạt tự bản (5) để tiện dùng; thực ra không tham khảo bản khắc nào và cũng không mô phỏng truyền đơn từ tỉnh khác."

Đạo phủ Nhiệt Hà đã trình xuất truyền đơn in theo lối khắc bản (6) nội dung kê rõ mỗi ngày cấp phát cho trạm ngủ 2000 lượng, trạm ăn 1000 lượng, cấp thêm cho trạm Từ Châu 500 lượng, trạm Thanh Uyển 500 lượng; số tiền cấp phát tổng cộng là 37,500 lượng. Nay viên Tổng đốc chỉ xưng dọc đường cung ứng tổng cộng là 4,000 lượng để mong bào chữa cho lời tâu trước đây; cái việc làm mà người quân tử cho là đáng khinh về đạo đức, há lẽ Lương Khẳng Đường trước sau vẫn còn bao che ư!

Căn cứ vào các bản phúc tấu của các tỉnh Giang Tây, Hồ Quảng, Hà Nam đều xưng Phúc Khang An đã truyền lệnh dọc đường cung ứng dung hoà giữa phong phú và tiết kiệm, không được làm lớn chuyện, nên các tỉnh không đến nỗi quá phí. Qua mấy lần Trẫm nghiêm khắc hạch hỏi, Lương Khẳng Đường tự biết không thể chối được, bắt đầu nhận rằng truyền đơn này xướng xuất tại tỉnh Trực Lệ, không hề mô phỏng tỉnh khác; dùng lời nguỵ biện cuối cùng cũng không thể biện hộ được!

Lương Khẳng Đường cho rằng Phiên vương họ Nguyễn nặng tình chiêm cận, từ nơi vạn dặm đến sân đình, nên trù liệu điều khoản nghênh tiếp quá ư phung phí; sai lầm này do ý nghĩ tốt mà ra. ....cũng không đáng truy vấn thêm. Nay truyền dụ này để hay biết." (**Cao Tông Thực Lục** quyển 1358, trang 7-8)

Về số phận của đám cựu thần Lê Quýnh quyết không chịu cạo đầu dóc tóc theo tập tục Mãn Thanh, lại đòi hỏi về nước phục quốc, bị áp giải đến kinh đô Bắc Kinh. Trên đường đi, đám quan quân gặp xa giá Vua Càn Long nơi hành tại tỉnh Sơn Đông; Nhà Vua sai Quân cơ đại thần thẩm vấn, nhưng Lê quýnh vẫn không đổi ý, bèn chuyển giao cho bộ Hình giam cấm:

*"**Ngày 5 tháng 3 năm Càn Long thứ 55 [19/4/1790].** Dụ Quân Cơ Đại thần: Bọn Lê Quýnh được giải tới hành tại, truyền chỉ mệnh Quân Cơ Đại thần thẩm vấn và mở đường cho y; hai, ba lần lệnh cho y được đến kinh đô cư trú với Lê Duy Kỳ, để toại lòng trung với chủ. Nhưng bọn Lê Quýnh khăng khăng xưng là cựu thần nhà Lê, muốn cử sự phục thù, không tình nguyện tỵ nạn tại nội địa, chỉ muốn lấy lại đất đai cũ của nhà Lê, liều thân tuẫn tiết v.v..*

Bọn Lê Quýnh mượn danh trung nghĩa, đưa lời kiên quyết chấp nê, nếu cho trở về An Nam sẽ tung tin đồn nhảm, gây cớ để nổi dậy làm loạn . Vốn đã không có ích lợi gì cho Nguyễn Quang Bình, mà Nguyễn Quang Bình thấy bọn này bất trắc, tất sẽ tru lục không thể dung thứ được; lòng Trẫm không nỡ nên ra lệnh tạm chuyển giao cho bộ Hình giam cấm. Nay đem sự tình dụ cho Phúc Khang An biết; tương lai khi Nguyễn Quang Bình đến quan ải, gặp mặt kể cho y hay, cũng không có hại gì, rằng 'Thiên triều đã lưu giữ Lê Quýnh tại kinh đô, không để cho y có hành vi phiến động làm mê hoặc lòng người, nhằm tuyệt mối hậu hoạn'. Viên Quốc vương nghe được, càng gia tăng hân hoan cảm động, không còn lo lắng gì nữa." (**Cao Tông Thực Lục** quyển 1350, trang 5-6)

Riêng Cựu hoàng Lê Chiêu Thống và đám tuỳ tòng được biên chế thành một tá lãnh, cho Cựu hoàng hàm Tam phẩm, Phan Khải Đức hàm Tứ phẩm:

"Ngày 20 Canh Tý tháng 5 năm Càn Long thứ 45 **[2/7/1790].** *Nhân Kim Giản dâng bản tâu về việc an trí Lê Duy Kỳ và thân thuộc của y; dụ rằng:*

'Lê Duy Kỳ tuy nhu nhược thiếu khả năng, không giữ được đất đai, nhưng nghĩ đến họ Lê triều cống trên 100 năm nay, hết sức cung thuận, nên đặc cách ban cho chức Tá lãnh, lương cấp cho bản thân và gia đình, vĩnh viễn được liệt vào hàng quan lại, bà con trong chi họ được đoàn tụ; đây là ngoại lệ ban ơn. Nay Lê Duy Kỳ đưa những gia nhân từ Quảng Tây mới đến kinh thành, nhà cửa mới định, những đồ dùng không khỏi còn thiếu thốn; lúc này đã qua mùa xuân, các thứ tiền lương và gạo hãy cấp bổ sung, lại thưởng thêm 200 lượng bạc để cung đốn.

Còn Phan Khải Đức ban cho hàm Đô ty, bổ làm Phiêu kỵ hiệu, đeo mũ đỉnh đái (7) hàng tứ phẩm, cũng với đỉnh đái của Lê Duy Kỳ bằng nhau, như vậy không phân biệt được đẳng cấp; nay tái gia ơn cho Lê Duy Kỳ chức hàm tam phẩm, để chứng tỏ sự phân biệt." (**Cao Tông Thực Lục** quyển 1355, trang 6)

Tại miền Nam vào tháng 4 [14/5-12/6/1790] Nguyễn vương sai chưởng Tiền quân Lê Văn Quân lãnh quân thuỷ quân bộ hơn 6.000 người tiến đánh Bình Thuận. Sai Tiên phong dinh Võ Tánh đem binh thuyền sở bộ đi trước, Nguyễn Văn Thành làm phó, theo sự tiết chế của Quân. Lại lấy Hàn lâm Chiêu [không rõ họ] làm Khâm sai tán lý Tiền quân. Vương lại nghĩ Quân với Tánh không ưa nhau, có thể lỡ việc, bèn vời Thành dặn rằng: "*Hai người này nếu có chuyện dị đồng thì nên khéo điều đình, công và lỗi của ngươi cũng giống như Quân đó*"; Thành vâng mệnh.

Sai Cai cơ quản Ban trực tả là Phạm Văn Nhân và Cai đội quản Ban trực tiền là Tôn Thất Huyên đem quân giữ Bà Rịa.

Lấy Khâm sai cai cơ Tiền quân là Lê Văn Lân giữ đạo Hưng Phước [Bà Rịa], Cao Văn Cửu giữ đạo Đồng Môn [Long Thành, Đồng Nai], Đặng Văn Trinh giữ cửa biển Tắc Khái, Vũ Văn Kế giữ thượng đạo Hưng Phước, Đỗ Văn Thịnh giữ hai đạo Lý Lê và Xích Lam [Hàm Tân, Bình Thuận], Tạ Văn Nhuệ giữ đạo Vũng Tàu.

Quân ta tiến đánh được Phan Rí [huyện Tuy Phong, Bình Thuận]. Lê Văn Quân mới đến, khiến Nguyễn Văn Thành đem quân tiến trước đến Húc Trâm [tên đất] để chặn đường giặc chạy, rồi cùng Võ Tánh chia đường đánh giặc. Đô đốc giặc là Đào Văn Hổ rút lui. Thành đón đánh được, bèn thu phục được Bình Thuận. Nghe tin thắng trận, Vương dụ rằng: "*Quân ta mới đánh một lần giặc đã lui chạy, thực đáng khen. Nhưng đạo làm tướng chớ cậy được mà khinh giặc. Cần phải đánh giữ cho đúng thì mới giỏi. Phủ Bình Thuận đã thu phục được, nên xem đất cắm đồn, chiêu an dân, để thoả lòng ta*".

Tháng 5 [13/6-11/7/1790] Lê Văn Quân đã lấy lại Bình Thuận, bàn muốn sai Nguyễn Văn Thành tiến lấy Diên Khánh, Võ Tánh đóng ở Ba Ngòi [Cam Ranh] để tiếp ứng. Thành cho rằng thế chưa làm được, cãi lại. Quân giận nói: "*Trái lệnh thì chém*". Thành nói: "*Thành bại ở trong quân, Thành cũng dự phần trách nhiệm, dù chết cũng không dám nghe lệnh*". Quân bất đắc dĩ sai Thành giữ Chợ Mơ [Mai

Thị], Tánh giữ Phan Rí, mà tự dẫn quân dời đóng ở Phan Rang, chia sai thuộc tướng đặt ba đồn ở Nha Phân, Mai Nương [đều là tên đất] để giữ.

Tháng 6 [12/7-9/8/1790], tướng Tây Sơn là bọn Đô đốc Hồ Văn Tự, Nguyễn Công Thái và Tham tán Từ Văn Tú từ Diên Khánh [Khánh Hoà] điều hơn 9.000 quân, thuỷ binh đậu ở cửa biển Phan Rang, bộ binh đánh hãm Nha Phân và Mai Nương [huyện Ninh Phước, Ninh Thuận]. Lê Văn Quân ít binh không địch nổi, tướng sĩ chết và bị thương rất nhiều, bèn vỡ tan. Quân lùi về Ỷ Na [Ninh Thuận] đưa thư cáo cấp. Trước đó Vương thấy Bình Thuận đã lấy lại được, bèn bảo Võ Tánh và Nguyễn Văn Thành đem binh thuyền về, để Quân ở lại giữ. Giữa đường Thành nghe tin Quân thua, kéo Tánh cùng trở lại, nhưng Tánh không quay lại. Kịp tin báo đến, vua tức thì dụ cho Nguyễn Văn Thành đem quân trở lại cứu ứng, lấy Phạm Văn Nhân làm Phó tiên phong dinh, hiệp với Võ Tánh đem quân tiến theo; và dụ Quân rằng: "*Được thua là việc thường của nhà binh, khanh nên khuyến khích sĩ tốt, bèn giữ lấy thành để đợi, viện binh sẽ tới. Đừng vì một trận thua mà nhụt chí để phụ danh đại tướng*".

Vương thân đem thuỷ quân ra cửa biển Tắc Khái, sai bọn Tôn Thất Huy, Tôn Thất Hội và Tống Phước Đạm ở lại giữ Gia Định.

Chú thích:

1. Trái đào: Do thành ngữ "thuỳ điều chi niên" nghĩa là tuổi để tóc như hai trái đào, khoảng ngoài 10 tuổi.

2. Lễ bảo kiến: Ôm nhau lúc gặp mặt để tỏ tình thân yêu.

3. Con nối dõi của các Vương được gọi là Thế tử.

4. Ý nói bấy giờ Nguyễn Quang Bình tại Trung Quốc, phải dạy con qua thư.

5. Hoạt tự bản: Lối in tương đối mới, lấy mỗi chữ rời từ hộp để chữ, sắp chữ thành bản; in xong, lại mang chữ vào hộp. Vì phải di chuyển chữ, nên lối in này được gọi là hoạt tự bản.

6. Khắc bản: Khắc chữ trên ván. Theo **Tống Sử**, **Nghệ Văn Chí**: Khắc bản có bắt đầu từ đời nhà Chu.

7. Đỉnh đái: Loại mũ thuộc đời nhà Thanh, có tua trên chóp, dùng để ban cho người có công.

168.
Nhà Tây Sơn: Quang Trung [1788-1792] (7)

Chỉ sau ngày đã hẹn 2 ngày, vào ngày 11 tháng 7 [20/8/1790] phái đoàn vua Quang Trung giả đến Nhiệt Hà; cùng với các Vương, Công, Đại thần và Sứ thần các nước, chiêm bái vua Càn Long tại Quyển A Thắng Cảnh:

"***Ngày 11 tháng 7 năm Càn Long thứ 55*** **[20/8/1790].** *Quốc vương nước An Nam Nguyễn Quang Bình, Bồi thần là bọn Ngô Văn Sở; Tuyên uỷ ty Mộc Bình xứ Kim Xuyên; Tham Nạp Mộc Tạp đất Giáp Lặc gồm 30 người; em ruột hãn Cáp Tát Khắc Hàng Hoà Trác là Trác Lặc Tề cùng tuỳ tòng vào triều cận. Thiên tử ngự tại Quyển A Thắng Cảnh triệu lên gặp. Tháp tùng có các Vương, Bối lặc, Bối tử, Công, Đại thần; Vương Mông Cổ cùng bọn Bối lặc, Bối tử, Công, Ngạch phụ,Thai cát; Hồi Bộ Công, Bá khắc; Sứ thần các nước Miến Điện, Nam Chướng; và bọn Sinh phiên* (1) *tại Đài Loan. Thiên tử ban yến tiệc, cùng ban cho Quốc vương Nguyễn Quang Bình thơ, kỳ dư thưởng có sai biệt. Thơ Ngự Chế như sau:*

Doanh phiên (2) *nhập chúc trị thời tuần,*

Sơ kiến hồn như cựu thức thân.

Y cổ vị văn lai Tượng quốc (3),

Thắng triều (4) vãng sự bỉ kim nhân.

Cửu kinh nhu viễn (5) *chi trùng dịch* (6),

Gia hội ư kim miễn thể nhân.

Vũ yển văn tu thuận thiên đạo,

Đại Thanh tộ vĩnh vạn thiên xuân.

Dịch nghĩa:

Phiên thần nơi góc biển đến triều cận, gặp dịp Thiên tử đi tuần thú hàng năm,

Tuy mới gặp nhau lần đầu, đại để như đã quen thân nhau từ trước.

Từ xưa chưa từng nghe Quốc vương nước Nam đích thân đến chiêm cận,

Nay ta khinh ghét lệ cống người vàng, chuyện cũ do triều thua bày đặt.

Các kinh xưa nói đến chính sách nhu viễn, khiến các nước xa xôi đến triều cống phải qua mấy lần thông dịch.

Ngày hội vui vẽ hôm nay cũng là do lòng nhân thể tuất.

Dẹp võ tu sửa văn trị, thực hợp với đạo trời,

Nước Đại Thanh phúc tộ mãi mãi hàng vạn năm.

Tạm dịch thơ:

Phiên vương chúc thọ buổi du tuần,

Sơ kiến tình như đã quen thân.

Xưa đến, chưa nghe danh nước Tượng,

Triều thua, chuyện cũ ghét kim nhân.

Xa xôi nhu viễn lai triều cống,

Hội đẹp ngày nay gắng đức nhân.

Xếp võ tu văn hợp thiên đạo,

Đại Thanh phúc tộ vạn thiên xuân."

(**Cao Tông Thực Lục** quyển 1358, trang 13-14)

Qua sự kiện nêu trên, sách **Thanh Thông Giám** có lời bàn một cách mỉa mai như sau:

"*...Thơ* ***Ngự Chế*** *của Càn Long có câu "Doanh phiên nhập cận trị thời tuần, Sơ kiến hồn như cựu thức thân"* [Phiên thần nơi góc biển đến triều cận, gặp dịp Thiên tử đi tuần thú hàng năm. Tuy mới gặp nhau lần đầu, đại để như đã quen thân nhau từ trước.] *Nhưng "Quốc vương An Nam" mà Càn Long "thấy lần đầu, coi như đã quen nhau từ trước" thực ra là một người dung mạo giống Nguyễn Quang Bình, tên là Phạm Công Trị, cháu ngoại viên Quốc vương này!"* (**Thanh Thông Giám**, quyển 14, trang 4601)

Tiếp đến vào ngày 14 tháng 7 [23/8/1790] Giả vương cùng các Vương, công, Sứ thần được Vua Càn Long ban yến tại điện Đạm Bạc Kính Thành. Ngày 16 tháng 7 [25/8/1790] nhà Vua cho triều kiến và ban yến tại thắng cảnh Quyển A. Ngày 1 tháng 8 [9/9/1790] Vua ngự tại vườn Đồng Lạc, Nhiệt Hà; cho dự yến tiệc.

Bấy giờ viên quan tên Anh Thiện, tâu rằng Bồi thần An Nam Trần Hữu Hoà mang ngọc Như Ý nhà Vua thưởng cho Nguyễn Quang Thuỳ; Quang Thuỳ lại sai hai Bồi thần Nguyễn Đức Nhuận, và Trần Văn Đối theo Hữu Hoà đến cảm tạ. Vua Càn Long ra lệnh miễn đến, và sắp xếp cho cùng trở về nước với Giả vương Quang Trung:

"***Ngày 11 tháng 8 năm Càn Long thứ 55*** [19/9/1790]. *Dụ Quân Cơ Đại thần, theo lời tâu của Anh Thiện:*

"Viên Bồi thần nước An Nam Trần Hữu Hoà mang ngọc

Như Ý thưởng cho Nguyễn Quang Thuỳ trở về nước. Vào ngày mồng 8 tháng 7 lại dẫn hai viên Bồi thần do Nguyễn Quang Thuỳ cử đến là Nguyễn Đức Nhuận, và Trần Văn Đối; đã cân nhắc ban thưởng tại tỉnh thành Quế Lâm, xin chuẩn cho phép theo trạm dịch đến kinh đô v.v..”

Bồi thần Trần Hữu Hoà đã ra khỏi quan ải trở về nước, để đem ngọc Như Ý trao tận tay cho Nguyễn Quang Thuỳ, vốn không cần phải đến kinh đô lần nữa. Nay lại mang hai viên Nguyễn Đức Nhuận và Trần Văn Đối theo trạm dịch tiến kinh, Anh Thiện tiếp kiến tại tỉnh thành ban thưởng thêm, như vậy không khỏi phí phạm. Hiện tại Nguyễn Quang Bình sau khi chúc thọ xong, sẽ được lệnh khởi trình trở về nước, viên Bồi thần đến kinh đô cũng không kịp. Nay truyền lệnh Anh Thiện hãy thông tri cho bọn Trần Hữu Hoà biết không cần vội vã đi theo trạm dịch. Lệnh cho đi từ từ, dọc đường gặp viên Quốc vương sẽ đổi hành trình theo phái đoàn trở về nước, như vậy đơn giản và thuận tiện hơn. Mang dụ này cùng báo cho các Tổng đốc, Tuần phủ dọc dường biết. (**Cao Tông Thực Lục** quyển 1360, trang 22)

Vào ngày 12 tháng 8 [20/9/1790] đoàn xe rước Vua Càn Long từ Nhiệt Hà về kinh đô **Bắc Kinh**, dọc đường có đội nhạc và kỵ mã nghênh đón; **phái đoàn An Nam cùng Vương, Công và Sứ thần các nước tháp tùng:**

“***Ngày 12 tháng 8 năm Càn Long thứ 55*** [20/9/1790]. *Thiên tử đáp xe Lễ Dư trở về kinh đô, dọc đường kỵ mã nghênh đón theo nghi vệ, dẫn đầu bởi đội nhạc tấu khúc “Vạn Thọ Cù Ca” (7); các Hoàng tử, Hoàng tôn, Hoàng Nguyên tôn (8) tước Vương trở xuống; các quan Đại thần; hưu quan, kỳ lão; Vương Mông Cổ, Bối lặc, Bối tử, Công, Ngạch phụ, Thai cát; Hồi Bộ Vương, Công, Bá khắc; Quốc vương An Nam* *cùng Bồi thần; Sứ thần các nước Triều Tiên, Miến Điện, Nam Chưởng; Thổ ty Kim Xuyên; Sinh phiên Đài Loan đều quây quần quỳ chúc mừng. Ban thưởng cho người già, nhạc công, thợ mộc, nghệ nhân có phân biệt.*" (**Cao Tông Thực Lục** quyển 1360, trang 24)

Ngày hôm sau [21/9/1790], Vua cùng các phái đoàn làm lễ khánh hạ tại điện Thái Hoà. Lễ xong đến cung Ninh Thọ dự yến.

Ngày 19 tháng 8 năm [27/9/1790], Vua ngự tại vườn Đồng Lạc ban ẩm thực cho Giả **vương An Nam**, Bồi thần; và **Vương, Công cùng** Sứ thần các nước.

Ngày 20 tháng 8 [28/9/1790], Vua ngự tại điện Chính Đại Quang Minh; ban ẩm thực cho phái đoàn An Nam cùng **Vương, Công và** Bồi thần các nước.

Chuyến đi của phái đoàn Vua Quang Trung giả khá vất vả, vì phải vượt qua lãnh Đại Dữu, đường lại xa hơn; nhưng lúc trở về thì khá thuận tiện, vì loạn dân Mèo tại phía nam tỉnh Hồ Nam đã dẹp xong. Phái đoàn theo đường từ Hồ Bắc thảnh thơi dương buồm vượt qua hồ Động Đình, đêm đậu thuyền bên ghềnh sông Tương; cảnh đẹp rung động thi nhân, khiến tác giả **Tinh Tra Kỷ Hành** còn để lại những bài thơ bất hủ như:**Phong Phàm Quá Động Đình Hồ, Tương Than Dạ Bạc**.

Tuần phủ Quảng Tây Trần Dụng Phu cũng xác nhận phái đoàn sinh hoạt ăn ở tiện nghi hơn đường bộ. Lại tâu thêm Giả vương nhận được bản tâu trong nước về việc Đồn tướng tuần dương Phạm Quang Chương truy giết bọn cướp thương thuyền Quảng Đông, cứu được thuyền trọn vẹn. Vua Càn Long nhận được tin này, khen lao vô cùng, thưởng cho Quang Chương 2 tấm lụa đoạn:

"Ngày 15 tháng 10 năm Càn Long thứ 55 **[21/11/1790].** *Dụ Quân Cơ Đại thần: Trần Dụng Phu tấu:*

"Hộ tống Nguyễn Quang Bình đến tỉnh thành Hồ Nam vào ngày 4 tháng 10 [10/11/1790]*. Sau khi viên Phiên vương lên thuyền, sinh hoạt ăn ở tiện nghi hơn đường bộ, tinh thần sảng khoái gấp bội v.v.."*

Xem lời tấu rất vui lòng. Lại tâu thêm:

«Viên Phiên vương trên đường hai lần nhận được đồ vật ban thưởng, lại nhận được chỉ dụ về việc đem người cũ của họ Lê mong nhớ quê hương trở về nước, đặc biệt dâng biểu tạ ơn; nay đệ nguyên biểu tiến trình."

Trẫm đã duyệt kỹ, thấy rõ lòng thành cảm khích vui mừng, nhưng lúc này tạm chưa phê vào. Đợi khi viên Phiên vương ra khỏi quan ải, Trần Dụng Phu ắt phải tâu lên, lúc này sẽ có chỉ dụ.

Lại có bản tâu riêng:

"Viên Lưu thủ An Nam Phan văn Lân trình một phong thư cho Nguyễn Quang Bình, nội dung 'Năm nay vào ngày 11 tháng 7 [20/8/1790]*, thuyền của thương chủ Trần Triều Cầu quán tại huyện Toại Khê, tỉnh Quảng Đông bị cướp, được Đồn tướng tuần dương Phạm Quang Chương truy giết bọn cướp, cứu được thuyền trọn vẹn v.v.."*

Phạm Quang Chương tuần phòng ngoài biển, thấy thương thuyền của nội địa [Trung Quốc] *bị cướp, bèn phấn dõng truy kích giết bọn giặc, thật đáng khen! Nay thưởng 2 tấm đoạn, viên Tuần phủ hãy trao tận tay Nguyễn Quang Bình đợi khi trở về nước giao cho Đồn tướng Phạm Quang*

Chương để tưởng thưởng. Lại truyền Trần Dụng Phu cáo tri Phiên vương:

'Việc này tâu đến Đại Hoàng đế, Ngài khen lao vô cùng, đặc cách thưởng Phạm Quang Chương 2 tấm đoạn lớn, giao cho Quốc vương kính cẩn mang về, tuân chỉ thưởng cấp. Quốc vương đã được ban ân điển làm phên dậu đất Nam Giao; có trách nhiệm tại địa phương. An Nam với Quảng Đông mặt biển liên tiếp, nếu có thuyền giặc cướp chạy trốn đến miền duyên hải của Quốc vương; hãy ra lệnh cho Trấn mục, Đồn tướng truy nã; nếu chống cự cứ giết; không vì bọn này là người Trung Quốc rồi chần chờ, để làm chậm việc yên ổn miền biển. Quốc vương nhận được ơn vinh, vô cùng lớn lao!'

Hãy đem dụ này cáo tri." (**Cao Tông Thực Lục** quyển 1364, trang 23-25)

Cuối cùng Tuần phủ Trần Dụng Phu tâu rằng phái đoàn đến ải Nam Quan vào cuối tháng 11 và có thể đến Trung đô Nghệ An lúc trước tết:

"***Ngày 18 tháng Chạp năm Càn Long thứ 55*** [23/1/1791]. *Lại dụ Quân Cơ Đại thần; Trần Dụng Phu tấu:*

'Vào ngày 29 tháng 11 [3/1/1791] *Nguyễn Quang Bình trở về đến trấn Nam Quan; trong buổi tiễn biệt, viên Phiên vương kể lại ân sủng lớn lao, lời lẽ rất tha thiết. Từ quan ải đến Nghĩa An* [Nghệ An] *xét hành trình có thể tới nơi kịp trong năm. Nay kính cẩn đem biểu tạ ân của Phiên vương trình lãm v.v..'*

Biểu văn đã duyệt xong, lại đích thân châu phê thêm vào. Lễ mừng thọ lần này tốt lành, nay ban cho chữ "Thọ" để lấy hên năm mới; lại thưởng thêm một đôi bao sen lớn Kim

Tuyến Hồ Lô; bốn đôi bao sen nhỏ chia ra trữ 2 đồng Kim Tiền, một phần Kim Bát Bửu, 1 kiện Bạch Ngọc Nga, 1 kiện Hán Ngọc Tượng, 1 kiện Pháp Lang (9) *Kim Bàn; một hộp bì sữa; một hộp bánh sữa; để biểu thị lòng quyến luyến. Trần Dụng Phu phụng nhận, báo tin cho Nguyễn Quang Bình và gửi đi, để y kính cẩn nhận lãnh. Viên Quốc vương được ban ơn nhiều, ắt phải cảm động vui mừng. Đưa dụ này truyền theo độ khẩn 400 dặm* [1 ngày] *để hay biết.*" (**Cao Tông Thực Lục** quyển 1369, trang 12-13)

Về đám cựu thần nhà Lê sang Trung Quốc, Tổng đốc Tứ Xuyên Tôn Sĩ Nghị chủ trương phân loại, cho nhập ngũ hoặc canh tác; được Vua Càn Long khen là liệu biện chu đáo, bèn truyền cho các Tổng đốc, Tuần phủ dựa theo đó mà làm:

"***Ngày 22 tháng 8 năm Càn Long thứ 55*** [30/9/1790]. *Dụ các Quân Cơ Đại thần: Theo tấu triệp của Tôn Sĩ Nghị trước đây thì những dân An Nam bị an sáp tại tỉnh Tứ Xuyên được phân loại để cho nhập ngũ hoặc canh tác, sự liệu biện rất chu đáo ổn thoả. Nhân Lang Can tâu về tình hình an sáp tại địa phương nhưng chưa trù tính chu đáo toàn cuộc; còn những người bị an sáp tại Giang Nam thì vẫn chưa nhận được tờ tấu của Đốc Phủ. Do vậy đã giáng chỉ sao nguyên tấu triệp của Tôn Sĩ Nghị gửi cho Lang Can và Phúc Tung xem, lệnh phỏng theo đó mà liệu biện...*" (**Cao Tông Thực Lục** quyển 1361, trang 17-18)

Riêng tỉnh Giang Nam tức Giang Tô, An Huy ngày nay; thi hành không đúng chính sách; Càn Long lại nhắc nhở phỏng theo Tôn Sĩ Nghị đã thi hành tại Tứ Xuyên:

"***Ngày 27 tháng 8 năm Càn Long thứ 55*** [5/10/1790].

Dụ Quân Cơ Đại thần: Phúc Tung tâu:

'Việc phân điều dân An Nam an sáp tại Giang Nam; Thư Lân đã chia cho Giang Ninh [Nam Kinh] *30 người, Tô Châu 19 người, An Huy 18 người; hiện tại dốc tâm trù biện việc cấp tiền sinh sống.'*

Sự liệu biện không đúng cách, những dân bị an sáp phải cho ở gần chỗ Tổng đốc, Tuần phủ trú đóng; lại phải vào quân ngũ hoặc được cấp ruộng đất cày cấy để vĩnh viễn mưu sinh. Cho an sáp một chỗ gần gũi để tiện việc xem xét ước thúc; vả lại số người không nhiều sao lại phân phái 3 xứ làm cho việc quản lý thêm phiền; còn dùng tiền dưỡng liêm để chi cấp lương ăn, đó chỉ là sự trợ cấp tạm thời, không phải là phép tắc trường cửu. Viên Tuần phủ xưng rằng Tô Châu có ruộng đất công, có thể điều động dân bị an sáp đến canh tác, tự đáng bàn bạc làm như vậy. Tôn Sĩ Nghị nhậm chức Tổng đốc tỉnh Tứ Xuyên, lo liệu cho dân An Nam bị an sáp tại Xuyên, phân biệt cho nhập ngũ hoặc canh tác, công việc rất ổn thoả; nên đã giáng chỉ ra lệnh cho Phúc Tung và Lan Can phỏng theo đó mà làm. Như theo cách trù biện của Tôn Sĩ Nghị thì Giang Nam không cần phải chia số người bị an sáp ra ba nơi; nhắm những người có thể gánh vác được cho nhập ngũ, số còn lại canh tác; khiến mọi người có sản nghiệp, như vậy mới ổn thoả. Há lẽ Tôn Sĩ Nghị theo cách này thực hành tại Tứ Xuyên thích nghi, không thể châm chước để dùng tại Giang nam một cách hiệu quả hay sao? Nay đem dụ này truyền cho Tôn Sĩ Nghị, cùng Phúc Tung để hay biết." (**Cao Tông Thực Lục** quyển 1361, trang 31-32)

Trường hợp Cựu hoàng Lê Chiêu Thống được Vua Càn Long khuyên nên chọn con gái của những kẻ tuỳ tòng, cho làm hầu thiếp; nhưng Cựu hoàng cho rằng những người thuộc hạ đi theo, vợ con đều thất tán, nên không nỡ riêng mình có gia thất. Càn Long bèn sai Tổng đốc Phúc Khang An nói với Giả vương Quang Trung, cho vợ con Cựu hoàng xuất cảnh để đoàn tụ:

*"**Ngày 6 tháng 9 năm Càn Long thứ 55** [13/10/1790]. Dụ các Quân Cơ Đại thần: Trước đây nhân Lê Duy Kỳ mất nước, xin vào nội địa tá túc; nghĩ đến tổ tiên y đời đời làm phiên thần, giữ phận triều cống đã hơn một trăm năm nay nên không nỡ cự tuyệt, đã giáng chỉ gia ân cho đến kinh đô sung vào Hán quân, giữ chức Tá Lãnh thế tập. Sau khi Lê Duy Kỳ đến kinh đô nhận chức, xét ra cẩn thận tôn trọng pháp luật; nhân nghĩ đến việc vợ y không cùng vào quan ải một lượt, nên ban lệnh hãy chọn một, hai người con gái của những kẻ tuỳ tòng, cho làm hầu thiếp. Nhưng y cho rằng những người thuộc hạ đi theo, vợ con đều thất tán; y không nỡ riêng mình có gia thất; lại xưng rằng em ruột Lê Duy Chi, em gái 3 người, cùng thê thiếp gia quyến cách biệt đã hai năm trời, sống chết không hay, sáng chiều trông mong, mộng hồn không yên; trong hoàn cảnh đó không thể lập hầu thiếp. Lê Duy Kỳ tuy là người u mê; nhưng qua việc này thấy không vì an lạc mà quên hoạn nạn, tấm lòng đáng khen; tình cảnh kẻ phiên thuộc cũng đáng thương.*

Trước đây Lê Quýnh đến quan ải xưng "Lê Duy Chi tụ tập nhiều người, mưu đồ khôi phục, lòng dân chưa bỏ nên đều muốn suy tôn Lê Duy Chi chống lại họ Nguyễn". Bèn đem Lê Quýnh giải về kinh thẩm vấn, xưng rằng "Quốc Mẫu (10) còn tại trong nước, nếu y nấn ná tại đây sợ phụ tấm lòng chủ cũ giao trọng trách bảo hộ vợ con"; lại khăng khăng chịu chết, quyết không thay đổi mũ áo. Đây là một tên phản trắc của nước này, nghĩ rằng vợ con quyến thuộc của Lê Duy

Kỳ còn ở trong nước, bèn lấy đó làm danh nghĩa tụ tập dân chúng, gây sự bất tiện cho Nguyễn Quang Bình. Chi bằng lệnh Nguyễn Quang Bình cho người đem thê, thiếp, em trai, em gái Lê Duy Kỳ, đồng loạt tống xuất ra khỏi nước để toàn vẹn cốt nhục họ Lê; lại khỏi gây hậu hoạn cho nước này; há chẳng phải là nhất cử lưỡng tiện!

Nay truyền Phúc Khang An cáo tri Nguyễn Quang Bình rằng:

'Việc Lê Duy Kỳ bỏ ấn tín chạy trốn, mất nước do tự y rước lấy; tuy nhiên Đại Hoàng đế nghĩ đến họ Lê là phiên thần được phong đã lâu, cung kính thần phục; nên đã gia ân cho Lê Duy Kỳ đến kinh đô sung vào Hán Quân giữ chức Tá lãnh thế tập. Nay quyến thuộc của y vẫn còn kẹt lại tại An Nam, không khỏi phải chịu lưu ly khốn đốn; mà bọn người như Lê Quýnh đã từng lấy danh Lê Duy Chi, hiệu triệu đông người với ý đồ quấy nhiễu. Nay Lê Quýnh tuy đã bị giải về kinh giam cấm, nhưng trong nước của Quốc vương những người bất trắc như Lê Quýnh chưa phải đã hết. Ngay vợ của Lê Duy Kỳ vốn trước kia là Chủ mẫu của nước này, lòng dân thường nhớ triều xưa, nếu có kẻ tôn phò để gây hấn, thì không phải là kế sách vẹn toàn cho Quốc vương.

Lần này Quốc vương đến kinh đô chúc mừng, được ban ơn riêng; Đại Hoàng đế coi Quốc vương như tình cha con trong nhà, ân nghĩa trọn vẹn, nên vì Quốc vương mà tính kế dùm: Việc cũ không cần bàn đến nữa; nên đem thê, thiếp, em trai, em gái, thân thuộc của Lê Duy Kỳ tống xuất; cùng những tên cựu thần họ Lê tại An Nam gây sự không yên, cũng nên nhân cơ hội này tống xuất luôn. Đợi khi đến trấn Nam Quan, giao Tuần phủ để cho phái viên đưa đến kinh đô. Về phía Lê Duy Kỳ thì gia thất được đoàn tụ, vĩnh viễn cắt đứt sự liên hệ đối với nước cũ; mà bọn phản trắc tại nước ngươi cũng không còn dựa vào đâu để gây chuyện, thực là nhất cử lưỡng tiện...." (**Cao Tông Thực Lục** quyển 1362, trang 10-12)

Giả vương Quang Trung vâng lời nhưng sợ bà con Cựu hoàng nghi sợ, ẩn trốn không dám ra mặt; nên xin thiên triều ban cáo thị, để lòng người tin tưởng hơn. Vua Càn Long bằng lòng và cho biết thêm sau khi Quốc vương được phong làm phiên thần, nên một số người An Nam trước đây tỵ nạn xin tình nguyện trở về cố hương để được đoàn tụ với gia đình, việc này nhà Vua hứa sẽ sắp xếp:

"***Ngày 22 tháng 9 năm Càn Long thứ 55*** [29/10/1790]. *Dụ Quân Cơ Đại thần: Phúc Khang An tâu:*

'Tuân chỉ dụ lệnh Nguyễn Quang Bình tìm tòi em trai, em gái, cùng thê thiếp của Lê Duy Kỳ; rồi hộ tống đến quan ải. Viên Phiên thần này sợ bọn Lê Duy Chi trong lòng nghi sợ; ẩn trốn không dám ra mặt; nên khẩn khoản xin Thiên triều cáo thị hiểu dụ. Lại nghĩ về những người cùng đến quan ải với Lê Duy Kỳ, lúc bấy giờ không đưa gia quyến theo, cũng sẽ tìm hỏi để lục tục tống xuất v.v.."

Nguyễn Quang Bình thể theo ý Trẫm, lo nghĩ chu đáo, thực đáng khen! Nay Phúc Khang An hãy cáo tri cho y biết rằng:

'Em trai, em gái, thê thiếp của Lê Duy Kỳ còn ở tại An Nam, khổ sở lưu ly, tình cũng đáng thương; lại sợ bọn phản trắc tại An Nam, mượn danh nghĩa của họ để tụ tập sinh sự; nên Thiên tử đã giáng chỉ cho Quốc vương tìm tòi rồi tống xuất, thực là nhất cử lưỡng tiện. Nay Quốc vương tuân theo chỉ dụ, nghĩ rằng bọn họ trốn tránh đã lâu, trong lòng đầy nghi ngờ; nghe lời kêu gọi tưởng lầm rằng Quốc vương đặt

kế gia hại, nên càng trốn sâu; nếu được cáo thị của Thiên triều truyền bá đi, thì sẽ bỏ hết ngờ vực; nên có thể tìm ra tung tích để đưa đến quan ải. Đại Hoàng đế thấy được ý kiến Quốc vương rõ ràng, dụng tâm chu đáo, rất tốt đẹp. Bọn người năm ngoái cùng Lê Duy Kỳ đến quan ải, và các nhóm thuộc hạ cũ của họ Lê tiếp tục đi sau đó, thì quá nửa không đưa gia quyến đi theo; đáng tìm hỏi một lần rồi tống đến kinh đô luôn, thiết tưởng ý kiến đó rất chu tất.

Tuy nhiên những người đã vào quan ải, Đại Hoàng đế nghĩ rằng họ quyết chí sống lưu vong, nên không nỡ để lưu ly mất chỗ nương tựa. Ngoại trừ những người thân thuộc với Lê Duy Kỳ được biên chế thành một Tá lãnh, có lương tiền sinh sống; những kẻ khác an sáp tại các tỉnh Tứ Xuyên, Giang Nam, Chiết Giang; được phân biệt cho nhập ngũ hoặc làm ruộng. Trước đây viên Tổng đốc Tứ Xuyên tâu rằng trong số di nhân, có người thấy Quốc vương được ân sủng phong làm phiên thần, lòng thành cải hóa, có thể thương yêu nuôi dưỡng trăm họ, nên xin tình nguyện trở về cố hương để được đoàn tụ với gia đình. Nhân đó Đại Hoàng đế ra chỉ dụ lệnh các Tổng đốc, Tuần phủ hãy hỏi khắp các di nhân bị an sáp; nếu ai nhớ cố hương cứ khai sự thực, sẽ ước lượng giáng chỉ cho trở về nước. Đợi các tỉnh Tứ Xuyên, Giang, Chiết phúc tấu xong, sẽ hỏi tiếp những người theo Lê Duy Kỳ tại kinh đô; nếu có ai tình nguyện trở về An Nam sẽ lo liệu chung một lượt; về phía Quốc vương bớt được sự phiền hà đưa đi, mà trong nước hộ khẩu gia tăng, biểu hiện cảnh tượng đầy đủ an ninh. Bởi vậy lúc này Quốc vương chưa cần tìm hỏi gấp, đợi các tỉnh phúc tấu, sau đó sẽ nhận chỉ dụ để thi hành."
(**Cao Tông Thực Lục** quyển 1363, trang 13-16)

Vua Càn Long cho phép những người tình nguyện trở về

An Nam hãy tâu lên để đợi giải quyết; kẻ không tình nguyện trở về cũng không ép buộc. Riêng con Lê Quýnh là Lê Doãn Thuyên, cùng thuộc hạ 6 người, được đưa về kinh đô, cho gia nhập vào Hán quân] dưới quyền Cựu hoàng Lê Chiêu Thống:

"***Ngày 14 tháng 9 năm Càn Long thứ 55*** **[21/10/1790].** *Dụ Quân Cơ Đại thần: Tôn Sĩ Nghị tâu rằng:*

"Di nhân An Nam bị an sáp tại tỉnh Tứ Xuyên, bọn Cao Xuân Vượng, bẩm xưng 'Được biết Nguyễn Quang Bình đã được phong tước đến kinh đô chúc mừng, việc làm tốt hơn họ Lê trước đây; tưởng sẽ thương xót con dân trăm họ, nên chúng tôi đều tình nguyện theo ông ta. Huống hồ cha mẹ vợ con đều ở tại An Nam, khẩn cầu chấp thuận cho trở về nước để cốt nhục được đoàn tụ. Lại có con Lê Quýnh là Lê Doãn Thuyên (11)*, cùng thuộc hạ 6 người, xin đến kinh đô để cùng Lê Quýnh ở một chỗ v.v.."*

Lời tấu xét ra có thể thi hành được, di nhân An Nam nhân Lê Duy Kỳ mất nước chạy vào nội địa, cũng không chịu ở lại An Nam, rầm rộ đến quan ải xin vào tá túc. Lúc đó Trẫm nghĩ rằng những di nhân này khẩn thiết xin sống lưu vong, không chịu phản Lê theo Nguyễn; nếu buộc trở lại An Nam sẽ lâm vào cảnh mất chỗ ở khốn đốn, nên đã phát vãng đến các tỉnh Tứ Xuyên, Giang Nam, Chiết Giang an sáp; lại dụ các Tổng đốc, Tuần phủ thu xếp ổn thoả, phân biệt cho nhập ngũ hoặc làm ruộng để mưu sinh. Nay bọn Cao Xuân Vượng cho rằng Nguyễn Quang Bình được đặc ân phong làm phiên thần, lòng thành xin giáo hóa; tất sẽ thương yêu trăm họ, không đến nỗi thích điều nhỏ mọn tàn ngược; vả lại cha mẹ vợ con bọn họ còn ở An Nam, lòng mong nhớ gia đình, tình cũng xót thương; đáng được chấp nhận cho trở về nước, để toại lòng tưởng nhớ cố hương. Nhưng những di nhân này hoặc lúc mới đến tỉnh Tứ Xuyên, cầu xin Tôn Sĩ Nghị hai ba lần; nay đã yên chỗ không muốn trở về cũng chưa biết chừng. Nay Bảo Ninh phải hỏi han cặn kẽ bọn Cao Xuân Vượng và những người bị an sáp khác, xác nhận xem họ có tình nguyện trở về nước hay không rồi tâu lên lập tức, sẽ giáng tiếp chỉ dụ để thi hành. Còn con của Lê Quýnh là Lê Doãn Thuyên cùng thuộc hạ của y gồm 6 người, Bảo Ninh hãy sai Phái viên đưa về kinh đô, cho gia nhập [Hán quân] *dưới quyền Tá lãnh Lê Duy Kỳ. Những di nhân an sáp tại Tứ Xuyên đã tình nguyện trở về nước; sợ những người bị an sáp tại các tỉnh Giang Nam, Chiết Giang cũng muốn như vậy; nay Tôn Sĩ Nghị và Hải Ninh nhân thể hỏi rõ xem, nếu có những người tưởng nhớ cố hương, quyến luyến vợ con, thì cứ thành thực tâu. Đợi sau khi các tỉnh tâu lên, Trẫm sẽ giáng chỉ ra lệnh cho trở về nước. Nhưng hiện tại những di nhân bị an sáp được các Tổng đốc, Tuần phủ lo liệu ổn thoả; kẻ tráng kiện thì cho nhập ngũ hưởng lương, người già trẻ yếu đuối được cấp đất; mỗi người đều có sản nghiệp; nếu họ cảm thấy an cư lạc nghiệp, không còn quyến luyến cố hương; thì các Tổng đốc, Tuần phủ không vì chỉ dụ này mà bắt ép họ. Nói tóm lại, tình nguyện trở về An Nam thì hãy tâu lên để đợi chỉ dụ; không tình nguyện trở về cũng không sao. Dụ này truyền các nơi để nghe biết, và cứ sự thực phúc tấu."* (**Cao Tông Thực Lục** quyển 1362, trang 32-34)

Sau đó nhà Thanh làm bản tổng kết em trai, em gái, thê, thiếp của Cựu hoàng Lê Chiêu Thống gồm 12 người và quyến thuộc những người tình nguyện ở lại Trung Quốc gồm 52 người, chưa ra khỏi An Nam; nên yêu cầu nhà Tây Sơn đưa ra khỏi nước:

"***Ngày 20 tháng 10 năm Càn Long thứ 55*** **[26/11/1790].** *Dụ các Quân Cơ Đại thần: Trước đây nhân quyến thuộc của Lê Duy Kỳ còn kẹt lại tại An Nam, nên ra chỉ dụ lệnh Nguyễn Quang Bình tìm hỏi để đưa về kinh đô; lại cứ theo lời viên Quốc vương tình nguyện xin thăm dò cả quyến thuộc bọn tuỳ tòng của Lê Duy Kỳ, để cùng được tống xuất một lượt. Nay điều tra rõ em trai, em gái, thê, thiếp của Lê Duy Kỳ gồm 12 người. Số người cùng đến quan ải một lượt với Lê Duy Kỳ; có kẻ khẩn khoản xin trở về nước đã cho trở về An Nam; số người tình nguyện ở lại như bọn Lê Hân thì quyến thuộc gồm 52 người chưa ra khỏi An Nam. Nay mang bảng danh sách trao cho Nguyễn Quang Bình để tra hỏi. Danh sách này do Lê Duy Kỳ khai lúc đến quan ải cách đây một năm; trải qua binh lửa, có người chết lúc trốn tránh, đàn bà có kẻ đã lấy chồng khác, sợ không thể tìm đầy đủ được. Nay truyền dụ Phúc Khang An khi đưa danh sách, nói rõ với viên Quốc vương rằng:*

'Hãy điều tra rõ ràng, đem những người hiện còn tống ra quan ải; nếu như đã có sự trục trặc nào đó thì cũng không sao, cứ thực tình thanh minh; không câu nệ theo danh sách, để đòi tống xuất đầy đủ.'

Việc này khiến viên Quốc vương thấy được tấm lòng rộng lượng của Trẫm, lại càng thêm cảm động đội ơn vì đã không xử sự một cách bó buộc." (**Cao Tông Thực Lục** quyển 1365, trang 6-7)

Tại miền Nam vào tháng 7 [10/8-8/9/1790], Lê Văn Quân cùng Nguyễn Văn Thành giữ thành Phan Rí [Bình Thuận], Tây Sơn đem quân vây; Quân xin tăng viện.

Võ Tánh và Nguyễn Huỳnh Đức đến Phan Rí, chia đường

tấn công. Lê Văn Quân và Nguyễn Văn Thành cũng mở cửa thành ra đánh. Từ sáng đến chiều, trong ngoài giáp chiến, quân Tây Sơn chết và bị thương nhiều, bèn lui giữ thành Phan Rang. Quân tiến binh tới luỹ Chàm [Tháp Chàm, Ninh Thuận], đem tình trạng tâu lên. Nguyễn Vương nói: "*Quân giặc dầu có thua một chút, thế tất lại trở lại. Nếu cầm cự thì đến mùa gió bấc, vận chở không tiện, chi bằng xếp giáp nghỉ quân, rồi sẽ tính cuộc sau*". Bèn sai các tướng rút quân về, lưu Tán lý Chiêu cùng cai cơ Nguyễn Văn Tánh giữ thành Phan Rí. Lê Văn Quân về giữ thành Hưng Phước [Bà Rịa].

Mùa hạ năm Kỷ dậu [1789], vương nghe tin người Thanh đem quân giúp nhà Lê mà đánh giặc Tây Sơn, bèn sai sứ thần là bọn Phan Văn Trọng và Lâm Đề mang thư sang Thanh và đem 50 vạn cân gạo giúp lương cho quân. Nhưng gặp bão đắm cả ở biển, không nhận tin tức. Đến đây nghe tin quân Thanh bị giặc đánh bại, đã không đánh lại mà còn phong cho Tây Sơn. Vì vậy mới sai Cai cơ Nguyễn Đình Đắc đi dò tin tức vua Lê, nhân tiện chiêu dụ hào kiệt Bắc Hà.

Ra lệnh cho hai dinh Trấn Biên và Phiên Trấn mộ người lập các nậu biệt nạp như dầu rái, mỗi người mỗi năm nộp 8 vò; nậu dầu trám, mỗi người nộp 800 cân, đèn nến lớn mỗi người nộp 1 cây dài 4 thước, đèn lưng tròn 1 thước 2 tấc, nến nhỏ 40 cây; nậu mây sắt mây nước, mỗi người nộp 14.000 sợi, mỗi sợi dài 7 thước, bề ngang 3 phân; nậu lá buôn, mỗi người 4.000 lá; nậu buồm lá, mỗi người 80 bó . Thành viên trong nậu thuế thân thì nộp theo lệ thường, dao dịch đều miễn.

Tháng 8 [9/9-7/10/1790], sai các đạo thủ làm sổ quân dân trong hạt. Lại ra lệnh cho các tổng, xã, thôn, phường, trong bốn dinh; phàm tăng ni đạo đồng các chùa chiền đều phải ghi vào sổ, để biết rõ số nhiều ít.

Năm ấy giá gạo đắt dân đói, tha nửa số thóc thị nạp [Thóc dân nộp để nuôi quân] cho dân bốn dinh, lại phát thóc gạo, bán và cho vay. Riêng ở Phú Quốc đói lắm, phát chẩn cho 500 hộc thóc.

Tháng 9 [8/10-6/11/1790], lấy Nguyễn Văn Chiêu nguyên tên là Môn Lai Phù Tử, con của Thắng là cựu Phiên vương Chiêm Thành cho làm Khâm sai chưởng cơ, quản mọi việc quan và dân Chiêm. Trước kia quân ta tiến lấy Bình Thuận, Chiêu đem quân ứng theo đánh giặc, đến khi giặc lui, bọn quan Chiêm Thành đều xin lập Chiêu quyền lãnh việc trấn. Lê Văn Quân tâu xin; Vương chấp nhận. Lại lấy quan Chiêm là Nguyễn Văn Chấn [tên gốc Bô Cà Đáo], Nguyễn Văn Hào [Thôn Ba Hú] làm Khâm sai thống binh cai cơ; sau Chiêu có tội bị bãi chức.

Tháng 10 [7/11-5/12/1790]Vương chủ trương lập đồn điền; ra lệnh cho các đội túc trực và các vệ thuyền dinh Trung quân ra vỡ ruộng ở Vàm Cỏ, đặt tên là trại Đồn Điền, cấp cho trâu bò điền khí và thóc ngô đậu giống. Đến ngày thu hoạch đem hết về kho kho Đồn Điền; lấy Cai cơ hiệu Tiền dực là Nguyễn Bình trông coi.

Lại hạ lệnh cho các nha văn võ mộ người lập các đội nậu đồn điền, hằng năm thu thóc sưu mỗi người 6 hộc; ai mộ được 10 người trở lên thì cho làm cai trại.

Dựng kho thuốc súng,12 gian ở trong thành. Sửa hai đồn Vàm Cỏ [Thảo Câu] và Cá Dốc [Dốc Ngư], sai Chưởng cơ Nguyễn Văn Nghĩa trông coi công việc. Đặt sở chăn ngựa nhà nước ở đảo Côn Lôn.

Cấm thuyền buôn không được đi qua các đạo thủ Quang

Hoá [Tây Ninh], Tuyên Uy [Đồng Tháp], Thông Bình để sang buôn ở Chân Lạp.

Tháng 11 [6/12/1790-4/1/1791], đặt mười bạn hát, đi đến các nhà các làng để hát thuê. Mỗi bạn hạn 15 người, mỗi năm nộp tiền sưu 600 quan, thuế thân cũng coi như quân hạng.

Sai Cai cơ Võ Di Nguy coi đóng một chiếc chiến thuyền lớn và 15 chiếc thuyền đi biển.

Khiến Bảo hộ Nguyễn Văn Nhàn, Cai cơ Nguyễn Tiến Lượng sung chức Chánh phó sứ sang Xiêm. Tặng Phật vương một đôi lồng đèn pha lê, hai tấm gương lớn, một cây hoa vàng, một cây hoa bạc, một chiếc thuyền lê đại; tặng Vua thứ hai một đôi lồng đèn pha lê, hai tấm gương lớn, 500 cân đường cát, 500 cân đường phèn, 500 cân sáp ong. Trước kia Phụ chính Chân Lạp là Chiêu Chuỷ Biện vì cớ ta sai người giữ Ba Xắc [Sóc Trăng] nên không được tự chuyên, trong lòng giận ngầm, nói với vua Xiêm rằng nước ta đương luyện binh đúc súng, muốn mưu đánh Xiêm. Vua Xiêm ngờ, định ngày cất quân sang xâm lấn. Vương nghe tin, viết thư sai bọn Nhàn đưa cho Vua Xiêm, nên dẹp mối ngờ.

Chưởng Tiền quân Lê Văn Quân từ khi trở về Hưng Phước [Bà Rịa], thường lấy việc bại binh làm thẹn. Khi Vương triệu Quân về thì dùng dằng không lên đường ngay, sau Quân sợ tội, bèn xưng bệnh; nên lấy Tổng nhung cai cơ Nguyễn Văn Lợi tạm quản tướng sĩ dinh Tiền quân.

Tháng 12 [5/1-2/2//1791], quân Tây Sơn lại từ Phan Rang vào cướp. Tán lý Chiêu và Cai cơ Nguyễn Văn Tánh bỏ Phan Rí, lui về Phù Mĩ.Vương nghe tin báo, lập tức hạ lệnh rút quân về Bà Rịa, hiệp với Nguyễn Văn Lợi đóng giữ; lại sai đắp thành có thể dung được tướng sĩ một nghìn người, để phòng giữ cho nghiêm.

Sai Nội viện Trần Vũ Khách đi Giang Lưu Ba [Jakarta, Inđônêxia] tìm mua đồ binh khí.

Chia dinh Tiền quân làm ba đạo Trung chi, Tiền chi và Hậu chi; sai Khâm sai tổng nhung cai cơ Phùng Văn Nguyệt coi Trung chi và Nguyễn Văn Lợi coi Tiền chi giữ Bà Rịa, Nguyễn Văn Tánh coi Hậu chi giữ đạo Đồng Môn [Long Thành].

Lập xưởng thuỷ sư, từ bờ sông Tân Bình [Sài Gòn] đến bờ sông Bình Trị [Thị Nghè], trên ba dặm, thuyền đi biển, thuyền chiến, thuyền ô [sơn đen], thuyền son [sơn đỏ], thuyền lê [đầu đuôi thuyền đều chạm vẽ gọi là lê thuyền], đều đậu ở đó.

Chú thích:

1. Sinh phiên: Thổ tù tại Đài Loan gọi là Sinh phiên.

2. Doanh phiên: Phiên thần vùng biển.

3. Tượng quốc: chỉ Việt Nam xưa gọi là Tượng Quận.

4. Câu "Thắng triều vãng sự bỉ kim nhân"; căn cứ vào Từ điển **Từ Hải** điều "thắng triều" và "thắng quốc" ghi như sau: Thắng triều: thắng quốc dã; Thắng quốc: Dĩ vong chi quốc vi kim quốc sở thắng, cố vị chi thắng quốc. Nghĩa là thắng triều tức thắng quốc; nước đã mất, bị nước hiện nay chiến thắng nên gọi là thắng quốc; như vậy nhà Thanh gọi nhà Minh (nước bị thua) là thắng quốc. Do đó chúng tôi tạm dịch "Nay ta khinh ghét lệ cống người vàng, chuyện cũ do triều thua [Nhà Minh] bày đặt.

5. Nhu viễn: Nhu viễn năng nhĩ trong **Kinh Thư, Thuấn điển**, tức: Mềm dẻo nơi xa để được yên ổn nơi gần.

6. Trùng dịch: Sứ thần các nước xa xôi đến triều cống nước Tàu phải qua mấy lần thông dịch mới hiểu nổi nên gọi là trùng dịch.

7. Vạn thọ cù ca: Bài ca diễn hành trên đường về lễ Vạn Thọ.

8. Hoàng Nguyên tôn: Tên huý vua nhà Thanh là Huyền nên lấy chữ Nguyên thay thế; vậy Hoàng Nguyên tôn tức Hoàng Huyền tôn, nghĩa là chắt của vua.

9. Pháp lang: Một thứ nguyên liệu lấy từ trong mỏ, giống pha lê; đun chảy ra để mạ đồ cho đẹp và khỏi rỉ.

10. Quốc mẫu: Chỉ Hoàng phi Nguyễn Thị Kim, vợ vua Lê Chiêu Thống.

11. Lê Doãn Thuyên: Cụ Hoàng Xuân Hãn phiên âm tên con Lê Quýnh trong bản dịch **Bắc Hành Tùng Ký** là "Thuyên", **Cao Tông Thực Lục** tại đạo dụ này ghi là 'Toàn". Xét chữ "toàn" thêm bộ "trúc" hoặc bộ "ngôn" thành chữ "thuyên". Chắc **Thực Lục** nghe âm nên có thể viết sai; riêng **Bắc Hành Tùng Ký** do Lê Quýnh soạn, dĩ nhiên ông ta không thể ghi lầm tên con mình được, nên chúng tôi dùng tên "Thuyên" theo sách tự thuật của Lê Quýnh.

12. Dầu rái: Chữ Hán là mãnh hoả du, bắt lửa rất mạnh

169. Nhà Tây Sơn: Quang Trung [1788-1792] (8)

Qua lời cung khai của các phạm nhân trong vụ cướp tại Nhai Châu đảo Hải Nam rằng tên đầu đảng và đồng bọn hiện trốn tránh tại Đoản Miên, Nông Nại [Đồng Nai]; Tổng đốc Phúc Khang An bèn thông báo cho Quốc vương An Nam Nguyễn Quang Bình để cùng truy nã:

*"**Ngày 9 tháng Giêng năm Càn Long thứ 56*** [11/2/1791]. *Dụ Quân Cơ Đại thần; căn cứ lời tấu của bọn Phúc Khang An:*

'Về việc điều tra vụ cướp tại Nhai Châu [Hải Nam, Trung Quốc]*; qua lời cung xưng của bọn Quan Ứng Hoa khi thẩm vấn; tuy rằng không bắt được bọn chúng lúc cùng đồng đảng chống cự tại trận, nhưng mang vũ khí thì cũng như chống cự vậy, đáng theo lệ mà phán quyết. Kẻ bị bắt như bọn Đổng Thắng Phát hai tên, khai rằng chưa thực sự đi cướp, chỉ ở trên thuyền nghe chúng sai phái, cũng chưa nên tha ngay; đợi khi bắt được đầu đảng, sẽ thẩm vấn xác minh rồi quyết định. Vụ án này đã tìm ra đầu mối, cứ theo đó mà tra bắt đắc lực hơn. Theo lời bọn Quan Ứng Hoa cung xưng, đầu đảng và đồng bọn hiện trốn tránh tại Đoản Miên, Nông Nại* [Đồng Nai]*; không chừng xứ đó thuộc An Nam, nên đã thông báo cho Nguyễn Quang Bình, ra lệnh truy tra trong lãnh thổ, bọn giặc cướp sẽ không còn nơi trốn tránh v.v.."*

Cách liệu biện đúng, đã phê vào tấu triệp. Hiện nay các quan văn võ tại Lưỡng Quảng qua sự đốc thúc của Phúc Khang An, biết rằng đây là cuộc lùng bắt thượng khẩn nên tìm cách truy nã; bọn giặc phỉ liên quan đến vụ án sẽ bị bắt toàn bộ không mấy khó khăn. Bọn Phúc Khang An cần đốc thúc thuộc hạ nghiêm mật tìm tung tích, không vì việc bắt được vài tội phạm rồi trễ lười. Còn việc tên đầu đảng và đồng bọn chạy đến Đoản Miên, Nông Nại đất An Nam ẩn náu, để mong tiếp nối hơi tàn; Phúc Khang An đã thông báo cho Nguyễn Quang Bình cùng tập nã. Nay Phúc Khang An hãy báo thêm cho viên Quốc vương hay rằng:

'Bọn cướp nhân nội địa tầm nã nghiêm mật, chạy đến trốn tránh tại địa phương nước ngươi, nếu như căn cứ theo tên mà truy nã, bắt giải giao cùng tâu lên đại Hoàng đế, ắt sẽ được ơn trên ưu thưởng. Hoặc bọn can phạm đi về trên biển cả, trốn tránh vô định, không tìm được tung tích để truy nã; thì cũng phái người tuần tra nghiêm mật, đừng để chúng trốn tránh trong phần đất An Nam, hãy đuổi về nội địa để tiện cho quan binh truy nã. Nếu những bọn phỉ này, trốn tránh tại nước ngươi, khu trừ không hết, sẽ cướp phá nhiễu nhương, hại cho khách lữ hành; ngay tại nước ngươi cũng có nhiều điều bất tiện.'

Dụ rõ ràng minh bạch như vậy, viên Quốc vương cảm khích ơn của Trẫm, tự lo liệu nghiêm mật, thông sức người trong nước giúp đỡ việc tầm nã..." (**Cao Tông Thực Lục** quyển 1370, trang 11-12)

Điều tra tiếp vụ cướp tại Nhai Châu, được biết các tên đầu đảng Hà Khởi Văn, Đản Gia Nhị hiện trú tại Nông Nại [Đồng Nai]. Chính quyền nhà Thanh không biết rõ vùng đất Nông Nại [Đồng Nai] lúc bấy giờ do Nguyễn Vương Phúc

Ánh kiểm soát; nên vẫn nằng nặc sai Phúc Khang An yêu cầu Quốc vương Nguyễn Quang Bình truy bắt:

"*Ngày 14 tháng 2 năm Càn Long thứ 56* [18/3/1791]. *Dụ Quân cơ đại thần:*

... Bọn cướp tại Nhai Châu đã được Phúc Khang An đốc suất các quan văn võ ra sức truy tập; nay đã bắt được nhiều tên, nghiêm khắc tra xét; các quan lại địa phương đã nhận rõ việc đáng làm. Nhưng những tên bị bắt chỉ mới là đồ đảng, còn đầu sỏ thì chưa bắt được; vả lại bọn cướp trên biển rất nhiều, không phải chỉ có vụ án này, nên không thể không ra sức truy tầm, nhằm bắt hết toàn số, để yên tĩnh từ gốc rễ.

Căn cứ lời cung xưng của phạm nhân Lý Xương Lợi thì bọn thủ lãnh giặc là Hà Khởi Văn, Đản Gia Nhị hiện trú tại Nông Nại [Đồng Nai], *An Nam; chiếu theo lời cung xưng của Quan Ứng Hoa trước đây đều hợp. Trước đây đã ban dụ lệnh Phúc Khang An báo cho Nguyễn Quang Bình để thông sức các nơi trong nước bắt các bọn cướp trốn vào An Nam. Nay lại truyền dụ thêm lập tức thông báo đầy đủ cho An Nam rằng:*

'Hai tên đầu sỏ giặc là Hà Khởi Văn, Đản Gia Nhị bị nội địa truy bức trốn vào nước ngươi. Sợ những tên đầu sỏ này dẫn thuộc hạ cướp phá dân chúng tại các địa phương nước ngươi cũng không chừng; cần ra lệnh các quan tra bắt, để các địa phương được yên ổn. Nếu như viên Quốc vương có thể theo tên họ bắt được, rồi tâu lên đại Hoàng đế thì sẽ ưu đãi tưởng thưởng thêm. Hoặc những tên tội phạm này di chuyển trên mặt biển không có định sở, khó mà bắt; thì cũng nên sai thuộc hạ nghiêm mật sưu tra, xua đuổi về phía nội địa, để tiện cho quan binh đánh bắt. Đừng để cho trốn trong

lãnh thổ, sinh sự cướp bóc các khách lữ hành buôn bán, thì cũng có nhiều bất tiện.'

Thông báo một cách rõ ràng như vậy, viên Quốc vương cảm khích ơn của trẫm, sẽ tự nghiêm sức thuộc hạ sưu tra đánh bắt." (**Cao Tông Thực Lục** quyển 1372, trang 33-34)

Quốc vương An Nam phủ nhận Đoản Miên, Nông Nại nằm trong vòng kiểm soát; nhưng tỏ thiện chí bằng cách sai tướng thân cận là Ngô Văn Sở giữ chức Thuỷ Quân Đô đốc, điều động quân binh tầm nã. Hay tin, Vua Càn Long tỏ ra hài lòng việc cử Ngô Văn Sở thống suất hải thuyền binh lính; và cũng không nằng nặc đòi hỏi phải tập nã tận gốc địa phương Đoản Miên, Nông Nại, khiến viên Quốc vương không thể thực hiện được:

"*Ngày 4 tháng 6 năm Càn Long thứ 56* [4/7/1791]. *Lại dụ Quân Cơ Đại thần:*

"Bọn Phúc Khang An ...lại còn riêng một tờ tấu:

'Nguyễn Quang Bình nhận được thông báo về việc tìm bắt bọn cướp biển, liền sức cho các đồn tại duyên hải khẩn cấp tuần phòng và bổ nhiệm Ngô Văn Sở chức Thuỷ Quân Đô đốc, điều động tuần tra tập nã. Còn việc tội phạm trong vụ án cung xưng bọn chúng thường trốn tránh tại Đoản Miên, Nông Nại đất Quảng Nam, nên lệnh viên Quốc vương hợp đồng tập nã. Nay cứ theo lời của viên Quốc vương xưng rằng trong nước y không có những địa danh này, vậy nên nhắc lại với Nguyễn Quang Bình để yêu cầu tái điều tra và xác minh.'

Nguyễn Quang Bình nhận được thông báo bèn ra lệnh Ngô Văn Sở thống suất hải thuyền binh lính, chia đồn tuần tiễu; thực là cung thuận đáng khen. Ngô Văn Sở là bề tôi đắc lực tâm phúc của viên Quốc vương, được đặc cách giữ

chức Thuỷ Quân Đô đốc để tầm nã bọn cướp biển, đủ thấy Nguyễn Quang Bình đem hết lòng thành, vì nội địa lo việc trừ cướp an dân; không có hiện tượng xem thường văn thư bắt cướp, rồi làm việc tắc trách. Còn việc xưng rằng trong địa phương y không có hai địa danh Đoản Miên, Nông Nại chắc không phải là nói dối; huống đất Quảng Nam do anh của y quản lý, nghe rằng Nguyễn Quang Bình không hoà mục với Nguyễn Nhạc, e kêu gọi nhờ vả không được nên cũng đành chịu; sự thể như vậy, cũng chưa biết chừng! Vả lại các đảo lớn nhỏ, bãi bồi ngoài đại dương, đường sá mông lung, địa danh không đích xác; không giống như bọn cướp trộm trốn tránh trong nội địa có thể sưu tra rõ ràng; không nên nhất nhất căn cứ theo cung từ mà vạch lá tìm sâu như vậy! Lúc này Phúc Khang An nên coi viên Quốc vương thực tâm kính cẩn, điều động có phương cách, lo hết sức tập nã nơi duyên biển. Hãy dùng những lời mềm dẻo để khuyến khích; không vì lời cung xưng vô căn cứ của tên tội phạm bị nội địa bắt, rồi nằng nặc đòi hỏi phải tập nã tận gốc địa phương Đoản Miên, Nông Nại; khiến viên Quốc vương không thể thực hiện được! Còn Ngô Văn Sở nếu có thể bắt được tên đầu đảng, Phúc Khang An hãy tấu rõ, Trẫm đáng ưu đãi thưởng thêm.....”
(**Cao Tông Thực Lục** quyển 1380, trang 8-10)

Vào đầu tháng giêng Vua Quang Trung cử Sứ thần sang nhà Thanh tiến cống, Vua Càn Long muốn Sứ thần An Nam đến Nhiệt Hà vào ngày 20 tháng 7 [19/8/1791], để tiện dịp cùng các ngoại phiên dự yến. Nhưng đến lúc đó thời gian còn quá dài, nên dặn Tuần phủ Quảng Tây Trần Dụng Phu bảo Sứ thần tạm đợi tại Quảng Tây hoặc cho đi từ từ:

“***Ngày 14 tháng 2 năm Càn Long thứ 56*** [18/3/1791]. *Lại dụ Quân Cơ Đại thần; theo lời tấu của Phúc Khang An:*

'Quốc vương Nguyễn Quang Bình về đến Nghệ An, bèn chọn Bồi thần kính cẩn mang biểu văn cùng tiến cống phương vật; định vào thượng tuần tháng giêng từ Nghệ An khởi trình. Đã báo tin cho Trần Dụng Phu, lệnh viên chức trú tại quan ải đợi viên Bồi thần đến sẽ mở cửa quan tiếp đón; cùng phái Uỷ viên, binh lính hộ tống đến kinh đô.'

Nguyễn Quang Bình vừa mới trở về nước, bèn sai Bồi thần đến kinh đô ngay, để tiến dâng biểu văn cùng cống vật, tấm lòng thành cảm khích cung thuận thực đáng khen. Nhưng viên Bồi thần khởi hành tại Nghệ An vào thượng tuần tháng giêng, lúc này chắc đã đến quan ải; tính về thời gian thì đến kinh đô quá sớm, không lẽ lúc đó chỉ có Sứ thần một nước thôi, lại phải tổ chức yến tiệc. Đáng ra lệnh cho Sứ thần An Nam đến Nhiệt Hà khoảng vào ngày 20 tháng 7 [19/8/1791], *để tiện dịp cùng các ngoại phiên dự yến.*

Nay truyền lệnh cho Trần Dụng Phu, sau khi viên Bồi thần đến quan ải, cho nghỉ ngơi tại tỉnh Quảng Tây rồi lệnh đi từ từ, lại báo cho các địa phương dọc đường xét theo hành trình sắp xếp trì hoãn mà đi, để có thể đến Nhiệt Hà vào gần ngày 20 tháng 7 cũng không muộn....." (**Cao Tông Thực Lục** quyển 1372, trang 35)

Khi Trần Dụng Phu nhận được chiếu chỉ, thì Sứ thần An Nam đã đi qua tỉnh lỵ Quế Lâm, bèn sai người gọi trở lại. Việc này khiến Vua Càn Long trách Dụng Phu hồ đồ, bắt Sứ thần đi về mệt nhọc:

"Ngày 10 tháng 3 năm Càn Long thứ 56 [12/4/1791]. *Lại dụ rằng; Trần Dụng Phu tâu:*

'Đã tiếp nhận chiếu chỉ, lệnh cho Sứ thần An Nam tạm hoãn hành trình, ước lượng vào tháng 7 có thể đến Nhiệt

Hà. Lúc chiếu chỉ đến nơi, thì viên Bồi thần đã đi qua tỉnh ly, nhưng tính toán hành trình thì vẫn còn trong lãnh thổ tỉnh Quảng Tây; nên sai uỷ viên phi báo trở lại tỉnh thành nghỉ ngơi một vài tuần, rồi lại tiếp tục tiến kinh.'

Trước đây cho rằng Sứ thần An Nam đến quan ải tương đối sớm, hành trình quá rộng rãi, nên viên Bồi thần không cần phải gấp, cứ đi thong thả để nghỉ ngơi; lệnh trong vòng tháng 7 đến Nhiệt Hà để dự yến tiệc. Rồi khi viên Bồi thần đã đi qua tỉnh ly, thì Trần Dụng Phu nhận được chiếu chỉ; bèn quá câu nệ, cho người đuổi theo đem Sứ thần trở lại tỉnh ly, khiến đi về mệt nhọc, thực không thành sự thể.

Viên Tuần phủ này trước đây giữ chức Tuần phủ An Huy, lo liệu công việc địa phương, cũng hồ đồ như vậy, nên bị giáng xuống làm Phủ doãn, rồi gia ân đưa lên trở lại làm Tuần phủ, được chủ trì công việc, đáng phải phấn đấu gắng sức. Nhưng lo liệu công việc về Sứ thần An Nam lại sai lầm điên đảo đến như vậy, thực do tật cũ trở lại. Nay ngoài việc giáng chỉ dụ nghiêm khắc thân sức cho biết, lại giao bộ nghị bàn về lỗi lầm của Trần Dụng Phu."... (**Cao Tông Thực Lục** quyển 1374, trang 19-22)

Rồi Vua Càn Long lại quyết định cho Sứ thần đến sớm để dự lễ tết Đoan Ngọ mồng 5 tháng 5 [6/6/1791]; nhưng khi nhận được chiếu chỉ thì chỉ còn 40 ngày. Xét rằng đến nơi không thể kịp, nên Trần Dụng Phu không tuân, xin để Sứ thần đến Nhiệt Hà vào tháng 7; hành động này khá thông minh nên Vua Càn Long bằng lòng, bèn giảm cho tội trước:

"Ngày 30 Giáp Thìn tháng 3 năm Càn Long thứ 56 [2/5/1791].*Dụ các Quân cơ đại thần;*

"Cứ theo tờ tâu của Trần Dụng Phu, có những lời như:

'Trước đây tiếp phụng chỉ dụ thì viên Bồi thần An Nam đã đi qua tỉnh thành, rồi lo liệu việc hồ đồ; lần này đáng tuân chỉ khởi hành gấp đến trước ngày tết Đoan Ngọ tới kinh đô. Nhưng viên Bồi thần đã trở về [Quế Lâm], *nếu như lệnh khởi hành ngay thì đến ngày tết Đoan Ngọ chỉ còn hơn 40 ngày. Dù cho đi cấp tốc tại các trạm, sợ không thể đến kinh đô đúng ngày. Như vậy không đáp ứng được ơn sâu thể tuất; mà hành trình chợt nhanh, rồi lại chậm, khiến viên Bồi thần không khỏi nghi lự. Lại lo rằng đến nơi không kịp, lại không thích đáng thời gian với hai kỳ yến tiệc. Lúc này ước lượng tình hình, không dám có những lời lẽ bào chữa sai lầm như lần trước; nên xin tuân theo chiếu chỉ trước, vào ngày 20 tháng 7* [19/8/1791] *đến Nhiệt Hà.'*

Trước đây nhân Sứ thần An Nam qua tỉnh thành, Trần Dụng Phu câu nệ chiếu chỉ trước, cho người đem trở lại [tỉnh thành]. *Liệu việc thật hồ đồ, đã giáng chỉ giao cho bộ nghiêm khắc bàn xử, lại ra lệnh cho viên Tuần phủ lo liệu cho khởi hành, đến ngày trước tết Đoan Ngọ đến kinh đô. Nay Trần Dụng Phu cho rằng hiện tại đến Đoan Ngọ chỉ còn hơn 40 ngày, sợ đến không kịp. Nên xin đến trung tuần tháng 4, dùng đường thuỷ đến Vũ Xương* [Hồ Bắc], *rồi từ Vũ Xương theo đường bộ đến kinh đô, ước lượng vào trước ngày 20 tháng 7 đến Nhiệt Hà. Lúc này nếu khởi hành, để đến ngày [Đoan Ngọ] thì quá gấp; chi bằng chấp thuận theo lời xin cho tiện.*

Viên Tuần phủ đối với việc này tuy sai lầm lúc đầu, nhưng sau đó tuân theo chỉ dụ, tính toán hành trình, không dám đã sai lầm lại sai lầm thêm, lời tấu thuộc loại có thể thi hành. Nay truyền lệnh Trần Dụng Phu cứ tuân theo chiếu chỉ lần thứ nhất, cứ cho Bồi thần đợi đến trung tuần tháng 4, từ từ mà đi; do đường thuỷ đến Vũ Xương, rồi theo đường bộ. Lại truyền dụ cho các Tổng đốc, Tuần phủ dọc đường không cần chuẩn bị ngay; chỉ thăm dò để biết khi nào viên Bồi thần đến biên cảnh, thì thông sức thuộc hạ lo liệu. Lệnh cho đi từ từ để trước ngày 20 tháng 7 đi đến Nhiệt Hà, thuận tiện cùng ngoại Phiên Mông Cổ, bọn Cáp Tát Khắc cùng chung yến tiệc, thì được." (**Cao Tông Thực Lục** quyển 1375, trang 33-34)

Thi hành theo dự định, Sứ bộ Trần Ngọc Thị thong thả đến Nhiệt Hà đúng với ngày hẹn:

"***Ngày 14 Đinh Tỵ tháng 6 năm Càn Long thứ 56 [14/7/1791]***. *Lại dụ:*

Trước đây theo lời tâu của Phú Ninh 'Vào ngày 22 tháng 5 [23/6/1791] *Bồi thần An Nam từ tỉnh thành Vũ Xương* [Hồ Bắc] *khởi hành, ước lượng ngày 27 tháng 5* [28/6/1791] *ra khỏi tỉnh Hồ Bắc. Hà Nam giáp giới với tỉnh Sở [Hồ Bắc], viên Bồi thần một khi ra khỏi Hồ Bắc thì vào châu Tín Dương thuộc tỉnh Dự [Hà Nam], xứ đó đến Nhiệt Hà, bất quá chỉ hơn 2800 dặm, nếu theo dịch trạm mà đi thì đầu tháng 7 có thể đến Nhiệt Hà. Lúc này cách ngày ban thưởng còn xa, viên Bồi thần không cần đến đó sớm để chờ. Vả lại hiện nay có nhiều mưa, dọc đường không khỏi gặp lầy lội, nên ra lệnh cho đi từ từ để tỏ lòng thể tuất. Nay truyền dụ cho các viên Tổng đốc, Tuần phủ, tính toán thời gian, lệnh vào ngày 25 tháng 7* [24/8/1791] *đi đến Nhiệt Hà thì cũng không muộn."* (**Cao Tông Thực Lục** quyển 1380, trang 23-24)

Vào tháng 6 được tin nhà Tây Sơn lại cử sứ bộ Nguyễn Văn Điển sang cống; cũng muốn tránh khỏi bức xúc, nên triều Thanh sắp xếp cho sứ bộ đến kinh đô vào dịp lễ phong ấn cuối năm:

"Ngày 22 Ất Sửu tháng 6 năm Càn Long thứ 56 **[22/7/1790].** *Dụ Quân cơ đại thần; Phúc Khang An tâu:*

'Quốc vương An Nam Nguyễn Quang Bình lại sai Cống sứ dâng biểu tiến cống. Theo lời báo hiện nay trên đường đến quan ải; nếu như ước tính bọn Cống sứ Nguyễn Văn Điển sau khi vào quan ải có thể đến Nhiệt Hà vào cuối tháng 7, hoặc đầu tháng 8 thì nên đi gấp; để có thể cùng Cống sứ trước dự yến tiệc. Nếu như đến quan ải muộn, lệnh khi đến Quế Lâm cho tạm lưu trú rồi đi từ từ, để đến ngày lễ phong ấn (1) tới kinh đô.'

Lần này bọn Cống sứ An Nam Nguyễn Văn Điển chưa báo đã vào quan ải, mà bây giờ cách đầu tháng 8 không xa, không nên ra lệnh đi gấp trên đường dài. Đáng theo lời tâu của Phúc Khang An, khi viên Cống sứ đến Quế Lâm cho tạm lưu trú, rồi lệnh đi từ từ, đến trước ngày lễ phong ấn thì đến kinh đô, để cùng để cùng Mông Cổ, bộ lạc Hồi, cùng Sứ thần các nước dự yến tiệc, thì tương đối ổn thoả. Nếu như vào lúc này viên Cống sứ đã đi qua tỉnh thành Quế Lâm, tính toán hành trình có thể bắt kịp Cống sứ đi chuyến trước, thì chấp thuận cả hai đều đến Nhiệt Hà; lệnh truyền dụ cấp tốc cho các Tổng đốc, Tuần phủ dọc đường dự bị ổn thoả. Lại dụ Trần Dụng Phu quyết không thể như lần trước, khi Cống sứ Trần Ngọc Thị đã đi qua tỉnh thành, lại cho đuổi theo để đưa về tỉnh, khiến cho mệt nhọc đi về. Nếu như ước tính hành trình, không thể bắt kịp Cống sứ lần trước, thì khi viên Bồi thần đến tỉnh thành Quế Lâm, cho tạm lưu nghĩ, cùng báo cho các địa phương dọc đường cho đi từ từ, để đến ngày lễ phong ấn đến kinh đô cũng không chậm. Viên Tuần phủ hãy ước lượng mà thi hành ổn thoả, chớ để sai lầm lần nữa thì sẽ bị tội; sau khi nhận được chỉ dụ này, liệu biện như thế nào hãy phúc tấu ngay. Dụ này theo độ khẩn 600 dặm [1 ngày] *truyền cho Trần Dụng Phu, Phúc Khang An và các Tổng đốc Tuần phủ dọc đường hay biết."* (**Cao Tông Thực Lục** quyển 1381, trang 9-12)

Sau khi phái đoàn Giả vương Quang Trung rời khỏi Bắc Kinh, Cựu hoàng Lê Chiêu Thống lên tiếng đòi trở về nước và xin cấp đất 1 trong 4 tỉnh Cao Bằng, Lạng Sơn, Tuyên Quang, Hưng Hoá. Vua Càn Long tỏ ra giận dữ, cho rằng việc này do nhóm cựu thần thân cận xui dục, nên đày họ đi đến các tỉnh xa xôi; lại báo tin cho Quốc vương An Nam hay, cho huỷ bỏ việc tìm kiếm thân nhân Cựu hoàng đưa sang Trung Quốc:

"***Ngày 20 tháng 4 năm Càn Long thứ 56*** **[22/5/1791]**. *Lại dụ:*

Trước đây Lê Duy Kỳ xin vào nội địa, đặc cách ra lệnh mang thuộc hạ đến kinh đô gia nhập vào đạo cờ vàng Hán quân, biên chế thành Tá lãnh; ban cấp tiền, lương thực để khỏi mất chỗ dựa. Mấy tháng đầu kể từ khi đến kinh đô, y vẫn yên bổn phận; mùa đông năm ngoái hốt nhiên khẩn thiết thỉnh cầu viên Đô thống Kim Giản được trở về An Nam, xin được cấp một trong bốn xứ Cao Bằng, Lạng Sơn, Tuyên Quang, Hưng Hoá để an sáp; ngu ngốc vô tri đến thế là cùng! Theo lời tâu của Đô thống Kim Giản:

'Lê Duy Kỳ vốn hèn yếu không có khả năng, nghe lời xui của bọn Hoàng Ích Hiểu, Phạm Như Tùng, Nguyễn Quốc Đống, Lê Hân đòi hỏi phá rối làm càn; lại còn bọn Lê Quang Duệ 20 người không chịu nhận tiền và lương, cũng xin trở về nước, thật thuộc loại sinh sự. Xin đem bọn 4 người Hoàng Ích Hiểu chia rẽ ra, rồi an sáp các địa phương tại Y Lê, cho

đăng lính ăn lương; Bọn Lê Quang Duệ 20 người, phân chia đến các xứ tại Giang Ninh an sáp v.v..'

Lê Duy Kỳ từ khi đến kinh đô đến nay nhập ngũ dưới cờ, nhận chức được tăng tiền lương, lại còn nghe lời bọn Hoàng Ích Hiếu quấy rầy đòi hỏi, đáng đem những người xúi dục ra trừng trị. Đã ra lệnh đem bọn 4 người Hoàng Ích Hiếu phát vãng các xứ tại Y Lê (2) nhập ngũ làm lính, chỉ cấp cho một nửa tiền lương. Bọn Lê Quang Duệ 20 người, không cần phát vãng ra khỏi tỉnh, cho an sáp tại địa phương Nhiệt Hà.

Hãy đem nội vụ được phán quyết báo cho viên Quốc vương An Nam hay, lại gửi kèm châu phê ngay trên nguyên văn tấu triệp của Kim Giản để được duyệt khán. Còn về việc anh em thê thiếp, cùng tòng nhân quyến thuộc của Lê Duy Kỳ vẫn còn kẹt tại An Nam chưa được đem đi; trước đây đã giáng chỉ lệnh cho Nguyễn Quang Bình điều tra tống xuất để gia đình được đoàn tụ, đó là đặc ân của Trẫm. Nay bọn Lê Duy Kỳ đã không chịu yên bổn phận, không thể hưởng ơn của Trẫm, càng không cần điều tra thêm để tống xuất quyến thuộc của y. Huống nữa từ khi Lê Duy Kỳ vào quan ải tới nay đã đến hai năm, sau cơn binh hoả loạn ly, những người già cả và phụ nữ thực khó mà tìm được nữa.

Nay truyền dụ cho viên Quốc vương:

'Nếu như hiện nay đã tìm được thì cứ cho đưa đến quan ải, nếu hiện tại không tìm ra tung tích, thì không cần tra hỏi thêm nữa. Nay gặp giai tiết, chúc Quốc vương đón vui kết phúc, mọi việc đều tốt đẹp. Lại nhớ đến tết Đoan Ngọ năm ngoái, lúc Quốc vương trên đường đến triều cận, từng sai người ruổi ngựa ban cho một phần quà; nay ở nơi xa xôi kinh khuyết, lòng Trẫm rất mong nhớ; vậy chiếu theo lệ năm

ngoái thưởng các hàng lụa gồm khố sa, cát sa; quạt ngà, quạt ba tiêu, quạt thập cẩm, khăn phù dung; hương khí, hộp thuốc, cùng một hộp bánh sữa; tất cả sẽ được gửi đi kèm chỉ dụ này để thể hiện sự ưu đãi. Truyền dụ này để hay biết, không cần sai sứ tạ ơn." (**Cao Tông Thực Lục** quyển 1377, trang 4-5)

Tại miền Nam vào tháng giêng năm Tân Hợi [3/2-4/3/1791] Nguyễn Vương ra lệnh cho người Hoa Kiều, ai mộ được khoảng 30 người thì cho lập làm một đội; mỗi đội đặt một Đầu mục, coi một chiếc thuyền ô; lúc có việc thì tòng quân, không việc thì buôn bán mà sống, cho miễn dao dịch.

Ra lệnh cho các hạng dân và người Hoa Kiều ở đạo Long Xuyên [Cà Mau], ai muốn làm đồn điền mà đồ làm ruộng không đủ thì nhà nước cho vay, mỗi năm thu thóc sưu mỗi người 8 hộc, thuế thân xem như quân hạng, dao dịch đều miễn. Kẻ nào không muốn làm đồn điền thì bắt phải thụ dịch tòng chinh, để răn kẻ chơi bời lười biếng. Những người Miên và Hoa Kiều ở hai phủ Ba Xắc [Sóc Trăng] và Trà Vinh cũng cho khẩn đất làm đồn điền mỗi năm thu thóc sưu mỗi người 10 hộc.

Tiền quân Lê Văn Quân có tội, đình thần nghị xử rằng: "*Tội Quân nên chết*". Vương nghĩ Quân có công, không nỡ giết, chỉ lột quan chức; nhưng Quân xấu hổ, bực tức uống thuốc độc chết. Quân người Kiến Hưng, dinh Trấn Định [Định Tường], sức khỏe can trường tự xưng là Dũng Nam công [Ông mạnh nhất nước Nam], theo Vương trong lúc bôn ba, đủ mọi gian hiểm. Trong cuộc khôi phục Gia Định, chiến công rất nhiều, Vương yêu lắm. Nhưng là người ít học, đối với Vương có khi thiếu lễ. Thấy Võ Tánh là người tuổi trẻ mới lên, mà lại lấy Công chúa, trong lòng sinh bất bình, thường hay hiềm khích, cơ hồ đánh nhau. Đến khi đánh giặc không công, mà Tánh thì lại lập công, càng thêm hổ thẹn và bực tức, đến nỗi mắc phải tội. Vương lột hết quan chức, song còn muốn cho lập công chuộc tội để dung; không ngờ Quân lại oán vọng mà uống thuốc độc chết, cho nên vừa thương vừa giận.

Tháng 2 [5/3-2/4/1791], phụ chính nước Chân Lạp là Chiêu Chuỷ Biện sai Ốc Nha Tha La Ma và Ốc Nha Sa Thi sang dâng phẩm vật. Bọn Tha La Ma muốn nhân đó mà kinh dinh buôn bán, đem theo 14 chiếc thuyền và hơn 170 người đi theo. Dinh thần Vĩnh Trấn [Vĩnh Long] báo lên; Vương sai dẫn hết về Gia Định bái yết; khi trở về, ban cho rất hậu.

Người nước Bút Tu Kê [Bồ Đào Nha, Portugal] tên là Chu Di Nô Nhi đến buôn bán, nhân đó Vương sai gửi thư cho quốc trưởng nước ấy để mua binh khí; gồm 1 vạn cây súng chim; 2.000 cỗ súng gang, mỗi cỗ nặng 100 cân; 2.000 viên đạn nổ, đường kính 10 tấc.

Ngày Đinh Mão tháng 4 [25/5/1791], Hoàng tử thứ tư tức Thánh tổ Nhân hoàng đế Minh Mệnh sinh ở xóm Tân Lộc, phía phải thành Gia Định [gần dinh Độc Lập, Sài Gòn]; năm Minh Mệnh thứ 3 [1822] dựng chùa Khải Tường ở đó. Hoàng tử là con bà Phi thứ hai Trần thị, tức là Thuận tiên Cao hoàng hậu, con gái Lễ bộ tham tri Trần Hưng Đạt,

Mở khoa thi, lấy trúng cách 12 người là bọn Nguyễn Đình Quát, Nguyễn Công Xanh, Nguyễn Hữu Thứ, Đoàn Văn Hoằng.

Tháng 5 [2/6-30/6/1791], Xiêm La sai sứ thần là Sa Lật Vằn Tri Khôn Sĩ Thi Na đến hiến sản vật gồm hai con ngựa hồng và bạch, mười cây long bào gấm, bốn chiếc chiêng đồng.

Trước đó quân Tây Sơn đánh Vạn Tượng [Viêng Chăn] đòi lễ cống, Vạn Tượng đánh cho thua, rồi đưa tù binh sang Xiêm; nước Xiêm nhân sai sứ sang báo tin và đưa cả những cờ trống bắt được của Tây Sơn để làm tin. Khi sứ giả đến, Vương hậu đãi rồi cho về, lại sai Bảo hộ Nguyễn Văn Nhàn và Cai cơ Nguyễn Tiến Lượng cùng đi, tặng Phật vương 30 cỗ cáng, cho Vua thứ hai một đôi hoa vàng bạc.

Trước kia người Xiêm đưa Mạc Công Bính [cháu Mạc Thiên Tứ] về trấn giữ Hà Tiên, Vương cho rằng nơi ấy từ khi trải qua binh hỏa, cảnh vật tiêu điều, bèn khiến lưu giữ đạo Long Xuyên. Đến đây nước Xiêm gửi thư trách Bính; Bính sợ, bày tỏ với triều đình, dâng biểu xin vào chầu. Vương dụ rằng: "*Ngươi một niềm trung ái, theo được thói tốt của ông ngươi, ta há không biết sao ! Nhưng từ Hà Tiên thất thủ quyến thuộc nhà ngươi đều chạy sang Xiêm nương nhờ, dẫu không ơn lớn, cũng có ơn nhỏ. Nay hãy nín náu theo họ, trở về Hà Tiên, đợi khi mọi việc yên rồi, sẽ có cách xử trí. Cũng bất tất phải vào chầu, hoặc có kẻ nhỏ nhen, nhân đó gièm pha, lại thêm hiềm khích*".

Tháng 6 [1/7-30/7/1791], cấm người Việt tranh chiếm ruộng đất của dân Miên tại hai phủ Ba Xắc [Sóc Trăng], Trà Vinh. Nhân ra lệnh rằng những nơi nào từ trước đã cày cấy thành ruộng thì vẫn cho ở lại mà trông coi sản nghiệp, còn dư thì để hết cho dân Miên, từ nay về sau không được trưng chiếm nữa.

Giảm một nửa thuế cho những thuyền ngoại quốc đến buôn ở Long Xuyên [Cà Mau], vì cớ Long Xuyên đất hẹp dân nghèo; cho sở Phú Quốc lệ thuộc vào đạo Long Xuyên.

Chú thích:

1. Phong ấn: lễ phong ấn tức tạm gói ấn lại không dùng trong dịp tết. Dưới thời nhà Minh, vào ngày trừ tịch [30 tháng chạp Â.L.] các dinh quan cho làm lễ gói ấn lại gọi là phong ấn, đợi đến ngày mồng 3 tháng giêng thì mở ra dùng.

2. Y Lê: vùng đất thuộc tỉnh Tân Cương.

170.
Nhà Tây Sơn: Quang Trung [1788-1792] (9)

Vào tháng trước Tuần phủ Quảng Tây nhận được tin nhà Tây Sơn cử sứ bộ Nguyễn Văn Điển sang cống, đến ngày 7 tháng 6 [7/7/1791] mới đến tỉnh Bắc Giang; xét về hành trình không thể nào đến Nhiệt Hà kịp vào đầu tháng 8 để cùng với sứ bộ Trần Ngọc Thị dự yến; nên viên Tuần phủ sắp xếp cho đi từ từ để đến dịp lễ phong ấn 30 tháng chạp đến kinh đô. Giải pháp này được Vua Càn Long chấp thuận:

"***Ngày 15 tháng 7 năm Càn Long thứ 56*** [14/8/1791]. *Dụ Quân cơ đại thần; Trần Dụng Phu tâu:*

'Quyền Thông phán Long Châu Vương Phủ Đường bẩm xưng vào ngày 7 tháng 6 [7/7/1791] *nhận được tờ bẩm của Cống sứ Nguyễn Văn Điển cho biết rằng đường mưa ngập trở ngại, khó đi lại; hiện đang ở vùng Cần Doanh* [Cần Trạm, Bắc Giang] *chờ nước rút thì đi tiếp. Tra Cần Doanh thuộc Trấn Bắc, An Nam, cách ải Nam Quan hơn 400 lý. Viên Cống sứ bị mưa đình trệ, không định được ngày đến quan ải, quyết không thể đến Nhiệt Hà vào đầu tháng 8. Nên vẫn tuân theo chiếu chỉ trước, đợi lúc đến quan ải lệnh đi từ từ, đến trước ngày lễ phong ấn thì đến kinh đô.'*

Nguyễn Văn Điển chưa báo ngày đến quan ải, lúc này đến ngày lễ phong ấn ngày tháng còn xa; sau này khi đến quan ải hãy thung dung đi đứng từ từ để trước ngày lễ phong ấn đến kinh đô, cùng các Sứ thần Phiên nước ngoài dự yến tiệc, thì tương đối ổn thoả. Nay truyền dụ cho các Tổng đốc, Tuần phủ trên đường Bồi thần đi lúc này chưa cần chuẩn bị; chờ sau khi viên Bồi thần đến quan ải, biết được tin tức về hành trình, thì theo lệ mà liệu biện. Lúc đi qua địa phương, lệnh cho đi từ từ, thì cũng không chậm." (**Cao Tông Thực Lục** quyển 1382, trang 36)

Riêng sứ bộ Trần Ngọc Thị vào đầu tháng 8 đến Nhiệt Hà; được Vua Càn Long ban yến chung với sứ thần các nước và các Vương, Công, Đại thần, trong 5 ngày:

"***Ngày 4 Bính Ngọ tháng 8 năm Càn Long thứ 56*** **[1/9/1791].** *Thiên tử ngự tại Quyển A Thắng Cảnh, ban ẩm thực cho Vương, Công, Đại thần tháp tùng; Vương, Bối lặc, Bối tử, Công, Ngạch phụ, Thai cát Mông Cổ; con của hãn Hàn Lý Tố Sắc Thản thuộc bộ tộc Cáp Tát Khắc* (1) *là Ha Nhĩ Tái; Thai cát Cổn Bố,Đỗ Nhĩ Bá Đặc, Trát Tát Khắc; Thanh Hải,Trát Tát Khắc; Bối tử Cố Sơn thuộc Xa Nhĩ Đăng Đa Nhĩ Tế; Sắc Nhĩ Khả, Đầu mục Ô Lương Hải; Bồi thần nước An Nam, Trần Ngọc Thị; đến ngày Canh Tuất đều bãi.* (**Cao Tông Thực Lục** quyển 1384, trang 9)

Tiếp theo vào ngày 10 tháng 8 [7/9/1791] nhà Vua ban yến tại vườn Vạn Thọ; ngày 12 tháng 8 năm [9/9/1791] lại yến tiệc tại Quyển A Thắng Cảnh.

Đến ngày 13 tháng 8 sứ bộ Trần Ngọc Thị dự lễ khánh hạ, rồi chuẩn bị về nước:

"***Ngày 13 tháng 8 năm Càn Long thứ 56*** **[10/9/1791].** *Thiên tử ngự tại điện Đạm Bạc Kính Thành; Vương, Công, Đại thần tháp tùng; Vương, Bối lặc, Bối tử, Công, Ngạch phụ, Thai cát Mông Cổ; Sứ thần bộ lạc Hồi, bọn Bồi thần An Nam* *hành lễ khánh hạ.*" (**Cao Tông Thực Lục** quyển 1384, trang 21)

Nhân mẹ Tổng đốc Phúc Khang An thọ 70 tuổi, Vua Quang Trung gửi quà mừng; viên Tổng đốc chiếu theo luật bầy tôi không giao thiệp việc riêng với người nước ngoài, nên không dám nhận. Sự việc tâu lên, Vua Càn Long đặc cách cho phép; lại còn đem lời phê vào tấu triệp gửi Phúc Khang An đưa cho Sứ thần Trần Ngọc Thị xem và căn dặn viên Sứ thần kể lại cho Vua Quang Trung nghe:

"***Ngày 15 Đinh Tỵ tháng 8 năm Càn Long thứ 56*** **[12/9/1791]**. *Dụ các Quân cơ đại thần; theo lời tâu của Phúc Khang An:*

'Nhận được thư của Nguyễn Quang Bình đề cập đến việc mẹ của thần 70 tuổi, cùng mang lễ vật chúc mừng. Tuy rằng đây là ý tốt, nhưng theo nghĩa bầy tôi không giao thiệp việc riêng với nước ngoài, thể chế không thể vượt, nên hiện tại dùng lời lẽ uyển chuyển phúc đáp. Tương lai sẽ đem cùng với lễ vật, mệnh Thành Lâm giao cho Trấn mục Lạng Sơn mang về.'

Việc này không khỏi quá đáng! Nguyễn Quang Bình giữ chức Phiên phong, cung kính thần phục, được hưởng ân quyến chẳng khác gì cận thần. Năm ngoái viên Quốc vương đến kinh đô chúc mừng, Phúc Khang An ngưỡng theo lòng thể tuất của Trẫm săn sóc nặng ơn, tận tâm lo liệu; trên đường đi, về trong mấy tháng; sáng, chiều trò chuyện, kết giao càng sâu; bạn bè giao tế vãng lai, tình người không thể bỏ. Huống gì ngày sinh nhật của thân mẫu Phúc Khang An, biện lễ chúc mừng, càng không thể từ chối, trái với ý tốt. Những đồ lễ nghi mà Nguyễn Quang Bình đưa đến, Phúc Khang An đáng thu nhận, rồi tìm cách đáp lễ nhiều, để tỏ tình báo đáp; không nên lấy nghĩa bề tôi không giao thiệp tư với ngoại Phiên rồi câu chấp. Trẫm phủ ngự trong ngoài không kỳ thị, bèn đem lời châu phê vào tấu triệp Phúc Khang An cho Bồi thần An Nam Trần Ngọc Thị tại gần đó xem và dặn kể lại cho Nguyễn Quang Bình hay; ngoài ra cũng dụ Phúc Khang An hay biết." (**Cao Tông Thực Lục** quyển 1384, trang 23-24)

Vua Càn Long nhận được lời tâu về việc An Nam mang binh thuyền giúp đánh bắt bọn cướp biển, bèn ban thưởng cho Vua Quang Trung cùng viên tướng chỉ huy cuộc hành quân là Đô đốc Lê Văn Nhận:

"***Ngày 3 Giáp Thìn tháng 10 năm Càn Long thứ 56* [29/10/1791]**. *Lại dụ:*

Cứ theo lời tâu của các viên Tổng đốc, Tuần phủ Quảng Đông Phúc Khang An, Quách Thế Huân rằng Quốc vương An Nam Nguyễn Quang Bình đã điều động bọn Đô đốc Lê Văn Nhận mang binh thuyền đến biển Quan Lan truy bắt thuyền cướp, đánh giết chìm xuống biển 20 tên, bắt sống 2 tên, đã đưa lên đất liền xử tử. Vẫn như lần trước đem thưởng, lại cho thưởng thêm để biểu thị sự cổ võ.

Bọn cướp biển tại Quảng Đông, nhân quan quân nội địa truy kích gấp, trốn vào biển An Nam. Trước đây Phúc Khang An báo cho An Nam cùng một lần hợp đồng đánh bắt, nước này bèn điều bát quân lính, nhận rõ bọn giặc nơi đại dương để đánh bắt. Năm ngoái cứ theo nước này tâu, viên trấn tướng Phạm Quang Chương đánh bắt được giặc cướp, từng được gia thưởng. Nay lại được Nguyễn Quang Bình sai phái Đô đốc Lê Văn Nhận, mang quân truy bắt giặc cướp, giết nhiều tên, bắt sống 2 tên; bèn đem xử tử, không chần chừ lưu lại. Thấy được viên Quốc vương cảm khích ân đức của Trẫm, ra sức báo đáp, thực đáng khen thưởng. Nay ban ơn thưởng cho Nguyễn Quang Bình 2 tấm đoạn hoa nạm vàng, 2 tấm đoạn bát ty, 1 bản hồng ni, 1 hộp trái cây khô, 1 hộp sữa, để biểu thị sự ưu đãi quyến luyến. Lê Văn Nhận được lệnh bắt cướp, nhận rõ công việc tuần tiễu, thuộc loại phấn dõng ra sức, nay ra lệnh gia ơn thưởng 2 tấm đoạn ngũ ty, để biểu thị sự tưởng lệ..." (**Cao Tông Thực Lục** quyển 1388, trang 4-5)

Nhà Thanh chuẩn bị mở cửa buôn bán tại biên giới, giao cho sảnh Long Châu trông coi, nhưng viên Thông phán phụ trách sảnh này cấp bậc thấp, nên Tổng đốc Phúc Khang An xin điều viên Đồng tri đến thay thế; được nhà Vua chấp thuận:

"***Ngày 15 Bính Thìn tháng 10 năm Càn Long thứ 56*** **[10/11/1791].** *Bộ Lại bàn, kèm theo lời Hiệp biện đại học sĩ Tổng đốc Lưỡng Quảng Công tước Phúc Khang An tâu:*

'Long Châu thuộc phủ Thái Bình, tỉnh Quảng Tây, giáp giới với An Nam; hiện tại mở cửa quan thông thương buôn bán, việc kê tra thương dân quan hệ nặng, chức phận Thông phán tương đối nhỏ, khó dựa vào để đàn áp. Tra thấy chức Đồng tri phụ tá tại phủ Tầm Châu công việc nhàn, xin được cải thành Thông phán; riêng Thông phán Long Châu thì đổi thành Đồng Tri; về tiền dưỡng liêm, bổng, phục dịch, tiền ăn vẫn như cũ...'

Bằng lòng theo lời xin." (**Cao Tông Thực Lục** quyển 1388, trang 28-29)

Khoảng đầu tháng 6, An Nam sai sứ bộ Nguyễn Văn Điển sang cống, vào dịp cuối năm sứ bộ đến chiêm bái Vua Càn Long tại cửa Tây Uyển, Bắc Kinh:

"***Ngày 21 tháng 12 năm Càn Long thứ 56*** [14/1/1792]. *Thiên tử đến Doanh Đài......Chánh sứ nước An Nam Nguyễn Văn Điển, Phó sứ Nguyễn Tiến....chiêm cận tại ngoài cửa Tây Uyển.*" (**Cao Tông Thực Lục** quyển 1393, trang 7)

Đến ngày lễ phong ấn 30 tháng chạp, sứ bộ An Nam đến dự và được ban yến:

"***Ngày 30 Canh Ngọ tháng 12 năm Càn Long thứ 56*** [23/1/1792]

Thiên tử ngự tại điện Bảo Hoà, ban cho các quan trong triều cùng ngoại Phiên yến tiệc.......Chánh sứ An Nam Nguyễn Văn Điển, Phó sứ Nguyễn Tiến.....đến nơi ngự toạ để được ban rượu thành lễ." (**Cao Tông Thực Lục** quyển 1393, trang 16-18)

Về nội bộ nhà Tây Sơn anh em xảy ra bất hoà. Trước đó về đất đai, Vua Quang Trung coi từ núi Hải Vân ra bắc; sau khi xua quân ra Bắc rồi chiến thắng quân Thanh, phe Vua Quang Trung chiếm hết chiến lợi phẩm, lại đòi thêm đất Quảng Nam. Phía Nguyễn Nhạc, tức Vua Thái Đức, bị kết án dâm ô với vợ Vua Quang Trung. Tình trạng hiềm khích đi đến cừu thù, Vua Quang Trung mang quân đánh, vây thành Qui Nhơn mấy tháng. Trong thành cố thủ, quân Vua Quang Trung cho xây núi đất, đặt đại bác bắn vào thành. Tình thế nguy cấp, Vua Thái Đức bèn trèo lên mặt thành nói "*Nồi da xáo thịt, lòng em sao nỡ thế*!" Cả hai cùng hướng vào nhau khóc rống lên hồi lâu, rồi rút quân giảng hoà, lấy Bản Tân [huyện Núi Thành, Quảng Nam] làm biên giới; từ Quảng Ngãi trở về nam là phần đất Vua Thái Đức. Từ khi anh em Tây Sơn bất hoà, lo phòng bị lẫn nhau, không còn dòm ngó đến miền nam nữa.

Riêng Vua Quang Trung lập Lê Thị Ngọc Hân làm Bắc cung Hoàng hậu, cho con đích là Quang Toản làm Thái tử. Thấy Nghệ An là giữa nước, quê quán tổ tiên tại đấy; bèn đắp thành dưới núi Kỳ Lân [cạnh phía tây núi Dũng Quyết, Vinh], làm lầu điện gọi là Trung Đô. Đổi thành Thăng Long là Bắc Thành; chia Sơn Nam thành 2 trấn Thượng, Hạ; lỵ sở Sơn Nam Thượng tại Châu Cầu [Hà Nam], Sơn Nam Hạ tại Vị Hoàng [Nam Định]. Đất nước chia thành trấn, đặt chức Trấn thủ, Hiệp trấn; dưới trấn có huyện, coi về văn gọi là Phân tri, võ gọi là Phân suất. Đặt chức Thượng thư cho 6 bộ, dưới có các chức như: Thị trung ngự sử, Hiệp biện đại học sĩ, Đại học sĩ, Thị trung vvv...Dân chia làm 4 hạng: 9 tuổi đến 17 tuổi là hạng vị cập cách, 18 tuổi đến 55 tuổi là tráng hạng, 56 tuổi đến 60 tuổi là lão hạng, 61 trở lên là hạng lão nhiêu. Ruộng chia làm 3 bậc: Ruộng công, nhất đẳng mỗi mẫu nạp 150 bát thóc, nhị đẳng nạp 80 bát, tam đẳng nạp 50 bát; tiền tạp vật mỗi mẫu 1 tiền, tiền khoán làm kho mỗi mẫu 50 đồng. Ruộng tư, nhất đẳng mỗi mẫu nạp 40 bát thóc, nhị đẳng 30 bát, tam đẳng 20 bát; tiền tạp vật như lệ công điền, tiền làm kho 30 đồng.

Lại xét từ sông Gianh [Quảng Bình] trở ra bắc, hộ khẩu phần nhiều ẩn lậu, đòi dân có tên trong sổ họp lại, cấp cho mỗi người một cái thẻ gọi là tín bài, ghi họ tên, quê quán, điểm chỉ, đóng dấu ấn 4 chữ lớn "*Thiên hạ đại tín*"; ai không có thẻ là dân lậu, sung làm phu dịch.

Khi ấy giặc Tàu Ô tại Lưỡng Quảng bị quan quân nhà Thanh đánh đuổi, phải chạy đến qui phục. Vua Quang Trung thu nhận, kẻ đầu mục cho làm Tổng binh, lại thu nạp đảng **Thiên Địa Hội** chống Thanh, điều thuyền ra vào cướp phá; vì vậy vùng biển phía nam Trung Quốc không yên.

Riêng Lê Duy Chi em Cựu hoàng Lê Chiêu Thống chiếm cứ địa phương Tuyên Quang, Cao Bằng; từng cho người liên lạc với các dân tộc Vạn Tượng, Trấn Ninh [Xiêng Khoáng, Lào], Qui Hợp [Hương Khê, Hà Tĩnh], Trình Cao; mưu phá thành Nghệ An. Vua Quang Trung sai Đốc trấn Nghệ An là Trần Quang Diệu đem 5000 tinh binh đến đánh. Tháng 6 [1/7-30/7/1791] đánh được Trấn Ninh, diệt Trình Cao, Qui Hợp. Tháng 10 [27/10-25/11/1791] Quốc trưởng nước Vạn Tượng bỏ thành chạy, đuổi dài tận đến tận biên giới Xiêm La. Lê Duy Chi thế cùng, cuối cùng bị hại.

Trước kia vào cuối thời nhà Lê, một số châu, động tại Hưng Hoá, Tuyên Quang bị thổ ty nhà Thanh xâm chiếm, nhiều lần biện bạch mà không lấy lại được. Vua Quang Trung đưa thư cho Tổng đốc Lưỡng Quảng, xin định rõ về cương giới. Tổng đốc Lưỡng Quảng cho rằng cương giới đã định, bèn trả lại thư. Bởi vậy Vua Quang Trung không bằng lòng, bèn luyện tập quân lính, làm các hạng thuyền, ngầm có ý dòm ngó Lưỡng Quảng.

Bấy giờ trong nước đã yên, Vua lưu ý về đường học thuật, bèn đặt Sùng Chính viện, giao cho La Sơn Phu tử Nguyễn Thiếp làm Viện trưởng. Vua kính trọng Phu tử, nên đặt Sùng Chính viện tại núi Nam Hoa nơi ông ở ẩn và giao cho khảo xét tài năng các Tư nghiệp, Đốc học trong nước:

"Chiếu cho La Sơn dật sĩ Nguyễn Thiếp được biết:

Ông tuổi đức đều cao, tất cả các sĩ phu đều trông ngóng như núi Thái Sơn và sao Bắc Đẩu. Nay trong nước đã yên, Trẫm toan hưng khởi chính học. Ông đã lấy học thuật biện rõ bên tà bên chính trong phép học, Trẫm rất vui lòng. Trẫm định đặt Sùng Chính thư viện tại Vĩnh kinh, tại núi Nam Hoa [Nam Kim, huyện Nam Đàn], *Nghệ An, ban cho ông làm chức Sùng Chính viện Viện trưởng. Cho ông hiệu La Sơn Tiên sinh và giao cho ông chuyên coi việc dạy. Nhất định theo phép học Chu Tử* (2), *khiến cho nhân tài có thể thành tựu, phong tục trở lại tốt đẹp.*

Từ rày, phàm trong các viên Tư nghiệp, Đốc học, mỗi năm nếu có ai học hay, hạnh tốt, thì sẽ kê quê quán, tên họ đạt đến thư viện, giao cho ông khảo xét đức nghiệp, hạnh nghệ, tâu lên Triều để chọn mà dùng.

Ông nên giảng rõ đạo học, rèn đúc nhân tâm, để cho xứng với ý Trẫm khen chuộng kẻ tuổi cao đức lớn. Khâm tai! Đặc chiếu." Quang Trung năm thứ 4, ngày 20 tháng 8 [17/9/1791] (3)

Trước đó 3 năm, khi Vua Quang Trung mang quân ra Bắc đánh quân Thanh; vào ngày 29 tháng 11 [26/12/1788] đến Nghệ An, cho vời La Sơn Phu tử Nguyễn Thiếp vào dinh và hỏi:

"– Quân Thanh sang đánh, tôi sắp đem binh ra chống cự. Mưu đánh và giữ, cơ được hay thua, tiên sinh nghĩ như thế nào?

Thiếp nói:

– Bây giờ trong nước trống không, lòng người tan rã. Quân Thanh ở xa tới đây, không biết tình hình quân ta yếu hay mạnh, không hiểu rõ thế nên đánh nên giữ ra sao. Chúa công đi ra chuyến này, không quá mười ngày, giặc Thanh sẽ bị dẹp tan." (4)

Mưu lược tốc chiến tốc thắng do Nguyễn Thiếp đề xuất

rất hợp ý Vua Quang Trung, kết cục quân ta toàn thắng.

Tại miền Nam vào tháng 8 [29/8-27/9/1791], Nguyễn Vương sai viên chỉ huy Tiền phong dinh là Nguyễn Văn Thành đem binh thuyền tiến thẳng đến Quy Nhơn do thám quân giặc, rồi trở về.

Tháng 9 [28/9-26/10/1791], Vương ra lệnh cho các dinh phải xét xong những việc hình ngục. Dụ rằng:

"Việc ngục tụng quan hệ đến mệnh lớn của nhân dân; chính vì vậy Ngu Thuấn nặng lòng thương những kẻ bị hình, Chu Văn Vương để lòng cẩn thận việc hình phạt. Nay ta nghe ở dinh kiện tụng chồng chất, liên luỵ đến người không tội, cần đem ngay những kẻ phạm xét hỏi. Tội đáng chết thì dâng biểu xin quyết định, tội đáng đồ thì sung vào dịch phu; những kẻ mới phạm lầm lỗi và oan uổng thì tha đi, không được để đình trệ".

Tháng 10 [27/10-25/11/1791], lập đền Hiển trung. Vương dụ rằng:

"Đền công báo đức là lẽ thường xưa nay. Nêu trung khen lương là thịnh điển của nhà nước. Từ giặc Tây Sơn nổi loạn, vận nước gian nan, phàm tướng sĩ đi theo ta sang Vọng Các và trải từ các trận Mỹ Lung [Mỹ Lồng, Bến Tre], *Hồi Oa* [Vĩnh Long], *Tinh Phụ* [Giồng Sao], *Bát Tiên* [Vĩnh Long], *Trấn Định* [Định Tường], *Ba Xắc* [Sóc Trăng], *cho đến Bình Thuận, bốn năm tới nay, ai không may mà chết vì việc nước thì đã từng định công khen tặng, lại ưu đãi cho vợ con được miễn dao dịch để chăm thờ cúng. Riêng nghĩ những người không ai thừa tự, hương lửa chẳng biết nhờ đâu, nếu không lập đền thờ cúng, thì lấy gì để yên ủi người đã mất mà khuyến khích hậu lai ?"*

Bèn sai Phiên Trấn [Gia Định] chọn đất xây đền, đặt tên là đền Hiển trung, thờ chung những công thần không người thừa tự, sắc cho Lễ bộ bàn định điển thờ và đồ thờ, hằng năm xuân thu làm lễ tế. Đặt phu coi đền 25 người. Thờ những người chết trận từ Mỹ Lung đến Ba Xắc cộng hơn 320 binh đinh; chết trận tại Bình Thuận cộng hơn 600 binh đinh.

Đặt sở hoạn dưỡng (5) cho những bệnh binh ở các vệ đội thuyền thuộc dinh Trung quân; ở đấy, nhà nước cấp cho thuốc men để điều trị. Các viên quản suất chia ngày với nhau để thăm nom, đem tình trạng báo lên. Ai bị bệnh nặng mà cha mẹ vợ con xin lãnh về nhà nuôi cũng cho.

Tháng 11 [26/11-24/12/1791], sai Tri đồ gia là bọn Phan Văn Tào, Trịnh Phước Thường, Nguyễn Quang Diệu kén chọn trong 62 ty cục tượng [công binh] lấy những người tinh xảo bổ vào các chức Cai đội, Cai quan, Ty quan, Thủ hợp, thứ bực khác nhau, tại Chính dinh, Phiên Trấn, Vĩnh Trấn, Trấn Biên.

Tháng chạp [25/12/1791-23/1/1792], sai Bảo hộ Nguyễn Văn Nhàn và Cai cơ Lưu Phước Tường sung chức Chánh phó sứ sang Xiêm để giao hiếu. Khi Nhàn ra đi, Vương dụ rằng:

"*Nước Chân Lạp, làm tôi thờ phụng triều ta giữ chức phiên thần đã lâu, là nước thần xỉ* [môi răng] (6) *của ta. Từ khi ta khôi phục đất cũ, Chiêu Chuỷ Biện đem lòng oán giận, chỉ muốn nhân ta có việc mà làm rối động biên cương. Ta vì cớ đó, chẳng lúc nào quên. Ngươi nên nhân cơ hội này bày tỏ với vua Xiêm khiến họ để ý, nếu không giúp ta thì cũng không nên làm lo cho ta, để cho ta có thể chuyên lòng đánh giặc, không lo ở trong nữa. Ngươi nên nói khéo, đừng làm nhục mệnh!"*.

Nhân dân miền Thuận Quảng chán ghét chính sách bạo ngược của Tây Sơn từ lâu, hằng ngày mong đợi quân Nguyễn Vương, mỗi khi thấy gió nồm thổi thì đều nói rằng: "*Chúa cũ chúng ta đã đến đấy*!". Kẻ sĩ ở ẩn là Hoàng Quang người xã Thai Dương, huyện Hương Trà, Thừa Thiên làm bài ca **Hoài Nam Khúc** bằng quốc âm thuật lại công lao khai thác khó nhọc của các Chúa đời trước, ơn trạch thấm khắp mọi người, cuối cùng truy tội bọn quyền thần, nghiến răng với quân nguỵ tặc, lời rất não nùng mạnh mẽ, nhân dân truyền nhau hát. Thái trưởng công chúa là Ngọc Huyên, con gái cả của Thế tông Nguyễn Phúc Khoát, ẩn ở xã Vân Dương, thuộc huyện Hương Thuỷ, nhận được bài hát ấy, sai người đưa vào Gia Định để hiến. Vương sai đem truyền bá khắp trong quân, nghe lời ca ai cũng rỏ nước mắt. Vương nói:

"Ngày xưa lòng người nhớ nhà Hán, mà tự Bạch Thuỷ (7) *dựng nghiệp trung hưng, lòng người nhớ nhà Đường mà tự Linh Vũ* (8) *gây nền tái tạo. Nay lòng người như thế, thì bọn nghịch tặc lo gì không dẹp yên?"*.

Chú thích:

1. Cáp Tát Khắc: tên bộ lạc, chia làm hai: tả, hữu Cáp Tát Khắc; cả hai đều theo đạo Hồi, nay thuộc Tân Cương, một phần thuộc Liên Xô.

2. Chu Tử: tức Chu Hy, được tôn xưng là Chu Tử; là nhà triết học, văn học nổi tiếng đời Tống.

3. **La Sơn Yên Hồ Hoàng Xuân Hãn**, tập 2, trang 1067.

4. **Hoàng Lê Nhất Thống Chí**, bản dịch, hồi thứ 14.

5. Sở hoạn dưỡng: Chỗ nuôi quân lính đau ốm.

6. Thần xỉ: Như môi và răng, để che miệng.

7. Bạch Thuỷ: Một huyện thuộc về tỉnh Cam Túc là nơi Quang Vũ nhà Hán khởi nghĩa đánh Vương Mãng để khôi phục cơ nghiệp nhà Đông Hán.

8. Linh Vũ: Một huyện ở Cam Túc, Trung Quốc; nơi vua Túc Tông lên ngôi để kế nghiệp.

171.
Nhà Tây Sơn: Quang Trung [1788-1792] (10)

Sau khi sứ bộ Nguyễn Văn Điển dự lễ phong ấn vào ngày 30 tháng chạp năm trước [23/1/1792]; bước sang năm mới Ất Hợi vào ngày mồng **5 tháng giêng** [28/1/1792] **được ban yến** tại gác Tử Quang; rồi tiếp tục 2 lần sau, cùng sứ thần các nước dự yến tại điện Cao Sơn Thuỷ Trường:

"***Ngày 13 tháng giêng năm Càn Long thứ 57*** *[5/2/1792]. Thiên tử ngự tại Cao Sơn Thuỷ Trường, ban cho Sứ thần.... Triều Tiên, Lưu Cầu, An Nam...ẩm thực; đến ngày Ất Dậu thì bãi.*" (**Cao Tông Thực Lục** quyển 1394, trang 16)

"***Ngày 19 tháng giêng năm Càn Long thứ 57*** *[11/2/1792]*

Thiên tử ngự tại Cao Sơn Thuỷ Trường, ban cho Sứ thần ... Lưu Cầu, An Nam, Miến Điện...ẩm thực." (**Cao Tông Thực Lục** quyển 1395, trang 2-3)

Nhân Vua Càn Long ban cho thơ ngự chế và bao sen đựng tượng ngọc; Vua Quang Trung bèn dâng biểu tạ ơn; Càn Long bèn dùng bút son phê lời khen trên tờ biểu và tặng thêm ngọc:

"***Ngày 10 Kỷ Mão tháng 3 năm Càn Long thứ 57*** [1/4/1792]. *Lại dụ:*

'Trần Dụng Phu gửi biểu văn tạ ơn của Quốc vương An Nam Nguyễn Quang Bình; Trẫm mở ra duyệt nội dung tờ biểu

xưng rằng đã lần lượt được nhận lãnh các vật ban cho như thơ ngự chế đề trên quạt, bao sen lớn đựng tượng ngọc, nên dâng biểu cung kính tạ ơn; lời lẽ tấm lòng khẩn thiết, thoát ra từ lòng thành, đáng được khen thưởng. Đã dùng bút son phê trong tờ biểu, rồi đem gửi trả lại; ngoài ra thưởng cho viên Quốc vương một kiện ngọc Noãn Thủ, một đạo chỉ dụ đưa tin. Tất cả đưa cho viên Tuần phủ, để viên này sau khi nhận được thì chọn Uỷ viên rành việc mang đến trấn Nam Quan giao cho Trấn mục nước này, để chuyển cho Nguyễn Quang Bình nhận lãnh. Đem dụ này truyền ra để hay biết." (**Cao Tông Thực Lục** quyển 1398, trang 15)

Vua Quang Trung gửi biểu văn xin định lại lệ cống. Sau khi tham khảo với Quân Cơ Đại thần và bộ Lễ; Vua Càn Long quyết định rút ngắn kỳ cống từ 3 năm xuống 2 năm, nhưng miễn phải nạp cống vàng và bạc:

"***Ngày 4 tháng 5 năm Càn Long thứ 57*** **[22/6/1792].** *Dụ: Quân Cơ Đại thần họp với bộ Lễ bàn kỹ về việc Quốc vương An Nam Nguyễn Quang Bình xin định lại cống kỳ cùng phương vật, rồi dâng tấu triệp xưng rằng:*

'Theo lệ cũ viên Quốc vương cống 3 năm một lần, nay định là 2 năm; Sứ thần 6 năm một lần đến triều yết, nay định là 4 năm. v.v..'

Chấp nhận y theo để thi hành.

'Còn các phương vật tiến cống có hai loại vàng và bạc, bàn định xin chiếu theo lệ cũ.'

Hãy tuỳ địa phương mà bắt tiến cống, lại xem thổ sản có thích hợp hay không; huống hồ mới định cống kỳ của nước này so với trước ngắn hơn, đủ để chứng tỏ viên Quốc vương là thân cận, nên lệ cũ các thứ vàng, bạc nay không cần phải tiến cống. Ngoài ra nếu trầm hương không có đủ số, thì cũng không sao, lấy những vật mà nước này có sẵn như thổ hoàn (1), quyên (2) đều có thể tiến cống được; không cần định thành lệ. Gọi là không câu nệ vật, mà vì ý nghĩa của nó. Viên Quốc vương thể theo tấm lòng của Trẫm; thừa thụ ân mệnh, xứng với sự thưởng tuất ngoại lệ của Trẫm. (**Cao Tông Thực Lục** quyển 1404, trang 862)

Đây là thành công lớn về mặt ngoại giao, vì dưới thời Lê, An Nam phải triều cống vàng với một số lượng lớn. **Toàn Thư** chép như sau:"*Ngày 20 tháng 11 năm Thuận Thiên thứ tư* [24/12/1431] *vua sai Thẩm Hình Viện Phó sứ Nguyễn Văn Huyến và Ngự sử Trung Thừa Nguyễn Tông Chí đi theo bọn Chương Xưởng* [sứ Tàu] *sang nhà Minh tạ ơn và nộp 50 ngàn lạng vàng tuế cống, xin lệ cống 3 năm một lần thời Hồng Vũ. Từ đó về sau tiến cống thường xuyên không dứt.*" (**Đại Việt Sử Ký Toàn Thư**, kỷ nhà Lê, quyển 10, trang 73b)

Vào cuối năm, An Nam lại cử sứ bộ Vũ Vĩnh Thành đến cống và dự lễ phong ấn cuối năm; cùng với sứ bộ các nước đến chiêm bái Vua Càn Long tại cửa Tây Uyển; bước sang năm mới được dự yến tiệc cùng ban thưởng tại điện Tử Quang:

"***Ngày 24 tháng 12 năm Càn Long thứ 57*** **[4/2/1793].** *Thiên tử ngự tại Doanh Đài, bọn Sứ thần Triều Tiên 6 người, Chánh sứ Phác Tông Nhạc, Phó sứ Từ Long Phụ; Bồi thần An Nam Vũ Vĩnh Thành, Trần Ngọc Thị, 4 người; Sứ thần Tiêm La 4 người....., đến cửa Tây Uyển chiêm cận.*" (**Cao Tông Thực Lục** quyển 1419, trang 12-13)

"***Ngày 8 tháng giêng năm Càn Long thứ 58 [18/2/1793].*** *Thiên tử ngự tại gác Tử Quang, ban cho......các nước Hồi Bộ,*

Triều Tiên, An Nam, Tiêm La ....yến tiệc, ban thưởng có sai biệt." (**Cao Tông Thực Lục** quyển 1420, trang 12)

Đại Nam Liệt Truyện ghi sự kiện vào năm Nhâm Tý [24/1/1792-10/2/1793], Vua Quang Trung sai làm tờ biểu đưa sang nhà Thanh xin cầu hôn, để dò ý Vua Càn Long, cùng mượn cớ gây việc đao binh, nhưng rồi bị đau nên thư không gửi đi. Thường nói rằng, để cho ta sống vài năm nữa, chứa uy thế, nuôi khí mạnh, thì ta có sợ chi kẻ kia.

Trong nội bộ, Vua Quang Trung lưu ý đến văn chương quốc âm, năm trước đặt Sùng Chính viện, giao cho La Sơn Phu tử Nguyễn Thiếp làm Viện trưởng; vào tháng 5 năm nay [19/6-18/7/1792] viện dịch xong bộ **Tứ Thư** (3), đóng thành 32 tập, gửi vào kinh. Vua rất vui lòng, bèn xuống chiếu khen và ban thưởng tiền; bản dịch chiếu thư sau (4):

*"Nguyên kỳ trước diễn dịch các sách tiểu học đã tiến nộp. Kỳ này, diễn dịch **Tứ Thư** đã xong. Cộng được 32 tập, trấn quan đã chuyển đệ về kinh tiến nộp; Trẫm đã từng xem. Tiên sinh giảng bàn, phụ diễn kể đã chăm chỉ. Những viên giúp việc là Nguyễn Công, Nguyễn Thiện, Phan Tố Định, Bùi Dương Lịch đều có công.*

Vậy đặc ban thưởng cổ tiền 100 quan (5), do trấn quan chiếu theo mà cấp lĩnh để chung hưởng ân tứ.

Khi xong công việc bộn bề, Trẫm nghỉ ngơi, vui ý đọc sách. Tiên sinh học vấn uyên bác, nên vì Trẫm mà phát huy những ý thư, khiến cho bổ ích thêm.

*Nay chiếu giao tiên sinh việc giải thích 3 kinh **Thi, Thư, Dịch.** Thể theo kinh văn và tập chú mà lấy từng chữ, từng câu, diễn ra quốc âm, cứu xét tinh tường, để đọc cho hay. Tiên sinh nên thúc dục những viên hàn lâm Nguyễn Công,*

Nguyễn Thiện, Phan Tố Định, Bùi Dương Lịch theo lệnh của bản viện mà làm việc. Và nói với quan bản trấn giao cho hai ba mươi tên văn thuộc tư lại, giúp việc biên lục cho viện, để cho tiện công việc.

***Kinh Thi** thì dịch gấp đi; dịch xong, soạn gửi trước để tiến nộp. Còn 2 kinh Thư, Dịch sẽ gửi theo sau. Cẩn thận chớ chậm trễ. Khâm tai! Đặc chiếu.*

Quang Trung năm thứ 5, ngày mồng 1 tháng 6 [19/7/1792]

Các quan trong triều chuyển tờ chiếu đến; lại kèm theo tờ truyền nhằm khai triển ý tờ chiếu:

"Các quan triều đình kê việc này:

Kính truyền cho viên Viện trưởng Sùng Chính Viện La Sơn tiên sinh Nguyễn Khải Xuyên xét rõ:

Nguyên nay vâng chiếu bảo diễn dịch 3 kinh Thi, Thư, Dịch. Theo kinh văn cùng tập chú lấy từng chữ, từng câu, diễn ra nghĩa quốc âm để tiến nộp. Nên truyền bảo và thúc dục những viên hàn lâm Nguyễn Công, Nguyễn Thiện, Phan Tố Định, Bùi Dương Lịch theo lệnh mà làm việc.

*Việc diễn dịch hẹn nội trong 3 tháng phải xong; nhưng phải dịch **Kinh Thi** cho xong trước, đóng lại tiến nộp. Còn **Kinh Thư**, **Kinh Dịch** theo hạn trên mà dần dần diễn dịch cho kịp gửi tiến.*

Những nghĩa ấy là để ngự lãm. Việc rất quan trọng; phải dụng tâm mà tường cứu. Phàm một chữ, một nghĩa, phải gắng cho được mười phân thông rõ, để cho xứng với thượng chỉ; chớ có làm lảo thảo cho qua chuyện.

Kính truyền. Quang Trung năm thứ 5, mồng 4 tháng 6 [22/7/1792]

Việc mở đường cho văn Nôm đang tiến hành thì Vua Quang Trung đột ngột mất. Về ngày Vua mất, nhiều thuyết ghi khác nhau; các bộ chính sử Việt Trung, có bộ ghi vào tháng 7 [18/8-15/9/1792], có bộ ghi vào ngày 29 tháng 9 [13/11/1792].

Đại Nam Thực Lục, năm Nhâm Tý [1792] chép: "*Tháng 7* [18/8-15/9/1792] *giặc Tây Sơn Nguyễn Văn Huệ chết.*" Các Giáo sĩ Âu Châu đương thời tại nước ta cũng đều ghi Vua Quang Trung mất vào khoảng tháng 7 Âm Lịch; như Guéard nói rằng: "*Người ác chúa thứ nhất có hiệu là Vua mất vào tháng 9 Dương lịch* [15/7-15/8 Â.L.], Labousse viết: "*Người em là một địch thủ mạnh, khôn và đáng sợ. Nó chết vào đầu tháng 9 Dương lịch* [15/7-15/8 Â.L.]" (6)

Khác biệt với nguồn tin trên, **Đại Nam Liệt Truyện** chép "*Ngày 29 tháng 9* [13/11/1792] *Huệ chết, Huệ tiếm ngôi 4 năm, tuổi mới có 40.*" (7)

Thanh Thực Lục cũng chép Vua Quang Trung mất vào ngày 29 tháng 9:

"***Ngày 22 tháng Giêng năm Càn Long thứ 58* [3/4/1793]**...*Nhưng ngày hôm nay xem tờ tấu của Trần Dụng Phu, được biết Nguyễn Quang Bình bị bệnh, mất vào ngày 29 tháng 9 năm ngoái....*" (**Cao Tông Thực Lục** quyển 1421 tờ 18- 19)

Lý giải sự khác biệt, phải xét đến việc Vua Quang Trung mất liên quan rất lớn đến thời cuộc lúc bấy giờ. Kẻ thù của Vua Quang Trung như Nguyễn Vương tại phương Nam, Vua Càn Long nhà Thanh, và ngay cả người anh bất hoà Nguyễn Nhạc tại Qui Nhơn, đều có thể lăm le thừa cơ lúc nhà Vua mất. Bởi vậy triều đình Quang Trung lấy làm lo, bèn cho giữ kín ngày mất vào tháng 7; chờ khi đám tang bí mật thu xếp êm xuôi, mới chính thức công bố ngày mất là 29 tháng 9 [13/11/1792]. Nguồn tin mất vào tháng 7 đáng tin cậy, do bởi dưới thời Gia Long bắt được rất nhiều tù binh, lấy lời khai, rồi ghi đúng sự thực trong **Đại Nam Thực Lục**; riêng các Giáo Sĩ Tây Phương đã thu thập được tin tức chính xác từ dân chúng.

Nhân Vua Quang Trung mất, tương truyền Bắc Cung Hoàng hậu Lê Ngọc Hân làm bài thơ **Ai tư vãn** [哀思挽] khóc nhà Vua. **Ai Tư Vãn** là tác phẩm bằng chữ Nôm, theo thể Song Thất Lục Bát, gồm 164 câu. Lời thơ chuyên chở đậm đà nỗi nhớ thương, tiếng kêu thống thiết của người vợ trẻ khóc chồng là đứng quân vương anh hùng. Xin sao lục nguyên văn như sau:

"*Gió hiu hắt phòng tiêu (8) lạnh lẽo.*
Trước thềm lan hoa héo ron ron!
Cầu Tiên khói toả đỉnh non.
Xe rồng thăm thẳm bóng loan rầu rầu!
Nỗi lai lịch dễ hầu than thở,
Trách nhân duyên mờ lỡ cớ sao?
Sầu sầu, thảm thảm xiết bao.
Sầu đầy dạt bể, thảm cao ngất trời
Từ cờ thắm trỏ vời cõi Bắc.
Nghĩa tôn phù vằng vặc bóng dương.
Rút dây vâng mệnh phụ hoàng,
Thuyền lan, chèo quế thuận đường vu qui.
Trăm ngàn dặm quản chi non nước,
Chữ "nghi gia"[nên gia đình êm ấm] *mừng được phải duyên.*
Sang yêu muôn đợi ơn trên.

Rỡ ràng vẻ thuý, chối chen tiếng cầm.
Lượng che chở, vụng lầm nào kể,
Phận đinh ninh cặn kẽ mọi lời.
Dẫu rằng non nước biến dời,
Nguồn tình ắt chẳng chút vơi đâu là!
Lòng đùm bọc thương hoa đoái cội,
Khắp tôn thân cùng đội ơn sang.
Miếu đường còn dấu chưng thường,
Tùng thu còn rậm mấy hàng xanh xanh.
Nhờ hồng phúc đôi cành hòe quế.
Đượm hơi dương, dây rễ đều tươi.
Non Nam lần chúc tuổi trời,
Dâng ca Thiên bảo, bày lời Hoa Phong.
Những ao ước trập trùng tuổi bạc,
Nguyền trăm năm ngõ được vầy vui.
Nào hay sóng cạn bể vùi,
Lòng trời giáo giở, vận người biệt ly.
Từ nắng hạ mưa thu trái tiết,
Xót mình rồng mỏi mệt chẳng yên.
Xiết bao kinh sợ lo phiền!
Miếu thần đã đảo, thuốc tiên lại cầu.
Khắp mọi chốn đâu đâu tìm rước,
Phương pháp nào đổi được cùng chăng?
Ngán thay máy tạo bất bằng,
Bóng mây thoắt đã ngất chừng xe loan!
Cuộc tụ tán, bi hoan kíp bấy?
Kể xum vầy đã mấy năm nay?
Lênh đênh chút phận bèo mây,
Duyên kia đã vậy, thần này nương đâu?
Trằn trọc luống đêm thâu, ngày tối,
Biết cậy ai giãp nỗi bi thương.

Trông mong luống những mơ màng,
Mơ hồ bằng mộng bàng hoàng như say.
Khi trận gió hoa bay thấp thoáng.
Ngỡ hương trời bảng lảng còn đâu.
Vội vàng sửa áo lên chầu,
Thương ôi quạnh quẽ trước lầu nhện giăng!
Khi bóng trăng lá in lấp lánh.
Ngỡ tàn vàng nhớ cảnh ngự chơi.
Vội vàng dạo bước tới nơi.
Than ôi vắng vẻ, giữa trời sương sa.
Tưởng phong thái xót xa đòi đoạn.
Mặt rồng sao cách gián lâu nay.
Có ai chốn ấy về đây?
Nguồn cơn xin ngỏ cho hay được đành!
Nẻo u minh khéo chia đôi ngả.
Nghĩ đòi phen nồng nã đòi phen.
Kiếp này chưa trọn chữ duyên,
Ước xin kiếp khác vẹn nguyền lửa hương.
Nghe trước có đấng vương Thang, Võ (9)
Công nghiệp nhiều, tuổi thọ thêm cao.
Mà nay áo vải cờ đào
Giúp dân dựng nước biết bao công trình.
Nghe rành rành trước vua Nghiêu, Thuấn (10),
Công đức dầy, ngự vận càng lâu.
Mà nay lượng cả, ơn sâu,
Móc mưa tưới khắp chín châu đượm nhuần.
Công dường ấy, mà nhân dường ấy,
Cõi thọ sao hẹp bấy hoá công?
Rộng cho chuộc được tuổi rồng,
Đổi thân ắt hẳn bõ lòng tôi ngươi.
Buồn thay nhẽ sương rơi, gió lọt!

Cảnh đìu hiu thánh thót châu sa.
Tưởng lời di ngữ thiết tha,
Khóc nào lên tiếng, thức mà cũng mê.
Buồn thay nhẽ xuân về, hoa ở!
Mối sầu riêng ai gỡ cho xong.
Quyết liều mong vẹn chữ tòng.
Trên rường nào ngại, giữa dòng nào e.
Còn trứng nước thương vì đôi chút,
Chữ tình thâm chưa thoát được đi.
Vậy nên nấn ná đòi khi,
Hình tuy còn ở, phách thì đã theo.
Theo buổi trước ngự đèo Bồng đảo,
Theo buổi sau ngự nẻo sông Ngân.
Theo xa thôi lại theo gần.
Theo phen điện quế, theo lần nguồn hoa.
Đương theo bỗng tiếng gà sực tỉnh.
Đau đớn thay ấy cảnh chiêm bao!
Mơ màng thêm mối khát khao,
Ngọc Kinh chốn ấy ngày nào tới nơi ?
Tưởng thôi lại bồi hồi trong dạ,
Nguyện đồng sinh sao đã kíp phai?
Xưa sao sớm hỏi, khuya bày,
Nặng lòng vàng đá cạn lời tóc tơ.
Giờ sao bỗng thờ ơ lặng lẽ?
Tình cô đơn, ai kẻ xét đâu?
Xưa sao gang tấc gần chầu.
Trước sân phong nguyệt, trên lầu sinh ca.
Giờ sao bỗng cách xa đôi cõi,
Tin hàn huyên khôn hỏi thăm lênh!
Nửa cung gẫy phím cầm lành.
Nỗi con côi cút nỗi mình bơ vơ!

Nghĩ nông nỗi ngẩn ngơ đòi lúc,
Tiếng tử qui [chim quốc] thêm giục lòng thương.
Não người thay cảnh tiên hương!
Dạ thường quanh quất mặt thường ngóng trông.
Trông mái đông: lá buồm xuôi ngược,
Thấy mênh mông những nước cùng mây.
Đông rồi thì lại trông tây:
Thấy non ngân ngất, thấy cây rườm rà.
Trông nam thấy nhạn sa lác đác,
Trông bắc thời ngàn bạc màn sương!
Nọ trông trời đất bốn phương,
Cõi tiên khơi thẳm, biết đường nào đi!
Cậy ai có phép gì tới đó,
Dâng vật thường xin ngỏ lòng trung;
Này gương là của Hán Cung.
Ơn trên xưa đã soi chung đòi ngày.
Duyên hảo hợp xót rày nên lẽ!
Bụng ai hoài vội ghẽ vì đâu?
Xin đưa gương ấy về chầu,
Ngõ soi cho tỏ gót đầu trông ơn.
Tưởng linh sảng nhơn nhơn còn dấu.
Nỗi sinh cơ có thấu cho không ?
Cung xanh đang tuổi ấu sung,
Di mưu sao nỡ quên lòng đoái thương ?
Gót lân chỉ [con Vua] mấy hàng lẫm chẫm,
Đầu mũ mao, mình tấm áo gai!
U ơ ra trước hương đài,
Tưởng quang cảnh ấy chua cay dường nào!
Trong sáu viện ố đào, ủ liễu,
Xác ve gầy, lỏng lẻo xiêm nghê.
Long đong xa cách hương quê,

Mong theo: lầm lối, mong về: tủi duyên!
Dưới bệ ngọc hàng uyên vò võ.
Cất chân tay thương khó xiết chi!
Hang sâu nghe tiếng thương bi,
Kẻ sơ còn thế, huống gì người thân.
Cảnh ly biệt nhiều phần bát ngát
Mạch sầu tuôn ai tát cho vơi!
Càng trông càng một xa vời
Tấc lòng thảm thiết, chín trời biết chăng?
Buồn trông trăng, trăng mờ thêm tủi.
Gương Hằng Nga đã bụi màu trong.
Nhìn gương càng thẹn tấm lòng,
Thiên duyên lạnh lẽo, đêm đông biên hà.
Buồn xem hoa, hoa buồn thêm thẹn,
Cánh hải đường đã quyện giọt sương.
Trông chim càng dễ đoạn trường,
Uyên ương chiếc bóng, phượng hoàng lẻ đôi.
Cảnh nào cũng ngùi ngùi cảnh ấy,
Tiệc vui mừng còn thấy chi đâu!
Phút giây bãi bể nương dâu,
Cuộc đời là thế biết hầu này sao ?
Chữ tình nghĩa là trời cao, đất rộng,
Nỗi đoạn trường còn sống, còn đau.
Mấy lời tâm sự trước sau.
Đôi vầng nhật nguyệt trên đầu chứng cho."

Tại miền Nam vào tháng giêng [24/1-21/2/1792] Nguyễn Vương quyết chí đánh Tây Sơn; bèn bảo các tướng rằng:

"Hiện nay thế giặc đương mạnh mà quân ta vừa mới tập họp, chưa có thể nắm ngay cái chết của quân địch. Nhưng thù nước một ngày chưa trả thì lòng ta còn lo một ngày. Nếu

năm nay không đánh, sang năm không đánh, cứ để cho giặc được rồi thì thế không phải là kế hay. Chi bằng dùng nhiều phương để lừa nó, đánh gấp để cho nó mệt. Hằng năm gặp mùa gió, thuỷ quân theo đường biển mà tiến, nhân chỗ hở mà đánh. Bộ binh đi từ Bình Thuận, Bình Khang [Ninh Hoà, Khánh Hoà], *lần lượt tiến lấy được một châu thì xây thành ở một châu, được một huyện thì đóng đồn ở một huyện, để làm phên giậu cho Gia Định, khiến thế giặc chia ra, sức giặc yếu đi, như thế thì có thể lấy thiên hạ được".*

Từ năm ấy trở đi, hễ gặp mùa gió nồm là ra quân đánh giặc, gió thuận thì tiến, gió vãn thì về.

Xây thành Mỹ Tho, hình dáng như hoa mai, chu vi 499 trượng [4 mét . 499=1996 mét].

Tháng 3 [23/3-20/4/1792], nước Xiêm La đưa thư xin giúp quân đi theo miền thượng đạo đánh giặc Tây Sơn, và yêu cầu Vương đem đất Long Xuyên [Cà Mau], Kiên Giang [Rạch Giá] cho cháu Mạc Cửu là Mạc Công Bính, và đem Ba Xắc [Sóc Trăng], cho Chân Lạp. Đáp lời, Vương tình nguyện đem quân thuỷ quân bộ đánh Quy Nhơn, đề nghị phía Xiêm đem trọng binh đánh Nghệ An. Riêng Mạc Công Bính còn nhỏ, chưa có thể đương việc quân, nên sai quan tạm giữ đó chứ không phải tiếc. Còn đất Ba Xắc không cho Chân Lạp là vì cớ phụ chính Chiêu Chuỷ Biện thường gây rối biên cương.

Tháng 5 [19/6-18/7/1792], truy lục các tướng sĩ trận vong, từ sau năm Quý Tỵ [1773], cho đến trước năm Bính ngọ [1786], trong khoảng 13 năm, ai có thể nhớ được ai đánh trận nào, chết về việc gì; bất cứ người nào, không hạn thân quyến, bè bạn cố cựu, hãy báo thực ghi hết đưa lên bộ để cứu xét truy tặng, thờ ở đền Hiển Trung.

Tháng 6 [19/7-17/8/1792], gián điệp báo tin quân Tây Sơn đóng nhiều chiến thuyền để ở cửa biển Thị Nại [Qui Nhơn], mưu toan vào cướp. Vương muốn ra đánh trước để chặn giặc, Bèn sai Chưởng Tả quân dinh Tôn Thất Huy, Quản Hậu quân dinh Võ Tánh, Giám quân Trung quân Tống Phước Đạm lưu giữ kinh thành Gia Định. Chưởng Tiền quân dinh Tôn Thất Hội đi Vĩnh Trấn và Trấn Định kiêm quản tướng sĩ hai dinh, quản Hữu quân dinh là Nguyễn Huỳnh Đức đi Bà Rịa hiệp đồng với Tán lý Chiêu đóng giữ.

Thuyền Vương ra cửa biển Cần Giờ, gặp khi gió nam thổi mạnh, thuận chiều thẳng đến Diên áo [Khánh Hoà], bắt được du thuyền của giặc, biết tình hình Thị Nại không phòng bị, bèn bí mật sai Tiên phong dinh Nguyễn Văn Thành tiến trước, kế đến Ban trực tả Phạm Văn Nhân tiến thứ nhì, Giám quân Trung quân Nguyễn Văn Trương hộ giá, Đô đốc Nguyễn Kế Nhuận tiếp sau. Khi quân đến ngoài cửa biển Thị Nại, thì trước hết sai quân tinh nhuệ đổ bộ phóng lửa đốt thuỷ trại giặc. Nguyễn Văn Trương và Nguyễn Văn Thành dùng thuyền Long và Phụng thẳng vào, Nguyễn Văn Chấn [Vannier] chỉ huy tàu Phương Phi, các quân tiến theo. Đô đốc Tây Sơn là Thành [không rõ họ] thấy đại quân chợt đến, bỏ chạy, thuyền ghe và khí giới bị quân ta bắt được hết; trong đó có 5 chiếc thuyền chiến lớn, 30 chiếc thuyền đi biển, 40 chiếc thuyền sai.Lại đánh dẹp bọn cướp biển Tề Ngôi, bắt được 3 chiếc thuyền.

Vương đóng ở chợ Thị Nại, dựng cờ chiêu an phủ dụ dân chúng, cấm quân sĩ không được cướp bóc. Rồi ra lệnh rút quân về. Chiến dịch này, từ lúc xuất quân đến lúc khải hoàn chỉ hơn 10 ngày.

Tháng 7 [18/8-15/9/1792], thuyền Vương về đậu ở Vũng Tàu, Phan Rang. Vì không thuận buồm xuôi gió, bèn sai người ra lệnh cho Nguyễn Huỳnh Đức và Tán lý Chiêu đem bộ binh đánh úp lấy Phố Hài [thị xã Phan Thiết, Bình Thuận], đợi thuỷ quân đến hội ở Thạch Cốc [Bình Thuận].

Tháng 8 [16/9-15/10/1792], Nguyễn Huỳnh Đức và Tán lý Chiêu tiến quân đánh lấy Phố Hài, quân Tây Sơn bỏ thành không rút đi. Hai tướng bàn muốn đuổi đánh lấy Phan Rí [Bình Thuận], bèn dâng biểu lên. Vương dụ rằng:

"Phép dùng binh cần phải lấy lương ở giặc. Nay từ Bình Thuận trở ra Bắc mùa mất dân đói, không lấy lương vào đâu, dù lấy được Phan Rí cũng không ích gì. Ta sẽ rút quân, bọn khanh cũng nên rút về Bà Rịa để tính sau".

Vương về đến Gia Định, cho các quân nghỉ ngơi, rồi triệu Nguyễn Huỳnh Đức về.

Tháng 9 [16/10-13/11/1792], sai Cai cơ Nguyễn Tiến Lượng và Nguyễn Văn Thuỵ sung chức Chánh, Phó sứ sang Xiêm báo tin thắng trận; áp giải bọn giặc biển Tề Ngôi [bọn cướp biển Trung Quốc] đã bắt được, đem sang.

Lấy phủ Ba Xắc [Sóc Trăng] cho nước Chân Lạp. Bọn quan nước này là Ốc Nha Vu Bông Sa, Ốc Nha Phì Miệt Bông Sa, Ốc Nha Liên Song Lam đệ thư của vua Xiêm đến xin đất Ba Xắc để cho bọn họ ở giữ, thu tô thuế để nộp cho vua họ là Nặc Ấn. Vương chấp thuận, cho Nặc Ấn một con ngựa đực; cho bọn Vu Bông Sa 2.000 phương [1 phương khoảng 30 lít] gạo, 200 quan tiền, những thóc sưu các đồn điền còn thiếu đều miễn cả.

Tháng 12 [12/1-10/2/1793], giặc biển Chà Và [Java, Indonesia] lén đến bãi biển Hà Tiên, sai Bảo hộ Nguyễn Văn

Nhàn đem quân đánh dẹp; bọn giặc nghe tin liền trốn xa. Vừa lúc Cai cơ Nguyễn Tiến Lượng và Nguyễn Văn Thuỵ đi sứ Xiêm về, gặp giặc ở Hòn Cau [Lang Dữ], đánh nhau với giặc, chém hơn 30 đầu, bắt sống hai tên, lấy được một chiếc thuyền đem về hiến. Vua khen. Thưởng cho bọn Thuỵ mỗi người một chiếc áo chiến và 200 quan tiền, sai đưa tù bắt được sang Xiêm.

Các sách người Chàm ở Phố Châm, Ba Phủ, thuộc trấn Thuận Thành [Bình Thuận] xin quy phục. Sai cai cơ Nguyễn Văn Lợi và Nguyễn Văn Tánh cùng với Cai cơ Thuận Thành là Nguyễn Văn Chấn và Nguyễn Văn Hào đem phẩm vật đến cho. Tù trưởng là bọn Điều khiển Cường bèn đem bộ lạc đến Gia Định bái yết; Vương cho gươm, yên ủi rồi bảo về. Quản đạo Ba Phủ là Chưởng cơ Cố cũng từ đất Hoàng Băng về theo, sai chiêu phủ những người dân tộc thiểu số đầu hàng để chống Tây Sơn.

Chú thích:

1. Thổ hoàn: Lụa nõn.

2. Quyên: Lụa sống.

3. **Tứ Thư**: 4 sách căn bản Nho học, do học giả Chu Hy đời Tống chọn; gồm: **Đại Học** (大學), **Trung Dung** (中庸), **Luận Ngữ** (論語), **Mạnh Tử** (孟子)

4. **La Sơn Yên Hồ Hoàng Xuân Hãn**, tập 2 trang 1070.

5. Cổ tiền: Còn gọi là tiền quí, cứ 60 đồng là 1 tiền, 600 đồng là 1 quan. Ca dao có câu:

Một quan tiền quí mang đi,

Nàng mua những gì hãy tính cho ra v.v...

6. Theo **La Sơn Yên Hồ Hoàng Xuân Hãn**, tập 2 trang 1075.

7. **Đại Nam Liệt Truyện** tập 2, trang 596, bản dịch NXB Thuận Hoá: Huế, 2005.

8. Phòng tiêu: Ngày xưa phòng Hoàng hậu thường quét hồ tiêu cho ấm, nên gọi là tiêu phòng.

9. Thang Võ: Thành Thang đánh hôn quân Kiệt, dựng nhà Thương; Vũ Vương đánh Trụ dựng nhà Chu.

10. Nghiêu Thuấn: Đường Nghiêu, Ngu Thuấn là hai Vua anh minh tại Trung Quốc thời xưa.

172. Nhà Tây Sơn: Quang Toản [1793-1801] (1)

Hay tin vua Quang Trung mất, vua Càn Long lập tức sai Thành Lâm sang phúng điếu với mật lệnh dò xét tình hình nội bộ nước ta, cùng ra lệnh cho Phúc Khang An từ tỉnh Tứ Xuyên đến biên giới gấp; với ý đồ chờ nước ta có biến, sẽ ra tay can thiệp. Nhưng ngoài mặt thì giả nhân nghĩa gửi thơ Ngự chế phúng điếu và ban sắc phong cho Nguyễn Quang Toản làm Quốc vương An Nam:

"***Ngày 22 tháng Giêng năm Càn Long thứ 58*** [4/3/1793]. *Dụ các Quân Cơ Đại thần, cứ lời tấu của Quách Thế Huân:*

'Quốc vương An Nam Nguyễn Quang Bình đã mất tại Nghĩa An [Nghệ An] *vào tháng 9 năm ngoái, Thế tử Nguyễn Quang Toản 15 tuổi, tạm quyền quốc sự; định trong vòng tháng giêng sai Bồi thần cung kính dâng biểu văn cùng tiến cống v.v..'*

Xem tờ tấu rất lấy làm thương tiếc, Quốc vương nước này mất vào tháng 9 năm ngoái, viên Di mục báo tin hơi chậm, chắc lúc này đã làm lễ tống táng, nên điển lệ lúc lâm chung không kịp thi hành. Nay làm bài thơ điếu, sai viên Tri đạo Thành Lâm đến Nghĩa An, làm lễ phần hoá (1) *trước mồ Nguyễn Quang Bình, lại lấy từ ngân khố tỉnh Quảng Tây ra 3000 lượng bạc, kèm một tượng Phật, cũng sai Thành Lâm mang đến tế điện và thưởng cấp để tỏ lòng thể tuất. Con*

Nguyễn Quang Bình là Nguyễn Quang Toản trước đây đã được phong Thế tử, tự nhiên đáng được làm Phiên thần; nay lệnh Thành Lâm truyền chỉ phong Nguyễn Quang Toản An Nam Quốc vương. Các sắc thư, bào phục đợi sau khi viên Sứ thần Ngô Thời Nhiệm đến kinh đô sẽ theo lệ ban cấp cho lệnh mang về.

Nguyễn Quang Bình ngưỡng vọng uy linh của Thiên triều cai trị đất An Nam. Nước này mới lập, lòng người chưa hẳn được mười phần ổn định, huống hồ anh em không hoà mục, Nguyễn Nhạc tại Quảng Nam, không khỏi có ý đồ dòm ngó. Còn Ngô Văn Sở tuy là người đã từng giúp sức thời khởi sự, nhưng đã chắc gì đáng tin cậy. Nguyễn Quang Toản tuổi còn nhỏ, nên hiện nay mọi việc trong nước giao cho Ngô Văn Sở quản lý; sợ y nhân chủ còn nhỏ, trong nước có kẻ nghi ngờ, bèn âm mưu việc bất trắc, hoặc làm chuyện bức hiếp chuyên quyền cũng chưa định được. Nay Trần Dụng Phu đem chỉ dụ này hiểu thị mật cho Thành Lâm rằng sau khi đến Nghệ An, chớ động thanh sắc, hãy bí mật dò tìm quan sát. Nếu như Ngô Văn Sở quả thực thuỷ chung như nhất, lo việc nước cho Nguyễn Quang Toản, Trẫm đáng ưu đãi tưởng lệ; nếu hành động có nhiều điều ngang ngược, Thành Lâm hãy dùng phương tiện trạm dịch tâu gấp, đợi Trẫm liệu biện. Ngoài việc ban chỉ dụ riêng cho Phúc Khang An từ Tứ Xuyên di chuyển gấp đến Việt Tây [Quảng Tây] *để lo việc trấn áp bên ngoài; hãy mang dụ này từ 600 dặm* [hoả tốc 300 km. một ngày] *cấp tốc truyền cho Trần Dụng Phu cùng Thành Lâm, lại dụ Quách Thế Huân để hay biết.*

Thơ ***Ngự chế*** *phúng điếu Quốc vương An Nam Nguyễn Quang Bình:*

Ngoại bang lệ dĩ khiển bồi thần,

Triển cận tùng vô chí kỷ thân.

Nạp khoản tối gia lai ngọc khuyết,

Hoài nghi kham tiếu đại kim nhân.

Thu trung thượng ức y quan túc,

Tất hạ thành như phụ tử thân.

Thất tự bất năng bãi ai thuật,

Liên kỳ trung khổn xuất trung chân.

DỊCH NGHĨA

Nước ngoài có lệ sai Bồi thần,

Việc triều cận, Quốc vương chưa hề đích thân đến.

Nộp cống tốt đẹp nhất là Quốc vương đến kinh khuyết,

Đáng cười cho triều trước bị ngờ vực, nên đem người vàng đến thay.

Trong mùa thu trước nhớ Quốc vương áo mũ chỉnh túc,

Ân cần ôm gối (2), thân mật như cha con.

Thơ bảy chữ không nói hết lòng xót xa của Trẫm,

Thương lòng trung thành phát xuất tự đáy lòng.

Ban cho Thế tử Nguyễn Quang Toản được thế tập (3) làm Quốc vương An Nam, sắc phong như sau:

Trẫm duy: Chia đất phong tước, là qui mô lớn của các đời; sửa lễ làm chư hầu, phên dậu phải chọn người hiền đức. Gánh việc lớn cần bầy tôi, mở nước trọng ở tề gia (4); tiếng khen tại chốn sân rồng, lòng trung dựa vào chữ hiếu; rạng rỡ thay thành mệnh, đưa lời giáo huấn ban hành.

Nước An Nam ở nơi viêm nhiệt, họ Nguyễn ngươi xuất thân từ thứ dân; gặp lúc họ Lê tàn không giữ nước, với sức tạo dựng mới dành được bang. Vạn dặm đến sân đình, đích thân dựa vào núi dâng lời chúc; một lòng luyến kinh khuyết, hàng năm rong ruổi tiến biểu văn. Đang lúc tốt tươi phương trưởng, thì đột nhiên tin cáo phó đến. Bèn ban thơ thất ngôn làm lời viếng lâm chung, sai sứ từ phương xa đến để phong chức nối dõi.

Ngươi Nguyễn Quang Toản thông minh tuấn tú, bản chất hàm hoà; chốn sân đình từng được dạy làm tôi, làm con; hướng về đấng chí tôn, đáng được tắm gội ơn mưa móc.

Ngày trước ban ân, ấn tỷ sáng ngời thế nghiệp; nay kế chức gánh vác bởi con cô. Thời hợp thuần phong, chủ tể ai bằng do trưởng tử [con đầu]*; ơn sâu mưa móc ban phiên thuộc phong hầu. Nay phong ngươi làm An Nam Quốc vương, ban cho sắc mệnh.*

Y hy! Cho dù sông biến thành đai áo, núi thành đá mài (5) *lòng trời chỉ có phúc thiện để trường tồn. Nếp nhà rạng vẻ cơ cầu* (6) *phúc đức nối cha ông càng tốt thịnh; Vương hãy chiếu cố kẻ nghèo hèn, lòng quì hướng về kinh khuyết; tự răn nơi ăn ở ra vào, ngày đêm cần mẫn; cố gắng trau dồ tín nghĩa hoà mục, cẩn thận coi sóc lãnh thổ, đời đời dốc lòng trung trinh, thường nhận ân quyến. Khâm thử! Trẫm mệnh không thay thế!*" (**Cao Tông Thực Lục** quyển 1421, trang 15-17)

Bấy giờ Phúc Khang An đang đến miền tây tỉnh Tứ Xuyên để liệu biện việc biên giới tại Khuếch Nhĩ Khách [Nepal]. Công việc tuy quan trọng, nhưng Vua Càn Long ra lệnh điều đến Quảng Tây gấp; dù mẹ y đang bị bệnh cũng không được ghé về thăm. Càn Long tiên liệu Vua Quang Trung đột ngột mất, An Nam ắt có nội biến; bèn dùng Phúc Khang An là một chiến tướng, lại rành về tình hình An Nam để mưu thực hiện ý đồ xâm lăng:

"***Ngày 22 tháng Giêng năm Càn Long thứ 58 [3/4/1793].*** *Phúc Khang An lo liệu công việc tại Khuếch Nhĩ Khách* [Nepal], *trải qua nhiều gian khổ, thành tích tốt đẹp. Dự định sau khi mọi việc hoàn thành, lệnh Phúc Khang An đến kinh đô bệ kiến, thăm mẹ, ở lại kinh đô vài tháng, rồi trở về nhiệm sở tại Lưỡng Quảng. Lại nhân mẹ Phúc Khang An bị bệnh, nghĩ đến Phúc Khang An từ lâu khâm sai tại cõi ngoài, không tròn đạo hiếu định tỉnh* (7).

Huống mẹ y tuổi ngoài bảy mươi, trong cung nơi Ngự tiền cũng cần người; nên lại có ý định sau khi Phúc Khang An đến kinh đô, cho lưu lại nhậm chức, khiến được ở gần phụng dưỡng mẹ già, chứng tỏ lòng thể tuất của Trẫm.

Nhưng ngày hôm nay xem tờ tấu của Trần Dụng Phu, được biết Nguyễn Quang Bình bị bệnh, mất vào ngày 29 tháng 9 năm ngoái [13/11/1792] . *Nguyễn Quang Bình không hoà mục với anh em; viên Bồi thần nước này là Ngô Văn Sở quản lý việc nước đã lâu, cũng e rằng không phải là bọn yên phận. Lòng người phản trắc, nếu có việc xẩy ra, khó mà liệu biện. Lúc này công việc tại biên ải, riêng bọn Quách Thế Huân, Trần Dụng Phu không đủ khả năng lo liệu; cần một Đại thần đến nơi. Nhưng người mà nhân tình nước đó chấn phục, thì không ai uy vọng lớn hơn Phúc Khang An. Vậy cần được Phúc Khang An đến Quảng Tây, trú trát một số ngày, mới đủ lo việc trấn áp.*

Phúc Khang An nhận được chỉ dụ này, lập tức từ tỉnh Tứ Xuyên qua Hồ Nam, đến ngay Quảng Tây. Tỉnh này vốn là vùng quản hạt của Phúc Khang An, nếu nghe được sự động tĩnh, thì đừng ngại trú tại đó một vài tháng, bí mật quan sát, tuỳ thời mà liệu biện. Trước định cho Phúc Khang An đến kinh đô nhận mệnh, cũng do y nặng tình quyến luyến kinh khuyết, ngoài việc chiêm cận, còn được gần gũi thăm hỏi mẫu thân; mà y trải qua sự cực nhọc, Trẫm cũng muốn gặp mặt. Nhưng tình hình lúc này, Phúc Khang An không thể không đến Lưỡng Quảng; trước mắt Trẫm cũng không cần ban chỉ dụ trực tiếp thêm. Còn bệnh của mẹ Phúc Khang An đã khỏe lại, Phúc Khang An nhận ơn sâu, hãy lấy việc công làm trọng, hân hoan đến Quảng Tây, lo liệu công việc ổn thoả. Nay thưởng cấp đồ Ngự dụng một đôi bao sen lớn Hồ lô, 4 cái bao sen nhỏ, để làm rạng rỡ sự ưu đãi. Cho sao tấu triệp của Trần Dụng Phu và chỉ dụ cho viên Tuần phủ này sai Thành Lâm đi phúng điếu, gửi cho Phúc Khang An để duyệt khán." (**Cao Tông Thực Lục** quyển 1421 tờ 18- 19)

Phía Tây Sơn sai Bồi thần Ngô Thời Nhiệm đến cáo ai và xin phong; Vua Càn Long ra lệnh các tỉnh dọc đường miễn tổ chức yến tiệc để biểu lộ lòng chia buồn:

"Ngày 17 tháng 2 năm Càn Long thứ 58 **[28/3/1793].** *Dụ Quân cơ đại thần; cứ Trần Dụng Phu tâu hôm qua rằng:*

'Bọn Bồi thần Ngô Thời Nhiệm đến cáo ai và xin phong, hiện đã sai người đến trấn Nam Quan chờ; đợi khi đến quan ải sẽ cho bạn tống đến kinh đô.'

Từ trước tới nay Sứ thần An Nam đến kinh đô chiêm cận, qua các tỉnh lỵ dọc đường, các Tổng đốc Tuần phủ thường cho soạn yến tiệc, diễn kịch. Lần này nhân vì viên Quốc vương mất, Sứ thần đến kinh đô cáo ai, khi qua Quảng Tây và các tỉnh dọc đường, chỉ nên khoản đãi bằng cơm thường;

yến tiệc và diễn kịch cần đình chỉ. Nếu Sứ thần chịu tang mà đến, Tổng đốc Tuần phủ vẫn cho thiết yến diễn kịch như trước; không những phung phí, lại đối với lễ văn không hợp, chỉ làm trò cười. Các viên Tổng đốc, Tuần phủ nên nói cho các Sứ thần biết rằng bọn họ đến kinh đô để cáo ai, nghĩ đến tình riêng bất tiện cử hành yến tiệc ca kịch; đây là lễ tiết đương nhiên, khiến họ biết mà cảm phục, làm như vậy để uỷ lạo và làm sáng rõ thể chế. Nay truyền dụ cho Trần Dụng Phu cùng các Tổng đốc, Tuần phủ dọc đường tuân theo mà lo liệu." (**Cao Tông Thực Lục** quyển 1423, trang 3)

Tiếp theo, Vua mới Nguyễn Quang Toản, gửi 5 biểu văn cho Vua Thanh, tâu về tình hình đất nước bình yên, cùng gửi lời cảm ơn:

"***Ngày 30 tháng 2 năm Càn Long thứ 58*** [10/4/1793]. *Quyền Tổng đốc Lưỡng Quảng Quách Thế Huân, Tuần phủ Quảng Tây Trần Dụng Phu dâng 5 đạo biểu văn của Thế tử Nguyễn Quang Toản, cùng báo rõ thần dân nước này cảm đội ơn đặc biệt, toàn cảnh tình hình yên ổn. Nhận được chiếu chỉ phê:*

Tốt, đã hiểu." (**Cao Tông Thực Lục** quyển 1423, trang 21)

Sứ thần Thành Lâm nhận lệnh đến Nghệ An truyền chỉ phong cho Nguyễn Quang Toản An Nam Quốc vương, về mặt chìm bí mật dò la tin tức hội bộ nước ta. Nhưng phía Tây Sơn đã cảnh giác kịp thời, bèn lập mộ giả của Vua Quang Trung tại Hồ Tây, Hà Nội; để cho Thành Lâm làm lễ tại đây, không có dịp đi sâu vào gan ruột nước ta:

"***Ngày 4 tháng 5 năm Càn Long thứ 58*** [11/6/1793]. *Dụ Quân Cơ Đại thần:*

Từ khi Quốc vương An Nam Nguyễn Quang Bình xưng

thần qui phụ đến nay, thành tâm cải hóa, cung thuận đáng khen. Năm trước thân đến kinh khuyết chiêm cận, yêu kính đội ơn phát ra từ dạ chí thành. Lúc từ giã bệ rồng, ngỏ lời sẽ đến chúc mừng vào năm Trẫm thượng thọ 90 tuổi; vì thế nên được ưu thưởng nhiều lần, cho làm phên dậu đất Nam giao, sự nương dựa mỗi ngày một nặng. Mới đây theo lời tấu của Quách Thế Huân, viên Quốc vương lìa trần vào tháng chín năm ngoái tại Nghệ An, sai riêng Bồi thần dâng biểu đến kinh đô báo cáo. Đã giáng chỉ thưởng cấp 3000 lạng bạc, cùng thơ ***Ngự chế*** *phúng điếu, sai viên Án sát sứ Thành Lâm đến tế điện, truyền chỉ phong Thế tử Nguyễn Quang Toản An Nam Quốc vương để chính danh định phận, yên lòng người. Hôm qua nhận tờ tấu của Thành Lâm xưng rằng:*

'Vào ngày mồng 8 tháng 4 [17/5/1793] *đến địa phương Gia Quất* [Gia Lâm, Bắc Ninh] *nước An Nam, Nguyễn Quang Toản đưa văn võ Bồi thần lớn nhỏ quì đón long đình* (8). *Vào ngày mồng 10* [19/5/1793] *đến thành Thăng Long, truyền chỉ phong Nguyễn Quang Toản làm An Nam Quốc vương; cả nước quan dân, không ai là không hoan nghênh cổ vũ, đồng thanh ca tụng. Nguyễn Quang Toản lại xưng với Thành Lâm rằng: Khi Nguyễn Quang Bình hấp hối, có lời trối với Quang Toản rằng bất tất chôn tại Nghệ An, hãy đem đến Tây Hồ an táng; từ Tây Hồ đến trấn Nam Quan, so với Nghệ An thì gần hơn cả chục trạm dịch, ngõ hầu hồn phách linh thiêng có thể được gần cung khuyết của Thiên tử!'*

Lời nói và tấm lòng hết sức tha thiết, xét đến càng thương xót nhiều. Lúc viên Bồi thần dâng biểu báo tang đến kinh đô, bèn gia ơn đặc cách để làm rạng rỡ chốn tuyền đài; Nguyễn Quang Bình được ban thuỵ Trung Thuần cùng với bài thơ ***Ngự chế****. Truyền cho Nguyễn Quang Toản đem thơ* ***Ngự chế*** *và chiếu chỉ này khắc vào bia ngay trước mộ, để biểu dương lòng cung thuận thuỷ chung thành khẩn quyến luyến cung khuyết, thoả vong hồn trung nghĩa,làm sáng tỏ phép tắc điển lệ.*

Thơ Ngự Chế:

Qui phiên thức lệ biệt phong thần (9),

Hồi thủ tần xưng cận cửu tuần.

Chúc lệnh Tây hồ dĩ thân thỏa,

Thị y Bắc khuyết chí tâm thân.

Tự tư loạn mệnh đồng trị mệnh,

Nhẫn vị ngoại thần thành thế thần.

Tảo thập thất ngôn lặc uyển diễn,

Quế cương thiên tải thức trung thuần.

Dịch nghĩa:

Phiên thần trở về nước, gạt lệ từ biệt cung vua,

Quay đầu thưa rằng sẽ trở lại chiêm cận vào dịp Thiên tử thượng thọ chín mươi.

Lúc hấp hối dặn dò an táng tại Hồ Tây,

Để linh hồn được thoả nguyện nương về kinh khuyết phương Bắc.

Lúc vận mệnh đảo điên, lòng không đổi giống như lúc bình an,

Bề tôi ngoài nước, nhưng thân cận như trong nước.

Chọn lời đẹp ghi thành thơ thất ngôn, khắc lên châu ngọc,

Để ngàn năm sau biết được bề tôi trung thuần." **(Cao**

Tông Thực Lục, quyển 1428, trang 3-4)

Sứ thần Thành Lâm làm lễ trước mộ giả Vua Quang Trung, rồi định đem thiêu bài thơ **Ngự chế** trước phần mộ. Nhưng Nguyễn Quang Toản đã khéo can ngăn rằng thơ **Ngự chế** là quốc bảo, đáng giữ lại trong nước truyền đời, chỉ sao lại một bản để làm lễ thiêu; lại xin đưa Bồi thần Ngô Đình Phụng đến kinh đô tạ ơn, trong tương lai cũng xin đến chiêm bái. Vua Càn long cho rằng ngoài Sứ thần Ngô Thì Nhậm trên đường đi đến kinh đô, Ngô Đình Phụng lại đến thì không khỏi phiền hà mệt nhọc, nên cho miễn; riêng về việc Quang Toản đến chiêm bái thì sẽ xét sau:

"***Ngày 5 tháng 5 năm Càn Long thứ 58*** [12/6/1793]. *Dụ các Quân Cơ Đại thần: Thành Lâm tấu: Vào ngày 12 tháng 4* [21/5/1793] *đến tế dụ trước phần mộ Nguyễn Quang Bình, Nguyễn Quang Toản thưa rằng:*

'Thân phụ được ban ân điển lớn, từ xưa đến nay hiếm ai có được như vậy; tuy mòn gót liều thân cũng không đủ để báo đáp. Thơ ***Ngự chế*** *là quốc bảo, đáng giữ lại trong nước truyền đời, không dám đốt đi; chỉ xin sao lại một bản để làm lễ phần hoá v.v..'*

Nguyễn Quang Toản tuy tuổi còn nhỏ, biết thận trọng kính cẩn, thực đáng khen. Thành Lâm cho rằng sự cảm khích phát ra từ lòng chí thành, nên chấp nhận lời xin; việc này cũng đúng. Riêng theo lời Nguyễn Quang Toản:

'Đáng nên thân đến kinh khuyết làm lễ tạ ân, nhưng mới được ban tước, chưa tiện vội rời nước; có viên Bồi thần Ngô Đình Phụng là người thân tín của phụ thân, sai đến kinh đô tạ ơn thay v.v..

Điều này xét ra không cần thiết. Sau khi Nguyễn Quang

Bình mất, nước này đã gửi riêng Sứ thần đến báo, nay vẫn chưa tới kinh đô; An Nam đường sá xa xôi, lại gửi thêm Sứ thần đến, không khỏi phiền hà mệt nhọc phải lặn lội đi về. Thành Lâm hiện được lệnh đến kinh đô, đợi Phúc Khang An đến Lưỡng Quảng cũng cần thêm ngày giờ; vậy Trần Dụng Phu hãy thông tri cho viên Quốc vương rằng không cần phải gửi Bồi thần Ngô Đình Phụng đến kinh đô tấu thay. Nếu như lúc chỉ dụ này đến nơi, Ngô Đình Phụng đã đến quan ải; thì ngay trên đường đi, cho y trở về nước để tỏ lòng thể tuất.

Mới đây lúc Nguyễn Quang Bình hấp hối, trối lại cho Nguyễn Quang Toản rằng không cần phải đưa linh cữu về Nghệ An, hãy cho an táng tại Tây Hồ, để được gần gũi cung khuyết của Thiên tử, lời lẽ và tấm lòng thiết tha, đã giáng chỉ ban thuỵ Trung Thuần cùng một bài thơ Ngự chế, để viên Quốc vương khắc bia tại trước mộ, biểu lộ tấm lòng thành trước sau quyến luyến kinh khuyết...

Còn Nguyễn Quang Toản xưng rằng muốn đích thân đến kinh đô, lại cũng không cần. An Nam là nước tân tạo, Nguyễn Quang Toản mới được phong tước, các em tuổi còn nhỏ, mọi việc cần phải lo liệu, há lại coi thường đi xa? Cũng ra lệnh cho Trần Dụng Phu báo thêm cho Nguyễn Quang Toản hay rằng sau năm Càn Long thứ 60, đại Hoàng đế sẽ ước lượng tình hình, hoặc sẽ giáng chỉ cho đến kinh đô cũng chưa biết chừng. Đem dụ này theo độ khẩn 500 dặm [250 km. một ngày] *truyền cho Trần Dụng Phu, cùng báo Phúc Khang An biết.*" (**Cao Tông Thực Lục** Quyển 1428, trang 5-7)

Riêng Cựu hoàng Lê Chiêu Thống bị bệnh mất tại Bắc Kinh vào ngày 16 tháng 10 năm Quí Sửu [19/11/1793]. Lúc hấp hối đã trối lại mấy lời cho bầy tôi cũ là bọn Đinh Nhạ Hành như sau:

"Gặp lúc vận nhà không may, ta không biết liều chết giữ lấy xã tắc, phải nhờ đậu quê người đất khách để mưu tính khôi phục, chẳng dè bị người lừa gạt đến nỗi phải uất hận đến thế này, thật là ở vào tình thế không biết xoay xở ra sao được! Một ngày kia, bọn các ngươi nếu có ai về được nước nhà, thì nên đem nắm xương tàn của ta về táng, để tỏ ý nghĩa quay đầu về núi."

Tại miền Nam vào tháng giêng năm Quí Sửu [11/2-11/3/1793] Nguyễn Vương cho đóng thêm các thuyền lớn hiệu Long Ngự, Long Thượng, Long Hưng, Long Phi, Bằng Phi, Phượng Phi, Hồng Phi, Loan Phi, Ưng Phi.

Tháng 2 [12/3-10/4/1793] Vua Tây Sơn Nguyễn Quang Toản sai người đem 25 chiếc thuyền đóng giữ cửa biển Đại Chiêm [Cửa Đại, Quảng Nam] để đề phòng quân Nguyễn. Thuyền gặp gió chìm đắm mất nhiều; có 2 thuyền của viên Đô ty và hơn 100 quân chạy vào Gia Định xin hàng phục. Vương cho vời đến hỏi, biết Nguyễn Nhạc và Quang Toản nghi kỵ nhau. Năm ngoái Vua Quang Trung chết, Nguyễn Nhạc từ Quy Nhơn đến viếng; vừa đến Quảng Ngãi, nghe tin Quang Toản sai 1.000 quân vào Quảng Nam ngăn chặn, Nhạc bèn dẫn quân trở về. Biết tình hình nội bộ nhà Tây Sơn, Nguyễn Vương bèn quyết ý đánh.

Tháng 3 [11/4-9/5/1793], ngày Giáp Dần [1/5/1793], lập Hoàng cả Cảnh làm Đông cung; lúc ấy mới 14 tuổi, ban cho ấn Đông cung. Lấy Hàn lâm viện chế cáo Trịnh Hoài Đức và Lê Quang Định làm Đông cung thị giảng.

Sai Cai cơ Nguyễn Tiến Lượng phụng sứ sang Xiêm. Trước đây tại Bắc Hà nghe tin Vua Tây Sơn Nguyễn Huệ chết, nơi nơi đều nổi dậy, cùng tôn Lê Duy Vạn con Lê Hiển tông lên làm minh chủ. Duy Vạn bèn sai thuộc hạ là bọn Cai cơ Chấn gồm bảy người đưa thư hẹn với Nguyễn Vương cử binh để trong ngoài ứng nhau. Chấn mượn đường thượng đạo đi sang Xiêm, người Xiêm đưa sang ta, nhưng giữa đường bị giặc biển Chà Và [Java] bắt đem bán ở Hạ Châu [Singapore]. Vương nghe tin ấy, uỷ cho dân buôn người Âu là An Tôn Ngâm Bô chuộc về. Đến đây cho về Bắc; vì đường biển nhiều cản trở, nên sai Tiến Lượng đưa thư sang Xiêm để đưa Chấn theo đường núi mà đi.

Tháng 4 [10/5-7/6/1793], đặt ba dinh Trung Thuỷ, Tiên Thuỷ và Hậu Thuỷ, lấy Chưởng cơ Hồ Văn Lân quản dinh Trung thuỷ, Cai cơ Nguyễn Văn Huấn quản dinh Tiền thuỷ, Nguyễn Thoan cai quản dinh Hậu thuỷ.

Nguyễn Vương thân đi đánh Quy Nhơn, để Đông cung Cảnh ở lại trấn giữ Gia Định, lấy Phó tướng Tả quân Phạm Văn Nhân và Giám quân Trung dinh Tống Phước Đạm giúp việc.

Sai Tôn Thất Hội điều bát bộ binh các đạo tiến đánh Phan Rí [Bình Thuận], Nguyễn Huỳnh Đức và Nguyễn Văn Thành đều dưới quyền. Lại sai Cai cơ trấn Thuận Thành là Nguyễn Văn Chấn và Nguyễn Văn Hào, Chưởng cơ đạo Ba Phủ là Cố, điều khiển là Cường, đều đem quân Chiêm Thành theo đường thượng đạo thẳng tới Phan Rang, đợi bộ binh đến thì theo sự điều động.

Thuyền Vương ra cửa biển Cần Giờ. Sai Nguyễn Văn Trương và Võ Di Nguy đem thuỷ quân các vệ đi trước, Võ Tánh theo ngự giá, Hộ bộ Phan Thiên Phước và Tham tri Nguyễn Đức Chí chia coi thuyền lương đi theo sau.

Tháng 5 [8/6-7/7/1793], thuyền Nguyễn Vương tiến đến

Vũng Tàu, Phan Rang. Sai Đô đốc quản chi Hùng võ là Nguyễn Kế Nhuận đánh bảo Mai Nương [huyện Ninh Phước, Ninh Thuận]. Quân Tây Sơn nghe tin chạy trốn trước. Bèn lưu đạo binh thuyền của vệ uý vệ Long võ là Nguyễn Hiên đậu ở đấy để chờ bộ binh.

Thuyền Vương tiến đóng ở cửa biển Nha Trang. Sai Hiệu uý Tiền chi Trung quân là Nguyễn Văn Đắc, Hiệu uý Tả chi là Vũ Văn Lượng đánh bảo Hoa Bông [tỉnh thành Nha Trang]. Quân Tây Sơn bỏ chạy, lấy lại được phủ Diên Khánh. Lại sai Võ Tánh đem quân ba vệ tiến thẳng đến phủ Bình Khang [Ninh Hoà, Khánh Hoà].

Thuyền Vương tiến đóng ở vụng Hòn Khói [vịnh Văn Phong, Khánh Hoà]. Quân địch nghe tin, không đánh mà tự tan vỡ; chỉ huy Trí chạy về Quy Nhơn; quan quân còn lại đều đầu hàng, lấy được phủ Bình Khang. Ra lệnh cho các tướng đầu hàng đều giữ ngạch binh như cũ, bại binh tàn tốt Tây Sơn, đều cho lệ thuộc vào dinh Hậu quân để sai khiến.

Đặt quan công đường dinh Bình Khang, lấy chỉ huy Hậu thuỷ dinh là Nguyễn Thoan làm Lưu thủ, Hình bộ tham tri Lê Đăng Khoa làm Cai bạ, Hàn lâm viện Đặng Hữu Đào làm Ký lục. Vương ban dụ rằng:

"*Quân của vương giả đến đâu là cầu cho dân yên. Nơi này khổ vì giặc Tây Sơn tàn ác đã lâu, nhân dân khó sống. Trước đã có lệnh cấm đoán, không được xâm phạm mảy may.Nhưng vì quân nhiều, sợ có kẻ ra ngoài pháp luật. Từ nay quan quân người nào tự tiện đến các làng xóm cướp bóc tiền của, không kể nhiều ít, đều phải chấp hành quân pháp, để dân được yên*".

Lại thấy trong quân có những binh người Hoa Kiều,

người Tây, người Xiêm La, tính tình hung hãn, khi say rượu thì khó ngăn giữ, nên cấm các hàng quán ở chợ không được bán rượu, trái lệnh phạt 50 roi.

Cánh bộ binh của Tôn Thất Hội đánh bảo Phan Rí [Bình Thuận]; Đô đốc Tây Sơn là Hồ Văn Tự lui giữ Mai Nương [huyện Ninh Phước, Ninh Thuận], quân ta đuổi theo. Tự đem quân theo thượng đạo Sâm Lô chạy trốn, lấy lại được phủ Bình Thuận. Tin báo đến hành tại, Vương ban lệnh giục bọn Hội phải tiến quân mau chóng, để hội với thuỷ quân.

Đặt quan công đường dinh Bình Thuận, lấy Khâm sai thống binh cai cơ Hữu quân là Trần Văn Búa làm Lưu thủ, Hàn lâm viện chế cáo Nguyễn Đàn làm Cai bạ, Hàn lâm viện Hồ Văn Giao làm Ký lục. Dụ sai theo sổ đinh sổ điền thuộc hạt và ở Thuận Thành mà thu tô thuế như lệ năm Nhâm Tý [1792], để cung cấp lương quân, tiền thuế nộp thay bằng gạo. Sai Tham luận đạo Thanh Châu là Lê Đình Kiêm đốc thúc thu tô thuế hai phủ Bình Khang và Diên Khánh.

Tôn Thất Thăng là con thứ 18 của Vua Thế Tông từ Phú Xuân [Huế] đến. Trước kia khi Duệ Tông vào Nam, Thăng vì còn nhỏ không được đi theo, nên bị giặc bắt. Đến đây nghe tin Vương đích thân đánh Quy Nhơn, bèn cùng Tôn Thất Liêm [con Chưởng cơ Tôn Thất Văn] ngầm vượt biển trốn đến quân thứ Hòn Khói. Đến nơi Vương vừa mừng vừa thương, cầm tay rỏ nước mắt nói:

"Vì nhiều biến cố, thân thích lìa nhau, không ngờ ngày nay lại còn được thấy nhau, thế không phải là hồng phước của tiên vương khiến cho nguy mà lại may, nạn mà lại yên sao ?".

Bèn đặt yến tiệc, trọn vui mới thôi. Rồi cho Thăng làm

Quốc thúc [chú của Vua], Liêm làm Khâm sai cai đội.

Sai đốc chiến cai cơ chi Chấn Võ là Mai Tiến Vạn đem quân sở bộ đến thượng đạo Phú Yên đặt phục binh ở nơi hiểm để chặn đường giặc chạy. Thuyền Vương tiến đóng ở cửa biển Xuân Đài [huyện Sông Cầu, Phú Yên]. Sai Võ Tánh đem quân đánh bảo La Thai, Tham đốc Tây Sơn là Phạm Văn Điềm thua chạy. Quân Nguyễn cướp hết lương thực, lấy lại được phủ Phú Yên. Báo tin thắng trận. Vương khen ngợi, thưởng cho tướng sĩ 300 quan tiền, 150 chiếc áo chiến, sai đặt đồn ở chợ Hội An [Phú Yên], để quân phòng thủ.

Đặt quan tại dinh Phú Yên, lấy Phó Trung thuỷ dinh là Nguyễn Văn Nhân làm Lưu thủ, lấy hàng thần là Tuần phủ Nguyễn Y Mân làm Cai bạ, Văn giáp tham mưu là Nguyễn Văn Diệu làm Ký lục.

Thuyền Vương tiến đóng ở cửa biển Thị Nại [thành phố Qui Nhơn, Bình Định]; khởi sự sai Võ Tánh đem quân các vệ đánh đồn Tây Sơn ở chợ Thị Nại.

Chú thích:

1. Phần hóa: Theo tục xưa cúng xong đốt văn tế, thơ, vàng giấy vv.. để người cõi âm hưởng.

2. Ôm gối: Để tỏ tình thân mật, vua Trung Quốc cho người dưới ôm gối, gọi là lễ bảo tất.

3. Thế tập: phong chức theo cách cha truyền con nối.

4. Tề gia: xếp đặt việc nhà chu toàn.

5. Do điển "đái lệ" ý nói cho dù sông cạn như dây đai [đai], núi mòn như đá mài [lệ] thì vẫn không quên ơn.

6. Cơ cầu: Con cháu biết nối nghiệp cha ông gọi là cơ cầu. Ví như cha làm cung, con cũng có thể học được một phần để làm ra cái thúng [cơ]; cha làm thợ hàn giỏi, con có thể học được một phần để làm áo cầu.

7. Định tỉnh: do điển "hôn định thần tỉnh" nghĩa là buổi tối thì xếp đặt chỗ ngủ để cha mẹ được an giấc, sáng thì thăm hỏi xem có được khỏe mạnh không.

8. Long đình: Một thứ kiệu, đòn khiêng chạm rồng, trên kiệu có cái tủ hình như cái đình để đựng sắc vua.

9. Phong thần: Đời nhà Hán hay trồng cây phong trong cung, nên các đời sau gọi cung vua là phong thần.

173.
Nhà Tây Sơn: Quang Toản [1793-1801] (2)

Về việc thông thương buôn bán giữa hai nước, trước kia có thoả thuận rằng nhà Thanh mở hai cửa ải Thuỷ Khẩu và Bình Nhi; phía An Nam mở hai chợ Mục Mã và Kỳ Lừa nhận hàng; nay An Nam lại xin mở thêm chợ Hoa Sơn tại Thất Khê, Lạng Sơn:

"***Ngày 1 tháng 8 năm Càn Long thứ 58*** [5/9/1793]. *Quyền Tổng đốc Lưỡng Quảng, Tuần phủ Quách Thế Huân tấu:*

'Việc thông thị buôn bán với An Nam đã tâu lên và chuẩn cho sử dụng hai quan ải Bình Nhi (1) *và Thuỷ Khẩu* (2)*; thương nhân nước này xây chợ tại phố Mục Mã trấn Cao Bằng buôn bán; quan ải Du Thôn* (3) *cho xây chợ tại phố Kỳ Lừa trấn Lạng Sơn buôn bán. Mở hai thương hiệu Thái Hoà, Phong Thịnh; đặt Ngao trưởng* (4)*, Thị trưởng mỗi nơi một người; lại có Bảo hộ, Giám đương mỗi chỗ một viên. Nay cứ theo viên Đồng tri Long Châu Vương Phủ Đường bẩm xưng nước này mới lập thêm phố trạm tại vùng Hoa Sơn* (5) *trấn Lạng Sơn để đón thương nhân từ ải Bình Nhi đến buôn bán. Sau khi hạch hỏi cùng xét tờ bẩm, bèn sai viên Đồng tri ở gần điều tra thêm. Lại nhận phúc thư của viên Quốc vương như sau:*

Các thương nhân xuất khẩu qua cửa ải Bình Nhi, dùng

đường thuỷ đến Hoa Sơn trước, hành trình chỉ khoảng hai trăm dặm. Vả lại vùng phụ cận Hoa Sơn thôn trang trù mật, lập thêm phố thị, dân và thương nhân cả hai đều có lợi. Các chức Thị trưởng, Giám đương theo ngạch đã có sẵn tại Kỳ Lừa, chỉ cần phái đến mà thôi. Ngoài ra khách thương ai muốn sử dụng đường bộ đến Mục Mã thì tuỳ tiện.

Bọn thần tra xét sự việc, thực nhân tình hình tại chỗ mà thích nghi, hiện đã bàn bạc hai bên, chuẩn cho đặt thêm phố trạm.'

Nay thông báo để hay biết." (**Cao Tông Thực Lục** quyển 1434, trang 1-2)

Tiếp theo Tuần phủ Quảng Tây Trần Dụng Phu tâu rằng Quốc vương Nguyễn Quang Toản xin dâng gộp hai lễ cống tạ ơn; nhưng Vua Càn Long chỉ nhận một phần tượng trưng:

"***Ngày 3 Quí Hợi tháng 10 năm Càn Long thứ 58* [6/11/1793]**. *Lại dụ rằng; Trần Dụng Phu tâu:*

'Cung kính dâng tờ biểu văn tạ ơn của Quốc vương An Nam Nguyễn Quang Toản; trong biểu văn xưng rằng viên Quốc vương xin đem 2 phần cống lần trước, gộp làm kỳ cống lần sau, để trình tiến một lần. Có nên chấp thuận như vậy hay không, xin đợi chiếu chỉ để thi hành.'

Trước đây nhân An Nam đường sa xa xôi, đã ra lệnh cho viên Tuần phủ báo tin cho Nguyễn Quang Toản không cần lại sai sứ đến kinh đô tạ ơn, nếu như đã khởi hành, thì trên đường cho trở về; những đồ cống phẩm, cũng cho mang về, không phải tiến trình. Nay lại căn cứ theo biểu tạ ơn của viên Quốc vương, khẩn thiết xin thu 2 phần cống phẩm, trình tiến theo lệ cống để biểu đạt tâm thành; tấm lòng và lời lẽ rất thành khẩn, thấy được sự cung thuận. Nay ra lệnh cho Trần

Dụng Phu tái thông báo cho viên Quốc vương rằng trước đây bị biện cống phẩm 2 phần, đã có chỉ dụ lệnh mang trở về, tức 1 phần cũng không trình lên. Nay đại Hoàng đế nghĩ đến việc viên Quốc vương hai, ba lần cầu khẩn, cho trình tiến một phần, đủ để biểu đạt lòng thành. Viên Quốc vương hãy kính tuân chỉ dụ, chỉ đưa một phần theo lệ trình tiến; không nên gửi biểu khẩn xin thêm nữa." (**Cao Tông Thực Lục** quyển 1438, trang 5-6)

Tại miền Nam vào cuối tháng 5 năm Quí Sửu [6/8-7/7/1793], Nguyễn Vương điều thuyền tiến đóng tại cửa biển Thị Nại [thành phố Qui Nhơn, Bình Định]; sai Võ Tánh đem quân đánh lấy đồn Tây Sơn ở chợ Thị Nại.

Tháng 6 [8/7-6/8/1793], Võ Tánh đánh vỡ quân địch ở cầu Tân Hội [huyện Tuy Phước, Bình Định]; quân Tây Sơn lui về Úc Sơn [thành phố Qui Nhơn, Bình Định], giữ chỗ hiểm đặt quân phòng thủ. Quân Chúa Nguyễn tiến đến cánh đồng Bình Thịnh, Nguyễn Nhạc sai con là Nguyễn Văn Bảo đem quân tinh nhuệ và voi đực ra khỏi thành đánh, bị thua. Vừa gặp bộ binh của bọn Tôn Thất Hội theo hai đường Hà Nha và Cù Mông [thành phố Qui Nhơn, giáp Phú Yên] kéo đến; Nguyễn Văn Bảo bèn đặt liền đồn trại từ Thổ Sơn đến Úc Sơn [thành phố Qui Nhơn, Bình Định] để chống quân ta.

Vương mật bảo Tôn Thất Hội ở gò Phú Quý [huyện Tuy Phước, Bình Định], dùng dân phụ cận dọn gai chặt cây giả cách làm đường sạn đạo, rồi đến đêm cùng Nguyễn Văn Thành dẫn quân ngậm tăm ngầm vượt Kỳ Sơn [huyện Tuy Phước, Bình Định], họp với đạo quân Võ Tánh để đánh úp sau lưng địch. Đương lúc chẳng ngờ, quân Tây Sơn và voi tán loạn, giày xéo lẫn nhau, chết không xiết kể. Lại sai Vũ Văn Lượng đem quân Tả chi đánh vào trước đồn Úc Sơn [thành phố Qui Nhơn, Bình Định], phóng lửa đốt trại lán. Thuộc nội cai đội Lê Văn Duyệt đem quân lên núi xông đánh. Quân địch thua chạy, tịch thu súng ống khí giới rất nhiều; tướng Tây Sơn Nguyễn Văn Bảo, bọn Đô đốc Đào Văn Hổ lui về thành Quy Nhơn. Các đồn Tây Sơn ở Phú Trung, Tân An [huyện Tuy Phước, Bình Định], Lam Kiều, Thạch Yển đều mất, nhờ đó quân Chúa Nguyễn thuỷ bộ thông nhau.

Hạ lệnh chiêu an, sai Cai bạ tri Trường Đà là Nguyễn Tử Châu đem 20 người túc trực xem xét các quân thuỷ bộ, có kẻ nào phạm cấm cướp bóc, bị dân tố cáo, xét đúng thì dùng ngay quân pháp để xử, không đợi phải bẩm lên.

Bắt những đinh tráng tại hai dinh Phú Yên và Bình Khang [Ninh Hoà, Khánh Hoà], mỗi người đều đem một tháng lương, đi theo Lưu thủ Nguyễn Văn Nhân và Cai bạ Lê Đăng Khoa đến quân thứ để chia đóng đồn. Lại hạ lệnh cho Bình Khang chiêu tập những binh ngạch súng giỏi bắn đại bác theo quân đánh giặc.

Sai Nguyễn Văn Trương quản 20 chiếc binh thuyền tiến đóng ở bãi biển xã Phường Mới để ngăn chặn thuyền giặc.

Nguyễn Nhạc sai tướng là đô đốc Đẩu đem 4.000 quân giữ thành tại núi Càn Dương [thành phố Qui Nhơn, Bình Định] cùng với thành Quy Nhơn làm thế dựa nhau.

Vương thân đốc cấm binh cùng các tướng tiến đánh. Quân Tây Sơn dựa chỗ cao bắn súng, đạn tuôn ra như mưa, quân Nguyễn không thể tiến được. Có Trần Công Hiến người Quảng Ngãi xin bí mật vào trong thành giặc để làm nội ứng. Vương chấp thuận, lại sai Nguyễn Đức Xuyên tới trước thành gọi binh giữ thành của giặc mà bảo rằng:

"Nay các thành đã bị quân Vương lấy được cả, thế của

Nhạc khốn bách, phải lui giữ cô thành. Đại binh bốn mặt vây đánh, chẳng mấy ngày sẽ hạ được. Các người muốn vì tên Đẩu giữ thành này để tự chuốc lấy chết hay sao ?"

Binh lính nghe nói, không bắn súng nữa; quân Nguyễn thúc trống reo hò tiến lên. Hiến xung đột ở trong thành nên quân địch chạy tán loạn. Đẩu trốn thoát, bắt được chỉ huy Trí đem giết, còn bao nhiêu đều tha cả; Trí trước đây giữ phủ Bình Khang tàn ngược với nhân dân mọi người đều oán, nên kể tội rồi giết.

Trong trận này, quân Nguyễn thu được đại bác đồng và gang 35 cỗ, thuyền biển hơn 80 chiếc, voi ba thớt, gạo lương một kho, cá mắm một kho, súng tay và khí giới không xiết kể. Hiến được trao chức Cai cơ, sai về Quảng Ngãi mộ được hơn 700 người thổ binh bổ làm chi Hiệu nghĩa.

Quân dân Quảng Ngãi đều xin Vương tiến quân ra, họ hứa sẽ làm nội ứng. Vương truyền dụ rằng:

"Những người trung nghĩa đời nào chẳng có ! Các ngươi chán Vương Mãng nhớ họ Lưu, tấm lòng ấy thật đáng khen.

Vả nay quân nhà vua thẳng đến Quy Nhơn, đã dẹp yên miền ấy và bốn mặt vây thành. Tên Nhạc kia tình trạng cũng như Côn Dương (6) nước ngập, binh sĩ tự tan, như cung Tuyên Thất(7) lửa bùng, trơ nhìn chờ chết. Ta sẽ sai một đạo quân đến cứu sống phủ các ngươi để chặt cánh tay phải của giặc và để yên ủi lòng dân. Các ngươi nên hiệp lực đồng tâm, khi nghe tin quân đến thì ứng theo ngay. Quan quân thì quay giáo đánh đàng sau, dân chúng thì chém cây làm khí giới, một là để trả ơn cho đất nước, một là để rửa hận cho cha anh. Thấy nghĩa làm ngay, thành công hẳn được. Các ngươi gắng lên".

Sai các đạo quân Tôn Thất Hội, Võ Tánh, Nguyễn Huỳnh Đức, Nguyễn Văn Thành tiến sát đến ngoài thành Quy Nhơn lập trại bao vây. Nguyễn Nhạc sai bọn đô đốc Đào Văn Hổ đóng đồn ở các xứ Dê Phụ, Ngạc Trì, Tam Tháp để cùng chống cự.

Vương muốn dùng phép "**thả diều phóng lửa**" của nước Tây Phương để đốt thành. Nhưng lại lo cho nhân dân trong thành, phần nhiều bị địch ức hiếp bắt theo, sợ khi thành cháy vạ lây, nên không nỡ. Sắc cho các quân không nên đánh gấp, để cho dân tự ra.

Tháng 7 [7/8-4/9/1793], Vương đích thân đôn đốc binh thuyền tiến đến cửa biển An Dụ [huyện Hoài Nhơn, Bình Định]. Sai bọn Nguyễn Văn Trương, Nguyễn Văn Nhân, Nguyễn Đức Thiện chia quân làm ba đạo tiến đánh các đồn Lại Dương và Bản Dương [đều thuộc huyện Hoài Nhơn, Bình Định], quân Tây Sơn vỡ chạy, quân Nguyễn bắt được 30 chiếc thuyền biển mới đóng, còn thuyền sai, thuyền chiến cùng gỗ ván thì đốt cháy hết. Tướng Tây Sơn là bọn Đô đốc Trung dũng đạo Nguyễn Công Thái, Cai bạ kiêm Công bộ Trần Văn Thái, Vệ uý các vệ Hổ hầu Hổ dực Nguyễn Văn Chinh, chỉ huy Đào Văn Lương và Nguyễn Văn Phát, đem hơn 300 quân đến đầu hàng.

Quản sáu đạo Quảng Ngãi là Nguyễn Tiến Lộc, Trần Công Chủ đến cửa quân xin theo; đều trao cho chức Chưởng cơ, theo dinh Trung quân sai phái.

Lại cho Nguyễn Đức Thiện làm Khâm sai thuộc nội cai cơ, quản chi Hiệu nghĩa, tiến giữ sông Trà Khúc [Quảng Ngãi], phàm những quan và binh ứng nghĩa trong hạt đều dưới quyền quản hạt.

Vương lại đem quân trở về cửa biển Thị Nại, rồi đến cầu Thạch Yển [thành phố Qui Nhơn, Bình Định] hạ lệnh cho quân các đạo dùng hoả xa đại bác(8) đánh thành Quy Nhơn. Quân Tây Sơn trong thành còn hơn 10.000 người, Nguyễn Nhạc cố giữ, đánh mãi không hạ được thành. Quân Chúa Nguyễn lại đánh đồn Dê Phụ, bắt được Đô đốc Đào Văn Hổ, các tướng tá đều hàng; quân địch ở Ngạc Trì nghe tin sợ chạy.

Sai Cai cơ là Phùng Văn Nguyệt, Tham luận Lê Đình Kiêm đốc thúc thu tô thuế phủ Quy Nhơn. Sai Hình bộ Nguyễn Văn Nghị tra xét những quân thuỷ bộ phạm pháp.

Tháng 8 [5/9-4/10/1793], quân Nguyễn vây thành Quy Nhơn đã lâu, Nguyễn Nhạc thế cùng, sai người báo cấp với Phú Xuân; Vua Nguyễn Quang Toản sai thuộc hạ là Thái uý Nguyễn Văn Hưng, Hộ giá Nguyễn Văn Huấn, Tư lệ Lê Trung, Tư mã Ngô Văn Sở đem bộ binh 17.000 người, voi 80 thớt cùng Đô đốc Hố và Chưởng cơ Thiêm đem hơn 30 chiếc binh thuyền, điều đại binh vào cứu viện. Bộ binh tới sông Trà Khúc [Quảng Ngãi] đánh nhau với quân ta. Chưởng cơ Trần Ngọc Chử chết ở trận, Nguyễn Đức Thiện lui giữ đèo Cung Quăng [chỗ tiếp giới Quảng Ngãi và Quy Nhơn]. Tin báo lên, Vương sai Nguyễn Văn Thành thống lĩnh hơn 8.000 quân các vệ tiến Bến Đá [Thạch Tân], chia đóng ở các ngả đường trọng yếu Sa Lung [Lòng Cát] và Hôn Cốc [Hang Tối], Đô đốc Nguyễn Kế Nhuận đem chi Hùng Võ, Nguyễn Công Thái đem chi Hiệu Trung, đều theo Thành điều khiển. Vương dụ rằng:

"*Việc đánh giặc Quảng Ngãi giao cả cho khanh. Phải làm thế nào để ngoài thì ngăn được quân giặc, trong thì giữ được nhân dân, mới xứng trách nhiệm can thành*" (9).

Lại nói:

"Trong bọn hàng tướng có Nguyễn Công Thái là người trọng hậu, lão luyện về việc binh, khanh nên khéo đối xử, đừng coi như mọi người".

Thuỷ binh Tây Sơn đóng ở cửa biển Đại Áp. Vương sai Cai cơ Trương Phước Luật quản hơn hai chục chiếc binh thuyền đến đánh Thái Cần [Dung Quất, Quảng Ngãi], cướp được 7 chiếc thuyền lương của địch, thừa thắng đến cửa Đại áp [huyện Núi Thành, Quảng Nam] đốt thuỷ trại khiến Đô đốc Hổ phải rút về Đại Chiêm [Cửa Đại, Quảng Nam], bộ binh lui giữ sông Vệ. Nguyễn Văn Thành xin tiến đánh, Vương dụ rằng:

"Binh pháp nói: trước hãy đứng ở chỗ không có thể thắng, để đợi khi có thể thắng; hãy giữ vững mình rồi sau mới đánh người. Hãy bền giữ đồn trại, không nên đánh gấp, đợi lúc cô thành đã nhổ được rồi sẽ hợp sức đuổi dài, thế mới là mưu hay vạn toàn".

Vương thấy quân ta bắt được nhiều thuyền biển của địch, bèn ra lệnh cho các quan cai quản thuỷ quân cứ theo ngạch thuỷ quân cũ ở hai phủ Quy Nhơn và Phú Yên, ghi hết vào sổ để sung bổ thuỷ quân.

Sai Lưu thủ Nguyễn Văn Nhân trở về Phú Yên đắp đồn La Thai, dựng kho tạm trữ thóc thuế để sẵn lương thực cho quân.

Có tên lính giặc từ sông Vệ [Quảng Ngãi] đến đầu hàng, quân tiền du Lục đạo cướp lấy của, lại cắt cả tai. Vương nghe tin, sai chém kẻ phạm tội để răn; lại dụ Nguyễn Văn Thành rằng:

"Nó dù là đảng giặc mà biết bỏ chỗ tối tới chỗ sáng như thế, há không động được lòng người sao mà lại cắt đứt con đường chạy lại của người ta ? Vả quân Lục đạo chưa quen kỷ luật, từ nay nên lấy quân các vệ làm tiền du, quân Lục đạo làm hậu ứng. Phàm có quân hay tướng giặc quy hàng, tức thì đưa đến hành tại, không được ngăn trở quấy nhiễu".

Tháng 9 [5/10-3/11/1793], vua thứ hai nước Xiêm La cùng với đại tướng là Phi Nhã Chất Tri đem quân sang giúp ta, quân bộ 5 vạn đóng ở Nam Vang, chiến thuyền 5 trăm đậu ở Hà Tiên, rồi sai sứ mang thư đến Gia Định. Quan lưu trấn dùng lễ vật khoản đãi rồi đưa sứ giả đến nơi Vương đóng quân. Vương sai trả lời thoái thác, đại lược nói tiết trời gần mùa gió bấc, đường thuỷ không tiện; do đó quân Xiêm bèn kéo về.

Nguyễn Quang Toản phát thêm viện binh do đường thượng đạo Sa Lung kéo vào, thế quân rất thịnh. Vương thấy quân ta vây thành phải chống giặc hai mặt, mà tướng sĩ thì lâu ngày mỏi mệt, lại gặp mùa mưa, bèn ra lệnh cho các tướng rút quân về.

Thuyền Vương từ cửa Thị Nại về đóng ở cửa Xuân Đài [huyện Sông Cầu, Phú Yên]; Võ Tánh, Nguyễn Văn Trương đều đem thuỷ binh đi theo.

Sai Tôn Thất Hội dùng bộ binh ở lại trấn thủ Phú Yên, Nguyễn Huỳnh Đức quản hai chi Túc Oai và Kiến Võ giữ trung đạo La Thai, Nguyễn Long cai quản chi Chấn Võ giữ thượng đạo Thạnh Thành, Vũ Văn Lượng và Nguyễn Văn Nhân quản 36 chiếc sai thuyền giữ hạ đạo Vũng Lấm [huyện Sông Cầu, Phú Yên]; toàn bộ đều do Hội điều bát.

Thuyền Vương đến cửa biển Nha Phu [Ninh Hoà, Khánh

Hoà]. Đắp bảo Mông Phụ [Gò Xoài] ở Bình Khang; Vương đến xem, đắp xong sai Nguyễn Văn Thành giữ.

Đặt nhà trạm và kho tạm từ Bình Thuận vào Nam, cho đến trạm Hưng Phước [Bà Rịa]

Sai Võ Tánh quản năm vệ Ban Trực tả, hữu, Tuyển Phong tả, hữu và Long Võ, cùng bệnh binh các vệ và các tướng sĩ mới đầu hàng, đi chiến thuyền về Gia Định trước, Nguyễn Văn Trương đem thuỷ quân đậu ở cửa biển Cù Huân [Nha Trang, Khánh Hoà] để đợi Nguyễn Vương.

Vương thấy bảo cũ Hoa Bông địa thế tốt, đánh hay giữ đều tiện, bèn sai các quân và điều động 3.000 dân Bình Thuận, 1.000 dân Thuận Thành khởi đắp trọn một tháng thì xong, gọi là thành Diên Khánh, tức là tỉnh lỵ Khánh Hoà ngày nay. Thành cao 1 trượng [4 mét], chu vi hơn 510 trượng [510 . 4 = 2.040 mét], mở sáu cửa, đông và nam đều có một cửa, tây và bắc đều hai cửa, trên cửa có lầu, bốn góc có cồn đất.

Triệu Lưu thủ Bình Khang là Nguyễn Thoan và Ký lục là Đặng Hữu Đào đến hành tại, lưu Cai bạ Nguyễn Y Mân hiệp theo Nguyễn Văn Thành để biện lý các việc ở dinh.

Nguyễn Nhạc chết; các tướng Tây Sơn Nguyễn Văn Hưng, Nguyễn Văn Huấn thuộc phe Nguyễn Quang Toản ép Nguyễn Nhạc mà giữ lấy thành, Nhạc tức giận phát bệnh chết. Quang Toản phong cho con Nhạc là Nguyễn Văn Bảo làm Hiếu công, cắt huyện Phù Ly [Phù Mỹ, Bình Định] cho làm thực ấp. Văn Bảo rất bất bình, mẹ Bảo nói khích rằng:

"*Mở mang bờ cõi đều là công của cha mày, nay Quang Toản cho mày ăn lộc một huyện, thà chết còn hơn chịu nhục*".

Tháng 10 [4/11-2/12/1793], Tôn Thất Hội dâng biểu nói:

"*Mùa mưa lụt, nước sông Đà Diễn* [sông Đà Rằng, thị xã Tuy Hoà, Phú Yên] *chảy gấp, sợ quân giặc lấn vào, tiến thoái đều khó, xin lùi về sông Bàn Thạch* [huyện Tuy Hoà, Phú Yên] *mà đóng*".

Vương quở trách rằng:

"*Hiện nay đối với xã tắc và nhân dân, mối lo của ta tức là mối lo của khanh vậy. Đất Phú Yên là nơi đứng mũi chống giặc, được khanh ở đó ta mới yên lòng. Thế mà khanh là Đại tướng trấn nơi trọng yếu, thấy giặc nhòm ngó mà đã sợ không dám tiến, lại vô cớ muốn lui quân, chẳng phải là tự mình tỏ ra hèn yếu để cho giặc cười sao. Huống chi thượng đạo thì có Nguyên Long, hạ đạo thì có Nguyễn Văn Nhân, đủ giúp đỡ nhau. Nếu giặc đến mà chống không nổi, bấy giờ lui cũng chưa muộn. Nay nếu sợ giặc mà muốn lánh thì đem đầu về hiến, tự có tướng khác thay ngay! Ta nghe khanh ở trong quân ngày đêm say mềm, nếu quân giặc biết, há chẳng hỏng việc ư ? Lại nghe quân sĩ xuống làng cướp phá, không ngăn cấm được, lỗi ấy ở ai ? Phép đáng trị nặng, nhưng e người ta bàn tán nên hãy tạm tha. Từ nay phải nghiêm thêm tướng lệnh mà giữ yên lấy dân trong hạt...., để xứng với trách nhiệm được uỷ thác*".

Tù trưởng dân tộc thiểu số Đồng Hương ở phủ Bình Khang đến hành tại bái yết; ban cho y phục, cho lệ theo Cai cơ Nguyễn Văn Quế, trở về thượng đạo, tập hợp dân đặt đồn phòng giữ.

Truy lục các tướng sĩ chết vì việc nước ở hai phủ Diên Khánh và Bình Khang; hỏi rõ con cái anh em, chọn lấy một người thân nhất, biên rõ họ tên, làm sổ chuyển nộp, để tuỳ công mà lục dụng.

Triệu Nguyễn Văn Thành về giữ Diên Khánh, Nguyễn Huỳnh Đức thay giữ Bình Khang.

Vương đem quân về Gia Định, khi thuyền ra biển, gió to nổi lên; thuyền hộ tống của Tham tri Hộ bộ Nguyễn Đức Chí và Cai đội túc trực Lưu Văn Trung bị lật chìm; Vương bèn ra lệnh cho các quân lên bộ mà về.

Khiến Khâm sai cai cơ Trần Phước Chất sang Xiêm báo tin thắng trận. Tặng Phật vương một chiếc thuyền rồng, hai cây hoa vàng bạc, mười lạng ký nam, sáp ong và đường cát đều 500 cân; tặng Vua thứ hai 2 cây hoa vàng bạc, sáp ong và đường cát đều 500 cân.

Tổ chức những quân thất lạc trở về và các tướng sĩ mới hàng làm ba vệ Uy võ, Trung kích và Tiền kích dinh Hậu quân, lấy Khâm sai cai cơ Võ Di Minh làm chánh vệ vệ Uy Võ.

Đổi vệ Thần sách làm quân Thần sách; các đội Ban trực tiền, tả hữu, hậu làm bốn vệ tiền, tả, hữu, hậu; các đội Ban trực tuyển phong tiền, tả, hữu, hậu làm bốn vệ tiền, tả, hữu, hậu; các đội Túc trực làm vệ Túc trực, đều lệ vào quân Thần sách.

Tháng 11 [3/12/1793-1/1/1794], Vương thấy quân cấm vệ theo đi đánh trận đã lâu ngày, ra lệnh cho chia làm hai phiên để nghỉ ngơi, cứ 15 ngày một hạn, hết hạn lại đến hàng ngũ.

Lấy thuộc nội cai đội là Thái giám Lê Văn Duyệt làm thuộc nội vệ úy. Duyệt là người Chương Nghĩa [huyện Tư Nghĩa], phủ Quảng Ngãi, sinh ra thiếu bộ phận sinh dục, lúc đầu sung làm chức Thái giám, từng đem quân ra trận, trầm mặc đánh giỏi. Đến nay vì tòng chinh có công, được trao chức này.

Đặt vệ Hùng võ quân Thần sách, lấy người quê ở Bắc Hà thuộc ba đội của vệ Ban trực tuyển phong hậu bổ sung vào. Lấy Thuộc nội nội cai đội Nguyễn Đức Xuyên làm Vệ úy, Trần Văn Huy làm Phó vệ úy.

Tổ chức quân Lục đạo Quảng Ngãi làm ba đội Trung võ, Tả võ, Hữu võ hiệu Quảng Vũ dinh Trung quân, lấy Khâm sai cai cơ đội Trịnh Quang Chiêu làm trưởng hiệu để quản suất.

Sai Cai đội Quảng Nói Vè và đội trưởng Pa Đơ Chê người Âu Châu sang thành Goa, thuộc địa của Bồ Đào Nha tại Ấn Độ và xứ Malacca, Mã Lai, tìm mua khí giới.

Triệu Nguyễn Văn Thành về. Sai Đông cung Cảnh trấn thành Diên Khánh, cho Giám mục Bá Đa Lộc đi theo. Khiến Phó tướng Tả quân Phạm Văn Nhân, Giám quân Trung dinh Tống Phước Đạm, Lưu thủ cai cơ quản suất Trấn Định là Mạc Văn Tô, Cai cơ đạo Tân Châu là Nguyễn Đức Thành cùng các tướng sĩ đi theo để điều bát. Khi sắp đi Vương dụ Đông cung rằng:

"Đất Diên Khánh bốn mặt đều là chiến trường, dân chúng lầm than lắm rồi. Ta ngày đêm vất vả, nếm đủ đắng cay mới giành được miếng đất ấy. Con nên chuyên tâm, trong giữ yên dân, ngoài lo chống giặc, để đáp tấm lòng mong mỏi của dân và khiến quân giặc phải sợ. Con phải gắng làm như chính ta trông thấy".

Lại nói:

"Đế vương từ xưa chưa ai là không học. Thế cho nên Thái Giáp làm được cháu hiền của Vua Thang, Thành Vương làm được vua giỏi của nhà Chu, cũng đều nhờ học mà nên đức. Khi việc binh rỗi con nên vâng theo sư phó, chăm đọc kinh

sách, khiến cho sự học được sáng tỏ, nghiệp đức được tiến lên. Đến như đối với xung quanh thì nên gần người ngay thẳng, xa kẻ gian tà, thế mới gọi là sáng suốt biết người. Ra đi nên kính nhớ lấy".

Lại dụ Phạm Văn Nhân và Tống Phước Đạm giúp đỡ Đông cung, định nghiêm tướng lệnh, tự cai cơ trở xuống, không tuân mệnh thì chém.

Triệu Nguyễn Huỳnh Đức về, khiến lưu những quân Chân Lạp, Chà Và [Java] do Đức cai quản, ở lại Diên Khánh để sung sai phái.

Triệu Tôn Thất Hội về, khiến Vũ Văn Lượng và Nguyễn Long Hiệp với Lưu thủ Nguyễn Văn Nhân cùng giữ Phú Yên.

Đông Cung Cảnh đến Diên Khánh, lại sai Mạc Văn Tô và Nguyễn Đức Thành đi Phú Yên hội đồng với bọn Vũ Văn Lượng trù tính việc quân.

Bắc cầu qua sông Vàm Cỏ [Long An], sai Trương Phước Luật trông nom công việc.

Tháng 12 [2/1-30/1/1794], lấy Cai cơ phó Tiền chi Tiền quân Nguyễn Tiến Lượng quản đạo Kiên Giang, Cai cơ đốc chiến Nguyễn Khoa Cương quản hai đạo Tân Châu [An Giang] và Châu Đốc [An Giang], Cai cơ Tiền chi Hậu thuỷ dinh là Nguyễn Bình quản đạo Cần Giờ [Sài Gòn], kiêm hai đạo Vũng Tàu [Bà Rịa, Vũng Tàu] và Đồng Tranh [Sài Gòn].

Dân Xiêm đói, xin mua gạo ở Kiên Giang [Rạch Giá], quản đạo Nguyễn Tiến Lượng đem việc tâu lên. Vương nói:

"Nước ta với nước Xiêm vốn có tình láng giềng tốt với nhau, dân Xiêm cũng như dân ta, sao nỡ thấy người ta đói kém mà không thương?".

Bèn ra lệnh bán gạo.

Chú thích:

1. Bình Nhi: Theo **Vân Đài Loại Ngữ** của Lê Quí Đôn, Bình Nhi là cửa ải quan trọng ở tây bắc biên giới tỉnh Lạng Sơn và Trung Quốc.

2. Thuỷ Khẩu: Theo **Vân Đài Loại Ngữ**, cửa Thuỷ Khẩu là một cửa khẩu quan trọng ở tỉnh Cao Bằng.

3. Du Thôn: Cửa ải ở thôn Du Thôn, xã Bảo Lâm, châu Văn Uyên; nay thuộc huyện Cao Lộc tỉnh Lạng Sơn. Theo **Phương Đình Dư Địa Chí**, phàm giao tống công văn (việc thường) và khách thương đi lại giữa ta và Trung Quốc đều do cửa này.

4. Ngao trưởng: tức Trưởng kho.

5. Hoa Sơn: phố Hoa Sơn, thuộc Thất Khê, huyện Tràng Định, Lạng Sơn.

6. Côn Dương: tên một huyện thời Hán, nay thuộc tỉnh ly tỉnh Hà Nam. Xưa vua Quang Vũ nhà Đông Hán đánh bại quân Vương Mãng ở đó.

7. Tuyên Thất: cung của nhà Ân; khi Vũ Vương đánh được Trụ, bắt treo cổ giết ở cung này.

8. Hoả xa đại bác: đại bác của người Âu Châu, có bánh xe di động như xe.

9. Can thành: tức can qua và thành quách, chỉ vũ khí và thành để bảo vệ đất nước

174.
Nhà Tây Sơn: Quang Toản [1793-1801] (3)

Chú họ của Cựu hoàng Lê Chiêu Thống là Lê Duy Trị trốn sang Trung Quốc, các quan tại Lưỡng Quảng cùng Vua Càn Long bàn định cho an sáp tại tỉnh Giang Nam:

"***Ngày 30 tháng giêng năm Càn Long thứ 59*** [1/3/1794]. *Tổng đốc Lưỡng Quảng Giác La Trường Lân, Tuần phủ Quảng Tây Trần Dụng Phu tâu rằng:*

'Chú họ của Lê Duy Kỳ, bà con thân chịu tang chung là Lê Duy Trị, cùng Trương Đình Quyến từ An Nam, cải trang cạo tóc xin đầu thuận, xin được an trí. Tra xét tên Di này thuộc họ Lê, chi phái gần, không tiện đuổi về nước này, rồi sinh hấn khích. Nếu lưu tại Lưỡng Quảng, cương vực giáp giới; nếu người trong nước nghe tin con cháu họ Lê trốn vào nội địa, thì cũng không thành sự thể.'

Phê rằng nhận xét đúng. Lại tâu:

'Trước đây thời Lê Duy Kỳ đầu thuận nội địa, những người tuỳ tòng đều cho an sáp tại các xứ như Chiết Giang, Giang Ninh.'

Phê đúng. Lại tâu:

'Nay chủ tớ Lê Duy Trị chỉ có 2 người, xin theo tiền lệ giải đến Giang Nam [Giang Tô, An Huy] *cho an sáp.'*

Nhận được chiếu chỉ:

'Cho làm như vậy.'" (**Cao Tông Thực Lục** quyển 1445, trang 15-16)

Vua Càn Long căn dặn Tổng đốc Giang Nam Thư Lân sai thuộc hạ lưu tâm kiểm tra, không để cho hai người này cấu kết với những người An Nam đã an sáp tại đây rồi gây sự:

"***Ngày 16 tháng 6 năm Càn Long thứ 59*** [12/7/1794]. *Lại dụ:*

Theo lời tâu của Trần Dụng Phu:

'Người chú họ gần của Lê Duy Kỳ là Lê Duy Trị mang tuỳ tòng Trương Đình Quyến đến đầu thuận, điều tra thì không có lý do gì đặc biệt; đã tuân theo chiếu chỉ sai người đem bọn Lê Duy Trị đến Giang Nam và báo rõ cho Thư Lân sắp xếp an sáp.'

Lê Duy Trị là bà con gần với Lê Duy Kỳ họ Lê, xin đầu thuận nội địa. Tuy điều tra thì không có lý do đặc biệt, nhưng cũng không nên cả tin. Đất Giang Nam trước đây từng an sáp người nhà Lê cũ, yên tĩnh đã lâu; không thể để cho bọn chúng thông đồng, gây sự phiến động. Nay truyền dụ Thư Lân, sau khi Lê Duy Trị được giải đến, cho an sáp ổn thoả, và sức thuộc hạ lưu tâm kiểm tra, không để cho gây sự, như mới thoả đáng." (**Cao Tông Thực Lục** quyển 1455, trang 3-4)

Do Vua Tây Sơn gửi biểu văn sang nhà Thanh tâu rằng họ hàng nhà Lê không có người nào tên là Lê Duy Trị, nên được lệnh đem hai người đến kinh sư điều tra thêm. Lê Duy Trị khai nguyên tên là Lê Duy Phổ; cho gặp mặt mẹ Cựu hoàng Lê Chiêu Thống và thân nhân hoàng tộc nhà Lê, thì đều xác nhận là bà con. Sau đó Vua Càn Long gửi chiếu thư cho Quốc vương Nguyễn Quang Toản, nói rõ sự việc:

"***Ngày 22 tháng 10 năm Càn Long thứ 59*** [14/11/1794]. *Lại dụ các Quân cơ đại thần:*

Ngày hôm này Uỷ viên từ Giang Ninh [Nam Kinh] *đem 2 người Lê Duy Trị, Trương Đình Quyến giải tới. Lệnh Quân cơ đại thần tra hỏi rõ ràng, khai rằng y nguyên tên là Lê Duy Phổ, cùng chung tằng tổ* [đời cố], *thuộc vai chú Lê Duy Kỳ; lại cầm bút khai phổ hệ chi phái, cùng tình hình* [những người] *tỵ nạn đầu thuận, tương đối rõ ràng. Lại ra lệnh cho mẹ Lê Duy Kỳ và Lê Duy An nhận diện, xác minh bọn này; lúc gặp thì ôm đầu khóc, xét lời nói và sắc mặt thì không phải là giả dối. Vậy Lê Duy Phổ thuộc thân tộc họ Lê, không còn nghi ngờ gì nữa.*

Trước đây biểu văn của Nguyễn Quang Toản xưng rằng e bọn này do Thổ mục mạo danh đầu thuận, hiển nhiên là giả tạo; nay đặc cách ban sắc dụ huấn thị rõ ràng. Bọn Tổng đốc nhận được, lập tức sai phái viên mang đến trấn Nam Quan, vẫn ra lệnh cho Thành Lâm ban cấp.

Sau khi phụng mệnh, lệnh đợi viên Quốc vương tiếp nhận xong, tâu phúc đáp ra sao; hoặc y tâu trình đầy đủ, viên Tổng đốc tiếp nhận được, thì cấp tốc tâu lên. Ngoài ra đem Lê Duy Phổ,Trương Đình Quyến 2 người đến Kim Giản gần đó, cho nhập vào Tá lãnh họ Lê để cho an sáp. Đem dụ này truyền để hay biết.

Sắc dụ Quốc vương An Nam Nguyễn Quang Toản rằng:

'Trước đây theo lời tâu của Tổng đốc Lưỡng Quảng Trường Lân rằng nước An Nam trình tiến biểu văn, xưng rằng 'Tra khắp nước không có người nào tên là Lê Duy Trị, những người trong họ Lê cũng không có sự bôn đào. Sợ rằng

dư đảng bọn Thổ mục nước này là Nồng Phúc Tấn, Hoàng Văn Đồng mạo xưng để xin đầu thuận; khẩn xin tra cứu.' Trẫm nhân đó sai Ngự tiền đại thần Phúc Trường An tra hỏi Nguyễn thị, mẹ của Lê Duy Kỳ, cùng bọn Lê Duy An; thì chúng cùng xưng rằng y là anh em họ gần, cũng không phải tên là Lê Duy Trị; như vậy biểu văn trước của ngươi không phải là sai sự thực, đáng được giáng chỉ dụ khen thưởng. Lại ra lệnh cho Tổng đốc, Tuần phủ Giang Nam đem Lê Duy Trị, bị an sáp tại tỉnh này, đến kinh đô. Qua Trẫm ra lệnh, Quân cơ đại thần tra hỏi thêm được biết Lê Duy Trị vốn tên là Lê Duy Phổ, từng được phong là Giao Quận công, thuộc vai chú của Lê Duy Kỳ, hai người cùng chung cố nội; bèn ra lệnh khai trình phổ hệ, kê khai rất chi tiết. Lại ra lệnh cho mẹ Lê Duy Kỳ cùng Lê Duy An nhận mặt, cả hai bên đều biết nhau; vậy Lê Duy Phổ là bà con gần của nhà Lê, không còn nghi ngờ gì nữa.

Trẫm phủ ngự trong ngoài, đối xử chung một lòng nhân; trước đây họ Lê thần phục Thiên triều đã hơn một trăm năm, bởi vậy lúc mẹ con Lê Duy Kỳ đến đầu thuận, Trẫm gia ơn an sáp. Sau khi Lê Duy Trị đầu thuận nội địa, đã cho an sáp tại Giang Ninh; rồi biểu văn của ngươi cho rằng sợ y thuộc dư đảng của Nồng Phúc Tấn, Hoàng Văn Đồng mạo xưng, nên giải bọn y về kinh đô. Nếu như thực sự mạo xưng, thì cho gửi trở về nước ngươi. Nay tra vấn rõ, Lê Duy Trị vốn tên là Lê Duy Phổ, cũng không phải là dư đảng của hai họ Nùng, Hoàng; nên lý không thể trả về nước ngươi, để cho ngươi xử trị. Còn dư đảng của hai họ Nùng, Hoàng, ắt còn tại nước ngươi; tự ngươi cho tìm kiếm xử trị. Ngoài ra thủ hạ của bọn Lê Duy Phổ tại An Nam, nên xử trí như thế nào, do nước ngươi lo liệu. Nói tóm lại, cha ngươi nhận ơn sâu của Trẫm, được phong tước Vương để trông coi phên dậu; ngươi kế thừa cơ nghiệp, cần giữ lãnh thổ an ninh, kính cẩn thận trọng, ngưỡng thừa ân quyến. Những người thuộc chi gần họ Lê, đã được Thiên triều an sáp, không thể trở lại nước ngươi sinh sự, ngươi không cần phải lo điều này. Dụ ngươi một cách rõ ràng khắc thiết, kính cẩn phụng thừa Trẫm mệnh, tăng cung thuận gấp bội, không để mất nghiệp cũ, được hưởng ân đức. Đặc dụ." (**Cao Tông Thực Lục** quyển 1463, trang 15-17)

Tại miền Nam vào tháng giêng năm Giáp Dần [31/1-1/3/1794], chưởng dinh Hữu quân Nguyễn Huỳnh Đức về đến Diên Khánh, dâng biểu xin cùng với bộ thuộc lưu lại để giúp Đông cung. Nguyễn Vương khen, sai đem tặng áo mùa xuân, nhưng sau lại triệu về Gia Định.

Tuần biển Phú Yên bị giặc biển Tề Ngôi cướp mất 7 chiếc thuyền; Vương xuống dụ nghiêm trách, sai đưa hết thuyền về Diên Khánh.

Cấm quan quân không được bán ngựa cho người nước ngoài, trái lệnh không kể ngựa tốt hay xấu, đều bị tội chết.

Tháng 2 [2/3-30/3/1794], ban áo mùa xuân cho Thượng đạo tướng quân Nguyễn Long, Lưu thủ Phú Yên Nguyễn Văn Nhân, Hiệu uý Tả chi Vũ Văn Lượng và các tướng hiệu. Lại lấy ở kho 10 cây gấm đoạn, đem đến Diên Khánh bảo Đông cung rằng nếu như có tù trưởng người Đê đến yết kiến thì ban cấp cho.

Tháng 3 [31/3-28/4/1794], quân Tây Sơn thuộc phe Nguyễn Quang Toản sai tướng là Thái uý Nguyễn Văn Hưng và Tổng quản Trần Quang Diệu đem quân thuỷ quân bộ vào thành Quy Nhơn [Bình Định]. Vương truyền dụ cho Đông cung Cảnh chỉnh đốn tướng sĩ, phòng bị nghiêm mật. Đông cung dâng biểu:

"Quân lấy lương ăn làm đầu, nay lương quân ở Diên Khánh chỉ đủ dùng một tháng, sợ thiếu".

Vương liền sai chỉ huy dinh Tiên phong Nguyễn Văn Thành thống lĩnh binh thuyền chở hơn 4 vạn phương gạo [phương= 30 lít]; nhưng đến Vũng Tàu ngược gió chưa tiến được. Lại sắc cho Lưu thủ Bình Thuận Nguyễn Văn Tánh theo đường bộ chở 3.000 phương gạo kho đi suốt ngày đêm, để kịp chi phát.

Sai Cai cơ chi Túc vệ là Nguyễn Văn Lợi đem quân sở thuộc và quân chi Kiến Võ đi Bình Thuận thay cho Nguyễn Văn Tánh, chia đi tuần phòng các đường thuỷ đường bộ trọng yếu.

Hơn 60 thuyền Tây Sơn đậu ở hòn Đồi Mồi, chợt bị bão, một chiếc thuyền cùng 25 binh sĩ dạt vào cửa Tiểu [Tiền Giang], bị bắt giải đến Gia Định.

Tướng Tây Sơn là Nguyễn Văn Hưng đem 40.000 quân bộ xâm phạm Phú Yên. Lưu thủ Nguyễn Văn Nhân báo cho thành Diên Khánh; Đông cung ra lệnh cố giữ để chờ viện binh. Nhân cho rằng quân ít không chống nổi, cùng với Vũ Văn Lượng, Mạc Văn Tô, Nguyễn Đức Thành rút lui. Chợt có tin gián điệp báo rằng quân Tây Sơn đi đường núi xuống Ba Ngòi [Cam Ranh] để triệt đường lương quân nhà Nguyễn; Đông cung bèn sai bọn Nhân đến Mai Nương [huyện Ninh Phước, Ninh Thuận] để phòng bị. Việc tâu lên, Vương giục Nguyễn Văn Thành đốc suất các thuyền lương tiến vào Bình Thuận, vẫn điều hai chi Túc Uy và Kiến Võ cứ chở gạo lương đến thành Diên Khánh.

Tháng 4 [29/4-28/5/1794], tướng Tây Sơn Trần Quang Diệu đem thuỷ binh vào cửa biển Nha Trang; bộ binh của Nguyễn Văn Hưng cũng đến Bình Khang; họp quân tiến sát thành Diên Khánh, vây ba mặt.

Đông cung triệu Vũ Văn Lượng về thành chống giữ, sai Nguyễn Văn Nhân đóng đồn Long Cương [Gò Rồng], Mạc Văn Tô và Nguyễn Đức Thành đóng đồn ở Ba Ngòi, Nguyễn Long đóng đồn ở Thượng đạo, để chặn đường không cho địch thông viện. Quân Nguyễn Văn Thành đến, bèn cùng Nhân tiến đóng ở các xứ Phong Lộc và Cầu Dài [Trường Kiều]. Tây Sơn đánh thành liền mấy ngày; súng trong thành bắn ra, quân địch chết và bị thương rất nhiều. Vua nghe tin, bèn thân cử đại binh đi đánh, sai chạy dụ cho Đông cung rằng:

"Giặc cậy đông mà kiêu, không đáng lo. Con nên cùng các tướng giữ thành cho vững, không bao ngày nữa đại binh sẽ tới. Nếu bỏ thành ấy thì từ Chánh phó tướng trở xuống đều lấy quân pháp trị tội".

Sai Chưởng Hữu quân Nguyễn Huỳnh Đức, Lễ bộ Nguyễn Đô, Tham mưu Nguyễn Thái Nguyên, Hộ bộ Phan Thiên Phước, Hình bộ Nguyễn Văn Nghị ở lại trấn giữ Gia Định, kiêm coi các việc binh dân bốn dinh Trấn Biên, Phiên Trấn, Trấn Định, Vĩnh Trấn; Vệ uý vệ Ban trực hữu Tô Văn Đoài quản quân các vệ để phòng giữ thành Gia Định.

Vương thân đem thuỷ quân cứu viện. Sai Chưởng Tiền quân Tôn Thất Hội điều bát dinh Tiền thuỷ làm tiên phong, Chưởng Hậu quân Võ Tánh điều bát dinh Hậu thuỷ làm hậu tập, thuộc nội cai cơ Võ Di Nguy thống suất dinh Trung thuỷ để hộ giá, Hộ bộ Trần Đức Khoan, tham tri Nguyễn Văn Mỹ và Nguyễn Kỳ Kế đi theo trông coi việc lương.

Thuyền Vương tiến đến vũng Diên [Khánh Hoà], nhìn xa thấy thuyền của Tây Sơn ở Hòn Chông; đạo quân Tôn Thất Hội đuổi theo không kịp, bèn đóng lại Vũng Tàu Phan Rang.

Tây Sơn nghe tin đại binh đến, tức thì giải vây Diên Khánh, quân thuỷ chạy về Quy Nhơn, quân bộ lui về Phú Yên. Vương được tin liền sai Nguyễn Văn Thành đem quân theo Đông cung đánh đuổi, để Nguyễn Đức Thành ở lại giữ thành Diên Khánh.

Tháng 5 [29/5-26/6/1794], thuyền Vương tiến đóng ở cửa biển Xuân Đài [huyện Sông Cầu, Phú Yên], sai Võ Tánh đem quân đánh giặc ở chợ Hội An [Phú Yên], quân Tây Sơn thua, lùi giữ Thị Dã [huyện Vân Canh, Bình Định]. Vương điều Tánh rút, rồi sai Nguyễn Văn Thành kiêm quản quân Nguyễn Long, Võ Văn Lượng, Mạc Văn Tô, Nguyễn Văn Tánh, Nguyễn Văn Lợi do các xứ Hà Nha [huyện Vân Canh, Bình Định], An Tượng ở thượng đạo mà đánh sau lưng địch, vẫn theo lệnh tiết chế của Đông cung.

Thuyền Vương đến cửa biển Thị Nại, tiến đánh Bình Định lần thứ hai. Mặt trận khác, sai Tôn Thất Hội lãnh quân các vệ đánh các bảo Tiêu Cơ, Mai Nương [huyện Ninh Phước, Ninh Thuận], đều lấy được. Quân Tây Sơn thua chạy, tịch thu hơn 40 cỗ đại bác và khí giới không xiết kể. Phía quân Nguyễn Phó tướng Tiền quân Nguyễn Văn Thư bị trúng đạn chết; Hội sai Cai cơ Nguyễn Đình Đắc đuổi theo tới núi Tam Toà, bắt được 800 quân địch.

Tổng quản Trần Quang Diệu và Đổng lý giặc là Nguyễn Văn Thận từ Diên Khánh rút về, đem 8.000 quân chia đóng ở Nhạn Châu [Bãi Nhạn], Sâm áo [Vũng Sâm]; bị đánh giết và bị thương rất nhiều.

Thuỷ quân Nguyễn chặn ngang cửa biển. Thái uý Tây sơn là Nguyễn Văn Hưng, Thống lĩnh Nguyễn Văn Chân ở trong cửa biển chẹn chỗ hiểm chống giữ. Riêng Hộ giá Nguyễn Văn Huấn giữ chợ Vân Sơn [huyện Vân Canh, Bình Định] và Điểm kiểm Trấn Viết Kết giữ đồn Hà Nha [huyện Vân Canh, Bình Định] để chống bộ binh Nguyễn. Đông cung dâng biểu xin chia đường tiến đánh; Vương dụ rằng:

"Thuỷ binh giặc đương khốn với ta, tiến lui đều khó. Thuỷ thua thì bộ cũng thua theo, việc gì mà lo. Con nên ra lệnh cho Nguyễn Văn Thành cùng các tướng tuỳ địa thế đặt đồn bảo ở khoảng La Thai và Hà Nha, lại đặt thêm trọng binh ở Cù Mông [thành phố Qui Nhơn, giáp Phú Yên], *hễ giặc tiến thì ta lùi, giặc lùi thì ta tiến, làm thế "bạng duật tương trì", chờ khi ta phá được thuỷ binh giặc thì bấy giờ sẽ đánh úp lấy thành Quy Nhơn, dễ như trở bàn tay vậy".*

Tháng 7 [27/7-24/8/1794], sai truyền dụ cho quan Lưu trấn Gia Định phái chở gạo lương ra chứa ở Diên Khánh.

Vương từ Bình Định rút về cửa biển Cù Huân [Nha Trang, Khánh Hoà], vào thành Diên Khánh; Nguyễn Văn Thành tháp tùng. Để Nguyễn Văn Trương ở lại kiêm quản binh thuyền hai vệ Ban trực hậu và Tuyển phong hậu đóng giữ địa đầu tỉnh Phú Yên, Trương Phước Luật kiêm quản binh thuyền ba vệ Ban trực tả, Ban trực hữu, Tuyển phong tiền, đóng giữ Vũng Lấm [huyện Sông Cầu, Phú Yên]. Sai Nguyễn Long và Võ Văn Lượng giữ Phú Yên, Mai Tiến Vạn và Nguyễn Văn Nguyện giữ Thạch Thành [huyện Tuy Hoà, Phú Yên].

Miễn việc bắt lính tại Phú Yên, nếu ai tòng quân thì được miễn sưu thuế; cho sửa đắp thành Diên Khánh.

Tháng 8 [25/8-23/9/1794], Vương thấy Đông cung đóng lâu tại Diên Khánh, bèn sai đem tướng sĩ dinh Tả quân về Gia Định trước.

Tháng 9 [24/9-23/10/1794], Nguyễn Vương đem quân về Gia Định, để Chưởng hậu quân Võ Tánh ở lại trấn giữ thành Diên Khánh. Qua sự thoả thuận với Vương, người Xiêm đưa vua nước Chân Lạp là Nặc Ấn về nước. Trước kia Ấn bị người Chà Và [Java] đánh, phải chạy sang Xiêm; đến nay Xiêm đưa Ấn về nước, rút Chiêu Thuỳ Biện về giữ Bắc Tầm Bôn [Battambang, Cambodia]. Ấn sai sứ đến tạ ơn;Vương sai Bảo hộ Nguyễn Văn Nhàn và Vệ uý Lê Thành Lý đem các thứ gấm đoạn ban thưởng, lại cho 4.000 hộc thóc, 800 phương gạo.

Vua Thuỷ Xá mới lên ngôi, sai người đến thượng đạo Phú Yên thông hiếu, xin làm phiên thuộc. Bọn Nguyễn Long và Võ Văn Lượng tâu lên; Vương sai ban cho 2 chiếc áo gấm và những vật như cồng [chiêng] thau.

Lấy Đặng Trần Thường làm Hữu tham tri Lại bộ. Thường là người Chương Đức [huyện Chương Mỹ, Hà Tây], đỗ sinh đồ triều Lê, gặp loạn phải ẩn tích. Mùa đông năm ngoái [1793] cùng người đồng quận ở Thanh Oai [Hà Tây] là Nguyễn Bá Xuyến vượt biển đến. Khi qua thành Diên Khánh, vái Đông cung Cảnh mà nói rằng:

"Chưa gặp được vua nên không dám lạy"

Đông cung hậu đãi. Khi đến nơi, Vương giục dẫn vào yết kiến, hỏi về sự thế ở Bắc Hà, Thường trình bày mọi điều đều hợp ý. Trong chiến dịch Thị Nại, Thường đi theo bàn việc quân. Nguyễn Bá Xuyên cũng được làm cai đội, sai trở về Bắc Hà chiêu dụ hào kiệt.

Tháng 10 [24/10-22/11/1794], tướng Tây sơn Tổng quản Trần Quang Diệu và Tư lệ Lê Trung đem quân thuỷ bộ lại xâm phạm Phú Yên. Nguyễn Long và Võ Văn Lượng lui đóng giữ Bình Khang. Võ Tánh đem sự việc báo lên, xin một mình chống giữ cả mặt ấy và sai bọn Long về Gia Định. Vương chấp nhận và dụ rằng:

"Quân địch ở xa lại, lợi ở đánh chóng. Khanh nên bền giữ, lấy mình thong thả đợi nó mệt nhọc. Đó là kế sách vạn toàn. Phải nên cẩn thận".

Dựng thêm kho tạm ở hai đạo Phố Hài [thị xã Phan Thiết, Bình Thuận] và Ma Li [huyện Bắc Bình, Bình Thuận]. Sai Bình Thuận thu trước thóc thuế năm Ất Mão [1795] xay thành gạo 3.000 phương [1 phương khoảng 30 lít], chứa ở kho Phố Hài; chở 2.000 phương gạo lương ở Gia Định đem chứa ở kho Ma Li.

Tháng 11 [23/11-21/12/1794] Ban quần áo cho Hậu quân dinh Võ Tánh và các tướng sĩ dưới quyền cùng dụ rằng:

"Tướng sĩ dinh ngươi là nanh vuốt của ta đó. Mới rồi tiến đánh Thị Nại, ngày mặc giáp sắt, đêm cầm giáo lạnh, trải 5, 6 tháng mà việc vua không lỗi. Huống lại đóng giữ biên đình đã lâu, xông pha sương tuyết, khó nhọc như thế, rất đáng nên khen thưởng. Đặc biệt ban cho quần áo để tỏ ý vua tôi như một".

Tháng 11 nhuần [22/12/1794-20/1/1795] Quân địch lấn vào địa đầu Bình Khang, Võ Tánh báo lên; Vua dụ rằng:

"Nay đương mùa gió bấc, giặc nhân thuận gió đem quân

thuỷ bộ vào cướp, ý giặc là ở Diên Khánh. Thành này chứa lương thực và chiến cụ nhiều, chính là làm kế cố thủ. Nếu giặc xông đến thì cần phải thận trọng, giặc khéo đánh thì ta khéo giữ, dẫu có trăm chước nhử ta cũng chớ nên khinh động; đợi lâu ngày, giặc sinh trễ nải, thừa cơ đánh úp tất phải phá được".

Bèn sai lưu thủ Bình Thuận là Nguyễn Văn Tánh đem quân Kiến Võ đi Diên Khánh theo Võ Tánh sai khiến, Cai cơ Nguyễn Văn Lợi đem quân chi Túc uy thay giữ Bình Thuận; Nguyễn Văn Hào và Nguyễn Văn Chấn trấn Thuận Thành, đem quân gốc Chiêm Thành đi phòng ngự miền thượng đạo.

Sai Chưởng cơ Hữu quân Nguyễn Huỳnh Đức điều bát bộ binh, quản Tiên phong Nguyễn Văn Thành làm phó, thẳng tiến đến Phan Rang để làm thanh ứng ở xa với thành Diên Khánh, Hiệu uý Mạc Văn Tô và Cai cơ Nguyễn Văn Lợi đều thuộc dưới quyền. Lại sai thu 5.000 phương gạo nạp ở Thuận Thành chứa ở kho Mai Nương [huyện Ninh Phước, Ninh Thuận] để cấp cho quân.

Tổng quản Tây Sơn là Trần Quang Diệu đem quân đánh thành Diên Khánh; Tư lệ là Lê Trung lấn vào Du Lai, chặn đường tiếp viện của Bình Thuận. Quân Nguyễn Văn Tánh không tiến được, phải kéo về; Vương nghe tin, cho lệ theo Nguyễn Huỳnh Đức điều khiển. Sai Hiệu uý Tiền chi Trung quân là Nguyễn Văn Đắc quản 10 chiếc binh thuyền đóng giữ ở Vũng Tàu [Phan Rang].

Tháng chạp [21/1-18/2/1795] tướng Trần Quang Diệu cắt đứt đường lấy nước của thành Diên Khánh; Võ Tánh điều quân đánh. Quân địch ập sát vào để lên thành, bị súng trên thành bắn chết rất nhiều; phía ngoài đắp luỹ cao vây bốn mặt. Tánh cố giữ, lại nhân địch sơ hở cho quân ra đánh úp, bắt được Đô đốc là Định, quân địch hàng nhiều. Tây Sơn càng đánh gấp; trong thành thiếu muối, quân lính ăn uống rất khổ. Tánh lấy điều trung nghĩa mà khuyến khích, mọi người đều liều chết chống cự . Bèn sai cảm tử, nhân đêm lọt vây ra ngoài dâng biểu báo tin.

Khi nhận được biểu, Vương rất mừng, hỏi rõ tình hình rồi khen rằng:

"Tướng sĩ như thế dẫu người đời xưa cũng không hơn, thực là may lớn cho nhà nước".

Bèn ban dụ cho Võ Tánh:

"Đạo làm đại tướng, quý ở mưu trí mà không quý ở sức mạnh, không tham thắng nhỏ mới được công to. Kế ngày nay chém tướng nhổ cờ không bằng đóng quân giữ vững, đợi giặc hao mòn, chờ ta chỉnh đốn binh thuyền định ngày thẳng tiến, bấy giờ trong ngoài giáp đánh, thừa thế đuổi dài, một mẻ lưới thì bắt hết, đó là thượng sách. Nên cẩn thận".

Quản Hậu thuỷ dinh là Bảo hộ Nguyễn Văn Nhàn, Hiệu uý Hữu chi Trung quân là Nguyễn Văn Nhân sung Chánh phó sứ sang Xiêm. Trước đó Tây Sơn Nguyễn Quang Toản sai sứ đem vàng bạc lễ hậu, cầu thông hiếu với Xiêm, làm kế "*hoà xa đánh gần*". Người Xiêm biết ý, vừa gặp sứ nhà Nguyễn đến, bèn đem hết việc nói cho biết. Lại nói:

"Nếu nay bắt sứ ấy đưa cho Nguyễn Vương giết thì giặc cũng không hết, chi bằng nhân kế làm kế khiến cho giặc tin, Phú Xuân tất không đề phòng".

Nhân hẹn ngày cất quân; Xiêm theo đường núi đánh

mặt sau, quân Nguyễn do đường thuỷ đánh mặt trước; Phú Xuân [Huế] đã lấy được thì Quy Nhơn không đánh cũng vỡ. Sứ về báo; Vương bèn sai bọn Nhàn sang ước hẹn ngày phát quân. Vừa lúc nước Xiêm có việc với Miến Điện, nên không thực hiện được; bọn Nhàn bèn trở về.

Tư lệ Tây Sơn là Lê Trung đánh cướp bảo Phan Rí [bắc Bình Thuận]. Bọn Nguyễn Huỳnh Đức lui về Phố Hài [thị xã Phan Thiết, Bình Thuận], đem việc báo lên. Vua dụ sai Nguyễn Huỳnh Đức đem hết quân bộ thuộc về giữ Ma Li [huyện Bắc Bình, Bình Thuận], Nguyễn Văn Thành, Nguyễn Văn Lợi, Nguyễn Văn Tánh, Mạc Văn Tô vẫn ở lại Phố Hài để chống giặc. Vua răn bảo rằng:

"Nếu giặc đến mà không địch nổi thì từ từ đặt phục binh mà rút lui. Nếu chưa gặp giặc mà đã lui trước để giặc khinh thì có quân pháp đó". Sau đó quân Tây Sơn tiếp tục uy hiếp.

Vào mùa đông [1794], Tư khấu Tây Sơn là Vũ Văn Dũng giết Thái sư Bùi Đắc Tuyên tại Huế. Đắc Tuyên là cậu Vua Nguyễn Quang Toản; sau khi Vua Quang Trung mất, được phó thác giúp Quang Toản. Đắc Tuyên lên nhiếp chính, độc tài sống chết nắm trong tay, nên các tướng nhiều người oán. Đắc Tuyên sai Ngô Văn Sở thay Vũ Văn Dũng điều bát việc quân tại Bắc Thành, rồi triệu Dũng về. Bấy giờ Trung thư Trần Văn Kỷ bị Đắc Tuyên xử tội đồ, đày ra trạm Mỹ Xuyên [huyện Phong Điền, Thừa Thiên]. Khi Vũ Văn Dũng từ Bắc Thành về, Kỷ bèn đón Dũng nói hết tình trạng Đắc Tuyên chuyên chế lộng quyền, dặn Dũng dùng kế mà giết. Dũng đến Phú Xuân, bàn mưu với Thái uý Nguyễn Văn Hưng và Hộ giá Nguyễn Văn Huấn tuyên bố là ra cánh đồng phía nam để tế cờ, nhân đêm đem đồ đảng vây Đắc Tuyên ở chùa Thiền Lâm [huyện Hương Thuỷ, Huế], nơi Đắc Tuyền dùng làm dinh để ở. Nhưng hôm đó Đắc Tuyên có việc, vào ngủ ở phủ Quang Toản. Dũng bèn dời quân đến vây phủ, Quang Toản bất đắc dĩ phải bắt Đắc Tuyên đưa cho Dũng. Dũng cho dìm chết; riêng con Đắc Tuyên là Đắc Thận và bè đảng hơn mười người đều bị Dũng giết. Dũng sai làm tờ chiếu giả lệnh cho Tiết chế Nguyễn Quang Thuỳ đóng gông giải Ngô Văn Sở về Kinh, rồi đem giết. Dũng lại sai Nguyễn Văn Huấn dẫn quân vào thành Quy Nhơn, giả danh tiếp viện, nhưng lập mưu để cướp binh quyền của Lê Trung và Trần Quang Diệu.

175.
Nhà Tây Sơn: Quang Toản [1793-1801] (4)

Vào cuối năm Càn Long thứ 59 [1/1795], bấy giờ viên Tri đạo Thành Lâm đã được thăng chức Tuần phủ Quảng Tây; y được lệnh Vua nhà Thanh mang sắc thư và áo mãng bào đến trấn Nam Quan ban cho Quốc vương Nguyễn Quang Toản. Viên Quốc vương hay tin trước, bèn gửi tờ trình cáo lỗi vì bệnh đậu không đích thân đến quan ải nhận lãnh đươc, sai các Bồi thần Nguyễn Văn Dụng, Ngô Thì Nhậm thay mặt cảm tạ:

"***Ngày 24 tháng 12 năm Càn Long thứ 59*** [14/1/1795]. *Lại dụ Quân cơ đại thần:*

Thành Lâm tâu rằng cung kính mang sắc thư và những vật kiện như áo mãng bào, đến trấn Nam Quan ban thưởng cho Nguyễn Quang Toản. Trên đường qua phủ Thái Bình [Quảng Tây], *nhận được thư trình của Nguyễn Quang Toản rằng:*

'Tiếp nhận thư báo tin, biết được Thiên tử sủng hạnh, thực đáng đích thân đến quan ải nhận lãnh. Nhưng chẳng may bị bệnh thuỷ đậu, kỵ ra ngoài trời gió, nên không thể đích thân đến được. Bèn kính cẩn sai Bồi thần Nguyễn Văn Dụng, Ngô Thì Nhậm đến quan ải để thay mặt cảm tạ ơn Thiên tử, cung kính lãnh những đồ ngự thưởng (1).'

Nguyễn Quang Toản nhân bị bệnh thuỷ đậu, không thể đến quan ải lãnh thưởng; đặc cách ra lệnh bọn Bồi thần Nguyễn Văn Dụng đến lãnh thế. Qua sự tuyên thị rõ ràng của Thành Lâm, cùng gửi thư thông báo, giao bọn y mang trở về nước. Sự liệu biện rất tốt, nay truyền dụ cho Diêu Phần, Thành Lâm một lần nữa báo tin cho Nguyễn Quang Toản rằng:

"Cha ngươi Nguyễn Quang Bình thần phục Thiên triều, kính cẩn giữ chức Phiên phong, được đại Hoàng đế ban ân quyến, hết sức ưu ái. Ngươi tuổi nhỏ được thế tập chức, kế thừa nghiệp nhà, đại Hoàng đế đã khen thưởng nhiều, nay lại chọn ban ân thưởng. Nay ngươi bị bệnh thuỷ đậu không thể đích thân đến quan ải, đặc cách sai Nguyễn Văn Dụng đến kính cẩn nhận lãnh, cung thuận nhiều, nên đã được Bản bộ viện tâu lên. Đại Hoàng đế cho rằng ngươi tuổi nhỏ bị đau, nên lưu tâm. Quốc vương, ngươi, nên lưu ý điều trị, để thuyên giảm mau, được hưởng ân sủng lâu dài của Thiên tử. Khi bệnh thuỷ đậu của người bớt, hãy phúc trình ngay. Bản bộ viện thay mặt tâu lên, để Hoàng đế được an ủi.'

Hãy dụ cho viên Quốc vương như vậy, thì y càng thêm cảm ơn và cung thuận." (**Cao Tông Thực Lục** quyển 1467, trang 11-12)

Tổng đốc Lưỡng Quảng Trường Lân tâu rằng thương nhân Quảng Đông gặp nạn trên biển, được An Nam cứu giúp, đưa đến quan ải. Vua Càn Long sai viên Tổng đốc soạn thư kèm theo quà thưởng gửi cho Quốc vương An Nam:

"*Ngày 9 tháng 4 năm Càn Long thứ thứ 60* [26/5/1795]. *Lại dụ, Trường Lân tâu: 'Bọn thương nhân Quảng Đông Trần Dụ Lai ra biển gặp gió, phiêu dạt đến An Nam. Được* *viên Quốc vương lo liệu, đưa đến quan ải tại Lạng Sơn.' Quốc vương An Nam Nguyễn Quang Toản từ khi được thế tập phong tước đến nay, hết sức cung thuận. Nay nhân thương nhân nội địa gặp phong ba bị nạn, bèn thông sức lo liệu đưa đến quan ải, chứng tỏ càng kính cẩn thận trọng, thực đáng khen. Nay thưởng cấp 4 tấm gấm đoạn, để biểu thị đặc biệt ân quyến; thư thông báo của viên Tổng đốc soạn ra, lệnh Quân cơ đại thần sửa chữa lại rồi cho gửi đi để Quốc vương kính cẩn nhận lãnh. Đem dụ này truyền đi để hay biết."* (**Cao Tông Thực Lục** quyển 1476, trang 9)

Tại miền Nam, vào tháng giêng năm Ất Mão [19/2-20/3/1795] Nguyễn Vương Phúc Ánh ban ấn thông hành cho nước Chân Lạp, trên khắc bốn chữ triện **Ngự tứ thông hành**. Do ấn của Chân Lạp chạm khắc hình người, thật hay giả khó phân biệt, sợ kẻ buôn làm giả mạo nên dùng ấn này. Những thuyền sai của nước Chân Lạp chở muối gạo từ Ba Xắc [Sóc Trăng] tới Nam Vang, hoặc thuyền nước ngoài đi qua các đạo Trấn Di [huyện Long Phú, Sóc Trăng] và Châu Đốc [An Giang], khám thực ấn này mới cho đi.

Lấy Hữu tham tri Lại bộ là Đặng Trần Thường làm Khâm sai tán ký binh vụ, đến Bà Rịa, theo chưởng Tiền quân Tôn Thất Hội để trù hoạch mưu lược trong quân. Vương dụ Tôn Thất Hội rằng:

"Ta nghe quân giặc vào cướp Phan Rí chẳng qua chỉ hai nghìn, khí thế xem cũng hơi chùn. Khanh nên đem trước hơn nghìn quân chở súng đạn đến Phố Hài [thị xã Phan Thiết, Bình Thuận] *và Phan Thiết, hiệp cùng các đạo tiên phong đóng giữ địa đầu, chớ để quân giặc vào sâu. Đợi có lệnh tức thì đem quân thẳng tiến để thu phục Bình Thuận. Ta đương sửa soạn ghe thuyền, cũng định ngày thuận gió thì đi".*

Bấy giờ Tư lệ Tây Sơn là Lê Trung chiếm vào Phố Hài; quân nhà Nguyễn đánh thua, phải lui về Bà Rịa; Vương nghe tin, tức giận nói:

"Nguyễn Huỳnh Đức và Nguyễn Văn Thành vâng mệnh đánh giặc, rút rát phải lui, chẳng được công gì, không biết chống giặc giữ biên, lại để cho vua phải lo giặc cướp, tội nói sao xiết !".

Lập tức sai Giám thành sứ Tô Văn Đoài đem hai đội Nội hầu, Nội trực bắt Huỳnh Đức và Văn Thành về Gia Định; lấy hết quân giao cho Tôn Thất Hội thống quản.

Cai đội quản Xiêm binh là Nguyễn Văn Tồn (2) xin lập đội quân người Chân Lạp thuộc phủ Trà Vinh làm một chi 5 hiệu, xứ Mân Thít [Vĩnh Long] làm đạo Tiền du; đặt các chức Chánh phó trưởng chi, Trưởng hiệu, Cai đội, Đội trưởng để cai quản; Vương y cho. Bèn lấy Ốc Nha Diệp và Ốc Nha Oa, làm chánh phó trưởng chi quản các hiệu đội 1.500 người, theo Nguyễn Văn Tồn đến Bà Rịa để theo việc quân.

Sai quản Tiểu sai đội tri Tượng chính là Trương Phước Luật kiêm quản ba vệ, dùng binh thuyền tiến trước ra Bình Thuận. Hiệu uý Tiền chi Trung quân là Nguyễn Văn Đắc kiêm quản năm vệ theo lệnh điều bát. Vương sai mật dụ Võ Tánh rằng:

"Năm ngoái ta đem quân trở về Diên Khánh, sửa đồn lũy, chứa lương thực, khanh đã liệu trước mùa gió bấc đến thì giặc hẳn trở lại, tự xin một mình chống giữ mặt ấy, cho nên ta đem thành ấy phó thác cho khanh. Rồi việc quả nhiên như thế. Nay quân thuỷ quân bộ đã định ngày tiến phát, khanh nên khuyến khích tướng sĩ một lòng dốc sức, chờ khi thuỷ sư tiến đến Cù Huân thì sẽ úp đánh, một trận có thể thành

công".

Năm ngoái có ý định vào tháng 2 năm nay duyệt tuyển, tháng 3 mở khoa thi tại 4 dinh, nhưng vì việc quân nên cho tạm hoãn,

Tháng hai [21/3-18/4/1795] Sai Vệ uý vệ Ban trực tuyển phong hậu quân Thần sách là Ôlivi [Olivier de Puymanel, ông Tín] sang Hồng Mao [Âu Tây] mua binh khí.

Vương thân đem thuỷ quân cứu viện Diên Khánh, để Đông cung Cảnh ở lại trấn Gia Định. Lấy Phó tướng Tả quân Phạm Văn Nhân, Giám thành sứ Tô Văn Đoài, Lễ bộ Nguyễn Đô, Tham mưu Nguyễn Thái Nguyên, Hộ bộ Phan Thiên Phước, Hình bộ Nguyễn Văn Nghị giúp Đông cung.

Sai Chưởng cơ Nguyễn Văn Trương quản dinh Trung thuỷ, kiêm quản hai dinh Tiền thuỷ và Hậu thuỷ, theo Trung quân điều bát đánh giặc. Thuyền Vương đậu ở Vũng Tàu, chờ thuận gió thì đi.

Tôn Thất Hội điều bát bộ binh các đạo tiến đến Phan Thiết; được tin Tư lệ Lê Trung còn giữ Phan Rí [bắc Bình Thuận], bèn đóng đồn ở Xuy Mít để phòng bị.

Trương Phước Luật điều bát thuỷ binh các vệ tiến đóng ở Ỷ Na [Ninh Thuận], đánh kho Phan Rang, cướp được mấy nghìn phương gạo. Chợt binh thuyền của địch từ Vũng Diên [Khánh Hoà] đến, Quản vệ Tuyển phong tiền Tống Viết Phước đánh phá được, chém Đô đốc Nguyễn Văn Sĩ, đánh đắm một chiếc thuyền, bắt được 7 chiếc, còn thì lui chạy cả. Tin thắng trận báo lên; Vương dụ rằng:

"Đạo dùng binh quý ở vạn toàn, trận thắng nhỏ ấy chưa đủ mừng. Vả nghe số chiến thuyền của giặc khá nhiều, mà

đại binh ta thì còn bị gió cản, chưa thể vượt biển được, nếu giặc đem hết quân đến thì có thể thua, chưa chắc gì. Vậy tạm trở về Vị Nê [Mũi Né, thị xã Phan Thiết, Bình Thuận], *giả cách sợ lùi để cho chí giặc sinh kiêu. Đợi đại binh thuận gió thẳng tiến, bây giờ cùng ra sức đánh, chưa muộn vậy*". Rồi Viết Phước được trao chức Chưởng cơ.

Vua nước Chà Và [Java] sai Chế Phú đưa trả những quân bị nạn tại biển; Vương khen lòng mộ nghĩa, tặng cho lọng, cáng cùng một chiếc chiến thuyền; lại cấp nhiều lương thực cho Chế Phú rồi bảo về.

Tháng ba [19/4-18/5/1795] triệu Nguyễn Huỳnh Đức và Nguyễn Văn Thành đến hành tại, tha tội cho, lại sai lãnh quân dưới quyền; Huỳnh Đức theo Tôn Thất Hội điều khiển. Văn Thành thì theo ngự giá đi đánh giặc; Vương nghĩ hai người có công, không nỡ vì lỗi nhỏ mà bỏ.

Thuyền Vương ra cửa biển Cần Giờ, sai Vệ uý vệ Ban trực hậu Tôn Thất Chương quản 40 binh thuyền theo Trương Phước Luật làm tiền đạo. Khi đến Cam Ranh thì thuỷ binh địch đã trốn từ trước.

Thuyền Vương tiến đến cửa biển Cù Huân [Nha Trang, Khánh Hoà]; phía Tây Sơn Tổng quản Trần Quang Diệu cùng Nội hầu Lê Văn Lợi, Tiết độ Nguyễn Văn Giáp, Đổng lý Nguyễn Văn Thận, Điểm kiểm Trấn Viết Kết còn vây thành Diên Khánh, chưa chịu lui binh.

Vương bèn sai Tiên phong dinh Nguyễn Văn Thành và Vệ uý Lê Văn Duyệt lên bờ đóng đồn giữ, bắn liền đại bác để cho trong thành biết. Đại binh thẳng tiến đến Chử Châu [thuộc tỉnh Phú Yên], xem khắp hình thế. Sai Tả chi Võ Văn Lượng đóng đồn ở đèo Gian Nan [ranh giới Phú Yên, Khánh

Hoà], chặn đường quân địch về, Đốc chiến Mai Tiến Vạn và Cai cơ Nguyễn Văn Nguyện giữ Thạch Thành [huyện Tuy Hoà, Phú Yên], chặn đường núi. Lại từ núi Cổ Ngựa [phía nam đèo Cả] đến đèo Cả [ranh giới Phú Yên, Khánh Hoà] chia đặt đồn trại, uỷ cho Trương Phước Luật quản binh thuyền các vệ ở lại Chử Châu để giữ, rồi kéo quân về.

Hành quân qua vụng Hòn Khói [vịnh Văn Phong, Khánh Hoà], Nguyễn Văn Đắc đem ba vệ đánh bảo Lạp Trường, quân địch vỡ chạy, chém Đô đốc Gia, Binh bộ Tiến tại trận, thu được khí giới, đốt cả kho vựa, Tây Sơn do đó không dám giữ Bình Khang nữa;Văn Đắc được trao chức Chưởng cơ.

Thuyền Vương trở về đóng ở Cù Huân [Nha Trang, Khánh Hoà]. Trần Quang Diệu đặt nhiều đồn trại ở Khố Sơn [phía nam tỉnh thành Nha Trang];Vương bèn sai các tướng đóng đồn ở núi Ngư Cốt [Xương Cá] cho đến Trà Phụ [Gò Chè], đối luỹ với địch. Răn bảo các quân đi kiếm củi không đi quá núi; nếu cấp chỉ huy không nghiêm cấm, để giặc bắt được một người trở lên thì quản quan bị xử theo quân pháp.

Bọn Nguyễn Văn Đắc đánh bảo Lò Rèn [Dã Lô] chưa hạ được; Lê Văn Duyệt mật bảo Nguyễn Đức Xuyên rằng:

"Bảo này nhỏ nhưng mà vững, đánh rất khó. Nay nếu lấy hai vệ quân của ta, một vệ đánh sau bảo khiến cho giặc phải chống giữ, một vệ đào trước bảo cho luỹ đổ, luỹ đổ thì ta thúc trống reo hò mà tiến, thế nào cũng phá được".

Xuyên nói:

"Việc binh nguy lắm, vả chưa có mệnh thì làm thế nào ?"

Duyệt nói:

"Đã có mệnh rồi, nếu có tội Duyệt xin chịu cả".

Duyệt bèn đem quân sang sông, đánh gấp sau bảo; địch quả nhiên đem hết quân ra chống. Xuyên tức thì đem vệ Hùng Võ tới gấp trước bảo để đào lũy, một lát luỹ đổ, liền thúc quân vào; Tây Sơn vỡ chạy, bị bắt rất nhiều.

Tư lệ Tây Sơn là Lê Trung từ Phan Rí [bắc Bình Thuận] đem quân xâm phạm bảo Xuy Mít; Tôn Thất Hội đánh thắng, quân địch bỏ chạy. Việc báo lên; Vương sai Khâm sai đô đốc chi Hiệu trung Nguyễn Công Thái, Hiệu uý Hữu chi Nguyễn Văn Nhân đem binh thuyền đóng ở Ba Ngòi [Cam Ranh] để cắt đứt đường về của địch.

Tháng tư [19/5-16/6/1795], bọn Đô đốc Tây Sơn Nguyên giữ sông Đà Diễn [sông Đà Rằng, thị xã Tuy Hoà, Phú Yên]; bấy giờ Võ Văn Sở là người thượng đạo Phú Yên tụ họp quân dân người thiểu số, đi theo Võ Văn Lượng và Mai Tiến Vạn đánh phá. Khiến quân địch tán loạn, vứt bỏ khí giới lương thực mà chạy, bọn Nguyên phải lùi giữ chợ Hội An [Phú Yên]. Vương khen ngợi, cho Sở làm Khâm sai cai cơ, ban cho một cây súng cò đá lửa của Tây Dương, một thanh gươm đầu hổ, một tấm nhiễu đỏ, một chiếc áo chiến bằng trừu bách hoa và 100 quan tiền.

Vương thấy quân đi đánh lâu ngày, phí tổn rất nhiều; sắc cho Đông cung và các quan lưu trấn theo sổ đinh, điền bốn dinh mà thu số gạo thị nạp, chở đến quân thứ.

Tư lệ Lê Trung chống giữ với quân nhà Nguyễn đã lâu, lương thực thiếu hụt, mưu muốn lui giữ Phan Rang, sai người chạy thư cho Trần Quang Diệu, quân đi tuần ở Ba Ngòi [Cam Ranh] bắt được đem dâng.

Vương liền sai Nguyễn Văn Đắc đem binh thuyền ba vệ Ban trực hậu, Long Võ, Túc Võ đến họp với Nguyễn Công Thái, ngầm qua sông sang Phan Rang chiếm địa thế tốt để đặt đồn ngăn chặn. Bọn Đắc đến nơi, đánh cướp kho lương của địch ở Mai Nương [huyện Ninh Phước, Ninh Thuận], rồi đem tình trạng báo lên. Vương dụ rằng:

"Nơi ấy xa nước không nên đóng quân, nếu giặc nhòm biết thấy quân ta ít đổ đến vây đánh thì lấy gì ứng phó ? Nên chọn ngay nơi gần nước để đóng giữ, rồi mật báo cho Tôn Thất Hội tiến đánh đằng trước giặc, mà các khanh thì đánh úp ở sau, thế mới giữ được toàn thắng".

Dụ chưa tới, thì quả nhiên Tây Sơn đem quân và voi đến, quân nhà Nguyễn lùi, bị phục binh đánh thua, phải rút về Ba Ngòi đóng giữ.

Sai Trương Phước Luật đem binh thuyền các vệ đánh Phú Yên, Võ Văn Lượng thay giữ Chử Châu [thuộc tỉnh Phú Yên] để làm sách ứng. Lượng dâng biểu xin đem thuỷ binh lấy Quy Nhơn trước, Vương dụ rằng:

"Quân nên tụ tập, không nên phân tán. Phú Yên còn có quân giặc đóng, nên đánh úp trước để cắt bớt vây cánh của giặc đi. Khi đã được, lại trở về họp ở một chỗ để cùng tiễu trừ giặc Diệu. Diệu mà thua thì xa gần nghe tin đều sợ, chẳng những đánh lấy Quy Nhơn, mà đô cũ cũng định ngày thu phục được, cần chi phải bỏ gần mà mưu xa".

Rồi Phước Luật gặp thuyền đi tuần của địch, đuổi bắt được một chiếc dẫn về; lại hạ lệnh đóng giữ như cũ.

Tôn Thất Hội đóng quân ở sông Luỹ [phía trên sông Phan Rí, Bình Thuận], đánh nhau với Tư lệ Lê Trung phá được, giết quân và voi của giặc, thây chết đầy đồng. Trung đem hết quân đóng giữ sông Cạn [Hạc Giang], Phan Rí không có phòng bị nên Hội bèn dâng biểu xin thêm quân đánh. Vương dụ rằng:

"Việc khanh tâu xin cũng là nên để thắng giặc. Nhưng nay gió nam đương mạnh, Vụng Diên [Khánh Hoà] *khó đi, chờ thuận gió thì chưa biết ngày nào, mà tướng sĩ Hậu quân thì ở trong thành chịu khổ đã lâu. Chính ta sắp triệu bọn Nguyễn Văn Đắc họp quân bốn mặt xông đánh để giải vây cho Diên Khánh. Khanh tạm hãy chống giữ, đánh vỡ được Diệu thì Trung cũng tự tan vỡ thôi".*

Rồi sai Thượng đạo tướng quân Nguyễn Long quản suất bọn Mai Tiến Vạn, Nguyễn Văn Nguyện, Nguyễn Văn Quế, Trần Văn Luật, theo đường vắng thẳng xuống Lộ Khê và Thanh Tuyền để làm thế dựa cho Diên Khánh. Vương bảo rằng:

"Binh pháp lấy phép chính mà họp, lấy phép kỳ mà thắng. Bọn khanh đến đây nên khi ra khi vào, đêm thì đốt lửa thúc trống, ngày thì cờ xí cho nhiều, giả làm như sắp sửa tiến công, giặc đến thì giữ chỗ hiểm mà đặt quân phục, giặc đi thì ta đuổi đánh, khiến cho nó mệt mỏi, thì ta cũng dễ thành công".

Tháng năm [17/6-15/7/1795] Võ Tánh thân đem tướng sĩ đang đêm mở cửa thành Diên Khánh, đánh Nội hầu Tây Sơn Lê Văn Lợi, đốt trại từ núi Sĩ Lâm đến cầu Hoa Bông tất cả bốn nơi. Quân địch vỡ chạy, chết và bị thương vô số, súng đạn và khí giới đều bị quân nhà Nguyễn bắt được, Tánh bèn chia quân đóng các nơi, đặt đồn để giữ.

Bấy giờ tin tức về nội bộ Tây Sơn chia rẽ loan truyền đến nơi. Tư khấu Võ Văn Dũng sau khi giết Thái sư Bùi Đắc

Tuyên, bèn sai Nguyễn Văn Huấn dẫn quân vào thành Quy Nhơn, giả danh tiếp viện, nhưng lập mưu để cướp binh quyền của Lê Trung và Trần Quang Diệu. Nguyễn Vương nghe tin bảo các tướng rằng:

"*Đảng giặc giết lẫn nhau, cơ hội có thể thừa thắng được; đó cũng là điều may cho ta vậy*".

Lấy Tôn Thất Nông làm Khâm sai cai đội; Nông từ Thuận Hoá đến bái kiến ở hành tại, Vương khen là có chí, nên có lệnh này.

Đại binh từ núi Lão Lãnh qua sông, đánh được đồn Tây Sơn ở bờ sông dưới núi Thị Nghi. Tổng quản Trần Quang Diệu cho nơi này là chỗ trọng yếu, đem hết binh voi đến tranh chiếm, quân Nguyễn đánh hai trận đều thắng. Từ đó quân Tây Sơn đem nhau ra hàng, mỗi ngày hàng trăm người; thế Diệu mỗi ngày một nguy, mật báo cho Lê Trung tìm mưu chạy thoát. Vương biết thế, bảo Tôn Thất Hội rằng trong lúc Trung lui thì thúc quân đuổi đánh, khiến không cho chúng thông với nhau. Lại sai Trương Phước Luật và Võ Văn Lượng phòng bị nghiêm nhặt ở các xứ Đèo Cả [huyện Tuy Hoà, Phú Yên] và đèo Gian Nan [ranh giới Phú Yên, Khánh Hoà] để cắt đứt đường quân địch ra vào.

Tôn Thất Hội đóng quân ở Lương Giang. Tư lệ giặc Lê Trung đem binh và voi đánh hăng liền mấy ngày, đều bị Hội đánh bại, nhân đêm bỏ trốn, Hội đuổi đến bảo Mai Nương [huyện Ninh Phước, Ninh Thuận]; Trung lùi giữ Du Lâm [huyện Cam Ranh, Khánh Hoà].

Tháng sáu [16/7-14/8/1795] đại binh đánh luỹ đất của Tây Sơn từ Đào Lô [Lò Gốm] đến chân núi Thị Nghi, phía Tây Sơn thua, thu được súng đạn khí giới rất nhiều.

Hộ giá giặc Nguyễn Văn Huấn đem quân thuỷ bộ vào Đa Diễn [sông Đà Rằng, thị xã Tuy Hoà, Phú Yên]. Vương sai Trương Phước Luật đóng tại Chử Châu [thuộc tỉnh Phú Yên] chia phái quân vệ Dương Võ theo Võ Văn Lượng giữ đèo Gian Nan [ranh giới Phú Yên, Khánh Hoà], quân vệ Thần Võ theo Tống Viết Phước giữ đèo Cả [ranh giới Phú Yên, Khánh Hoà]. Lại sai Võ Di Nguy đem 10 chiếc thuyền biển tiến đỗ ở Sầm Dữ [Hòn Gầm] hiệp với Trương Phước Luật tuỳ cơ đánh giữ,

Có thám tử tự trong thành Diên Khánh lẩn đến hành tại nói rằng Võ Tánh bị ốm nhẹ, tướng sĩ cũng nhiều người ốm. Vương lấy làm lo, tức thì lấy thuốc thang mật gửi cho Tánh và dụ rằng:

"Trong 8 tháng nay khanh cùng tướng sĩ giữ cô thành vất vả lắm vậy. Ta cũng muốn gấp giải vây để cho tướng sĩ được nghỉ ngơi. Duy quân giặc cùng đường, liều chết cố đánh, cho nên ta dùng trí để thắng, nhân lúc nguy của nó mà đánh chỗ yếu của nó. Không bao lâu nó tất tự vỡ thôi. Nay chợt nghe thám tử nói, lòng ta thương xót. Khanh nên khéo tự điều trị cho sớm lành để cùng ta trả thù cho tổ tông Xã Tắc, cho thần dân hả giận, chứ lại chỉ khư khư giữ lấy một cái thành nhỏ hay sao ? Ta nghĩ một mình khanh còn hơn trăm thành Diên Khánh; chỉ trong tuần nhật ta phải đánh tan giặc ấy để cùng khanh gặp mặt".

Lại dụ Tôn Thất Hội rằng:

"Bầy tôi quan hệ của Xã Tắc, duy có khanh với Tánh ! Nay Diên Khánh bị vây đã lâu, mà Tánh lại ốm, nếu muôn một thế nào thì vua tôi ta chẳng thẹn với tướng sĩ lắm sao ? Nên gấp tiến binh, trước sau giáp đánh, để giải ngay nguy khổ cho

tướng sĩ trong thành".

Sai Vệ uý vệ Hùng uy Nguyễn Đình Đắc kiêm quản viên quân các chi vệ Tiền chi, Ban trực tiền, Tuyển phong tả, Hổ oai, Kiên oai đi ra dinh Bình Khang xem xét địa thế để đóng đồn.

Lại sai Chưởng cơ Tiền chi Trung quân là Nguyễn Văn Tứ, Phó Tiền chi Hậu thuỷ là Lê Văn Quế, Tham tri Binh bộ là Trần Phước Tri, Cựu ký lục Đăng Hữu Đào đi ra xứ Phần Tân dinh Bình Khang, chia đi vét mua thóc gạo trong dân và thu chứa mắm muối ở đạo thủ Hòn Khói [vịnh Văn Phong, Khánh Hoà] để làm kế thanh dã (3), đợi sau khi giặc yên thì sẽ trả lại.

Quân của Tôn Thất Hội đến Du Lâm [huyện Cam Ranh, Khánh Hoà], đánh thắng Tư lệ Lê Trung, rồi thừa thắng lại đánh tan quân địch ở Bồng Bong, Trung chạy về Diên Khánh để họp quân với Trần Quang Diệu. Vương giục Hội tiến mau đến Lạp Quán, định kỳ hội đánh vào thành Diên Khánh.

Quân Tây Sơn xâm phạm đèo Gian Nan [ranh giới Phú Yên, Khánh Hoà], Võ Văn Lượng đốc quân giao chiến mấy lần, giết và đẩy lùi, nhưng địch còn đóng đối lũy. Lượng xin thêm quân. Vương liền phái thêm quân vệ Kiên uy Hữu chi đến ứng viện.

Chú thích:

1. Ngự thưởng: Vua ban thưởng.

2. Nguyễn Văn Tồn: Gốc người Chân Lạp, phò Gia Long thuở nhỏ, không có họ; được ban họ Nguyễn.

3. Thanh dã: tức chủ trương vườn không nhà trống; khiến không còn gì để lại cho quân địch vơ vét.

176.
Nhà Tây Sơn: Quang Toả [1793-1801] (5)

Vào hạ bán niên Càn Long thứ 60 [1795] sứ bộ An Nam do Nguyễn Quang Dụ cầm đầu, sang nhà Thanh cống tạ ơn. Bấy giờ dân tộc Miêu nổi dậy tại tỉnh Hồ Nam, đường sứ bộ thường sử dụng không yên; nên Tuần phủ Quảng Tây Thành Lâm muốn dùng đường thuỷ từ phía bắc tỉnh thành Quế Lâm đến Hán Khẩu, Hồ Bắc. Nhưng Vua Càn Long muốn an toàn hơn, bèn theo lời xin của viên quyền Tổng đốc Lưỡng Quảng Chu Khuê; cho đi vòng từ tỉnh Quảng Đông, qua Giang Tây, lên Hồ Bắc, rồi đi tiếp:

"***Ngày 27 tháng 9 năm Càn Long thứ 60*** **[8/11/1795].** *Dụ Quân cơ đại thần;Thành Lâm tâu:*

'Cống sứ An Nam đến kinh đô tạ ơn, hiện nay tại đất Hồ Nam có việc đánh bắt giặc Miêu, nhưng dùng đường thuỷ, cách nơi này rất xa; nên ra lệnh vẫn theo đường từ châu Toàn [Quanzhou, bắc Quế Lâm], *Quảng Tây, dùng thuyền theo đường thuỷ đến Hán Khẩu, Hồ Bắc, rồi lên đường bộ.'*

Hôm qua theo lời tâu của Chu Khuê, Hồ Nam hiện có việc quân, lệnh viên Cống sứ dùng đường thuỷ từ Quảng Tây, theo dòng sông qua các phủ Triệu, Khánh, Nam, Thiều thuộc tỉnh Quảng Đông đến Sa Tĩnh, tỉnh Giang Tây thì lên đường bộ; lo liệu như vậy rất thoả hợp....

Nay tái truyền dụ cho Chu Khuê và Thành Lâm khi nhận được chiếu chỉ này. Thì theo lời tâu trước, ra lệnh cho phái viên bạn tống các Cống sứ. Căn cứ theo lời tâu trước của Chu Khuê, theo con đường Quảng Đông, Giang Tây mà đi, đến trước ngày lễ phong ấn (1) thì đến kinh đô. Sợ Thành Lâm bảo thủ theo lời tâu của y, trước sau cố chấp, cho đi theo đường Hồ Nam. Nếu chiếu chỉ này đến nơi, viên Cống sứ vẫn chưa ra khỏi tỉnh Quảng Tây, viên Tuần phủ hãy phi báo hành trình để đổi đường sang hướng Quảng Đông, Giang Tây mà đến kinh đô, không thể đi sai đường, sẽ bị tội. Đưa dụ này truyền theo độ gia khẩn 600 lý [300 km 1 ngày], *để hay biết."* (**Cao Tông Thực Lục** quyển 1487, trang 25-26]

Phái bộ Nguyễn Quang Dụ đến kinh đô trước dịp lễ phong ấn; ngày 21tháng 12 năm Càn Long thứ 60 [30/1/1796] chiêm bái Vua Càn Long tại Doanh Đài; ngày 23 tháng 12 [1/2/1796] được ban yến điện Phủ Thần; ngày 30 tháng 12 [8/2/1796] yến tiệc tại điện Bảo Hoà.

Bấy giờ Tổng đốc Phúc Kiến, Khôi Luân tâu về triều có khoảng 10 thuyền An Nam cấu kết với người Hoa cướp phá tại vùng biển Phúc Kiến. Nhưng Vua Càn Long trước đây vì tham vọng chính trị, muốn biến thua thành thắng trong cuộc xâm lăng An Nam vào năm Kỷ Dậu [1789] để có được hư danh "Thập toàn võ công", nên cho Vua Quang Trung giả sang chiêm bái. Từ giả dối trước, đành phải chấp nhận mọi sự giả dối sau; cho An Nam là cung thuận, ngậm miệng không phản đối thuyền An Nam cướp phá vùng biển Trung Quốc:

"Ngày 6 Quí Mùi tháng 12 năm Càn Long thứ 60 [15/1/1796]. *Dụ Quân cơ đại thần:*

Khôi Luân tâu vào tháng 10, huyện Chiếu An (2) [詔安] bẩm báo rằng tại vùng biển xứ này có thuyền cướp từ phía Quảng Đông chèo đến, trong đó có vài chiếc là thuyền nước Phiên [chỉ An Nam]; bọn này đầu chít khăn hồng. Lại theo người họ Lâm làm việc dưới trướng Khôi Luân cho biết y gặp 3 sinh viên, từng thoát khỏi bọn cướp cho biết 'Đứng đầu bọn cướp là Lý Phát Chi, bọn chúng có 12 chiếc thuyền, trong đó có 1 chiếc người An Nam, số còn lại là người Quảng Đông, Phúc Kiến, Chiết Giang. Bọn chúng trên đầu quấn khăn vải màu hồng, trang phục giống như người Phiên; nghe thuyền cướp An Nam, có khoảng 10 chiếc.'

An Nam từ khi Nguyễn Quang Bình nội phụ đến nay, hết sức cung thuận; nếu vì bọn cướp trên biển này, đem trách hỏi thêm, thì sai với đạo vỗ về người qui phục. Nay truyền dụ bọn Khôi Luân rằng từ nay trở về sau trên mặt biển thuộc các tỉnh Quí Châu, Chiết Giang, Quảng Đông, đáng đốc sức các binh tướng cùng ra sức truy bắt. Gặp thuyền cướp này, thì vô luận đó là thuyền An Nam hay các ngoại Di khác, hoặc là thuyền cướp nội địa giả trang phục như bọn chúng, đều đánh bắt và lập tực xử tử, không cần phải viết văn thư tra hỏi. Còn Khôi Luân tâu rằng:

'Hiện nay cho tìm những thuyền đánh cá, mang cả những hộ đánh cá, để cùng bắt giặc cướp; tương lai chọn người khỏe mạnh nỗ lực, bổ làm Thuỷ sư binh đinh.'

Đó cũng là một cách để ngăn chặn những hộ đánh cá mang nước và tiếp tế lương thực cho giặc; cùng có thể làm tại mắt cho ta; nhưng chọn Thuỷ sư, phải chọn lựa người đắc lực. Nhưng cần phải tu sửa hợp với thực tế, mới có thể dùng để đánh bắt giặc. Còn bọn tội phạm quan trọng như Lý Phát Chi, thì ra lệnh cho bọn Khôi Luân đốc sức tướng biền, vạch kế hoạch tra bắt, để làm yên tuyệt gốc rễ. Đem văn bản này mật dụ các nơi hay biết." (**Cao Tông Thực Lục** quyển 1492, trang 7)

Tại miền Nam vào tháng bảy năm Ất Mão [15/8-12/9/1795] quân Tây Sơn giữ đồn Khố Sơn tại phía nam tỉnh thành Diên Khánh; đồn này rất kiên cố, quân Nguyễn đánh mãi không phá được. Bấy giờ có một người lính Tây Sơn là Nguyễn Danh Nho đầu hàng, Nguyễn vương Phúc Ánh sai mật hỏi lối đi tắt để ngầm đánh úp, Nho xin dẫn đường. Bèn kén hơn 300 quân cảm tử ban đêm cởi y phục sang sông Ngư Trường, bò lên Khố Sơn, phóng lửa đốt đồn. Vương tự đem đại binh tiếp viện, tiếng hét vang trời, gió mạnh lửa bốc, địch tan vỡ; quân Nguyễn phá tiếp 12 đồn.

Tướng Tây Sơn là Trần Quang Diệu bỏ vây rút lui, để lại voi, đại bác và khí giới không xiết kể. Vương sai chỉ huy dinh Tiên phong Nguyễn Văn Thành kiêm lĩnh các vệ Ban trực hậu, Túc Võ, Tiền chi và chi Hiệu trung đuổi theo.

Thưởng 1 vạn quan tiền cho tướng sĩ dinh Hậu quân tại Diên Khánh; Vương dụ Võ Tánh rằng:

"Từ khi ta uỷ cho khanh một dinh tướng sĩ để ở giữ đất này, đã 9 tháng nay, đói không được ăn, nhọc không được nghỉ, lại thêm dầu dãi sương gió lâu ngày, sinh nhiều tật bệnh, mà vẫn gắng sức cùng lòng, trong giữ được toàn thành, ngoài chống được giặc dữ, có thể bảo là cỏ cứng trước gió mạnh, thông già gặp năm rét, gian nan trung trinh như thế, nghĩ thật là thương. Nay giặc đã trốn lui, cho khanh cùng tướng sĩ yên dưỡng nghỉ ngơi ở trong thành".

Rồi sai xét thuộc hạ trong thành, từ chánh phó trưởng chi, trưởng hiệu, cho đến cai đội, đội trưởng, ai là người dũng cảm mở thành ra đánh thắng, cùng người tuy không ra đánh mà hết sức giữ vững bền, cùng những văn quan, thư lại, tham luận, thư ký, ai có học hơi thông, nói năng lanh lẹ có nết đáng khen, có tài đáng lấy, thì đều làm thành danh sách; chờ chỉ thị ban khen thưởng.

Vương thân đem thuỷ quân tiến đến Chử Châu [thuộc tỉnh Phú Yên], sai Hùng võ vệ Nguyễn Đức Xuyên, Long võ vệ Nguyễn Hiên, Tuyển phong tả vệ Lê Thành Lý đều đem vệ binh đi gấp tới đèo Gian Nan [ranh giới Phú Yên, Khánh Hoà], đặt ba đồn ở chân núi để ngăn chặn. Quân Tây Sơn chạy đến Tu Hà, đem hết quân vây đánh đồn, quân Nguyễn lấy đại bác bắn, quân và voi Tây Sơn chết và bị thương nhiều. Quân Nguyễn Văn Thành lại đuổi tới; quân Tây Sơn vỡ chạy; Chưởng cơ Tiền chi Nguyễn Văn Đắc chặn đánh, bị trúng đạn chết tại trận. Võ Văn Lượng và Nguyễn Đức Xuyên đem quân theo sau, đánh bắt được tướng binh và voi ngựa của địch rất nhiều; tướng Trần Quang Diệu bèn theo đường núi Nhà Gắp [huyện Tuy Hoà, Phú Yên] chạy về Quy Nhơn.

Thuyền Vương trở về cửa biển Cù Huân [Nha Trang, Khánh Hoà], để Nguyễn Văn Trương và Trương Phước Luật giữ Chử Châu [thuộc tỉnh Phú Yên]. Tướng quân thượng đạo Nguyễn Long giữ Đèo Cả [ranh giới Phú Yên, Khánh Hoà] và đèo Gian Nan [ranh giới Phú Yên, Khánh Hoà].

Vương đến thành Diên Khánh, triệu Nguyễn Văn Thành và Võ Văn Lượng rút quân về. Khi Tây Sơn sắp lui đem nhiều súng đạn chôn giấu đi; bèn ra lệnh cho quan dinh Bình Khang truyền khắp cho quân dân trong hạt, có ai đào được đem nộp thì sẽ tuỳ theo hạng lớn hạng nhỏ mà thưởng tiền cho.

Tướng Trần Quang Diệu về Quy Nhơn, Nguyễn Văn Huấn về Thuận Hoá trước, Diệu cũng dẫn quân đi theo. Sau khi đến nơi, Nguyễn Quang Toản đem lời giảng hoà, bèn lấy Diệu làm Thiếu phó, Huấn làm Thiếu bảo, Vũ Văn Dũng làm Tư đồ, Nguyễn Văn Danh làm Tư mã, gọi là tứ trụ.

Cai bạ Bình Khang là Ngũ Khắc Bạn và Ký lục là Hoàng Tú Chung đều bị bệnh chết; bèn lấy Nguyễn Y Mân làm Cai bạ Bình Khang, Đặng Hữu Đào làm Ký lục.

Tháng tám [13/9-12/10/1795] sửa lại thành Diên Khánh, làm thêm kho tàng. Tha tô thuế cho Diên Khánh và Bình Khang. Vương thấy mới đây Tây Sơn vào đánh, Diên Khánh bị hại nhiều nhất, thứ đến Bình Khang, bèn ban dụ năm nay Diên Khánh đều miễn cả tô thuế, Bình Khang thì được miễn tô; những nhà dân ở ngoài thành bị đốt cháy thì sưu dịch đều được miễn.

Vương ra lệnh cho các tướng đem quân trở về, để Chưởng Tiền quân Tôn Thất Hội ở lại trấn thành Diên Khánh. Sai Chưởng Hậu quân Võ Tánh kiêm quản binh thuyền Trung dinh, quân Thần sách, cùng các chi vệ hiệu đội Tiên phong và Hữu quân về Gia Định trước.

Sai Cai cơ dinh Trung quân Nguyễn Đức Thành tạm quản tướng sĩ Tiền chi theo Vương khải hoàn. Lấy một phần Tiền du dinh Tiên phong làm chi Tiền du dinh Hậu quân, cùng hai vệ Trung kích, Tiền kích ở lại Diên Khánh theo Tôn Thất Hội sai khiến.

Vương đi qua Bình Thuận, dụ nhân dân sở tại rằng:

"Bổ quan đặt lại, chỉ là vì dân. Người chăn dân thì phải vâng mệnh mà tuyên truyền giáo hoá khiến dân yên nghiệp. Duy kẻ công bằng thì ít mà kẻ những tệ thì nhiều, cho nên

dân thường có điều ta thán, triều đình đã từng nghe. Nay loan giá đi qua, cũng muốn trú lại vài ngày để ai có oan khuất thì được tâu lên. Nhưng vì quân nhà vua nhọc mệt đã lâu, không tiện dừng lại. Đã sai Binh bộ Nguyễn Tử Châu ở lại, như quan công đường nhũng lạm hối lộ cùng quan quân các đạo đi lại có những tình tệ lấn cướp sách nhiễu, thì cho làm thư kín cho Binh bộ đệ lên đợi xét để trừ mối tệ cho dân khỏi khổ."

Lấy Phó trấn Thuận Thành là Nguyễn Văn Chấn làm Chánh trấn, Khâm sai cai cơ Nguyễn Văn Điển làm Phó trấn.

Tháng chín [13/10-10/11/1795] Vương về đến Gia Định, đặt yến tiệc uỷ lạo tướng sĩ, luận công ban thưởng theo thứ bậc. Nước Chân Lạp dâng 2 thớt voi đực.

Cấm thuyền buôn nước ngoài thu mua vải lụa; Vương bảo Phó tướng Tả quân tri Tàu vụ là Phạm Văn Nhân rằng:

"Vải lụa là vật thổ sản của ta, rất cần thiết cho nhân dân, nên để trao đổi nhau ở trong nước mà dùng cho đủ, nếu tham lợi mà bán ra nước khác thì giá ngày một đắt, khiến rét không có áo, chẳng hoá ra lợi ít mà hại nhiều sao ? Từ nay thuyền buôn của người Thanh xuất cảng hễ chở tơ sống từ 5 cân, vải lụa từ 5 tấm trở lên đều cấm. Làm trái thì Tấn thủ (3) *bắt giải trị tội."*

Tháng mười [11/11-10/12/1795] sai Phó tướng Tả quân Phạm Văn Nhân giúp chỉ bảo Đông cung; Vương bảo rằng:

"Đông cung là ngôi trừ nhị (4), tuổi còn non trẻ, tuy công phu học vấn vốn nhờ giảng viện, nhưng nhiệm vụ giúp bảo là ở đại thần. Chức vụ tướng sĩ giáp binh dinh Tả quân khanh vẫn quản lãnh như trước, còn việc trong môn đình của Đông cung, như quan lại, liêu thuộc, thị vệ, tôi tớ, hết thảy mọi việc

đều uỷ cho khanh. Cốt sao giúp đỡ Thái tử, hun đúc đức tốt, chẳng những trong khi nói năng nghĩ ngợi sao cho ít lỗi, lại mong mọi việc quốc gia thảy đều biết cả, đừng để cho chỉ Y Doãn nhà Thương và Thiệu công nhà Chu riêng được tiếng tốt về trước".

Cho Khâm sai tổng nhung cai cơ chưởng Hậu quân dinh Võ Tánh làm Khâm sai chưởng Hậu quân dinh bình Tây tham thặng đại tướng quân quận công; Khâm sai tổng nhung cai cơ hiệu uý Tả chi Trung quân dinh Võ Văn Lượng làm Khâm sai chưởng cơ. Lấy Khâm sai đô đốc chi Hiệu trung dinh Trung quân là Nguyễn Công Thái làm Hiệu uý Tiền chi; Khâm sai tổng nhung cai cơ chi Kiên uy là Nguyễn Đức Thành làm Phó trưởng chi Hậu chi; Phó vệ uý vệ Ban trực hậu quân Thần sách là Lê Công Cúc làm Vệ uý vệ Ban Trực tuyển phong tả; Khâm sai cai cơ Phạm Phước Ư làm Phó vệ uý vệ Ban trực hậu; Cai đội Hồ Văn Huệ làm Phó vệ uý vệ Phấn uy.

Lấy Binh bộ Nguyễn Tử Châu làm Hình bộ, cựu Lưu thủ Nguyễn Đức Thiện làm Binh bộ, Tham mưu Trung dinh Nguyễn Thái Nguyên làm Lễ bộ kiêm việc đốc học, Tham luận vệ Hổ uy Nguyễn Hoài Quỳnh làm Hữu tham tri Hình bộ, Khâm sai tham mưu đạo Long Xuyên Bùi Chí Thành làm Tả tham tri Hình bộ, Hàn lâm viện trưởng Lê Công Xuân làm Tả tham tri Lễ bộ, Viện trưởng Thị thư viện Hoàng Kim Cơ làm Viện trưởng Hàn lâm viện, Thị thư viện Trần Quang Tĩnh, Nguyễn Khắc Thiệu, Đinh Công Khiêm sung Hàn lâm viện. Lấy người học trò ở Quy Nhơn là Hoàng Tử Cao làm Hàn lâm viện thị học, do Lễ bộ Nguyễn Thái Nguyên tiến cử.

Thu vải trắng của dân trại đồn điền nộp thay thuế, để may áo chiến cho quân sĩ. Mỗi người nộp 1 tấm vải trắng, trị giá 2 quan 5 tiền, khấu trừ tiền thuế năm Bính Thìn [1796].

Lập danh sách những tướng sĩ bị bệnh, bị thương ở các dinh quân. Vương cho rằng liền năm chinh chiến, các tướng sĩ bị bệnh bị thương về quê quán nhiều, mà tên vẫn còn ở cuối sổ, hư thực chưa rõ ràng, sắc cho các quan cai quản đều căn cứ vào sổ binh, từ năm Giáp Dần [1794] tới nay, phàm những viên quân ngạch tinh binh kén lựa hay lạc tòng (5), người nào bị bệnh bị thương, cùng với những người bị bệnh thải năm trước cho về quê quán, thì làm một sổ riêng, hạn đến thượng tuần tháng sau đều đến đợi tuyển để chia suất, nếu có người tư tình hối lộ tha cho không đến tuyển, việc phát giác thì xử theo quân pháp.

Làm duyệt tuyển; bốn dinh hai đạo ở Gia Định thì tuyển kỳ vào tháng 2 sang năm; Bình Khang, Bình Thuận thì vào tháng 12 năm nay. Làm sổ tuyển bìa xanh gồm ba bản Giáp, Ất, Bính, tới kỳ nộp cho quan tuyển trường.

Sai Bảo hộ quản Hậu thuỷ dinh là Nguyễn Văn Nhàn vâng mệnh sang sứ Xiêm báo tin thắng trận. Tặng Phật vương 2 cành hoa vàng hoa bạc, 10 lạng kỳ nam, sáp ong, đường cát đều 500 cân; tặng vua thứ hai 2 cành hoa vàng hoa bạc, sáp ong, đường cát đều 500 cân.

Bọn Cai cơ thuộc dinh Tiền quân là Nguyễn Văn Triệu, Ngô Văn Bình, Nguyễn Văn Đại có tội bị giết. Trước kia khi đại binh xuất chinh, bọn Triệu giả bệnh không theo, lại họp đảng đi ăn cướp, bị các dinh Trấn Định và Vĩnh Trấn bắt được giải nộp; ra lệnh chém bêu đầu cho dân chúng biết.

Sai Giám thành sứ là Tô Văn Đoài kiêm quản các đội Hùng Diệm và An Công trông nom các việc nấu luyện và thu phát thuốc súng, diêm tiêu, lưu hoàng, hoả khí; lại sai trông nom các đội nậu đồn điền chăn nuôi trâu dê bò để cung cấp cho việc tế tự yến tiệc.

Sai Cai cơ phó chi Kiến vũ là Tôn Thọ Vinh quản đạo Phố Hài [thị xã Phan Thiết, Bình Thuận], kiêm hai đạo Phan Thiết và Vị Nê [Mũi Né, thị xã Phan Thiết, Bình Thuận]. Sai Binh bộ Nguyễn Đức Thiện quản việc thuế thuỷ lợi.

Chuẩn định rằng từ nay thuyền buôn đi các xứ Nam Vang, Long Xuyên, Kiên Giang [Rạch Giá], Hà Tiên, Chân Bôn để buôn bán thì do Lại bộ Nguyễn Bảo Trí phê và đóng dấu triện **Thông hành thủ tín** [Thông hành giữ làm tin] để phòng sự giả mạo, quan địa phương không được cho riêng.

Tháng mười một [11/12/1795-9/1/1796], định rõ điều lệ nấu rượu. Phàm lò nấu rượu không cứ số lò bao nhiêu, mỗi lò mỗi năm nộp 200 quan tiền thuế. Võ từ Cai đội, Đội trưởng, văn từ Câu kê, Cai hợp, cho đến quân dân đều được lĩnh nấu, nộp tiền thuế trước rồi mới được phê bằng đóng dấu triện **Dữ dân đồng lợi** [Cùng hưởng lợi với dân]. Có người nào nấu trộm nấu lạm thì cho người lãnh nấu được bắt giải; quan thu lấy đồ nấu rượu ấy để thưởng cho người bắt; lại cứ số lò nấu trộm lạm ấy mà thu thuế, một nửa sung công, một nửa thưởng cho người bắt; lại đánh người phạm tội 100 roi.

Sai Chưởng cơ Thuận Thành Nguyễn Văn Hào và Chánh trấn Nguyễn Văn Chấn, cứ theo ngạch cũ mà lập cơ An tượng, bắt voi hiến nộp.

Dựng kho tạm ở bảo Mỹ Tho dinh Trấn Định, sai dinh thần lấy 15.000 phương [1 phương khoảng 30 lít] thóc thuế và 1.600 phương muối ở bảo Trấn Di [huyện Long Phú, Sóc Trăng] mà chứa vào.

Sai Chưởng Tiền quân dinh là Tôn Thất Hội làm duyệt tuyển ở hai phủ Bình Khang, Diên Khánh, quản Tiên phong dinh Nguyễn Văn Thành, Chưởng cơ Võ Văn Lượng, Hộ bộ Nguyễn Kỳ Kế làm duyệt tuyển ở phủ Bình Thuận. Tuyển xong lại kén những người tinh nhanh khỏe mạnh làm hương binh, biến thành đội ngũ. ở hai phủ Bình Khang và Diên Khánh thì đặt 36 đội; phủ Bình Thuận thì đặt 43 đội. Mỗi đội đặt 1 cai đội, 1 đội trưởng, lấy người thổ dân cho làm; binh lính thì đều miễn dao dịch.

Tháng chạp [10/1-8/2/1796] sai dinh Bình Thuận thu trước số tiền thuế sai dư năm Bính Thìn [1796] cùng số tiền thuế năm nay, chở đến chứa ở Diên Khánh.

Cho vua nước Chân Lạp là Nặc Chăn thuyền rồng và đồ ngựa, sai Chưởng cơ Hồ Văn Lân và Tham tri Hộ bộ Nguyễn Văn Mỹ đem chỉ dụ đến cấp cho.

Lấy Quốc tử giám thị học Hoàng Ngọc Uẩn, Hoàng Công Xuân, Nguyễn Công Hạc, Nguyễn Thừa Gia, Trần Văn Đàn, Nguyễn Chính Thị, Nguyễn Văn Yên làm Hàn lâm viện thị học.

Khi Vương thắng trận khải hoàn, định tháng 3 năm sau [8/4-6/5/1796] mở khoa thi Hội gồm ba kỳ, đều theo đúng điển lệ triều trước. Đến đây, Lễ bộ Nguyễn Thái Nguyên, Lại bộ Nguyễn Bảo Trí, Hình bộ Nguyễn Tử Châu, Binh bộ Nguyễn Đức Thiện kiến nghị rằng điển lệ thi Hội khoa này có hơi khác với khoa Tân hợi [1791], e học trò có điều chưa rõ, không khỏi ngơ ngác; xin nghĩ định phép thi: Kỳ đệ nhất 2 bài kinh nghĩa, truyện nghĩa, 2 bài thơ vịnh sử, vịnh cảnh; kỳ đệ nhị văn sử và văn tả cảnh mỗi thứ đều 3 bài; kỳ đệ tam thơ và phú, vịnh sử, vịnh cảnh đều một bài. Người đỗ chia làm ba hạng Giáp, Ất, Bính, lượng bổ quan chức và cho được miễn binh dịch dao dịch theo thứ bực. Kiến nghị dâng lên, được Vương nghe theo.

Vương nghe dân trại đồn điền trốn nhiều, sắc cho Hộ bộ báo cho Cai trại các trại phải mộ thêm mà bổ sung, mỗi trại lấy 15 người làm hạn; nếu trong một tháng mà không đủ thì cai trại phải sung làm lính.

Chú thích:

1. Phong ấn: tức cuối năm gói ấn lại. Tại Trung Quốc từ thời Minh, vào chiều 30 tết gói ấn lại không dùng, đến ngày mồng 3 tháng giêng mở ấn lại, dùng cho năm mới.

2. Huyện Chiếu An: thuộc phía nam tỉnh Phúc Kiến, giáp tỉnh Quảng Đông.

3. Tấn thủ: Quan giữ đồn tấn tại cửa biển.

4. Trừ nhị: ngôi vị chuẩn bị làm Vua.

5. Lạc tòng: quân tình nguyện theo.

177. Nhà Tây Sơn: Quang Toản [1793-1801] (6)

Vào đầu năm Bính Thìn, Vua Càn Long nhường ngôi cho con là Gia Khánh, lên làm Thái thượng hoàng. Nhân dịp này, Sứ thần An Nam Chánh sứ Nguyễn Quang Dụ, cùng với Vương Công, các quan trong triều, Sứ thần các nước đến dự lễ:

"***Ngày mồng 1 Mậu Thân tháng giêng năm Gia Khánh thứ nhất*** [9/2/1796].*Thiên tử lên ngôi; ngày hôm nay...các Vương trong triều và bên ngoài, văn võ trăm quan từ tước Công trở xuống đều mặc triều phục, tập hợp.Các sứ thần Triều Tiên, An Nam, Tiêm La, Khuếch Nhĩ Khách xếp hàng phía sau....*" (**Nhân Tông Thực Lục** quyển 1, trang 8-9)

Tiếp đến vào ngày 4 tháng giêng [12/2/1796] Vua Gia Khánh cùng Thái thượng hoàng đế ban yến cho Sứ thần An Nam và Sứ thần các nước tại điện Hoàng Cực, cung Ninh Thọ. Ngày 5 tháng giêng [13/2/1796] Sứ thần được dự yến và ban thưởng tại gác Tử Quang; ngày 15 tháng giêng [23/2/1796] được ban yến tại điện Chính Đại Quang Minh.

Tổng đốc Lưỡng Quảng tâu trình tàu thuyền bọn cướp biển nương náu tại An Nam. Vua Gia Khánh biết rõ thực trạng, nhưng không dám phiền lòng Vua cha Càn Long trước kia vì chút danh hão đã '*nuôi ong tay áo*'; đến nay bị đốt cũng đành phải ngậm miệng:

"Ngày 21 tháng mười một năm Gia Khánh thứ Nhất **[19/12/1796].** *Dụ các Quân Cơ Đại thần; Cát Khánh Tổng đốc Lưỡng Quảng tấu rằng:*

'Điều tra về việc cướp biển tụ tập, cùng việc tàu bè của chúng ẩn trốn tại lãnh thổ An Nam, quả thực có việc nước này che dấu bọn giặc phỉ. Lúc này nếu gửi văn thư cho họ, là giúp cho bọn giặc phỉ biết tin, tìm cách bí mật trốn tránh.'

Lời nói rất phải; lúc này không nên gửi văn thư hiểu thị nước này. Nếu quan viên điều tra trình báo, Cát Khánh cũng đừng tỏ thái độ; cứ liệu biện ổn thoả, bắt đầu sỏ của giặc để tuyệt gốc." (**Nhân Tông Thực Lục**, quyển 11, trang 15-16)

Vua Gia Khánh tiết lộ sự kiện đạo quân do Tây Sơn tổ chức xâm phạm vùng biển Trung Quốc mỗi ngày một nhiều. Trước đó Tổng đốc Phúc Kiến, Khôi Luân, bắt được bọn cướp, trong đó có Tổng binh An Nam; nay Tổng đốc Cát Khánh bắt được thuyền với bảng hiệu Bảo Ngọc Hầu do An Nam phong tước:

"Ngày 20 tháng 12 năm Gia Khánh thứ nhất **[17/1/1797].** *Dụ các Quân cơ đại thần:*

Trước đây Khôi Luân bắt được bọn cướp, trong đó có Tổng binh An Nam, cùng quân lính nước này. Những tên này cướp bóc trên biển, tức không khác gì những tên cướp tại nội địa, đã xét theo luật xử tử. Lần này Cát Khánh bắt được thuyền cướp, bảng tiêu có chữ "Bảo Ngọc Hầu", chắc thuộc bọn cướp Trần A Bảo trước đây tại biển Chiết Giang. Từ nay bọn cướp trên biển, vô luận nội địa hoặc ngoại Di, một khi bắt được thì chiếu theo luật nghiêm thi hành. Đem dụ này truyền hay biết." (**Nhân Tông Thực Lục** quyển 12, trang 12-13)

Tai miền Nam vào tháng giêng năm Bính Thìn [9/2-8/3/1796] Nguyễn Vương Phúc Ánh sai Cai cơ Nguyễn Tiến Lượng giữ chức Chánh sứ và Nguyễn Văn Thuỵ Phó sứ sang Xiêm. Tặng Phật vương một toà bảo tháp bằng đá trắng, một xâu đèn thuỷ tinh, 10 lạng kỳ nam, sáp ong; đường phèn, đường hoa, đường cát mỗi thứ đều 500 cân.

Sai dịch trạm đưa chè bánh đến thành Diên Khánh để ban cho các tướng sĩ. Vương dụ Tôn Thất Hội rằng:

"Đây ta lấy lòng thành đem quà cho tướng sĩ, khanh nên chia khắp để cùng được vinh hưởng ơn vua".

Tháng hai [9/3-7/4/1796] duyệt tuyển bốn dinh Trấn Biên, Phiên Trấn, Trấn Định, Vĩnh Trấn; riêng Vĩnh Trấn cho 2 đạo Long Xuyên [Cà Mau]và Kiên Giang [Rạch Giá] phụ vào. Tuyển xong, ban cấp giấy chứng nhận, để kiểm soát phòng gian dối.

Thám tử báo Tây Sơn đem quân đóng giữ từ Quảng Nam đến Quy Nhơn. Vương mật dụ Tôn Thất Hội rằng:

"Diên Khánh tiếp giáp Quy Nhơn, khanh lưu trấn ở đó, tình hình giặc chắc biết rõ, nếu có thể thừa cơ đánh được, hoặc đi xa mà thắng được, hoặc đánh gần mà thành công, thì binh giáp thuyền bè của ta đều đã đầy đủ sẵn sàng; hãy xem thời cơ rồi sau hành động, không nên vội vã, nên xét kỹ sự thế ngay, chạy biểu báo lên".

Đóng 15 chiến thuyền lớn, bảng hiệu chữ "**Gia**", rồi đặt 15 Tĩnh hải uý chia nhau cai quản. Các thuyền gồm:

1. Gia Hưng.

2. Gia Khánh

3. Gia Nguyên

4. Gia Hạnh

5. Gia Trinh

6. Gia Tường

7. Gia Minh

8. Gia Hoà

9. Gia Trị

10. Gia Thịnh

11. Gia Vĩnh

12. Gia Hựu

13. Gia Hi

14. Gia Hội

15. Gia Thiện

Tháng ba [8/4-6/5/1796] mở khoa thi lấy đỗ 273 người. Trúng Tam trường là bọn Ngũ Khắc Minh, Phạm Đăng Hưng 14 người; trúng Nhị trường Trần Văn Đản, Nguyễn Văn Uyên 54 người; trúng Nhất trường Trần Văn Tính, Trần Lợi Trinh 205 người.

Nhân có kẻ giả mạo làm cấm vệ đi cướp của, có kẻ trốn ra khỏi thôn xóm để tránh thuế dịch, bèn ra lệnh cấp thẻ hợp phù mà đeo để xét thực giả. Sai đội Nội mã ra đảo Côn Lôn chọn ngựa đem về dâng.

Tháng tư [7/5-4/6/1796] Vương nghĩ tướng sĩ liền năm đánh dẹp, không nỡ bắt nhọc mệt nữa, bèn nghỉ việc binh, đợi đến sang năm sẽ đánh lớn. Sắc cho các dinh quân cho quân lính về quê để kịp ngày mùa.

Tháng năm [5/6-4/7/1796], ra lệnh khuyến nông. Vương

dụ quan các dinh rằng:

"Nghề nông là gốc của nước, ăn có đủ thì quân mới mạnh, cho nên người xưa đi thăm dân cày, đi thăm dân gặt, là cốt khuyên dân biết chăm việc gốc. Nay đương mùa làm ruộng, nên dụ bảo cho quân dân trong hạt, hết sức chăm việc làm ruộng, ai không có ruộng thì mướn ruộng mà cày. Lý dịch sở tại đều phải biên sổ, đợi khám để phân biệt kẻ siêng người lười."

Lấy Phủ lễ sinh là Phạm Đăng Hưng sung Cống sĩ viện, Phủ lễ sinh Hoàng Văn Diễn và Nhiêu học Trần Văn Tính sung Thị thư viện. Lấy bọn nho học Huấn đạo Nguyễn Hữu Thứ, Phủ lễ sinh Nguyễn Hữu Định, Nhiêu học Nguyễn Tường Vân, Nguyễn Văn Quang, Nguyễn Đức Chí 17 người sung Nội thị thư viện. Sai bọn Nội viện Chu Văn Yên sang nhà Thanh mua sách và hàng hóa.

Tháng sáu [5/7-2/8/1796], chở tiền gạo từ Gia Định và Bình Thuận đến chứa ở thành Diên Khánh. Gia Định chở 11.400 phương gạo, 30.000 quan tiền; Bình Thuận chở hơn 1.400 phương gạo.

Triệu Tôn Thất Hội về, sai Chưởng Hữu quân Nguyễn Huỳnh Đức thay giữ thành Diên Khánh; Phó tướng Võ Văn Lượng đem thuộc hạ đi theo, Tán lý Đặng Trần Thường giúp việc quân cơ.

Tháng bảy [3/8/31/8/1796], đặt 5 dinh thuỷ quân; trước đây mới đặt 3 dinh Trung thuỷ, Tiền thuỷ, Hậu thuỷ, nay đặt thêm dinh Tả thuỷ, Hữu thuỷ.

Cho Khâm sai cai đội Đỗ Văn Huy làm Khâm sai đô thống chiêu thảo sứ. Huy dâng sớ bàn về chiến lược đánh Quảng Nam trước, khiến vùng phía nam sẽ tự sụp đổ:

"Giặc Tây Sơn mấy năm đây thường bị quân nhà vua đánh thua. Nay nó dựa luỹ cao hào sâu cho quân sĩ nghỉ ngơi, cốt để nuôi sức cho khẻo mà đợi quân ta mỏi mệt, chờ xem thế biến. Nếu ta không đánh trước thì e bị trúng kế giặc. Nhưng thế đánh hay giữ trước hết phải được địa lợi. Ngày nào đại binh tiến đánh, xin trước hãy đánh úp lấy Quảng Nam, chiếm giữ ba ải Hải Vân, chặn đường tiếp viện của địch. Quảng Nam đã lấy được thì Quy Nhơn, Quảng Ngãi có thể truyền hịch mà định được".

Nguyễn Vương khen là phải, bèn thăng Văn Huy chức Khâm sai đô thống. Rồi sai các Tuyên uý sứ Phan Văn Loan, Phan Văn Phụng; Tuyên võ sứ Phạm Văn Tuy; Tham hiệp Đỗ Văn Chân, Trần Văn Phú, mật trở về các phủ Quảng Ngãi, Quảng Nam, Thuận Hoá chiêu dụ nghĩa binh, chờ ngày quân Nguyễn đến sẽ nổi dậy.

Tháng tám [1/9-30/9/1796], giặc biển Chà Và [Java, Indonesia] có 17 chiếc thuyền đậu ở Hòn Tre [Kiên Giang], dùng 3 chiếc vào cướp Kiên Giang [Rạch Giá]. Quân địa phương ngăn đánh, chém được 5 thủ cấp, đoạt được một thuyền, đánh đắm một chiếc, còn một chiếc chạy về phía đông. Việc tâu lên, Vương sai Vệ uý vệ Hùng võ Nguyễn Đức Xuyên đem binh thuyền 10 vệ thẳng đến Hòn Tre. Xuyên chia quân làm ba đạo đánh úp, bắt được tướng và quân giặc hơn 80 người, 15 chiếc thuyền, súng ống khí giới không kể xiết; dân biên thuỳ bị giặc bắt hơn 70 người trở về. Từ đó giặc Chà Và khiếp sợ không dám xâm phạm, đường buôn bán lưu thông.

Sai lấy 68 sở thuỷ lợi ở Hậu Diện thuộc Tiền Giang và ở Châu Đốc thuộc Hậu Giang trả cho Chân Lạp; cấm các ngư hộ không được xâm lấn, cũng không được mua riêng, làm trái bị xử tử.

Các quan văn võ là Nguyễn Văn Trương, Nguyễn Văn Thành, Lê Văn Duyệt, Nguyễn Văn Khiêm, Nguyễn Thái Nguyên, Trần Phước Tri, Lê Quang Định và bọn Cai cơ, Cai đội, Tri bạ, Tham luận thấy việc quân rỗi rãi, thường cùng nhau chơi cờ bạc, chọi gà, chọi cá, được thua đến trăm nghìn. Vương nghe biết, ban chỉ quở trách, bọn Văn Trương sợ hãi xin chịu tội; bèn răn bảo rồi tha.

Tháng chín [1/10-30/10/1796], đặt mua đường cát ở Trấn Biên [Biên Hoà], cứ 100 cân đường giá 9 quan. Vương dụ quan công đường rằng:

"Đường cát dùng để đổi mua binh khí, đương cần, không bắt sản xuất không được, cho nên phải phát vốn trước để trưng mua. Thế là công tư đều tiện lợi, không phải vét lợi của dân mà làm lợi cho nhà nước đâu. Nên thông dụ cho các đường hộ (1) biết".

Vương nghĩ đã tới mùa gió bấc, quân Tây Sơn có thể nhân thuận gió đến cướp tài vật của dân, lệnh cho Nguyễn Huỳnh Đức tại thành Diên Khánh nghiêm sức các đồn tấn tại cửa biển ngày đêm tuần xét; truyền cho các phủ Bình Khang, Diên Khánh rằng mùa lúa gặt xong, phải chọn nơi mà cất, không để gần bãi biển, để phòng bất trắc; lại nghiêm cấm những hộ đan buồm không được bán lén cho địch.

Tháng mười [31/10-28/11/1796] Vương đích thân cùng các quan bưng sách vàng ấn vàng tôn vinh mẹ làm Quốc mẫu vương Thái phi.

Sai Cai đội Ba Lang Hy và Ba La Di đều là người Hồng Mao [Âu Tây] đi Hạ Châu [Singapore] tìm mua binh khí.

Tháng mười một [29/11-28/12/1796] Tù trưởng đất Ba

Phủ [Hàm Thuận, Bình Thuận] là Toàn Phù tụ họp hơn 1.000 người, từ núi Đàn Linh [Hàm Thuận, Bình Thuận] ngầm xuống Cà Trập cướp bóc dân địa phương. Việc tâu lên; Vương sai quản dinh Bình Thuận là Lưu Tiến Hoà, Chưởng cơ trấn Thuận Thành là Nguyễn Văn Hào, Chánh phó trấn là Nguyễn Văn Chấn và Nguyễn Văn Điển đem quân đi Phan Thiết để tuỳ cơ đánh dẹp.

Tháng mười hai [29/12/1796-27/1/1797], Vương đến dinh Trấn Định [Tiền Giang], cho quân đi tuần các địa phương Sa Đéc và Long Hồ [Vĩnh Long] vài ngày rồi trở về.

Bắt đầu đúc tiền Gia Hưng Thông Bảo.

Chuẩn định lệ thuế thuyền buôn người Thanh và người Hồng Mao mua ngà voi, sừng tê, đậu khấu, sa nhân; tàu vụ chiếu theo qui định đã đánh thuế người Minh Hương, cứ giá mua 100 quan thì thu 5 quan tiền thuế.

Ban mũ và đai áo cho bọn lưu trấn thành Diên Khánh Nguyễn Huỳnh Đức cùng Đặng Trần Thường, Nguyễn Long, Nguyễn Văn Lợi, Nguyễn Văn Tánh; Huỳnh Đức một bộ mũ đại trào, một áo rét; bọn Đặng Trần Thường mỗi người một áo rét.

Sửa năm phong hoả đài ở Vũng Tàu, Tắc Khái, Thuỳ Vân, Xích Lam [Hàm Tân, Bình Thuận] và Ma Li [huyện Bắc Bình, Bình Thuận].

Chú thich:

1. Đường hộ: hộ trồng mía sản xuất đường.

2. Phong hoả đài: đài đốt lửa, để báo tin trong trường hợp nguy cấp.

178. Nhà Tây Sơn: Quang Toản [1793-1801] (7)

Qua việc Tổng đốc Phúc Kiến tâu trình đã bắt được bọn cướp biển, trong đó có Tổng binh An Nam; Tổng đốc Lưỡng Quảng lại tâu bắt được thuyền với bảng hiệu Bảo ngọc hầu do An Nam phong tước. Tiếp đến bọn cướp biển La Á khai rằng từ thời Quốc vương Nguyễn Quang Bình cho đến Nguyễn Quang Toản; An Nam phong tước cho 12 Tổng binh Tàu Ô, có hơn 100 hiệu thuyền, chuyên cướp phá vùng biển Trung Quốc. Sự việc nghiêm trọng như vậy, nhưng nói ra sợ mất mặt Vua cha Càn Long; một thời ham danh đã từng tuyên bố thu phục An Nam, rồi ghi trong **Thập Toàn Võ Công** (十全武功). Nay Vua Gia Khánh đành phải ngậm miệng, ngầm ra lệnh cho các tỉnh miền ven biển lẳng lặng đánh bắt:_

"***Ngày 9 tháng giêng năm Gia Khánh thứ 2*** [5/2/1797]. *Dụ các Quân Cơ Đại thần:*

Bọn Cát Khánh dâng tấu triệp về việc thẩm tra tù phạm cướp biển, nội dung: 'Điều tra về vùng đất Giang Bình [Dongxing, Quảng Tây]*; hiện nay có bọn giặc gốc Phúc Kiến, Quảng Đông, An Nam tụ tập tại đó. Nếu muốn báo cho An Nam biết, thì lúc này nên thông báo cho họ v.v..'*

Suy nghĩ kỹ việc này rất khó. Nếu như viên Quốc vương không biết về vụ giặc cướp, thì nên thông báo để hợp đồng cùng bắt. Nay điều tra bọn giặc La Á, cả ba bọn chúng đều cung xưng Tổng binh Tàu Ô An Nam có 12 người, hơn 100 hiệu thuyền; lại căn cứ vào giấy tờ bắt được có ấn triện, thì bọn cướp Tàu Ô đều do viên Quốc vương phong tước, việc ra biển cướp bóc viên Quốc vương không thể không biết. Vậy nếu bảo phối hợp bắt giặc cướp, làm sao bọn họ chịu nghe lời! Vả lại dân nội địa [Trung Quốc] *ra ngoài biển làm giặc, quan không cấm được, huống hồ là dân ngoại di! Nếu An Nam dùng lý do đó để bào chữa, thì lấy gì để biện luận? Hoặc đáng vì việc này mà gây hấn, rồi mang quân đánh nước họ ư!*

Bọn Cát Khánh chỉ nên thông sức thuộc hạ tầm nã tại mặt biển 3 tỉnh Phúc Kiến, Quảng Đông, Chiết Giang; nếu tàu thuyền của di địch xâm phạm vào, thì không luận quan chức nào của An Nam cũng đều nghiêm trị.

Tái bút: Từ nay trở về sau bắt được giặc cướp An Nam, thẩm tra minh bạch rồi lập tức cho chính pháp [xử tử]; *không cần phải giải về kinh, để bớt được sự phiền phức trạm dịch phải giải tống. Nay đem dụ truyền để hay biết."* (**Nhân Tông Thực Lục**, quyển 13, trang 6-7)

Phía An Nam, Quốc vương Nguyễn Quang Toản tiếp tục chơi trò hai mặt. Về mặt nổi sai người đánh bắt những bọn cướp biển, không thống thuộc lực lượng Tàu Ô dưới quyền, rồi đem nạp cho nhà Thanh để kể công; nên Thượng hoàng Càn Long bèn sai con gửi thư khen thưởng:

"***Ngày mồng một Canh Tý tháng 5 năm Gia Khánh thứ 2 [26/5/1797]****. Thiên tử phụng mệnh Thái thượng hoàng gửi sắc dụ Quốc vương An Nam Nguyễn Quang Toản:*

'Gần đây trên mặt biển đôi lúc có bọn giặc phỉ cướp phá, các Tổng đốc Lưỡng Quảng, Phúc Kiến từng báo tin cho

Quốc vương để cùng hiệp lực đánh bắt. Nay cứ viên Tổng đốc Lưỡng Quảng tâu rằng Quốc vương đã sai phái bọn quan Đinh Công Tuyết mang binh thuyền đến biển Di tuần tra đánh dẹp, bắt được bọn Hoàng Trụ, Trần Lạc hơn 60 tên, đem phạm nhân, thuyền, khí giới, giải đến nội địa biện lý; cùng tại nơi giặc phỉ tụ tập, sai thuộc viên đắc lực đồn binh trấn giữ. Thái thượng hoàng đế rất khen Quốc vương cẩn thận kính cẩn, cung thuận với lòng thành, nên đặc biệt ban ơn ưu thưởng thêm ngọc như ý, các kiện gấm mãng bào; sai Uỷ viên mang đến ban, để làm rạng sự ưu thưởng. Viên Quốc vương ngưỡng thừa ân sủng, càng đáng ra lệnh cho các thuộc hạ viên biền ra sức tuần phòng, kịp thời đánh bắt. Nếu như bọn cướp vẫn còn tại biển quấy nhiễu, lập tức truy bắt, giải đến nội địa truy xét. Nếu có thể bắt được đầu sỏ bọn cướp, sự phấn đấu càng đáng khen, sẽ tảo thanh được gian phỉ, gốc rễ nhổ tận, khiến người đi buôn được yên ổn, mà hải dương cũng được yên tĩnh. Viên Quốc vương hãy cung kính gắng sức, để có ngày được ban ân gấp bội. Khâm Thử! Đặc dụ." (**Nhân Tông Thực Lục** quyển 17, trang 1-2)

Tiếp đến Tuần phủ Quảng Đông Trần Đại Văn tâu rằng có một số cướp biển từ An Nam trở về đầu thuận. Vua Gia Khánh ra lệnh ban mũ Đỉnh Đái một số người, cho gia nhập vào quân Thanh để đi đánh giặc biển; số còn lại đưa về quê an sáp:

"***Ngày 23 Nhâm Thìn tháng 6 năm Gia Khánh thứ 2* [17/7/1797]**. *Dụ các Quân cơ đại thần:*

"Trần Đại Văn tâu rằng có bọn Ngô Đại Tướng, Trang Đắc Lợi, Lý Đại An từ An Nam trở về đầu thuận; đem đồng bọn, gia thuộc hơn 100 người, cùng nạp thuyền và khí giới, tình nguyện cùng quân lính đi đánh bắt cướp biển. Đã thưởng

mũ đỉnh đái cho bọn Ngô Đại Tướng, gồm 3 người đứng đầu xướng xuất. Một khi được thưởng mũ đỉnh đái, thì coi như quân lính trong doanh không khác, hà tất trong lòng còn có kỳ thị, chỉ cần tuỳ lúc lưu tâm tra xét. Những người không theo quan quân đi đánh bắt cướp, thì phải chế ngự ổn thoả, ân uy đều dùng. Tức sau khi trở về quê quán an sáp, thì không thể không đề phòng, để biến hoá kẻ gian ngoan thành lương thiện. Đem dụ này truyền để hay biết." (**Nhân Tông Thực Lục** quyển 18, trang 14-16)

Tại miền Nam, vào tháng mười một năm ngoái [29/11-28/12/1796], Tù trưởng đất Ba Phủ [Hàm Thuận, Bình Thuận] là Toàn Phù tụ họp người Chiêm, từ núi Đàn Linh [Hàm Thuận, Bình Thuận] ngầm xuống miền xuôi cướp bóc; vẫn chưa dẹp xong. Vào tháng giêng năm nay [28/1-26/2/1797], Nguyễn Vương sai Đô đốc hiệu uý Tiền chi Trung quân là Nguyễn Công Thái điều bát quân các đạo quân từ Ma Li [huyện Bắc Bình, Bình Thuận] đến Phố Châm [Bình Thuận] đánh dẹp. Khâm sai đô đốc quản chi Hùng võ là Nguyễn Kế Nhuận làm phó; Quản đạo Phố Hài [đông thị xã Phan Thiết, Bình Thuận] Nguyễn Huệ, Chưởng cơ trấn Thuận Thành Nguyễn Văn Hào, Chánh phó trấn Nguyễn Văn Chấn và Nguyễn Văn Điển tiến từ Đàn Linh [Hàm Thuận, Bình Thuận] lên, Chánh vệ vệ Nhuệ phong Ngô Văn Sở, Quản đạo Đông Môn Cao Văn Cửu đi đường tắt ra sau lưng giặc, đều theo lệnh Công Thái điều khiển.

Chở 3.000 phương gạo lương ở Gia Định đến Ma Li để cấp lương cho quân. Lại đặt ngựa trạm tại các trạm dọc đường từ Xích Lam [Hàm Tân, Bình Thuận] đến Ma Li, để tin tức ngoài biên nhận được nhanh.

Tháng hai [27/2-27/3/1797] Đô đốc Nguyễn Công Thái

tiến đến Phố Châm [Bình Thuận], đánh úp phá quân Ba Phủ. Tù trưởng là Toàn Phù vượt núi trốn chạy. Quân chúa Nguyễn đốt trại kho vựa, bắt sống hơn 100 người Ba Phủ đem về trú ở bảo Đăng Trại. Được tin thắng trận, Vương dụ rằng:

"*Tội phản trắc của Ba Phủ vốn không đáng khoan dung, nhưng nghĩ bọn man mọi ngu dại, chưa thấm nhuần phong hóa, vì Toàn Phù lừa dối đến nỗi bị tội, sao nỡ khép vào pháp luật ! Vậy tha cho hết. Và nay tù trưởng nghịch còn chạy trốn xa, sợ khi bèo tan lại hợp, ngươi nên chọn đất hiểm yếu ở hai bên sông Dã Dương* [nhánh bắc sông La Ngà] *mà đặt ba sở bảo để bọn Nguyễn Văn Hào ở lại, chia nhau đóng giữ và dỗ bảo các sách dân Đê khiến họ hàng phục, còn thì cho triệt về*".

Sau Hào ốm, sai Khâm sai cai cơ Trung quân là Lê Văn Niệm thay giữ; Niệm tuyên bố hảo ý của Nguyễn Vương; dân Ba Phủ dần dần trở về hơn 480 người.

Tống Viết Phước dâng biểu nói bọn dân thiểu số ở Đồng Môn ngang ngạnh chưa phục, xin đem quân đánh dẹp, Vương dụ rằng:

"*Nó chưa phục, vì chưa nghe tin đảng nó ở Ba Phủ đã vỡ, chẳng mấy ngày nữa cũng sẽ tự tan vỡ, cần gì phiền đến quân nữa !*"

Liền sai Quốc thúc là Tôn Thất Thăng đến bảo Đồng Môn, Cai cơ hành Lưu thủ Trấn Định là Trần Văn Búa quản ba vệ Thiết ky, Cường uy, Tín uy theo đi. Thăng đến nơi, không đầy một tuần mà quân dân tộc thiểu số tan rã; ra lệnh vỗ về ở yên như cũ.

Trong tháng này, nước Chà Và [Java] lại sai sứ đến cống.

Tháng ba [28/3-26/4/1797], sai Phó tướng tiền quân là Phan Tiến Hoàng tạm quản dinh Bình Thuận [Phan Rí, Bình Thuận], Phó Hậu chi dinh Trung thuỷ Lưu Tiến Hoà coi giữ đạo Phan Rang. Lấy Chánh trưởng chi Trung chi Phạm Tiến Tuấn quản đạo Phố Hài [thị xã Phan Thiết, Bình Thuận], kiêm hai thủ Phan Thiết và Vị Nê [Mũi Né, thị xã Phan Thiết, Bình Thuận].

Tháng tư [27/4-25/5/1797], Nguyễn Vương đích thân đem binh thuyền đi đánh Quy Nhơn, Đông cung Cảnh đi theo. Sai chưởng Tiền quân Tôn Thất Hội trấn Gia Định; có Cai cơ Nguyễn Văn Nhân, Hộ bộ Phan Thiên Phước, Trương Đức Khoan, Lễ bộ Ngô Tòng Chu, phụ tá. Tham tri bộ Hộ Nguyễn Kỳ Kế và Nguyễn Văn Phú đốc suất thuyền lương theo quân; chở 12.700 phương gạo, 500 phương muối.

Binh thuyền tiến đóng ở cửa biển Cù Huân [Nha Trang, Khánh Hoà], Vương triệu Hữu quân Nguyễn Huỳnh Đức đem quân theo đi đánh, để Phó tướng Nguyễn Văn Tính, Nguyễn Văn Lợi ở lại giữ thành Diên Khánh. Trên đường tiến quân, Chưởng cơ Nguyễn Văn Trương đem binh thuyền tiến đánh đô đốc Tây Sơn là Thiêm ở Tiên Châu [thuộc tỉnh Phú Yên], Thiêm thua chạy. Lại phá được đô đốc Tính ở Đạm Thuỷ [huyện Phù Mỹ, Bình Định], bắt được 6 chiếc thuyền.

Về đường bộ, Chưởng Hậu quân Võ Tánh và Tiên phong Nguyễn Văn Thành đánh ở chợ Hội An [Phú Yên] phá được đồn; Đô đốc Tây Sơn Hiếu lùi chạy về La Thai [Phú Yên].

Thuyền Vương tiến thẳng đến cửa biển Thị Nại [Qui Nhơn], đánh phá quân Tư lệ Lê Trung, tịch thu thuyền ghe, súng ống, khí giới; Trung lui quân chống giữ.

Tháng năm [26/5-24/6/1797] Vương cho rằng thành Quy Nhơn quân Tây Sơn đóng nhiều, thế chưa đánh được; bèn đích thân đem hơn 100 chiếc chiến thuyền tiến ra cửa biển Đà Nẵng và Quảng Nam. Thống lĩnh quân Tây Sơn là Nguyễn Văn Chân đem hết tàu thuyền lùi đậu vào trong cảng Đà Nẵng; Thiếu bảo Nguyễn Văn Huấn đóng quân ở hai bên bờ, quân thuỷ quân bộ tiếp nhau chống giữ.

Vương sai các quân dàn thuyền bao vây ở ngoài cảng; điều quân lên bộ đến sát luỹ địch mà đánh, hai lần giao chiến. Lại sai Nguyễn Văn Trương cùng với Vệ uý Nguyễn Văn Thịnh, Chánh vệ Trần Văn Tứ và Cai cơ Trần Văn Búa, chia nhau đến Cu Đê [Đà Nẵng], và cửa ải Hải Vân, chọn chỗ hiểm mà đặt đồn giữ. Vua Tây Sơn Nguyễn Quang Toản nghe tin, sai Thiếu phó Trần Quang Diệu giữ cửa Eo và Đô đốc Lê Văn An đem quân Thuận Hoá vào cứu.

Sai Đông cung Cảnh đem tướng sĩ dinh Tả quân vào cửa biển Đại Chiêm để đánh lấy Chiêm Dinh [dinh Quảng Nam, Hội An]; lại triệu Võ Tánh ở Phú Yên đem quân đến tăng viện. Vua dụ Võ Tánh rằng:

"Giặc nay đem hết quân ra giữ Đà Nẵng, Chiêm Dinh không có phòng bị. Khanh nên kíp tiến cùng Đông cung chiếm đoạt đất ấy, rồi sau đem quân ra mặt sau Đà Nẵng, như thế thì quân giặc sau lưng trước bụng đều bị đánh, lấy dễ như trở bàn tay".

Vương ra lệnh đặc biệt tưởng thưởng kẻ giết được tượng binh địch:

"Quân mạnh ở đánh giết. Ngày này quân giặc chỉ đánh bộ, cậy có nhiều voi. Từ nay gặp giặc ai đâm giết được người ngồi đầu voi và trong bành voi, giết mỗi người thưởng 50

quan tiền, lại thăng một cấp; như cai đội thì thăng lên cai cơ, phó đội thì thăng lên cai đội, đội trưởng thì thăng lên phó chánh đội trưởng, binh đinh thì thăng đội trưởng".

Đông cung Cảnh tiến quân lấy chợ Đông An ở Hội An, Quảng Nam, thẳng tới Chiêm Dinh, chia đặt đồn để phòng địch. Võ Tánh dẫn quân ra Đại Chiêm, gặp Đô đốc Tây Sơn Nguyễn Văn Ngũ và thuyền của bọn giặc biển Tề Ngôi ở ngoài khơi, đánh tan, bắt được tù binh, thu được thuyền chiến và Tàu Ô hơn 30 chiếc.

Tư lệ Lê Trung đem thêm quân đánh bảo Hội An [Phú Yên]; Vương nghe tin, dụ Nguyễn Văn Thành triệt quân về Bình Khang [Ninh Hoà, Khánh Hoà], phòng giữ nơi trọng yếu.

Lấy Khâm sai tham mưu Võ Tiến Trung làm Khâm sai thống binh quản đạo Trung Chấn. Tiến Trung trước đây vâng mật lệnh đến Quảng Nam ngầm tổ chức được hơn 300 nghĩa quân; nay đến hành tại bái yết, xin lập làm 6 hiệu đạo Trung Chấn; Vương chuẩn y, cho lệ thuộc Võ Tánh đánh giặc.

Tháng sáu [25/6-23/7/1797], Vương sai Võ Tánh chở quân sang Mỹ Khê [quận Sơn Trà, Đà Nẵng] đánh Tiết độ Tây Sơn Nguyễn Văn Giáp. Lại thấy Tham tri bộ Binh Hồ Văn Định là người Mỹ Khê biết việc binh, bèn sai đi bàn thảo việc quân với Tánh.

Đông cung Cảnh điều quân đi đánh giặc ở La Qua, giết được voi giặc, giặc vỡ chạy; báo tin thắng trận, Vương thưởng cho 1.000 quan tiền. Mật dụ Phạm Văn Nhân quản lý chiến thuyền giữ cửa biển Đại Chiêm [Hội An, Quảng Nam], Võ Bá Diên theo Đông cung đóng đồn ở Phú Chiêm,

Nguyễn Công Thái đóng đồn ở Tam Thai [quận Ngũ Hành sơn, Đà Nẵng], chờ chỉ thị thì đánh úp sau lưng địch.

Sai Phó vệ uý vệ Túc trực Nguyễn Văn Khiêm và Thuộc nội vệ uý Ô Li Vi [Olivier de Puymanel, ông Tín] đóng thuyền tam bản đánh hoả công, kén quân chiến tâm cưỡi thuyền ấy, đêm phóng lửa đốt được mấy chiếc thuyền; quân Tây Sơn tử thủ xin quân viện từ Quy Nhơn. Tư lệ Lê Trung sai bọn Đại đô đốc Lê Chất và Đoàn Văn Cát, Đô đốc Nguyễn Văn Xuân, Đô đốc Hàn đem 2.000 quân cùng 40 thớt voi đến cứu viện; quân Nguyễn đánh mấy trận, giết được nhiều voi, bắn Đô đốc Hàn chết ngay tại trận.

Sai quan Lưu trấn Gia Định chở tiền gạo đến đậu ở cửa biển Cù Huân [Nha Trang, Khánh Hoà] gồm 12.000 quan tiền, 12.800 phương gạo; rồi sai Trương Phước Luật hộ vệ chở đến quân thứ Quảng Nam để kế tiếp cấp phát cho quân.

Người thiểu số Ba Phủ [Hàm Thuận, Bình Thuận] là Toàn Phù lại họp đảng hơn nghìn người đến đánh bảo Ma Đế. Thủ binh Thuận Thành [Hàm Thuận, Bình Thuận] chống không được, phải bỏ bảo chạy. Phó tướng quản dinh Bình Thuận là Phan Tiến Hoàng nghe tin báo đem quân thẳng tới, gặp địch ở Cà Tán, bắn chết mười mấy người. Gặp trời mưa dầm, Hoàng bèn chia quân đóng đồn giữ các đường trọng yếu để phòng bị.

Tháng bảy [24/7-21/8/1797] Nguyễn Vương sai Phó tướng Hậu quân Nguyễn Văn Biện và Binh bộ Nguyễn Đức Thiện đem quân vào cửa biển Hiệp Hoà [vũng An Hoà,huyện Núi Thành, Quảng Nam] đóng đồn ở Bản Tân [huyện Núi Thành, Quảng Nam] để ngăn đường cứu viện của Tây Sơn từ Quy Nhơn đến. Vương mật dụ Khâm sai thống binh cai cơ Hoàng Công Khanh và Khâm sai cai đội Tôn Thất Lịch đem quân ứng nghĩa tại Quảng Nam lệ thuộc theo. Bọn Cai cơ Nguyễn Văn Soạn và Cai đội Lê Văn Nhị cũng xin về Quảng Ngãi chiêu lập nghĩa binh, Vương ưng cho.

Sai Nguyễn Văn Thành và Đặng Trần Thường tiến lấy Phú Yên. Bọn Thành dâng biểu nói rằng không có quân tiếp ứng, sợ không có công mà bị tội. Vương dụ rằng:

"Quân và voi ở Quy Nhơn đã họp hết ở Đà Nẵng, mà Phú Yên chỉ còn một tên giặc Hiếu, quân cũng không nhiều, hễ đánh là được, còn có tội gì ? Nên sắp quân tiến ngay, chớ ngần ngại nữa".

Nguyễn Văn Biện và Nguyễn Đức Thiện đánh tan quân đô đốc Tây Sơn là Gia ở Thạch Đậu [huyện Núi Thành, Quảng Nam], đặt đồn đóng giữ; rồi dâng biểu báo tin và xin tiến lấy kho tàng ở Trà Khúc [Quảng Ngãi], nhằm dùng lương của địch.

Vương dụ rằng:

"Ở Trà Khúc giặc còn nhiều quân, đánh chưa chắc lấy được, hãy ở yên đợi, bất nhật quân bộ ta tiến đến Phú Yên, tướng giặc Lê Trung tất phải lấy binh ở Trà Khúc, bấy giờ có thể thừa cơ hội đó lấy cũng chưa muộn".

Bèn sai Nguyễn Công Thái đem bốn vệ quân đến họp với Văn Biện.

Vua sai người mật bảo Tham tán giặc là Từ Văn Tú khuyên Tiểu triều Nguyễn Văn Bảo [con Nguyễn Nhạc] rằng:

"Nay quân ta tiến lấy Quảng Nam, sau tới Quy Nhơn, ngươi muốn rửa thù cho cha thì nên chiêu tập quân cũ, chờ quân ta tới dưới thành thì giết Lê Trung để đón quân vua,

mang tội lập công. Làm được việc ấy thì không nên ngờ tội cha sẽ lây tới con. Ta quyết không giết kẻ đầu hàng. Nên liệu đi".

Trương Phước Luật hộ vệ thuyền lương bị ngược gió, lâu không đến được, nhiều lần bị giặc biển ngăn chặn; trong quân chỉ còn có 5 ngày lương. Vương cho rằng đại binh vào sâu trong đất địch, mà quân nhu không tiếp tế được; bèn sai các tướng đem quân về.

Bấy giờ Nguyễn Văn Thành và Đặng Trần Thường đánh Phú Yên, phá được luôn các bảo Hội An và La Thai của địch. Tin báo đến, Vương dụ rằng:

"Quân ta đánh Đà Nẵng, đảng giặc gần nguy, mà tin thuyền lương lâu không thấy, nay đem quân về. Đất Phú Yên kia có thể đánh mà không có thể giữ, nên rút quân về".

Tháng bảy nhuần [22/8-19/9/1797], thuyền Nguyễn Vương về đến cửa biển Hiệp Hoà [vũng An Hoà, huyện Núi Thành, Quảng Nam]; nghe tin thuyền lương đã đến Vũng Quýt [Dung Quất, huyện Bình Sơn, Quảng Ngãi], bèn bảo các tướng rằng:

"Thế mới biết mưu người không bằng ý trời".

Bèn rút về đóng ở Diên Khánh [tỉnh lỵ Khánh Hoà]; thấy quân sĩ đi chinh chiến lâu ngày, nhiều người đau ốm, sai chở 1.500 cân thuốc ở Gia Định đến để chữa.

Tháng tám [20/9-19/10/1797] đặt đàn tế tướng sĩ trận vong tại Diên Khánh, sau đó Vương đem quân trở về Gia Định. Giao cho Khâm sai tổng nhung Nguyễn Văn Thành trấn thủ thành Diên Khánh, Tán lý Đặng Trần Thường hiệp đồng trù biện việc quân, Phó tướng Tiên phong Nguyễn

Văn Lợi và Nguyễn Văn Tánh, Hiệu uý Hoàng Văn Khánh, Phó hiệu uý Nguyễn Tiến Nghị, Chánh vệ Phạm Văn Tự đều dưới quyền.

Cho Khâm sai cai cơ đạo Phú Yên là Nguyễn Văn Nguyện các thứ sa đoạn để chia cấp cho thuộc hạ; Vương có lời dụ:

"*Từ khi khanh đóng giữ đèo Gian Nan* [ranh giới Phú Yên, Khánh Hoà], *giữ vững bờ cõi, không phụ uỷ thác của triều đình, ta khen ngợi. Vả lại gần nước biết cá, gần núi biết chim, nay nên kén người tâm phúc làm thám tử để đi dò xét tình hình giặc ở Phú Yên, Quy Nhơn và chiêu dụ những sách Man ở các đầu nguồn khiến họ quy thuận. Còn việc phòng bị ngoài biên thì nên lưu ý canh giữ. Người ta nói một người giữ ải muôn kẻ khó địch, khanh nên suy nghĩ đấy.*"

Vương sai Khâm sai cai cơ Trần Phước Chất mang quốc thư sang Xiêm để báo việc binh, và nói nghe tin Diến Điện mượn thuỷ binh Hồng Mao để đánh Xiêm, nếu họ đánh thực, sẽ đem thuỷ quân đón đánh. Người Xiêm viết thư cảm tạ, hiến 10 vạn cân diêm tiêu; trong thư hứa giúp đánh Tây Sơn:

"*Ngày nào quân ta đánh Tây Sơn, nếu thiếu quân dụng sẽ xin giúp. Lại xin chọn người giỏi họp với bộ binh Xiêm theo đường thượng đạo thẳng tới Vạn Tượng để đánh úp lấy Nghệ An, một là để chặn đường viện binh từ Bắc Hà, một là để đánh sau lưng Thuận Hoá, đến đâu thì quân nhu sẽ có người Man Lào cung ứng, không phải lo.*"

Vương nhận được thư, rất mừng.

Tháng chín [20/10-17/11/1797], chuẩn định thuyền buôn Xiêm La từ nay về sau sang buôn, hạng thuyền lớn phải chở 30.000 cân sắt, hạng trung 20.000 cân, hạng nhỏ 10.000 trở lên; còn diêm tiêu thì không kỳ nhiều ít, đều nộp vào quan, tính theo giá trả tiền; thì mới được mua các thứ thổ sản, nếu không thì cấm không cho vào.

Giặc Ba Phủ là Toàn Phù đem quân vây bảo Tà Lạp, lại uỷ cho người trong bọn giữ núi La A để ngăn quân viện. Phó tướng Phan Tiến Hoàng thống quản quân sở bộ và quan binh Thuận Thành, chia đường tiến đến La A. Hoàng cùng Quản đạo Phố Hài là Phạm Tiến Tuấn đánh mặt trước, Cai cơ Lê Văn Niệm đánh mặt sau, quân địch thua to. Hoàng thấy vùng thượng đạo đường núi hiểm trở, chuyển vận rất khó, lại thêm mưa lụt lam chướng, quân nhiều người ốm, bèn rút quân về; để quân Thuận Thành [Hàm Thuận, Bình Thuận] đóng giữ các đồn Đăng Trại, Cà Tán. Dâng sớ xin đợi đến mùa đông tạnh ráo sẽ cất quân đánh dẹp, Vương chấp nhận.

Tháng mười [18/11-17/12/1797], định lệnh cứu hỏa. Phàm quan quân ở trong thành ban ngày thấy trên cột cờ treo cờ cứu hỏa, ban đêm thấy treo đèn lồng, nghe một hồi thanh la và ba hồi trống lệnh của Trung quân; thì đều phải theo vị trí của mình, đem quân cầm khí giới, hoặc ở trên thành, hoặc ở ngoài quách, dàn hàng nghiêm chỉnh lo cứu hỏa; đợi khi thôi mới lui về trại. Quan quân ở ngoài thành thì ngày đêm nghe nơi nào bị cháy, tức thì đánh ba tiếng trống lệnh, đến nơi cứu chữa, lửa tắt mới về.

Giặc Chân Lạp họp đảng cướp đạo Tuyên Uy [Đồng Tháp]; sai Thống binh cai cơ đạo Tiền du Lê Văn Tự, Thống binh cai cơ Hữu quân Phạm Đắc Chất đốc suất binh thuyền dẹp yên.

Tháng mười một [18/12/1797-16/1/1798],Vua nước Chân

Lạp là Nặc Ấn chết, con là Nặc Chăn nối ngôi. Vương sai Chưởng cơ Tống Viết Phước và Tham tri bộ Lễ Trần Hưng Đạt sang phúng và biếu 100 cân sáp ong, 500 cân đường cát.

Sai các quân đóng thêm 50 chiếc thuyền đi biển, 100 chiếc thuyền sai và 200 chiếc thuyền chiến.

Tháng chạp [17/1-15/2/1798], lập đền Tinh Trung ở núi Hà La phủ Diên Khánh, tại phía bắc cửa biển Cù Huân. Trong chiến dịch Diên Khánh năm Ất Mão [1795], tướng sĩ có nhiều người chết trận và ốm. Vương nhớ đến, sai lập đền ở núi Hà La để thờ cúng, gọi là đền Tinh Trung, hằng năm mùa xuân, mùa thu cúng tế; đặt 20 người phu và một người Tự thừa trông coi. Chính giữa đền thờ 10 Chưởng cơ; tả hửu đền thờ 141 người chết trận, 99 người chết bệnh; tổng cộng 250 người.

Ngoài biển Bình Khang [Ninh Hoà, Khánh Hoà] có một chiếc thuyền của bọn giặc biển Tề Ngôi đậu ở Hòn Tre, Lưu trấn Diên Khánh Nguyễn Văn Thành sai Cai cơ Lê Quang Tường đem binh đội Thắng Thuỷ đánh bắt được. Việc tâu lên; Vương thưởng 3 tấm sa đoạn và 100 quan tiền.

Tháng giêng năm Mậu Ngọ [16/2-16/3/1798], Nguyễn Vương sai Cai phủ Dư Hải Quan đi Hạ Châu [Singapore] tìm mua vũ khí.

Tháng hai [17/3-15/4/1798] Xiêm La bị Diến Điện đánh, sai Sứ xin nhà Nguyễn giúp quân. Vương sai Chưởng Hữu quân Nguyễn Huỳnh Đức và Chưởng cơ Nguyễn Văn Trương đem hơn 7.000 thuỷ binh, 100 chiến thuyền viện trợ. Khi quân đến đảo Côn Lôn, hay tin người Xiêm đã phá được quân Diến Điện, lại sang báo tin thắng trận. Nhân đó Vương sai Nguyễn Huỳnh Đức cùng với Bảo hộ Nguyễn Văn

Nhàn sang Xiêm bàn về việc quân; số còn lại thì rút về.

Sai các đội xuồng gỗ ở Chính dinh đi Quang Hoá [Tây Ninh] tìm chở ván gỗ để đóng chiến thuyền lớn và thuyền kiểu Tây dương.

Hai chiếc thuyền giặc biển Tề Ngôi vào vụng biển dinh Trấn Biên [Bà Rịa, Vũng Tàu] xin hàng; hạ lệnh đưa về Gia Định.

Tháng ba [16/4-15/5/1798] Đông cung Cảnh xin làm sách **Hiển trung chư thần liệt truyện** để khích lệ lòng người; Vương cho là phải.

Người Hồng Mao [Âu Tây] đến hiến phương vật.

Giặc biển Tề Ngôi đóng ở phần biển Cù Huân [Nha Trang, Khánh Hoà], Lưu trấn Diên Khánh Nguyễn Văn Thành nghe báo, sai bọn Cai cơ Lê Quang Tường đem quân đuổi theo bắt, tới Diên áo [Khánh Hoà] bắt được hai chiếc thuyền, số còn lại chạy thẳng về đông. Vương thưởng cho bọn Tường các thứ nhiễu 2 tấm, sa mát 4 tấm và tiền 100 quan.

Tháng tư [16/5-13/6/1798], định lệ đúc tiền. Cứ 100 cân kẽm thì đúc thành 35 quan tiền, mỗi quan tiền cân nặng 1 cân 14 lạng làm hạn. Sai Tri đồ gia Cáp Văn Hiếu và Nguyễn Thành Chẩn mộ người Hoa Kiều để đúc.

Sai Lễ bộ Ngô Tòng Chu hiệp cùng nguyên Lễ bộ kiêm Đốc học Nguyễn Thái Nguyên phụ giáo Đông cung. Tòng Chu là người Tân Bình, dinh Phiên Trấn, tính thanh liêm, học hạnh thuần chính, Vương đặc biệt để ý, nên có mệnh này. Tòng Chu từ tạ nói rằng:

"*Thần tài sơ đức mỏng, lạm dự văn ban còn sợ chưa được xứng chức, trách nhiệm phụ đạo, thần sợ làm không nổi*".

Vương nói:

"Đông cung là ngôi trừ nhị (1) của nhà nước, kén người Sư phó, không phải khanh thì không được, đừng nên chối nữa".

Tòng Chu vâng mệnh, hết lòng uốn nắn, nói thẳng không giấu giếm; Đông cung rất kính trọng.

Tháng năm [14/6-12/7/1798] Lưu trấn Diên Khánh Nguyễn Văn Thành và Đặng Trần Thường nhận định rằng giữa Tây Sơn và nhà Thanh có nhiều mối mâu thuẫn. Nhân bắt được giặc Tàu Ô, xin sai Sứ giải giao cho nhà Thanh, rồi tuỳ cơ tranh thủ ngoại giao, cùng tìm cách liên lạc với Cựu hoàng Lê Chiêu Thống. Sớ dâng lên Nguyễn Vương như sau:

"Hiện nay ta với Tây Sơn chính là nước nọ địch với nước kia, thế không thể không đánh về ngoại giao để cầu viện, khiến cho thế giặc ngày càng cô, thế mới là mưu hay vạn toàn. Vả người Thanh từ khi có chuyện với Bắc Hà, bị Tây Sơn đánh bại, sao lại không đau lòng nhức óc, chứa thẹn ngậm hờn, tạm để đó chờ cơ hội tốt. Nay vua Gia Khánh nhà Thanh nối ngôi, buổi đầu hăng hái, tưởng không phải khí tượng đời Càn Long. Vả lại người Thanh lo giặc biển chưa có cách khống chế đã từng thông hịch cho Tây Sơn tìm bắt, nhưng nó lơ đi thì mối căm giận của người Thanh không những là ở giặc biển mà cũng lan đến Tây Sơn. Duy vì non sông hiểm trở, phong tục và tiếng nói khác nhau, nếu lại dùng binh, sợ khó thắng được. Vả Nam Bắc đường xa dặm cách, sự thế khó hiểu, họ cũng cho Tây Sơn đã chiếm cả bờ cõi Nam Việt, không ai đối địch nổi, sự thực hư mạnh yếu chỉ nghe bọn khách buôn truyền tin, chưa lấy gì làm chắc, nên vẫn bồi hồi

ngóng trông, chưa định ngày xuất quân hoặc giả đó cũng là một cớ. Ngày nay từ khi quân ta thắng trận ở Đà Nẵng, bọn giặc biển Tàu Ô bắt được nhiều, bọn thần muốn nhân việc làm việc, soạn một bài biểu, lấy mấy chiếc thuyền giặc đem dâng để làm mối lái, tất vua Thanh phải khen nhận, không nỡ cho ta là tầm thường mà lơ. Nếu được đến chầu tận nơi, thì tuỳ nghi mở đóng, biện bạch phải trái. Một là nói rõ Tây Sơn xưng thần ở Trung Quốc mà xưng Đế ở ngoài, đập vào chỗ kỵ của họ để gây sự hiềm khích. Hai là ta thăm hỏi vua Lê, ngầm thông tin tức, để cùng nài xin. Nếu họ còn giữ được cái thói lễ nghĩa liêm sỉ thì sao nỡ bỏ đấy mà không hỏi ! Làm được thế thì lợi có nhỏ đâu ? Ví họ lại lần chần, lấy nghĩa nói khích mà không đồng lòng, thì cũng tỏ rõ được danh tiết của ta, làm nổi tiếng văn hiến, đủ làm cho người ta kính sợ, đối với việc cũng không hại gì. Nhưng nghĩ việc đi sứ không phải là nhẹ, chỉ nhờ một lời nói mà làm hay cho nước, thực không phải người rộng học suốt lý thì không thể làm nổi. Bọn thần xin cử hai người, một là Đông cung thị học họ Ngô tên Tĩnh, hai là Vĩnh Trấn ký lục họ Phạm tên Thận, dẫu không phải là tài lương sứ đời xưa, nhưng lòng trì thủ khá chắc, học vấn khá rộng, cũng không đến nỗi nhục quân mệnh đâu".

Vương cho là phải, bèn dùng Hàn lâm viện Ngô Nhân Tĩnh làm Tham tri Binh bộ, đem quốc thư theo thuyền buôn người Thanh sang Quảng Đông. Nhân Tĩnh đến, nghe tin Cựu hoàng Lê Chiêu Thống đã mất, nhà Thanh vẫn chưa chịu chính thức liên lạc ngoại giao với Nguyễn vương, nên đành trở về.

Tháng sáu [13/7-11/8/1798], bắt đầu đặt năm đồn quân Thần sách; gồm:Trung đồn, Tiền đồn, Tả đồn, Hữu đồn, Hậu đồn. Mỗi đồn đặt một Chánh thống và một Phó thống;

lấy Khâm sai Tả quân là Phạm Văn Nhân làm Chưởng cơ giám quân quân Thần sách, cai quản tướng sĩ năm đồn.

Sai Chánh thống Tả đồn Thần sách là Lê Văn Duyệt đốc suất chở thóc gạo và thuốc men từ Gia Định đem chứa ở Diên Khánh; gồm: 22.100 phương gạo, 53.500 phương thóc, vị thuốc 300 cân.

Tháng bảy [12/8-9/9/1798], triệu Lưu trấn Diên Khánh Nguyễn Văn Thành về Gia Định để thương nghị việc binh. Sai Lê Văn Duyệt quản tướng sĩ dinh Tiên phong, cùng Đặng Trần Thường tạm trấn Diên Khánh; hơn một tháng sau Thành trở lại trấn, bèn gọi Duyệt về.

Dân Chân Lạp ở miền Hậu Giang dinh Vĩnh Trấn nhiều người bị dân Việt xâm chiếm vườn đất, kiện lên quan. Sai Khâm sai chưởng cơ Hồ Văn Lân hội đồng với Cai bạ Phạm Ngọc Uẩn đi khám, hễ nơi nào dân Chân Lạp có trồng cây rồi thì trả lại; còn đất hoang thì cho dân Việt lập vườn tược, chia vạch giới hạn, để dứt mối tranh chấp.

Tháng tám [10/9-8/10/1798], tục dân Gia Định hay thờ Phật. Có nhà sư tên là Cao phạm tội, Vương muốn giết ngay; có kẻ nói sư là bậc chân tu, Vương nói: "*Có chân tu nữa thì ích gì cho nước* ?". Nhân dịp sai các quan xét hết những chùa trong hạt, từ Hoà thượng cho đến Đạo đồng phải ghi hết số người vào sổ để dâng, rồi sai bộ Lại truyền bảo rằng: *Phàm tăng đồ tuổi từ 50 trở lên thì vẫn miễn dao dịch, chưa đến 50 thì phải chịu dao dịch như dân, kẻ nào dám trốn tránh thì bắt tội*. Bầy tôi bàn ra nói vào nhiều, nên Vương còn chưa quyết. Lễ bộ Ngô Tòng Chu nói với Đông cung Cảnh rằng:

"Nhà vua bài trừ đạo Phật làm việc rất hay, bầy tôi không biết tán thành lại còn rườm lời. Tôi sợ việc này mà nửa

chừng bỏ thì kẻ kia lại ngông cuồng hơn trước. Tôi không ghét riêng gì nhà sư. Nhưng mối hại của Phật Lão (2) còn quá hơn Dương Mặc (3), không thể không nói được".

Đông cung nói:

"*Phải đấy*".

Tòng Chu bèn dâng sớ chỉ trích; Vương quyết ý theo.

Sai Phó tướng Hữu quân Nguyễn Đức Thành và Tham tri Hình bộ Nguyễn Hoài Quỳnh đi sứ sang Xiêm.

Tháng mười [8/11-6/12/1798], triệu Nguyễn Văn Thành và Đặng Trần Thường về; sai Đông cung Cảnh trấn giữ Diên Khánh, Giám mục Bá Đa Lộc đi theo, Phó tướng Tống Viết Phước và Nguyễn Công Thái đều lệ theo.

Đặt đài phong hoả (4) ở các cửa biển thuộc Bình Thuận và Bình Khang.

Lấy Cựu Hàn lâm Đặng Đức Siêu làm Tham mưu Trung dinh. Siêu người huyện Bồng sơn, bình định. Đậu Cử Nhân, là người văn học súc tích, gặp loạn đi ở ẩn. Giặc Tây Sơn thấy là danh sĩ, vời ra nhưng không đến. Năm Tân Hợi [1791], Vương thấy Siêu là cựu thần mật sai người đến triệu. Sau đó Siêu lẻn vào Gia Định, hiến phương lược đánh Tây Sơn; Vương khen, bèn trao cho chức này. Từ đó Siêu thường theo Vương ở chốn binh nhung, dự mưu cơ mật, càng ngày càng được yêu.

Tháng mười một [7/12/1798-5/1/1799] Sai Chưởng dinh Tiên phong Nguyễn Văn Thành và Tán lý Đặng Trần Thường đem quân đóng ở sông Đà Diễn thuộc Phú Yên. Trước đó phe Tây Sơn Tiểu triều Nguyễn Văn Bảo đánh úp thành Quy Nhơn, bọn Thái uý Nguyễn Văn Hưng thua chạy, Bảo sai thuộc hạ là Đại đô đốc Đoàn Văn Cát và Đô đốc Nguyễn Văn Thiệu giữ chợ Hội An [Phú Yên]; rồi sai người dâng biểu xin hàng Nguyễn Vương, nội dung:

"Xưa Vi Tử (5) *về nhà Chu, Trương Lương* (6) *theo nhà Hán, thực vì mệnh trời đã cho nhà Chu nhà Hán. Xin quân nhà vua cứ đến, nguyện làm quân đi trước."*

Vương sai bọn Thành đến tiếp ứng. Nhưng chưa đến kịp; thì Nguyễn Quang Toản đã đem quân vây thành, bắt Bảo giết đi, rồi sai đại tổng quản Lê Văn Thanh làm Lưu thủ. Cát và Thiệu đến Diên Khánh xin theo; bọn Thành dẫn quân về.

Giặc Nguyễn Quang Toản tính hay nghi ky, nghe lời gièm pha. Trong việc biến Tiểu triều, Toản ngờ Tư lệ Lê Trung ở Trà Khúc có dự mưu, gọi Trung về Thuận Hoá, rồi hỏi Phụng chính là Trần Văn Kỷ rằng: "*Tội Trung có đáng không* ?" Kỷ nói: "*Đáng*". Toản bèn giết Trung. Lại nghe lời nói vu của Thượng thư Hồ Công Diện mà giết Thiếu bảo Nguyễn Văn Huấn. Từ đó các tướng Tây Sơn lòng đâm ly tán, nhiều người có chí bỏ theo Nguyễn Vương.

Chưởng Tiền quân điều bát chư đạo bộ binh bình Tây đại tướng quân quận công Tôn Thất Hội chết. Hội là con thứ ba của Cai đội Tôn Thất Thăng, theo cha cùng Nguyễn vương vào Gia Định; từng hai lần hộ giá sang thành Vọng Các, khi trở về Gia Định cầm quân đánh giặc, công trạng rực rỡ, tính nghiêm trang, giữ gìn lễ độ, các tướng đều kính mà sợ. Lê Văn Duyệt từng bình luận mặt mạnh và mặt yếu của các tướng như sau:

"Tống Viết Phước hăng mạnh mà không có mưu; Nguyễn Văn Thành có mưu mà ít hăng mạnh; duy Hội trí dũng gồm

đủ, thật là bậc danh tướng,"

Đến bấy giờ chết, Vương rất thương tiếc truy tặng Nguyên phụ công thần đặc tiến thượng trụ quốc Chưởng dinh.

Lấy Chưởng dinh Tiên phong Nguyễn Văn Thành làm Chưởng dinh Tiền quân, Phó tướng Tiên phong Nguyễn Văn Tánh quản dinh Tiên phong. Sai chánh thống Tiền đồn quân Thần sách là Phan Văn Triệu quản Tàu vụ.

Nước Nhu Phật [Nước Johore ở đầu phía nam bán đảo Mã Lai] sai sứ là A Băng Cà Trạc đến dâng phẩm vật địa phương; Vương tặng rất hậu.

Tháng chạp [6/1-4/2/1799], Vương sai Khâm sai thuộc nội vệ uý Ô Li Vi [Olivier de Puymanel, ông Tín] đi thuyền đến Hạ Châu [Singapore] tìm mua binh khí.

Chú thích:

1. Trừ nhị: nhân vật số hai, chuẩn bị lên làm Vua.

2. Phật Lão: Phật tức Phật giáo; Lão tức Lão Tử, triết gia xuất thế đời Chu.

3. Dương Mặc: Dương tức Dương Chu, Mặc tức Mặc Địch là hai triết gia thời Chiến Quốc. Dương chủ trương vị ngã, Mặc chủ tương kiêm ái.

4. Đài phong hỏa: đài đốt lửa báo động.

5. Vi Tử: anh vua Trụ nhà Thương, thấy Trụ bạo ngược, tất mất nước, bèn đem đồ tế khí theo nhà Chu.

6. Trương Lương: Người nước Hàn, biết trước Hán Cao Tổ có thể nên nghiệp Đế nên theo giúp để đánh Tần, trả thù cho Hàn.

179. Nhà Tây Sơn: Nguyễn Quang Toản [1793-1801] (8)

Vua Càn Long mất vào tháng giêng năm Nhâm Tuất [7/2/1799], Quốc vương Nguyễn Quang Toản hay tin xin sai Sứ đến dâng hương; nhưng Vua Gia Khánh từ chối, lấy cớ Sứ thần không thể đến kịp để dự lễ di chuyển linh cửu an táng tại sơn lăng:

"***Ngày 29 tháng 5 năm Gia Khánh thứ** 4* [1/7/1799]*; dụ các Quân cơ đại thần:*

......Quốc vương An Nam Nguyễn Quang Toản sau khi được phong tước, mấy lần đội ơn ban; nay nhận được di cáo (1)*, muốn sai Sứ thần đến kinh đô dâng hương, ý phát xuất từ tấm lòng thành. Nhưng nghĩ rằng Cao Tông Thuần hoàng đế liệm vào quan, trong tháng 9 chuyển đến Sơn Lăng. Nếu viên Quốc vương sai Sứ đến dâng hương, lúc đến kinh đô, thì đã sau ngày vĩnh viễn an táng, lại phải mệt nhọc bạt thiệp. Nay ra lệnh Thai Bố* [Tuần phủ Quảng Tây] *gửi văn thư cho viên Quốc vương, bảo không cần đến kinh đô dâng hương. Đến kỳ dự định tiến cống vào năm Canh Thân* [1800]*, nếu lệnh Sứ thần nước này đến kinh đô, thì nằm trong kỳ tang 27 tháng, theo* [nghi lễ] *không nhận chúc mừng tại triều và đình chỉ yến tiệc, nên không tiện đến kinh đô. Vậy đem kỳ tiến cống lần này vào năm Canh Thân* [1800]*,và lần cống*

trước; cho gộp vào kỳ tiến cống năm Nhâm Tuất [1802] *lúc đó cống chung một lượt, để tỏ lòng thể tuất nước Phiên xa xôi."* (**Nhân Tông Thực Lục** quyển 45, trang 17-18)

Khi Sứ thần An Nam đến tỉnh Quảng Tây, viên Tuần phủ Thai Bố bảo Sứ thần trở về nước, chỉ nhận biểu văn tâu để lên; Vua Gia Khánh khen Tuần phủ liệu biện đúng:

"***Ngày 17 Quí Dậu tháng 7 năm Gia Khánh thứ*** **4** **[17/8/1799].** *Dụ các Quân cơ đại thần:*

"Thai Bố tâu 'Quốc vương An Nam sai Sứ dâng biểu tiến hương, tuân chỉ sai Cống sứ mang phẩm vật lễ nghi trở về, riêng mang 2 phong biểu văn tiến trình.'

Sự liệu biện đúng, Trẫm duyệt biểu văn của viên Quốc vương này thấy lời lẽ và nội dung thành thực phát xuất từ trong đáy lòng. Nay phát cho Quốc vương An Nam một đạo sắc, lệnh viên Tuần phủ sai người đưa đến trấn Nam Quan, giao cho viên Trấn mục chuyển cho viên Quốc vương kính cẩn nhận lãnh. Đem dụ này truyền để hay biết." (**Nhân Tông Thực Lục** quyển 49, trang 4-5)

Bấy giờ bọn cướp biển Tàu Ô trước đó theo An Nam, trở về nước đầu thuận; Vua Gia Khánh ban lệnh tưởng thưởng, nhưng cho định cư xa biên giới để tranh gây rắc rối:

"***Ngày 15 Tân Sửu tháng 8 năm Gia Khánh thứ*** **4** **[14/9/1799].** *Dụ các Quân cơ đại thần:*

Cát Khánh [Tổng đốc Lưỡng Quảng] *tâu 'Người dân Diên tên là Phương Duy Phú đem đồng bọn cướp là bọn Lương Văn Khoa 18 người đến đầu thuận. Cứ theo lời cung khai rằng đầu đảng cướp là Trần Thiêm Bảo, hiện tại An Nam, cũng muốn thừa lúc sơ hở, đem đồng bọn về đầu thú.'*

Bọn Lương Văn Khoa hối tội đầu thú, đáng được tưởng thưởng thêm. Nay chiếu theo lời xin của viên Tổng đốc, thưởng cho mũ đỉnh đái. Bọn Chu Á Nhị 17 người, và bọn dân Diên, Phương Duy Phú cần phải phân loại mà an sáp, không thể cho tụ tập một chỗ để rồi sinh sự. Còn bọn đầu đảng giặc tại An Nam, nghe tin kẻ đầu thú được vinh hiển thưởng mũ đỉnh đái, sẽ lấy làm hâm mộ. Nếu đến Quảng Đông đầu thú, không thể lưu giữ tại đó, rồi nước này cho rằng Thiên triều dung nạp người trốn tránh, bèn sai quan tại biên giới hỏi han, thì không thành thể chế. Đem dụ này truyền ra để hay biết." (**Nhân Tông Thực Lục** quyển 50, trang 9-10)

Tại miền Nam vào tháng giêng năm Kỷ Mùi [5/2-5/3/1799] dân thiểu số Bàn Hàn ở thượng đạo Phú Yên về theo; Nguyễn Vương sai Cai cơ Nguyễn Văn Nguyện đem áo chiến cho các tù trưởng và ban chiếu chỉ vỗ về. Vương nêu rõ lệnh cấm giết trâu với lời dụ như sau:

"Nhân dân cày bừa ruộng nương, nhà nước chứa cất kho tàng, đều nhờ sức trâu. Trước đã có lệnh nghiêm cấm mà thói quen vẫn chưa trừ, cứ mượn tiếng cúng tế hát xướng để giết trâu cầu lợi, đó là điều người nhân giả rất thương. Nay lại nêu rõ lệnh cấm, phàm quan văn từ Lục bộ đến công đường các dinh, quan võ từ chánh phó dinh đến thống đồn, chánh vệ, trưởng chi, hễ có lễ lớn phải dùng thái lao [Thái lao: lễ tam sinh, có đủ trâu bò, dê, lợn] *thì phải bẩm trước, còn đều cấm hết, ai phạm cấm thì trị nặng. Đến như nơi chợ búa ở dân gian có phạm thì xử 70 trượng và thu tiền 10 quan thưởng cho người tố cáo. Quan sở tại không xét biết cũng bị tội lây".*

Tháng 2 [6/3-4/4/1799] sai Khâm sai thống binh cai cơ Nguyễn Văn Thuỵ và Khâm sai cai đội Lưu Phước Tường sung Chánh phó sứ đem quốc thư sang Xiêm, tặng Phật vương 1 chiếc thuyền đại hiệu, kèm theo 10 cỗ súng lớn bằng gang. Thư như sau:

"Hiện nay giặc Tây Sơn đương cốt nhục hại nhau, lại thêm ngờ vực giết cả những quan cũ tướng cũ, đó là trời giục tới ngày tiêu diệt. Nước tôi đã chỉnh đốn binh giáp, định ngày tiến công, đó là cơ hội rất tốt. Nếu được đại tướng của Xiêm điều động những quân Chân Lạp và Vạn Tượng theo đường thượng đạo mà xuống Nghệ An để giúp thanh thế cho tôi, thì giặc trước bụng sau lưng đều bị đánh, không rảnh mà mưu tính được, tôi có thể nhân thắng đuổi dài, thu phục được đất cũ chỉ ở một trận này".

Vua Xiêm bằng lòng, truyền hịch trước cho các dân tộc ở thượng đạo dự bị quân và voi để chờ đánh.

Tháng 3 [5/4-4/5/1799], chuẩn bị cho cuộc hành quân lớn tại Qui Nhơn, Vương ban 32 điều quân chính răn các tướng sĩ; giao hẹn 10 ngày một lần, các vệ, đạo phải đưa ra giảng dạy cho quân lính; trong đó có các điều quan trọng như sau:

- Khi hành quân không được mang theo đàn bà con gái và người thuật sĩ tán nhảm về điều tốt xấu làm rối loạn quân tình. Làm trái thì chém đầu để răn bảo mọi người.

- Thắng địch không được giết chóc thẳng tay. Như địch hàng phục, bắt giải nộp thì có quân công, tự tiện giết thì trị tội nặng.

- Khi thắng trận vào dinh luỹ giặc không được tự tiện lìa khỏi hàng ngũ, tản ra các nơi để cướp bóc, làm trái thì chém đầu để răn bảo mọi người. Của cải bắt được thì đợi sau chia đều. Voi ngựa, khí giới, thuyền ghe, lương thực thì sung công để dùng vào việc quân việc nước.

- Quân giặc tan vỡ chạy trốn vào trong thôn xóm thì không được tìm bắt giết chóc, hại đến dân thường, làm trái thì trị tội nặng.

- Phàm đàn bà con gái và của cải của dân gian không được xâm lấn cướp bóc, làm trái thì chém đầu để răn bảo mọi người.

- Trong quân không được đánh bạc uống rượu. Như đánh bạc ở đồn sở thì không kể quan hay dân, đều trị 100 roi, tiền mặt bắt được trong sòng thì thưởng cho người tố cáo. Uống rượu thì quan bị xử nặng, lính cũng trị 100 roi và sung làm đầu bếp. Ra trận thì đều chém đầu để răn bảo mọi người.

- Thám tử ở đất địch về, tướng hiệu không được đón đường hỏi chuyện, thám tử cũng không được tiết lộ công việc. Làm trái đều chém. Như việc có quan hệ cơ mật mà người ngoài biết được thì bắt tội thám tử.

- Binh đinh ra trận mà lùi thì cho ngũ trưởng chém ngay trước quân. Ngũ trưởng mà lùi thì cho đội trưởng chém ngay trước quân. Cai đội, Trưởng hiệu, Trưởng chi đều theo phép đó mà làm, ai dung tha thì bị đồng tội.

- Ra trận khi người nào bị tên đạn bắn bị thương, các quân đều không được hoảng chạy, phải đem người bị thương đi chữa thuốc. Làm trái cũng chém.

- Sĩ tốt tòng chinh, nếu ai tự tiện vào nhà dân, hãm hiếp đàn bà con gái và cướp lấy của cải, thì chém ngay, rao trong quân. Nếu vào đất giặc mà có người đem của cải biếu riêng, dám công nhiên nhận lấy, việc phát giác thì người chánh phạm bị xử chém ngay. Còn những viên tiếp nhận, từ trưởng chi trở xuống đều trị 50 roi và giáng một bậc.

- Ra trận đối địch, tướng sĩ có ai bắt được quân giặc, cứ mỗi một người thì thưởng tiền 5 quan, bắt được hộ quân, quán quân, đô ty, đô uý của giặc thì thưởng tiền 20 quan, bắt được đô đốc giặc thưởng tiền 100 quan, bắt được quận công giặc thưởng tiền 1.000 quan; như bắt được người có quan chức mà không có quản binh thì thưởng 1 phần 3. Ngoài ra bắt được thuộc tướng của giặc thì đều lấy đó mà suy ra. Chém được thủ cấp cũng y lệ mà thưởng, lại thêm cho tước trật theo thứ bậc khác nhau. Nếu giặc bị thương vì tên đạn mà nhận làm công mình và nó tự đến đầu hàng thì không được thưởng. Nếu bắt được khí vật mà tự tiện quẳng đi thì trị 100 roi, truất làm quân đầu bếp. Nếu không phải lúc ra trận mà tự tiện bắt người giết người thì chiếu theo quân chính trước mà trị tội.

- Những người thể sát và tham quân, như thấy sĩ tốt thật có tội lỗi mà che giấu riêng cho nhau, không đem tố ra, thì đều đồng tội với kẻ phạm.

Vương cử đại quân đi đánh Quy Nhơn, lưu Khâm sai cai đội hoàng tử thứ hai là Hy trấn thủ Gia Định. Cho Khâm sai thuộc nội cai cơ quản Trường đà kiêm Hộ bộ là Nguyễn Văn Nhân làm Khâm sai thuộc nội chưởng cơ, hiệp cùng Hình bộ Nguyễn Tử Châu và nguyên Lễ bộ kiêm Đốc học Nguyễn Thái Nguyên cùng giúp mọi việc binh dân. Sai Công bộ Trần Văn Thái đốc thúc đóng chiến thuyền để sẵn chuyên chở, Hộ bộ Trần Đức Khoan trông nom tiền thóc thuế lệ, Giám thành sứ Tô Văn Đoài hộ vệ cung thành, Hiệu uý Tiền chi Trung quân là Hoàng Văn Khánh và Vệ uý vệ Hùng uy làm Trần Đại Luật phòng giữ nội ngoại kinh thành.

Sai Chưởng Tiền quân Nguyễn Văn Thành điều bát bộ binh các đạo đi trước ra Diên Khánh; sắc cho Đông cung Cảnh nghiêm sức cho các đồn tại ba đèo Đại Lãnh [huyện Tuy Hoà, Tuy Hoà], Sầm Dương và Gian Nan [ranh giới Phú Yên, Khánh Hoà], cẩn thận việc quan phòng, cấm việc đi lại, không được để lộ tình hình.

Vương đích thân đôn đốc binh thuyền ra cửa biển Cần Giờ. Sai Chưởng cơ Nguyễn Văn Trương đem binh thuyền tiến trước, Cai cơ Nguyễn Văn Thịnh và Tham tri Hộ bộ Trịnh Hoài Đức chở quân lương đi theo.

Tháng 4 [5/5-2/6/1799] thuyền vua đến vũng Cù Huân [Nha Trang, Khánh Hoà], dừng ở thành Diên Khánh, sai đội Tiểu sai dâng biểu về Gia Định để thăm sức khỏe mẹ là Từ cung; từ đó đại binh tới đâu thắng đó, bèn dâng thư trình bày cho Từ cung biết.

Sai Nguyễn Văn Thành thống quản tướng sĩ Tiền quân kiêm dinh Tiên phong và năm cơ voi thuộc vệ Hùng võ quân Thần sách, cùng cả quân Xiêm, tiến lấy Phú Yên, Nguyễn Văn Tánh, Đặng Trần Thường và Nguyễn Đức Xuyên đều theo điều bát.

Lấy Phó thống Trung đồn quân Thần sách là Nguyễn Đình Đắc làm Phó tướng Tả quân, hiệp cùng phó tướng Nguyễn Công Thái quản suất tướng sĩ dinh Tả quân, cho theo Đông cung Cảnh điều bát để đi đánh giặc; lưu tướng quân thượng đạo Nguyễn Long ở trấn giữ Diên Khánh, Lưu thủ Bình Khang là Nguyễn Xuyền giữ kho tạm Cù Huân, trưng gọi hương binh hai phủ Bình Khang và Diên Khánh chia nhau phòng thủ.

Thuyền Vương tiến đến Thị Nại [Qui Nhơn], thẳng vào

cửa biển. Sai Chưởng Hậu quân Võ Tánh và Chưởng Hữu quân Nguyễn Huỳnh Đức đem quân đóng ở Phú Trung. Lại sai quân các vệ Hữu đồn quân Thần sách qua đò Càn Dương [thành phố Qui Nhơn, Bình Định], đánh quân Tây Sơn ở Cựu Phụ [Gò cũ] hai trận đều thắng. Quân Nguyễn thừa thắng tiến đóng ở Trúc Khê; Thái phủ Lê Văn Ứng giữ quân ở Thốc Lộc không dám đánh. Trước đó Thiếu phó Trần Quang Diệu và Tư đồ Võ Văn Dũng thấy Ứng là người bề tôi yêu của Nguyễn Quang Toản, cậy thế kiêu ngạo lộng quyền, mưu muốn giết đi. Bấy giờ Quang Toản sai Ứng cùng Đại tổng quản Lê Văn Thanh lưu giữ Quy Nhơn, Diệu mưu với Dũng rằng:

"Thanh là người của đảng ta, Ứng là thù của ta. Nay Thanh giữ Quy Nhơn, nếu lại sai Ứng đến thì Ứng tất làm không lợi cho Thanh. Bọn ta theo đấy đem quân vào cửa biển Thị Nại, mật hẹn với Thanh, hễ nghe hiệu súng ở cửa biển thì nói dối Ứng đó là quân Gia Định, khiến Ứng đi ra một mình, nhân đó đánh úp, thì sẽ giết ngay được Ứng".

Chợt quân Nguyễn đến cửa Thị Nại nổ ba tiếng súng. Thanh ngờ là quân của Diệu, Dũng, nên không phòng bị, xin Ứng đi cự chiến. Ứng ra khỏi thành ngần ngừ; do đó quân Nguyễn tiến, không bị ngăn cản. Kịp khi Thanh biết thì trở tay không kịp nữa, bèn cùng Ứng đem đồ đảng chia đóng ở Thốc Lộc và Đê Phụ để cùng chống giữ. [các vùng Phú Trung, Càn Dương, Cựu Phụ, Trúc Khê, Thốc Lộc, Đê Phụ đều là tên đất, gần thành Qui Nhơn].

Vương nghe tin quân của Trần Quang Diệu và Vũ Văn Dũng đã đến Quảng Nam, bảo các tướng rằng:

"Muốn lấy được thành, trước phải đánh quân cứu viện".

Bèn sai Chánh thống tả đồn Hậu quân Lê Văn Duyệt và Binh bộ Nguyễn Đức Thiện đem tướng sĩ Tả đồn và Hậu đồn thẳng tới Tam Quan [huyện Hoài Nhơn, Bình Định], đóng giữ các đường hiểm yếu đèo Cung Quăng [chỗ tiếp giáp Quảng Ngãi và Quy Nhơn] và Thạch Tân [Bến Đá, chỗ tiếp giáp huyện Hoài Nhơn và Quảng Ngãi] để chặn viện binh của địch, Đại đô đốc quản chi Hiển võ là Đoàn Văn Cát đem quân sở thuộc giữ hai đồn Thái An và Vĩnh Thuận để làm thanh thế xa, Nguyễn Văn Trương đem thuỷ binh chia cho các thuyền sai đi tuần ở phần biển tỉnh Quảng Ngãi.

Võ Tánh và Nguyễn Huỳnh Đức đánh quân Tây Sơn ở Thị Dã, Thiếu uý Trương Tiến Thuý thua chạy, tịch thu 13 thớt voi; quân địch chết và bị thương rất nhiều. Đuổi đến cầu Tân An [huyện Tuy Phước, Bình Định], chém được Đô đốc Nguyễn Thực. Phía quân Nguyễn, Vệ uý vệ Ban trực hữu quân Thần sách là Tôn Thất Nông chết trận.

Đại đô đốc Tây Sơn là Lê Chất hàng. Chất người huyện Phù Ly [huyện Phù Mỹ, Phú Cát] Bình Định, là thuộc tướng của Tư lệ Lê Trung, từ khi Trung bị giết, Chất sợ vạ tới mình, ngầm vào Quy Nhơn theo Đại tổng quản Lê Văn Thanh. Thanh vốn trọng tài của Chất, giữ ở dưới màn. Đến bấy giờ đem 200 người bộ thuộc đến quân Võ Tánh đầu hàng. Trước kia vào mùa xuân năm Đinh Tỵ [1797], Phó tướng Tiên phong Nguyễn Văn Tánh đóng giữ Diên Khánh, Chất sai người đưa thư cho Tánh xin làm nội ứng, rồi việc không thành, tới nay thế cùng xin hàng. Chất là người rất thiện chiến, Vương đã từng nghe tiếng, đặc biệt vỗ về để dùng, sai theo Võ Tánh điều khiển. Từ đó tướng Tây Sơn là bọn đại Đô đốc Võ Đình Giai, Nguyễn Văn Điểm, đô đốc Lê Văn Niệm, Hồ Văn Viện, Trần Văn Lân, đô uý Mai Gia Cương,

Nguyễn Văn Trí, nối nhau xin hàng; Vương đều sai chiêu tập quân cũ, để theo đi đánh.

Quân Lê Văn Duyệt đến Đạm Thuỷ [huyện Phù Mỹ, Bình Định] đánh đốt kho lương của giặc, chém được tướng là Đại đoàn luyện Giảng (không rõ họ), gửi thủ cấp đến thành tại báo thắng trận. Vua thưởng cho 1.000 quan tiền. Duyệt lại tiến binh đến Bến Đá [chỗ tiếp giáp huyện Hoài Nhơn và Quảng Ngãi], chia đặt các đồn.

Sai Khâm sai thống binh cai cơ chi ứng nghĩa là Nguyễn Tiến Huyên và Tham mưu Nguyễn Tử Chính đến bảo Bến Đá theo Lê Văn Duyệt để giữ hai xứ là Hôn Cốc [Hang tối] và Sa Lung [gần biên giới Quảng Ngãi, Bình Định], phủ dụ những sách người Đê để nghiêm phòng quân tiếp viện của Tây Sơn.

Nguyễn Văn Thành đánh bảo Hội An [huyện Đồng Xuân cũ, bắc Phú Yên] phá được, Tham đốc địch là Phạm Văn Điềm đầu hàng. Thu phục được dinh Phú Yên. Tin báo đến, vua dụ giục Thành tiến quân để tiếp nhau với các đạo quân của Võ Tánh.

Lấy hàng tướng là Đô đốc Nguyễn Văn Thiệu làm Chánh trưởng chi Tiền chi Tiền quân, Khâm sai tổng nhung cai cơ Phan Tiến Bảo làm Phó trưởng chi, Phó trưởng chi Tả chi Phan Tiến Quý làm Chánh trưởng chi, Trưởng hiệu Trần Văn Hoà làm Phó trưởng chi, Phó trưởng chi Tiền chi Hoàng Văn Long làm Chánh trưởng chi Hữu chi, Khâm sai thống binh cai cơ Phan Tiến Sơn làm Phó vệ vệ Lương võ.

Cho Cai cơ Nguyễn Văn Thuỵ làm Khâm sai thượng đạo tướng quân, Cai đội Lưu Phước Tường làm Khâm sai điển quân, hiệp cùng Tham mưu Nguyễn Hoài Châu và Tham quân Lê Văn Xuân đem quân sở thuộc 150 người mang quốc thư và phẩm vật gồm các thứ nhiễu sa gấm đoạn theo đường thượng đạo sang chiêu dụ nước Vạn Tượng. Bọn Thuỵ mới đến nước Xiêm, vua Xiêm sắp sai tướng để cùng đi với Thuỵ, chợt xảy việc với Diến Điện, bèn hiến 5 vạn cân diêm tiêu để giúp quân dụng, lại cấp cho giấy thông hành qua thượng đạo và nói:

"Giấy thông hành này rất đắc lực, ta sai người cầm giấy đi, đến đâu cũng có người cung ứng hộ tống không trở ngại gì".

Bọn Thuỵ về đến hành tại, đem việc tâu lên. Vương sai đi ngay, dụ rằng:

"Việc quân không nề dối trá, chính có thể nhân cơ mà làm. Bọn ngươi đến nước Vạn Tượng nên phao tiếng là quân Xiêm cùng với quân ta do đường thượng đạo đánh Nghệ An, khiến cho quân giặc kinh sợ ngờ vực, không dám vét hết quân ra Bắc Hà vào cứu viện, như thế thì thành Quy Nhơn bị cô lập, sớm chiều hẳn vỡ. Đó là cái kế của Hán Cao tổ lưu Hạng Vũ vài tháng để được vạn toàn".

Bèn cho bọn Thuỵ áo mũ đều một bộ, 400 quan tiền, 1.000 đồng bạc Phiên [Tây Dương]. Bọn Thuỵ từ tạ ra đi, dùng người Chân Lạp là ốc Nha Bô Dịch Lạch làm hướng đạo, bắt đầu đi từ bến Tầm Bông Me [địa đầu nước Chân Lạp], qua Khu Khảng đến U Bôn [địa đầu Vạn Tượng]. Bọn Tù trưởng đều hưởng ứng; Tù trưởng Khu Khảng lại sai sứ là Khôn Thiêm Man Tôn đến cống 2 thớt voi đực, 6 toà tê giác.

Tháng 5 [3/6-2/7/1799] quân Nguyễn tiến sát thành Quy Nhơn, chia quân làm 2 cánh đóng đồn phía đông bắc và đông nam; đều theo Võ Tánh điều động tuỳ cơ đánh dẹp. Vương đích thân cầm quân tiến đóng ở Tam Quan [huyện Hoài Nhơn, Bình Định], phái thêm Phó tướng Tả quân là Nguyễn Công Thái và Nguyễn Đình Đắc, Chánh phó thống Hậu đồn quân Thần sách là Tống Viết Phước và Phan Văn Kỳ đóng đồn từ Cung Quăng [chỗ tiếp giáp Quảng Ngãi và Quy Nhơn] đến Sa Lung [gần biên giới Quảng Ngãi Bình Định], để phòng quân địch vào tiếp viện.

Quân Tây Sơn đánh vào bảo Sa Yển; Nguyễn Văn Thành sai Nguyễn Đức Xuyên đem quân và voi xông vào trận địch, đạn bay trúng trán Xuyên, Xuyên liền bọc vết thương rồi lại đánh. Quân địch thua chạy; bắt được hơn 20 thớt voi; tin thắng trận báo lên. Vương thưởng cho Xuyên 600 quan tiền, tướng sĩ dưới quyền 4.000 quan.

Lấy Thư ký Phạm Xuân Quang làm Tham mưu dinh Hậu quân, Thư ký điển quân Trần Quang Thái và Tham luận Bùi Văn Định theo lệ cũ thu thuế ruộng ở các huyện Tuy Viễn, Phù Ly [huyện Phù Mỹ, Phú Cát] và Bồng Sơn, tỉnh Bình Định.

Đặt quan công đường dinh Phú Yên, lấy Hiệu uý Tả chi Trung quân là Hồ Đức Vạn làm Lưu thủ, Trần Minh Đức làm Cai bạ, Võ Đức Thông làm Ký lục [Đức Thông là người Phú Yên].

Tháng 6 [3/7-31/7/1799] Nguyễn Văn Thành đem quân qua sông Đào Lô tại Phú Yên, đánh chiếm bảo Ưu Đàm.

Tướng Tây Sơn Trần Quang Diệu và Võ Văn Dũng đến Quảng Ngãi, nghe tin quân Nguyễn đã giữ Tam Quan [huyện Hoài Nhơn, Bình Định], liền bỏ thuyền lên bộ mà tiến, binh lực hùng hậu, có đến mấy vạn. Vương lo số quân ta ít, mật sai lui một đoạn. Lê Văn Duyệt và Tống Viết Phước đều nói:

"*Hai người chúng tôi ở đây, giặc không đủ phải lo!*".

Rồi Diệu đóng ở phía ngoài núi Thạch Tân [Bến Đá, chỗ tiếp giáp huyện Hoài Nhơn và Quảng Ngãi] giả làm thanh thế; Dũng thì đem đồ đảng từ đồn Chông Hàm đi tắt mà xuống, toan đánh úp quân ta. Ban đêm lội qua khe nhỏ, trong rừng có một con nai chạy ra, người đi trước trông thấy kêu to lên rằng:

"*Nai!*"

Những người sau hoảng hốt kêu chuyền rằng:

"*Quân Đồng Nai*" [Quân Tây sơn thường gọi quân Nguyễn là Đồng Nai].

Quân Tây Sơn đều sợ chạy cả, rơi vào hang hố rất nhiều. Viết Phước biết giặc sợ đêm, tự đem vài trăm quân đánh đuổi. Quân địch tan vỡ, dày đạp lẫn nhau mà chết; bắt được quân lính và khí giới không xiết kể. Tin thắng trận báo lên. Vua khen rằng:

"*Làm tướng phải nên như thế*".

Thưởng cho Phước 3.000 quan tiền.

Vương thấy những quân địch bị bắt có người đội mũ mo cau thì hỏi. Họ đều trả lời rằng đó là nón của người đi đường, Vũ Văn Dũng bắt chước dùng làm nón cho quân. Bèn sai đưa tù binh đến chỗ Võ Tánh để cho địch biết; trong thành trông thấy đều mất vía.

Sai Phó vệ uý vệ Túc trực là Nguyễn Văn Khiêm đem binh thuyền 20 chiếc tiến đánh thuỷ binh của giặc ở cửa biển Mỹ ý [Đức Phổ, Quảng Ngãi], phá được, đuổi đến Sa Kỳ [huyện

Sơn Tịnh, Quảng Ngãi] rồi trở về.

Vương đến Thạch Tân [Bến Đá, chỗ tiếp giáp huyện Hoài Nhơn và Quảng Ngãi]. Tướng Tây Sơn Trần Quang Diệu và Võ Văn Dũng lui quân đến đất Thanh Hảo; bọn Kiểm điểm Trần Viết Kết lại từ Thuận Hoá đem chiến thuyền đến họp. Vua bảo các tướng rằng:

"Võ Văn Dũng của giặc ra trấn Bắc Hà vốn đã nổi tiếng, nay bị quân ta đánh thua, không khỏi căm thẹn, thế nào cũng mưu đồ cách khác. Nhưng hắn dùng thuỷ quân hay đi đường thượng đạo cũng chưa biết được. Phải nên phòng bị nghiêm cẩn để chờ".

Bèn sai Phan Văn Kỳ quản hai vệ Tuyển phong hữu và Dương võ đóng đồn Chông Hàm, Tống Viết Phước quản mười một vệ Hữu đồn và Tiền đồn, chia đi chiến thuyền đậu ở ngoài biển Mân Khê [huyện Đức Phổ, Quảng Ngãi] để ngăn thuỷ binh của địch.

Quản vệ Phấn dực là Tống Phước Lương đánh phá được Thống binh giặc biển Tề Ngôi là Phàn Văn Tài ở cửa biển Kim Bồng rồi đuổi đến Phú Yên, lại đánh được. Trước đây Tây Sơn chiêu nạp bọn đầu sỏ giặc biển, trao cho chức Thống binh, muốn lợi dụng cái nghề thuỷ chiến của họ để chống quân Nguyễn, đến đây bị đánh thua, thế địch thêm nhụt.

Võ Tánh đánh phá được Thái phủ giặc là Lê Văn ứng. Trước là Ứng nghe tin viện binh đến, liền đem 6.000 quân tinh nhuệ và hơn 50 thớt voi, mưu đến ấp Tây Sơn [huyện Tây Sơn, Bình Định] thu chở quân lương để làm thế dựa nhau. Tánh biết tin, truyền hịch cho Nguyễn Văn Thành kéo quân và voi, uỷ cho Nguyễn Đức Xuyên làm Tả đạo, Phó tướng Nguyễn Công Điền và Đô đốc Lê Chất làm hữu đạo, mình tự cầm trung đạo, định hẹn đều tiến, đón đánh Ứng ở Cà Đáo, bắt được hết quân và voi; Ứng chỉ thoát được thân trốn. Tin thắng trận báo lên; Vương thưởng 1 vạn quan tiền.

Quân Nguyễn lấy lại được thành Quy Nhơn. Thái phủ giặc là Lê Văn Ứng đã thua, trong thành quân ít lương cạn; Đại tổng quản giặc Lê Văn Thanh, Thượng thư binh bộ Nguyễn Đại Phác và Thiếu uý Trương Tiến Thuý dâng biểu xin đem thành đầu hàng. Vương sai Tham tri Lại bộ Nguyễn Bảo Tiến và Tham mưu Trần Quang Thái đưa chỉ dụ rằng:

"Bọn ngươi đã biết quy thuận, ta cũng lấy lòng thành tiếp đãi, ngày trước là cừu địch, ngày nay là Vua tôi, đều không nên ngờ sợ gì nữa".

Vương vào thành; bọn Thanh cùng tướng tốt 1 vạn 3 trăm người đều tự trói cổ lạy phục; Vương sai tuyên chỉ yên ủi, cho 5.000 quan tiền để chia nhau, đổi tên thành là Bình Định. Sắc ban những người bị Tây Sơn bắt tòng quân đều tha về hết; nhà dân ở ngoài thành bị thiêu huỷ thì cho miễn sưu dịch một năm.

Sai Võ Tánh biên hết các tướng sĩ mới hàng và voi ngựa, súng ống, khí giới, cho rõ thực số.

Vương đến Châu Dã, các tướng tề tập ở hành tại lạy mừng. Bèn sai Nguyễn Huỳnh Đức đóng ở Thạch Tân [Bến Đá, chỗ tiếp giáp huyện Hoài Nhơn và Quảng Ngãi], Nguyễn Văn Thành đóng ở Hôn Cốc, [Hang tối], Nguyễn Văn Tánh đóng ở Sa Lung [gần biên giới Quảng Ngãi Bình Định], Nguyễn Đức Xuyên đem quân và voi theo Đông cung Cảnh đi giữ Châu Dã.

Tháng 7 [1/8-30/8/1799], mùa thu, Vương trú ở thành Bình Định . Trước đây đắp đồn Thạch Tân [Bến Đá, chỗ tiếp giáp huyện Hoài Nhơn và Quảng Ngãi], bắt 3000 dân Phú Yên ứng dịch, đến bây giờ việc đã hơi dãn nên cho về làm ruộng.

Sai Tham tri Hộ bộ Nguyễn Kỳ Kế và Trịnh Hoài Đức chở gạo lương ở kho Đại La ở Nước Mặn về chứa ở kho Cự Tích [ở trong thành Bình Định]; Khâm sai thuộc nội cai cơ Nguyễn Văn Thịnh, Tham tri Công bộ Nguyễn Tử Trinh, Tham mưu Trần Long Hựu coi thuyền ghe chở gạo lương từ Cù Huân [Nha Trang, Khánh Hoà] đến Thị Nại.

Vương bàn đánh thuế thân dân Bình Định; Tham mưu Đặng Đức Siêu dâng mật sớ nói:

"*Tôi nghe binh pháp nói: Cùng với dân chúng một lòng yêu thì không việc gì không thành, cùng với dân chúng một lòng ghét thì không việc gì không đổ. Kế ngày nay xin trước hãy kén quân mà miễn thuế thân một năm, để thu phục lòng người một hạt cho dân bốn phương trông vào*". Vương khen phải và nghe lời.

Nguyễn Văn Trương đánh Kiểm điểm Trần Viết Kết ở ngoài biển Mỹ ý [Đức Phổ, Quảng Ngãi], quân Tây Sơn chết và bị thương nhiều, Kết đem binh thuyền rút lui.

Vua Tây Sơn Nguyễn Quang Toản cử đại binh từ Thuận Hoá vào cứu viện, đóng ở Trà Khúc [huyện Sơn Tịnh, Quảng Ngãi], sai Nội hầu Lê Văn Lợi đem một nghìn quân và 20 thớt voi đánh thành Mân Khê [huyện Đức Phổ, Quảng Ngãi]. Phó tướng Hữu quân Nguyễn Văn Lợi đóng chặt thành chống giữ. Quân Tây Sơn đánh luôn 3 ngày, quân Nguyễn ở trong thành dùng đại bác hoả xa bắn giết quân giặc rất nhiều. Kiểm điểm Trần Viết Kết đem hơn trăm chiến thuyền vào Sa Huỳnh [huyện Đức Phổ, Quảng Ngãi], mưu đánh úp sau lưng thành. Đêm hôm ấy bão to nổi lên, thuyền địch chìm đắm nhiều; Kết lui về Cổ Luỹ [huyện Sơn Tịnh, Quảng Ngãi], Lợi cũng lui về Trà Câu, không dám xâm phạm nữa. Vương nghe tin, thưởng cho tướng sĩ 1.000 quan tiền.

Tháng 8 [31/8-28/9/1799] Nguyễn Huỳnh Đức ốm, sai Nguyễn Văn Thành thay giữ Thạch Tân [Bến Đá, chỗ tiếp giáp huyện Hoài Nhơn và Quảng Ngãi], tướng sĩ hai dinh Hữu quân và Tiên phong đều theo điều bát.

Phó tướng Hậu quân là Nguyễn Công Điền có tội bị giết. Trước đây trong trận Cà Đáo, Điện tự tiện vào nhà dân ấp Tây Sơn cướp lấy con gái và của cải, đến bấy giờ việc phát, sai chém bêu đầu để răn, và trả lại con gái và của cải cho dân; truyền dụ cho nhân dân sở tại đều biết.

Vua Tây Sơn Nguyễn Quang Toản nhiều lần giục các tướng tiến đánh; Trần Viết Kết nói:

"*Trời đương gió ngược, đánh thuỷ không tiện*".

Trần Quang Diệu và Vũ Văn Dũng đều khuyên Quang Toản về Thuận Hoá để cho bọn họ tuỳ cơ đánh giữ; Quang Toản bèn về. Rồi Diệu, Dũng cũng đem quân lui về Quảng Nam, Lưu tiết độ Nguyễn Văn Giáp đóng giữ Trà Khúc [huyện Sơn Tịnh, Quảng Ngãi].

Vương thấy quân Tây Sơn đã lui, sai Nguyễn Văn Thành liệu để quân các đạo ở lại theo Thành đóng đồn giữ, còn thì rút hết về hành tại. Thành dâng biểu xin tiến quân lấy Thuận Hoá, nhưng Võ Tánh cố sức ngăn; Vương cũng nghĩ quân đi lâu ngày, không nỡ bắt khó nhọc quá, bèn thôi.

Sai Khâm sai thống binh cai cơ chi ứng nghĩa là Hoàng Công Khánh và Nguyễn Tiến Huyên cùng Tham hiệp Nguyễn

Văn Dương đem quân đi giữ hai đồn Đốc Me và Mân Khê [huyện Đức Phổ, Quảng Ngãi], theo Nguyễn Văn Thành sai khiến.

Bọn tướng quân thượng đạo Nguyễn Văn Thuỵ và Điển quân Lưu Phước Tường tới thành Viên Chăn quốc đô nước Vạn Tượng. Trước kia Nguyễn Vương ở thành Vọng Các, vua nước Vạn Tượng là Chiêu Ấn sang chầu nước Xiêm, nhân đến yết kiến Vương, lòng rất kính mến. Khi trở về nước, nghe tin Vương lấy lại được Gia Định, từng muốn sai sứ xưng thần, nhưng bị đường nghẽn không đi được. Đến bấy giờ được tin rất mừng, đích thân đem thuộc hạ lạy rước quốc thư, tiếp đón quan và quân ta rất hậu, nói với bọn Thuỵ rằng:

"Tây Sơn là cừu địch của nước Vạn Tượng. Ngày nọ nghe tin quân Thanh Hoá và Nghệ An giặc đã đem hết về Thuận Hoá, nay nhân sơ hở mà ập đánh tưởng cũng không khó. Nhưng mùa gió nam muộn rồi, chưa biết quân nhà vua tiến thoái thế nào? Nếu lấy được chưa chắc đã giữ được. Chi bằng sai một người trở về tâu kín việc binh, đợi đến sang năm định hẹn, hễ quân nhà vua tiến đánh Thuận Hoá, thì Ấn sẽ xin đem hết quân trong nước thẳng xuống Nghệ An quyết đánh một trận để giết hết Tây Sơn, bắt lấy đảng nó làm nô để rửa nhục cho người trước, đó là lòng mong mỏi của Ấn".

Bọn Thuỵ bèn uỷ cho Tham quân Lê Văn Xuân trở về, lại sai Tham mưu Nguyễn Hoài Châu, Cai đội Nguyễn Văn Uẩn đi hiểu dụ các sách dân thiểu số ở Trấn Ninh và Thanh Nghệ.

Tháng 9 [29/9-28/10/1799] trấn Biên [Biên Hoà] có lụt lớn, lúa ruộng ngập hết, nhà dân trôi mất hơn nghìn nóc, có người bị chết đuối. Các quan báo lên, Vương sai phát gạo kho để chẩn cấp.

Vương sắp khải hoàn, sai chưởng Hậu quân Võ Tánh thống lãnh quân trong dinh và các tướng sĩ vệ Võ lương Trung chi Hữu quân, đội Thuộc viên Trung chi Tiền quân, Tả chi Túc uy dinh Tiên phong, năm đồn quân Ngự lâm, hai vệ Thiên trường và Tín trực, cùng một vạn quân Xiêm, hiệp cùng Lễ bộ Ngô Tòng Chu lưu trấn thành Bình Định, bọn Tham tri Hộ bộ Trịnh Hoài Đức, Tham tri Lễ bộ Nguyễn Cửu Hành, Tham tri Binh bộ Hồ Văn Định, Tham tri Hình bộ Nguyễn Hoài Quỳnh đều theo lưu trấn, trông coi các việc binh dân, tiền thóc và kiện tụng.

Sai các dinh Phú Yên, Bình Khang và Bình Thuận xét những nơi nhà trạm dọc đường mà dựng nhà công, sửa cầu đường, dự bị dân phu lương thực mỗi trạm 200 người, gạo lương 500 phương, để Vương cùng quân binh hộ tòng dừng nghỉ khi đi qua.

Triệu Nguyễn Văn Thành về hành tại, sai Phó tướng Hậu quân Nguyễn Văn Biện đem quân giữ thay đồn Thạch Tân [Bến Đá, chỗ tiếp giáp huyện Hoài Nhơn và Quảng Ngãi], lấy Tham mưu Trần Long Hựu làm Tham tri Hộ bộ, theo làm các việc về tiền lương.

Sai Chưởng cơ Nguyễn Văn Trương quản quân sở thuộc và thuyền sai để giữ biển Thị Nại chống ngăn giặc biển; Khâm sai thống binh cai cơ thượng đạo Bình Khang quản chi Kiên nghĩa là Nguyễn Văn Quế và Khâm sai đốc chiến cai cơ Mai Tiến Vạn đều đem quân sở thuộc giữ ba đèo Đại Lãnh [huyện Tuy Hoà, Tuy Hoà], Sầm Dương và Gian Nan [ranh giới Phú Yên, Khánh Hoà], để tuần xét kẻ gian.

Giám mục Bá Đa Lộc chết. Đa Lộc trước theo giúp việc

quân, tham dự bàn bạc, khi đem Đông cung Cảnh sang Pháp, hết lòng gìn giữ trông nom; Vương bảo Đông cung đãi theo lễ Sư phó. Đến bấy giờ chết, tặng Thái tử thái phó Bi Nhu quận công, thuỵ là Trung ý, dùng hậu lễ để chôn cất.

Vương về đến Gia Định; khi qua Phú Yên giảm hoãn cho dân số gạo thị nạp còn thiếu.

Mấy tháng trước xảy ra giao tranh ác liệt giữa quân Nguyễn Vương và Tây Sơn. Sau đó chiến thuyền của Cai đội Nguyễn Hữu Định thuộc phe Nguyễn bị gió bão trôi dạt đến Quảng Đông; Nguyễn Hữu Định xưng tên là Nguyễn Tiến Định xin giúp đỡ. Bấy giờ nhà Thanh vẫn nhận triều cống của Tây sơn, nên Vua Gia Khánh không ra mặt giúp, lệnh Tổng đốc Lưỡng Quảng ngầm thu xếp cho bọn Định trở về nước:

"***Ngày 29 tháng 9 năm Gia Khánh thứ 4*** **[27/10/1799].** *Dụ các Quân Cơ Đại thần: Cát Khánh tấu rằng:*

'*Người Di tại Nông Nại* [Đồng Nai] *là bọn Nguyễn Tiến Định giao tranh với quân An Nam* [nhà Tây Sơn], *bị gió bão trôi dạt vào vùng biển Quảng Đông, khẩn xin cấp lương gạo và trả về nước cũ v.v..*'

Nên trợ cấp sơ sài; nhưng hiện nay Nguyễn Quang Toản đang phụng nhận lịch Chính Sóc (2)*; nước này và bọn Di kia là hai phe cừu địch, nếu đối xử trọng đãi thêm, trong trường hợp Nguyễn Quang Toản sai người đến hỏi, thì bọn ngươi biết lấy lời gì để đáp lại? Huống Trẫm vừa mới đảm đang việc quốc chính, bọn người Di kia không khỏi có ý cầu mong, với ý đồ xin xét lại. Việc họ Lê, họ Nguyễn ai sai ai đúng lúc này không cần bàn luận; chỉ biết rằng họ Nguyễn qui phục Thiên triều đã mấy năm; còn vùng đất Nông Nại thì nghe rằng bọn* *cướp biển thường trốn tránh tại đó, vậy chúng không phải là kẻ tốt. Nếu các ngươi không nghiêm lệnh bắt chúng đáp thuyền trở về, rồi người của Nông Nại lại đến xin trợ giúp, sự việc trở nên phiền phức nảy sinh ra cành lá. Nhưng cũng không thể trói chúng giải giao cho An Nam, chỉ nên trợ cấp sơ sài, rồi cho đi. Cát Khánh lại định gửi những người này theo thương thuyền trở về, nếu An Nam trinh sát biết được, mang tiếng là giúp cho kẻ địch của họ; việc làm này không đúng với đạo phủ ngự các Phiên bang xa xôi. Cát Khánh và Lục Hữu Nhân hãy xét kỹ! Các viên Đốc Phủ tuân chỉ liệu biện ổn thoả, đừng khinh suất để đến nỗi gây hấn tại biên giới. Hãy cẩn thận! Mang dụ này truyền đi để hay biết."* (**Nhân Tông Thực Lục** quyển 52 trang 674)

Đại Nam Thực Lục chép vào tháng 11 [27/11-25/12/1799] bọn Cai đội Nguyễn Hữu Định từ Trung Quốc trở về.

Tháng 10 [29/10-26/11/1799], người Xiêm đưa dòng dõi họ Mạc là Mạc Tử Thiêm, Mạc Công Du về trấn Hà Tiên, Tử Thiêm đến Gia Định bái chầu; Vương trao cho chức Khâm sai thống lĩnh cai cơ.

Tháng 11 [27/11-25/12/1799], thu thuế sai dư tại hai dinh Bình Định và Phú Yên; thuế này mỗi người đều đóng 3 quan.

Khảo hạch học trò ở Bình Định; dự trúng được hơn 400 người, cho miễn binh dịch theo thứ bực khác nhau.

Nước Xiêm La sai sứ là Khôn Sĩ Thi Na đến mừng; Vua ban cấp tứ rất hậu. Sai bọn Khâm sai thuộc nội cai cơ Tống Phước Chân và Tham tri Binh bộ Trần Phước Tri phụng mệnh sang sứ nước Xiêm để đáp lễ.

Tướng Tây Sơn Trần Quang Diệu và Võ Văn Dũng lại mưu đánh chiếm Bình Định. Diệu, Dũng đều là tướng giỏi, trước đều gây phe đảng, quyền thế ngang nhau, bề ngoài tuy hoà thuận nhưng thực ra ghét nhau. Đến trận Thạch Tân [Bến Đá, chỗ tiếp giáp huyện Hoài Nhơn và Quảng Ngãi], quân của Dũng chưa đánh đã tan; Dũng sợ xin Diệu giấu việc ấy đi, từ bấy giờ hai người kết ước làm bạn sống chết với nhau. Bọn Kiểm điểm Trần Viết Kết, Phụng chính là Trần Văn Kỷ, Thượng thư là Hồ Công Diêu, vốn ghét Diệu, muốn giết đi, mà không biết Dũng với Diệu đã kết đảng với nhau; vừa khi Diệu với Dũng lui giữ Quảng Nam, bọn Kết giả làm thư của Nguyễn Quang Toản, lấy cớ thành Quy Nhơn thất thủ vì Diệu đóng quân không đánh, mật bảo Dũng bắt Diệu giết đi. Dũng được thư bảo Diệu, Diệu giận lắm, lập tức cùng Dũng đem quân về Phú Xuân, đóng đồn ở bờ phía nam sông Hương, chia quân vây chung quanh thành, nói rõ cái lỗi của Quang Toản tin lời gièm mà giết công thần, muốn đem quân để can. Quang Toản tìm nhiều cách uý lạo và giảng giải. Kỷ đổ tội cho Trần Viết Kết và Hồ Công Diêu, rồi giao cho Diệu, Dũng trị tội; Diệu, Dũng mới chịu rút quân. Bây giờ nghe tin Võ Tánh giữ thành Bình Định, Diệu cùng Dũng bàn rằng:

"Ta nghe tiếng Tánh đã lâu, các tướng không ai địch nổi, nay giữ cô thành, tiến lui đều không có quân viện trợ. Ta dùng bộ binh tiến đánh ở trên, dùng thuỷ binh chẹn ở cửa Thị Nại, viện binh Gia Định bị ngăn trở, chắc hẳn lấy được".

Bèn xin với Quang Toản cho Diệu đem quân bộ, Dũng đem quân thuỷ, định tháng 12 chia đường cùng tiến. Thám tử đem tin báo lên; Vương mật dụ Lưu trấn Bình Định là Võ Tánh rằng:

"Trong ngày xa giá trở về, ta đã cùng khanh căn dặn, nếu sau quân giặc có vào thì hai đồn Tả Hữu quân Ngự lâm nên

trước sai qua núi đóng để cho gần với thành Diên Khánh. Giặc nay quả đã đến chỗ đó, khanh nên y theo kế ấy mà xử trí. Nếu không làm thế thì chớ để hở khía cạnh; cần phải nhũn nhặn ưu đãi, làm thế nào để thu phục được lòng quân, đó là chước giữ thành hay nhất".

Rồi triệu Lê Chất và quân hai đồn Tả Hữu sở thuộc đóng giữ dinh Trấn Biên.

Sai các dinh Bình Thuận, Bình Khang, Phú Yên đo đường sá xa gần tâu lên rằng: Bình Thuận từ trạm Du Quân [huyện Cam Ranh, Khánh Hoà] đến trạm Xích Lam [Hàm Tân, Bình Thuận] dài 79.680 trượng [319 km]; Bình Khang từ mốc giới đỉnh đèo Đại Lãnh [huyện Vạn Ninh, Khánh Hoà] đến trạm Du Quân dài hơn 39.317 trượng [157 km]; Phú Yên từ đỉnh núi Cù Mông [huyện Sông Cầu, Phú Yên] đến mốc giới đỉnh đèo Đại Lãnh dài hơn 20.737 trượng [86 km].

Tháng chạp [26/12/1799-24/1/1800] tướng Trần Quang Diệu và Võ Văn Dũng đem đại binh thuỷ bộ mấy vạn người đến đầu cõi Bình Định. Lưu trấn Võ Tánh chạy thư báo tin. Vương bảo các tướng rằng:

"*Lương thực trong thành Bình Định đủ chi dùng một năm, đợi xuân sang năm thuận gió sẽ đem quân cứu, cũng chưa muộn*".

Chú thích:

1. Di cáo: tờ chế cáo về vị mới vua mất.

2. Thời xưa hàng năm Trung Quốc ban lịch Chính Sóc cho các lân bang qui phục. Vậy nhận lịch Chính Sóc có nghĩa là qui phục.

180. Nhà Tây Sơn: Nguyễn Quang Toản [1793-1801] (9)

Tháng giêng năm Canh Thân [25/1-24/2/1800] bộ binh của Thiếu phó Tây Sơn Trần Quang Diệu đánh chiếm Thạch Tân [Bến Đá, chỗ tiếp giáp huyện Hoài Nhơn và Quảng Ngãi], thuỷ binh của Tư đồ Võ Văn Dũng vào cửa Thị Nại [thành phố Qui Nhơn, Bình Định], thế quân rất mạnh. Phó tướng Hậu quân Nguyễn Văn Biện từ đồn Thạch Tân phải rút quân vào thành Bình Định. Quân Tây Sơn tiến sát dưới thành; Lưu trấn Võ Tánh chia quân giữ chặt, tuy bên địch nhiều lần khiêu chiến, Tánh vẫn đóng chặt cửa thành không động quân. Diệu bảo Dũng rằng:

"*Tánh không ra đánh là muốn làm mỏi mệt quân ta*".

Bèn đắp luỹ dài vây bọc cả bốn mặt ngoài thành, làm kế đóng giữ lâu dài.

Bấy giờ hàng tướng là Phó trưởng chi chi Tiền du Trung quân Phạm Văn Điềm làm phản, chiếm giữ Phú Yên. Khi quân Tây Sơn đến Bình Định, Võ Tánh truyền hịch triệu hết quan quân ở Phú Yên về thành. Trưởng chi Nguyễn Văn Nguyện đã chở tiền lương đi trước. Lưu thủ Hồ Đức Vạn bèn sai Điềm cùng Trưởng chi Thái Văn Long đem quân chi Tiền du tiến theo, còn tự mình mang thuộc hạ đi sau, ban đêm vượt đèo Cù Mông [thành phố Qui Nhơn, giáp Phú Yên]. Điềm cùng với bè đảng là bọn Đô uý Đỗ Văn Nguyệt, Ngô Văn Huyền, Đô ty Nguyễn Văn Suý, Hoàng Văn Trang mưu phản, nhân lúc Vạn không ngờ đánh úp; Long chạy về Bình Định, còn Vạn không biết số phận ra sao. Cai bạ Trần Minh Đức, Ký lục Võ Đức Thông và Trưởng chi Hữu chi Phan Văn Tự đều ở sau, nghe có biến bèn lui chạy về thành Diên Khánh. Điềm bèn giữ Phú Yên; Diệu, Dũng sai làm án ngự, bắt dân làm binh, chia đặt đồn sở để chống viện binh của quân Nguyễn.

Lưu trấn Diên Khánh là Nguyễn Văn Trương, Nguyễn Văn Tánh và Đặng Trần Thường đem tình hình địch báo lên, Vương phán:

"*Phú Yên là chỗ thế nào giặc cũng đánh, được không mừng, mất cũng không lo. Nếu đem trọng binh đến đánh, thì sự phòng bị Diên Khánh ắt đến sơ hở, sợ có sự lo ở đằng sau. Đã sai Phó trưởng chi chi Tiền du Thắng võ là Trần Văn Duyên hiệp cùng bọn Mai Tiến Vạn, Nguyễn Văn Quế đóng giữ cẩn thận ba đèo* [Đại Lãnh, Sầm Dương và Gian Nan đều tại ranh giới Phú Yên, Khánh Hoà], *dặn chớ khinh động*".

Nguyễn Văn Trương lại xin tự đem quân dưới quyền đến đóng ở cửa biển Cù Huân [Nha Trang, Khánh Hoà] để phòng thuỷ binh Tây Sơn vào đánh; Nguyễn Vương y cho. Nhân bảo các tướng rằng:

"*Thành Bình Định là nơi căn bản của giặc, bị ta lấy được, thế tất giặc phải tranh lại. Nếu nó không đến thì ta cũng đánh trước để thu toàn cõi. Nay trong thành quân tinh lương đủ, có Võ Tánh ở đó, có thể giữ được không lo. Duy đương mùa gió bấc thổi mạnh, hoặc thuỷ binh của nó nhân thuận gió vào cướp cũng chưa biết chừng, không thể không phòng bị".*

Bèn sai Chưởng Tiền quân Nguyễn Văn Thành kiêm quản Tả đồn quân Ngự lâm đóng giữ Trấn Biên [Biên Hoà], Chưởng Hữu quân Nguyễn Huỳnh Đức kiêm quản Hữu đồn quân Ngự lâm đóng giữ Mỹ Tho, Phó thống Tả đồn quân Thần sách Hoàng Viết Toàn đem binh thuyền giữ cửa biển Cần Giờ, tuần xét nghiêm. Lại thấy số quân Bình Thuận ít, sắc cho quan chuyển vận hết lương tiền về chứa ở Gia Định, không để cho quân địch xông đến cướp.

Lấy Khâm sai thống binh cai cơ Mạc Tử Thiêm làm Trấn thủ Hà Tiên.

Tháng 2 [24/2-24/3/1800], sai Hoàng tử thứ hai là Hy quản suất Tiền chi và vệ Cung võ dinh Trung quân, Hiệu uý Hoàng Văn Khánh làm phó, đi thuyền tới Vũng Tàu chia phái quân đi tuần biển. Nếu có giặc đến, phải đốt lửa ở trên đài báo hiệu trước và tức khắc chạy báo tin.

Vương cho là người Hồng Mao quen thuỷ chiến, sắc cho thuyền trưởng là Khâm sai cai đội Ba La Di tập hợp các thuyền buôn lại, khiến dự bị quân nhu và chiến cụ để đợi điều khiển. Sai Khâm sai thuộc nội cai đội Nguyễn Văn Chấn [Vannier] quản tàu đại hiệu Phương phi, Nguyễn Văn Thắng [Chaigneau] quản tàu đại hiệu Long phi, Lê Văn Lăng quản tàu đại hiệu Bằng phi, theo Trung quân sai phái đánh giặc; bọn Chấn đều là người Pháp.

Bấy giờ có nhiều giặc biển từ nước ta đến đầu thuận nhà Thanh, Vua Gia Khánh chủ trương nếu là người Trung Quốc thì giao cho Tổng đốc Lưỡng Quảng Cát Khánh lo việc định cư; nếu là người nước ta thì cho trả về nguyên quán:

"Ngày 26 tháng giêng năm Gia Khánh thứ 5

[19/2/1800]. *Dụ các Quân cơ đại thần:*

Cát Khánh dâng tấu triệp về việc giặc cướp hối tội, xin đầu thú. Đầu sỏ đảng cướp Phùng Thắng nghe rằng các giặc cướp ra đầu thú đều được tha tội; nhân mang người nhà cùng đồng bọn 41 người xin đầu thuận. Bọn Cát Khánh phân loại an sáp, và nghiêm cách ước thúc, việc liệu biện rất tốt. Lại thông sức các Uỷ viên cùng quan lại địa phương, chiêu phủ một cách ổn thoả trong vùng biển nội địa; không được tự tiện vào đất Di hoặc biển Di. Việc làm này cũng đúng. Bọn cướp này cướp bóc trên biển đã lâu ngày, tất có tích trữ được tài sản, nay lệnh địa phương an sáp; sợ bọn lại dịch thấy được bọn này từng là giặc cướp, nên tìm cách hạch sách, rồi sinh nên chuyện, không thể không tìm cách nghiêm cấm. Còn bọn cướp An Nam gốc Nông Nại [Đồng Nai] *nếu nghe tin đến xin đầu thuận, thì nên đưa về bản xứ. Không riêng người Nông Nại cần phải cự tuyệt, người An Nam* [phe Tây Sơn] *cũng không thể thu lưu. Lần này bọn cướp ra đầu thú nhiều, lệnh viên Tổng đốc lưu tâm tra xét, nếu trong đó có người An Nam, Nông Nại, thì ước lượng cấp phí tổn cho trở về. Đem dụ này truyền để hay biết.*" (**Nhân Tông Thực Lục** quyển 58, trang 14-15)

Tổng đốc Lưỡng Quảng lại tâu số giặc biển trở về đầu thú càng nhiều, Vua Gia Khánh căn dặn viên Tổng đốc tìm các nơi xa biển cho định cư và không cho đăng lính tại quận huyện:

***"Ngày 27 Canh Tuất tháng 2 năm Gia Khánh thứ 5* [22/3/1800].** *Lại dụ:*

Bọn Cát Khánh dâng tấu triệp về việc cướp biển nối gót đầu thú. Bọn cướp biển nối gót đầu thú, vốn do nhất thời cải hối; nhưng bọn này trải qua nhiều năm làm giặc cướp, ương ngạnh khó thuần; gần đây ra đầu thú quá nhiều, khó mà chắc vĩnh viễn giữ pháp luật. Viên Tổng đốc nên lưu tâm phòng bị; bọn phỉ đã chuẩn cho đổi mới, đáng phải thông qua phủ, châu, huyện an trí. Nhưng dân số quá nhiều, làm sao có thể cách ly từng người; nếu cho chúng tụ tập tại gần biển, thì tập quán cũ nổi lên, thực là quan hệ. Viên Tổng đốc tâu rằng, hiện tại tra rõ, cho vào đất Sa Điền (1) [沙田] *ước lượng phân cấp, như vậy cũng có thể thi hành. Nếu ra lệnh quan địa phương cho sung vào dân tráng, thì quyết không được; bọn cướp biển này cho sung vào dân tráng, thân cận với quan địa phương thì ngược ngạo thành tính, rồi ỷ thị phục dịch quan, tàn ngược nhân dân, rất có hại cho địa phương. Nay lệnh cho Cát Khánh đưa các phạm nhân đã ra đầu thú, phân tán bố trí, đến các châu huyện tương đối xa biển để an sáp. Trù tính cách yên ổn, lệnh cho mỗi người tự mưu sinh, dần dần trở thành người lương thiện. Các khí giới, khẩu pháo cần kiểm nghiệm thu trử; các tàu thuyền giao nạp, tức cho sung công, để làm phương tiện bắt cướp. Còn các bọn cướp người An Nam, nếu tự nguyện đầu thuận, nhất định không được thu nạp, nên tuỳ lúc* [thuận tiện] *gửi về nguyên xứ, để miễn gây chuyện."* (**Nhân Tông Thực Lục** quyển 60, trang 28-29)

Tháng 3 [25/3/23/4/1800] người thiểu số tại các sách Băng Lỗ và Nha Dạ đánh đốt đồn Phố Châm ở Thuận Thành [Bình Thuận]; Chánh trấn Nguyễn Văn Chấn cho quân tuần tiễu, bắt được hơn 10 người đem giết.

Tướng quân thượng đạo Nguyễn Văn Thuỵ từ nước Vạn Tượng trở về, mật bày việc binh; Vương sai sang hội với Quốc trưởng nước Vạn Tượng để đánh lấy Nghệ An. Thuỵ xin phái thêm Khâm sai cai cơ Phan Văn Ký đem 150 người lính theo để sai sử và Tham luận Trần Thái Tín theo đi làm việc giấy tờ; Vương y cho.

Đại duyệt các quân tại đồng Tập Trận [Gia Định], Vương dụ các tướng sĩ:

"Binh cách không phải việc thánh nhân muốn đâu, chỉ là để cứu dân khỏi vòng nước lửa mà thôi. Từ thuở Tây Sơn nổi loạn, vận nước suy vi, ta ngày đêm nhọc mệt, chỉ lo trả thù và yên dân. Kinh dinh trăm trận đã 13 năm nay, căm giận xông pha đều nhờ sức của tướng sĩ cả. Mới đây ta lấy lại được Bình Định, cũng muốn xếp giáp nghỉ quân. Nhưng vì giặc lại đến vây thành không thể không đánh tan ngay đi. Ta sắp thân đem sáu quân, tiễu trừ đảng giặc, tướng sĩ đều nên cùng lòng gắng sức, đánh giặc lập công, để trên thì thoả hồn tổ tiên, dưới thì hả giận dân chúng. Sau khi công việc yên rồi, sẽ định công phong thưởng, đã có lệ thường. Nếu lòng còn do dự, nhát sợ không dám tiến thì có quân pháp ở đó".

Tháng 4 [24/4-23/5/1800], bọn hàng tướng ở thành Bình Định là Trưởng chi Trung chi Võ Văn Sự và Trưởng chi Hữu chi Nguyễn Bá Phong đem đồ đảng làm phản, giết quân Nguyễn, mở cửa thành phía bắc. Võ Tách sai Vệ uý vệ Nhuệ Phong là Ngô Văn Sở chiếm giữ cửa, bọn quân phản đã ra trước ngoài thành hơn 400 người, số còn lại thì không dám ra; Tánh liền xét bọn đồng mưu đem giết hết, phòng giữ nghiêm mật hơn. Lưu trấn thần Diên Khánh được tin thám tử báo, cáo cấp trình lên. Vương bèn cử đại binh cứu viện, lưu Đông cung Cảnh trấn giữ Gia Định, lấy Chưởng cơ quản Trường đà Nguyễn Văn Nhân và Hình bộ Nguyễn Tử Châu giúp việc.

Đảng giặc là giặc biển Tề Ngôi đem 12 chiếc thuyền lấn

vào vũng Hòn Khói [vịnh Vân Phong, Khánh Hoà]. Phó trưởng chi Trần Văn Duyên đem quân đón đánh, giặc không lên bờ được, lại đem thuyền ra biển.

Vương thấy đại quân đi đánh nên quân giữ Gia Định còn ít, bèn ra lệnh cho các dinh sở tại đặt thêm điếm canh để phòng kẻ gian. Lại thấy quân lính đi đánh giặc có nhiều người trốn, sai đạo Hưng Phước [Bà Rịa] chia đi tuần các đường trọng yếu để xét hỏi. Vương thân đem thuỷ quân ra Vũng Tàu, cho Hoàng tử thứ tư đi theo; sai Nguyễn Đức Xuyên quản binh và voi tiến theo đường bộ.

Tháng 4 nhuần [24/5-21/6/1800] quân Nguyễn Đức Xuyên đến Diên Khánh, nghe tin thám tử báo quân địch từ Phú Yên trở ra đắp đồn hơn chín chục nơi, thế quân rất lớn. Xuyên thấy quân giặc nhiều chưa thể vội tiến, bèn đóng quân ở đất Màn Màn và dâng sớ xin lui về Phan Rí để chờ thuỷ quân đến. Vương truyền dụ cho lưu quân ở Diên Khánh chờ lệnh.

Thuyền Vương tiến đến cửa biển Cù Huân [Nha Trang, Khánh Hoà]; sai Hoàng tử thứ hai là Hy, lưu trấn Diên Khánh, có Tả tham tri Hộ bộ Nguyễn Kỳ Kế phụ tá; sai Nguyễn Đức Xuyên cùng Nguyễn Văn Tánh, Đặng Trần Thường đem quân và voi thẳng đến lấy Phú Yên, Nguyễn Văn Trương đem thuỷ quân tiến trước.

Lại dụ tướng sĩ các dinh thuỷ bộ rằng:

"Trong khi ra trận, thành bại quyết định trong giây phút, được thua phân nhau trong chốt lát, điều ấy quan hệ không phải nhỏ. Ta nay thân cầm sáu quân, tiễu trừ nghịch tặc là ở một trận này. Các người phải nên cố gắng. Ai có thể bắt hay chém được chủ tướng giặc là Trần Quang Diệu, Võ Văn

Dũng, thì chánh quản được phong tước công, phó quản trở xuống gia cho một hàm và thưởng tiền một vạn quan; còn bắt hay chém được thuộc tướng thì thưởng theo như lệ".

Tướng Tây Sơn Trần Quang Diệu nghe tin đại binh đến Diên Khánh, sai bọn Đại đô đốc Đào Công Giản và Đô đốc Tuấn đem quân vào Phú Yên, hợp với Phạm Văn Điểm đóng giữ các đồn Hội An [huyện Đồng Xuân, Phú Yên] và La Thai [La Hai, huyện Đồng Xuân].

Thuyền vua tiến đến Tích áo [Vũng Tích, thuộc tỉnh Phú Yên], sai Chưởng Tiền quân Nguyễn Văn Thành điều bát quân bản bộ và tướng sĩ vệ Ngũ thần và Tả đồn đến cửa biển Xuân Đài [huyện Sông Cầu, Phú Yên] theo đường bộ đánh giặc, bộ binh của bọn Nguyễn Đức Xuyên đều theo Thành tiết chế, Hộ bộ Trần Đức Khoan thì theo làm việc quân lương.

Dưới thời Vua Càn Long, bọn Lê Quýnh di thần nhà Lê tại Trung Quốc, không chịu cạo đầu dóc tóc theo phong tục Mãn Thanh nên bị giam cấm; nay Vua Gia Khánh ra lệnh tha, nhưng bị quản chế tại doanh Hoả Khí:

"*Ngày 4 tháng 4 Nhuần năm Gia Khánh thứ 5* [27/5/1800], *dụ:*

Tha những người An Nam bị giam cấm tại bộ Hình, gồm: Lê Quýnh, Trịnh Hiến, Lê Trị, Lý Bỉnh Đạo; an trí tại doanh Hoả Khí; thưởng tiền lương như quân lính Bát Kỳ." (**Nhân Tông Thực Lục** quyển 84 trang 869)

Tháng 5 [22/6-21/7/1800], viên quan nước Chân Lạp là Cao La Hâm Sâm đem 5.000 quân và hơn 10 thớt voi đến Gia Định; Đông cung Cảnh uỷ cho Lưu thủ Phiên Trấn Tống Phước Ngoạn đưa đến quân thứ.

Nguyễn Văn Thành điều quân đến Xuân Đài [huyện Sông Cầu, Phú Yên], sai Đô thống chế Lê Chất, Phó tướng Nguyễn Đình Đắc và Trương Tiến Bảo, ba đạo đều tiến, cùng quân Tây Sơn đánh nhau ở Xích Thổ và Thanh Kỳ đều thắng to, lấy được đồn Hội An [huyện Đồng Xuân, Phú Yên]. Đô đốc Tây Sơn là Tuấn và Phạm Văn Điềm chạy ra gò Ái Thạch, dựa thế núi để giữ. Thành lại thân đốc các quân tiến đánh; Đức Xuyên giục quân và voi tiếp ứng, các quân thừa thế đánh theo; quân địch thua to, lùi về đồn La Thai [La Hai, huyện Đồng Xuân, Phú Yên]. Thành bèn để viên quản dinh Tiên phong Nguyễn Văn Tánh ở lại đóng đồn ở Chi Phụ, rồi chia quân làm hai đạo, theo đường tắt vượt đèo mà tiến, đánh úp sau lưng. Quân Tây Sơn sợ hãi tan vỡ, Đại đô đốc là Đào Công Giản bỏ đồn chạy, Tánh đón đánh bắt sống được, còn Tuấn và Điềm thì chạy thoát. Quân Nguyễn bắt sống và thu được cờ trống súng ống khí giới địch không xiết kể. Tin thắng trận báo lên, thưởng cho tướng sĩ 3.000 quan tiền. Tù binh là tướng Đào Công Giản thì giam ở trong quân nhưng không giết; rồi Giản bị bệnh chết, sai đem xác gửi cho địch.

Vương sai truyền dụ Nguyễn Văn Thành rằng:

"Quân ta cùng giặc đánh nhau, đánh ba trận thắng ba trận, bọn giặc chạy tan, ta lấy được La Thai. Tuy chưa bắt được hết bọn hung đồ, nhưng cũng là toàn thắng. Đó thực là do đại tướng giỏi cầm quân và các quân vui theo mệnh lệnh. Ta rất khen. Nhưng phàm thắng trận luôn, trước phải dè sự tướng sinh kiêu, quân sinh lười. Nay quân giặc bị ta đánh thua, thế tất phải thêm quân tinh nhuệ để báo thù. Khanh nên cùng các tướng cùng lòng cùng đức, cẩn thận giữ gìn, tuỳ cơ mà chế biến để lập công to, đó là lòng ta mong mỏi".

Cho Nguyễn Văn Thành năm thẻ ngự bài, hễ có sai người

báo việc quân thì cầm thẻ này làm tin; tình trạng trong quân cứ ba ngày một lần báo, việc khẩn cấp thì báo lập tức.

Thuyền vua tiến đến vũng Phủ Áo [Vũng Đuối], sai Chánh đội trưởng đội Nội hầu Trương Phước Đặng chia người đi các đạo bộ binh xem việc tác chiến thế nào, thì ghi chép chuyển đệ về.

Sai Thống chế Hữu đồn quân Ngự lâm là Từ Văn Chiêu và Phó thống chế Nguyễn Văn Điểm đem quân vượt núi Cù Mông [Qui Nhơn, giáp Phú Yên] đánh địch.

Cho thuyền trưởng người Hồng Mao [Âu Tây] là Ba La Di về nước, cấp cho một chiếc chiến thuyền.

Võ Tánh thân đem tướng sĩ trong thành mở cửa Nam, đánh lớn ở núi Tam Tháp, đốt phá luỹ địch, đến chiều tối lại thu quân vào thành; quân Tây Sơn từ đó vây giữ càng chắc.

Sai Chưởng Hữu quân Nguyễn Huỳnh Đức đem quân đến Cù Mông kiêm quản tướng sĩ quân Ngự lâm, chia phái đánh địch. Sai Hữu tham tri Hộ bộ Trịnh Hoài Đức đốc chở thuyền lương ở Cù Huân [Nha Trang, Khánh Hoà] đến cửa biển Xuân Đài [huyện Sông Cầu, Phú Yên] để tiếp tế cho quân.

Nguyễn Văn Thành tiến quân đến Hà Nha [huyện Vân Canh, Bình Định]; quân địch giữ núi Lão Hương chống cự. Thành sai Nguyễn Đình Đắc và Lê Chất chia làm hai cánh tả hữu; Trương Tiến Bảo làm trung quân, Thành và Nguyễn Đức Xuyên đem quân và voi tiếp ứng. Bảo thúc quân đánh trước mặt giặc, hai cánh tả hữu đánh giáp hai bên, quân địch thua chạy đến đồn Chủ Sơn, rồi tăng thêm quân đóng giữ. Thành đóng ở Thị Dã [huyện Vân Canh, Bình Định], bày trận đối luỹ với địch, các quân do sáu đường cùng tiến.

Trong đồn bắn ra, tiếng súng không ngớt, quân Nguyễn hết sức đánh, nhưng không phá được. Vệ uý vệ Thần võ là Nguyễn Văn Sử chết trận, quân lính bị thương và chết cũng nhiều; Phó trưởng chi Hữu chi Tả đồn là Lương Văn Cương và Trưởng hiệu Nguyễn Văn Vân đem hơn 200 quân chạy sang hàng địch. Thành thấy binh cơ đã tiết lộ mà sức quân cũng mỏi mệt, bèn kéo quân về Thị Dã, đặt thêm đồn bảo ở Lão Hương, Hà Nha để chống giữ.

Triệu Hoàng tử thứ hai là Hy đem quân dưới quyền đóng đồn Hội An [huyện Đồng Xuân, Phú Yên]; uỷ cho quan công đường dinh Bình Khang là bọn Lưu Tiến Hoà giữ thành Diên Khánh.

Tháng 6 [22/7-19/8/1800] Tướng quân thượng đạo Nguyễn Văn Thuỵ và Điển quân Lưu Phước Tường đem quân dưới quyền và quân Vạn Tượng theo đường núi đánh quân Tây Sơn ở Nghệ An, đánh bại Đô đốc Nguyễn Doanh Nhạc ở Bố Đồn, lại đánh Phò mã Nguyễn Văn Trị ở Lam Đồn; Trị thua chạy. Bấy giờ phiên thần Thanh Hoá Hà Công Thái, thổ ty Hưng Hoá là Phan Bá Phụng đều nổi nghĩa binh hưởng ứng; tại Bắc Hà khắp nơi đều náo động.

Tướng quân thượng đạo Nguyễn Long khỏi bệnh, sai quản quân chi An Võ giữ đồn La Thai [huyện Đồng Xuân, Phú Yên], chiêu dụ người Đê ở Hà Di; tù trưởng các sách đem nhau đến hàng phục. Long sai đem cho cồng, thau và rượu thịt, muối gạo; rồi sai phòng giữ những đường xung yếu ở thượng đạo.

Sai Đô thống chế Lê Văn Duyệt đem quân theo đường Cù Mông [Qui Nhơn, giáp Phú Yên], kiêm quản phó tướng Hữu quân là Mạc Văn Tô và Nguyễn Đức Thành cùng tướng sĩ Hữu đồn quân Ngự lâm, thẳng tiến đến Phú Trung đánh địch. Sai Đô thống chế Tôn Thất Chương đem quân dưới quyền theo Lê Văn Duyệt.

Thuyền Vương tiến đóng ở cửa biển Cù Mông. Quân của Cao La Hâm Sâm nước Chân Lạp đến bảo Hội An [huyện Đồng Xuân, Phú Yên]; Vương sai Nguyễn Huỳnh Đức tuyên dụ uỷ lạo, ban cho quần áo và tiền, giục tiến đến Thị Dã [huyện Vân Canh, Bình Định] theo Nguyễn Văn Thành điều khiển.

Thuyền chiến của Phó giám thành sứ Nguyễn Văn Yên chở thuốc đạn và vật tư từ Cù Huân ra, trên đường gặp bọn giặc biển Tề Ngôi cướp; thuyền sai Bình Thuận chở cá mắm cũng phần nhiều bị đón cướp. Nghe tin báo, Vương sai Nguyễn Văn Trương đem 50 chiếc thuyền ra đảo Thổ Dữ [Hòn Đất] dò bắt.

Nguyễn Văn Thành lại tiến công đồn Chủ Sơn [huyện Vân Canh, Bình Định]. Trước sai đào hầm cạnh đồn đặt ngầm thuốc súng làm kế đánh địa lôi, khi hai quân dàn trận đối nhau thì phóng lửa. Tiếng nổ vang như sấm, đồn bị đổ hơn hai trượng. Địch đem hết quân liều giữ; quân Nguyễn đánh mãi không hạ được, Vệ uý Nguyễn Công Trọng bị súng địch bắn chết tại trận.

Sai Nguyễn Huỳnh Đức, Phạm Văn Nhân cùng với Đô thống chế Tống Viết Phước, Đô thống chế Mai Đức Nghị quản các hạng thuyền ghe giữ cảng Cù Mông, sai Quản dinh Ngũ thuỷ là Võ Di Nguy đóng giữ đồn Thước Áo, Quản dinh Tiền thuỷ Nguyễn Hữu Chính, giữ đồn hữu ngạn Cù Mông.

Sai Lê Văn Duyệt đốc suất các quân đánh Tư khấu địch là Định ở các vùng núi Hoa An [huyện Tuy Phước, Bình

Định], Hoa Lộc [huyện Tuy Phước, Bình Định], đại phá, quân Nguyễn bèn chia đặt đồn trại đối luỹ với địch.

Tháng 7 [20/8-18/9/1800] hàng tướng là Thống chế Hữu đồn Từ Văn Chiêu làm phản. Chiêu trước là tướng của Tây Sơn, nhân tư thông với vợ lẽ của Nguyễn Nhạc, sợ tội trốn đi, lẻn vào Gia Định theo nhà Nguyễn. Đến đây cùng với Phó thống chế Nguyễn Văn Điểm đem 500 quân trở về với Tây Sơn. Vương mật dụ bọn Nguyễn Văn Thành rằng:

"Bọn tiểu nhân giở giói, dù có hay không cũng chẳng đủ gì. Duy nghĩ binh cơ của ta bị chúng tiết lộ, nếu ta không đề phòng trước tất khó chống chế. Bọn khanh nên cẩn thận".

Vương trở về Cù Mông, triệu Hoàng tử thứ hai là Hy đến hành tại, sai cùng quan công đường Phú Yên giữ đồn Hội An [huyện Đồng Xuân, Phú Yên].

Thu tô ruộng ở Phú Yên, sai quan công đường cứ số ruộng năm Mậu Ngọ [1798] theo lệ mà thu, đem chứa ở kho tại các đồn La Thai, Hội An.

Phó trưởng chi Trung chi Tả đồn quân Ngự lâm là Đỗ Văn Pháp cùng với hơn 150 người lính ốm thuộc đồn ở lại bảo Hội An, nhân ban đêm trốn đi. Vương nghe tin, hạ lệnh hết thảy những lính ốm thuộc Tả đồn, Hữu đồn đều thả cho về thăm nhà và dụ rằng:

"Thương nhớ quê hương, ai không như thế. Bọn các ngươi từ năm ngoái về thành Gia Định, năm nay lại theo đại binh đi đánh giặc, trải từ Hội An đến Thị Dã, từ Lữ Quán đến Hoa Lộc, gian khổ chẳng từ, hoặc vì tên đạn mà bị thương, hoặc nhiễm gió sương mà mắc bệnh, thiếu người nuôi nấng, lòng về lại càng thiết tha, cho nên triều đình nghĩ thương, đặc biệt thả cho về. Nên về nói chuyện với những người đã trốn

trước, cũng vì nóng về, trên đã soi xét, nên bảo ban nhau, chớ nên ngờ sợ, sớm muộn ta cũng lấy lại được Quy Nhơn, không bắt tội đâu".

Phó thống lãnh Tây Sơn là Thuỵ đem 150 thuyền lương từ Thuận Hoá, Quảng Nam đến đóng ở cửa biển Đề Di [huyện Phù Cát, Bình Định]. Quân đi tuần dò biết, Vương sai Nguyễn Văn Trương đem binh thuyền chặn đánh. Thuỵ bỏ thuyền lên bờ chạy; bắt được quân địch hơn 40 người, thu 30.000 phương gạo; lương và thuốc đạn khí giới không kể xiết. Trương bèn chọn lấy 70 chiếc thuyền tốt để dùng, số còn lại đều đốt hết.

Hà Tiên đói, Mạc Tử Thiêm sai dân đong thóc ở Kiên Giang [Rạch Giá], viên quan địa phương không cho, Tử Thiêm bèn xin ở Gia Định. Đông cung Cảnh nói:

"Buôn thóc ra ngoài biển thì có lệnh cấm. Nhưng dân ở Hà Tiên cũng là con đỏ của triều đình, sao nỡ thấy đói kém mà không cứu?".

Bèn hạ lệnh cho đạo Long Xuyên bán cho 10 xe thóc; Vương nghe tin, khen là phải.

Tháng 8 [19/9-17/10/1800], Quốc trưởng nước Vạn Tượng cùng với Nguyễn Văn Thuỵ đem tình hình đánh Tây Sơn ở Nghệ An, sai người dâng biểu đến hành tại để báo, Vương gửi thư khen ngợi.

Sai Cai cơ quân Thần sách Nguyễn Văn Yển đi chở 16.000 quan tiền từ Diên Khánh đến quân thứ Cù Mông.

Sai Lưu thủ Lưu Tiến Hoà đem quân dưới quyền đến Thị Dã [huyện Vân Canh, Bình Định], theo sự điều động của Nguyễn Văn Thành.

Gia Định được mùa, trong cõi yên ổn. Đông cung Cảnh dâng sớ tâu và nói: "*Nhân nay mùa rồi, xin bắt 10.000 dân phu và số người đồn điền lấy ba phần mười, uỷ cho Công bộ Trần Văn Thái đem đi Quang Hoá* [Tây Ninh] *lấy gỗ ván chở về, đóng thêm 50 chiếc thuyền đi biển, để sẵn cho quân dùng*". Vương cho là phải.

Tháng 9 [18/10-16/11/1800], giặc biển Tề Ngôi đem 11 chiếc thuyền đậu ở cửa biển Tam Quan [huyện Hoài Nhơn, Bình Định], gặp bão, cột buồm gẫy hết, lênh đênh ngoài biển, có một chiếc dạt vào Phủ áo [Vũng Đuối], quân tuần biển của bắt được. Vương sắc cho các nơi trấn giữ cửa biển đều sửa soạn binh thuyền để đón bắt.

Vương nghĩ đến các tướng sĩ ở Thị Dã [huyện Vân Canh, Bình Định] nhọc mệt lâu ngày, sai Tham tri Binh bộ Ngô Nhân Tĩnh đem các thức chè Tàu, thuốc lá Xiêm, cá khô tôm khô chia cấp cho. Lại phát 2 tấm nhiễu đỏ, 10 cái áo gấm, gửi cho Nguyễn Văn Thành xét cho những tướng hiệu có công.

Thuỷ sư của Tây Sơn đậu trong cửa biển Thị Nại, nghiêm cách phòng giữ. Vương thường đi thuyền ngoài biển, sai kỳ binh nhử ra để đánh, nhưng chúng không dám ra. Đến bấy giờ được tin thám tử báo rằng địch lấy một nửa thuỷ binh hợp với bộ binh. Vương bèn đem thuỷ binh định ban đêm đánh úp. Mới đến nửa đường, bị ngược gió, lại phải trở về; hàng tướng là Đại tổng quản Lê Văn Thanh lợi dụng sơ hở, bèn lên một chiếc thuyền trốn đi.

Nguyễn Văn Thành đánh vây bảo Chủ Sơn [huyện Vân Canh, Bình Định]; Phó vệ uý vệ Phấn uy là Hồ Văn Huệ bị súng bắn chết tại trận.

Tháng 10 [17/11-15/12/1800] Võ Tánh mật sai người thân

tín mang tờ biểu từ thành Bình Định đến hành tại; Vương lại sai thám tử lẻn vào trong thành thăm hỏi tướng sĩ; mọi người đều cảm động phấn khởi, nguyện xin ra sức liều chết.

Bình Thuận bị bão. Phó tướng Hữu quân Nguyễn Văn Lợi chở tiền gạo từ Gia Định đi qua thì thuyền bị úp đắm hết, mất hơn 1 vạn quan tiền và hơn 4 vạn phương gạo. Quân binh chết đuối hơn 100 người; Lợi dâng sớ xin chịu tội, Vương cho là sức người không thể ngăn nổi, nên đặc cách tha cho.

Vương thấy quân ta cầm cự với địch, quân nhu khẩn cấp, bèn sai Lưu thủ Lưu Tiến Hoà đến dinh Bình Thuận thu thuế và gạo chở nộp. Dụ rằng làm thế nào cho có thêm lương thì cứ tiện nghi mà làm, không bó buộc theo lệ. Hoà đến Bình Thuận, dâng sớ xin quyền thu gạo thị nạp ở các nhà giàu và dân biệt nạp, dinh thần Bình Khang cũng xin như thế. Vương đều y cho, số gạo thị nạp ở Bình Thuận hơn 6.700 phương, ở Bình Khang hơn 6.500 phương.

Tháng 11 [16/12/1800-14/1/1801], Nguyễn Văn Thành đánh đồn Chủ Sơn [huyện Vân Canh, Bình Định], mãi không phá được, sai người thiểu số dẫn đường, dò được đường tắt ở phía tây nam có thể đánh úp vào lưng địch, bèn vẽ địa hình rồi dâng biểu xin thêm quân để họp đánh. Vua xem biểu, mừng nói:

"Quân giặc ở trong mắt ta rồi".

Tức thì sai Tống Viết Phước và Lê Văn Duyệt đều đem quân tiến đến Thị Dã [huyện Vân Canh, Bình Định] theo tiết chế của Thành; dụ cho Nguyễn Huỳnh Đức và Mai Đức Nghị ở đạo Cù Mông sắp quân để chờ. Lại sai Lê Chất, Nguyễn Văn Tánh đem quân dưới quyền đến quân thứ Thị Dã đánh giặc.

Quân bọn Tống Viết Phước và Lê Văn Duyệt đến Thị Dã. Nguyễn Văn Thành sai Duyệt giữ bảo làm chính binh, tự mình đem các đạo quân làm kỳ binh đêm theo đường tắt vượt núi Bọt Khê, nhân mưa dầm xuyên qua Đăng Trại [Trại Đèn], quanh ra phía sau đồn, phóng lửa đốt trại sách. Địch thảng thốt quay đánh, Duyệt huy động quân tiến sát trước đồn. Đầu và đuôi giáp đánh, địch vỡ chạy. Các quân thừa thắng đều tiến, đánh chém được đô đốc là Hoan, đuổi đến Tuần Dã [Đồng Tuần]. Quân Nguyễn thu bắt được voi ngựa súng ống khí giới, giết và đánh bị thương nhiều không xiết kể. Tin thắng trận báo lên. Vương rất khen ngợi, tuyên dụ để uỷ lạo, thưởng cho các quân 5.000 quan tiền, 200 đồng bạc tây, thưởng người thiểu số dẫn đường 5 cái áo gấm, 3 tấm nhiễu, 5 tấm vải màu, và mắm muối các vật. Trong trận này Thành và Duyệt đều cầm cờ tướng trên bành voi mà chỉ huy các quân. Thành vốn thích rượu, sắp ra trận thì đem bầu ra tự rót uống, rót một chén đưa cho Duyệt. Duyệt không chịu uống, Thành cố ép nói:

"*Nay trời lạnh, uống một chén cho mạnh thêm lên!*".

Duyệt nói:

"*Ai yếu nhát mới phải mượn rượu. Còn tôi thì trước mắt không thấy có giặc nào mạnh, cần gì đến rượu*".

Thành có vẻ xấu hổ, do đó căm giận Duyệt.

Nguyễn Văn Thành tiến quân đến Trường Dã, sai Tống Viết Phước đánh địch ở núi Yên Tượng [huyện Vân Canh, Bình Định], lấy luôn được bốn đồn. Do đó từ núi Lệ Thạch đến Hoa An [huyện Tuy Phước, Bình Định], Hoa Lộc [huyện Tuy Phước, Bình Định], quân địch đều bỏ đồn, ban đêm trốn đi. Bộ binh phe Nguyễn hai đường liên lạc với nhau, bèn chia đặt đồn trại ở Lạp Quán và Vân Sơn [huyện Vân Canh, Bình Định].

Vương thấy bọn hàng tướng nhiều người trốn làm phản, duy Lê Chất bền lòng quy thuận, không như bọn kia, bèn sai quan đến quân thứ để thăm hỏi; mẹ già và vợ con Chất ở Gia Định thì dụ cho quan lưu trấn đến thăm và cấp tiền lương nuôi nấng.

Ra lệnh cấm các quân không được tự tiện giết người, dụ các tướng rằng:

"*Phép binh cốt ở uy nghiêm, trị nước cốt ở nhân thứ, cho nên vương giả dụng binh chỉ cần dẹp yên giặc cho dân yên nghiệp làm ăn, ra trận phải chém giết là bất đắc dĩ. Nay quân và dân trong hạt Quy Nhơn không biết lẽ thuận nghịch mà chống cự quân ta, chẳng qua chỉ vì một hai đứa đầu sỏ làm mê hoặc mà đến thế thôi. Bọn khanh nên thể lòng ta, nghiêm răn tướng sĩ, phàm đối trận đánh nhau mới được chém giết, còn sau trận bắt được thì không được giết bậy một người nào. Còn như quân đến đâu hoặc phóng lửa hiệu để cho trong thành ứng theo thì cũng đốt ở nơi rừng rú vắng người, không được đốt phá nhà dân, để cho quan dân đều được yên lành. Làm trái thì lấy quân pháp trừng trị.*"

Tháng 12 [15/1-12/2/1801], Vương cho rằng thuyền đánh cá đi biển nhanh và tiện, bèn ra lệnh cho Gia Định và Bình Thuận phàm những thuyền đánh cá trong hạt chở được 70 phương gạo trở lên, thì cho xếp gạo lương đợi khi tiện gió thì chở đến quân thứ; thuyền nào đến trước thì được thưởng công, từ đó lương quân không thiếu.

Bấy giờ thành Bình Định bị vây lâu chưa giải toả được,

mà cửa biển Thị Nại thì địch đóng giữ thêm vững. Vua thường buồn bực không vui, than rằng:

"Trời chưa muốn diệt giặc Tây Sơn chăng! Sao để cho tướng giỏi của ta bị khốn mãi ở đây!".

Bàn định dùng kế hoả công: Sai các quân lấy nhựa trám rưới vào củi và chứa vào hơn 20 chiếc thuyền con, đầu thuyền đều đóng đinh sắt, để chờ tiến đánh; trước tiên đi thuyền vào giữa giặc, lấy móc câu móc thuyền của chúng rồi phóng lửa đốt. Hỏi các tướng, ai có thể làm việc này, Tống Viết Phước xin đi. Vương sắp y cho, nhưng bấy giờ Vệ uý Nguyễn Đức Xuyên bị ốm, viên quản đội Tiểu sai là Nguyễn Cửu Kỷ đem cho nhân sâm Vương ban cho, Xuyên bảo Kỷ rằng:

"Ta nghe chúa thượng muốn dùng hoả công, Tống Viết Phước xin đi. Theo ý kiến của Xuyên, thì Phước dẫu dũng nhưng phải cái vội tiến, Lê Văn Duyệt thì dũng mà có mưu, nếu sai Duyệt đi thì việc chắc thành công".

Kỷ về tâu, Vương bèn triệu Duyệt đến hành tại giao trọng trách.

Chú thích:

1. Sa điền: nằm trong lãnh thổ Hương Cảng hiện nay.

181.
Nhà Tây Sơn: Nguyễn Quang Toản [1793-1801] (10)

Tháng giêng năm Tân Dậu [13/2-13/3/1801], Nguyễn Vương sai Chưởng tiền quân Nguyễn Văn thành tổng chỉ huy các đạo bộ binh và ban lệnh rằng:

"*Mới đây đại binh từ Thị Dã* [huyện Vân Canh, Bình Định] *tiến đánh trèo non vượt biển, đường sá cách trở, sợ khó quản cố được hết, nên đặc biệt hạ chỉ cho Tống Viết Phước và Lê Văn Duyệt kiêm lĩnh hai dinh Tiền và Hữu để cho có thống thuộc. Nay luỹ giặc đã san bằng, các đạo đã liên lạc được, nếu quyền chỉ huy không có chuyên trách, hiệu lệnh không thống nhất, thì các quân vâng lệnh ở đâu? Từ nay về sau bốn dinh Trung Tiền Hữu Hậu đến đem quân sở bộ theo quyền tiết chế của khanh, Tống Viết Phước không được kiêm lĩnh như trước nữa. Lại như quân đạo Cù Mông trước là uỷ cho Nguyễn Huỳnh Đức một mình cáng đáng một mặt, nay địa thế đã nối liền, cũng cho khanh điều độ cả. Còn như việc phân phái đánh giữ thì nên điều bát tướng sĩ toàn dinh, chớ nên lẻ tẻ. Kẻ nào trái mệnh lệnh thì xử ngay theo quân pháp*".

Lại dụ Nguyễn Huỳnh Đức rằng:

"*Khanh là cựu tướng lão thành, triều đình vốn trông cậy. Nhưng nay quyền tiết chế bộ binh đã chuyên uỷ cho Nguyễn*

Văn Thành, vậy từ sau có sự điều khiển thì khanh nên lấy xã tắc làm trọng mà nghe theo, chớ nên để ý đến chỗ kẻ cao người thấp".

Quân Tây Sơn vây thành Bình Định mấy vòng. Võ Tánh thừa ban đêm mở cửa đông ra ập đánh, đốt trại cháy liên tiếp chừng một dặm. Quân địch sợ lùi, sáng sớm lại họp thêm quân vây thành; thám tử báo tin, Vương dụ Nguyễn Văn Thành rằng:

"Đại binh tiến đánh đã lâu năm, tướng quân đánh luôn được luôn, nhưng sau đó lại dừng quân thì nó có thể được dịp mà đắp thành cao đào hào sâu để tự vệ. Lấy đó mà nghiệm, thì ta không sợ không thắng, chỉ sợ không chịu đánh thôi. Nay trong thành dám xông vây ra đánh là trông cậy có quân ta ngoại viện. Nếu ta cứ dừng quân mãi thì trong ngoài cách hẳn, nhân tâm tất là chờ ngóng. Tướng quân nên nhằm cơ hội mà tiến đánh để giải khổ cho tướng sĩ trong thành, thoả tấm lòng gần xa quy phụ. Cái công bình định trông cả vào tướng quân. Ta lại chỉnh bị thuỷ binh để đợi. Nên sớm liệu đi".

Thuỷ quân Nguyễn cả phá quân Tây Sơn ở cửa Thị Nại. Trước đó Tư đồ Võ Văn Dũng dùng hai chiếc thuyền đại hiệu Định quốc và hơn trăm chiếc thuyền chiến chặn đóng ngang cửa biển, lại dựng hai đồn ở bãi Nhạn Châu [cửa Thị Nại, Bình Định] bên tả và ở núi Tam Toà [cửa Thị Nại, Bình Định] bên hữu, đặt nhiều súng lớn, dựa thế cao chẹn chỗ hiểm để phòng ngự. Đến đây các quân làm xong chiến cụ hoả công, Nguyễn vương mật lệnh đêm 16 [28/2/1801] cất quân đánh úp. Sai Tiền chi Hoàng Văn Khánh đem bộ binh lẻn xuống Vũng Dừa, chờ khi lửa hiệu ở Tiêu Cơ phát ra, thì đánh hãm lũy, đặt mai phục ở sau núi để ngăn địch, lưu

Phạm Văn Nhân giữ Cù Mông; Vương bèn thân đem thuỷ quân tiến phát. Trống canh ba qua Tiêu Cơ bắt được lính đi tuần của địch, biết được mật khẩu, tức thì sai Nguyễn Văn Trương và Tống Phước Lương dùng thuyền nhỏ lẻn trước vào Hố Cơ đốt đồn thuỷ của giặc. Lại sai Võ Di Nguy đi thuyền theo lệnh thẳng tiến, Lê Văn Duyệt đốc quân tiếp theo. Giặc giữ đồn cự chiến, từ giờ dần [4 giờ] đến giờ ngọ [12 giờ], tiếng súng vang trời, đạn bay như mưa, Di Nguy bị bắn chết. Duyệt cứ mặc kệ, càng thúc đánh hăng. Vua thấy sĩ tốt nhiều người tử thương, cho tiểu sai đến ban lệnh tạm lui. Duyệt thề chết, vẫy quân xông lên, đến giờ thân [4 giờ chiều] vào được cửa biển, dùng đuốc hoả chiến thừa chiều gió phóng đánh thuyền đại hiệu của giặc. Quân Tây Sơn cả vỡ, chết rất nhiều. Dũng thua chạy, thuyền Tây Sơn bị đốt cháy gần hết; quân Nguyễn bèn giữ cửa Thị Nại; người ta khen trận này là võ công lớn nhất.

Nguyễn Văn Thành nghe tin thắng trận, sai bộ binh các đạo chia đánh các đồn ở Vân Sơn [huyện Vân Canh, Bình Định] và Phú Trung; Nguyễn Đức Xuyên chém Đô đốc địch Nguyễn Hạch, bắt được 2 thớt voi và súng ống khí giới nhiều vô kể.

Vương đóng ở cửa Thị Nại, phi báo tin thắng trận đến các nơi; lại sai Lưu trấn Gia Định viết thư báo tin cho các nước Xiêm La và Chân Lạp.

Nhân dân Bình Định nghe tin Thị Nại đã vỡ, sợ hãi chạy trốn; Vương ban dụ rằng:

"Một năm nay bọn giặc tàn ngược, dân bị lầm than. Ta sở dĩ dấy quân là vì trăm họ, không phải là thích dụng binh mà cốt là để yên dân. Các ngươi cứ yên đừng sợ. Nếu quan quân

có quấy nhiễu cướp bóc, cho các ngươi đến tố cáo, sẽ theo quân pháp trị tội ngay".

Tướng Võ Văn Dũng đã thua, thu nhặt tàn quân hợp lại với Trần Quang Diệu, rồi sai Tư khấu Định giữ Thạch Tân [Bến Đá, chỗ tiếp giáp huyện Hoài Nhơn và Quảng Ngãi], đô đốc Nguyễn Văn Ngũ giữ Đạm Thuỷ [huyện Phù Mỹ, Bình Định], đô đốc Võ Văn Sự giữ Tam Quan [huyện Hoài Nhơn, Bình Định], để đề phòng quân Nguyễn đánh tập hậu, lại dương ngôn thề họp quân hết sức đánh thành.

Vương được tin, sai người lẻn vào trong thành bảo Võ Tánh và Ngô Tòng Chu rằng:

"Quân ta đánh úp được Thị Nại, bao nhiêu thuyền ghe của giặc đã thành tro tàn. Nay thế nó đã cùng, tất sẽ cắn lại. Bọn khanh nên khuyến khích quân lính, phòng bị nghiêm nhặt thêm, chớ vì thắng mà kiêu, chớ thấy lâu mà nản, chờ ta thừa cơ tính liệu, quyết một trận để thông với thành. Nên cố gắng lên".

Ghi công và cấp tuất các tướng sĩ trận vong ở Thị Nại; tặng gia đình Võ Di Nguy 2 cây gấm Tống, 2 trăm quan tiền, đưa tang về Gia Định; cho phát tiền công để lo hậu táng.

Nguyễn Văn Thành sai Tống Viết Phước đóng đồn ở Càn Dương [huyện Phù Cát, Bình Định]; địch chia đường đánh úp. Vệ uý vệ Trung võ là Trần Văn Xung đánh nhau với địch, chết ở chợ Chính Lộc [huyện Phù Cát, Bình Định]. Phước thúc quân tiếp ứng, địch hơi lùi, đuổi đến Thạch Cốc, gặp quân mai phục của tướng Từ Văn Chiêu nổi dậy, quân Nguyễn vỡ chạy. Phó đô thống chế Phan Văn Kỳ và Vệ uý vệ Tín uy Nguyễn Văn Trí bị địch bắt; Vệ uý Hoàng Phước Bảo và Vệ uý Hoàng Văn Tứ đều chết trận. Phước bèn bỏ bảo

Càn Dương, đến hành tại xin chịu tội; Vương tha cho, sai đem quân giữ đồn Hàm Thuỷ.

Tháng hai [14/3-12/4/1801], dân thiểu số Bàn Hàn ở Phú Yên tụ tập đánh đồn La Thai [huyện Đồng Xuân, Phú Yên], Lưu thủ Phạm Tiến Tuấn đánh đuổi; việc tâu lên Vương sai tướng quân thượng đạo Nguyễn Long đến phủ dụ.

Nước Vạn Tượng sai sứ sang cống chiêng đồng, sừng tê trắng, dâng địa đồ Nghệ An và Phú Xuân và dâng biểu xin định kỳ hội quân đánh giặc. Sứ giả tới Gia Định, đưa đến hành tại bái yết; Vương sai viết thư trả lời, hậu đãi sứ giả rồi cho về, tặng quốc trưởng 4 lạng kỳ nam, 2 cây súng tay, chì và thiếc mỗi thứ 100 cân.

Sai Nguyễn Văn Trương điều bát thuỷ quân tiến ra Quảng Ngãi, Quảng Nam; Vệ uý vệ Tuyển phong hữu Tả dinh quân Thần sách là Phan Văn Đức, Vệ uý vệ Phấn dực Trung quân là Tống Phước Lương, Chánh vệ vệ Thuận võ là Vương Văn Học và các chúa tàu hiệu Long phi, Phượng phi, Bằng phi là bọn Nguyễn Văn Chấn, Nguyễn Văn Thắng, Lê Văn Lăng, đều thuộc quyền. Vương ban lệnh rằng:

"Hai xứ ấy chịu khổ dưới ngọn lửa tàn bạo của giặc Tây Sơn đã lâu, dân không sống được. Khanh phụng mệnh đi đánh phải nêu rõ quân chính, cấm ngăn cướp bóc, để thu phục lòng dân. Nếu tướng lệnh không nghiêm, thì trách nhiệm điều bát sẽ có công nghị của triều đình".

Ngày Quý sửu [20/3/1801], Đông cung nguyên suý quận công Cảnh mất. Trước kia Đông cung từ Tây Dương về, từng theo đánh giặc, đến nay làm Lưu trấn Gia Định, bị bệnh đậu mùa mất lúc 22 tuổi. Vương nghe tin rất thương xót; sai Nguyễn Văn Nhân và Nguyễn Tử Châu hiệp cùng bộ

Lễ lo việc tang.

Triệu chú ruột Vương Chưởng cơ Tôn Thất Thăng đến hành tại và mật dụ Lưu trấn Gia Định Nguyễn Văn Nhân rằng:

"Tránh chỗ thực đánh chỗ hư, đó là mưu cao của binh gia. Nay giặc đem hết quân vây thành Bình Định, Phú Xuân đơn nhược, mà lương thực trong thành Bình Định thì còn đủ chi dùng 5,6 tháng nữa, tướng sĩ đồng lòng cố giữ, có thể không lo. Ta chính đương sắp thừa cơ tiến đánh để khôi phục đất cũ, nên đặc mệnh vời quốc thúc [chú ruột] *tới quân thứ để nghe lệnh. Bọn khanh nên thôi thúc kén thêm quân cho cùng đi với thuyền lương lại điều thêm 800 người cục tượng* [thợ] *300 người ở các đội Hùng Diêm, An Công, đến tháng 3 thì tề tập ở quân thứ. Nếu Bình Định chưa giải được vây, ta cũng thẳng tới Phú Xuân để diệt trừ bọn nghịch. Giả sử mấy vạn quân bại tàn các Diệu, Dũng có được cái thành không ấy cũng chả làm gì. ý ta đã định, nên cho khanh biết".*

Tham đốc Tây Sơn Phạm Văn Điềm đem 500 quân xâm phạm Phú Yên. Trước đó bộ binh phía Nguyễn tiến đóng tại Vân Sơn [huyện Vân Canh, Bình Định], từ Phú Yên trở vào nam đồn trại bỏ không. Điềm nhân sơ hở đột kích đồn Hội An [huyện Đồng Xuân, Phú Yên]; Lưu thủ Phạm Tiến Tuấn, lui giữ cửa biển Xuân Đài. Vương hạ lệnh cho Nguyễn Đức Xuyên và Tống Viết Phước đem quân thuỷ bộ chia đường tiến đánh, quân Tây Sơn rút lui.

Nguyễn Văn Trương đem thuỷ binh tiến vào cửa biển Cổ Luỹ ở Quảng Ngãi, đánh phá kho Trà Khúc, đốt hết tài vật, đô đốc Tây Sơn là Tuấn bỏ đồn tháo chạy.

Tháng 3 [13/4-12/5/1801], quân Nguyễn lấy lại Quảng

Nam. Sau khi Nguyễn Văn Trương đánh được Trà Khúc, bèn thừa thắng tiến vào cửa biển Đại Chiêm [Hội An, Quảng Nam], đánh các xứ Hội An và Phú Triêm [huyện Điện Bàn, Quảng Nam], phá được cả. Đô đốc Hoàng Văn Tự đem binh ứng nghĩa đuổi bắt được 24 thớt voi; Đại đô đốc Tây Sơn là Nguyễn Văn Xuân cùng với Trấn thủ thiếu uý Văn Tiến Thể giữ ải La Qua [huyện Điện Bàn, Quảng Nam]; Văn Trương đốc quân đánh úp, bọn Xuân thua chạy, thu được hơn 80 cỗ đại bác và khí giới lương tiền vô kể; bèn đóng đồn án giữ đất này.

Tin thắng trận báo lên, Vương ban chỉ khen ngợi. Tức thì sai Tống Viết Phước đưa hơn 30 chiếc thuyền và hơn 1.000 quân đến giúp; sai Phạm Văn Nhân chỉ huy 3 chiếc hiệu thuyền [tàu lớn] tiến vào Đà Nẵng và kiêm quản tướng sĩ các hiệu thuyền Long phi, Phượng phi, Bằng phi để cùng sách ứng. Lại cho rằng tham quân Tượng dinh Lê Nguyễn quê ở Quảng Nam, biết rõ dân tình địa thế đất ấy, nên sai đem binh dưới quyền theo Nguyễn Văn Trương điều khiển, cùng dụ Trương rằng:

"*Người giỏi dùng quân, phải trước hết lập thế không ai thắng được để đối phó với thế có thể thắng của địch. Nay Quảng Nam mới thu phục, tất tự ta phải phòng bị, mới khỏi người ta nhòm ngó. Khanh nên chọn nơi hiểm yếu, đặt ba đồn theo hình chữ phẩm* [品], *sau đồn lại có Trường Giang* [huyện Điện Bàn, Quảng Nam] *khiến cho thuỷ bộ tiếp nhau. Hình thế bố trí, ta đã dặn bảo Lê Nguyễn rồi. Hoặc có thừa cơ chiếm đất thì cứ hào sâu luỹ cao mà giữ cho vững là hơn. Phải cẩn thận. Từ nay, trong quân bất luận có việc hay không, cứ năm ngày phải báo một lần, nếu có chuyện gấp thì báo lập tức.*"

Lưu thủ Phú Yên là Phạm Tiến Tuấn ốm; sai Lưu thủ Bình Khang là Lưu Tiến Hoà đem quân bản dinh đến giữ bảo Hội An [huyện Đồng Xuân, Phú Yên], kiêm quản công việc binh dân ở Phú Yên.

Tướng quân thượng đạo Nguyễn Văn Thuỵ từ nước Vạn Tượng về Gia Định. Vương cho là không đợi lệnh triệu mà về, nghiêm trách và giao cho quan lưu trấn nghị tội, rồi sai Tham quân Lê Văn Xuân thay lĩnh quân dưới quyền hơn 200 người, hội với Vạn Tượng để đánh Tây Sơn. Thuỵ bị giáng làm Cai đội quản đạo Thanh Châu.

Tướng Trần Quang Diệu là Võ Văn Dũng sai thuộc hạ đặt đồn liên tiếp ở Phú Hoà, cầu Đông Giang, cầu Tân Hội [huyện Tuy Phước, Bình Định] để chống cự. Vương sai Lê Văn Duyệt và Nguyễn Văn Khiêm đem quân đánh, một ngày đánh bốn đợt đều thắng, quân địch tán loạn, bắt được Đô đốc là Nguyễn Bá Phong và nhiều binh sĩ.

Vương đến cầu Tân Hội thị sát, hạ lệnh cho các quân chia đắp đồn bảo, đối luỹ với địch; hễ có báo động, nếu ban ngày thì treo cờ hiệu ở trên núi, ban đêm thì đốt đài lửa hiệu, để biết mà tiếp ứng nhau.

Địch nhiều lần phạm đồn Vân Sơn [huyện Vân Canh, Bình Định], Nguyễn Văn Thành sai Lê Chất đón đánh, đuổi chạy.

Tham đốc Phạm Văn Điềm lại đánh Phú Yên. Sai Nguyễn Long làm Chánh thống suất, Lưu Tiến Hoà làm Phó thống suất, quản lĩnh 2 chi Chấn võ, An võ và quân hai dinh Bình Thuận, Phú Yên, chia đóng đồn để giữ. Nguyễn Long tiến đóng đồn ở La Thai [La Hai, huyện Đồng Xuân], lưu Lưu Tiến Hoà giữ bảo Hội An [huyện Đồng Xuân, Phú Yên].

Quân địch lẻn xuống Vũng Lấm [huyện Sông Cầu, Phú Yên] đốt phá đài lửa hiệu. Hoà ngày đêm đem quân chống đánh, gặp mai phục nên thua, bị giết. Long nghe tin báo, đem quân trở về Hội An. Quân địch ập đến, Long chống không nổi, lui chạy về sông Đà Diễn, khí giới lương thực bị lấy hết. Việc báo lên, Vương sai thu thập các quân, rút về đóng giữ 3 đèo Đại Lãnh [huyện Tuy Hoà, Tuy Hoà], Sầm Dương và Gian Nan [ranh giới Phú Yên, Khánh Hoà] để đợi lệnh. Rồi sai Hoàng Văn Khánh thay giữ quân, đóng gông Long đưa về hành tại trị tội; bọn Nguyễn Văn Thành, Nguyễn Huỳnh Đức, Nguyễn Văn Tánh đều xin, bèn tha.

Vương sai Lưu thủ Vĩnh Trấn Nguyễn Văn Thiện và Tham tri bộ Công Nguyễn Khắc Thiệu sang Xiêm báo tin thắng trận. Tặng Phật vương 2 cây hoa vàng hoa bạc, 10 lạng kỳ nam, sáp ong, đường cát mỗi thứ 500 cân, tặng Vua thứ hai 2 cây hoa vàng hoa bạc, sáp ong, đường cát, mỗi thứ 500 cân.

Sai Tham tri bộ Hình Trần Văn Trạc cùng Thiêm sự Nguyễn Văn Phương đến Quảng Nam hiệp cùng Nguyễn Văn Trương để trông coi công việc quân dân và lương tiền; dặn rằng:

"Xứ này lòng dân mới quy phụ, cần vỗ về trước hết. Phàm các sở đồn điền, quan trại, công điền biệt thự được miễn thuế của giặc, đều phải theo lệ mà đánh thuế; còn như sai dư thuế ruộng, thuế nguồn, thuế đầm, nhất thiết lệ thuế thì hãy tạm để đó. Bọn quan quân của giặc nếu có vợ con họ mạc ở đấy thì cũng mặc không hỏi đến. Răn cấm quân lính không được lấn cướp hung bạo, làm trái thì xử theo quân pháp, như thế để yên lòng kẻ phản trắc".

Thế rồi có viên Cai đội mật sai quấy cướp nhân dân, Nguyễn Văn Trương đã bắt rồi lại tha; Vương được tin nói rằng:

"*Lệnh không thi hành thì lấy gì mà răn người*".

Bèn sai chém bêu đầu tên Cai đội ấy, để làm gương cho kẻ khác.

Đại đô đốc Tây Sơn là Nguyễn Văn Xuân và Thiếu uý Văn Tiến Thể đem đồ đảng phạm bảo La Qua [huyện Điện Bàn, Quảng Nam]. Nguyễn Văn Trương và Tống Viết Phước tung quân ập đánh, đuổi đến Thi Hồ và La Đới đều phá được. Xuân chạy đến Phố Hoa [thị xã Hội An, Quảng Nam], Thể chạy đến Phường Tráng [thị xã Hội An, Quảng Nam]. Bọn Trương bèn đóng quân ở Phú Triêm [huyện Điện Bàn, Quảng Nam], Kim Bồng, dựa Trường Giang làm thế hiểm, rồi phi báo cho Phạm Văn Nhân phái quân thăm dò Hải Vân Quan và chặn đường về của địch.

Tin thắng trận báo lên. Vua sai truyền dụ rằng:

"*Bọn người đánh luôn được luôn, triều đình nghe tin xiết bao khen ngợi vui mừng. Duy Quảng Nam là đường quân giặc đi lại, thế tất nó phải tranh, mà quân ta vào sâu trọng địa lại không có sách ứng. Nay nên giữ nơi hiểm mà chứa nhiều lương thực làm thế giữ lâu, lại chiêu an nhân dân và chiêu nạp hàng binh. Nếu chúng đem trọng binh đến thì ra sức giữ vững, cốt sao được vạn toàn, đó là lấy giữ được làm thắng*".

Sai Phó trưởng chi Tượng dinh là Nguyễn Văn Dương đến Quảng Nam, quản lĩnh số voi trận bắt được để theo quân đánh địch.

Tham đốc Tây Sơn là Phạm Văn Điềm giữ đồn Hội An [huyện Đồng Xuân, Phú Yên]. Sai Lê Chất đem quân đến đánh; lại giục Hoàng Văn Khánh tiến lên hội tiễu. Chất đến, đánh nhau với địch ở Mễ Tân, bắt được Đô ty Nguyễn Nhiễu; Điềm thua chạy, Chất bèn đóng quân ở Hội An.

Tháng tư [13/5-10/6/1801], bọn Nguyễn Văn Trương, Tống Viết Phước, Trần Văn Trạc dâng sớ xin tạm thu ruộng ở Quảng Nam mỗi mẫu 5 thăng gạo để sung lương quân. Vương y cho, lại ban lệnh rằng:

"*Việc trị nước chính cần phải mở rộng đường tìm kiếm nhân tài để thoả lòng nguyện vọng mọi người. Vả Quảng Nam là đất cựu đô, nhân tài đông đúc, đặc biệt ban cho 100 tờ sắc lưu thông, hễ có ai quy thuận đầu hàng mà tài năng có thể dùng được thì điền viết quan hàm vào mà cấp cho*".

Nước Hồng Mao sai người đem thư đến dâng phương vật mà xin miễn thuế cảng cho thuyền buôn; Vương hạ lệnh cho Lưu trấn Gia Định viết thư trả lời, đánh thuế theo như thể lệ thuyền buôn Quảng Đông.

Thuyền thuộc phe Tây Sơn là bọn giặc biển Tề Ngôi bị gió dạt đến ngoài biển Thị Nại. Sai hai vệ Nội trực và Túc trực đuổi theo, bắt được Đông Hải vương Mạc Quan Phù, Thống binh là Lương Văn Canh và Phan Văn Tài cùng thuộc hạ rất nhiều.

Hoàng tử thứ hai là Hy mất. Hy trước được bổ chức Cai đội, năm Kỷ Mùi [1799] làm Lưu trấn Gia Định, đến nay theo đánh giặc, bị bệnh mất ở trong quân, 20 tuổi, tặng Thiếu úy, thuỵ là Đôn Mẫn. Sai đưa tang về táng ở Gia Định.

Triệu Lê Chất và Hoàng Văn Khánh đến hành tại; sai Nguyễn Văn Tánh thay thế, quản lĩnh quân thuỷ bộ các chi, dưới quyền tiết chế của Nguyễn Văn Thành.

Hoãn khoa thi và việc duyệt tuyển năm nay ở Gia Định; Vương thấy liền năm đánh dẹp, những việc ấy chưa rỗi để làm.

Thành Bình Định lương thực gần hết; nhưng Trần Quang Diệu và Võ Văn Dũng bao vây càng chặt. Vương liệu thế chưa có thể giải vây ngay được, bảo các tướng rằng: "*Thà mất thành chứ không để mất tướng giỏi của ta*".

Bèn sai người mang thư lặn nước lẻn vào trong thành, bảo Võ Tánh bỏ thành tìm đường ra hội với đại quân. Nhưng Tánh dâng biểu trả lời xin liều chết giữ tới cùng, mà khuyên Vương nhân sơ hở đánh úp Phú Xuân, Tánh nói:

"*Lấy thành Phú Xuân thay một mạng thần, thần thoả nguyện rồi*".

Vua xem biểu, than thở hồi lâu, gọi bày tôi tới bàn rồi dụ rằng:

"*Giặc sợ Võ Tánh cho nên dốc lực lượng cả nước đến vây thành Bình Định, vững như thùng sắt. Nay muốn đánh gấp cũng chưa dễ đâu. Chi bằng đánh thẳng vào Phú Xuân, chỗ xót xa của chúng, thế tất chúng phải triệt vây về cứu căn bản. Đó là cái kế đánh Nguỵ để cứu Hàn* (1)*; tuy không giải mà hoá giải vây vậy*".

Bèn định ngày khởi quân; lưu Nguyễn Văn Thành ở lại điều bát bộ binh các đạo cầm cự với Diệu, Dũng; Nguyễn Huỳnh Đức quản lĩnh binh thuyền đóng giữ Thị Nại. Sai chạy báo việc ấy cho Gia Định, lại triệu Nguyễn Đức Xuyên đến hành tại bảo rằng:

"*Nguyễn Văn Thành mưu việc cẩn thận kín đáo, có thể*

đương được một mặt. Nhưng hay kiêu ngạo, phần nhiều làm mất lòng tỳ tướng, nên lưu khanh ở đây để uốn nắn chỗ sai mà giúp việc nước".

Bèn đưa cho uống một chén rượu ngự, lại cho một chiếc quân phục ngự dụng, Đức Xuyên rập đầu tạ.

Ngày Canh Ngọ [5/6/1801], Vương thân đốc thuỷ quân ra cửa biển Thị Nại. Đêm ấy cho đốt lửa hiệu tại núi Hưng Thịnh [huyện Tuy Phước, Bình Định] cho quân thứ Vân Sơn của Nguyễn Văn Thành và trong thành Bình Định biết. Ngày Nhâm Thân [7/6/1801], thuyền Vương tới Chiêm Dữ [Cù Lao Chàm, Quảng Nam]. Lệnh cho Nguyễn Văn Trương quản lĩnh các chi vệ và hơn 1.000 binh mới tuyển ở Quảng Nam tới Đà Nẵng chờ lệnh, Tống Viết Phước và Trần Văn Trạc thì lưu thủ Quảng Nam. Ngày Quý Dậu [8/6/1801], Vương dừng ở Đà Nẵng, vời các tướng đến bàn bạc. Đô đốc Hoàng Văn Tự vào bái yết, nhân bàn đến trận đánh tại Đại Chiêm mới đây, bèn thưởng cho 2 tấm nhiễu, 1 cái áo chiến và 200 quan tiền. Ngày Giáp Tuất [9/6/1801] phân công các tướng, trước hết sai Nguyễn Văn Trương và Phạm Văn Nhân đem binh thuyền tiến ra cửa Eo [cửa Thuận An, huyện Phú Vang, Thừa Thiên], Hoàng Văn Tự cùng Chánh Tả chi Tả quân Bạch Văn Đoài đem binh và voi tiến theo đường bộ Cu Đê [Đà Nẵng], thuyền Vương tiến đóng tại vụng Chu Mãi [huyện Phú Lộc, Thừa Thiên]. Trong trận đánh này có các các người Âu như Basisy, Nguyễn Văn Thắng [Chaigneau], Nguyễn Văn Chấn [Vannier], Lê Văn Lăng [Forcant] tham gia.

Ngày Bính Tý mồng 1 tháng 5 [11/6/1801], đại binh vào cửa biển Tư Dung [cửa Tư Hiền, Thừa Thiên]. Trước đó Nguyễn Quang Toản sai Phò mã Nguyễn Văn Trị và Đại đô đốc Trần

Văn Tạ giữ núi Linh Thái [huyện Phú Lộc, Thừa Thiên], cho đóng cọc gỗ ở đường lạch để ngăn quân Nguyễn. Vương sai Lê Văn Duyệt và Lê Chất đốc suất binh thuyền đến đánh; quân Tây Sơn dựa thế cao bắn đại bác xuống, quân ta nhiều người chết và bị thương, đánh suốt ngày không được. Đến đêm bèn ngầm khiêng mấy chục chiếc thuyền chiến vượt bãi cát vào phá Hà Trung phía sau lưng, lại chia quân theo đường lạch nhổ cọc gỗ mà tiến; quân địch sợ bỏ chạy.

Ngày Đinh Sửu [12/6/1801], Vương thân đốc các quân tiến đến bến đò Trừng Hà, Lê Văn Duyệt bắt được Nguyễn Văn Trị và Đô đốc Phan Văn Sách. Tây Sơn hàng hơn 500 người, quân Nguyễn bèn tiến đến cửa Eo [cửa Thuận An].

Ngày Mậu Dần [12/6/1801], lấy lại được kinh đô cũ. Trước đó Nguyễn Quang Toản nghe tin đại binh kéo đến, liền đem hết quân ra cửa Eo chống giữ. Quân Nguyễn thừa thắng tiến lên, hai quân chưa giao chiến, Quang Toản và bè đảng nghe tin tan hàng bỏ chạy, một số quay giáo xin hàng. Quân Nguyễn lấy hết cả thuyền ghe súng ống khí giới, đại binh thẳng tới Phú Xuân. Quang Toản đã mang đồ báu bỏ thành chạy trước ra Bắc. Nguyễn vương mang quân vào thành, lục khắp các nơi cung điện, thu được 13 quả ấn và 33 bản sách; bèn niêm phong kho tàng, tịch biên của cải, cấm cướp bóc quấy nhiễu, cho dân cư được yên.

Sai Lê Chất đem bộ binh đuổi Nguyễn Quang Toản. Nguyễn Văn Trương đem thuỷ binh tiến đến sông Gianh [huyện Bố Trạch, Quảng Bình] chặn đường chạy của giặc, Phạm Văn Nhân giữ cửa Eo, Phan Văn Triệu và Tống Phước Châu giữ Tả Trạch Nguyên [huyện Nam Đông, Thừa Thiên] và ba cửa ải.

Vương trú tại Long Các; thần dân xa gần tiếp nhau đến lạy mừng, ai dâng biểu gì đều trả lại cả.

Ra lệnh cho hai phủ Triệu Phong [Quảng Trị] và Quảng Bình rằng phàm bọn giặc có lẩn trốn trong dân gian, ai bắt được đem nộp thì trọng thưởng, nếu che giấu bị xử tử. Quan dân liền bắt được em trai Nguyễn Quang Toản là Quang Cương, Quang Tự, Quang Điện và hơn 30 người đàn bà con gái của Tây Sơn đem nộp, chiếu theo lệ thưởng cấp tiền bạc theo thứ bực khác nhau.

Cho đội Tiểu sai mang biểu về Gia Định tâu lên thân mẫu Vương và truyền dụ cho các quân thứ Quảng Nam, Bình Định biết.

Thiếu phó Trần Quang Diệu, sai thuộc hạ đem hơn 7.000 quân và 40 thớt voi xâm phạm Quảng Nam. Tống Viết Phước dâng biểu xin thêm quân và nói rằng quân địch hiện nay đóng giữ vùng thượng du, thế sắp lấn cướp huyện Điện Bàn để cản đường tiếp ứng của ta, nếu không kịp thêm quân tiến đánh, thì Quảng Nam lại sẽ là nơi chúng tranh dành. Vương bảo rằng:

"Quân ta sau khi đã lấy lại được Phú Xuân phải chia phái đi nhiều ngả, chính đương chiêu tập những quân tàn để bổ vào đội ngũ cho đủ điều khiển. Khanh nên vững thành bền giữ, chớ nên đánh. Nếu chúng tiến đến Điện Bàn, thì khanh cứ theo phía sau, trong tuần nhật ta sẽ phái quân đến, trong ngoài giáp đánh thì giặc tất phải vỡ".

Triệu Lê Chất về, trước đò Lê Chất được lệnh đem quân đuổi Nguyễn Quang Toản, khua trống mà đi thong thả; khi quân đến châu Nam Bố Chính [nam Quảng Bình] thì Quang Toản đã qua sông đi rồi. Đến đây bị gọi về, đem dâng hai quả ấn ngụy. Các quan bàn về việc đánh Tây Sơn, có ý ngờ Lê Chất cố ý thả địch, nên nói rằng:

"*Quang Toản được thoát là tự người, chứ không phải tự trời*".

Thuỷ binh của Nguyễn Văn Trương đến Linh Giang [sông Gianh] thu được lương thực thuyền ghe súng đạn địch bỏ lại rất nhiều; tàn quân quy hàng hơn 2.000 người. Vương sai Trương về giữ đồn Động Hải [Đồng Hới, Quảng Bình], hiệp cùng Tham tri bộ Lại Phạm Như Đăng trông coi công việc binh dân lương tiền phủ Quảng Bình, lưu Phó trưởng chi Hoàng Văn Điểm quản binh thuyền giữ Linh Giang [sông Gianh], mật sai Thuộc nội cai đội Nguyễn Khả Bằng đóng giữ chợ Ròn [huyện Quảng Trạch, Quảng Bình], Cựu đô ty Lê Văn Hợp giữ Hoành Sơn [biên giới Hà Tĩnh, Quảng Bình], đặt đồn để ngăn chặn, mộ thêm dân làm lính.

Ghi chiến công ở Tư Dung [cửa Tư Hiền, Thừa Thiên]; thưởng cho tướng sĩ Tả dinh 1.000 lạng bạc, sai Lê Văn Duyệt chia cấp.

Đổng lý Tây Sơn Nguyễn Văn Thận trấn giữ Nghệ An, đưa thư chiêu dụ người Lào tại Trấn Ninh. Quốc trưởng Vạn Tượng là Chiêu Ấn bắt được thư, sai Cai đội thượng đạo Tống Phước Uyển đem về dâng.

Vương sai Điển quân Lưu Phước Tường đem quân bản bộ theo đường Cam Lộ [Quảng Trị] đưa thư cho Vạn Tượng, yêu cầu chẹn giữ những đường hiểm yếu, ngăn phòng quân địch chạy trốn. Tường đến, gặp lúc Tham quân Lê Văn Xuân vừa ốm chết, bèn kiêm lĩnh quân của Xuân, đặt làm sáu chi, cùng với Chiêu Ấn định kỳ thẳng xuống Nghệ An đánh giặc.

Thống lĩnh thượng đạo Thanh Hoa là Hà Công Thái sai

người dâng mật biểu về việc quân. Vua dụ rằng:

"Ta nay đã thu phục kinh đô cũ, giặc Nguyễn Quang Toản đã chạy về Bắc. Đã uỷ cho Điển quân thượng đạo Lưu Phước Tường hội với nước Vạn Tượng đánh Nghệ An. Ngươi nên đem quân bản bộ đánh Thanh Hoa, đợi ta xếp đặt tạm xong sẽ tiến đánh Bắc Hà để nhất thống đất nước. Ngươi nên cố gắng".

Sai người Bắc Hà là Trương Công Vỹ đem mật chỉ đi chiêu dụ hào kiệt; Phó vệ Nguyễn Đình Hoằng cũng xin đi Thanh Hoa, Nghệ An để chiêu tập nghĩa binh, Vương y cho.

Nội hầu Tây Sơn là Lê Văn Lợi, Thiếu uý Văn Tiến Thể, Trung thư Trần Văn Kỷ, Thượng thư Lại bộ Hồ Công Diệu đem nhau đến quy thuận. Vương thấy đại thể mới định, sử dụng còn thiếu người, bèn dùng để sai phái. Tại quân thứ Bình Định, bọn Nguyễn Văn Thành, Tôn Thất Chương, Nguyễn Đức Xuyên, Hoàng Viết Toản, Trương Tiến Bảo, Nguyễn Công Thái, Đặng Trần Thường nghe tin, bèn mật dâng biểu rằng:

"Ngày nay Thần kinh mới khôi phục, nhân dân mừng được sống lại, vương thượng mở lượng rộng như biển, nhuần như xuân, đối với người một lòng nhân, bực anh quân đời xưa cũng chẳng hơn được. Duy bọn hàng tướng đô đốc quận công, từ khi Tây Sơn khởi loạn giữ vị trí phú quý mà những người trung nghĩa ở Thuận Hoá, Bắc Hà phần nhiều phải khuất mình nơi quân ngũ, bị chúng sai khiến, hằng ngày ngóng trông quân nhà vua đến để thay vết xe cũ, thế mà nay lại cho chúng được cầm quân như cũ, nghệu nghễn ở trên người, chúng tôi e rất phụ lòng mong mỏi của mọi người, dù người ta có muốn tỏ lòng trung tiết cũng không tỏ vào đâu

được. Huống chi bọn kia đối với Tây Sơn, rễ sâu gốc chặt không phải một ngày, nay đường cùng mới chạy về ta, có phải thực lòng đâu. Nếu cho dư đảng của chúng còn nhiều, vội khép vào pháp luật sẽ khiến lòng người ngờ sợ thì cho họ khỏi chết là được rồi, chứ không nên giao cho binh quyền. Việc cũ Cù Mông là một tấm gương lớn đó".

Vương đáp rằng:

"Bọn khanh trình bày, cố nhiên là có ý phòng ngừa từ trước. Nhưng từ khi ta lấy lại Phú Xuân, bọn tướng giặc đầu hàng có, bắt được cũng có, ta đã tuỳ nghi xếp đặt, quân của chúng cho xen lẫn với quân ta, dưới quyền quan ta cai quản. Bọn chúng bất quá cai quản năm ba tên thuộc binh mà lệ theo suý phủ, phỏng có mang lòng phản trắc cũng không thi hành vào đâu. Bọn khanh ở quân thứ xa, chưa rõ sự cơ, nên đặc dụ cho biết".

Thả xử sĩ (2) ở Nghệ An là Nguyễn Thiếp về. Thiếp là người xã Nguyệt Áo, huyện La Sơn [huyện Đức Thọ, Hà Tĩnh], đậu Hương tiến đời Lê, làm quan huyện Thanh Chương [Nghệ An], bỏ quan về nhà. Khi nhà Lê mất, theo lời mời của Nguyễn Quang Toản ở lại Phú Xuân. Tới nay vào yết kiến, xin trở về làng. Vua dụ rằng:

"Khanh là người tuổi tác đạo đức, rất được người ta trông cậy. Sau khi trở về núi nên khéo đào tạo lấy nhiều học trò để ra sức phò giúp thịnh triều, khỏi phụ tấm lòng rất mực mến lão kính hiền của ta".

Bèn sai quan quân đưa về.

Sai Lê Văn Duyệt thống lĩnh bộ binh vào Quảng Nam cùng Tống Viết Phước thống lĩnh thuỷ binh, chia đường tiến đánh để cứu thành Bình Định; cho Lê Chất đem quân theo, dưới quyền Duyệt tiết chế. Duyệt trước vốn thân với Nguyễn Văn Thành. Thành hơn tuổi và làm tướng sớm, mỗi khi ra trận, tính trì trọng không vội tiến. Duyệt xuất thân là tỳ tướng dũng cảm đánh giỏi, hằng lập công lớn, từng nói khích Thành, Thành không chịu nổi, hai người do đó sinh bất hoà. Vua hiểu rõ chuyện ấy nên khi Duyệt đi thì dụ rằng:

"*Quân mà thắng trận là do ở hoà thuận chứ không phải do nhiều người. Ngươi đi lần này nên bình tâm với Nguyễn Văn Thành. Gặp việc phải báo trước cho nhau, trong ngoài cùng ứng để sớm trừ đảng giặc mà mau thành công lớn. Ta ngày đêm không lúc nào không lo nghĩ đến Bình Định. Ngươi nên lưu tâm*".

Duyệt lạy vâng mệnh. Quân đi rồi, vua sai truyền dụ cho Nguyễn Văn Thành chỉnh bị binh mã để chờ.

Lê Văn Duyệt và Lê Chất đánh thắng viện binh Tây Sơn ở Cao Đôi [huyện Phú Lộc, Thừa Thiên]. Trước đó tướng Trần Quang Diệu sợ đại binh tiến thẳng đến Phú Xuân, sai Đại đô đốc Trương Phước Phượng đem 1.000 quân, Tư khấu Định, Đại đô đốc Lê Văn An, Đô đốc Lê Quốc Cầu, Lê Văn Từ, Tham lĩnh Ngoạn, Tham lĩnh Tuân đem 4.000 tinh binh Quy Nhơn và 1.000 binh Thuận Hoá và Bắc Hà, đều theo đường núi về cứu viện. Chúng bị người thiểu số dẫn đường đánh lừa, đi quanh co hết lương. Phượng đến Tả Trạch Nguyên [huyện Nam Đông, Thừa Thiên], quân đã mệt, bèn đến chỗ Phan Văn Triệu đầu hàng. Bọn Định theo đường núi xuống Cao Đôi [huyện Phú Lộc, Thừa Thiên], chợt gặp quân của Duyệt và Chất. Định đánh thua, chạy vào chết ở trong rừng, bọn Lê Văn An bị quân Nguyễn bắt hết, số còn lại đều hàng. Tin thắng trận báo lên, Vương ban thư khen ngợi, thưởng cho các quân 2.000 lạng bạc. Sai đưa các tướng sĩ bị bắt về kinh; duy những binh Thuận Hoá và Bắc Hà đầu hàng thì cho phân lệ vào quân ngũ, thẳng tiến đi Quảng Nam đánh địch.

Sai Phó vệ uý Lê Văn Cư đem binh thuyền đóng cũi Nguyễn Quang Cương, Tham lĩnh Ngoạn, Tham lĩnh Tuân, giải về quân thứ Bình Định để cho Tây Sơn biết; Nguyễn Quang Tự, Nguyễn Quang Điện, Phò mã Nguyễn Văn Trị thì giải về Gia Định để cho thần dân trong hạt biết, rồi sai giết đi.

Vương nghe tin ở các dinh quân nhiều người hống hách, làm cho dân không được ở yên, bèn ban sắc rằng:

"Phàm quan quân giặc đã quy thuận, hoặc còn ở Quy Nhơn hay Bắc Thành, thì nhà cửa vườn tược của họ phải để cho vợ con họ hàng họ ở, không được lấn cướp. Ruộng vườn cây cối của dân thì không được đẵn chặt. Làm trái thì xử theo quân pháp".

Tạm đặt tri phủ tri huyện cho hai phủ Triệu Phong, Quảng Bình gồm 8 huyện 1 châu. Phủ Triệu Phong 5 huyện: Hương Trà, Quảng Điền, Phú Vang, Đăng Xương và Hải Lăng; phủ Quảng Bình 3 huyện: Minh Linh, Lệ Thuỷ, Phong Lộc và châu Nam Bố Chính.

Ngoài kinh thành thường xảy ra hoả tai; sắc cho ấp trưởng sở tại khiến các nhà phải làm bếp riêng, trên dưới trát bùn; lại để sẵn đồ cứu hoả ở điếm canh, khi thấy có phát hoả phải đem dân đến cứu.

Thành Bình Định bị vây lâu hết lương, Đại tướng quân quận công Võ Tánh và Lễ bộ Ngô Tòng Chu đều chết. Trước là quân giặc vây thành, Tánh tuỳ phương chống đỡ, quân lệnh nghiêm minh, xếp đặt chỉnh đốn, được tướng sĩ liều chết để đánh, lớn nhỏ hơn chục trận, chưa từng bị nhụt. Có người khuyên Tánh phá vòng vây mà ra; Tánh không nghe, nói rằng:

"*Ta vâng mệnh giữ thành, phải cùng còn mất với thành, nay bỏ thành mà cầu lấy sống thì còn mặt mũi nào nhìn thấy Chúa thượng nữa !*".

Đến đây lương hết, phải giết voi ngựa để ăn mà người ta vẫn không có lòng phản. Tánh lo thành bị hãm quân lính không khỏi tổn thương nhiều. Bèn sai các quân lấy củi khô chất quanh dưới lầu bát giác; một buổi sớm Tòng Chu đến hỏi kế thì Tánh trỏ vào lầu bát giác mà nói rằng:

"*Đây là kế của tôi !*".

Nhân bảo Tòng Chu rằng:

"*Tôi làm chủ tướng, nghĩa không thể cùng sống với giặc. Ông là văn thần, quân địch tất không hại đâu, nên tính cách tự toàn*".

Tòng Chu cười nói rằng:

"*Cứ gì văn hay võ, lòng trung cũng là một thôi. Tướng quân biết chết theo nạn nước, Chu này không biết làm tôi chết trung sao ?*".

Thế rồi trở về mặc mũ áo, hướng về cửa khuyết bái vọng rồi uống thuốc độc mà chết. Tánh ngậm ngùi than rằng:

"*Ngô quân đã hơn ta một nước rồi !*".

Tức thì tới thăm và khâm liệm tống táng. Xong rồi kíp gửi thư cho Diệu nói:

"*Tướng quân nghĩa phải chết là việc của ta, quân sĩ không có tội gì, không nên giết hại*".

Bèn lấy thuốc súng bỏ vào lầu bát giác, mặc triều phục lên trên lầu, gọi các tướng bảo rằng:

"Ta từ khi phụng mệnh giữ thành này, giặc Tây Sơn đem lực lượng cả nước vây đánh bốn mặt, đã hai năm nay, thực nhờ tướng sĩ đồng tâm nên giữ vững được thành mà chống giặc. Nay lương hết sức kiệt, giữ không thể được nữa mà đánh cũng vô ích, nên ta chết, kẻo để tướng sĩ khổ mãi".

Các tướng và quân lính đều rạp xuống đất kêu khóc. Tánh vẫy lùi ra, rồi phóng lửa tự đốt. Cai cơ quản đạo ứng nghĩa là Nguyễn Tiến Huyên cũng gieo mình vào lửa để chết. Sau khi Tánh và Tòng Chu đã tử tiết, Diệu đem quân vào thành, dùng lễ chôn cất. Nền cũ lầu bát giác ở trong thành, sau khi bình định bèn lập đền thờ ở đó.

Bộ binh của Lê Văn Duyệt và Lê Chất đến Quảng Nam; Quân Tây Sơn là bọn Nguyễn Văn Giáp đã lui chạy trước rồi. Tống Viết Phước bèn đem thuỷ binh tiến đến Bản Tân [huyện Núi Thành, Quảng Nam] đánh giặc, lưu Trần Văn Trạc ở lại đóng giữ các đồn Kim Bồng và Phú Triêm [huyện Điện Bàn, Quảng Nam].

Vua Tây Sơn Nguyễn Quang Toản chạy ra Bắc, đổi niên hiệu là Bảo Hưng, **Đại Nam Thực Lục** chép rằng Quang Toản sai người sang nhà Thanh xin quân, nhưng Vua Gia Khánh không cho; riêng **Thanh Thực Lục** không chép việc này.

Chú thích:

1. Đánh Nguỵ để cứu Hàn: Nguỵ sai Bàng Quyên đánh Hàn; Hàn cầu cứu nước Tề. Tề sai Tôn Tẫn đi cứu Hàn. Tôn

Tẫn đem quân đến đánh thẳng vào kinh đô Ngụy, làm cho Bàng Quyên phải rút quân ở Hàn về cứu Ngụy; Quyên về giữa đường bị phục binh của Tôn Tẫn giết chết.

2. Xử sĩ: Học giả ở ẩn không ra làm quan.

182. Nhà Tây Sơn: Nguyễn Quang Toản [1793-1801] (11)

Tháng sáu năm Tân Dậu [11/7-8/8/1801], phía Nguyễn sau khi chiếm Quảng Bình, bèn đặt nhà trạm dọc đường cái quan từ cửa Hải Vân [Đà Nẵng] đến sông Gianh [huyện Bố Trạch, Quảng Bình], lấy Cai đội đội trưởng cũ của Tây Sơn coi phu chạy trạm.

Nguyễn Vương nghe tin Võ Tánh và Ngô Tòng Chu chết, đau buồn thương tiếc, khóc mãi không thôi, bảo bầy tôi rằng:

"Bọn Tánh chết như thế là vẹn tiết, tuy bực trung liệt đời xưa như Trương Tuần, Hứa Viễn (1) *cũng không hơn được."*

Bèn sắc cho Lưu trấn Gia Định hậu đãi chu cấp gia đình hai người.

Lại thấy Nguyễn Tiến Huyên cùng tuẫn tiết, bèn sai dinh thần Quảng Ngãi thăm hỏi mẹ và vợ con và hậu cấp tiền gạo.

Tướng Trần Quang Diệu và Võ Văn Dũng đã chiếm thành Bình Định, mưu đắp một cái luỹ ngang Vân Thê để ngăn đường vận lương từ Thị Nại [thành phố Qui Nhơn, Bình Định] . Nguyễn Văn Thành biết tin, liền sai Đô thống chế Hoàng Viết Toản đốc quân chặn đánh, địch bèn rút lui. Tây Sơn lại sai Tham đốc Phạm Văn Điềm giữ Phú Yên để ngăn cắt quân Nguyễn; Thành lấy làm lo, dâng sớ xin phái uỷ Nguyễn Huỳnh Đức và Nguyễn Đức Xuyên đem quân và voi đánh phá Phú Yên để thông với ba đèo Đại Lãnh [huyện Tuy Hoà, Tuy Hoà], Sầm Dương và Gian Nan [ranh giới Phú Yên, Khánh Hoà], chọn chỗ hiểm đóng giữ, rồi rút hết bộ binh do đường thuỷ về tập hợp ở kinh đô Phú Xuân. Vương ra lệnh rằng:

"Sự tình thế ấy là lúc thế rất nguy cấp, vạn bất đắc dĩ mới phải làm. Nay số quân của Dũng Diệu không hơn 2 vạn mà quân thuỷ bộ của ta đã sắp sát địa đầu, chúng tất thế chia lực kém, làm sao chuyên đánh được một mặt mà mình phải làm kế rút lui như thế. Khanh nên khuyến khích tướng sĩ, bền giữ đồn lũy, đợi một hai ngày sẽ giáp công trong ngoài để thu toàn thắng. Còn như bọn giặc ở Phú Yên, ta sẽ phái quân hội tiễu, không đáng phải lo".

Bèn sai Tống Phước Lương quản suất vệ Phấn Dực, đáp thuyền chiến vượt biển vào Ba Đèo hội với Tiên phong Nguyễn Văn Tánh đánh địch.

Quân bọn Tống Viết Phước, Lê Văn Duyệt và Lê Chất đến Quảng Ngãi, đánh bắt được bọn Nguyễn Văn Khôn, Hồ Văn Tự ở đồn Trà Khúc,cùng quân địch hơn 3.000 người, thu được lương tiền khí giới rất nhiều. Tin thắng trận báo lên, Vương sai mang cho 200 chiếc áo chiến bằng sa đoạn để chia cấp cho các tướng tá, cho giải bọn tướng giặc là Khôn và Tự về Kinh; còn binh lính bị bắt thì chia cho lệ vào các vệ để thêm quân số; bảo rằng:

"Gần đây quân ta đánh luôn thắng luôn, những tướng hùng quân mạnh của giặc đều bị ta bắt. Nay chúng chỉ còn trông cậy vào bọn Chiêu Điểm mà thôi. Vả chúng như con

thú cùng còn hăng, tất cầu đánh lấy chết, mà ta thì địa thế đã rộng, lợi ở giữ bền. Bọn khanh nên tiến đến Thanh Hảo trở về trong, nhằm những nơi hiểm yếu mà đóng đồn liên tiếp để làm thế không thể lay chuyển được, nhiên hậu sẽ thừa cơ chiến thắng. Thuỷ binh thì tiến đến Sa Huỳnh [huyện Đức Phổ, Quảng Ngãi], *Tam Quan* [huyện Hoài Nhơn, Bình Định], *cũng đóng đồn trại cho vững để xem tình thế, chớ có thấy thắng mà kiêu. Nếu chúng kéo hết quân đến thì quân ta đã có phòng trước. Lại phi báo cho Nguyễn Văn Thành đánh úp phía sau, để chúng tiến thì không có chỗ đánh, lui thì không có chỗ giữ, thì có chậm chừng tuần nhật, nhưng chước ấy có thể vạn toàn được. Bọn khanh là những người lão luyện việc quân, nên tính cho kỹ".*

Rồi lại sắc rằng từ nay phàm tình hình công việc trong quân cứ ba ngày phi báo một lần.

Thiếu phó giặc Trần Quang Diệu nghe tin Trà Khúc thất thủ, thân mang đồ đảng là bọn Lê Danh Phong, Từ Văn Chiêu lùa quân và voi ra Tam Quan, đặt đồn trại dọc núi để chống quân ta. Bộ binh của Lê Văn Duyệt tiến đóng đồn ở Thanh Hảo [huyện Mộ Đức, Quảng Ngãi], dưới từ cửa biển Mỹ ý [Đức Phổ, Quảng Ngãi], trên đến đầu nguồn, đắp luỹ dài để phòng bị nghiêm cẩn. Thuỷ binh của Tống Viết Phước vào Sa Huỳnh [huyện Đức Phổ, Quảng Ngãi] đánh địch ở núi My Sơn và đèo Cung Quăng [chỗ tiếp giới Quảng Ngãi và Quy Nhơn] đều thắng cả. Lại tiến đến Tam Quan [huyện Hoài Nhơn, Bình Định], đánh đồn; quân địch phải lùi, hơn 700 quân ra hàng. Phước khinh địch tiến lên trước, vừa đến Bức Cốc [Hang Dơi] gặp phục binh Tây Sơn; Phước bị bắt rồi giết. Sau khi Phước bị thua, binh thuyền của Tiền dinh Trần Công Lại mới đến Tam Quan, bèn đặt thêm đồn trại chống giữ. Nguyễn Văn Thành do thám biết giặc không có phòng bị, liền kén quân tinh nhuệ đánh úp, bảo giặc tự Úc Sơn [thành phố Qui Nhơn, Bình Định] đến sông Dinh phá luôn được. Bọn Phó vệ uý Phạm Văn Lý, Chánh trưởng chi Nguyễn Văn Hiếu, quản Xiêm binh là Nguyễn Văn Tồn tự trong quân giặc đem bộ hạ hơn 800 người trở về với ta. Tin thắng trận báo lên, Vương xuống chỉ khen ngợi, sai mang cho 16 bộ áo chiến bằng gấm, 3.000 đồng bạc Tây và 1.000 lạng bạc để thưởng cho tướng sĩ.

Triệu các chi vệ Hậu quân về kinh, lưu Nguyễn Văn Tồn ở quân thứ theo đánh giặc. Trước kia thành Bình Định bị hãm, Tồn bị giặc bắt. Gặp khi quân ta đánh với quân giặc, Tồn giả cách vì giặc liều chết, quân ta gọi, Tồn làm ngơ, giặc lấy làm tin. Đến đây Tồn thừa cơ quay về. Có người hỏi Tồn rằng:

"*Trước kia ở với giặc, tại sao đánh cho giặc dữ thế*?"

Tồn nói:

"*Lúc đó không đánh giết quân ta, thì giặc không tin, giặc đã không tin, thì làm thế nào mà đem toàn quân trở về được*?"

Mọi người đều cho là có mưu trí.

Đặt quan công đường dinh Quảng Ngãi, lấy Cựu đại đô đốc Nguyễn Văn Toản làm Lưu thủ, Cai bạ Chính dinh là Trần Tiến Bửu làm Cai bạ, Tri bạ Chính dinh là Lê Xuân Tàn làm Ký lục.

Thu các thuế điền tô, sai dư và biệt nạp ở các phủ huyện Thuận Hoá, theo ngạch thuế cũ năm Canh Thân [1800]. Các đội biệt nạp mỗi người nộp 2 tấm vải trắng, hạng lão, hạng cùng đinh và hạng vị cập [chưa đến tuổi] mỗi người 1 tấm.

Duy sắt, than, dầu, chiếu và lĩnh thâm thì theo lệ cũ. Vương ban sắc rằng:

"Trăm họ ở Thuận Hoá đều là dân cũ của tiên vương, được nhờ ơn trạch thấm thía từ lâu. Từ khi gặp giặc Tây Sơn nổi loạn, thuế má nhiều, sai dịch nặng, mười nhà thì chín nhà nghèo túng. Nay đất cũ mới khôi phục, chính nên lấy khoan hồng thay bạo ngược cho dân sống lại. Nhưng vì dư đảng giặc chưa trừ hết, binh cách chưa yên, mỗi ngày tiêu phí kể có nghìn vàng, cho nên bất đắc dĩ phải tạm theo ngạch cũ mà thu thuế để dùng vào việc binh. Đợi sau khi thanh bình sẽ một phen bàn định để làm lệ thường mãi mãi".

Lưu trấn thần Gia Định dâng sớ nói:

"Nay quân nhà vua đã khôi phục toàn cõi Phú Xuân, chính là cơ hội tiến đánh Bắc Hà. Trộm thấy có viên đốc học người Bắc Hà là Nguyễn Gia Cát văn học vốn giỏi, ngôn hạnh đáng dùng, xin cho cùng với bọn Hàn lâm viện Mai Huy Đường về kinh chờ lệnh điều dụng". Vương y cho.

Vương sai Trần Công Lại làm Đô thống chế Trung dinh, Đô thống chế Phan Văn Triệu quản tướng sĩ Tiền dinh chia chiến thuyền thẳng vào Đạm Thuỷ [huyện Phù Mỹ, Bình Định]xem xét địa thế để đặt đồn. Rồi ban sắc dụ Lê Văn Duyệt và Lê Chất rằng:

"Bộ binh của bọn khanh đã đóng giữ từ Thanh Hảo trở ra thì thuỷ binh ở Tân Quan là vô dụng. Cho nên đặc sai Trung dinh và Tiền dinh đóng ở Đạm Thuỷ [huyện Phù Mỹ, Bình Định], *để xuyên vào bụng giặc. Trong thì có Tiền quân chẹn đằng đuôi, ngoài thì có bọn khanh chống đằng đầu, bọn Diệu Dũng ở một chỗ đất nhỏ bằng viên đạn, đường lương đã nghẽn, ta có thể hẹn ngày mà bắt được."*

Rồi thấy ở Đạm Thuỷ quân địch có phòng bị, bèn sắc cho Phan Văn Triệu về Cổ Luỹ [huyện Sơn Tịnh, Quảng Ngãi], Trần Công Lại về Thanh Hảo, đều theo Lê Văn Duyệt điều động.

Cho Khâm sai chưởng cơ giám quân Trung quân là Nguyễn Văn Trương làm Khâm sai chưởng Trung quân bình Tây đại tướng quân quận công. Trương là người tính trọng hậu, không ưa giết người. Trước kia quân Nguyễn đánh nhau với Tây Sơn, bị thua lội qua sông chạy. Trương bấy giờ là tướng Tây Sơn, thấy quân dưới quyền xúm lại đâm, liền ngăn lại rằng:

"*Thừa lúc người ta nguy mà hại là bất nhân!*".

Nhờ đó quân Nguyễn thoát chết. Vương từng khen rằng:

"*Làm tướng mà có lòng nhân như Trương, thiệt là ít có*".

Sau quy thuận nhiều lần lập công lớn; người ta khen là phước tướng.

Đổng lý Tây Sơn là Nguyễn Văn Thận đem quân đóng giữ dinh Hà Trung [huyện Kỳ Anh, Hà Tĩnh]. Nguyễn Văn Trương dùng do thám biết quân giặc dẫu nhiều nhưng lòng chiến đấu thì ít, bèn dâng sớ xin chỉnh bị thuyền ghe để thừa cơ tiến đánh. Vương sai đem tặng một thanh đao vàng và bảo rằng:

"*Tướng quân là bực lão thần cột tảng, nhà nước rất trông cậy. Ngày nào khởi quân, nên chia hai đường thuỷ bộ đều tiến vào Thanh Nghệ, hội với quân thượng đạo để quét hết bọn giặc kia. Sớm muộn Diệu Dũng sẽ bị bắt. Ta cũng chia sai các tướng tiến đánh Thăng Long để bình định đất Bắc*

Hà".

Lại thấy chức Tham tán nhung vụ cần có quan văn, thông thuộc dân tình địa thế Bắc Hà; bèn cho người vời Tán lý quân thứ Bình Định là Đặng Trần Thường và Tham quân Hậu dinh là Nguyễn Trí Hoà đến kinh đô giao việc.

Đại đô đốc Tây Sơn là Nguyễn Văn Xuân đem quân đến quân thứ Thanh Hảo [huyện Mộ Đức, Quảng Ngãi] đầu hàng. Sai tập hợp quân theo Lê Văn Duyệt đánh giặc; riêng mật dụ Lê Văn Duyệt rằng:

"*Lòng người thật khó lường, khó hơn lường việc trời. Từ khi ta dấy quân khôi phục đến nay, những hàng tướng giặc ta đều suy lòng đặt dạ, lấy thành tín đãi họ, nhưng bọn họ ít người lấy thành thực để thờ. Nay Nguyễn Văn Xuân theo quân thứ của khanh, nên cẩn thận để phòng xem xét ý tứ. Phàm đối với bọn hàng tướng đều phải như thế, chẳng những một người này mà thôi. Nên cẩn thận*".

Nguyễn Văn Thành ở Bình Định chống nhau với Tây Sơn, địa thế đồn trại quá rộng, lại ở Phú Yên địch còn giành giữ, bèn đem tình hình phi báo và xin thêm quân.

Vương bèn sai hai vệ, cùng 12 đội quân ở Thuận Hoá và 4 vệ quân quân mới hàng ở Thanh Hảo đều đáp chiến thuyền đến ngay, lại tuyển lính khoẻ ở Gia Định tăng cường.

Nguyễn Văn Thành sai Hoàng Viết Toản đem quân đánh phá được quân Phạm Văn Điềm ở Mễ Tân [Bến Gạo]. Binh thuyền của Tống Phước Lương vừa tới, hợp cùng quân Nguyễn Văn Tánh tiến đánh các đồn địch, đuổi đến La Thai [La Hai, huyện Đồng Xuân, Phú Yên], thu được ấn đồng, cờ trống, khí giới rất nhiều. Điềm trốn chạy, Tánh đóng giữ nơi này.

Vương lại truyền lệnh cho Lưu trấn Gia Định rằng:

"Bọn giặc Diệu Dũng nay đã cùng đường, đợi khi chúng quân mỏi lương hết, đánh một trận là bắt được, bất tất phải lo. Điều cần cấp phải lo là ở quân nhu. Quân ta từ Thạch Tân [Bến Đá, chỗ tiếp giáp huyện Hoài Nhơn và Quảng Ngãi] *trở ra đến sông Gianh* [huyện Bố Trạch, Quảng Bình] *không dưới 4 vạn người, lấy lương tiền ở Quảng Ngãi, Quảng Nam và Thuận Hoá cũng đủ chi cấp. Duy có Tiền quân, Hữu quân, Hậu dinh, Tượng dinh, Tiên phong ở Quy Nhơn, số quân tới hơn 3 vạn, lương thực tất phải trông ở Gia Định. Bọn khanh nên nghĩ thế nào cho quân đủ ăn thì cho tuỳ tiện mà làm".*

Sai Giám thành cai đội Nguyễn Văn Yên đến Động Hải [Đồng Hới, Quảng Bình] ngắm đo luỹ Trấn Ninh tức trường luỹ Đồng Hới, xem khắp hình thế, trên từ núi Đâu Mâu, dưới tới cửa biển Nhật Lệ, vẽ thành đồ bản để dâng, luỹ dài 5.120 trượng [1 trượng=4 mét].

Quân địch đánh vào đồn Chợ Ròn [huyện Quảng Trạch, Quảng Bình]. Tin báo đến Động Hải, Nguyễn Văn Trương sai Phó điều bát Nguyễn Kế Nhuận quản đem hơn 7.000 quân các vệ, chia hai đường thuỷ bộ đều tiến đánh, Trương dặn rằng:

"Hễ gặp giặc chớ vội đánh, nên đợi thuỷ bộ tiếp nhau rồi hãy tiến công".

Nhuận đem quân bộ đến trước, Tây Sơn rút lui, tức thì đuổi theo. Đến núi Thần Đầu [nam huyện Kỳ Anh, Hà Tĩnh], Tây Sơn phục binh nơi hiểm đón đánh. Nhuận thua to chạy. Vệ uý Nhuệ phong là Tôn Thất Hoảng, Phó vệ uý Quang uy là Ngô Văn Sự đều chết trận, quân lính bị mất quá nửa. Trương nghe tin, bèn thân đem binh thuyền thẳng đến sông Gianh chia đồn đóng giữ. Việc tâu lên, Vương cho rằng Nhuận không theo tướng lệnh để bị thua, giết đi. Bảo Nguyễn Văn Trương lượng để binh lại uỷ cho Hoàng Văn Điểm giữ đồn Thanh Hà [phía nam sông Gianh], còn rút hết về Đồng Hới, sửa chữa trường luỹ làm kế phòng giữ.

Quân và dân Thuận Hoá có nhiều người gửi thư tố cáo nhau, Vương bèn ban dụ rằng:

"Chính sách vương giả cốt lấy việc ngăn gian trừ tệ làm đầu. Duy lúc mới bình định, lệ nhà Tần nhà Hán còn theo (2), chưa sửa đổi được. Những kẻ tiêm nhiễm thói cũ đã lâu, hoặc tạ sự nhiễu dân, hoặc nhân cơ báo oán, lòng người đều ghét, phép vua cũng chẳng dung. Tuy những kẻ bị giết theo phép thường đành là kẻ ác, nhưng những kẻ mưu mô thầm kín vốn chẳng phải là loài hay. Từ nay phàm thấy đích xác kẻ nào ngang trái, quấy nhiễu việc gì, nên chỉ rõ tên tuổi quê quán mà tố cáo quan trên xét trị, ai vu cáo thì bị phản tọa. Nếu vì những oán nhỏ nhặt mà đảo điên phải trái, nặc danh bỏ thư, thì thực là khinh nhờn lừa dối, việc phát giác cũng y luật trị tội. Lại như việc chuyển đệ văn thư là việc quan trọng, đơn kêu tờ kiện sao lại được giao bậy đệ bậy? Nhưng mới là sai lầm một lần, hãy tạm tha thứ. Nếu còn giữ mãi thói cũ, ắt phải chiếu phép nghiêm trị để chặn cửa tà vạy mà mở đường rộng bằng. Đó cũng là một điều lớn để giữ yên dân vậy. Phải kính tuân theo".

Vua từng cùng các quan bàn tới phong tục, bảo rằng:

"Từ lúc giặc Tây Sơn làm điều bạo ngược, phong tục đồi bại, ta rất lo buồn. Nay nên bảo cho dân biết đường yêu ghét, dạy lễ nghĩa, nhiên hậu dân phong mới chính lại được".

Ban cho các hệ tôn thất 2.000 quan tiền và 2.000 phương

gạo, khuyên dụ rằng:

"Từ xưa các đế vương đều lấy hoà gia tộc hậu luân thường làm trọng. Nhưng cũng nên có lễ phép để ràng buộc mới có thể giữ vẹn được tình huyết mạch mà chung hưởng giàu sang. Từ khi vận nước sa sút, các thần tộc phải nếm đủ mùi cay đắng. Nay ta nhờ phước trạch tổ tiên lấy lại được non sông, thực muốn cho người thân tộc tuân theo phép tắc mà cùng hưởng phước chung. Gần đây nghe nói có kẻ chiếm đoạt nhà đất của dân, có kẻ say rượu doạ người, làm bậy những điều phi pháp, thực rất đáng ghét. Phàm trị quốc trước phải tề gia. Tức như họ hàng giặc Tây Sơn cậy thế lăng ngược, người đều ta oán, mà đến suy bại, gương ấy không xa. Nay nên tập họp mà dạy bảo từ nay không được kiêu ngạo ngang trái như trước mà mắc vào tội. Vả pháp luật thi hành phải tự gần trước. Phải coi chừng thận trọng".

Ghi danh con cháu công thần ở Tống Sơn [huyện Hà Trung, Thanh Hoá], ban dụ rằng:

"Người Tống Sơn đều là chỗ thân thích quê hương, theo đức Thái tổ ta vào trấn phương Nam, lập nhiều công lao, con cháu đời đời cùng nước hưởng Phước. Nhưng vì vận nước suy sút, phải tản cư trong dân gian. Nay lấy lại đô cũ thì người ta ai cũng tìm người cũ. Vậy đặc dụ cho những người Tống Sơn hiện ở trong quân hay trong dân, đều trình bày về thế hệ và công lao của ông cha mà tâu lên, để lượng ghi dùng".

Rồi sai Tham tri bộ Binh là Ngô Nhân Tĩnh liệt kê những người thuộc họ nhà chúa, cùng con cháu các bề tôi gồm 469 người, đều cho quan chức tập ấm và cho miễn dao dịch.

Thu thuế ruộng đất và thuế biệt nạp ở Quảng Ngãi, thuế

biệt nạp ở Quảng Nam, đều y theo lệ Thuận Hoá mà làm.

Sai Thiêm sự bộ Hộ là Hồ Thế Học trông coi việc chở thuyền lương từ Đà Nẵng mang số gạo hơn 31.000 phương, đến Thanh Hảo [huyện Mộ Đức, Quảng Ngãi], hiệp với Tham tri Trịnh Hoài Đức để chi cấp cho quân.

Tháng bảy [9/8-7/9/180], Nguyễn Văn Thành sai Nguyễn Đức Xuyên cùng Phó đô thống chế Hữu dinh là Trần Văn Tín đánh giặc ở các bảo Hoa An [huyện Tuy Phước, Bình Định] và Sơn Trà [huyện An Nhơn, Bình Định], đều thắng.

Lê Văn Duyệt và Lê Chất đánh địch ở xã Mân Trường, phá luôn được 8 đồn, bắt được tướng sĩ và khí giới voi ngựa rất nhiều; tin thắng trận báo lên, cho các quân 1.000 lạng bạc.

Vương đem việc Nguyễn Kế Nhuận bị phục kích thua trận tại núi Thần Đầu [nam huyện Kỳ Anh, Hà Tĩnh] cho bọn Duyệt biết, và dặn rằng:

"*Hiện nay giặc mạnh ở trước mặt, quân ta lợi ở sự bền giữ. Bọn khanh nên thận trọng hơn lên, phải tính mười phần thắng thế, nhiên hậu mới hợp sức đánh úp, để được vạn toàn. Nếu còn một phần may rủi thì chớ nên khinh tiến*".

Đại tổng quản Tây Sơn Lê Văn Thanh lại trở về hàng; Lê Văn Duyệt cho đóng gông giải về Kinh. Vương cho gọi đến hỏi rằng: "*Ngươi tự đem thành để hàng, ta đối đãi không bạc, cớ sao ngươi lại phản*?". Thanh lạy rạp xuống đất khóc kêu, Vương không nỡ giết, sai tha ra.

Sai Khâm sai thuộc nội cai đội Ba La Di [người Âu châu] đi Hạ Châu [Singapore] tìm mua súng đạn.

Cho Khâm sai chưởng Tiền quân bình Tây tiền tướng quân Nguyễn Văn Thành làm Khâm sai chưởng Tiền quân bình Tây đại tướng quân. Thành dâng biểu xin từ, nói thân làm chủ tướng, vâng mệnh dẹp giặc, nay giặc chưa trừ, không dám vội nhận thưởng lớn, Vương đáp:

"*Khanh nhũn nhặn như thế ta rất khen, song tước thưởng là để khuyên đời, khanh nên kính vâng mệnh đã định, mau lập võ công để xứng đáng sự uỷ thác, chớ nên từ chối*".

Lại bảo các tướng rằng:

"*Một viên tướng giữ mệnh của quân, trách nhiệm không phải là nhẹ, nếu không phân biệt danh vị thì khi lâm sự khó sai khiến, cho nên đặc gia phong Nguyễn Văn Thành tước Quận công. Nhưng Thành khiêm tốn, dâng biểu cố từ, ý là không dám nhận công riêng mà muốn cùng với các khanh đều hưởng ơn chung. Ta xem bài biểu từng thấu tỏ. Nhưng một vùng Quy Nhơn chưa dẹp yên hết, các khanh nên hết lòng hết sức sớm lập công lớn, đợi bình định xong sẽ gia thăng tước trật, đều hưởng tôn vinh. Các khanh nên hiểu rõ ý ta*".

Thiếu phó Tây Sơn Trần Quang Diệu và Tư đồ Võ Văn Dũng loại ra hơn 600 tù binh ốm ở thành Bình Định, thả về quân thứ nhà Nguyễn. Nguyễn Văn Thành tâu lên, Vương sai lấy thuyền chở về an dưỡng ở Gia Định.

Vương nghe tin trong dân gian có nhiều côn đồ tụ tập cướp bóc, bèn sắc cho các phủ huyện thuộc Thuận Hoá phải xem xét sự động tĩnh trong hạt, cứ 15 ngày báo lên một lần.

Phạm Như Đăng dâng sớ nói rằng ở quân thứ Thanh Hà [huyện Bố Trạch, Quảng Bình] và Động Hải [Đồng Hới, Quảng Bình], số quân một ngày một thêm, lương dùng càng ngày càng rộng, xin lấy thuế sai dư và ruộng đất. Các châu huyện thì hạt Minh Linh [huyện Vĩnh Linh, Quảng Trị] nộp ở kho An Trạch, các hạt Khang Lộc [huyện Quảng Ninh, Quảng Bình], Lệ Thuỷ [Quảng Bình] nộp ở kho Động Hải, Nam Bắc Bố Chính [bắc Quảng Bình] thì nộp ở kho Thanh Hà, để tiện việc chi phát; Vương y cho.

Vương lại nghĩ quân lương ở Bình Định không được tiếp tế đầy đủ, lệnh cho Nguyễn Văn Thành và Nguyễn Huỳnh Đức lưu tâm dè sẻn, rồi uỷ cho Tham tri Hộ bộ Trần Hữu Thiện kiểm soát các nhà trong cửa biển Thị Nại [thành phố Qui Nhơn, Bình Định], ai có gạo riêng thì theo đúng giá công mà vét mua, một phương gạo trị giá 2 quan.

Đại đô đốc Tây Sơn là Lê Danh Phong đem hơn 300 quân đến quân thứ Thanh Hảo [huyện Mộ Đức, Quảng Ngãi] đầu hàng. Phong là thuộc tướng của Trần Quang Diệu, Diệu coi là tâm phúc, đóng giữ Tam Quan [huyện Hoài Nhơn, Bình Định]. Vương mật sai người lấy lẽ thuận nghịch khuyến dụ, Phong bèn đem quân theo về; Vương sai dẫn về kinh bái yết. Lê Chất từng nói với Lê Văn Duyệt về tài năng của Phong; Duyệt tin, dâng sớ tiến cử Phong là người đáng dùng. Nguyễn Đức Xuyên được tin, mật dâng sớ nói:

"Phong đối với giặc rất thân tín, cũng như thần cùng Nguyễn Văn Thành đối với nước vậy. Thành với thần không phản thì Phong về với ta chưa chắc đã thành thực. Duyệt không xét chỗ đó mà tiến cử Phong là tự Chất xui. Chất về ta đã lâu mà ngày nọ đuổi giặc không kịp người ngoài còn dị nghị, huống là Phong. Vương thượng bao năm khó nhọc mới khôi phục được nghiệp cũ, việc dùng người không phải là nhỏ, xin chú ý cho".

Vương trả lời rằng:

"Lòng trung ái của ngươi, ta đã rõ rồi. Phong không đủ tin, ta đã riêng có cách ngăn ngừa. Hãy tạm để đó. Còn như việc Chất đi đuổi giặc, sao lại có thể bàn một cách khinh suất? Khi quân ta đến, Quang Toản gấp đường chạy ra Bắc, chưa đầy hai ngày mà đã vượt qua sông Gianh. Thuỷ quân của Nguyễn Văn Trương được gió no buồm đuổi còn chẳng kịp, huống bộ binh của Chất ngày đêm mỏi mệt ư? Mọi người yêu cũng phải xét, mọi người ghét cũng phải xét, chớ lấy việc đó mà ngờ Chất".

Mệnh cho Đô thống chế Tả dinh quân Thần sách là Lê Văn Duyệt làm Đô thống chế quận công chưởng Tả dinh quân Thần sách, Đô thống chế Tả đồn quân Ngự lâm là Lê Chất làm Đô thống chế Tả đồn. Vương dụ Chất rằng:

"Từ khi khanh cùng Duyệt cầm quân dẹp giặc, giữ trọng trách một phương, ta được thư lòng. Duy Duyệt tính vốn khắc khổ, không được hả lòng tướng sĩ, khanh nên lấy nghĩa giao du với nhau, lấy lòng thành mà cảm nhau, đừng lấy khí thế cao thấp tài danh hơn kém, phải đồng lòng lo toan để xuôi công việc, thế mới là bề tôi của xã tắc, vật báu của nước nhà. Khanh nên lưu tâm".

Dùng Tham quân Tả dinh quân Thần sách là Ngô Đức Tuấn làm Bắc Hà chiêu phủ sứ. Tuấn cho rằng Bắc Hà có cơ đánh được, dâng sớ tâu bày, xin đi dụ hào mục các nơi đánh giặc lập công. Vương khen ngợi, trao chức, sai đem quân dưới quyền cùng với Chánh vệ Nguyễn Đình Hiệu vượt biển cùng đi. Tuấn đến Biện Sơn [huyện Tĩnh Gia, thuộc tỉnh Thanh Hoá]. Phó vệ Nguyễn Đình Hoằng, Thống binh Hoàng Văn Quý và hào mục sở tại nhiều người hưởng ứng, bèn đóng quân ở đó, tập hợp nghĩa binh, chiêu nạp đồ đảng Tề Ngôi, có hơn 400 quân và hơn 20 chiếc thuyền. Chợt gặp thuyền lương của Tây Sơn từ miền bắc đến, Tuấn đem quân đón đánh được; tịch thu 23 chiếc thuyền, 15.000 phương gạo, súng lớn 25 cỗ, thuốc súng 7.000 cân, đạn 5.000 viên, bắt được Tham đốc địch tên Tính và Lãnh cùng hơn 300 quân. Tuấn đem tin thắng trận báo về, và xin phái thêm quân thuỷ bộ tiến lấy Thanh Nghệ. Vương gửi lời khen, sai giải tù binh về kinh và cứ vững đóng đồn trại để chờ đại quân.

Đổng lý giặc là Nguyễn Văn Thận lại sai đồ đảng 3.000 người xâm phạm đồn Chợ Ròn [huyện Quảng Trạch, Quảng Bình] gần Hoành Sơn. Nguyễn Văn Trương được tin báo, tức thì sai Cai cơ Nguyễn Văn Đạo đem 20 thuyền chiến đến sông Gianh tiếp ứng; Tây Sơn thấy thuỷ binh đến bèn rút đi. Thận nhiều lần xin với Nguyễn Quang Toản thêm quân để đánh Động Hải, Quang Toản không cho, Thận bèn trở về Vĩnh Dinh [Vinh, Nghệ An].

Trần Quang Diệu thường sai người theo đường biển đi Bắc Thành truyền đệ thư tín; Vương sai Lê Văn Duyệt phái binh mai phục ở đảo Lý Sơn [Quảng Ngãi] đón bắt.

Ngày Bính Thân [30/8/1801], Vương đi thị sát Quảng Bình, lưu Quốc thúc Tôn Thất Thăng ở lại giữ kinh thành. Thuyền ngự khởi hành từ sông Hương, ngày Mậu Tuất [1/9/1801] đến xã Hồ Xá [huyện Vĩnh Linh, Quảng Trị], lên đường bộ, đi đến đò Cừ Hà rồi lại theo đường thuỷ đi. Ngày Kỷ Hợi [2/9/1801] đến Đồng Hới [Quảng Bình]. Xa giá đi đến đâu nhân dân đều vui mừng chiêm bái, tranh nhau đem trâu rượu đến dâng, Vương yên ủi cho về. Bèn xem khắp hình thế luỹ Trấn Ninh, chia đồn đặt súng, cùng bầy tôi bàn định việc quân; ngày Quý Mão [6/9/1801] trở về kinh.

Đổi châu Nam Bố Chính làm châu Bố Chính nội, châu Bắc Bố Chính làm châu Bố Chính ngoại; hợp với Khang Lộc [huyện Quảng Ninh, Quảng Bình], Lệ Thuỷ thành dinh Quảng Bình.

Vương sai Triệu Đại Nhiệm [**Đại Nam Thực Lục** kỵ huý tên Tự Đức, nên chép là Sĩ] đi Quảng Đông. Đại Nhiệm là người Trung Quốc sang buôn, bị quân giặc biển Tề Ngôi cướp bắt, quân Nguyễn đánh phá giặc nên bắt được. Vua thấy kinh đô cũ đã khôi phục, bèn đem tình hình trong nước gửi thư cho Tổng đốc Lưỡng Quảng; nhân tiện cho Đại Nhiệm mang đi.

Mấy tháng sau, Đại Nhiệm đến Quảng Đông trình thư. Viên Tổng đốc Lưỡng Quảng tâu về triều, Vua Gia Khánh chủ trương không ủng hộ phe nào, nên bảo viên Tổng đốc viện cớ đừng can thiệp; lại nhân nhà Thanh nhận tin sai rằng phe Tây Sơn đã chiếm lại được kinh thành Phú Xuân, nên càng tỏ ra chần chừ:

"Ngày 12 tháng 10 năm Gia Khánh thứ 6 **[17/11/1801].** *Dụ các Quân Cơ Đại thần:*

Cát Khánh tâu:

'Một người dân tại huyện Thuận Đức, tên là Triệu Đại Nhiệm đi thuyền bị gió bão trôi dạt đến Nông Nại [Đồng Nai] *Quốc trưởng nước này là Nguyễn Phúc Ánh sai người đưa tới Phú Xuân giúp sửa chữa lại thuyền, cấp lương thực; rồi mang tờ bẩm của viên Quốc trưởng về nước, nội dung: Năm ngoái nước này có viên quan bị tai nạn gió bão* (3)*, được Thiên triều chẩn cấp; nay dâng tờ bẩm để tỏ lòng cảm khích v.v..'*

Ý của viên Quốc trưởng Nguyễn Phúc Ánh đệ bẩm, chẳng

qua muốn chứng tỏ thêm lòng cung thuận; hoặc có thể xin Thiên triều gia ân trợ giúp. Nhưng Nông Nại và An Nam [nhà Tây Sơn] *hiện nay tranh đoạt chưa chấm dứt, Cát Khánh đã tâu rằng không thiên vị phe nào, ý đó rất đúng; lần này đáp lời viên Quốc trưởng chỉ nên dụ như sau:*

'Năm ngoái chẩn cấp cho viên quan nước ngươi bị tai nạn, thuộc lệ thường của Thiên triều phủ tuất các nước ngoại Di, nên không dâng tấu triệp lên đại Hoàng đế duyệt. Nay người dân trong nước bị tai nạn trôi dạt đến nước ngươi, được giúp đỡ để trở về nước, lại mang theo tờ bẩm; Bản Bộ đường biết rõ tấm lòng cảm tạ của nước ngươi. Nhưng việc năm ngoái chẩn cấp cho viên quan nước ngươi, đã không tâu trình lên đại Hoàng đế; nên lời bẩm lần này cũng không tiện giúp tấu trình thay.'

Nếu như cứ tiếp tục gửi văn thư hoặc xin binh trợ giúp, thì hãy bác với lý do không thiên vị bên nào. Gần đây Cát Khánh căn cứ vào lời tâu của Khải Côn, trước sau đều xưng rằng sau khi thành Phú Xuân của An Nam bị Nông Nại chiếm [12/6/1801], rồi An Nam thu phục lại (4). Nay cung từ của Triệu Đại Nhiệm xưng vào tháng 7 ở trong thành Phú Xuân, diện kiến Quốc trưởng Nguyễn Phúc Ánh. Như vậy phải chăng tên dân từ Phú Xuân trở về Lưỡng Quảng trước khi An Nam lấy được thành Phú Xuân; hay sau khi An Nam thu phục xong lại bị Nông Nại chiếm lại? Cát Khánh hãy điều tra rõ, tiện dịp phúc tấu." (**Nhân Tông Thực Lục** quyển 88, trang168)

Chú thích:

1. Trương Tuần, Hứa Viễn: Hai người làm quan đời Vua

Huyền tông và Túc tông nhà Đường, đi đánh An Lộc Sơn và Sử Tư Minh, hai người kết hợp với nhau, trước sau đánh 400 trận, giết giặc 12 vạn người. Sau hết lương, thành bị hãm, hai người đều bị giặc bắt, mắng giặc rồi bị giết.

2. Nhà Tần nhà Hán còn theo: Ý nói nhà Hán mới dành chính quyền từ Tần; cũng như nhà Nguyễn mới dành quyền từ Tây Sơn, tệ trạng của chế độ cũ chưa kịp thay đổi.

3. Cai đội Nguyễn Hữu Định thuộc phe Nguyễn bị gió bão trôi dạt đến Quảng Đông; Nguyễn Hữu Định xưng tên là Nguyễn Tiến Định xin giúp đỡ. Ngày 29 tháng 9 năm Gia Khánh thứ 4 [27/10/1799], được nhà Thanh giải quyết cho trở về nước.

4. Tin này không đúng; theo sử Việt, sau khi quân của Nguyễn Vương chiếm thành Phú Xuân vào tháng 5 năm Tân Dậu [12/6/1801], không có việc nhà Tây Sơn chiếm lại.

183.
Nhà Tây Sơn: Nguyễn Quang Toản [1793-1801] (12)

Tháng tám năm Tân Dậu [8/9-7/10/1801], Thiếu phó Tây Sơn Trần Quang Diệu và Tư đồ Võ Văn Dũng mưu cướp Hoa An [huyện Tuy Phước, Bình Định], Hoa Lộc [huyện Tuy Phước, Bình Định] để lấy đường tranh dành đất Phú Yên, bèn dàn nghi binh từ Sơn Trà [huyện An Nhơn, Bình Định] cho tới sông Dinh, giả làm thế đánh úp, rồi đem hết quân tinh nhuệ đến đánh các đồn tại Hoa An, Hoa Lộc. Nguyễn Văn Thành đích thân đôn đốc các quân đánh mạnh luôn mấy ngày, quân địch tử thương nhiều nên rút lui. Thành đắp thêm đồn lũy, phòng giữ nghiêm hơn. Tây Sơn lại đánh đồn Khôi Diêu [Lò vôi] bị Vệ uý vệ Nguyễn Xuân đánh đuổi.

Điển quân thượng đạo Lưu Phước Tường đem sáu chi quân đánh Nghệ An; nước Vạn Tượng cũng sai tướng là Phá Nhã Khu Bô đem hơn 4.000 quân cùng tiến, từ Cam Cớt [Lào, phía tây Hà Tĩnh] đi xuống. Quân đến Hương Sơn [Hà Tĩnh] và La Sơn [huyện Đức Thọ, Hà Tĩnh], đánh ở cửa Tam Thoa [Hương Sơn], cả phá thu được thuyền ghe súng ống khí giới rất nhiều. Lại đánh nhau với Đô đốc Tây Sơn là Nguyễn Văn Hiện ở thành Lục Niên huyện Thanh Chương [Nghệ An], Hiện thua chết, quân địch đầu hàng rất nhiều, khiến Nghệ An chấn động.Tây Sơn bèn làm kế thanh dã [vườn không nhà trống], nên không đủ lương ăn, quân Vạn Tượng phải rút lui. Tường đem binh thuyền từ cửa Sót [huyện Thạch Hà, Hà Tĩnh] về sông Gianh [huyện Bố Trạch, Quảng Bình].

Đặt quan công đường ở bốn dinh Quảng Đức, Quảng Trị, Quảng Bình, Quảng Nam. Vương cho đặt ba huyện Hương Trà, Quảng Điền, Phú Vang thuộc phủ Triệu Phong làm dinh Quảng Đức tức tỉnh Thừa Thiên ngày nay; hai huyện Đăng Xương, Hải Lăng thuộc phủ Triệu Phong và huyện Minh Linh thuộc phủ Quảng Bình làm dinh Quảng Trị; hai huyện Lệ Thuỷ, Phong Lộc thuộc phủ Quảng Bình và hai châu nội, ngoại Bố Chính làm dinh Quảng Bình; ba huyện Duy Xuyên, Lễ Dương, Hà Đông thuộc phủ Thăng Hoa và hai huyện Diên Khánh, Hoà Vang thuộc phủ Điện Bàn vẫn lệ thuộc vào dinh Quảng Nam.

Sai Thị thư viện soạn các bộ **Cương Mục Chính biên** và **Tiền biên** dâng lên. Vương thích xem sách, dù ở trong quân cũng thường lấy sách vở làm vui, nhiều lần triệu các văn thần đến giảng bàn, đến đêm mới thôi. Vương bảo các quan rằng:

“Học trò ở Thuận Hoá, gặp loạn Tây Sơn, nghiệp học bỏ trễ. Nay nên cho theo học tập đợi sau khi bình định sẽ mở khoa thi để thu lấy những người thực học”.

Tán lý Đặng Trần Thường đến kinh đô Huế; Vương vời vào cùng bàn việc quân, ban cho 1.000 quan tiền, sai đi Động Hải [Đồng Hới, Quảng Bình] hiệp cùng Nguyễn Văn Trương tham dự việc quân.

Vương sai hỏi quân thứ Thanh Hảo [huyện Mộ Đức,

Quảng Ngãi] về binh cơ và tình hình địch, Lê Văn Duyệt dâng sớ nói:

"Đảng giặc hiện bị khốn, tiến thoái đều khó, quân lương quân dụng đều chỉ lấy ở Quy Nhơn mà xứ này thì dân đói gạo kém, chúng lại đánh thuế và vơ vét nặng nề, nhân dân ta oán rất nhiều. Thần trộm nghĩ dù thành đồng hào nóng mà không thóc cũng không giữ nổi, huống vài ba huyện của Quy Nhơn đó của dùng có được bao nhiêu mà giữ được lâu. Liệu thế chúng, tất sớm muộn thế nào cũng quyết liều một trận để hòng cầu may chiếm đất Quảng Ngãi mà thôi. Vả bọn chúng đã đến bước cùng, quân sĩ hẳn có chí liều chết. Bằng ta lùa quân đánh dữ thì có thể thắng, nhưng quân chưa chắc đã toàn. Chi bằng cứ hào sâu luỹ cao để đợi, chờ chúng động binh trước, nhiên hậu ta sẽ đặt phục binh chẹn chỗ hiểm để đánh, như thế mới giữ được sự thắng hoàn toàn. Thần lại còn áy náy không biết từ sông Gianh [huyện Bố Trạch, Quảng Bình] *trở ra thế giặc động tĩnh ra sao. Xin sai Lê Chất đến cùng Nguyễn Văn Trương hiệp lực đánh giữ. Thần xin tự cáng đáng một mặt, buộc chân giặc không cho sang đất Thanh Hảo một bước".*

Vương trả lời:

"Xem khanh bàn nói việc binh, tấm lòng chăm lo sốt sắng rất là rõ ràng. Đến như việc bàn đến động tĩnh của dư đảng giặc ở Bắc Hà thì thực là biết lo xa vậy. Vả ta từ khi đi thăm Quảng Bình, một giải luỹ dài kinh lý đã khắp. Nếu dư đảng giặc kéo ùa đến thì số quân sung sức ở Kinh còn nhiều, đủ để chống cự. Túng sử có cớ gì khác thì sẽ triệu cũng chưa muộn. Nay bọn Diệu, Dũng chưa trừ được, chính cần phải đóng trọng binh ở đấy để ép bọn giặc sắp tiêu diệt. Gần đây quân thứ Bình Định mỗi trận mỗi báo tin thắng, thế giặc đã cùng

quẫn, nếu quân Thanh Hảo đóng yên chẳng động thì mặt ấy sợ khó toàn thắng. Ta đã dụ cho Nguyễn Văn Thành chỉnh đốn quân đội để thừa cơ đánh lấy. Khanh nên cùng Lê Chất ngày ngày cả trương thanh thế, làm ra vẻ tiến công, khiến quân giặc phòng phía ngoài thì yếu phía trong, ngóng đằng trước thì hỏng đằng sau. Nếu nó hướng phía trong mà đánh thì hợp sức mà giáp công để quét sạch dư đảng giặc".

Nguyễn Huỳnh Đức xin về kinh chầu hầu, Vương trả lời rằng:

"*Ngươi là danh tướng lão thành của triều đình, một lòng trung ái, cùng nước vui buồn. Thị Nại* [thành phố Qui Nhơn, Bình Định] *là nơi chứa lương thực, ba quân đều trông vào; được ngươi ở đó ta đã yên lòng. Nếu ngươi nghiêm phòng được đường thuỷ đường bộ, giữ được vạn toàn, đó cũng là một việc lớn trong việc đánh giữ Quy Nhơn vậy. Nay tới kỳ mưa lụt, đường biển không tiện, nên gắng ở lại!*".

Tháng 9 ngày Ất Hợi [8/10/1801], cho sửa lại sơn lăng. Trước kia quân Tây Sơn cho đào lăng thân phụ Nguyễn Vương ở xã Cư Hoá, sai Đô đốc Nguyễn Văn Ngũ đào vứt hài cốt xuống vực ở trước lăng. Người xã Cư Hoá là Nguyễn Ngọc Huyên cùng với con ban đêm lặn xuống nước lấy vụng hài cốt ấy đem giấu một nơi; nay Huyên đem việc tâu lên. Vua thương xót vô cùng, thân đến xem chỗ ấy, thì vực đã bồi cát mấy chục trượng, tức thì sai chọn ngày lành làm lễ cáo và an táng lại; lăng theo nền cũ mà xây cao lên. Ngày Kỷ Hợi [1/11/1801], Vương thân đến tế cáo, nghẹn ngào sa lệ, bầy tôi đều khóc cả. Sai đổi xã Cư Hoá thành xã Cư Chính [huyện Hương Thuỷ, Thừa Thiên], dân được miễn dao dịch, cho Ngọc Huyên làm Cai đội

Bọn Nguyễn Văn Trương, Đặng Trần Thường và Phạm Như Đăng dâng sớ rằng:

"Hiện nay từ sông Gianh đến Hoành Sơn, đảng giặc tuyệt không dòm ngó. Thám tử đều nói rằng ở Bắc Hà mọi nơi đều náo động, chờ ngóng quân vua, mà quân giặc ở Nghệ An thì không đầy 3 nghìn, ta có thể thừa cơ được. Xin phái thêm binh voi và thuyền ghe cùng với bọn thần thuỷ bộ đều tiến, một là để mở mang bờ cõi, hai là để ràng buộc lòng người, chính là cơ hội lớn cho nghiệp trung hưng. Vả đảng giặc ở Quy Nhơn lấy Nghệ An làm nơi trong ngoài cùng tựa, Nghệ An đã mất thì Diệu, Dũng phải nản lòng, Quy Nhơn có thể nhổ nước miếng vào bàn tay mà lấy được".

Vương dụ rằng:

"Việc Bắc Hà tuy rằng có chỗ thừa cơ được, nhưng nay đương mùa mưa, tiến quân đường bộ rất khó vận chuyển lương thực. Bọn khanh nên điều bát binh thuyền để tiếp ứng với nghĩa binh ở Biện Sơn [huyện Tĩnh Gia, thuộc tỉnh Thanh Hoá] *mà bộ binh thì giữ Hoành Sơn giả trương thanh thế để kìm hãm bọn giặc cho các đạo quân ứng nghĩa dễ dàng đánh chiếm. Ta cũng sắp phái quân dinh Phấn dực định ngày tiến ra".*

Bọn Nguyễn Văn Trương lại dâng sớ:

"Địa thế luỹ Trấn Ninh rất rộng, tiền triều của ta đặt hiểm để chống quân Trịnh, nhờ có lòng người Thuận Hoá, liều chết cố giữ, mới được khỏi lo. Nay dùng tù binh Bắc Hà đóng giữ, dù nhiều cũng có làm gì? Huống chi phòng bị nhiều ngả, ngó chỗ nọ hỏng chỗ kia, mà thân binh của bọn thần thì chả còn được mấy. Nếu đợi quân giặc vào sâu thì ngăn trong ngăn ngoài, hai đường lý thế đều khó, cho nên trước đây xin

thêm quân để tiến đánh là muốn đi bước trước mà chế giữ người, chứ không phải dám coi thường địch mà khinh động. Nếu nay cho là chưa nên cử sự vội vàng thì cũng xin kíp phái binh thuyền Phấn dực để cùng với một viên trong bọn thần đến sông Gianh đóng giữ. Nếu địch đến xâm phạm thì đã có thuỷ bộ dựa nhau để giữ thì dù chúng có leo như vượn vượt như chim cũng không thể nào qua được, mà một giải Động Hải Trấn Ninh có thể giữ được vạn toàn".

Vương bèn sai Tống Phước Lương đem quân dinh Phấn dực đi thuyền chiến tiến thẳng đến sông Gianh và Đặng Trần Thường đem quân sở bộ và hai vệ Đằng uy, Nghị uy theo đường bộ Động Hải tiến ra để hiệp lực với nhau chống giặc, nhất thiết quân cơ đều theo Nguyễn Văn Trương tiết chế. Lương đến cửa biển Tùng Luật [cửa Tùng, huyện Vĩnh Linh, Quảng Trị], bị gió ngược ngăn cản, Vương lại cho triệu về và dụ cho Đặng Trần Thường đem bộ binh đi trước, đóng giữ bảo Thanh Hà [huyện Bố Trạch, Quảng Bình], từ sông Gianh trở ra phàm việc quân quốc quan trọng đều uỷ phó hết thảy.

Cựu thần nhà Lê tại trấn Yên Quảng là Phạm Công Tuấn phụng mật chỉ nhóm họp nghĩa binh, đánh phá thuỷ quân Tây Sơn ở Vân Đồn [Quảng Ninh]. Tây Sơn thêm quân tiếp chiến, Tuấn thế cô bèn đem hơn 170 người thuộc hạ đáp năm chiếc chiến thuyền vào cửa biển Nhật Lệ [Đồng Hới, Quảng Bình]. Nguyễn Văn Trương tâu lên, Vương triệu về Kinh yên ủi hỏi han. Tuấn tình nguyện tòng quân ra sức; bèn sai đến sông Gianh theo Đặng Trần Thường.

Thiếu phó Tây Sơn Trần Quang Diệu cùng bộ hạ Từ Văn Chiêu đem 18.000 quân tinh nhuệ đóng tại địa phận Thanh Hảo [huyện Mộ Đức, Quảng Ngãi], đối luỹ với quân Nguyễn, lại sai hơn 2.000 quân ngầm vượt thượng đạo mưu đánh úp sau lưng. Vương nghe tin, lệnh Lê Văn Duyệt và Lê Chất chia quân đóng giữ đường sau, nhắm nơi xung yếu dựng đồn để đề phòng bất trắc.

Tháng mười [6/11-5/12/1801], Nguyễn Văn Thành đánh địch ở đồn Chỉ Lô [Lò giấy], thừa thắng đuổi tràn, đến sông Tân An [sông Côn, huyện An Nhơn, Bình Định], phá luôn hơn 20 đồn. Tư đồ Võ Văn Dũng sai Vệ uý vệ Tín uy là Nguyễn Văn Trí đem 700 quân tiếp đánh. Trí đem hết quân theo phía Nguyễn; Thành bèn dựa sông Tân An làm luỹ để đóng giữ.

Thiếu phó Trần Quang Diệu nghe tin quân Dũng bại, trở về bảo Lĩnh Vạn, uỷ cho Từ Văn Chiêu chống giữ Thanh Hảo. Thấy số quân ngày một giảm, bèn vét hết dân Quy Nhơn từ 12 đến 60 tuổi làm lính; đàn bà và người già thì bắt khiêng vác, do đó ruộng nương bỏ hoang, giá gạo lên vọt, một phương giá 7 quan; dân có kẻ chết đói.

Lê Văn Duyệt và Lê Chất đánh nhau với địch ở núi Phong Yêu, thắng trận. Vương được tin ban lệnh rằng:

"Bọn giặc đường cùng sức quẫn, thường mong được đánh để tìm đường sống. Gần đây quân ta cố thủ, thực là đắc sách. Nay đương chầu mưa lụt, đường biển không tiện, quân thuỷ quân bộ chưa tiếp được nhau, nếu nay tiến công một đường, dù có thắng được những trận nhỏ thì cũng chưa phải đã là mưu kế hoàn toàn. Huống chi chúng là giặc cùng, càng cần phải đề phòng cẩn thận, chớ có coi thường. Đợi sau tiết đông chí sóng gió êm lặng, thuỷ bộ đều tiến, hợp sức giáp công thì một trận là có thể toàn thắng. Bọn khanh nên nghĩ kỹ".

Vương lại lo các tướng sĩ lâm trận, chém giết bừa bãi,

nên khuyên dụ:

"Trừ cỏ xấu, cốt để nuôi cho lúa tốt; giết kẻ ác, cốt để cứu giúp dân lành. Vả chăng một phủ Quy Nhơn đều là đất đai cũ, nhân dân cũ của ta, từ thuở Tây Sơn nổi loạn, dùng làm sào huyệt, nhân dân bị thế bắt buộc, không thể không theo. Mà phần nhiều người bản tính vẫn còn, lương tâm chưa mất, nên tới năm Quý Sửu [1393] *ta diễn binh, năm Kỷ Mùi* [1799] *bị vây thành, thì họ đem lòng thành mà ra sức, cùng quân ta hợp lực giữ cô thành, trải hơn một năm, nếm đủ mọi mùi gian khổ, rốt cuộc lại đều mắc vào lồng lưới của giặc. Nay chúng nó lại thải bỏ người già yếu, chọn lấy người trai tráng, dồn những người vô tội ấy vào chỗ mũi giáo đầu gươm, đó là cái thế không làm sao được, tình cũng đáng thương. Cho đến những kẻ a tòng cũng đều là con đỏ của triều đình cả, bực chí nhân không bỏ ai ở ngoài, sao lại đòi hỏi quá nghiệt! Vậy ra lệnh từ nay phàm khi đối trận chém giết thì không kể, còn bắt được người tại trận, không kể người ở Thuận Hoá, Bắc Hà, Quảng Nam, Quảng Ngãi, Quy Nhơn, đều được thưởng như nhau bất tất phân biệt; người từ Quảng Ngãi về Bắc thì cho lưu lại để thu dùng, người Quy Nhơn trở vào thì cấp cho tiền gạo rồi thả về. Đó thực là đánh bằng nghĩa mà dạy bằng nhân vậy. Ta đã đinh ninh dặn bảo, nếu cố ý trái lệnh giết càn thì tức là hạng quân kiêu căng giận dữ, do lòng tàn nhẫn, đều chiếu theo quân pháp trị tội".*

Tư đồ Võ Văn Dũng lại chiếm giữ bảo Khôi Diêu [Lò vôi], đắp luỹ đất từ Tháp Cải đến Sản Sơn, triệt phía sau lưng quân Nguyễn. Nguyễn Văn Thành sai các quân đánh úp, phá được bảo, thu được nhiều khí giới.

Bấy giờ Vua Tây Sơn Nguyễn Quang Toản dâng biểu sang nhà Thanh xin cống gộp các năm Mậu Ngọ [1798], Canh

Thân [1800], Nhâm Tuất [1802], Giáp Tý [1804]. Vua Gia Khánh cho rằng Quang Toản muốn biểu đạt sự cung thuận để mong được giúp đỡ, tuy nhiên vẫn chấp thuận cho cống gộp 4 năm:

"***Ngày 17 tháng 10 năm Gia Khánh thứ 6*** [22/11/1801], *Lại dụ:*

Tạ Khải Côn thay mặt dâng tờ biểu về lệ cống của Quốc vương An Nam. Trước đây đã có chỉ dụ lệnh đem cống phẩm năm Canh Thân [1800], *cùng cống phẩm kỳ trước, gộp lại để cùng trình tiến vào năm vào năm Nhâm Tuất* [1802]. *Lúc này viên Quốc vương dâng biểu tâu rằng không chỉ xin cung tiến cho các năm Mậu Ngọ* [1798], *Canh Thân [1800], lại xin cống cho cả lần sau tức Giáp Tý* [1804]*; xin chuẩn cho vào năm Nhâm Tuất [1802] đến kinh đô. Viên Quốc vương nhân mấy năm gần đây chiến tranh với Nông Nại* [Đồng Nai]; *nay dự bị triều cống, sai Sứ đến kinh đô, bất quá muốn biểu đạt sự cung thuận đặc biệt, để mong Trẫm soi xét thêm, hoặc có thể xin Thiên triều trợ giúp; nhưng ý này cũng không diễn đạt rõ ràng. Viên Quốc vương khẩn khoản xin lệ cống năm Giáp Tý* [1804] *cho cống gộp vào để năm Nhâm Tuất* [1802] *sai sứ đến trình tiến, nếu không chấp thuận thì không biểu thị sự thể tuất. Nay lệnh Tạ Khải Côn truyền dụ cho Nguyễn Quang Toản rằng nước này ở nơi góc biển xa xôi, hàng hải vạn dặm, cống kỳ năm Giáp Tý cách năm Nhâm Tuất không xa, nếu chia ra để trình tiến thì không khỏi bạt thiệp đi về vất vả. Nay đã tâu rõ, đại Hoàng đế soi xét lòng thành, đặc gia ơn chấp nhận cho gộp 4 lần cống Mậu Ngọ* [1798], *Canh Thân* [1800], *Nhâm Tuất* [1802], *Giáp Tý* [1804], *đề năm sau* [1802] *sai Sứ đến kinh đô trình tiến, nhằm làm rõ chính sách nhu viễn. Đem dụ này truyền lệnh hay biết.*" **(Nhân Tông Thực**

Lục quyển 89, trang 2-3)

Cũng trong tháng này, tên đầu sỏ cướp biển Trần Thiêm Bảo, từng được Vua Quang Trung phong chức Tổng binh, mang cả gia đình trở về Trung Quốc đầu thuận; Vua Gia Khánh quyết định cho an sáp tại phủ Nam Hùng, Quảng Đông:

"***Ngày 18 tháng 10 năm Gia Khánh thứ 6 [23/11/1801]; dụ các Quân cơ đại thần:***

Bọn Cát Khánh tâu:

'Tên cướp tại biển Di Trần Thiêm Bảo mang quyến thuộc đến đầu thuận, có hay không nên tha tội?'

Từ trước tới nay cướp ngoài biển mang đồng bọn đến đầu thuân, thường được thưởng cấp mũ đỉnh đái. Trần Thiêm Bào là tên cướp nỗi tiếng, từng được An Nam nguỵ phong, tội lỗi quá lớn. Nay hối tội đầu thú, không tiện cấp cho y mũ đỉnh đái; tức theo lời xin của viên Tổng đốc, đem Trần Thiêm Bảo, con y, cùng gia thuộc an sáp tại phủ Nam Hùng, do quân doanh trong huyện quản thúc; cùng minh bạch hiểu dụ rằng y nhận nguỵ chức của An Nam, tội đáng lăng trì, nghĩ đến việc tự ra đầu thú, miễn tội chết, hãy biết lo sợ, yên tĩnh giữ pháp luật, cố gắng làm dân lương thiện; nếu còn sinh sự thì đáng nghiêm trị, không tha......" (**Nhân Tông Thực Lục** quyển 89, trang 3-4)

Duyệt tờ sắc chiếu của Vua Quang Trung ban cho Trần Thiêm Bảo trong đó có câu "*Thị thiên hạ như nhất gia, tứ hải như nhất nhân*" (Coi thiên hạ như một nhà, bốn biển như một người), hàm ý muốn thống nhất các nước; khiến Vua Gia Khánh rất giận, bởi Vua cha Càn Long lỡ o bế một kẻ thù đứng sát nách mình:

*"**Ngày 14 tháng 11** năm Gia Khánh thứ 6* [**19/12/1801**]; *dụ các Quân Cơ Đại thần:*

Bọn Cát Khánh tâu 'Cướp biển Trần Thiêm Bảo mang cả gia quyến đầu thú, lại trình nạp sắc ấn của An Nam cấp cho." Tấu triệp xưng "Trần Thiêm Bảo nhân đánh cá gặp bão, vào năm Càn Long thứ 48 [1783] *bị Nguyễn Quang Bình bắt, phong chức Tổng binh v.v..'*

Có thể thấy trong nhiều năm hải tặc quấy phá đều do An Nam chứa chấp gây ra. Lúc Nguyễn Quang Bình còn sống, bắt người của nội địa, gia phong nguỵ tước hiệu, rồi tung ra biển cướp phá. Nguyễn Quang Bình đích thân chịu ơn nặng của Hoàng khảo [Vua cha], *làm việc táng tận lương tâm, thực không đáng là con người. Nay duyệt lại tờ nguỵ chiếu của viên Quốc vương này có câu 'Thị thiên hạ như nhất gia, tứ hải như nhất nhân' (Coi thiên hạ như một nhà, bốn biển như một người); thật thuộc vào loại ếch ngồi đáy giếng, Dạ Lang tự đại* (1). *Nghĩ về sự cuồng vọng này, đáng mang quân hài tội thảo phạt; hiềm nước này hiện đang giao tranh với Nông Nại; nên không thừa lúc nguy cấp sát phạt thêm. Xét về thiên lý, nước này sẽ mất trong sớm tối; nên không cần dùng văn để bắt hối lỗi, cũng không cần thông báo cho biết; những ấn sắc của bọn chúng cấp lệnh cho thiêu hủy. Viên Tổng đốc nên nghiêm lệnh tướng biền,tuần tiễu ngoài biển, gặp bọn hải tặc An Nam, lập tức truy nã trừng trị.Bọn đầu thú Trần Thiêm Bảo, cùng quyến thuộc bọn giặc, y theo lời xin của viên Tổng đốc, an sáp tại phủ Nam Hùng nơi xa vùng biển. Thỉnh thoảng bất ngờ kiểm tra, không để chúng trở lại biển gây sự. Đem dụ này truyền đi để hay biết."* (**Nhân Tông Thực Lục** quyển 90, trang 31-33)

Tháng mười một [6/12/1801-3/1/1802] Nguyễn Văn

Trương được tin thám tử báo rằng quân Tây Sơn sắp vào đánh, bèn dâng sớ xin phái thêm quan quân đóng đồn ở Dinh Trạm [Quảng Trị] để phòng ngự, một là để giữ mặt trước kinh thành, hai là để làm sách ứng cho Động Hải [Đồng Hới]. Vương bèn sai Khâm sai chưởng cơ giám quân ngũ dinh Phạm Văn Nhân quản binh lính dưới quyền và kiêm lĩnh các vệ thuộc Hậu quân đến Dinh Trạm đóng đồn, phái đi tuần dò các nơi xung yếu miền thượng du.

Sai Phó dinh Trung thuỷ là Đào Văn Lương đến Hồ Xá [huyện Vĩnh Linh, Quảng Trị] do đường kênh cũ từ Thượng Lập suốt đến Dinh Trạm, chỗ nào sâu nông rộng hẹp nhất nhất ghi rõ để tâu. Lại sai người đến nguồn An Đại [huyện Quảng Ninh, Quảng Bình] ngắm xem từ Mang Khê suốt đến đất Bố Chính, vẽ bản đồ chi tiết về đường sá dâng lên.

Quân thứ tại Thanh Hảo [huyện Mộ Đức, Quảng Ngãi] có Phó đội vệ Chương võ tên là Thuần ban đêm đem lính đến vây nhà dân ở xã Bồ Đề, tra thu tài sản kẻ làm cho địch. Người trong ấp nghe tiếng kêu đến cứu, tên Thuần đánh nhau bị chết. Lê Văn Duyệt hạ lệnh bắt dân bồi thường số tiền là 1.236 quan nộp vào kho. Vương nghe tin nói:

"Trong luật nói 'ban đêm đến nhà người, không là dâm thì là trộm', đương trường giết chết [giết tại chỗ] *không có tội. Thuần đương đêm tự tiện vào nhà người ta, lạ gì người ta không ngờ là trộm, đã không có lời tử tế, lại còn đánh nhau, chết là đáng rồi, còn đền gì nữa".*

Rồi hạ lệnh chỉ cho lấy tiền vàng hương 36 quan, còn thì trả hết cho dân.

Đại đô đốc Tây Sơn là Lê Đình Chính đem hơn 70 quân đến quân thứ Thanh Hảo đầu hàng. Lê Văn Duyệt sai đóng gông giải về kinh; Vương tha tội, Chính nhân đó đem dâng địa đồ 13 đạo thừa tuyên ở Bắc Hà.

Lại sai Tống Phước Lương quản suất binh thuyền đến cửa biển Tùng Luật [cửa Tùng, huyện Vĩnh Linh, Quảng Trị], chờ thuận gió sẽ vượt biển tiến ra sông Gianh [huyện Bố Trạch, Quảng Bình] hội với Đặng Trần Thường.

Sai Hữu tham tri bộ Công Nguyễn Khắc Thiệu đem hai cơ Kiên châu và Thiện châu cùng hơn 390 người ty Công bộ về Gia Định, đóng 200 chiếc thuyền ô, thuyền sai và thuyền chiến; sai Nội viên Tăng Quang Lư đi Hà Tiên chế diêm tiêu để sung quân dụng.

Phá huỷ mộ Vua Tây Sơn Nguyễn Huệ, bửa hòm, phơi thây bêu đầu ở chợ. Bắt con trai, con gái, họ hàng và tướng hiệu 31 người xử lăng trì, cắt nát thây; rồi đem việc khôi phục kinh đô cũ và giết trừ kẻ địch bá cáo cho thiên hạ biết, lời cáo như sau:

"Then máy trời đất không sai, đông qua rồi lại sang xuân. Khí hoá xưa nay vẫn thế, loạn hết thì đến trị. Xưa Thiếu Khang (2) *nhà Hạ dấy một quân mà trả được thù của tổ phụ; Quang Vũ nhà Hán có mấy nghìn binh mà rửa được hận của thần người. Ta nay đến vận trung hưng, gặp cơ tái tạo, tướng sĩ ùa tới, xa gần hưởng theo. Cơn giận bùng lên, quét sạch gió bụi Tây tặc; quân vua kéo tới, thu hết bờ cõi Nam Hà. Hiện nay từ Phú Yên, Quy Nhơn, đến Thuận Hoá thẳng tới Hoành Sơn, đều đã thuộc vào đồ bản. Bắt được con cái tướng tá của Nguyễn Văn Huệ nhiều không kể xiết. Thật là lưới trời lồng lộng, thưa mà không lọt, loạn thần tặc tử, pháp luật không dung. Nay đã phá huỷ mồ của vợ chồng giặc Huệ, bêu đầu phơi xác. Đồ đảng của chúng bắt được cũng đều giết hết. Vậy*

đặc biệt bá cáo, để hả lòng người".

Sai Sứ đem quốc thư và các thứ vàng bạc, đồ sứ và hương quế, sang nước Xiêm đáp lễ.

Quân Tây Sơn do Từ Văn Chiêu chỉ huy xâm phạm đồn Mỹ ý [Đức Phổ, Quảng Ngãi]. Lê Văn Duyệt giục Trưởng đồn Trịnh Ngọc Trí mang quân ra đánh và tự mình đem tinh binh giáp công, khiến quân địch tan vỡ.

Nguyễn Văn Thành kén quân cảm tử hơn 100 người, ban đêm sai đến đánh phá đồn Phủ Sơn; khiến Đô đốc Tây Sơn Nguyễn Thắng thua chạy.

Sai Trưởng tàu Phương phi là Nguyễn Văn Chấn [Vannier] và Trưởng tàu Bằng phi là Lê Văn Lăng [Forcant] chở 15.000 phương gạo từ Quảng Nam đến quân thứ Thị Nại.

Ban cho Lê Chất 500 quan tiền, sai Lưu trấn Gia Định đến thăm hỏi mẹ và vợ con. Vương phủ dụ Chất rằng:

"Ta đối với khanh sau trước một lòng, trong ngoài không phân cách, người khác không bì được. Gần đây nghe tin trong lời nói năng Lê Văn Duyệt có chỗ hơi quá đáng, mà khanh cũng nín nhịn không lấy làm quan tâm, ta đã biết rõ rồi. Khanh nên hiểu rõ ý ta, lấy việc nước làm trọng, hà tất phải nói nhiều. Vả ở trong quân chi phí rất nhiều, đặc biệt ban cho số tiền này tiêu dùng vào việc khoản đãi tướng sĩ và tân khách".

Vua Tây Sơn Nguyễn Quang Toản cử đại binh thuỷ bộ 30.000 người từ Bắc Thành vào đánh, nhằm làm thế thanh ứng cho Trần Quang Diệu và Võ Văn Dũng ở Quy Nhơn; vợ Diệu là Bùi Thị Xuân cũng đem thuộc hạ 5.000 người đi theo. Quang Toản đến dinh Hà Trung [huyện Kỳ Anh, Hà Tĩnh], khởi đầu sai Tư lệ Đinh Công Tuyết đem 3.000 quân xâm phạm. Đặng Trần Thường mang 500 quân tuần tiễu tại Hoành Sơn [biên giới Hà Tĩnh, Quảng Bình] bắt gặp, quân của Thường chỉ có hơn 500 người, hai bên giao chiến suốt buổi sáng, quân Nguyễn nhiều người chết và bị thương, Thường rút lui về đồn Thanh Hà [huyện Bố Trạch, Quảng Bình], đem sự việc báo lên.

Tư lệ Đinh Công Tuyết tiến đóng đồn ở Bụt Sơn. Thiếu tể Nguyên đóng đồn ở Pháp Kệ [huyện Quảng Trạch, Quảng Bình], Tổng quản Siêu đóng đồn ở Ba Đồn [huyện Quảng Trạch, Quảng Bình], binh thế rất thịnh. Đặng Trần Thường lui giữ Ngoã Dinh [xã Thổ Ngõa, huyện Quảng Trạch, Quảng Bình], cho mang thư về báo.

Vương bàn việc thân chinh; ban dụ cho quân thứ Thị Nại Nguyễn Văn Thành, quân thứ Thanh Hảo Lê Văn Duyệt và Lê Chất rằng:

"Quân phẫn uất của Quang Toản đánh một trận có thể phá được, duy bọn Diệu, Dũng chiếm giữ Bình Định thì không thể để cho lan tràn. Nay quân chia hai đường thấy có thể được, hay biết là khó thì chỉ bọn khanh tự liệu. Đều phải hết lòng trù tính, tuỳ cơ hoặc đánh hoặc giữ, để cho ta được thư mối lo về phía nam".

Sai Quốc thúc Tôn Thất Thăng Lưu thủ Kinh thành, Phó vệ uý Túc trực Nguyễn Văn Khiêm đem các quân Thần sách và Ngự lâm theo lệnh của Thăng, Quản dinh Hữu thuỷ Nguyễn Công Nga và Quản dinh Tiền thuỷ Nguyễn Hữu Chính đem binh thuyền đóng giữ cửa Eo [cửa Thuận An].

Ngày Ất Mùi tháng 11 [27/12/1801], xa giá Vương xuất

phát tự Kinh sư. Ngày Nhâm Dần [3/1/1802] đến Động Hải [Đồng Hới, Quảng Bình], sai phái các tướng đóng giữ để đề phòng quân địch.

Bấy giờ dân tộc Nùng tại châu Bảo Lạc [Cao Bằng] chống Tây Sơn, mang quân hướng về thành Hà Nội. Vua Thanh được Tổng đốc Lưỡng Quảng Cát Khánh tâu lên; tiên liệu nhà Tây Sơn sắp sụp đổ, nhưng quyết không can thiệp:

"***Ngày 21 Giáp Ngọ tháng 11 năm Gia Khánh thứ 6* [26/12/1801]**; *dụ các Quân cơ đại thần:*

Cát Khánh tâu:

'Người Di tại châu Bảo Lạc, An Nam là bọn Nông Phúc Liên trợ giúp Nông Nại đánh nhau với Nguyễn Quang Toản, hiện tiến công bằng 3 đường đến thành nhà Lê.'

Đất An Nam mấy lần bị Nông Nại đánh chiếm, nay lại bị tiến bức thành nhà Lê; xem ra Nguyễn Quang Toản chưa chắc giữ được lãnh thổ. Nhưng Di nước ngoài phe nọ phe kia gây binh, nội địa không can thiệp. Bọn Cát Khánh nên giữ trấn tĩnh, không cần hỏi nhiều; chỉ cần thông sức ra lệnh các quan ải dọc biên giới gia tăng đề phòng, cùng trinh thám mật; nếu như An Nam bị Nông Nại thôn tính, Nguyễn Quang Toản gõ cửa quan xin mệnh, hoặc Nông Nại sau khi chiếm cứ An Nam dâng biểu đến Lưỡng Quảng; đến lúc đó Cát Khánh đưa tình hình thực tại tâu lên, để đợi chiếu chỉ liệu biện. Đưa dụ này lệnh hay biết." (**Nhân Tông Thực Lục** quyển 91, trang 11-12)

Tháng chạp [4/1-2/2/1802], quân Tây Sơn đánh vào Ngoã dinh [xã Thổ Ngõa, huyện Quảng Trạch, Quảng Bình], Đặng Trần Thường lui về Động Hải [Đồng Hới, Quảng Bình] .

Nước Vạn Tượng sai sứ mang quốc thư đến hành tại Động Hải bái yết; Vương ban tặng hậu.

Binh thuyền của Tống Phước Lương đến cửa biển Nhật Lệ [Đồng Hới, Quảng Bình]; Vương rất mừng, bảo các tướng rằng:

"*Đường biển thuận lợi là sức thần giúp*".

Quân Tây Sơn chiếm xã Trấn Ninh [huyện Bố Trạch, Quảng Bình], thiêu huỷ nhà cửa của dân.

Vương thân hành đi tuần xét, khiến các quân dựng rào gỗ để đợi, ngày đêm phòng bị nghiêm ngặt; lại đặt nhiều thám tử, động tĩnh trong quân địch không việc gì là không biết.

Vương hỏi Nguyễn Văn Trương nên đánh hay giữ. Trương thưa rằng:

"*Giặc nay vào sâu, quân ta đóng vững để giữ, chờ khi đường biển gió nước hơi tiện, thần xin đem đại đội thuỷ binh đánh úp thuyền giặc, thẳng tiến vào sông Gianh chặn lối về của bộ binh giặc thì chúng mảnh giáp cũng không còn nguyên*". Vua cho là phải.

Sai Tham quân Tượng dinh quân Thần sách là Lê Nguyễn đem quân vệ Hưng nghĩa đi Mang Khê và Trà Khê thuộc nguồn An Đại [huyện Quảng Ninh, Quảng Bình] xem thế đất mà đóng quân để phòng giặc.

Lê Văn Duyệt dâng sớ nói bọn Tri huyện thuộc ba huyện Bình Sơn, Chương Nghĩa, Mộ Hoa [huyện Mộ Đức] thuộc Quảng Ngãi đến quân thứ hàng, xin cho họ giữ chức như cũ; Vương chuẩn y.

Sai Gia Định đóng 10 chiến thuyền, đặt tên theo các loài

chim: chiến thuyền Anh [ác], chiến thuyền Vũ [vẹt], chiến thuyền Thước [quạ], chiến thuyền Nga [ngỗng], chiến thuyền Quyên [chim cuốc], chiến thuyền Phu [vịt trời], chiến thuyền Lộ [cò], chiến thuyền Diên [diều hâu], chiến thuyền Chiên [chim cắt], chiến thuyền Ly [chim oanh]

Nguyễn Văn Thành dâng sớ mật nói rằng bọn tướng Tây Sơn Trần Quang Diệu mưu đồ liều chết giữ thành, chưa có thể đánh phá ngay được, mà lương quân ở Thị Nại thì chỉ chi được vài tháng nữa, sợ khó kế tiếp được. Vương sai chỉ huy dinh Tiền thuỷ là Nguyễn Hữu Chính chở 25.000 phương gạo ở kinh đô cấp cho.

Chú thích:

1. Dạ Lang tự đại: Đời nhà Hán có nước Dạ Lang nhỏ bé [tại vùng Quí Châu hiện nay] làm Vương một châu, không biết nhà Hán to lớn; Vương nước đó hỏi Sứ giả nhà Hán rằng "Hán và nước ta ai lớn hơn". Do câu nói đó, người đời gọi kẻ ngông cuồng không lượng sức là Dạ Lang tự đại. (**Hán Thư**, Tây Nam Di truyện)

2. Thiếu Khang: Vua trung hưng thời nhà Hạ Trung Quốc [1875-1855 trước Công Nguyên], diệt Hàn Trác kẻ chiếm ngôi, rồi lên làm Vua.

184.
Nhà Nguyễn: Gia Long [1802-1819] (1)

Ngày mồng một tháng giêng năm Gia Long thứ nhất [3/2/1802], Vương ở hành tại Động Hải [Đồng Hới]; dinh Quảng Nam chạy trạm dâng quả lòn bon [nam trân], bèn đưa chia cho tướng sĩ.

Vua Tây Sơn Nguyễn Quang Toản sai em là Nguyễn Quang Thuỳ và Tổng quản Siêu xâm phạm luỹ Trấn Ninh, Tư lệ Đinh Công Tuyết, đô đốc Nguyễn Văn Đằng liên kết với hơn trăm thuyền giặc biển Tề Ngôi bày thuỷ trận ở ngoài cửa biển Nhật Lệ [Đồng Hới, Quảng Bình].

Vương sai Nguyễn Văn Trương điều bát thuỷ binh ra biển ngăn ngừa, Phạm Văn Nhân và Đặng Trần Thường đem bộ binh chia đường chống đánh.

Tây Sơn điều quân đến luỹ Trấn Ninh; lính túc trực tại ụ bắn giết được hơn một nghìn. Lại đem nhiều quân đến sát núi Đâu Mâu [huyện Quảng Ninh, Quảng Bình], bám vào như kiến mà bò lên; quân Nguyễn từ trên núi thả đá xuống, bị đè chết rất nhiều. Vợ Trần Quang Diệu là Bùi Thị Xuân cưỡi voi thúc quân liều chết đánh từ sáng đến trưa chưa chịu lui. Vừa gặp thuỷ binh của Nguyễn Văn Trương, theo chiều gió đông bắc đánh phá ngoài biển cướp được 20 chiếc thuyền, bộ binh Tây Sơn nghe tin thuỷ binh thua, sợ mà tan vỡ. Quang Toản thua chạy về Đông Cao [huyện Bố Trạch, tỉnh Quảng Bình]. Nguyễn Văn Kiên đem quân đầu hàng.

Vương nghe tin có 50 chiếc thuyền lương địch ở sông Gianh [huyện Bố Trạch, Quảng Bình], lập tức sai Tống Phước Lương và Nguyễn Văn Vân đem binh thuyền đến đánh. Bấy giờ Quảng Toản chạy qua sông Gianh, quân đi theo chưa tới 2 phần 10. Quân Nguyễn chợt đến, lấy được hết thuyền lương, hơn 700 người bị bắt. Hoàng Văn Điểm đem bộ binh đuổi đến Tiên Cốc [huyện Quảng Trạch, Quảng Bình]; quân địch đầu hàng 3.000 người; thu được 700 cỗ súng lớn, 500 con ngựa. Thượng thư Tây Sơn Nguyễn Thế Trực, Đô đốc Trần Văn Mô, Tham đốc Bùi Văn Ngoạn và Thiếu tể Nguyên đều bị bắt.

Trận này Tây Sơn bị thua vùi giập, lòng dân Bắc Hà xôn xao; quân Nguyễn ở thế chẻ tre. Xa giá Vương đến đồn Thanh Hà [huyện Bố Trạch, Quảng Bình]; nhân dân tranh đem trâu rượu mừng rước. Bèn dụ cho các xã dân từ Quảng Bình vào Nam rằng phàm tàn quân của giặc Tây Sơn chạy về làng xóm thì cho chúng được yên nghiệp làm ăn, không được doạ nạt quấy nhiễu.

Vương bàn rút quân về, các tướng xin thừa thắng đánh miền Bắc; đáp rằng:

"Bỏ nơi gần mưu nơi xa, không phải là thượng sách. Hiện nay trong bọn giặc chỉ Trần Quang Diệu là ghê nhất. Diệu chưa trừ xong, không nên khinh tiến. Hãy đợi hạ thành Bình Định, không phải lo lắng về phương Nam nữa, rồi tiến đánh Bắc Hà cũng chưa muộn."

Ngày Tân Tỵ mồng 9 [11/2/1802], xa giá khải hoàn. Sai Tống Phước Lương, và Đặng Trần Thường giữ sông Gianh [huyện Bố Trạch, Quảng Bình], Nguyễn Văn Trương giữ

Động Hải, Hoàng Văn Điểm giữ cửa Ròn [huyện Quảng Trạch, Quảng Bình]; ngày Ất Dậu [15/2/1802] tới kinh đô,

Nước Vạn Tượng sai sứ dâng phẩm vật địa phương; Vương ban thưởng hậu.

Nguyễn Văn Thành sai Nguyễn Đức Xuyên đánh luỹ Tây Sơn ở Kỳ Sơn [huyện Tuy Phước, Bình Định], chiếm được. Trần Quang Diệu đem quân và voi theo đường sau núi xông ra vây bốn mặt; Phó tướng Nguyễn Huệ chết trận. Đức Xuyên thu quân, vừa đánh vừa lui đến đồn Sạ Dã, rồi dâng sớ xin chịu tội. Vương dụ rằng:

"Nay thế lớn của thiên hạ, mười phần đã được đến tám chín phần. Chỉ còn một góc Bình Định này, thế như nốt ruồi, còn trốn vào đâu được ? Ngươi nên cố gắng cùng các tướng sĩ đồng lòng góp sức để diệt lũ hung cuồng, chớ vì một sự lầm lỡ mà nản chí."

Vương thấy cơ hội đã đến, bèn sai Lê Văn Duyệt tiến đánh thành Bình Định. Văn Duyệt tiến đánh Lộ Bôi, bắt được Đô đốc Tây Sơn là Chu Hữu Mỹ và đồ đảng hơn 30 người, giải về kinh.

Định rõ lệnh cấm rượu ở Gia Định. Người có quan chức nấu rượu thì phạt tiền 200 quan, uống rượu thì phạt tiền 100 quan, đều xử biếm hay bãi chức; quân và dân nấu rượu thì phạt tiền 50 quan, đánh 50 roi, đi đày một năm, uống rượu thì phạt tiền 30 quan, đánh 50 roi. Lý dịch sở tại không ngăn cấm được thì bắt nộp tiền 30 quan để thưởng cho người tố cáo. Lại định rõ lệnh cấm cờ bạc ở Gia Định. Ai chơi chọi gà, chọi cá cũng phải tội.

Sai các dinh ở Gia Định chia cấp ruộng hoang cho dân nghèo, cho vay thóc giống, đợi thu hoạch xong sẽ y số trả lại nhà nước. Người nào ăn chơi lêu lổng, không chịu làm ruộng thì phạt 3 hộc thóc và sung làm lính.

Miễn thuế cửa biển năm nay cho thuyền buôn ngoại quốc; cấm quan quân không được mua rẻ hoá vật.

Sai giám quân Thần sách Phạm Văn Nhân lãnh các vệ Hậu quân, quản dinh Hậu thuỷ Lê Văn Quế lãnh thuỷ binh, đến Bình Định để họp đánh giặc.

Ngày Nhâm Dần mồng 1 tháng 2 [4/3/1802], Vua Tây Sơn Nguyễn Quang Toản sai bọn Nguyễn Đăng Sở sang nhà Thanh xin cứu viện. Tri phủ Thái Bình [Quảng Tây] tâu lên, Vua Gia Khánh ban chỉ dụ rằng:

"*Hai nước đánh nhau khẩn cấp, bọn cống sứ ấy bất tất phải diệu vợi tiến kinh, hãy cho về* [ải] *Nam Quan để tỏ lòng thể tất.*"

Đăng Sở trở về, cảm khái làm thơ có câu như sau:

Bình ngạnh thử thân tằng lý lịch,

Tang thương để cục kỷ thôi di.

Dịch nghĩa:

Bèo bọt thân này qua trải mấy,

Bể dâu cuộc ấy đổi thay hoài.

Nguyễn Văn Thành đánh thắng quân Tây Sơn ở Kỳ Sơn [huyện Tuy Phước, Bình Định], đuổi đến Lang Viên [Vườn cau]; sai quân đóng đồn để chặn sau lưng. Thế địch cùng quẫn, Đô đốc Thị cùng với bộ hạ hơn 100 người đến cửa quân đầu hàng.

Đô thống chế Trung đồn quân Ngự lâm là Phan Tiến Hoàng tự trong lòng địch đem quân lẻn về, đặt dưới quyền

Lê Văn Duyệt.

Lê Văn Duyệt và Lê Chất đánh nhau với tướng Tây Sơn Từ Văn Chiêu ở Thạch Tân [Bến Đá, chỗ tiếp giáp huyện Hoài Nhơn và Quảng Ngãi] cả phá được. Quân thuỷ quân bộ cùng tiến, phá nhiều đồn, bắt được đồ quân dụng, và khí giới rất nhiều, chỉ một mình Chiêu chạy thoát. Bọn Duyệt bèn đem bộ binh tiến đóng ở Tùng Châu, sai Phan Văn Triệu và Phan Tiến Hoàng đem thuỷ binh tiến đến Đạm Thuỷ [huyện Phù Mỹ, Bình Định] và Tam Quan [huyện Hoài Nhơn, Bình Định]. Tin thắng trận báo lên, ban thưởng một vạn quan tiền.

Vương chia quân hai đạo đánh thành Bình Định, sợ chém giết bừa bãi, bèn dụ rằng:

"*Quân vương giả đánh giặc chỉ cầu yên dân. Trong khi lâm trận phàm bắt được quân giặc đừng nên giết bừa. Vả đất Bình Định từ khi có việc binh giáp tới nay đã bị tàn tệ rất nhiều. Nên răn cấm quân nhân không được cướp bóc, để cho nhân dân đều được yên ổn làm ăn*".

Nước Xiêm La sai tướng là Ốc Nha Trà Tri đem 5.000 quân theo đường thượng đạo hợp với quân Vạn Tượng đánh phá quân Tây Sơn ở Sa Nam,Nghệ An, rồi sai Sứ đến đưa tin thắng trận; Vương phúc thư khen ngợi.

Phó đô thống chế Phan Văn Kỳ, thống chế Lê Văn Niệm, Khâm sai cai đội Võ Viết Bảo trở về. Trước kia trong trận Càn Dương [huyện Phù Cát, Bình Định]; Kỳ đánh thua bị bắt. Niệm và Bảo thì ở trong thành Bình Định, khi thành bị hãm, đều bị địch bắt. Về sau đem nhau trốn ra, đến nay được triệu về. Vương hỏi về tình hình hư thực của giặc, cho mỗi người 50 quan tiền và quần áo nhiễu, rồi cho Viết Bảo làm Chánh quản đội Tiểu sai.

Ngày Quý Hợi 22 [25/3/1802], Vương bái yết lăng tổ tiên, tha việc binh dịch cho các xã giữ lăng.

Nguyễn Gia Cát dâng bộ **Đại Việt Sử Ký;** Vương xem lâu, nhân cùng bầy tôi bàn những truyện cũ của các triều đại, đến mặt trời xế bóng mới thôi.

Sai Lưu trấn thần Gia Định dùng phép tam trường khảo thí học trò, chia cấp bậc khác nhau. Kỳ đệ nhất thi chế nghĩa về kinh truyện, lấy đỗ 92 người; kỳ đệ nhị thi chiếu, chế, biểu, lấy đỗ 46 người; kỳ đệ tam thi thơ, phú, lấy đỗ 41 người.

Tha thuế thiếu cho các sách dân tộc thiểu số ở đạo Đồng Môn dinh Trấn Biên [Biên Hoà]. Dân thiểu số thuộc mười một sách hàng năm phải nộp nhựa trám và sáp ong; năm nay đói, có người trốn thiếu, Lưu thủ Võ Tiến Đẩu tâu lên, bèn tha cho.

Ngày Bính Dần 25 [28/3/1802], hào trưởng làng Tây Đam [huyện Hoài Đức, Hà Tây] là Trương Chi dấy quân hẹn đánh thành Thăng Long, dán tờ yết thị tại cửa Nam, dụ bảo cư dân trở về nguyên quán. Cho 50 tráng sĩ bí mật làm lái buôn, ngủ tại chợ; đến nữa đêm phóng hoả đốt nhà từ cửa Nam đến nhà Giám hơn 1.000 nóc, vào phá dinh Tư mã Dụng. Đề lãnh Thái đem quân lùng bắt, đóng các cửa ô, bắt được Trương Chí, đem chém.

Tháng 3 [2/4-1/5/1802],Vương lên Gác Rồng để xem hình thế núi sông kinh thành, rồi đến cửa Eo [cửa Thuận An, Thừa Thiên] duyệt chiến thuyền; diễn thuỷ quân ở các cửa biển Tư Dung [cửa Tư Hiền, Thừa Thiên]và Đại Chiêm [Quảng Nam].

Ngày Đinh Sửu mồng 7 tháng 3 [8/4/1802], Tiến sĩ đời Lê là Nguyễn Trọng Tông đánh nhau với Tây Sơn tại Phao Sơn [huyện Chí Linh, Hải Dương] bị thua. Tông khởi binh từ năm Canh Thân [1800], đóng quân tại bãi trám xã Sùng Nghiêm, lập 3 sở nhà chòi ở Lạc Sơn [huyện Chí Linh, Hải Dương]. Ngày mồng 9 [10/4/1802] quân trấn Hải Dương cùng Kinh Bắc tiến quân, giao chiến trên sông từ Triều Dương [huyện Thanh Miện, Hải Dương] đến Phả Lại [huyện Quế Võ, Bắc Ninh]; 2 viên Vũ phân [chức quan võ cấp huyện của Tây Sơn] đều trúng đạn chết. Ngày 14 [15/4/1802] quân trấn Hải Dương mai phục tại thượng lưu sông Nam Giản, cho quân từ hạ lưu khiêu chiến; quân Tông không có kỹ luật, bị đánh dập, quân trấn Kinh Bắc cùng đánh đuổi, nên bại vong; quân 2 trấn đốt 3 tổng, lấy sản vật gia súc đem về.

Nguyễn Văn Vân bắt được ba người con của Vua Tây Sơn Nguyễn Nhạc là Thanh, Hán và Dũng đem nộp, sai giết cả.

Chở 15.000 phương gạo từ Kinh đô đến Tam Quan [huyện Hoài Nhơn, Bình Định], 40.000 phương gạo ở Gia Định đến Thị Nại [thành phố Qui Nhơn, Bình Định]. Lại sắc cho Lưu trấn thần Gia Định sai người đi mua 500 xe thóc ở Xiêm La và thu ở Chân Lạp 1.000 xe để cấp cho quân.

Bộ binh của Lê Văn Duyệt và Lê Chất tiến đến núi Bích Kê; thuỷ binh của Phan Văn Triệu và Phan Tiến Hoàng từ Đạm Thuỷ [huyện Phù Mỹ, Bình Định] tiến theo đường bộ; quân địch nghe hơi bỏ chạy, không ai dám chống.

Quân nhà Nguyễn lấy lại thành Bình Định. Trước kia bọn tướng Tây Sơn Trần Quang Diệu và Võ Văn Dũng đem vài vạn quân cầm cự đến 8,9 tháng, nay lương thực hết, sức mòn; quân Nguyễn chia ba đạo tiến đánh, thế càng ngày càng cùng quẫn. Diệu, Dũng mưu tính theo đường thượng đạo rút ra Nghệ An, bèn sai bộ hạ là bọn Từ Văn Chiêu, Nguyễn Văn Mân, Nguyễn Văn Giáp, Nguyễn Văn Điểm, Lê Văn Hưng làm tiên phong đêm quân mạnh 3.000 người, voi đực 86 thớt, ban đêm bỏ thành trốn đi. Nguyễn Văn Thành dò biết tình trạng, truyền hịch cho quân các đạo đuổi theo, nhưng không kịp, bèn tâu lên. Vương mừng lắm; hạ lệnh cho các xứ Quảng Nam và Cam Lộ [huyện Cam Lộ, Quảng Trị] phái quân đóng giữ các đầu nguồn để chặn đường, lại gửi thư cho Xiêm La, Vạn Tượng biết.

Lê Văn Duyệt bắt được Đại đô đốc Tây là Trần Đại Cựu giải về kinh.; Vương tha và gọi đến hỏi rằng:

"*Dư đảng của giặc Diệu hãy còn nhiều, cớ sao không đánh mà chạy ?*".

Thưa rằng:

"*Quân của Diệu ngoài tuy mạnh, nhưng trong thì yếu, nên phải nhổ trại trốn đi, để cầu trộm sống, không có mưu chước gì khác*".

Vương cho là phải, bèn ban cho áo mặc. Quân Nguyễn bắt được tướng địch rất nhiều, đều tha tội cả, sai Lê Đình Chính trông nom, nhưng những kẻ bị bắt vẫn lo sợ về tương lai; Vương biết ý, dụ Nguyễn Văn Khiêm rằng:

"*Bọn Trần Đại Cựu trước làm tướng giặc, nay làm bầy tôi của ta. Ta suy lòng thành mà đãi, thương yêu không phân cách gì. Ngươi nên yên ủi vỗ về, cho họ yên lòng*".

Rồi lựa kẻ đầu hàng bổ vào quân Túc trực, ngày đêm quây quần, những người ngờ sợ bèn yên.

Ngày Canh Dần 20 [21/4/1802], đúc năm quả ấn:

- "**Thảo tội an dân chi bảo**" (dùng để sai tướng ra quân).

- "**Sắc chinh vạn dân chi bảo**" (dùng để sức răn thần dân).

- "**Mạnh đức chi bảo**" (dùng về việc thăng thụ các hoàng thân đại thần từ tước công trở lên).

- "**Chế cáo chi bảo**" (dùng về việc thăng thụ từ tước hầu trở xuống).

- "**Quốc gia tín bảo**" (dùng làm việc thường).

Hạ lệnh cho các đạo quân thuỷ bộ ở Bình Định rút về; để Nguyễn Văn Thành đóng giữ đất ấy, với nhiệm vụ chiêu tập vỗ về cư dân, truy bắt dư đảng.

Lấy Khâm sai thống binh cai cơ đạo Hưng Phước là Lê Văn Lân làm Lưu thủ Bình Định, cải bổ Cai bạ Quảng Nam là Nguyễn Văn Khiêm làm Cai bạ Bình Định, Cai bạ Quảng Trị là Ngô Triều Cao làm Ký lục Bình Định. Vương dụ rằng:

"*Đất này trải binh cách đã lâu, sức dân hao mòn, bọn ngươi nên tuyên dương đức ý, ra sức vỗ về, khiến cho kẻ ốm lâu ấy được hồi lại nghỉ ngơi, mới khỏi phụ sự uỷ thác*".

Sai Hoàng Viết Toản, Trịnh Ngọc Trí, Tôn Thất Liêm đi Gia Định, rước quốc mẫu [mẹ Vương] về Kinh. Nhân dịp giảm sưu thuế cho dân Gia Định; Vương dụ rằng:

"*Từ khi vận nước nửa chừng suy đốn, Tây Sơn nổi loạn, ta rước quốc mẫu về Gia Định, tôi dân miền ấy không ai là không cùng lòng tôn kính. May được ngày nay khôi phục đất cũ, ta rước từ giá* (1) *về Kinh, nên đặc biệt thi ân điển này cho thoả lòng dân mong đợi. Vậy hạ lệnh phàm thuế sai dư và các hạng sưu... đều giảm một phần ba*".

Tháng 4 [2/5-30/5/1802], sửa đắp hoàng thành, định các điều cấm trong ngoài kinh thành.

Lê Văn Duyệt, Lê Chất, Nguyễn Huỳnh Đức, Phạm Văn Nhân từ Bình Định về yết kiến; Vương yên ủi rồi ban cho áo mũ.

Vương sắp cử đại quân Bắc phạt, sai Nguyễn Văn Trương và Tống Phước Lương sửa soạn thuyền ghe, Lại bộ Trần Văn Trạc và Hộ bộ Nguyễn Kỳ Kế kiểm kê số lương thực khí giới. Lại sai Nguyễn Huỳnh Đức thao duyệt thuyền đi biển, Lê Văn Duyệt lựa chọn voi chiến.

Vương cùng bầy tôi bàn về danh nghĩa dụng binh Bắc phạt, bảo rằng:

"Bắc Hà là nước cũ của nhà Lê, từ khi liệt thánh ta xây dựng cơ nghiệp ở miền Nam, hơn 200 năm vẫn theo chính sóc (2) nhà Lê. Gần đây Tây Sơn trộm quyền, ta phải lo dụng binh chỉ là để phục thù, mà thôi. Nay bờ cõi cũ đã được khôi phục, mà đầu sỏ giặc lại trốn ra Bắc, nếu ta cử binh Bắc phạt thì sau khi bắt được tội nhân rồi đối với nhà Lê sẽ thế nào ?".

Bọn Đặng Đức Siêu và Trần Văn Trạc đều tâu rằng:

"Từ khi vua Lê chạy sang nước Thanh, đi không thấy trở lại, đất Bắc Hà đã lọt vào tay giặc Tây Sơn rồi. Huống chi từ khi quân nhà vua lấy lại đô cũ tới nay, những tôi dân nhà Lê không một người nào ứng nghĩa để đánh giặc, nhà Lê không dấy lại được đã có thể biết rõ rồi. Nay ta diệt được giặc Tây Sơn, chiếm được đất đai, đó là ta lấy ở giặc Tây Sơn chứ không phải lấy ở nhà Lê. Công việc xong rồi, thì sẽ xử trí. Duy việc cất quân thì quý ở có danh nghĩa, mà đội quân ứng mệnh trời thuận lòng người thì trước phải đổi chính sóc. Nay ta đánh miền Bắc mà còn vẫn dùng niên hiệu nhà

Lê, thực e người Bắc bảo ta mượn tiếng phù Lê, chi bằng cứ chính đế vị, đổi niên hiệu, tỏ bày đại nghĩa với thiên hạ, như thế thì được nước là chính đáng, không ai dị nghị được".

Vương nói:

"Đó là việc lớn, bọn khanh nên nghĩ kỹ xem".

Rồi bầy tôi dâng biểu xin Nguyễn Vương lên ngôi Vua và đổi niên hiệu, đại lược như sau:

"Trời sinh dân chúng, cần có người coi giữ chăn nuôi, cho nên nghĩa kinh Xuân Thu (3) lấy nhất thống làm lớn. Nhà nước ta gây nền vương nghiệp, thần truyền thánh nối hơn 200 năm. Giữa chừng vận nhà Lê suy, quyền họ Trịnh nắm, gây nên binh biến mà lấn bờ cõi của ta, rồi tiếp đến giặc Tây Sơn nổi loạn, thôn tính đất đai, thiên hạ không yên. Vương thượng ta chí mưu khôi phục, khó nhọc hơn hai mươi năm, dẹp yên tiếm nghịch, quân đi tới đâu người đều hướng theo, dẫu các vua hiền trung hưng ngày xưa cũng chẳng hơn thế. Nếu cứ dùng theo hiệu cũ Cảnh Hưng nhà Lê thì trong ngoài bỡ ngỡ không biết hướng về đâu. Bằng nay không sớm chính vị hiệu thì sợ không lấy gì giữ vững lòng người. Cúi xin vương thượng nghĩ việc rạng rỡ công liệt của tổ tiên và hết đạo hiếu của con cháu, trên vâng ý trời, dưới theo lòng dân, sớm lên ngôi tôn, xuống chiếu đổi niên hiệu cho hợp lòng tôn kính của thần dân, để bền nghiệp vô cùng cho miếu xã".

Vua dụ rằng:

"Thành Gia Định vừa lấy lại, đã lên ngôi vương là vì lòng người tôn kính lâu rồi. Nay kinh đô cũ dẫu mới khôi phục, mà giặc nước chửa trừ xong, việc lên ngôi tôn chưa thể bàn được. Duy vương giả đổi họ chịu mệnh, nghĩa cần đổi mới, năm phải có hiệu, cho nên đổi niên hiệu là phải. Bọn khanh

nên bàn mà làm".

Nguyễn Văn Thành dâng sớ nói:

"Thần nghe các thánh vương đời xưa giết trừ kẻ bạo loạn, bạo loạn đã trừ thì có thể làm chính trị kế tiếp lâu dài được. Nay nước nhà dựng lại, mọi việc bắt đầu, những chế độ về quan lại, lễ nghi và hình luật đều là việc đầu tiên của chính trị. Xin sắc cho bầy tôi tìm tòi điển cũ, châm chước bàn bạc để thi hành...."

Vương khen lời ấy là phải.

Ngày Canh Ngọ mồng 1 tháng 5 [31/5/1802], lập đàn ở đồng An Ninh [huyện Hương Trà, Thừa Thiên] hợp tế trời đất, cáo về việc đặt niên hiệu Gia Long; rồi ban chiếu rằng:

"Ta nghe kinh Xuân thu trọng nghĩa nhất thống là để chính danh nghĩa khi mở đầu. Từ Tiên Thái vương ta dựng nền ở miền Nam, thần truyền thánh nối đã 200 năm. Gần đây Tây Sơn nổi loạn, vận nhà Lê đã hết, hơn vài mươi năm trong nước không có chính thống. Ta phải xiêu dạt một nơi, rất lo nghĩ về miếu xã và sinh dân. Nằm gai nếm mật, mong sao cho được yên vui. Năm Canh Tý [5/2/1780-23/1/1781] ta mới ở thành Gia Định, được các tướng sĩ suy tôn, đã lên ngôi Vương để giữ lòng người. Duy đô cũ chưa phục, nên còn theo niên hiệu cũ. Nay ơn trời giúp đỡ, các thánh để phước, bờ cõi cũ đã lấy lại, cơ nghiệp xưa đã trở về, các quan văn võ tại triều dâng sớ chương khuyên ta lên ngôi Hoàng đế và đổi niên hiệu. Nhưng ta nghĩ rằng giống giặc chưa trừ xong, đất nước chưa thống nhất, không nên vội lên ngôi tôn. Duy cứ theo niên hiệu đã qua mà thi hành những lệnh đổi mới thì không phải là nêu rõ được khuôn phép. Vậy nên chuẩn lời xin đặt niên hiệu mới, định lấy ngày mồng 1 tháng 5 năm

nay [31/5/1802] kính cáo trời đất, ngày hôm sau kính cáo liệt thánh, chép niên hiệu là Gia Long, để thống nhất kỷ cương, làm mới tai mắt. Vậy xuống 6 điều ân điển:

1. Những số tiền thóc thuế nhà nước còn lưu khiếm ở dân từ tháng 12 năm Tân Dậu [4/1-2/2/1802] trở về trước đều tha cả.

2. Lệnh xá đến ngày nào thì số tiền thóc nhà nước các nha còn thiếu đều tha cả.

3. Những tù hiện đương bị giam, không kể đã xử án hay chưa xử án, đều được tha hết, duy kẻ giết người và kẻ đầu đảng kẻ cướp thì không tha.

4. Phàm số tiền thuế sai dư của các dân chính hộ, khách hộ, biệt nạp và các sắc thuộc quân từ năm Quý Hợi [23/1/1803-10/2/1804] trở về sau, thì cho giảm 2 phần 10.

5 - 6. Các hạng thóc đồn điền, lĩnh láng, lĩnh thâm, dầu rái, than gỗ, sáp ong, vải trắng, dầu lạc, nhựa trám, buồm lá và hết thảy các thứ thuế vặt, từ năm Quý Hợi [23/1/1803-10/2/1804] trở về sau, đều được giảm 2 phần 10.

Ôi ! Hiệu lớn ban ra, đã cùng thiên hạ mà đổi mới; đổi mà giữ tín, để giữ cơ đồ khó chuyển lay".

Từ nay những cáo dụ mệnh lệnh đều dùng chữ chiếu, trong ngoài dâng chương sớ đều dùng chữ tấu; các chương sớ đều phải tuyên đọc ở trước mặt Vua, đợi được chuẩn y mới thi hành.

Ban ấn cho Quốc thúc quận công Tôn Thất Thăng (ấn khắc chữ triện "Quốc thúc chi ấn").

Phong Nguyễn Huỳnh Đức, Nguyễn Văn Nhân, Phạm Văn Nhân tước Quận công. Cho Đô thống chế Tả dinh quân

Thần sách Lê Văn Duyệt làm Khâm sai chưởng Tả quân bình Tây tướng quân; cho Lê Chất làm Khâm sai chưởng Hậu quân bình Tây tướng quân.

Năm ngoái Vua Gia Long sai Triệu Đại Nhiệm sang nhà Thanh dâng thư cảm ơn nước này cứu giúp thuyền bị bão; nay trở về, Vua vời đến hỏi tình hình.

Hai năm về trước nước Chân Lạp sai Cao La Hâm Sâm mang 5.000 quân giúp đánh Tây Sơn; Sâm ngầm gửi thư liên lạc với tướng Trần Quang Diệu, Vua biết nhưng vẫn để yên; đến đây cho 30 lạng vàng, 300 lạng bạc, 3.000 quan tiền yên ủi, bảo về.

Nguồn Quang Hoá [Tây Ninh] sản nhiều gỗ, mỗi khi đóng thuyền, thường sai dân đội Mộc đĩnh đi tìm đem nộp, lên xuống khe suối, sức người rất khó nhọc; Vua hạ lệnh lấy trâu làm thay, phát ra 3.000 quan tiền mua 300 con trâu để kéo, dân khen là tiện.

Vua cùng bầy tôi bàn việc thông sứ với nhà Thanh, bèn dụ rằng:

"*Nước ta tuy cũ nhưng mệnh đã đổi mới. Nghĩa lớn phục thù, người Thanh còn chưa hiểu rõ. Gần đây thuỷ binh ta bị bão, người Thanh hậu đãi cho về, ta chưa có gì đáp lại. Nay bắt được ấn sách của giặc Tây Sơn là do nhà Thanh phong cho, bắt được giặc biển, cũng là giặc trốn của nhà Thanh, ta có thể sai người đưa sang trả trước và đem việc Bắc phạt báo cho họ, đợi khi bình định được Bắc Hà sẽ nối lại việc bang giao cũ thì khéo hơn. Các khanh nên chọn người có thể sai đi được*".

Quần thần đều cử Trịnh Hoài Đức, Ngô Nhân Tĩnh và Hoàng Ngọc Uẩn. Bèn cử Trịnh Hoài Đức làm Thượng thư bộ Hộ sung Chánh sứ, Ngô Nhân Tĩnh làm Hữu tham tri bộ Binh, Hoàng Ngọc Uẩn làm Hữu tham tri bộ Hình sung chức Phó sứ; đem quốc thư và phẩm vật sang nhà Thanh, lại đem cả ấn sách đã bắt được do nhà Thanh phong cho Tây Sơn, cùng bọn giặc biển là Mạc Quang Phù, Lương Văn Canh, Phàn Văn Tài. Dùng hai thuyền Bạch yến và Huyền hạc, vượt biển đến cửa Hổ Môn tỉnh Quảng Đông để nộp, Tổng đốc Lưỡng Quảng Cát Khánh đem việc ấy chuyển đạt. Vua Thanh vốn ghét Tây Sơn vô đạo, lại chiêu nạp bọn Mạc Quang Phù cho cướp bóc ở ngoài biên, đã lâu ngăn trở đường biển, đến nay được tin báo, rất vui lòng. Hạ lệnh cho Quảng Đông nhận lấy bọn Quang Phù, Văn Canh, Văn Tài đem giết; lưu bọn Hoài Đức ở lại tỉnh thành, cung cấp rất hậu.

Phái đoàn Trịnh Hoài Đức đến Trung Quốc vào tháng 8, tức 3 tháng sau đó. Sự việc do **Thanh Thực Lục** thuật lại tương tự như sử Việt; riêng Vua Gia Khánh hài tội Vua Tây Sơn Nguyễn Quang Toản, và cho biết nếu y chạy đến quan ải hoặc bị phía nhà Nguyễn giải giao, sẽ bắt đem giam:

"***Ngày 6 tháng 8 năm Gia Khánh thứ 7*** [2/9/1802]. *Lại dụ các Quân Cơ Đại thần;Cát Khánh tấu rằng:*

'Nông Nại sai Sứ dâng biểu tiến cống, trói giải giao 3 phạm nhân là bọn Mạc Quan Phù; bèn đưa ra chính pháp [xử tử] *tại Lưỡng Quảng.v.v..'*

Đã xem kỹ tờ tấu; đầu đuôi liên quan đến việc trước đây bọn Nguyễn Quang Bình hết sức khẩn khoản cung kính tại quan ải, cầu xin nội phụ. Hoàng khảo ta xét rõ lòng thành, bèn phong tước. Nguyễn Quang Bình cảm khích ân vinh, đích thân đến kinh khuyết chiêm cận. Hoàng khảo ta tăng thêm ân, nhiều lần ban thưởng. Nguyên do Nguyễn Quang Bình biết khắc kỷ kính sợ, mới được đón nhận sự đãi ngộ. Đến lúc Nguyễn Quang Toản kế thừa đất Nam Giao, lại được ban sắc mệnh, để nối đời giữ chức. Rồi mấy năm gần đây phát hiện trong số các thuyền cướp phá tại vùng biển Phúc Kiến, Lưỡng Quảng, thỉnh thoảng có bọn hải tặc tóc dài; nghe rằng nước này [nhà Tây Sơn] *tung ra biển cướp. Trẫm chưa vội tin, nghĩ rằng bọn tóc dài có thể là những người nghèo tại An Nam gia nhập vào đảng cướp; nên đã giáng chỉ ra lệnh cho nước này truy nã, nhưng chưa bắt và dâng hiến được một tên nào!*

Nay Nguyễn Phúc Ánh cho trói giải giao bọn Mạc Quan Phù 3 tên, lấy cung từ đều xưng bọn chúng là trộm cướp nội địa [Trung Quốc], *bị nước này chiêu dụ, phong cho các nguỵ chức như Đông Hải vương, Tổng binh v.v..và ra lệnh đến biển nội địa cướp phá khách thương. Nguyễn Quang Toản không những không chịu tuân chỉ truy nã bọn cướp, mà lại còn dung nạp chúng, ban chức tước, cướp phá vùng biển, bội nghĩa vong ân đến như vậy là cùng! Còn như sắc thư ấn tín do Thiên triều ban cho, danh khí tối quan trọng, phải hết sức kính cẩn giữ gìn, mất còn cùng với nước. Cớ sao Nguyễn Quang Toản không biết thận trọng, khi Nguyễn Phúc Ánh tấn công thành Phú Xuân năm ngoái, bèn bỏ sắc ấn chạy trốn, tội không thể tránh được.*

Riêng việc Sứ thần của Nguyễn Phúc Ánh đến, Cát Khánh nên dụ như sau:

'Những tình tiết mà Quốc trưởng ngươi cung kính trình bày trong biểu văn đã được trình tấu, mong đại Hoàng đế ngó xuống thấy được lòng thành cung thuận của nước ngươi, để ban thưởng nhiều. Trước đây Nguyễn Quang Bình xưng thần

thờ Thiên triều, được Tiên Hoàng đế ban sắc mệnh, đặc cách gia ân. Rồi con y, Nguyễn Quang Toản, dám dung dưỡng bọn tội phạm nội địa, thông đồng cướp phá, táng tận bội ân, thực lẽ trời không dung, nên cơ nghiệp mất nhanh không kịp quay gót. Nay bỏ nước chạy trốn, ngay cả sắc ấn Thiên triều ban cho cũng không giữ được; vậy Nguyễn Quang Toản không những riêng phụ lòng nhân từ rộng lượng của Tiên Đại Hoàng đế, mà cũng là đứa con bất hiếu của Nguyễn Quang Bình, tội lỗi y thật lớn lao.

Quốc trưởng ngươi cho mang sắc ấn giao nạp, trói hiến bọn đạo tặc, biết sâu đạo nghĩa thờ nước lớn; lại tiến dâng biểu chương, thấy đủ lòng chí thành. Nhưng Thiên triều mỗi lần thấy thuyền bè các nước bị nạn, đều được đối xử chung một lòng nhân, tư cấp tống hồi, không vì lý do đó mà phải nạp cống. Vả lại Quốc trưởng ngươi việc nước cũng chưa ổn định (4)*, không hoàn bị để được phong làm Phiên thần, xét theo thể chế còn chưa đáng theo lệ nhận chức cống. Nay cho các ngươi trở về, cáo tri lại cho Quốc trưởng ngươi hay biết.'*

Dụ một cách rõ ràng như vậy mới đúng cách. Sắc ấn giao nạp, cho Cát Khánh tạm thu nhận.

***Tái bút**: Trước đây theo lời tâu của Thanh An Thái, Nguyễn Quang Toản bị Nguyễn Chủng* (5) *bắt; Nguyễn Chủng có phải là Nguyễn Phúc Ánh hay không, cũng không thể căn cứ vào lời nói suông được. Trong tấu triệp ngày hôm nay Cát Khánh tâu rằng Sứ thần Nông Nại khởi hành trước lúc Nguyễn Quang Toản bị bắt, nên chưa nhận được tin này. Trước đây có dụ bọn Cát Khánh nếu như Nguyễn Quang Toản mang thuộc hạ đến đầu thuận, thì cho an trí ổn thoả. Nay tội trạng y rõ ràng, thực không đáng tiếc. Nếu y đến gõ cửa quan xin dung nạp, Cát Khánh hãy cho xem*

sắc ấn Nguyễn Phúc Ánh giao nạp, cùng cung từ của bọn cướp Mạc Quan Phù; sau khi trách mắng xong, bèn truyền chỉ cách tước Vương, rồi đem giam cấm, đợi chiếu chỉ định đoạt. Trường hợp Nguyễn Quang Toản bị Nguyễn Phúc Ánh bắt; nếu Nguyễn Phúc Ánh không dám tự quyết định, đem y giải giao đến trấn Nam Quan, thì cũng đối xử giống như trên. Còn 3 phạm nhân, bọn Mạc Quan Phù, chiếu theo luật đại nghịch mà liệu biện; nếu như gia thuộc phạm nhân có sự liên can, cũng cho tra xét cùng một lần. Lúc này Cát Khánh đáng tuân theo chỉ dụ trước, đến trấn Nam Quan điều binh phòng thủ, để địa phương được trấn tĩnh. Đợi lúc Nguyễn Phúc Ánh chiếm được toàn lãnh thổ An Nam, sai Sứ đến cầu phong, hoặc biết rõ thực trạng về Nguyễn Quang Toản thì hãy tấu lên rồi đợi chiếu chỉ. Đem dụ này cáo tri để hay biết."
(**Nhân Tông Thực Lục** quyển 102, trang 8-11)_

Vua sắp cử đại binh Bắc phạt, truyền hịch dụ quân dân Bắc Hà sáu điều, đại lược như sau:

"Nghĩa lớn kinh **Xuân thu** *không gì lớn bằng trả thù, mà quân của vương giả thì giết loạn thần là việc trước hết. Ngẫm từ khi Tây Sơn gây biến, từ Thuận Quảng ra Bắc, nhân dân khổ sở đã lâu. Ta đây cố chí giết thù là chỉ nghĩ đánh kẻ có tội để cứu dân. Từng đã định nghiêm quân lệnh, khiến mảy may không được phạm của dân. Thế mà còn sợ bọn giả danh mạo chữ, ức hiếp binh dân, làm điều phi pháp, nên xuống dụ này. Bọn ngươi nên dặn bảo nhau, kẻ nào tuân mệnh thì được hậu thưởng, trái mệnh thì giết.*

1. Người hào mục mà đánh được đồn giặc và đón bắt được giặc thì lượng công mà thưởng; ai có lòng hướng thuận, đến nơi quân để ứng nghĩa thì tuỳ tài thu dụng.

2. Người dân mà bắt sống được giặc Nguyễn Quang Toản thì cho quan chức nhất phẩm, cấp ruộng 100 mẫu, thuộc binh 100 người; bắt được các em Quang Toản thì cho chức quan nhị phẩm, cấp ruộng 50 mẫu, thuộc binh 50 người; bắt được bọn quận công đầu sỏ giặc thì cho chức quan tam phẩm, cấp ruộng 30 mẫu, thuộc binh 30 người. Chém chết được cũng thưởng như thế. Nếu lại dung chứa và dẫn đi, biết được thì sẽ xử theo quân pháp.

3. Người ở Thuận Quảng đều là con đỏ của triều đình, bị giặc Tây Sơn hiếp bách xua đi thú miền Bắc, họ trốn ở chỗ nào sở tại đều nên cho ở và nuôi tử tế, dẫn đến nộp ở trước quân, sẽ lượng gia thưởng. Nếu lại oán mối thảm năm Bính Ngọ [30/1/1786-17/2/1787] *bị giặc giết ở thành Phú Xuân mà tự tiện giết hay đánh bị thương, và nếu ẩn giấu không giải nộp thì đều xử theo tội nặng.*

4. Những sổ sách lương tiền có ai thu giữ cẩn thận, đợi khi xong việc đem nộp thì tất có trọng thưởng. Nếu dám đốt phá cướp bóc là phạm quân pháp.

5. Bọn côn đồ vô lại mặc giả quân nhân tự tiện vào nhà dân cướp bóc thì cho xã dân sở tại bắt giải, nếu thế lực không thể bắt được thì cho đến cửa quân trình bày để bắt xét trị.

6. Đại binh tới đâu, hào mục địa phương biết được tình hình hư thực của giặc mà đến trình bày thì có khen thưởng. Nếu không nói thực và còn dung ẩn bọn giặc thì xử theo quân pháp".

Cho tổng duyệt các quân thuỷ bộ, định rõ tám điều quân chính:

"*1. Quan quân mà bắt hay chém được giặc Nguyễn Quang Toản và những đầu sỏ thì được thưởng như trong lời hịch trước.*

2. Bọn giặc đầu hàng và bị bắt sống, trước phải gạn hỏi tình hình hư thực của giặc rồi giải đến hành tại chờ lệnh, không được tự tiện bổ vào quân mình, để khỏi lỡ việc.

3. Đại binh tới đâu mà lấy lửa làm hiệu thì nên đốt ở nơi rừng rú rộng rãi, nếu đốt càn nhà dân là phạm quân pháp.

4. Kho tàng sách vở không được đốt cướp, nếu có thu được giấy tờ của giặc về việc quan trọng thì do thống tướng tiến lãm, sẽ lượng gia thưởng.

5. Đại binh tiến đi cần phải mau chóng, người nào ốm không thể đi được thì cho lấy dân ở dọc đường chở đi giúp, ngoài ra không được quấy nhiễu.

6. Đại binh đóng nghỉ nên chiếu theo thứ tự ở đồ bản mà đóng đồn trại, không được tự tiện vào nhà dân. Đạo quân nào lương thực chuyển đến chưa đủ thì cho tạm lấy lương của dân mà phát, phải lưu phái tích làm bằng để đợi sau chiếu trừ.

7. Hào mục địa phương có ai thành tâm xin theo giúp việc đều do thống tướng chuyển tâu, tuỳ việc sai khiến, không được thiện tiện cấp phát văn bằng và gọi mộ binh lương mà sinh rối tệ. Duy xã dân có xin chiêu an thì xét thực cấp bằng để khỏi rối động.

8. Các quân đến địa phương nào, không được cướp bóc của cải, gian dâm phụ nữ, ai phạm thì trị tội nặng".

Sai Chưởng Trung quân bình Tây đại tướng quân Nguyễn Văn Trương lãnh thuỷ binh, Chưởng Tả quân bình Tây tướng quân Lê Văn Duyệt và Chưởng Hậu quân bình Tây tướng quân Lê Chất lãnh bộ binh đi trước.

Sai Tham tri Hộ bộ Nguyễn Hữu Đồng chở gạo lương ra Thanh Hà [huyện Bố Trạch, Quảng Bình] trước để cấp cho quân.

Sai chọn hai thớt voi ngự lấy xuyến vàng trang sức.

Ngày Đinh Hợi 18 [17/6/1802], đem việc Bắc phạt kính cáo liệt thánh. Mệnh cho Quốc thúc quận công Tôn Thất Thăng cùng Đô thống chế dinh Túc trực là Nguyễn Văn Khiêm, và Tả tham tri Hình bộ là Nguyễn Đăng Hựu ở lại giữ kinh đô.

Ngày Canh Dần 21 [20/6/1802], xa giá phát tự Kinh sư. Hoàng tử thứ tư đi theo. Ngày Nhâm Thìn 23 [22/6/1802], xa giá đến An Lạc [huyện Hướng Hoá, Quảng Trị]. Tên Tứ ở đội Nội hầu nạt bắt dân đệ trạm, vua nghe tin, lập tức đem chém để rao. Quân Thần võ đi trước cũng có kẻ phạm tội ấy, bị Cai bạ Trần Văn Tuân hặc. Vua vời Phó tướng Trần Quang Thái trách rằng:

"*Quân đi đã có kỷ luật, ngươi làm tướng không ngăn cấm được quân lính, tội đáng chết. Nhưng vì mới phạm lần đầu, hãy tha cho*".

Rồi sai đánh roi đau, do đó các quân đều nghiêm, không ai dám phạm mảy may của dân.

Ngày Ất Mùi 26 [25/6/1802], đến hành cung Động Hải [Đồng Hới], sai Thủ thần Quảng Bình chia quân đóng đồn ở các đường hiểm yếu.

Lại sai Tống Phước Lương đi trước thăm dò tình hình giặc mà báo lên.

Ngày Bính Thân 27 [26/6/1802], đến hành cung Thanh Hà [huyện Bố Trạch, Quảng Bình], phân phái các tướng:

Sai Đặng Trần Thường đem quân bản bộ ngầm theo

đường thượng đạo đánh úp Hoành Sơn [biên giới Hà Tĩnh, Quảng Bình] để chặn đường sau lưng giặc; Nguyễn Văn Trương điều bát thuỷ binh giã vào lòng giặc; Lê Văn Duyệt điều bát bộ binh theo đường trung đạo thẳng tiến, xông đánh vào trước mặt giặc; Nguyễn Đức Xuyên đem quân voi do miền đầu nguồn sang sông Gianh để chờ sai phái; tham quân Thần sách là Nguyễn Trí Hoà lưu giữ châu Bố Chính ngoại; Tham tri Hộ bộ là Nguyễn Hữu Đồng kiểm duyệt các thuyền chở gạo lương để tiếp tế lương quân.

Thuỷ binh của Nguyễn Văn Trương đến cửa Ròn [huyện Quảng Trạch, Quảng Bình], đánh phá được đồn thuỷ của giặc, đô đốc giặc là Nguyễn Văn Ngũ và Nguyễn Văn Lục thua chạy. Văn Trương lại tiến lấy được dinh Hà Trung [huyện Kỳ Anh, Hà Tĩnh].

Bộ binh của Lê Văn Duyệt thẳng đến đồn Đại Nại [huyện Thạch Hà, Hà Tĩnh], quân giặc vỡ chạy. Tin thắng trận báo lên; Vua đốc các quân sang sông Gianh [huyện Bố Trạch, Quảng Bình].

Chú thích:

1. Từ giá: Xa giá của mẹ Nguyễn Vương.

2. Chính sóc: Chính là chính nguyệt tức tháng giêng, sóc là ngày mồng một; vậy chính sóc là lịch. Thời xưa nhận lịch chính sóc, hàm nghĩa phục tùng Vua cai trị. Trước đây chúa Nguyễn vẫn nhận lịch chính sóc của Vua Lê, nay các quan xin đổi lịch chính sóc, có nghĩa Nguyễn Vương sẽ lên làm Vua, không còn lệ thuộc vào nhà Lê nữa.

3. **Xuân Thu**: Bộ sử của nước Lỗ, do Khổng Tử biên soạn.

4. Chưa ổn định: Ý nói lúc này chưa dẹp xong nhà Tây Sơn, đất nước chưa thống nhất.

5. Nguyễn Chủng: Lời hiệu triệu của vua Quang Trung gửi cho văn võ quân dân Quảng Ngãi, Qui Nhơn xác nhận Nguyễn Chủng tức Nguyễn Phúc Ánh "*Kể chi cái thằng Chủng hèn nhát; nó đã chạy trốn đi các nước khốn nạn bên Tây vv..*" (Theo Trần Gia Phụng, **Nhà Tây Sơn**, nhà xuất bản Non Nước, Toronto, 2005)

185.
Nhà Nguyễn: Gia Long [1802-1819] (2)

Vua Gia Long mang đại quân ra Bắc; vào ngày mồng một tháng 6 [30/6/1802], xa giá dừng ở dinh Hà Trung [huyện Kỳ Anh, Hà Tĩnh]. Thuỷ binh tiến vào cửa biển Hội Thống [huyện Nghi Xuân, Hà Tĩnh], đánh tan quân Đổng lý Tây Sơn Nguyễn Văn Thận, bắt được thuyền ghe, súng ống, khí giới, lương hướng rất nhiều. Bộ binh tiến đến thành Nghệ An, bắt được Nguyễn Lân, con Vua cũ Nguyễn Nhạc.

Thừa thắng, ngày mồng hai [1/7/1802] đánh đồn Tiên Lý [huyện Diễn Châu, Nghệ An]; viên Đô đốc tên Y đem bộ khúc đến đầu hàng. Vua nghe tin, giục giã tiến lên; từ Kỳ Anh trở ra, dân đón đường rước mừng.

Ngày mồng 5 [4/7/1802], xa giá đến thành Nghệ An dừng lại. Duyệt các thuyền ghe, xét số quân, kiểm lương thực, đo dặm đường, trong khoảng vài ngày mọi việc đều xong. Bọn Thiếu uý giặc là Đặng Văn Đằng, Đô đốc là Đào Văn Hổ đem 7 thớt voi đực đến hành tại, lạy xin đầu hàng. Quân tiền đạo tiến lấy Thanh Hoa, bắt được con Vua Quang Trung là Đốc trấn Nguyễn Quang Bàn.

Triệu tán lý thượng đạo Đặng Trần Thường đến hành tại bàn việc binh. Sai Đô thống chế Phan Tiến Hoàng thay lãnh quân thượng đạo. Trần Thường đến, dâng những tù bắt được, có tên Thất con Vua Quang Trung, sai đem giết.

Bọn Hoàng Văn Toản rước xa giá Từ cung [mẹ Vua] từ Gia Định đến kinh thành, sai Phó đội Nội mã là Lê Văn Đặng đến hành tại tâu báo; Vua rất mừng, sai Sứ về thăm sức khỏe.

Ngày mồng 7 [6/7/1802] Phó đô thống chế Tả dinh Võ Doãn Văn và Chánh thống Tiền đồn Lê Đức Định bắt được Thiếu phó Tây Sơn Trần Quang Diệu ở miền thượng đạo Nghệ An. Diệu từ Quy Nhơn đem đồ đảng chạy trốn, chui rừng lội suối, gặp các sách Man ngăn giữ thì ra sức đánh gỡ mà qua, trong khoảng vài tháng lương thực cạn hết, quân lính hao tan. Đến sách Quy Hợp [huyện Hương Khê, Hà Tĩnh], chợt gặp quan quân, tướng sĩ địch đều mỏi, không thể đánh được, nên Diệu bị bắt. Ngoài ra còn bắt được đồ đảng là bọn Từ Văn Chiêu, Nguyễn Văn Giáp, Lê Văn Hưng, Nguyễn Văn Mân và 76 thớt voi đực. Tin thắng trận báo lên; Vua sai Lê Văn Duyệt đóng xiềng giam lại, dặn không được tự tiện giết.

Ngày mồng 9 [8/7,1802], bộ binh tiến đánh đồn Tam Điệp [thị xã Tam Điệp, Ninh Bình], bọn Tư mã Tây Sơn Nguyễn Văn Dụng, Nguyễn Văn Tứ chạy trốn.

Ngày mồng 10 [9/7/1802], bộ binh tiến đánh Thanh Hoa ngoại [Ninh Bình], Đô đốc Tài đầu hàng.

Ngày 12 [11/7/1802] tiến lấy được Châu Cầu [Phủ Lý, Hà Nam]. Thuỷ binh của Nguyễn Văn Trương thẳng tới Vị Hoàng [Nam Định] Sơn Nam hạ. Thuỷ quân địch là Thống binh Dương Thất Nguyên, Ngô Tam Đồng lên bộ để chống đánh. Văn Trương vẫy quân giáp đánh, bắt được; Đô đốc Thọ, Hiệp trấn Xuân nộp thành đầu hàng, sai Văn Trương ở lại trấn giữ.

Ngày 14 [13/7/1802], xa giá nhà Vua đến Thanh Hoa, dạo xem hình thế sông núi rồi vời những người già ở làng Bố Vệ [huyện Đông Sơn, Thanh Hoá] hỏi về sự tích cũ về miếu nhà Lê. Những người dòng dõi họ Lê tranh nhau đem trâu rượu đến lạy mừng; Vua yên ủi rồi cho về.

Bọn Phạm Ngọc Phác, Phạm Ngọc Thuỵ 19 người là dân làng Ngọ Xá [huyện Nông Cống, Thanh Hoá] bắt được Tư đồ Võ Văn Dũng và 3 người đồ đảng, giải đến hành tại; sai đóng xiềng giam lại.

Hoãn binh dịch tô thuế cho Thanh Hoa, ban chiếu rằng:

"*Thanh Hoa là ấp thang mộc (1) của trẫm. Trước vì Tây Sơn tàn ngược, thuế nhiều dịch nặng, dân phần nhiều xiêu dạt. Nay mới khôi phục, nghĩ đất căn bản cần phải vỗ về nuôi nấng trước, nên đặc biệt chuẩn cho phàm binh dao tô thuế đều hoãn, gọi dân trở về để đều yên nghiệp làm ăn, cùng nhau hưởng phước thái bình*".

Ngày 16 [17/7/1802], Vua Tây Sơn Nguyễn Quang Toản đến sông Xương Giang [sông Thương, Bắc Giang], đêm trú ở chùa Thọ Xương. Sau đó dân trong thôn bắt được Quang Toản cùng với bộ hạ Thái tể Quang Duy, Nguyên soái Quang Thiệu, Tư mã Nguyễn Văn Dụng, Nguyễn Văn Tứ, rồi đem giải nộp; riêng con thứ Vua Quang Trung là Quang Thuỳ thì thắt cổ chết.

Trước đó vào ngày 15 [14/7/1802], Nguyễn Quang Toản sai em là Nguyễn Quang Thuỳ cùng Tư Mã Tứ đem quân vượt sông Hồng qua Kinh Bắc, sửa cung phủ, làm cầu phao tại sông Cầu và sông Thương, lấy đường đi Lạng Giang. Kế hoạch chưa thực hiện được, thì ngày 16 [15/7/1802] Quang Toản cùng em là Quang Thiệu phải đội mưa rời thành Thăng

Long; tháp tùng có Tư mã Dụng đem quân Vũ Lâm, Đô đốc Di đem quân Dực Lâm, đều cầm gươm vàng, kích bạc. Tại trấn Kinh Bắc, nghe nói quân tiên phong nhà Nguyễn đã vào thành Thăng Long, bọn hào mục nổi lên đón đánh, lòng quân lìa tan. Đến Thọ Xương cầu bị dân phá, Quang Toản ngó nhìn tả hữu than rằng:

"Lũ ngươi ngày thường tuyên dương đức hóa, không biết làm được việc gì, mà để nhân tình như thế!"

Bèn cưỡi voi sang sông, người đi theo chỉ còn vài trăm.

Bấy giờ tại làng Phương Độ [huyện Gia Bình, Bắc Ninh] có viên lái đò tên Điền, thấy thuyền Quang Toản có nhiều ngọc vàng châu báu. Bèn làm đắm thuyền giữa dòng. Sau đó cho mò lấy châu báu, trở nên giàu có; lúc chết vợ quyên tiền làm Hậu thần ở làng Phượng Độ.

Quang Toản và Quang Thiệu chạy đến Lạng Giang, đình Phương Lan; các viên Cai tổng Vũ Thám, Trần Huy Dao đem dân chúng 2 huyện Phượng Nhãn [Bắc Giang], Lục Ngạn [Bắc Giang] đến vây nhưng không bắt được. Chợt thấy đại quân đến, tướng sĩ Tây Sơn sợ quá, tản mác tan chạy; Quang Toản và Quang Thiệu cưỡi voi trốn vào rừng. Lúc đó có tên điên ở chợ (thị cuồng) hét voi dừng lại; Cai tổng Thám sấn vào bắt được Toản và Thiệu nạp cho đại quân. Vợ Quang Toản là Lê Thị Ngọc Bình [黎氏玉坪] được đưa vào cung. Bọn Cai tổng Thám, Huy Dao dâng tù, binh khí và của báu; đều được ban thưởng. Tên điên ở chợ, trước ngụ tại chợ Thượng cùng vài chục người ăn xin, sớm tối đánh kẻng cầm canh; bây giờ được thưởng 3 mẫu ruộng, nêu tên là trung nghĩa.

Riêng Nguyễn Quang Thuỳ thấy đất Trụ Hữu thuộc

huyện Bảo Lộc [huyện Lạng Giang, Bắc Giang] núi sông hiểm trở, định đến đấy để cố thủ. Hào mục Bảo Lộc đốc suất quân dân đánh đuổi, đến cầu Quất Lâm thấy sự thế nguy cấp không thể cứu vãn được, Quang Thuỳ bèn giết vợ rồi thắt cổ tự tử. Hào mục là bọn Trần Huy Dao, lấy đầu dâng đại quân, bèn bêu lên ở phố Hàng Gà.

Ngày 17 [16/7/1802], xa giá nhà Vua đến trấn Thanh Hoa ngoại [Ninh Bình], phát tiền kho chia cho các quân, sai Phạm Văn Nhân ở lại trấn giữ.

Ngày 18 [17/7/1802], xa giá đến trấn Sơn Nam thượng [Hà Nam], Đô đốc Tây Sơn Lê Văn Hoà, Hiệp trấn là Tín đến quân thứ đầu hàng. Sai phó tướng Tả quân là Nguyễn Đình Đắc ở lại trấn giữ. Cùng ngày Lê Văn Duyệt xua quân từ Sơn Nam Thượng tiến đến thành Thăng Long, các đồn huyện đều sợ oai trốn chạy, nên gươm không phải dính máu. Quan tướng Tây Sơn bọn Tư mã Tứ, Đốc trấn Bàn, Đổng lý Thận, Đô hộ [quan phụ trách việc hộ] Giáp, Thống tướng Đức đều bị bắt; giao cho ngục lại giam giữ.

Ngày 21 [20/7/1802], xa giá đến thành Thăng Long. Vua ngự tại điện Kính Thiên do nhà Lê dựng; xuống chiếu dụ dân Bắc Hà rằng:

"Từ khi giặc Tây Sơn nổi loạn, nhân dân lầm than đã lâu. Trẫm nay vâng làm lệnh phạt của trời, trên để trả thù cho tổ tiên đất nước, dưới để cởi bỏ đau khổ cho nhân dân. Nay đại binh tới đâu, chỉ giết những giặc đầu sỏ, còn người nào bị ép phải theo thì đều tha, nên cứ ở yên như cũ. Những kẻ có nhận quan chức của giặc ra thú thì được miễn tội, gần thì hạn 3 ngày, xa thì hạn 5 ngày. Nếu quá hạn mà không ra thú, bị người ta bắt được thì làm tội. Những tàn quân của giặc

mang theo binh khí trốn về thì lập tức phải đến cửa quân trao nộp, nếu cất giấu thì xử theo quân pháp".

Lê Văn Phong đem quân Tiên phong đến Lạng Sơn, Trấn thủ là Hoàng Văn Kim và Hiệp trấn là Trương Luyện nộp thành đầu hàng. Giữ Trương Luyện theo làm việc văn thư; đem công việc dẹp Tây Sơn báo với quan chức nhà Thanh tại ải Nam Quan.

Có hơn 10 chiếc thuyền hiệu chữ Gia của thuỷ quân từ cửa Eo [Thuận An, Thừa Thiên] ra khơi gặp bão lạc mất. Vua nói:

"*Các tướng sĩ theo ta khó nhọc, không may gặp phải tai nạn gió bão như thế, ta rất thương. Vậy nên hạ lệnh cho khổn thần* (2) *ở Lạng Sơn gửi thư sang nước Thanh hỏi dò tin tức*".

Dẹp yên Tây Sơn; lấy hết đất An Nam từ miền bắc Trung Phần trở ra, tất cả gồm 14 trấn, 47 phủ, 187 huyện, 40 châu, liệt kê như sau:

Trấn, Thành	Phủ	Huyện, Châu
1. Trấn Nghệ An	9 phủ: Đức Quang, Diễn Châu, Hà Hoa, Anh Đô, Trà Lân, Quỳ Châu, Trấn Ninh, Lâm An, Ngọc Ma.	18 huyện: Hương Sơn, Nghi Xuân, Thanh Chương, La Sơn, Chân Lộc, Thiên Lộc, Đông Thành, Quỳnh Lưu, Kỳ Hoa, Thạch Hà, Nam Đường, Hưng Nguyên, Tương Dương, Vĩnh Hoà, Hội Nguyên, Kỳ Sơn, Thuý Vân, Trung Sơn.

2. Trấn Thanh Hoa	4 phủ: Hà Trung, Tĩnh Gia, Thanh Đô, Thiệu Thiên	16 huyện: Tống Sơn, Hoằng Hoá, Phong Lộc, Nga Sơn, Nông Cống, Ngọc Sơn, Quảng Xương, Thọ Xuân, Đông Sơn, Yên Định, Quảng Bình, Thạch Thành, Cẩm Thuỷ, Vĩnh Lộc, Lôi Dương, Thuỵ Nguyên. 3 châu: Quan Da, Lang Chánh, Tàm.
3. Trấn Thanh Hoa ngoại	2 phủ: Trường Yên, Thiên Quan.	6 huyện: Yên Khang, Yên Mô, Gia Viễn, Yên Hoá, Phụng Hoá, Lạc Thổ
4. Trấn Sơn Nam thượng	4 phủ: Thường Tín, Ứng Thiên, Khoái Châu, Lỵ Nhân.	17 huyện: Thanh Trì, Thượng Phước, Phú Xuyên, Thanh Oai, Chương Đức, Sơn Minh, Hoài An, Đông Yên, Kim Động, Tiên Lữ, Phù Dung, Thiên Thi, Kim Bảng, Duy Tiên, Nam Xang, Bình Lục, Thanh Liêm.
5Trấn Sơn Nam hạ	5 phủ: Thiên Trường, Tiên Hưng, Thái Ninh, Kiến Xương, Nghĩa Hưng	19 huyện: Mỹ Lộc, Thượng Nguyên, Nam Chân, Giao Thuỷ, Thần Khê, Ngự Thiên, Thanh Quan, Diên Hà, Đông Quan, Phụ Dực, Quỳnh Côi, Thuỵ Anh, Thư Trì, Vũ Tiên, Chân Định, Thiên Bản, ý Yên, Đại An, Vọng Doanh.

6. Trấn Kinh Bắc	4 phủ: Thuận An, Từ Sơn, Lạng Giang, Bắc Hà	20 huyện: Gia Lâm, Văn Giang, Gia Định, Siêu Loại, Lang Tài, Đông Ngàn, Yên Phong, Tiên Du, Quế Dương, Võ Giàng, Yên Dũng, Yên Thế, Bảo Lộc, Phượng Nhãn, Lục Ngạn, Hữu Lũng, Kim Hoa, Yên Việt, Hiệp Hoà, Thiên Phước.
7. Trấn Hải Dương	4 phủ: Thượng Hồng, Hạ Hồng, Nam Sách, Kinh Môn	18 huyện: Đường An, Đường Hào, Cẩm Giàng, Thanh Miện, Gia Lộc, Vĩnh Lại, Tứ Kỳ, Thanh Lâm, Thanh Hà, Tiên Minh, Chí Linh, Kim Thành, Giáp Sơn, Đông Triều, Thuỷ Đường, An Lão, An Dương, Nghi Dương.
8. Trấn Sơn Tây	5 phủ: Quốc Oai, Tam Đới, Quảng Oai, Lâm Thao, Đoan Hùng.	24 huyện: Từ Liêm, Yên Sơn, Đan Phượng, Thạch Thất, Mỹ Lương, Yên Lạc, Yên Lãng, Bạch Hạc, Phù Khang, Lập Thạch, Tiên Phong, Phước Lộc, Minh Nghĩa, Bất Bạt, Sơn Vi, Hạ Hoa, Thanh Ba, Hoa Khê, Tam Nông, Sơn Dương, Tam Dương, Đông Quan, Tây Quan, Đương Đạo.

9:Trấn Tuyên Quang.	1 phủ: Yên Bình.	1 huyện: Phước Yên. 5 châu: Đại Man, Thu Vật, Vị Xuyên, Bảo Lạc, Lục Yên.
10. Trấn Hưng Hoá	3 phủ: Quy Hoá, Gia Hưng, An Tây	4 huyện: Văn Chấn, Yên Lập, Trấn Yên, Thanh Xuyên. 16 châu: Thuỷ Vĩ, Văn Bàn,Sơn La, Thuận Châu, Tuần Giáo, Mai Sơn, Việt Châu, Ninh Biên, Mộc Châu, Đà Bắc, Mai Châu, Phù Hoa, Chiêu Tấn, Luân Châu, Lai Châu, Quỳnh Nhai.
11. Trấn Cao Bằng	1 phủ: Cao Bằng	4 châu: Thạch Lâm, Quảng Uyên, Thượng Lang, Hạ Lang.
12. Trấn Lạng Sơn	phủ: Trường Khánh	7 châu: Văn Quan, Thất Tuyền, Văn Uyên, An Bắc, Lộc Bình, Thoát Lãng, Ôn Châu
13. Trấn Thái Nguyên	2 phủ: Phú Bình, Thông Hoá	9 huyện Tư Nông, Bình Tuyền, Phổ An, Động Hỉ, Phú Lương, Đại Từ, Văn Lãng, Võ Nhai, Cảm Hoá. 2 châu: Định Hoá, Bạch Thông.
14. Trấn Quảng Yên	1 phủ: Hải Đông	3 huyện: Hoành Bồ, Yên Hưng, Hoa Phong. 3 châu: Vạn Ninh, Tiên Yên, Vân Đồn.

Thành: Bắc Thành	1 phủ: Phụng Thiên	2 huyện: Thọ Xương, Quảng Đức.

Sau đó cho đổi tên một số phủ, châu, huyện như sau:

Tên cũ	Tên mới
Đức Quang	Đức Thọ
Hà Hoa	Hà Thanh
Anh Đô	Anh Sơn
Trà Lân	Tương Dương
Lâm An	Trấn Tĩnh
Ngọc Ma	Trấn Định
Kỳ Hoa	Kỳ Anh
Trung Sơn	Quế Phong
Thanh Đô	Thọ Xuân
Thiệu Thiên	Thiệu Hoá
Phong Lộc	Hậu Lộc
Quảng Bình	Quảng Địa
Thọ Xuân và Lang Chính	Lang Chánh
Tầm Châu và Quan Da	Quan Hoá
Trường Yên	Yên Khánh
Phụng Thiên	Hoài Đức
Quảng Đức	Vĩnh Thuận
Ứng Thiên	Ứng Hoà
Lỵ Nhân	Lý Nhân
Phù Dung	Phù Cừ
Thái Ninh	Thái Bình
Ngự Thiên	Hưng Nhân
Vọng Doanh	Phong Doanh
Bắc Hà	Thiên Phước
Gia Định	Gia Bình
Kim Hoa	Kim Anh
Yên Việt	Việt Yên

Thượng Hồng	Bình Giang
Hạ Hồng	Ninh Giang
Tam Đới	Vĩnh Tường
Phù Khang	Phù Ninh
Phước Lộc	Phước Thọ
Hạ Hoa	Hạ Hoà
Hoa Khê	Cẩm Khê
Đông Quan	Hùng Quan,
Đại Man	Chiêm Hoá
Thu Vật	Thu Châu
Việt Châu	Yên Châu
Phù Hoa	Phù Yên
Thất Tuyền	Thất Khê
Bình Tuyền	Bình Xuyên
Định Hoá	Định Châu
Hoa Phong	Nghiêu Phong
Bảo Lạc	Hai huyện Để Định và Vĩnh Điện
Thanh Xuyên	Hai huyện Thanh Sơn và Thanh Thuỷ
Cao Bằng	Hai phủ Hoà An và Trùng Khánh
Hải Đông	hai phủ Hải Ninh và Sơn Định

Rồi sai các quan văn võ, chia trị các trấn Bắc Thành. Mỗi trấn đặt một Trấn thủ, dùng chức Thống chế, Chưởng cơ, Cai cơ cho làm; và một Hiệp trấn, một Tham trấn, dùng chức Thiêm sự, Tham quân, Hàn lâm, Thị thư . Nhân sự bổ nhiệm tại 11 trấn Bắc Thành như sau:

1. Nguyễn Đình Đắc làm Chưởng dinh lãnh chức Trấn thủ Sơn Nam thượng, Nguyễn Khắc Khoan làm Hiệp trấn, Nguyễn Công Viên làm Tham hiệp.

2. Trấn Công Lại làm Trấn thủ Sơn Nam hạ, Nguyễn Văn Đảng làm Hiệp trấn, Nguyễn Đăng Cơ làm Tham hiệp.

3. Trương Phước Phượng làm Trấn thủ Sơn Tây, Nguyễn Văn Quang làm Hiệp trấn, Dương Công Tòng làm Tham hiệp.

4. Ngô Văn Ngữ làm Trấn thủ Kinh Bắc, Nguyễn Văn Lê làm Hiệp trấn, Nguyễn Văn Hoàng làm Tham hiệp.

5. Trần Công Hiến làm Trấn thủ Hải Dương, Ngô Đức Tuấn làm Hiệp trấn, Nguyễn Văn Công làm Tham hiệp.

6. Lê Đình Chính làm Trấn thủ Lạng Sơn, Ngô Văn Uyển làm Hiệp trấn, Lê Minh Huy làm Tham hiệp.

7. Lê Văn Niệm làm Trấn thủ Thái Nguyên, Nguyễn Đức Tư làm Hiệp trấn, Hoàng Đường làm Tham hiệp.

8. Nguyễn Văn Kiên làm Trấn thủ Hưng Hoá, Lê Nguyên làm Hiệp trấn, Nguyễn Thế Trung làm Tham hiệp;

9. Nguyễn Hữu Đạo làm Trấn thủ Yên Quảng, Nguyễn Viết Cơ là Hiệp trấn, Nguyễn Văn Kim làm Tham hiệp.

10. Lê Văn Tiến làm Trấn thủ Cao Bằng, Lê Văn Chính làm Hiệp trấn, Nguyễn Văn Nghi làm Tham hiệp.

11. Lê Văn Thái làm Trấn thủ Tuyên Quang, Nguyễn Trí Hoà làm Hiệp trấn, Nguyễn Văn Triển làm Tham hiệp.

Vua gọi họ đến trước mặt, dụ rằng:

"Hiện nay nước mới được yên, dân đương ngửa trông đức mới. Bọn ngươi đều nên tuyên dương đức hóa, vỗ yên nhân dân điêu hao (3), khiến dân ta đều được yên nghiệp, để cho xứng sự uỷ thác".

Ngoài ra lấy Ngô Văn Sở làm Trấn thủ Thanh Hoa ngoại

[Ninh Bình], Nguyễn Danh Xán làm Tham hiệp.

Mỗi trấn có Trấn Thủ, Hiệp trấn, Tham hiệp, coi 1.000 quân; mỗi phủ có Tri phủ, Đốc phủ, coi 500 quân; huyện có Tri huyện, huyện nào gần phủ thì do phủ kiêm lý.

Vương lo xếp đặt công việc ở Bắc Thành, bèn triệu Nguyễn Văn Thành đến. Trong hàng các tướng hiệu, Thành là người có học thức và biết thể thức chính trị, nên đặc biệt triệu đến.

Người dòng dõi nhà Lê là Lê Duy Đạt cùng 400 bộ thuộc đem khí giới nộp ở trấn Thanh Hoa nội [Thanh Hoá]. Trấn thủ Nguyễn Đức Xuyên đem sự việc tâu lên; bèn triệu Duy Đạt đến hành tại, còn bộ thuộc thì cho về.

Các Thượng thư Tây Sơn là Ngô Thì Nhậm, Nguyễn Gia Phan, Phan Huy Ích đến hành tại chịu tội. Vua cho là sắp có cuộc bang giao, mà bọn Nhậm vốn là bầy tôi cũ của triều Lê đã quen công việc, Huy Ích lại từng làm sứ thần đi sang nhà Thanh, bèn hạ lệnh cho ở ngoài để phòng hỏi đến.

Vua nước Nam Chưởng là Chiêu Ôn Mãnh đến mừng. Ôn Mãnh năm mới lên 3 tuổi bị người bác là Chiêu Xà Vinh chiếm giữ nước, đến khi lớn chạy sang Vân Nam, tố cáo với nhà Thanh, vua Thanh ban cho sắc và ấn, phong làm vua nước Nam Chưởng. Ôn Mãnh đương lúc bôn bá, không có viện trợ, chưa dám về nước, cùng với bộ thuộc đi lại ở khoảng Mường Mân, Mường Lự [tỉnh Vân Nam], không có nơi ở nhất định. Sau lại tự mang sắc ấn dời ngụ ở châu Chiêu Tấn [phủ An Tây, Hưng Hoá]. Đến nay nghe đại binh đã lấy thành Thăng Long, bèn do trấn mục Hưng Hoá dẫn tới hành tại lạy mừng. Vua cho rằng trong nước mới yên chưa rỗi xử trí, lại khiến cho về ngụ ở châu Chiêu Tấn.

Nước Chân Lạp sai Ốc Nha Thư Triệu Bồn Nha Diệt đến hiến phẩm vật địa phương; Vua cho tiền gạo rồi sai về.

Sai Binh bộ Phạm Ngọc Uẩn kiêm bộ Hộ. Vua thấy nước mới yên định, sổ sách tản mát, tô dung thuế khoá chưa có định chuẩn; biết viên Tư mã Tây Sơn là Nguyễn Văn Dạng từng coi việc Hộ, bèn sai tường kê các ngạch thuế, do bộ Hộ tâu lên từng điều để tham chước thi hành.

Sai Nguyễn Văn Trương điều khiển thuỷ binh chở tiền kho ở hai trấn Hải Dương và Sơn Nam Hạ [Nam Định] đến Bắc thành để chi phát.

Chú thích:

1. Ấp Thang mộc: Thang là nước nóng, mộc là tắm; ấp thang mộc chỉ nơi ban nhiều ơn phước, tắm gội ơn mưa móc.

2. Khổn thần: Quan lại tại cửa khổn, tức nơi biên giới.

3. Điêu hao: Điêu linh, hao tổn.

186.
Nhà Nguyễn: Gia Long [1802-1819] (3)

Tháng 7 năm Nhâm Tuất Gia Long thứ 1 [29/7-27/8/1802] Vua ban ấn đồng cho các trấn từ Nghệ An ra Bắc. Sai Đô thống chế Hậu dinh Hoàng Viết Toản lãnh chức Trấn thủ Nghệ An, Tham tri Hộ bộ Hồ Thế Học lãnh chức Hiệp trấn; Đô thống chế Hữu dinh Tôn Thất Chương lãnh chức Đốc trấn Thanh Hoa, Phó đô thống chế Tả dinh là Võ Doãn Văn lãnh chức Phó trấn, Tả tham tri bộ Binh là Lê Viết Nghĩa lãnh chức Hiệp trấn.

Ban chiếu dụ cho cựu thần nhà Lê và khoa bảng sĩ tử Bắc Hà như sau:

"Mới đây giặc Tây Sơn can phạm đạo thường, làm cho trời đất tối đen, trong lúc ấy có nhiều người ẩn náu, không muốn làm quan cho giặc, mà ôm đức giữ tài là để chờ thời. Nay đảng giặc dẹp yên, võ công cả định, chính là buổi chấn hưng văn hóa, xây dựng trị bình. Nhân tài trong đời há chịu cùng với cỏ cây mục nát sao ? Vậy nên báo cáo cho nhau, đều đến hành tại để cho bọn Chưởng Tiền quân Nguyễn Văn Thành, Lễ bộ Đặng Đức Siêu, Tán lý Đặng Trần Thường, Tham tri Phạm Như Đăng, Học sĩ Nguyễn Viên, lần lượt dẫn vào yết kiến. Ta sẽ nghe lời nói, thử việc làm, tuỳ tài bổ dụng, cho người hiền được có vị, người tài được có chức, họp lòng nghĩ, chia mưu làm, để cùng nên đạo trị nước".

Do đó những người ẩn dật ở Bắc Hà tranh nhau ra giúp.

Sai chọn người dòng dõi họ Trịnh để giữ việc thờ cúng. Trước kia khi đại quân Bắc phạt, người họ Trịnh ai ai cũng sợ bị giết; Vua thấu rõ tâm tình, xuống chiếu dụ rằng:

"Tiên thế ta với họ Trịnh vốn là nghĩa thông gia. Trung gian Nam Bắc chia đôi, dần nên ngăn cách, đó là việc đã qua của người trước, không nên nói nữa. Ngày nay trong ngoài một nhà, nghĩ lại mối tình thích thuộc bao đời, thương người còn sống, nhớ người đã mất, nên lấy tình hậu mà đối xử. Vậy nên cùng báo cho nhau, họp chọn lấy một người trưởng họ giữ việc thờ cúng, để giữ tình nghĩa đời đời".

Một số cựu thần nhà Lê, ở ẩn trong dân gian, không ra làm quan với Tây Sơn; đến nay vào yết kiến, Vua yên ủi hỏi thăm, hậu đãi. Rồi ban mệnh lấy các Tiến sĩ Nguyễn Duy Hợp làm Thị trung trực học sĩ, lãnh chức Hiệp trấn Kinh Bắc; Lê Duy Đản làm Kim hoa điện trực học sĩ, lãnh chức Hiệp trấn Lạng Sơn; Lê Huy Trầm, Ngô Xiêm và Nguyễn Đình Tứ làm Thái hoà điện học sĩ; Nguyễn Đường làm Kim hoa điện học sĩ; Phạm Thích làm Thị trung học sĩ; Vũ Đình Tử, Nguyễn Huy Thảng làm Cần chính điện học sĩ; Cử nhân Võ Trinh làm Thị trung học sĩ.

Thưởng cho dân có công bắt giặc: Dân Kinh Bắc bắt được Nguyễn Quang Toản, thưởng 200 mẫu ruộng, dân Thanh Hoa bắt được Võ Văn Dũng, thưởng 30 mẫu ruộng; đều được tha dao dịch.

Tống Phước Lương và Nguyễn Văn Vân đánh phá được giặc biển ở châu Vạn Ninh [Quảng Ninh]. Trước kia giặc biển Tề Ngôi là Trương Á Lộc nguỵ xưng là Thống binh, tụ đảng ở ngoài khơi, cướp bóc thuyền buôn; Tây Sơn dùng để chống cự quan quân. Từ khi thua ở cửa biển Nhật Lệ, chúng ngầm trốn ra ngoài biển Vạn Ninh, hoành hành cướp bóc. Trấn thủ Yên Quảng đem sự việc báo lên; Vua sai Phước Lương và Văn Vân đem thuỷ quân đánh. Quân đến cửa biển Vân Đồn [Quảng Ninh], gặp 15 chiếc thuyền giặc, đánh phá được, chém được tướng giặc là Trịnh Thất và bè đảng rất nhiều, bắt được bọn Trương Á Lộc 11 người; dư đảng chạy trốn.

Vua cho rằng giặc Tây Sơn đã diệt, bèn gửi thư sang Tổng đốc Lưỡng Quảng nhà Thanh hỏi về việc bang giao nên làm thế nào; sai Thiêm sự Lại bộ là Lê Chính Lộ, Thiêm sự Binh bộ là Trần Minh Nghĩa đợi mệnh ở Nam Quan. Lại cho rằng nước nhà mới lập, muốn tiếp sứ nhà Thanh ở cửa ải, để làm lễ tuyên phong cho đỡ phiền phí; nên đem việc ấy hỏi Ngô Thì Nhậm và Phan Huy Ích; hai người đều nói việc như thế từ trước chưa từng nghe bao giờ, bèn thôi.

Hạ lệnh cho Bình Định và Phú Yên dựng miếu công thần, gồm:

- Một miếu ở trước lầu Bát giác trong thành Bình Định, thờ Võ Tánh, Ngô Tòng Chu và những người chết trận, chết bệnh ở trong thành, cả thảy 260 người.

- Một miếu ở núi Độc Sơn, cửa Thị Nại [thành phố Qui Nhơn, Bình Định], thờ Võ Di Nguy, Tống Viết Phước và những người chết bệnh, chết trận từ Quảng Ngãi đến Thị Nại, cả thảy 619 người.

- Trấn Phú Yên dựng miếu ở Hòn Nan, núi Cù Mông [Qui Nhơn, giáp Phú Yên] để thờ Mai Đức Nghị và những người chết trận và chết bệnh, từ Thị Dã đến Phú Yên, cả thảy 526 người

Trấn thủ Yên Quảng Nguyễn Hữu Đạo bắt được Tư lệ Tây Sơn là Đinh Công Tuyết ở châu Vân Đồn [Quảng Ninh], đóng cũi đưa về; Vua không nỡ giết bèn tha cho.

Thông thường sự việc xảy ra tại An Nam, kinh qua Tuần phủ Quảng Tây nhận được tin, rồi theo đường trạm dịch gửi về Bắc Kinh, thời gian phải mất khoảng 2 tháng. Bởi vậy trong đạo dụ đề ngày 18 tháng 7 dưới đây, Vua Gia Khánh vẫn chưa hay biết việc Vua Tây Sơn Nguyễn Quang Toản đã bị bắt vào tháng 6, nên dự liệu rằng nếu Nguyễn Quang Toản đưa thuộc hạ đến quan ải đầu thuận, thì nên chiếu theo lệ đối với Vua Lê Chiêu Thống trước kia, đem an trí:

"***Ngày 18 tháng 7 năm Gia Khánh thứ 7*** **[15/8/1802].** *Dụ các Quân cơ đại thần:*

Thanh An Thái tâu:

'Họ Nguyễn An Nam bị Nông Nại xâm bức, muốn gõ cửa quan ải xin thu nạp.'

Tưởng Cát Khánh nhận được lời bẩm này, tất phải đến gấp trấn Nam Quan để liệu biện sự việc. Hiện tại Thanh An Thái đã tâu rõ trên đường đi, lại dụ cho Tôn Ngọc Đình đến Quảng Tây ngay, cùng hội ý để liệu biện cho ổn thoả. Nếu như Nguyễn Quang Toản đưa thuộc hạ đến đầu thuận, thì nên chiếu theo lệ đối với Lê Duy Kỳ trước kia, an trí ổn thoả. Nếu cầu xin giúp quân, Cát Khánh cần đem sự thực tâu lên rồi đợi chiếu chỉ. Nếu Nông Nại biết Nguyễn Quang Toản đã vào quan ải, bèn đòi hỏi đích danh, hoặc mang quân đến biên cảnh, thì không thể dung thứ chút nào; trường hợp lời nói và tấm lòng cung thuận, thì nên chuyển tâu, Trẫm sẽ xem xét lại. Cát Khánh cần trù tính kỹ, liệu biện ổn thoả; lại thông sức thuộc hạ nghiêm phòng tại các quan ải, không thể coi thường Di nước ngoài yếu đuối. Nếu như Tôn Ngọc Đình đến, hãy ra lệnh Thanh An Thái trở về tỉnh lo công việc. Nay truyền dụ để hay biết." (**Nhân Tông Thực Lục** quyển 101, trang 2-3)

Mấy ngày sau lại nhận lời tâu từ Quảng Tây rằng Nguyễn Quang Toản đã bị bắt, Nguyễn Ánh lên ngôi; Vua Gia Khánh ra lệnh bất can thiệp, tăng cường phòng thủ tại biên giới:

"***Ngày 27 Ất Mùi tháng 7 năm Gia Khánh 7* [24/8/1802].** *Lại dụ:*

Thanh An Thái tâu:

'Cứ theo lời bẩm của Tri phủ Thái Bình Vương Phủ Đường rằng Nguyễn Chủng [Nguyễn Phúc Ánh] *tại Nông Nại đánh phá thành Thăng Long, Nguyễn Quang Toản thua chạy, bị bắt; rồi Nguyễn Chủng vào thành tự lên ngôi.'*

Việc biên giới khẩn yếu, Cát Khánh, Tôn Ngọc Đường cần tra xét tình hình; đốc suất các viên văn võ cẩn thận phòng thủ; còn việc Di nước ngoài thôn tính lẫn nhau, không can thiệp đến nội địa, không cần hỏi han nhiều. Nếu như Nguyễn Chủng xin nạp cống, hoặc có ý kiến khác, thì hãy tâu lên để xin chiếu chỉ. Mang dụ này truyền để hay biết." (**Nhân Tông Thực Lục** quyển 101, trang 16-17)

Như đã trình bày trong trong bài trước, vào tháng 5 phái đoàn Trịnh Hoài Đức đến Trung Quốc giải giao bọn cướp biển Mạc Quan Phù, cùng sắc ấn Vua Thanh ban cho Tây Sơn. Tháng 8 [2/9/1802], Vua Gia Khánh biết rõ sự việc, hài tội Vua Tây Sơn Nguyễn Quang Toản, và cho biết nếu y chạy đến quan ải hoặc bị nhà Nguyễn giải giao đến, sẽ bắt giam; không còn chiếu theo lệ cho an trí như đối với Vua Lê Chiêu Thống trước.

Tháng 8 [28/8-26/9/1802], đặt Thủ hiệu các ải ở Lạng Sơn. Thời Lê đặt các Thủ hiệu tại ải Nam Quan và Du Thôn; phàm sứ bộ qua lại thì do ải Nam Quan đưa đi, người phạm tội và dân bị bão xiêu dạt thì do ải Du Thôn, cả hai đều thuộc châu Văn Uyên. Đến nay Trấn thần Lạng Sơn xin dùng người giữ ải cũ là Nguyễn Đình Minh và Nguyễn Đình Giáp, bèn cho Đình Minh làm Thủ hiệu giữ ải Nam Quan, Đình Giáp làm Phó thủ hiệu giữ ải Du Thôn, cấp cho ấn đồng khắc chữ triện "**Văn Uyên châu Thủ hiệu chi chương**".

Đặt phủ huyện ở Bắc Hà. Đời Lê các trấn đều đặt phủ huyện, đến đời Tây Sơn không đặt phủ, chỉ đặt Phân chi coi việc văn, Phân suất coi việc võ, chia làm việc ở huyện; nay Vua cho trở lại qui chế thời Lê.

Các nước Xiêm La, Chân Lạp, Vạn Tượng đều sai sứ đem quốc thư đến mừng.

Họ Lê, họ Trịnh cùng các cựu thần văn võ nhà Lê dâng biểu xin Vua lên ngôi Hoàng đế. Vua khiêm nhường không nhận và nghĩ rằng nước nhà mới xây dựng, kẻ thương tật chưa dậy được, người bệnh khổ chưa lại hồn, phong tục kiêu ngoa chưa thay đổi hết, ngược chính tệ đoan chưa sửa chữa hết, mọi việc dân tình quốc kế trù hoạch đương bận, nên phải hoãn.

Định điều lệ kiện tụng; sai đình thần tham chước hình luật đời Hồng Đức Lê Thánh Tông, định làm 15 điều.

Tháng 9 [27/9-26/10/1802], phong cho dòng dõi nhà Lê là Lê Duy Hoán làm Diên Tự công. Trước kia trong thời Tây Sơn, Duy Hoán theo cha là Lê Duy Chi chạy đến Bảo Lạc [Cao Bằng], Duy Chi bị Tây Sơn giết, Duy Hoán lẩn nấp nương nhờ bọn phiên thần Thái Nguyên là Ma Thế Cố. Đến nay Thế Cố đem việc ấy tâu lên; Vua bèn triệu Lê Duy Hoán đến phong cho và ban chiếu rằng:

"*Vương giả dựng nước, suy tôn dòng dõi đời trước là giữ hậu đạo. Nhà Lê từ khi mở nước đến lúc trung hưng, đời đời nối nhau hơn 300 năm, trước sau 25 vua. Quãng giữa tuy là không quyền những vẫn là vua chung cả nước. Kịp khi Tây Sơn nổi loạn, miếu thờ bỏ nát. Nay ta vâng đem uy trời, thống nhất bờ cõi, nghĩ tôn điển lễ để giữ thờ cúng cho họ Lê. Lê Duy Kỳ tuy là dòng đích phái của Hiển tông, mà không giữ được nước, chạy sang nước Thanh, mà cha ngươi là Duy Chi trong khi điên bái đã bỏ mình vì nước, tỏ rằng con cháu nhà Lê còn có người, trẫm rất khen ngợi. Vậy đặc phong cho ngươi làm Diên Tự công, cho thế tập tước vị, để vâng giữ việc thờ cúng ở miếu nhà Lê, cấp cho tự dân 1.016 người, tư điền 10.000 mẫu. Ngươi nên kính sửa lễ tiết, thờ cúng lâu đời để giữ phước chung*".

Cấp ruộng thờ cho họ Trịnh, sai Trịnh Tư coi giữ việc thờ cúng. Chiếu rằng:

"*Tiên tổ nhà ngươi vốn là người thông gia. Trung gian Nam Bắc chia đôi bờ cõi, đều là công việc đã qua. Từ khi nhà Lê mất ngôi, nơi thờ họ Trịnh bỏ nát. Nay ta một trận dẹp yên, bốn biển trong lặng, nói đến tình thân qua cát (1). nghĩ cũng nên thương. Vậy cho ngươi coi giữ việc thờ tự họ Trịnh, cấp cho ruộng 500 mẫu để thờ cúng*".

Vua cho sưu lục đời Lê, 33 công thần khai quốc, và 15 công thần trung hưng; mỗi công thần cho một người thuộc hàng con cháu miễn phu dịch, đời đời giữ việc thờ tự; công thần bực nhất thì thêm cho 2 người trong họ làm sái phu (2), miễn cho dao dịch. Công thần bình Ngô khai quốc, bực nhất là Thái uý Phước quốc công Lê Lai, Thái phó Đạt quốc công Lê Văn Linh, Thái sư Cương quốc công Nguyễn Xí, Thái bảo Khuê quốc công Nguyễn Trãi.

Lấy Nguyễn Văn Thành làm Tổng trấn Bắc Thành, ban cho sắc ấn, 11 trấn đều lệ thuộc. Phàm những việc cất bãi quan lại, xử quyết kiện tụng, đều được tuỳ tiện làm, rồi sau mới tâu. Lại đặt ba tào Hộ, Binh, Hình ở Bắc Thành; tào Hộ Nguyễn Văn Khiêm, tào Binh Đặng Trần Thường, tào Hình Phạm Như Đăng đảm trách; phụ giúp quan Tổng trấn để xét biện công việc.

Ngày Bính Thân 28 [24/10/1802], xa giá rời thành Thăng Long; bảo Nguyễn Văn Thành rằng:

"*Công việc Bắc Thành, uỷ hết cho khanh, khanh nên cố gắng*".

Văn Thành lạy xin vâng mệnh, nhân đó tâu rằng:

"*Việc binh việc dân và việc lý tài ở Bắc Thành ba điều ấy rất quan trọng, phải xếp đặt rất nhiều, thần xin ngày ghi từng việc, mỗi tháng đóng thành tập đệ tâu một lần*".

Vua cho là phải.

Sai Nguyễn Văn Trương, Lê Văn Duyệt, Lê Chất, Tống Phước Lương đều đem thuỷ quân bộ quân đi trước, bọn Nguyễn Đức Xuyên và Trần Văn Tín đi theo hầu.

Ngày mồng 1 tháng 10 [27/10/1802] xa giá nhà Vua đến Thanh Hoa yết lăng miếu ở núi Thiên Tôn.

Ngày Nhâm Tý 14 [9/11/1802], xa giá đến Hành cung Thượng Lập [huyện Vĩnh Linh, Quảng Trị], ra lệnh đi đường sông. Ngày Quý Sửu 15 [10/11/1802] đến kinh sư. Ngày Đinh mão 29 [24/11/1802], vua thân yết Thái miếu rồi đến thăm sức khỏe của Từ cung, cùng đặt yến tiệc lớn đãi bầy tôi.

Nước Vạn Tượng sai sứ đến cống; ban cho 100 quan tiền rồi cho về.

Gia Định bị đói, chiếu sai Lưu trấn phát một vạn hộc thóc cho dân nghèo vay. Những nhân viên hưu dưỡng và các quan tại kinh đô có vợ con tại quê quán, cũng được vay.

Vua thấy trấn Hà Tiên sau khi binh loạn, dân chưa trở về đủ, bèn sai Trấn thủ Mạc Tử Thiêm chiêu phủ về, khiến dân yên họp, các loại thuế đều miễn cả.

Khai mỏ vàng, bạc, đồng, kẽm ở Tuyên Quang và Hưng Hoá, do bọn Thổ mục Ma Doãn Điền, Hoàng Phong Bút và Cầm Nhân Nguyên lãnh trưng. Ma Doãn Điền khai mỏ chì Kim Tương; Hoàng Phong Bút khai mỏ đồng Tụ Long, mỏ bạc Nam Đương, mỏ vàng Tú Sơn; Cầm Nhân Nguyên khai mỏ vàng Mẫn Tuyền, mỏ chì Tú Dung, định sang năm bắt đầu trưng thuế.

Ngày Giáp Tuất mồng 7 tháng 11 [1/12/1802] làm lễ hiến phù (3) ở Thái miếu. Sai Đô thống chế dinh Túc trực Nguyễn Văn Khiêm, Tham tri Hình bộ Nguyễn Đăng Hựu áp dẫn Nguyễn Quang Toản và em là Quang Duy, Quang Thiệu, Quang Bàn ra ngoài cửa thành, xử án lăng trì cho 5 voi xé xác (Dùng 5 con voi chia buộc vào đầu và hai tay hai chân, rồi cho voi xé, đó là một thứ cực hình), đem hài cốt của Nguyễn Nhạc và Nguyễn Huệ giã nát rồi vất đi, còn xương đầu lâu của Nhạc, Huệ, Toản và mộc chủ [bài vị người chết] của vợ chồng Huệ thì đều giam ở Nhà đồ Ngoại (sau đổi là Vũ khố); còn đồ đảng là bọn Trần Quang Diệu, Võ Văn Dũng đều xử tử, bêu đầu cho mọi người biết. Xuống chiếu bố cáo như sau:

"Trẫm nghe, vì chín đời mà trả thù (4) là nghĩa lớn kinh **Xuân Thu**; *thương muôn dân mà đánh giặc là lòng nhân của vương giả. Truân hanh* [khó nhọc nên công] *mới rõ công to; hoán hãn* [lệnh Vua] *để ban hiệu lệnh. Nhà nước ta, Tống Sơn đúc khí thiêng, Gia Miêu gây điềm tốt. Từ Tiên vương cả gây nền lớn, nhân hậu một mạch cùng truyền. Đến Liệt thánh vâng nối công to, thái bình hai trăm năm lẻ. Chợt nửa chừng gặp lúc gian truân, để ngoan dân gây nên biến loạn. Chiếm giữ thành ấp ta; tàn ngược sinh dân ta. Từ Nhạc, Huệ về sau, đến Quang Toản về trước, chứa tội ác không phải một ngày; Từ Thuận Quảng vào Nam, đến Linh Giang ra Bắc, gây tai hoạ khắp cả mọi phương. Trẫm nghiến răng vì thù nước, đau ruột bởi ách dân. Dời đổi không thường há như Thiếu Khang nhà Hạ ở Hữu Nhưng (5); lo lắng phục hồi, còn hơn Quang Vũ nhà Hán ở Bạch Thuỷ (6). Bởi trời muốn thử thách để trao mệnh lớn, nên Trẫm phải ẩn nhẫn để chờ thời cơ. Vận hội lúc đã đến trung hưng, quân đánh dẹp ngày càng chỉnh đốn. Năm Mậu Thân [1788] mới từ Xiêm La trở về Gia Định. Năm Kỷ Mùi [1799] tiến lấy Quy Nhơn; năm Tân Dậu [1801] đánh được Phú Xuân. Bọn giặc vội vàng; một ngựa bỏ chạy. Từ đó, Hoành Sơn một giải, cõi xưa thu về. Duy còn giặc Diệu quân cô, luỹ cũ vẫn đóng. Nghĩ trừ ác trước nên trừ mống, mà căm thù ta phải mài gươm. Quân giáp đánh vừa qua luỹ mạnh, giặc trốn đi bỏ mất thành Bàn. Nó đã nhụt khí phải chạy đêm, ta bèn đem quân đánh ra Bắc. Tháng 5 năm nay ta đem đại chúng thẳng vượt sông Gianh. Theo gió phóng lửa, mạnh tựa đốt lông; hẹn ngày thành công, dễ như chẻ trúc. Các đạo Hoan Ái, chốc đã phá tan. Giặc Diệu giặc Dũng, cùng đường sa hố. Thẳng một lối sấm vang chớp giật; khắp mọi thành ngói lốc tro bay. Bọn giặc bắt xong; tội nhân được hết. Mây tối quét sạch, cả gầm trời bờ cõi sáng*

trong; ngựa bay khải hoàn, bao sông núi đầy đường tươi đẹp. Đó thực là nhờ được Trời cao giúp đỡ, chín miếu (7) thiêng liêng, các tướng gắng công, ba quân đua sức, nên mới được thế. Ngày mồng 6 [30/11/1802] tháng này, tế cáo Trời Đất; ngày mồng 7 [1/12/1802] yết tế Thái miếu, làm lễ hiến phù, bọn Nguyễn Quang Toản và nguỵ thái tể Quang Duy, Nguyên suý Quang Thiệu, Đốc trấn Quang Bàn, Thiếu phó Trần Quang Diệu, Tư đồ Võ Văn Dũng, Tư mã Nguyễn Văn Tứ; Đổng lý Nguyễn Văn Thận, Đô ngu Nguyễn Văn Giáp, Thống tướng Lê Văn Hưng, cùng với bè lũ đầu sỏ đều đã bắt giam, đều đem giết cả, bêu đầu bảo cho dân chúng. Nhạc Huệ trời đã giết rồi, cũng đem phanh xác tan xương, để trả thù cho Miếu Xã, rửa hận cho thần nhân. Ôi ! Tàn tặc dẹp yên, đã thành công đại định; xa thư (8) một mối, hưởng chung phước thái bình".

Ưu cấp cho các công thần về hưu. Vua bảo bầy tôi rằng:

"Trẫm từ khi vận nước suy vi, bôn ba nhiều chỗ, các tướng sĩ đi theo giúp đỡ, khi trú ngụ ở thành Vọng Các, nếm đủ gian khổ, hoặc năm Mậu Thân [1788] mới lấy Gia Định, ứng nghĩa cần vương. Sau có người nhân đánh giặc bị thương hoặc già ốm mà phải về quê quán nghỉ ngơi. Hiện nay nước nhà đã yên, trẫm nhớ lại công trước, nên bàn việc đáp đền".

Bèn chuẩn định những người theo đi Vọng Các, hàng tháng được cấp tiền lương, những người đầu quân từ sau năm Mậu Thân [1788] trước năm Canh Thân [1800], cho lập thuộc binh, đều chia làm ba hạng, ban cấp theo bực khác nhau.

Nguyễn Văn Tồn người Chân Lạp theo việc binh nhung đã lâu. Vua thương tình khó nhọc, bèn cho về; sai đặt đồn

Trà Ôn ở Trấn Giang [Cần Thơ] cho Tồn kiêm quản cả hai phủ Trà Vinh và Mân Thít [Vĩnh Long], lệ vào dinh Vĩnh Trấn [Vĩnh Long].

Quan Bắc Thành tâu về chính sách ruộng đất như sau:

"*Ruộng đất công tư ở Bắc Thành nhà Lê trước có đặt làm ruộng ngụ lộc, ruộng thưởng lộc, ruộng chế lộc* (Ruộng ngụ lộc, cấp cho quan văn; thưởng lộc, cấp cho quan hưu trí; chế lộc, cấp cho quan võ). *Tây Sơn lấy những ruộng ấy làm ruộng biệt cấp. Nay xin trả hết cho dân. Còn ruộng đất tư của nguỵ quan* [quan Tây Sơn] *và những quan điền quan trại quan thổ của Lê Trịnh mà bị bá chiếm đều phải sung vào nhà nước*". Vua y theo lời tâu.

Tha giảm thuế cho Gia Định, Vua ban chiếu rằng:

"*Trẫm nghĩ Gia Định là đất dấy nghiệp, từ khi dấy quân tới nay, binh lương đều lấy ở đấy, một phương các ngươi riêng chịu nặng nề đã lâu. Vậy cho tha giảm thuế lệ theo thứ bậc khác nhau.*"

Trả lại tiền cho các dân nhà giàu ở các dinh Gia Định, Bình Thuận cho vay. Trước kia dấy binh, tiêu dùng mỗi ngày phí đến nghìn vàng, dân giàu có nhiều người bỏ của ra để giúp việc quân; Vua sai đem trả hết.

Dùng Tham tri bộ Binh bộ Lê Quang Định làm Thượng thư bộ Binh bộ sung Chánh sứ sang nhà Thanh, Thiêm sự bộ Lại Lê Chính Lộ và Đông các học sĩ Nguyễn Gia Cát sung Giáp, Ất Phó sứ. Trước đây khi lấy được Bắc Thành, Vua sai gửi thư cho Tổng đốc Lưỡng Quảng đem việc ấy chuyển đạt lên vua Thanh, vua Thanh sai phục thư nói nước ta đã vỗ yên được toàn cõi An Nam thì nên làm biểu văn sai sứ xin phong. Còn sứ bộ trước là bọn Trịnh Hoài Đức thì cho chuyển đến Quảng Tây, đợi sứ bộ xin phong đến, thì đều đến Bắc Kinh đợi lệnh. Bọn Chính Lộ đem việc tâu lên. Vua hạ lệnh cho bọn Quang Định đem quốc thư và phẩm vật kỳ nam 2 cân, ngà voi 2 cặp, sừng tê 4 tòa, trầm hương 100 cân, tốc hương 200 cân và trừu, the, vải mỗi thứ 200 tấm, để xin phong và xin đổi quốc hiệu là Nam Việt.

Chuẩn bị đón tiếp Sứ thần nhà Thanh sang thăm trong tương lai, Vua hạ lệnh các quan Bắc Thành noi theo lệ cũ của triều Lê, xây thêm điện Cần chánh và nhà tiếp sứ ở Gia Lâm bên kia sông. Lại hạ lệnh cho Lạng Sơn sửa đài Ngưỡng Đức tại Nam Quan. Từ sông Nhị Hà đến Lạng Sơn tính đường đặt bảy sở nhà trạm và công quán tại Gia Quất [huyện Gia Lâm, Bắc Ninh], Cầu Lim [huyện Tiên Du, Bắc Ninh], Mỹ Cầu [huyện Yên Dũng, Bắc Giang], Cần Dinh [huyện Lạng Giang, Bắc Giang], Hoà Lạc [huyện Hữu Lũng, Lạng Sơn], Nhân Lý [huyện Chi Lăng, Lạng Sơn], Mai Pha [huyện Cao Lộc, Lạng Sơn].

Phái đoàn Lê Quang Định trên đường đi, gửi biểu văn cho Tổng đốc Lưỡng Quảng báo trước xin nạp cống, thỉnh phong và ban cho danh hiệu nước. Vào tháng sau, Vua Gia Khánh nhận được bèn thông tri cho toàn quốc hay biết; riêng việc đặt danh hiệu nước sẽ giao cho hội đồng với sáu bộ bàn thảo:

"***Ngày 19 Bính Thìn tháng 12 năm Gia Khánh thứ 7* [12/1/1803].** *Dụ Nội các:*

........*Nguyễn Phúc Ánh vì Thiên triều mà đánh bắt bọn cướp trốn tránh, rồi trói giải đến để xin chiếu chỉ định đoạt; lại đem sắc ấn cũ của An Nam dâng nạp, lòng cung thuận sâu dày. Lại dâng biểu trần tình đầu đuôi việc dụng binh, liên quan đến việc phục thù cho các đời trước; tuy lấy được nước nhưng không dám tự chuyên, sai Bồi thần xin nạp cống, thỉnh phong. Trừ biểu văn xin ban cho danh hiệu nước đã lập, sẽ giao cho Đại học sĩ hội đồng với sáu bộ bàn tâu; riêng việc Nguyễn Quang Toản tại An Nam hoạch tội và sụp đổ, cùng duyên do đầu đuôi việc Nguyễn Phúc Ánh nỗ lực cùng cung thuận, thì đem thông tri trước để trong triều ngoài nội hay biết.*" (**Nhân Tông Thực Lục** quyển 106, trang 22-23)

Việc nhà Nguyễn đề nghị tên nước là Nam Việt, giống như thời Triệu Đà với lãnh thổ vùng Lãnh ngoại gồm cả hai tỉnh Quảng Đông, Quảng Tây Trung Quốc, là một phép thử uy lực nước ta đối với Trung Quốc. Quả vậy, chỉ một cái tên vừa nêu lên, triều Thanh báo động,Vua Gia Khánh phải lập tức ra lệnh hai tỉnh Quảng Đông, Quảng Tây phải lưu tâm phòng bị vùng biển cùng biên giới:

"*Ngày 20 tháng Chạp năm Gia Khánh thứ 7* [13/1/1803]. *Dụ các Quân Cơ Đại Thần:*

Hôm qua Tôn Ngọc Đình tấu dâng biểu văn thỉnh phong của Nguyễn Phúc Ánh, Trẫm đã duyệt đọc kỹ, việc xin phong tên nước hai chữ "Nam Việt" không thể chấp nhận được. Địa danh "Nam Việt" bao hàm rất lớn, khảo sử xưa hai tỉnh Quảng Đông, Quảng Tây đều nằm ở trong đó. Nguyễn Phúc Ánh là tiểu Di nơi biên giới, tuy hiện nay có được toàn đất An Nam, bất quá lãnh thổ bằng đất Giao Chỉ xưa là cùng, làm sao lại được xưng là "Nam Việt". Biết đâu đây không phải là ý muốn khoe khoang tự thị của ngoại Di, xin thay đổi quốc hiệu, để thử bụng [thiên triều] *trước, đương nhiên đáng bác đi. Đã ra lệnh cho Quân Cơ Đại thần soạn thay một tờ hịch dụ, cùng mang nguyên biểu giao cho Tôn Ngọc Đình trả lại; để xem sau khi nhận được chúng sẽ bẩm báo phúc đáp ra sao, rồi đợi chiếu chỉ mà liệu biện. Ngoài ra Nguyễn Phúc Ánh cầu phong quốc hiệu "Nam Việt", rõ ràng tự thị võ công muốn đòi xin thêm đất. Sợ bọn chúng âm mưu bất trắc, nên lệnh truyền các quan địa phương tại hai tỉnh Quảng Đông, Quảng Tây lưu tâm phòng bị vùng biển cùng biên giới, quan ải; không được trễ nãi lơ là. Nay truyền dụ các nơi để hay biết."* (**Nhân Tông Thực Lục** quyển 106, trang 428)

Tháng chạp [25/12/1802-22/1/1803] sai làm thế phả tôn thất; ban cấp lương bổng hằng năm cho cung tần, hoàng tử, hoàng nữ, theo thứ bậc.

Sai hai bộ Hộ, Binh; kê số đinh điền, châm chước ngạch thuế đời trước định thuế công bằng hơn; vua Dụ rằng:

"Trị nước không lo ít, mà lo không đều. Giặc Tây Sơn lấy của dân không có nhất định, trăm họ khổ sở. Nay nên đổi định lại để khỏi đau khổ cho dân. Bọn ngươi nên nghĩ kỹ mà bàn định".

Nước Chân Lạp sai Trần Quang Quỳnh đem hiến phẩm vật địa phương. Quang Quỳnh là người Việt ở La Bích [Longvek, Campuchia], biết nói tiếng Miên, nên Vua cho làm Thông ngôn sứ ty ở Chân Lạp.

Vua cùng bầy tôi bàn về sửa đổi phong tục, nói rằng:

"Dân Nam Hà vốn thói tằn tiện, từ thời Nguỵ Tây quen chuộng xa xỉ, tiêu dùng không có tiết độ, nhiều người bắt chước, lưu tệ từ đấy sinh ra. Dân Bắc Hà thì kiểu quần áo cũng không đẹp. Phải nên một phen sửa định mới có thể đồng nhất phong tục. Nhưng sửa đổi phong tục cũng phải dần dần".

Ra lệnh dân cấm đúc tiền; kẻ nào phạm cấm thì bắt sung

tượng phường [phường nuôi voi], tài sản bị tịch thu; người nào cáo giác đúng sự thực thì thưởng 100 quan tiền.

Các quan Bắc Thành tâu rằng:

"Bắc Hà trải qua loạn lạc, dân nhiều người xiêu tán. Binh có thiếu ngạch thì quản quan thường thường bắt làng lân cận cấp thế. Vì thế ruộng đất của dân xiêu tán bị làng lân cận chiếm lấy để bù lại. Xin sửa đổi thói tệ ấy".

Vua bèn hạ lệnh cho các địa phương từ Nghệ An ra Bắc, phàm ruộng đất của dân xiêu tán, quan sở tại phải lập giới hạn rõ ràng, chia cấp cho quan quân cày cấy mà được tha thuế, làng lân cận không được cày cấy. Đợi khi dân xiêu tán trở về thì đem những ruộng đất ấy cấp trả và thu thuế như lệ.

Ngày 25 tháng chạp [18/1/1803] làm lễ phong ấn [gói ấn], sang năm chọn ngày tốt vào thượng tuần tháng giêng khai ấn [mở ấn].

Vua đến Thái miếu, dâng lịch **Vạn Toàn** [tên lịch thời Nguyễn] năm Quý hợi [23/1/1803-10/2/1804]; làm lễ xong, vua ngự điện ban lịch mới cho các nơi.

Chú thích:

1. Qua cát: Cây dưa cây sắn, loài leo, cây nọ quấn quýt cây kia; ý chỉ hai họ Trịnh, Nguyễn có tình thông gia.

2. Sái phu: Người quét dọn, chăm sóc nơi thờ tự.

3. Hiến phù: Dâng những tù nhân bắt được trong chiến tranh.

4. **Xuân Thu, Công Dương truyện, Trang công năm**

thứ 4 chép: Tề Tướng công giết nước Kỷ, vì ông tổ xa đời là Ai công mà phục thù, gọi là mối thù chín đời.

5. Hữu Nhưng: Vua nhà Hạ là Thiếu Khang sinh ở Hữu Nhưng, rồi sau dẹp yên loạn Hậu Nghệ mà trung hưng được nhà Hạ.

6. Bạch Thuỷ: Hán Quang Vũ dấy quân ở quận Bạch Thuỷ, đánh Vương Mãng mà dựng nghiệp trung hưng.

7. Chín miếu: Chỉ miếu thờ chín đời chúa Nguyễn trước Gia Long.

8. Xa thư: Thư đồng văn, xa đồng quỹ, tức cùng chung chữ viết, cùng một trục xe; chỉ sự thống nhất.

187.
Nhà Nguyễn: Gia Long [1802-1819] (4)

Ngày mồng một tháng giêng năm Gia Long thứ 2 [23/1/1803], vua thân đến Thái miếu làm lễ. Lễ xong, ngự tại điện, nhận lễ chầu mừng của các quan.

Ngày mồng 3 [25/1/1803], sai thuỷ quân thao diễn phép chèo thuyền; Vua ngự xem, thưởng tiền cho các quân, mỗi thuyền 80 quan.

Ngày mồng 9 [31/1/1803] duyệt binh; bộ binh, thuỷ binh, tượng mã binh đều theo hướng mà bày dàn. Vua mặc áo trận, đeo gươm, ban phát hiệu lệnh. Bắt đầu duyệt bộ binh, thứ đến duyệt thuỷ binh; rồi kế đến quân voi, ngựa.

Đúc chín khẩu súng lớn bằng đồng; đúc xong, làm bài minh ghi như sau:

"*Năm Giáp Ngọ* [1774] *sang miền Đông, năm Mậu Thân* [1788] *đem quân về Gia Định, năm Tân Dậu* [1801] *tháng trọng hạ, lấy lại kinh đô, năm Nhâm Tuất* [1802], *tháng trọng hạ, đại quân ra miền Bắc, đến tháng bảy thắng trận, năm ấy đem quân về, cáo yết Thái miếu, làm lễ hiến phù, giặc nước quét thanh. Mùa xuân năm Quý Hợi* [1803] *sai nấu những thứ đồng đã thu bắt được đúc chín khẩu súng lớn, đó là từ khẩu thứ nhất đến khẩu thứ chín này, tháng chạp công thợ hoàn thành, đặc mệnh khắc minh văn này để ghi*".

Các tướng có người cho rằng Lê Chất là tướng đầu hàng mà danh vị lại ở trên mình, nên tỏ ra thắc mắc; Chất không được yên lòng, bèn dâng sớ rằng:

"Thần là người bất tài, mới theo về, so với các bề tôi khó nhọc muôn phần chưa kịp một. Nay đã được phong tước Quận công, lại được chưởng Hậu quân, lạm ở ngôi cao sang, không dám đương nổi. Xin cho xuống cùng hàng với Đô thống chế".

Vua không nghe, đặc biệt khiến giữ chức như cũ.

Duyệt tuyển ở các dinh Quảng Bình trở về Nam. Khi mới lấy lại được Gia Định đã thi hành ngay phép duyệt tuyển quân, thải người già, chọn người trẻ. Sau vì liên miên chinh chiến nên phải hoãn lại; đến nay bàn định cho các dinh từ Quảng Bình đến Gia Định thi hành phép duyệt tuyển; Vua có lời dụ rằng:

"Phép duyệt tuyển là để thải người già điền người tráng, phân biệt nơi đông đúc nơi thưa thớt. Nhà nước đã có phép thường. Nay võ công đã xong, đặc biệt sai cử hành việc duyệt tuyển, bọn ngươi đều nên theo lẽ công, giữ phép nước, cốt sao cho được quân bình, để xứng với sự uỷ thác".

Ngày 19 tháng giêng [10/2/1803] đặt đàn ở đồng An Ninh [huyện Hương Trà, Thừa Thiên] hợp tế trời đất. Vua sai các quan Lễ bộ khảo kỹ lễ tế Giao [tế trời đất], châm chước bàn định để thi hành.

Bãi lễ tế chay. Lệ cũ hàng năm cứ đầu xuân đặt đàn làm lễ tế chay; Vua bảo học sĩ Nguyễn Viên rằng:

"Việc tế chay rất là vô vị, nên đổi thói hủ ấy đi".

Tế Giao theo truyền thống Nho giáo, tế chay theo truyền

thống Phật giáo; sự kiện nêu trên chứng tỏ nhà Vua chịu ảnh hưởng Nho nhiều hơn Phật.

Xây thành Thăng Long; Vua thấy thành cũ chật hẹp, muốn mở rộng thêm. Sai quan tại kinh đô vẽ bản đồ dâng lên, sai các dinh quân đắp, những vật liệu cần dùng thì do quan trả tiền theo giá. Kẻ nào sách nhiễu tiền của dân thì bị tội, truy tang trả lại cho dân.

Người thiểu số Thạch Bích giáp giới đầu nguồn Quảng Ngãi [Kon Tum], thường xuống quấy nhiễu; sai Lê Văn Duyệt mang quân đi đánh; cho Hàn lâm thị thư Trần Văn Lộc theo đi, để làm việc từ chương ở trong quân.

Bắc Thành đóng gông giải sứ thần của Tây Sơn là bọn Lê Đức Thận, Nguyễn Đăng Sở và Vũ Duy Nghi về kinh đô Huế. Trước kia Nguyễn Quang Toản sai bọn Đức Thận đi sứ sang nhà Thanh, khi chưa tới Bắc Kinh, người Thanh nghe tin Quang Toản bị diệt; bèn cho sứ trở về. Lúc giải đến kinh đô, Vua tha tội và cho về. Vợ lẽ của Nguyễn Nhạc và người trong họ tên Đại, tên Vạn cũng bị bắt đến bộ Hình. Tâu xin định đoạt, Vua nói:

"Vợ lẽ Nhạc là một người đàn bà thôi. Bọn Đại tuy là thân đảng của Nhạc mà không dự binh quyền, nay Nhạc chết rồi, giết đi thì có ích gì ?"

Đều tha cả.

Tháng giêng nhuần [22/2-22/3/1803], sai thống lãnh thượng đạo Thanh Hoá là Hà Công Thái trông coi quế hộ [hộ tìm quế]; sau hạ lệnh uỷ người đốc suất. Người bóc quế một nửa phải nộp quan, một nửa trả cho công bóc; ai bóc trộm quế là bị tội.

Khai mỏ bạc ở Tuyên Quang; cho bọn Đàm Kỳ Trân, Vi Chuyển Ba người Trung Quốc lãnh khai, mỗi năm nộp 80 lạng bạc.

Ngày 6 tháng 2 [28/3/1803] Vua rước mẹ [Từ cung] về chơi quê cũ tại làng An Du [huyện Vĩnh Linh, Quảng Trị]. Dân Quảng Bình, Quảng Trị có người dâng lễ mừng, vua cho tiền, bảo đừng dâng nữa. Ai có sự gì oan khuất thì cho đến nơi Vua ở tâu bày; Vua đích thân xét định; nhân dân đều vui mừng.

Ngày 15 [6/4/1803] đóng gông giải bọn Thượng thư Tây Sơn là Ngô Thì Nhậm, Phan Huy Ích và Nguyễn Gia Phan đến Bắc Thành. Trước đó bọn Nhậm thú tội, Vua không nỡ giết, đặc biệt hạ lệnh cho giải về kinh. Đặng Trần Thường dâng biểu rằng:

"Bọn Nhậm thân làm tôi nhà Lê mà cam tâm theo giặc, bày lời nói dối để lừa nhà Thanh, hãm đồng loại vào chỗ bất nghĩa, xét tội ác chẻ hết tre cũng khó biên hết, thực là kẻ có tội nhất trong danh giáo. Nếu kẻ này mà không giết, thì răn bảo người sau sao được ?"

Vua bèn hạ lệnh đưa ra Bắc Thành để nghị tội. Các quan tại đây bàn cho là tội bọn Nhậm đáng phải giết, nhưng đã có chiếu nói rõ nguỵ quan ra thú thì đều miễn tội, vậy xin tha bọn Nhậm tội chết, chỉ đánh để làm nhục. Vua y cho; hạ lệnh kể tội ở Quốc tử giám nhà Lê cũ rồi đánh đau, Nhậm bị đánh chết.

Vua thấy trong trận đánh Thị Nại ngày trước, súng đạn hai bên bị chìm đắm nhiều, bèn sai Phó đô thống chế binh dinh Tả thuỷ là Đào Văn Lương đốc suất binh dân lặn mò, lấy được 160 cỗ súng và hơn 500 hòn đạn, đưa về Kinh.

Người Thiều Châu, Trung Quốc là Lý Hoà Nguyên tụ tập đánh cướp mỏ Phước Tinh ở Thái Nguyên. Tổng trấn Bắc Thành Nguyễn Văn Thành đem quân đánh dẹp. Lý Hoà Nguyên trốn; bắt được đồ đảng là Trâu Tôn, Lý A Tứ và Trần A Nhị đều đem chém.

Sai bọn Cai cơ Nguyễn Văn Huấn và Cai đội Mai Văn Hiến sang nước Xiêm tặng cho vua Xiêm và vua thứ hai cùng bề tôi là bọn Phi Nhã, theo thứ bậc khác nhau. Lại cho vợ vua Xiêm là Ngọc Thông 100 lạng bạc; Ngọc Thông là con gái Tôn Thất Xuân, trước đây theo Xuân sang Xiêm, rồi lấy vua nước ấy.

Tháng 3 [21/4/20/5/1803], qui định thời gian cho người chạy trạm từ Gia Định đến kinh đô, lấy nhanh chậm để thưởng phạt; đi 12 ngày là nhanh bậc nhất.

Ngày mồng 8 [28/4/1803], Vua cùng bầy tôi dâng kim sách tôn mẹ [Quốc mẫu] Vương Thái phi làm Vương Thái hậu. Lời sách có đoạn như sau:

"Mảng nghe đức lớn đạo chính của đế vương, không gì bằng hiếu. Cho nên ở trong nhà mà yêu kính thì phong hoá tràn khắp cả nước, thế gọi là đạt hiếu. Kính nghĩ Thánh mẫu bệ hạ, cửa đức sáng tươi, buồng thơm tốt đẹp. Thờ đức Nhân khảo, sửa sang việc nhà, dẫu lúc gian nguy, cũng không trễ nải. Nuôi nấng con nhỏ, cho đến trưởng thành. Kế gặp nạn nước, gắng sức siêng năng, ngoài cõi quan hà, không từng ở rỗi. Tấm lòng lo nhà lo nước, sớm khuya canh cánh, nên mới có được ngày nay. Ngửa đội uy thiêng của liệt thánh trên trời giúp đỡ mới nên, mà cũng nhờ Thánh mẫu sinh đẻ dạy nuôi nên mới được thế...."

Ngày 11[1/5/1803] xây dựng kinh đô; Vua cho rằng thiên

hạ đã định, muốn mở rộng đô thành để làm nơi bốn phương chầu hội. Bèn sai Giám thành là Nguyễn Văn Yến ra bốn mặt ngoài đô thành cũ Phú Xuân đo cắm để mở rộng thêm. Vua thân định cách thức xây thành, sắc cho bộ Lễ chọn ngày lành tế trời đất, cáo việc khởi công, phái các quân mở đường sá, làm đất cát; sai bọn Phạm Văn Nhân, Lê Chất và Nguyễn Văn Khiêm trông coi công việc. Quân nhân mỗi tháng cấp tiền một quan, gạo một phương. Dân cư tám xã Phú Xuân, Vạn Xuân, Diễn Phái, An Vân, An Hoà, An Mỹ, An Bảo, Thế Lại, có ruộng đất bị mở vào thì theo giá văn tự trả lại tiền, nhà cửa thì mỗi hộ cấp 3 quan, mộ thì mỗi ngôi 2 quan, còn nhân dân thì được miễn dịch. Lại thấy rằng xã Phú Xuân, ruộng đất lấy gần hết, bèn dời dân xã ấy sang xã Vạn Xuân, cấp ruộng công đất công cho ở, lại cho vay tiền 1.000 quan để giúp việc chuyển dời.

Ngày 22 [12/5/1803], lập Nguyên phi Tống thị, mẹ Đông cung Cảnh, làm Vương hậu. Vua trước ở Gia Định, Hậu thờ Thái hậu đủ mọi gian khổ, hiếu kính cần kiệm, hiền hậu yêu người, thường tự tay kéo dệt và may cắt quần áo để cấp cho các tướng sĩ. Một hôm đi thuyền gặp giặc, vua liền đốc quân ra sức chiến đấu, hậu cũng cầm dùi thúc trống. Quân sĩ nức lòng, tranh nhau phấn đấu, bèn đánh được giặc. Trước đã tiến phong làm Vương phi, nay sách lập làm Vương hậu.

Hai nước Thuỷ Xá, Hoả Xá, sai sứ đến quy phục, sứ giả đến Phú Yên. Quan tại dinh này tâu lên, vua sai ban áo gấm và xuyến ngà, rồi cho về.

Tháng 4 [21/5-18/6/1803], sai các dinh phủ ở Gia Định cấm dân gian không được chứa riêng đồ binh khí. Các nhà dân trong hạt và đến cả những người Hoa, người Tây và người Cao Miên, ai có súng tay và khí giới phải đem hết nộp quan. Những khí giới ở trại các đồn điền cũng bắt tiêu huỷ để rèn đúc đồ điền khí. Quân nhân không giữ nhiệm vụ đi bắt trộm cướp và đi công sai, thì khi đi đường không được mang binh khí; làm trái đều bị tội.

Lê Văn Duyệt đánh dân thiểu số Thạch Bích nổi dậy tại miền thượng đạo Quảng Ngãi; phá được, đuổi đến Tử Khê, Nhiêu Thuỷ. Nghe tin thắng trận, Vua hạ chiếu khen ngợi; phát 5.000 quan tiền, chiếu theo công trạng mà thưởng cấp, lại cho những người đầu hàng, gấm, đoạn, nhiễu.

Nước Nam Chưởng xin nội phụ. Trước kia trấn Hưng Hoá dịch thư bằng lá của nước Nam Chưởng nói rằng Nam Chưởng với Vạn Tượng ước nhau cùng cử binh đánh Mường Then, yêu cầu Hưng Hoá cùng hiệp lực. Quan Bắc Thành đem việc tâu lên:

"*Nam Chưởng thì cách ở cõi xa, Vạn Tượng thì làm tôi thờ bản triều, cho nên chưa có thể toàn tin vào lời dịch mà vội gây hấn khích ngoài biên. Xin hạ lệnh cho Trấn thần Hưng Hoá, uỷ người dò xét và gửi thư cho Nam Chưởng bày tỏ uy đức của triều đình để xem tình hình động tĩnh*".

Vua theo lời. Đến nay Nam Chưởng sai bọn Nại Khai dâng thư xin theo đường châu Ninh Biên [Điện Biên] vào cống. Xuống chiếu cho quan Bắc Thành tiếp đãi sứ giả trọng thể, và viết thư thuận cho vào cống.

Vào tháng chạp năm ngoái, sau khi nhận biểu văn của Vua Gia Long xin đổi tên nước là **Nam Việt**; Vua Gia Khánh bàn với Quân cơ đại thần cho rằng nước ta muốn dùng quốc hiệu thời Triệu Đà, đương nhiên phải bác đi. Nay được Vua Gia Long giải thích rằng trước kia có đất **Việt Thường**, nay lấy thêm đất **An Nam** của Tây Sơn bèn dùng tên cũ **Nam**

Việt. Vua Gia Khánh thể theo ý đó cho dùng hai chữ "**Việt Nam**"; lấy chữ "**Việt**" để đằng trước tượng trưng cương vực thời xưa; dùng chữ "**Nam**" để đằng sau, biểu tượng đất mới chiếm được:

"***Ngày 6 tháng 4 năm Gia Khánh thứ 8*** **[26/5/1803].** *Dụ các Quân Cơ Đại thần:*

Tôn Ngọc Đình dâng tấu triệp xin chiếu chỉ để tuân hành về việc tờ bẩm phúc đáp của Nguyễn Phúc Ánh. Trẫm đã đọc kỹ, Nguyễn Phúc Ánh cho rằng lời dụ lần trước là ý kiến riêng của Tôn Ngọc Đình, biểu văn của y chưa tấu lên trên để được nghe quyết định [của Hoàng đế], *nên lần này vẫn thỉnh phong quốc hiệu Nam Việt và khẩn xin tấu thay. Trẫm duyệt biểu văn, lời và ý rất mềm dẻo, hết sức cung thuận. Xưng rằng nước y trước kia có đất Việt Thường, nay lấy thêm đất An Nam* [của Tây Sơn]; *không dám quên gốc đã giữ đời nối đời, bèn dùng tên cũ Nam Việt, đấy là tình thực. Tôn Ngọc Đình hãy truyền hịch cho viên Quốc trưởng rằng:*

"Lần trước đến xin thỉnh phong quốc hiệu, danh nghĩa chưa hợp, nên không dám mạo muội tấu đầy đủ. Nay nhận được biểu phúc đáp, tường thuật đầu đuôi việc dựng nước, xin được phong tên mới, đã thể theo thực tình tâu lên đại Hoàng đế. Nay nhận được chỉ dụ rằng:

"Viên Quốc trưởng có lòng thành, lần trước cung kính giao nạp sắc ấn trước đây ban cho [An Nam] *bị Nguyễn Quang Toản bỏ lại, cùng trói giải bọn giặc cướp ngoài biển; lại cung kính thỉnh mệnh, nên được soi xét kỹ tấm lòng thành. Việc cầu phong và dâng biểu cống; đặc dụ chấp thuận. Đến việc xin đặt tên nước là Nam Việt, thì nước này trước đây có đất cũ Việt Thường, sau lại được toàn lãnh thổ An Nam; vậy*

*Thiên triều phong quốc hiệu cho dùng hai chữ "**Việt Nam**"; lấy chữ "Việt" để đằng trước tượng trưng cương vực thời xưa; dùng chữ "Nam" để đằng sau, biểu tượng đất mới được phong. Lại còn có nghĩa là phía nam của Bách Việt; không lẫn lộn với tên nước cũ "**Nam Việt**". Một khi tên nước đã chính, nghĩa của chữ cũng tốt lành; vĩnh viễn thừa hưởng ân trạch của Thiên triều. Hiện đã ra lệnh Bồi thần đến kinh khuyết xin thỉnh phong, sắc ấn ban cho sẽ lấy hai chữ đó làm tên. Nước ngươi được ban tên đẹp, xếp vào nước ngoại phiên thần phục, càng đầy đủ sự vinh hiển."*

Tôn Ngọc Đình tiếp nhận chiếu chỉ này, một mặt truyền hịch dụ Nguyễn Phúc Ánh, một mặt sai Uỷ viên bồi bạn tống tiễn Sứ thần nước này đến kinh đô dâng biểu tiến cống. Lưu ý tiết trời nắng nóng, nên cho đi từ từ để tỏ lòng thể tuất. Vào khoảng cuối tháng 7 đến kinh đô, lúc này Trẫm tránh nóng tại sơn trang, gặp dịp Cáp Tát Khắc vào triều cận, lệnh cùng dự yến luôn một thể. Vẫn để viên Sứ thần khởi trình từ Quảng Tây, nhật kỳ nhớ báo trước khi đi. Đem dụ này truyền để hay biết." (**Nhân Tông Thực Lục** quyển 111, trang 480 481)

Vua Gia Long tỏ ra vui lòng với tên nước Việt Nam, nên Vua Gia Khánh bèn sai Án sát Quảng Tây Tế Bố Sâm mang ấn mới đến sách phong:

"***Ngày 26 tháng 6 năm Gia Khánh thứ 8*** **[13/8/1803].** *Cải tên nước An Nam thành Việt Nam, phong Nguyễn Phúc Ánh là Quốc vương. Dụ Nội các:*

Trước đây Quốc trưởng Nông Nại Nguyễn Phúc Ánh dâng biểu trần tình đầu đuôi việc dụng binh tại An Nam do phục thù cho các đời trước. Cung kính sai sứ giả nạp sắc ấn cũ do Nguyễn Quang Toản bỏ lại, cùng bắt trói giặc cướp biển giải đến, xin kính nhận mệnh. Trẫm xét đến lòng thành vượt biển đến, vui vẻ chấp nhận; từng giáng chỉ dụ tuyên bố cho trong ngoài triều biết rõ việc Nguyễn Quang Toản đất An Nam hoạch tội rồi bị phúc diệt, cùng Nguyễn Phúc Ánh cung thuận và đầu đuôi việc ra sức phấn đấu. Rồi cứ theo viên Quốc trưởng thỉnh ban phong, trình bày rõ nước này trước có đất Việt Thường, nay lấy được An Nam, vì không muốn quên đất trước đây cha ông giữ, nên xin lấy tên nước là **Nam Việt**. *Qua quan lại tại biên giới đem sự tình tâu lên, các quan tại bộ bác bỏ vì cho rằng tên Nam Việt không hợp cho việc phong cương đất cõi ngoài. Đặc cách nghĩ đến sự gõ cửa quan xin nội phụ, cung kính từ trong đáy lòng, cho dùng 2 chữ* **Việt Nam**; *dùng chữ Việt để bên trên chỉ cương vực các đời trước, dùng chữ Nam ở dưới để biểu thị đất mới được phong; lại ra lệnh cho Tuần phủ Quảng Tây Tôn Ngọc Đình, một mặt gửi hịch thông tri cho Nguyễn Phúc Ánh, một mặt sai Uỷ viên bạn tống Cống sứ đến kinh đô tiến dâng biểu. Dụ Cống sứ đến kinh đô đi thong thả, để thể hiện chính sách nhu viễn của Thiên triều. Nay lại nhận được lời tâu của Tôn Ngọc Đình rằng:*

'Nguyễn Phúc Ánh nhận được ân mệnh ban cho tên **Việt Nam** *thì rất lấy làm cảm khích, lời lẽ hoan hỷ phát xuất từ tấm lòng thành; viên Sứ thần đã khởi hành, có thể vào hạ tuần tháng 7 thì đến kinh đô.'*

Đáng gia thêm ân sủng, phong chức Việt Nam Quốc vương, điều đáng làm là ban cấp các vật kiện như ấn tín, sắc thư. Lệnh các nha môn tra xét định lệ rồi chuẩn bị trước. Lệnh Khâm Thiên Giám khi ban hành lịch Thời Hiến, đổi hai chữ **An Nam** *thành* **Việt Nam**, *vĩnh viễn tuân theo lịch*

Chính Sóc. Tương lai khi sách phong, phái Tể Bố Sâm, ty niết (1) Quảng Tây mang ấn mới đến sách phong, sẽ cùng với Cống sứ ra khỏi quan ải đến [Việt Nam] *tuyên thị chiếu chỉ để viên Quốc vương hưởng ân quyến lâu dài, đời đời giữ nước không thay thế. Đem dụ này truyền mọi nơi hay biết."* (**Nhân Tông thực Lục** quyển 115, trang 14-15)

Tháng 5 [19/6/18/7/1803], đắp bảy đoạn đê mới ở Bắc Thành. Một đoạn ở xã Nại Tử Châu huyện Yên Lạc trấn Sơn Tây, dài hơn 220 trượng [1 trượng=4 mét]; một đoạn ở xã Kim Xà, huyện Yên Lãng [Vĩnh Phúc], dài hơn 298 trượng; một đoạn ở xã Thổ Khối huyện Gia Lâm trấn Kinh Bắc, dài hơn 400 trượng; một đoạn ở xã Tào Nha huyện Nam Xang trấn Sơn Nam thượng, dài hơn 513 trượng; một đoạn ở thôn Ngọ Xá huyện Sơn Minh [huyện Ứng Hoà, Hà Tây], dài hơn 178 trượng; một đoạn ở xã Mễ Trường huyện Thanh Liêm [Hà Nam], dài 53 trượng; một đoạn ở xã Lại Trì huyện Thư Trì [huyện Vũ Thư, Thái Bình], dài hơn 42 trượng; lại bồi đắp một đoạn đê cũ ở xã Vĩnh Thái huyện Phú Xuyên [Hà Tây], dài hơn 65 trượng; chi tiền hơn 80.400 quan.

Tháng 6 [19/7-16/8/1803], bắt đầu đúc tiền **Gia Long thông bảo**; sai Cai đội Cáp Văn Cẩn trông coi công việc. Đúc xong đưa 1.000 đồng ra Bắc Thành để đúc theo cho có quy thức nhất định. Mẫu tiền, mỗi đồng đường kính 5 phân 5 ly, mỗi quan tiền nặng 2 cân 4 lạng.

Sai các dinh ở Gia Định chiêu tập quân dân xiêu tán trốn tránh trong thời chiến tranh; Vua ban dụ rằng:

"Gia Định từ khi dấy binh, hằng năm chinh chiến, đi phải mang theo, ở thì phải đưa tiễn, dân cũng mệt nhọc. Trong lúc nhiều việc, hoặc có kẻ chạy đông chạy tây, trốn tránh vào

rừng núi để tạm lánh phu dịch. Nay nghịch tặc đã trừ, binh cách đã dứt, nên dụ bảo rộng rãi, khiến cho người ta vui vẻ quay về. Nếu có kẻ tình nguyện đầu quân, cho quan sở tại tâu lên; nếu không thì cũng được trở về hương lý [làng xóm] *để cùng hưởng phước thái bình*".

Sai quan Lưu trấn đưa thư sang Chân Lạp bảo rằng phàm có dân Việt ngụ cư tại đó, thì đưa trả về hết.

Quan Bắc Thành tâu rằng các động Tây Nghiễn, Ngưu Đầu, Bạch Sa và Ngư Châu thuộc châu Vĩnh An [huyện Mông Cái, Quảng Ninh] trước kia chưa kiểm soát được. Nay quan trấn Yên Quảng [Quảng Ninh] chiêu dụ vỗ về, nhân dân đều vui vẻ quy phụ. Xin hạ lệnh cho làm sổ sách ruộng đất để tương lai bàn định thuế khóa; Vua chấp nhận.

Nước Hồng Mao [Anh] sai sứ là Robert đến hiến phương vật và dâng biểu xin lập phố buôn ở Trà Sơn [huyện Sơn Trà, Đà Nẵng] dinh Quảng Nam. Vua nói rằng:

"*Hải cương là nơi quan yếu, sao lại cho người ngoài được* !"

Quyết định không cho, sai trả lại hiến vật, rồi mà bảo về.

Tháng 7 [17/8-15/9/1803], lấy Cai cơ Võ Văn Phú làm Thủ ngự cửa biển Sa Kỳ [huyện Sơn Tịnh, Quảng Ngãi], sai mộ dân lập đội Hoàng Sa.

Mười ba năm về trước [1800], Lê Quýnh một cựu thần nhà Lê tại Trung Quốc đòi trở về nước để mưu đồ phục quốc, lại khăng khăng chịu chết, quyết không thay đổi mũ áo, cạo đầu dóc tóc theo phong tục Mãn Thanh; nên bị Vua Càn Long bắt giam vào ngục. Đến đời Vua sau, năm Gia Khánh thứ 5 [1800] được phóng thích, nhưng bị quản chế tại doanh Hoả Khí.

Lúc Vua Gia Long sai Sứ sang Trung Quốc xin cầu phong, dùng Lê Doãn Trác là con Lê Quýnh làm nhân viên sứ bộ, giữ chức Hành nhân. Khi sứ bộ đến Trác Châu, cách Bắc Kinh khoảng 50 cây số về phía nam; Lê Quýnh từ lặn lội xuống thăm con, sự việc phát giác, nên Lê Quýnh bị nhà Thanh hạch tội:

"***Ngày 30 tháng 7 năm Gia Khánh thứ 8*** [15/9/1803]. *Dụ Nội Các: Bọn Miên Chí tâu:*

'Người An Nam tên Lê Quýnh ngầm đến Trác Châu [zhuozhou, Hà Bắc] *tìm gặp con y, nay xin giao cho phủ Thuận Thiên chiếu theo lệ xét xử.'*

Lê Quýnh là viên quan của của phiên bang nơi biên giới, phạm tội nên bị giam. Vào năm Gia Khánh thứ 5 [1800] *được Trẫm đặc cách phóng thích, mệnh an sáp tại ngoài doanh hoả khí, cấp lương tiền như lính Bát Kỳ; vẫn giao cho quan phụ trách trông coi, không được tự ý đi ra ngoài. Nay Lê Quýnh cùng Lý Bỉnh Đạo nói dối xin đi thăm mộ Lê Duy Kỳ, được doanh này cho hai người lính hộ tống. Đi đến khoảng phụ cận cầu Lư Cấu, Lê Quýnh thừa lúc sơ hở bỏ đi, quân hộ tống chỉ đưa được Lý Bỉnh Đạo trở về, riêng Lê Quýnh thì đi thẳng đến Trác Châu. Qua viên Tri châu này thẩm vấn, y khai rằng:*

'Nhân nghe tin trong số Cống sứ Việt Nam có con y là Lê Doãn Trác giữ chức Hành nhân, trên đường đến kinh đô; nên y đi thăm hỏi sự tình.'

Bọn Lê Quýnh trú tại xưởng Lam Điện, làm sao biết được Lê Doãn Trác theo phái đoàn Cống sứ Việt Nam đến kinh đô? Huống Sứ thần nước này đến Trác Châu vào ngày 25, Lê

Quýnh đến ngay vào ngày hôm sau, cớ sao được tin nhanh như vậy? Vả lại bọn Lê Quýnh muốn đi ra ngoài để thăm gặp, thì cứ bẩm lên viên Đại thần cai quản, để được tâu lên đợi chiếu chỉ chấp thuận mới có thể đi được. Sao y chưa trình rõ ràng lại ngầm đi [đi không xin phép], *quả thực không tuân lệnh quản thúc. Ngoại trừ việc giáng chỉ đem các quan viên trong doanh phân biệt xét xử; nay truyền lệnh doanh phụ trách cùng phủ Thuận Thiên giải giao bọn Lê Quýnh, Lý Bỉnh Đạo hai người đến bộ Hình để thẩm vấn."* (**Nhân Tông Thực Lục** quyển 117, trang 563 564)

Sự việc giao cho bộ Hình, lệnh đem Lê Quýnh đối chất với viên Tham Lãnh Bảo Thiện chuyên trách quản lý. Viên Tham lãnh này phải thú nhận rằng đã tự tiện cho phép Lê Quýnh đi gặp con, do đó Lê Quýnh được miễn tội:

"***Ngày 15 tháng 8 năm Gia Khánh thứ 8*** [30/9/1803]. *Lại dụ Nội Các:*

Bộ Hình đã đem viên Tham lãnh Bảo Thiện đối chất xác minh với Lê Quýnh rồi soạn tấu triệp trình lên nội dung:

'Bọn người An Nam Lê Quýnh cư trú tại xưởng Lam Điện, do Tham Lãnh Bảo Thiện chuyên trách quản lý. Nhân Lê Quýnh xin phép đi thăm Cống sứ, Bảo Thiện không bẩm lên quan Đại thần cai quản, bèn tự chấp thuận cho đi, hành động thuộc loại chuyên quyền tự ý. Khi Lê Quýnh cung khai việc này, viên Đại thần cai quản đích thân hỏi viên Tham lãnh, y không thừa nhận; rồi Quân Cơ Đại thần chuyển chiếu chỉ hỏi tường tận, sau ba bốn lần cung khai y vẫn không nói rõ sự thực. Đến khi giải giao Bảo Thiện đến bộ Hình đối chất với Lê Quýnh, y không còn bao che được, rốt cuộc phải thừa nhận.'

Y thuộc loại giảo hoạt, nếu chỉ giao về bộ nghị xử thì e quá nhẹ; nay truyền lệnh cách chức Bảo Thiện, phát vãng đến Ô Lỗ Mộc Tề hiệu lực, để chuộc tội. Còn bọn Lê Quýnh, Lý Bỉnh Đạo đã được hỏi rõ và cũng không phải ngầm đi, mọi việc đều hợp lẽ; nay lại giao cho doanh Hoả Khí an sáp tại xưởng Lam Điện, hãy lưu tâm quản thúc, không được tự ý đi ra ngoài sinh chuyện. Điều cung khai rằng Lê Quýnh trên đường đi tình cờ gặp viên quan Mông Cổ họ A, còn đơn vị hiệu cờ cùng tên thì không nhớ rõ; cũng không cần tra cứu thêm nữa." (**Nhân Tông Thực Lục** quyển 118, trang 586)

Cùng trong tháng, sứ bộ nhà Nguyễn lần đầu tiên đến cống triều Thanh, được Vua Gia Khánh khen ngợi:

"**Ng***ày 5 Đinh Mão tháng 8 năm Gia Khánh thứ 8 [20/9/1803]***.** *Quốc vương Việt Nam Nguyễn Phúc Ánh sai Bồi thần đến cống sản vật địa phương. Giáng sắc khen ngợi, ban yến, thưởng như thường lệ."* (**Nhân Tông Thực Lục** quyển 118, trang 20).

Nhân dịp này người Thanh đưa thư báo tin sứ thần ta đến Yên Kinh, vua Thanh sẽ sai án sát sứ Quảng Tây Tế Bố Sâm sang tuyên phong; nên vào tháng 8 [16/9-15/10/1803] Vua Gia Long bàn việc ra Bắc thành, để nhận sắc. Sai Phạm Văn Nhân, Nguyễn Văn Khiêm và Trần Văn Thái lưu giữ kinh thành, riêng Tống Phước Lương và Nguyễn Vĩnh Thị đem quân thuỷ bộ đi trước.

Ngày mồng 4 tháng 8 [19/9/1803], xa giá từ kinh sư khởi hành; Nguyễn Văn Trương, Lê Chất, Nguyễn Đức Xuyên đem quân đi theo hầu.

Ngày mồng 8 [23/9/1803] đến Quảng Bình; dân phía bắc tỉnh này bị đói, sai phát 1.500 phương gạo kho để chẩn cấp.

Ngày 11 [26/9/1803], xa giá đến Nghệ An, đóng lại ở hành cung Hà Trung [huyện Kỳ Anh, Hà Tĩnh]. Trấn thủ Hoàng Viết Toản và Hiệp trấn Hồ Thế Học ra mắt. Vua hỏi thăm dân tình, và sắc sai dân sở tại sửa đắp đường quan mỗi 15.000 trượng [1 trượng=4 mét] thì cấp cho 10.000 phương gạo, người cung ứng cỏ rơm cho voi ngựa thì mỗi ngày cấp 15 phương gạo; cầu cống gãy nát thì dùng quân lính sửa chữa, không được điều động sức dân.

Vua thấy dân Nghệ An đói, sai phát chẩn; ban chiếu rằng:

"*Trấn các ngươi sau cơn binh lửa, mà gánh vác dao dịch chưa được nghỉ ngơi. Năm nay lại mất mùa, mặt dân xanh như rau cả, lòng trẫm rất thương. Vậy phát gạo kho 35.000 phương gạo để chẩn cấp, tổng trưởng, xã trưởng kẻ nào xén bớt thì xử tội chết*". Lại hoãn thu một nữa thuế biệt nạp năm nay.

Người huyện Nghi Xuân [Hà Tĩnh] là Nguyễn Công Trứ đến điều trần mười việc; sai bộ Lại duyệt kỹ để tâu.

Tháng 9 [16/10-13/11/1803], nước Chân Lạp sai sứ sang cống, quan tại kinh đô tâu lên cho Vua hay. Sai các trấn từ Quảng Trị trở ra Bắc, tiếp đãi sứ giả nồng hậu, rồi đưa đến hành tại [nơi Vua trú].

Hơn trăm chiếc thuyền của giặc biển Tề Ngôi [bọn cướp biển Trung Quốc] ra vào vùng Tiên Yên [Quảng Ninh]và Vân Đồn [Quảng Ninh], xâm bức đồn Cổ Dũng, lại vào cả sông Bạch Đằng, cướp bóc địa phương Kinh Môn [Hải Dương]. Nguyễn Văn Thành sai Chưởng dinh Nguyễn Đình Đắc, Đô thống chế Phan Tiến Hoàng, Tán lý Đặng Trần Thường đem quân đánh dẹp.

Vua nghe báo, sai Nguyễn Văn Trương lãnh quân thuỷ

bộ cùng Văn Thành điều động biền binh phái thêm để ngăn chặn những đường trọng yếu. Hương cống cũ triều Lê là Bùi Huy Ngọc và Nguyễn Huy Khuê người Yên Quảng [Quảng Ninh] tập hợp thổ hào ở hai tổng Hà Nam [Quảng Ninh] và Hà Bắc [Quảng Ninh] theo quan binh, đánh chém được 6 đầu giặc, bắt được thiếu uý giặc là tên Vân. Thổ hào ba huyện Kim Thành [Hải Dương], Thuỷ Đường [Hải Dương] và Giáp Sơn [Hải Dương] cũng đều họp quân đón đánh, chém được 2 đầu giặc, bắt được hơn 60 người. Thuyền giặc chạy ra biển về phía đông. Văn Thành đem tình trạng tâu lên; Vua cho Huy Ngọc làm Tham hiệp Yên Quảng, Huy Khuê làm Tri huyện Hữu Lũng [huyện Lạng Giang, Bắc Giang]; các thổ hào đều được thưởng các chức như: Cai đội, Đội trưởng, Cai thuộc, Ký thuộc, Cai tổng, Phó tổng.

Bấy giờ những di thần nhà Lê tỵ nạn tại Trung Quốc đều muốn trở về nước và xin đem hài cốt cựu Hoàng Lê Chiêu Thống cùng về. Vua Gia Khánh chấp nhận việc này, nên sai Tuần phủ Quảng Tây Tôn Ngọc Đình bảo Án sát Tế Bố Sâm lúc ban sắc phong, hãy cáo tri cho Vua Gia Long biết có hay không muốn lưu giữ những người này:

"***Ngày 10 tháng 9 năm Gia Khánh thứ 8*** **[25/10/1803].** *Dụ các Quân cơ đại thần:*

Trước đây những người An Nam theo Lê Duy Kỳ lục tục đến đầu thuận nội địa, cho an sáp yên ổn đã mấy năm nay. Hiện tại Nguyễn Quang Toản tự dẫn đến sụp đổ, Nguyễn Phúc Ánh gõ cửa quan xin nội phụ, mới được phong làm Quốc vương Việt Nam. Nhân nghĩ đến người An Nam trước đây bị an sáp, tất phải nhớ đến cố hương; đã tra hỏi bọn Lê Quýnh bị an sáp tại doanh hoả khí, cùng những cựu thần họ Lê bị biên chế vào kỳ (2) thì đều muốn trở về nước và xin đem hài cốt của Lê Duy Kỳ trở về. Lúc này Cống sứ Việt Nam đã khởi hành từ kinh đô đến Quảng Tây, sau đó viên quan ty Niết Tề Bố Sâm sẽ tuân theo chiếu chỉ trước mang sắc ấn ra quan ải đến ban phong. Lệnh viên Tuần phủ truyền bảo Tề Bố Sâm lúc ban sắc phong, hãy cáo tri cho viên Quốc vương biết rằng người An Nam đến đầu thuận trước đây, được đại Hoàng đế hỏi đến, bọn y đều xin trở về cố hương. Vậy viên Quốc vương có hay không muốn thu lưu những người này; hãy phúc đáp, để bẩm lên viên Tuần phủ, rồi tâu lên đầy đủ. Đem dụ này truyền cho Tôn Ngọc Đình hay biết." (**Nhân Tông Thực Lục**, quyển 120, trang 14)

Ngày 12 tháng 10 [25/11/1803] Vua đi chơi núi Dục Thuý [Ninh Bình], xem ngắm hình thế. Sai lấy hai huyện Đại An [huyện Nghĩa Hưng, Nam Định] và Vọng Doanh [huyện Ý Yên, Nam Định] thuộc trấn Sơn Nam hạ [Nam Định] cho lệ vào Thanh Hoa ngoại [Ninh Bình].

Ngày 16 [29/11/1803] xa giá đến thành Thăng Long; sai Nguyễn Văn Thành và Đặng Trần Thường kinh lược các trấn ở Bắc Thành, lấy Nguyễn Văn Trương tạm thời lãnh việc thành.

Hạ lệnh cho quan lại sĩ thứ ở Bắc Thành điều trần về lợi hại của việc đắp hay bỏ đê, ban chiếu rằng:

"Làm lợi, bỏ hại là việc trước tiên của chính trị. Xét xưa sánh nay, phải sao cho đúng lẽ. Những huyện ở ven sông trong địa phương các ngươi từ trước đã lập đê điều để phòng nước lụt. Song nhân tuần đã lâu, hễ đến mùa lụt thì đê điều vỡ lở, lúa ruộng bị ngập, người và súc vật cũng bị hại. Bọn ngươi, người thì sinh ở nơi đó, người thì làm việc ở nơi đó, thế đất tình người đã từng am thuộc. Vậy đắp đê và bỏ đê,

cách nào lợi, cách nào hại, cho được tỏ bày ý kiến. Lời nói mà có thể thực hành sẽ được nêu thưởng".

Vua đi thăm xã Thanh Khúc thuộc huyện Thanh Trì [Hà Nội], xem đường đê, quan dân đều dâng phong thư, có người nói đắp đê thì lợi, có người nói bỏ đê thì lợi. Vua cho rằng dư luận phân vân, chưa biết thế nào là đúng. Bèn sai Hộ bộ Nguyễn Văn Khiêm đi khắp các nơi xem dòng sông uốn khúc, dòng nước phân hợp, vẽ thành bản đồ bản dâng lên.

Tháng 11 [14/12/1803-12/1/1804], nước Xiêm La sai bọn Sá Phất Ba Ni đến hiến phương vật. Vua sai các dinh trấn từ Diên Khánh ra Bắc đón tiếp sứ giả nồng hậu, đưa gặp nơi hành tại, rồi cho về.

Về phía nhà Thanh, ngoài việc chấp thuận cho những cựu thần nhà Lê tại kinh đô được trở về nước, cũng cho phép những người bị an sáp tại các tỉnh, như Bế Nguyễn Cung, được trở về:

"Ngày 8 tháng mười một năm Gia Khánh thứ 8 [21/12/1803]. *Chấp nhận Bế Nguyễn Cung, người An Nam bị an sáp tại Giang Ninh* (3), *trở về nước; cùng thưởng lộ phí có sai biệt."* (**Nhân Tông Thực Lục** quyển 123, trang 12)

Tháng 12 [13/1-10/2/1804] Chiêu Nội ở Trấn Ninh xin nội thuộc. Trước kia vua từ thành Gia Định ra đánh miền Bắc, quốc trưởng nước Vạn Tượng là Chiêu Ấn nhiều lần cho binh theo quan quân ở miền thượng đạo đi đánh giặc. Khi Bắc Hà đã bình định, vua lấy đất Trấn Ninh ban cho. Đến nay tù trưởng Trấn Ninh là Chiêu Xanh chết, Chiêu Ấn lập người anh họ là Xà Cương thay giữ dân chúng. Con Chiêu Xanh là Chiêu Nội không phục, đem đồ đảng 600 người chạy đến Trà Lân [huyện Tương Dương, Nghệ An]. Việc ấy báo lên. Vua sai quan trấn Nghệ An phát hơn 200 phương gạo cấp cho.

Trấn thủ Phú Yên báo thuyền buôn của người Xiêm là Ngô Mân Quan bị bão, đậu vào cửa biển Cù Mông. Vua ban sắc rằng:

"Từ nay người buôn Xiêm bị nạn thì số gạo nhà nước bán chiếu theo nhân khẩu, vừa đủ thì thôi, không được bán nhiều. Thuyền có hàng hoá cũng đánh thuế".

Sứ bộ Lê Quang Định từ Bắc Kinh trở về nước; Vua hỏi thăm công việc đi sứ, vui mừng uỷ lạo.

Chú thích:

1. Ty niết: Ty Án sát.

2. Kỳ: Quân đội nhà Thanh được chia thành 8 kỳ, tức 8 màu cờ; vậy biên chế vào kỳ có nghĩa là biên chế vào quân đội.

3. Giang Ninh: xưa gọi Nam Kinh là Giang Ninh; nay thuộc tỉnh Giang Tô.

188. Nhà Nguyễn: Gia Long [1802-1819] (5)

Tháng giêng năm Gia Long thứ 3 [11/2-11/3/1804] sứ nhà Thanh là Án sát Quảng Tây Tề Bố Sâm đến cửa ải Nam Quan. Vua nghe tin báo, sai Chưởng dinh Trương Tấn Bửu, Binh bộ Đặng Trần Thường, Tham tri Nguyễn Văn Lễ, sung làm hậu mệnh sứ ở cửa Nam Quan; Phó tướng quân Trần Quang Thái, Hình bộ Phạm Như Đăng, Tham tri Lê Viết Nghĩa, sung làm hậu tiếp sứ ở địa đầu Kinh Bắc; Đô thống chế Phan Tiến Hoàng, Tham tri Nguyễn Đăng Hựu, sung làm hậu tiếp sứ ở công quán Gia Quất. Lại phái 3.500 biền binh và 30 thớt voi theo hậu mệnh sứ ở cửa Nam Quan để nghinh tiếp, 1.000 biền binh theo hậu tiếp sứ đến địa đầu Kinh Bắc đứng chờ. Lại sai đình thần chọn người chia đi trực tại 6 trạm: Mai Pha [huyện Cao Lộc, Lạng Sơn], Nhân Lý [huyện Chi Lăng, Lạng Sơn], Hoà Lạc [huyện Hữu Lũng, Lạng Sơn], Cần Dinh [huyện Lạng Giang, Bắc Giang], Mỹ Cầu [huyện Yên Dũng, Bắc Giang], Cầu Lim [huyện Tiên Du, Bắc Ninh].

Ngày 13 [23/2/1804], làm đại lễ bang giao. Sáng sớm, đặt đại giá ở sân điện Kính Thiên đến cửa Chu Tước, ngoài cửa đến bến sông Nhị Hà thì bày nghi vệ binh tượng; sai quan thân cận Tôn Thất Chương đến công quán Gia Quất, Đô thống chế Phan Văn Triệu, Hộ bộ Nguyễn Văn Khiêm, Tham tri Hộ bộ Nguyễn Đình Đức đến nhà tiếp sứ ở bến sông để nghinh tiếp.

Vua ngự ở cửa Chu tước, hoàng thân và trăm quan theo hầu. Sứ giả nhà Thanh đến, vào điện Kính Thiên làm lễ tuyên phong. Chưởng Tiền quân Nguyễn Văn Thành sung việc nhận sắc, chưởng Thần võ quân Phạm Văn Nhân sung việc nhận ấn. Lễ xong, mời Bố Sâm đến điện Cần Chánh, mời trà rồi lui. Bèn đặt yến ở công quán Gia Quất, tặng biếu phẩm vật. Bố Sâm nhận lấy the, lụa, vải, sừng tê, kỳ nam, còn dư đều trả lại; rồi tiến mừng phương vật. Vua sai thu nhận một vài thứ để yên lòng. Bố Sâm từ về. Vua sai Tôn Thất Chương đưa đi một trạm và quan hậu mệnh hộ tống ra cửa ải.

Dùng Tham tri Lê Bá Phẩm làm Chánh sứ, Trần Minh Nghĩa và Nguyễn Đăng Đệ sung Phó sứ, đem phẩm vật sang nhà Thanh tạ ơn. Cống phẩm gồm vàng tốt 200 lạng, bạc 1.000 lạng, lụa the đều 100 tấm, sừng tê 2 tòa, ngà voi và nhục quế đều 100 cân. Lại dâng hai lễ cống cho năm Quý Hợi [1803]và năm Ất Sửu [1805]; ngà voi 2 cặp, sừng tê 4 tòa; trừu, the, lụa, vải đều 200 tấm; trầm hương 600 lạng, tốc hương 1.200 lạng; sa nhân, cau khô đều 90 cân. Theo lệ bang giao cũ, cứ 2 năm thì cống một lần; 4 năm một lần sai sứ dâng luôn hai lễ cống.

Vua chuẩn bị trở về kinh; ngày 21 [2/3/1804], xa giá xuất phát tự thành Thăng Long; Ngày 25 [6/3/1804], đến Thanh Hoa, Vua bái yết Nguyên miếu.

Quốc trưởng Vạn Tượng là Chiêu Ấn chết. Em là Chiêu A nối ngôi. Vua sai Cai cơ Nguyễn Văn Uẩn, và Hàn lâm Lê Văn Phú sang phúng điếu. Vạn Tượng gửi thư nói rằng người dân Trấn Ninh đều không phục Xà Cương mà xin lập

Chiêu Nội, Chiêu Nội cũng xin về; bèn sai quan Nghệ An lượng cấp lương cho về.

Ngày mồng 8 tháng 2 [19/3/1804], xa giá đến kinh sư. Ngày 17 [28/3/1804], tế cáo Thái miếu chính thức đặt quốc hiệu là Việt Nam. Lễ xong Vua xuống chiếu bố cáo:

"*Đế vương dựng nước, trước phải trọng quốc hiệu để tỏ rõ nhất thống. Xét từ các đấng tiên thánh vương ta xây nền dấy nghiệp, mở đất Viêm bang, gồm cả đất đai từ Việt Thường về Nam, nhân đó lấy chữ Việt mà đặt tên nước. Hơn 200 năm, nối hoà thêm sáng, vững được nền thần thánh dõi truyền, giữ được vận trong ngoài yên lặng. Chợt đến giữa chừng, vận nước khó khăn, ta lấy mình nhỏ, lo dẹp giặc loạn, nên nay nhờ được Phước lớn, nối được nghiệp xưa, bờ cõi Giao Nam, đều vào bản tịch. Sau nghĩ tới mưu văn công võ, ở ngôi chính, chịu mệnh mới, nên định lấy ngày 17 tháng 2 năm nay* [28/3/1804], *kính cáo Thái miếu, cải chính quốc hiệu là Việt Nam, để dựng nền lớn, truyền lâu xa. Phàm công việc nước ta việc gì quan hệ đến quốc hiệu và thư từ báo cáo với nước ngoài, đều lấy Việt Nam làm tên nước, không được quen xưng hiệu cũ là An Nam nữa*".

Cần nhắc lại sứ nhà Thanh Tề Bố Sâm đến Việt Nam còn có nhiệm vụ hỏi Vua Gia Long có muốn nhận cựu thần nhà Lê trở về nước hay không. Sau khi Vua nước ta chấp thuận, bèn sắp xếp cho trở về nước:

"**Ngày 13 tháng 2 năm Gia Khánh thứ 9** [24/3/1804]. *Mệnh những người An Nam được biên chế Tá lãnh* (1), *hoặc bị an trí tại các nơi, được trở về nước. Dụ Nội các:*

Trước đây Nguyễn Phúc Anh gõ cửa quan dâng biểu xin ban phong, đã gia ân phong làm Quốc vương Việt Nam, làm phiên thuộc cai đất Giao Nam. Nhân nghĩ đến những người An Nam theo Lê Duy Kỳ đến đầu thuận nội địa được biên chế Tá lãnh, tuy được ban cấp tiền lương, sống quây quần với nhau; nhưng xa cách quê hương đã nhiều năm, tình thực đáng thương.

Nay gia ơn cho trở về nước, để toại lòng muốn trở về đất tổ; lại mang hài cốt Lê Duy Kỳ về an táng tại đất cũ, để xây mồ vĩnh viễn. Lệnh cho viên Đô thống coi kỳ (2) này, căn cứ vào danh sách của những người An Nam, truyền chỉ thưởng 1 viên Tá lãnh 10 lạng bạc; 1 viên Kiêu kỵ, Hiệu uý thưởng cấp 8 lạng; từ Lãnh thôi đến đàn ông đàn bà người lớn thưởng cấp 5 lạng, trẻ em mỗi người thưởng cấp 3 lạng; tất cả đều do ty ngân khố Quảng Trử cấp phát. Lệnh chia nhóm, đi đến Quảng Tây, giao cho Tuần phủ Bách Linh sai đưa ra khỏi quan ải, báo cho viên Quốc vương thu lãnh. Trừ những kẻ bị an sáp tại Giang Ninh, đã báo cho Trần Đại Văn tuân theo mà lo liệu; những người An Nam tại Trương Gia Khẩu, Nhiệt Hà, lệnh cho bọn Đô thống tra xét rồi cho đưa về kinh đô, giao cho [Đô thống] *coi kỳ này theo lệ mà tống hồi. Còn những người trước đây bị phát vãng đến các xứ như Phụng Thiên, Hắc Long Giang, Y Lê; đều ra lệnh cho các Tướng quân tra xét, thả trở về, cùng thưởng cấp như trên, rồi đưa đến Quảng Tây lệnh ra khỏi quan ải, để biểu thị sự thể tuất ngoại lệ."* (**Nhân Tông Thực Lục** quyển 126, trang 14-15)

Tháng 3 [10/4-8/5/1804], sai Bắc Thành chế các thứ cân, thước và phương, thăng, hộc. Dụ rằng:

"Thống nhất đo lường là việc đầu tiên trong chính trị. Nay nên theo thức mà chế tạo, gửi khắp các trấn. Phàm dân có chế để dùng phải lấy đó làm kiểu, do sở tại so sánh rồi

khắc chữ làm tin. Làm trái thì có tội".

Sai Điển quân Lưu Phước Tường và Hàn lâm viện Trần Công Hoà sung chánh phó sứ sang Xiêm. Người Xiêm đến cáo việc tang của vua thứ hai nước ấy, nên sai bọn Tường sang phúng. Tặng Phật vương 50 lạng vàng, 500 lạng bạc, the màu và vải trắng đều 100 tấm; phúng vua thứ hai 500 cân sáp ong, 100 tấm vải trắng, 3.000 cân đường cát, đường phèn, đường phổi đều 500 cân. Khi sứ giả trở về, người Xiêm gửi thư đến tạ ơn.

Lữ Tống [Philippin] bị đói, xin mua gạo ở Gia Định; quan Lưu trấn không muốn bán, đem việc tâu lên. Vua bảo rằng:

"Bờ cõi dù khác nhau, nhưng lấy lòng chung mà thương nhau, sao nỡ không ngó đến".

Bèn bán cho 50 vạn cân gạo.

Nhân ban học quy cho các thành và dinh trấn; quan Bắc Thành tâu rằng:

"Hiện nay Thánh thượng lưu ý đào tạo nhân tài, chia đặt Đốc học, rèn đúc học trò, để cống hiến cho nhà nước. Đó thực là cơ hội lớn để sửa đổi phong tục và tác thành nhân tài. Nhưng sự dạy dỗ mới bắt đầu thì văn khoa cử nên có kiểu mẫu để làm khuôn phép cho học trò. Vậy xin chuẩn định học quy, khiến cho người dạy lấy đó mà dạy học trò, và học trò lấy đó mà chuyên nghiệp, để cho giảng dạy khảo khoá lấy đó mà theo".

Vua chuẩn lời tâu; sai Tham tri Hình bộ Nguyễn Thế Trực và quan Quốc tử giám Nguyễn Viết Ứng soạn định những bài mẫu mới về kinh nghĩa và văn sách, để ban bố thi hành.

Giặc nổi ở Thái Nguyên, đánh cướp Vũ Nhai [Thái

Nguyên] và Lạng Giang [Bắc Giang]. Trấn thủ Kinh Bắc là Phạm Tiến Tuấn đem quân đi đánh. Quan Bắc Thành sai đem quân tăng cường, đến nơi thì giặc tan vỡ, nên rút quân về.

Thuỷ sư Bắc Thành đánh tan giặc biển Tề Ngôi ở hải phận Yên Quảng [Quảng Ninh], bắt được quân giặc 13 người và thuyền ghe khí giới đem nộp.

Đắp tám đoạn đê mới ở Bắc Thành: Một đoạn ở xã Thượng Cát huyện Từ Liêm [Hà Nội] dài hơn 135 trượng [1 trượng=4 mét]; một đoạn ở xã Phú Xuyên huyện Tiên Phong [Hà Tây], dài hơn 394 trượng; một đoạn ở xã Phù Liệt huyện Văn Giang [Hưng Yên] dài hơn 361 trượng; một đoạn ở xã Phù Cầm huyện Yên Phong [Bắc Ninh] dài hơn 47 trượng; một đoạn ở xã Đông Phù Liệt huyện Thanh Trì [Hà Nội] dài hơn 370 trượng; một đoạn ở xã Hà Lão huyện Hưng Nhân [huyện Hưng Hà, Thái Bình] dài hơn 119 trượng, một đoạn ở xã Đường Sâm huyện Chân Định [huyện Kiến Xương, Thái Bình] dài 214 trượng; một đoạn ở xã Trà Lý huyện Chân Định dài hơn 88 trượng. Sai quan Bắc Thành thuê dân đắp, chi tiền hơn 89.000 quan.

Ngày mồng một tháng 4 [9/5/1804], xây cung thành và hoàng thành. Cung thành bốn mặt dài suốt 307 trượng 3 thước 4 tấc, xây bằng gạch, cao 9 thước 2 tấc, dày 1 thước 8 tấc. Hoàng thành bốn mặt dài suốt 614 trượng, xây gạch, cao 1 trượng 5 thước, dày 2 thước 6 tấc. Hồ bọc ba phía, trái, phải, sau; dài 464 trượng 1 thước.

Người huyện Diên Hà [huyện Hưng Hà, Thái Bình] là Lê Duy Thanh đem dâng sáu quyển **Tạp Lục** và hai quyển **Quần Thư Khảo Biện** của cha là Lê Quý Đôn.

Bọn giặc Thái Nguyên còn sót đánh cướp đồn Bắc Cạn; quan trấn đem quân đánh úp phá được.

Bàn định quan chế 2 ban văn, võ; từ nhất phẩm đến cửu phẩm. Bàn xong, đem tuyên bố trong triều; dụ cho bầy tôi rằng:

"Bọn khanh nếu có ý kiến đều nên nói thực, chứ không nên trước mặt thì đồng ý, sau khi lui về lại còn nói".

Bầy tôi đều nói xin theo lời đã bàn; bèn ban bố khắp nơi.

Tháng 5 [8/6-6/7/1804], cho dời trấn lỵ Thanh Hoa từ xã Dương Xá huyện Đông Sơn đến xã Thọ Hạc huyện Đông Sơn; dời trấn lỵ Nghệ An từ xã Dũng Quyết huyện Chân Lộc đến xã An Trường huyện Chân Lộc.

Người thiểu số Thạch Bích [Đá Vách] giáp giới đầu nguồn Quảng Ngãi [Kon tum], thường xuống quấy nhiễu; nhằm đề phòng lâu dài vào tháng 5 sai Lê Văn Duyệt và Lê Quang Định biên chế quân và dân Quảng Ngãi làm mười kiên cơ. Phàm quân dùng người quê ở Quảng Ngãi, từ phó đội trở xuống, đều cho về cùng với dân ở đấy biên chế thành cơ đội; dân cho miễn thuế thân và dao dịch, chia phiên đi thú.

Công chúa nhà Lê cũ là Ngọc Hân mất. Năm Bính Ngọ Cảnh Hưng thứ 47 [1786], Vua Lê Hiển Tông gả Ngọc Hân cho Nguyễn Huệ, đến lúc Tây Sơn mất Ngọc Hân về quê mẹ ở xã Phù Ninh [huyện Thuận Thành, Bắc Ninh], đến nay mất. Quan huyện Đông Ngàn [Bắc Ninh] xin cho làm lễ an táng; dân Phù Ninh lập đền thơ bà.

Tháng 6 [7/7-4/8/1804], việc xây cất cung thành và hoàng thành sợ gây phiền nhiễu dân, Lưu trấn Gia Định là Nguyễn

Văn Nhân tâu rằng:

"Nay trong nước mới định mà công việc bắt dân làm luôn, sợ sinh ta thán, xin phát nhiều tiền bạc để thưởng cấp, khiến dân vui lòng mà quên mệt nhọc".

Chiếu Vua trả lời:

"Khanh nói phải đó. Nhưng kinh sư là đất căn bản, đặt hiểm để giữ nước, việc ấy không thể thiếu được. Nay chinh chiến mới yên, người ta còn quen sự khó nhọc, khó nhọc thì dễ khiến, mà việc dễ nên. Nếu để vài năm sau thì dân quen yên rỗi, yên rỗi thì khó khiến, mà oán thì dễ sinh. Trẫm nhân nhọc mà bắt nhọc luôn để xây dựng lấy chốn thần kinh, đó là kế nhọc một lần mà nghỉ mãi mãi. Quân dân đi làm việc, trẫm đã ưu cấp cho. Ngươi nói không giấu giếm, trẫm rất khen ngợi".

Cung thành [Tử Cấm thành] và Hoàng thành đã làm xong; cho binh Bắc Thành về quê nghỉ ngơi, thưởng mỗi người một quan; từ đội trưởng trở lên thưởng thêm hai tháng tiền bổng. Miễn thuế thân năm nay cho các thợ làm việc ở kinh.

Bắc Thành nước lớn, đê vỡ, sai quan lấy thóc kho phát chẩn rồi đem việc tâu lên. Vua sai quan địa phương xét những người bị tai nạn nhiều quá thì cho vay tiền để đong thóc giống gieo mạ, không bỏ lỡ mùa màng.

Năm ngoái nước Hồng Mao [Anh] sai sứ đến hiến phương vật và dâng biểu xin lập phố buôn ở Sơn Trà, Đà Nẵng; bị nhà Vua từ chối. Năm nay Hồng Mao lại sai sứ đến dâng phương vật, xin cho người nước ấy ở lại Đà Nẵng buôn bán. Vua nói:

"Tiên vương kinh dinh việc nước, không để người Hạ lẫn với người Di, đó thực là cái ý đề phòng từ lúc việc còn nhỏ. Người Hồng Mao gian giảo trí trá, không phải nòi giống ta, lòng họ hẳn khác, không cho ở lại, ban cho ưu hậu mà khiến về, khước từ những phương vật họ hiến".

Rồi sau bọn Hội Thương Trọng [tên quan người Anh] hai ba lần dâng thư yêu cầu; Vua cũng không cho.

Cấm dân gian không được buôn bán các thứ gỗ quí: táu, lim, giáng hương; làm trái thì xử tội nặng. Thuyền buôn nước ngoài mua trộm các thứ ấy, cũng bị tội như thế. Trước khi cấm mà đã lỡ bán, thì đem nộp hết cho quan, trả tiền đúng giá.

Sai Lễ bộ bàn định nơi thờ các công thần tại đền Hiển Trung Gia Định, tổng cộng 1.015 người. Trong đó có các danh thần như: Thái uý quốc công Võ Tánh, Lễ bộ tặng Thái tử thái sư quận công Ngô Tòng Chu, Quận công Chu Văn Tiếp; Đại tướng quân quận công Tôn Thất Hội, Đô thống chế tặng Thiếu bảo quận công Tống Viết Phước.

Phía nhà Thanh phát hiện vài cựu thần nhà Lê được chấp nhận cho trở về nước đã mang nô bộc người Trung Quốc cùng trở về. Sự việc tâu lên, Vua Gia Khánh ban chỉ dụ tìm cách ngăn chặn:

"***Ngày 3 tháng 6 năm Gia Khánh thứ 9*** [9/7/1804]. *Dụ các Quân cơ đại thần:*

"Bách Lân dâng tấu triệp rằng tra rõ những người Di An Nam từ Giang Ninh [Nam Kinh] *cho trở về là bọn Bế Nguyên Cung, mang nô bộc là bọn là bọn Tạ Xương Linh; đã phân biệt chuộc rồi lưu lại.*

Bọn Bế Nguyên Cung, trước đây lúc bị an trí tại Giang Ninh, chúng là người Di, không đáng được mua người dân nội địa làm nô bộc; nay được cho phép về nước, há lại được mang theo những người này. Từ nay trở về sau, các người Di lục tục trở về, nếu như có mang về, đều cho liệu biện như vậy.

Còn bọn Bế Nguyên Cung tại Giang Ninh riêng mua nô bộc, các quan địa phương sao không biết và xét đến; nếu không nhờ Quảng Tây điều tra ra và lưu giữ, thì dân nội địa đã bị dân Di làm nô dịch sai khiến, thật không hợp thể chế. Hiện tại bọn Tạ Xương Linh và văn khế mua, đã giao cho uỷ viên Giang Nam mang về. Lệnh Trần Đại Văn tra trong văn khế xem quê quán bọn này ở đâu, mua năm nào; Diêu Thành Quí bị Hà Đình Cầu mua năm nào, căn cứ vào năm để biết được các viên phụ trách cai quản, rồi soạn tấu triệp đầy đủ dâng lên để tham hặc." (**Nhân Tông Thực Lục** quyển 130, trang 1-2)

Tháng 7 [5/8-3/9/1804], qui định thời gian chuyển đệ công văn theo trạm; từ Gia Định đến kinh đô là 13 ngày, từ Bắc Thành đến kinh đô là 5 ngày; đúng hạn thì được thưởng tiền, Gia Định thưởng 5 quan, Bắc Thành thưởng 3 quan.

Định lệ thuế cho người thiểu số ở đạo Cam Lộ [Quảng Trị]: Sách Làng Tổng gạo nếp 10 sọt, vỏ gai 30 bó, bí xanh 300 quả, trâu một con, sáp ong 7 cân 8 lạng, thóc đen 5 sọt; sách Làng Sen gạo nếp 10 sọt, sáp ong 15 cân, thóc đen 5 sọt, bí xanh 100 quả, mật ong 2 hũ; hai sách Làng Tán, La Miết, gạo nếp 2 sọt; sách Tầm Linh tiền 64 quan 2 tiền; nguồn Viên Kiệu và hai sách Xà Đoan và Tiết Đường tiền 105 quan, hương vị 3 sọt, nhựa trám 3 sọt, song 12 sợi, mây đá 240 sợi, mây nước 11.000 sợi, mây sắt 31.000 sợi, chiếu mây 3 tấm, gạo nếp 32 sọt.

Tháng 8 [4/9-3/10/1804], quan tài Cựu hoàng Lê Chiêu Thống đã được đưa từ Trung Quốc về nước, quan Bắc Thành đem sự việc tâu lên. Vua hạ chiếu cho Diên Tự Công Lê Duy Hoán [con Hoàng thân Lê Duy Chi, cháu Cựu hoàng Lê Chiêu Thống] đón tại ải Nam Quan. Ngày 24 tháng 9 [27/10/1804] Tổng trấn Bắc Thành Nguyễn Văn Thành sai quân, cùng đinh phu các huyện tới Lạng Sơn rước quan tài về thành Thăng Long, tế điếu tại nhà Diên Tự Công. Vua cho 700 quan tiền, 500 phương gạo [1 phương= 30 lít], dùng binh thuyền hộ tống về táng ở Thanh Hoa.

Còn hài cốt những bầy tôi như Đinh Nhạ Hành, thì cho lãnh về quê an táng; dùng tiểu gỗ đưa về, cấp tiền vải cho gia đình.

Riêng Hoàng phi Nguyễn Thị Kim, người huyện Lang Tài, Bắc Ninh là vợ Cựu hoàng Lê Chiêu Thống. Cuộc biến năm Kỷ Dậu [1789], Cựu hoàng chạy sang Trung Quốc, Hoàng phi theo không kịp, ẩn nấp trong thôn ấp, không ai biết. Đến nay đến chịu tang, thương khóc, rồi uống thuốc độc chết. Quan Bắc Thành cấp cho 100 quan tiền và một tấm gấm để chôn, rồi đem việc tâu lên, xin nêu danh tiết. Đặng Đức Siêu quan bộ Lễ bàn rằng:

"Nêu khen những người tiết nghĩa là cốt để khuyên người; nhà Chu thì nêu danh cả xóm và đắp mộ; nhà Hán thì nêu danh và tha thuế cả nhà, đời Minh dân gian có người trinh tiết thì nêu họ tên, khắc vào bia đá, đều chưa bao giờ phong tên thuỵ cả. Nay Nguyễn Thị Kim tuy không ví như dân thường nhà quê, mà hay giữ vẹn được mình, tiết nghĩa khá khen, xin cho biển ngạch để nêu khen".

Vua liền sai quan Bắc Thành dựng bia đá ở làng, khắc chữ: "*Khâm tứ an trinh tuẫn tiết Nguyễn Thị Kim chi môn*" [Kính ban nơi cửa nhà Nguyễn Thị Kim là bậc an trinh tuẫn tiết.], cấp cho 2 người mộ phu, 20 mẫu ruộng, giao cho họ Lê giữ việc thờ cúng.

Riêng bộ **Quốc Sử Di Biên** của Thám hoa Phan Thúc Trực cung cấp thêm sử liệu như sau:

Vào tháng 7 [5/8-3/9/1804], bọn di thần Lê Quýnh đưa quan tài Cựu hoàng Lê Chiêu Thống về đến Lạng Sơn, làm lễ tế điện ở ngoài thành. Ngày 26 [30/8/1804] Lê Quýnh về thành Thăng Long trước, yết kiến Quận công Nguyễn Văn Thành, quỳ nhưng không lạy và nói:

"*Chưa được lạy Vua, chưa dám lạy tôn công.*"

Quận Thành mời ngồi, Quýnh tạ rằng:

"*Nước mất, không biết dựng lại, tôi là tội nhân của tôn công; nay thấy tôn công, tôi toát mồ hôi thấm áo. Duy hài cốt của Cố quân, chưa được tấc đất để an táng, xin tôn công tán thành cho.*"

Quận Thành nói:

"*Lo gì việc ấy, nhà Vua mong ông như khát mong nước uống, thường nói khi ông về vào yết kiến ngay, nói chuyện dăm bảy ngày. Công việc của Cố quân, tôi bảo đảm làm cho thành tựu.*"

Ngày mồng 6 tháng 8 [9/9//1804], Quýnh trở về quê; ngày mồng 7 [10/9//1804] cáo yết nhà thờ họ. Ngày 12 [15/9/1804] Quýnh trở lại thành Thăng Long, xin vào kinh dâng tờ tâu, được Vua cho đem hài cốt Cựu hoàng chôn tại làng Bố Vệ [huyện Đông Sơn, Thanh Hoá]. Ngày 24 tháng

9 [27/10/1804] Quận Thành sai quân, cùng đinh phu các huyện tới Lạng Sơn rước quan tài về thành Thăng Long, tế điếu tại nhà Diên Tự Công.

Bấy giờ Hoàng hậu Nguyễn Thị Kim từ chùa Lã đến viếng tang Vua, khóc với Lê Quýnh, rồi hỏi thân thế mình nên như thế nào. Quýnh bảo:

"Chết theo tiên quân là thượng kế; về lăng tẩm để giữ đèn hương là kế thứ hai."

Hậu bèn uống thuốc độc chết, bấy giờ mới 40 tuổi.

Ngày 28 tháng 10 [29/11/1804], Quận Thành đưa tang Cố quân về làng Bố Vệ an táng, rồi phụ táng Hoàng hậu vào đấy.

Lê Quýnh từ Thanh Hoá về, vào lạy tạ ơn Quận Thành, rồi trở về quê, đến chùa Đại Đồng tu, có câu thơ:

Phật tổ dung vi sơ đệ tử,

Hoàng Vương hứa tác cựu nhàn dân.

(Phật tổ cho làm đệ tử mới,

Vua hứa làm dân cũ nhàn.)

Tính Lê Quýnh hẹp hòi, thấy ai có chút lỗi nhỏ cũng đều chỉ trích không bỏ qua, nên người ta không phục. Lại dụng tâm tà, lúc đi sang Tàu, những ruộng ao các con bán đi đều nhất nhất đòi về!

Bấy giờ phía nhà Thanh, viên Đô thống Ô Lỗ Mộc Tề thuộc tỉnh Cam Túc đặt câu hỏi rằng trong địa địa phương y phụ trách, năm Càn Long thứ 36 [1771] đã an sáp người Việt Nam là bọn Hoàng Công Toản, gồm 22 hộ; những người này có nên chấp thuận về nước, như đã giải quyết cho đám cựu thần nhà Lê hay không? Vua Gia Khánh giải thích bọn Hoàng

Công Toản vốn là cừu địch với họ Lê nên đến đầu thuận nội địa, nhưng hiện tại Nguyễn Phúc Ánh, người được nước vốn thuộc cựu thần nhà Lê. Nhà Vua lo rằng những người này sau khi trở về nước sẽ không có chỗ nương dựa; nên cho ở lại Trung Quốc;

"*Ngày 6 tháng 8 năm Gia Khánh thứ 9* [9/9/1804]. *Lại dụ:*

Hôm nay Quân cơ đại thần tâu bộ hình chuyển văn thư cho biết căn cứ Đô thống Ô Lỗ Mộc Tề báo rằng tại địa phương Đầu Đồn thuộc xứ này, vào năm Càn Long thứ 36 [1771] *an sáp người Di là bọn Hoàng Công Toản, gồm 22 hộ; những người này nên hay không nên chấp thuận cho trở về nước. Qua Quân cơ điều tra rõ, Hoàng Công Toản là hậu duệ họ Mạc* (3), *nhân họ Lê diệt Mạc nên đổi họ để trốn, cư trú tại trại Mãnh Thiên. Lại bị An Nam đánh, sức không chống nổi, đem quyến thuộc hơn 100 người, vào năm Càn Long thứ 34* [1769] *khẩn cầu nội phụ. Đã được cho an sáp gần biên giới, rồi viên Quốc vương nước này xin đưa về để trị tội, nên bi bác và cho an sáp tại Ô Lỗ Mộc Tề.*

Những gia đình An Nam này với những người đi theo Lê Duy Kỳ được cho trở về; tình tiết không giống nhau, nên khó có thể liệu biện cùng một cách. Nay truyền dụ cho viên Đô thống, nếu như lúc này các hộ thuộc bọn Hoàng Công Toản không xin trở về nước, thì gác lại không bàn đến. Nếu bọn y nhân các các hộ theo Lê Duy Kỳ đều được chấp thuận cho trở về nước, rồi lại khẩn cầu xin hồi hương thì viên Đô thống cần dụ rằng: Bọn ngươi vốn là cừu địch với họ Lê nên đến đầu thuận nội địa, nhưng hiện tại Nguyễn Phúc Ánh, người được nước, vốn thuộc cựu thần nhà Lê. Đại Hoàng đế lo rằng các ngươi sau khi trở về nước sẽ không có chỗ nương dựa nên vì lòng thể tuất không đưa các ngươi giao cho nước này. Các ngươi đáng an cư lạc nghiệp, không nên nghe những điều quấy. Dụ một cách minh bạch như vậy, bọn chúng sẽ cảm khích về sự ban ơn. Đem dụ này lệnh để hay biết." (**Nhân Tông Thực Lục** quyển 133, trang 12-13)

Tháng 9 [4/10-1/11/1804], bọn giặc Triều Châu [Quảng Đông] là Mã Sĩ Anh quấy phá địa phương Hưng Hoá, tràn đến châu Văn Bàn [Lào Cai], Châu trưởng Đèo Quốc Uy đánh phá, bắt được Sĩ Anh và đồ đảng 20 người. Thưởng cho Quốc Uy một cặp áo và 300 quan tiền.

Sau khi Thái miếu [miếu thờ các đời], miếu Triệu tổ [Nguyễn Kim], miếu Hoàng khảo [cha Vua Gia Long] làm xong; vào ngày mồng 6 tháng 10 [7/11/1804], Vua đích thân đem bầy tôi làm lễ đặt bài vị các Vua và Hoàng hậu tại các miếu. Ngày mồng 7 [8/11/1804], Vua đến làm lễ; xong Vua ngự điện nhận lễ chầu mừng, cho bầy tôi ăn yến. Rồi sai dựng hành lang hai bên tả hữu miếu Triệu Tổ để chứa đồ tế.

Ngày 19 [20/11/1804], rước Thái hậu đến ở cung Trường Thọ; Vua thân đến chầu mừng. Từ đó cứ 3 ngày hoặc 5 ngày, vua thân đến thăm sức khỏe, chưa từng bỏ thiếu.

Tháng 11 [2/12-31/12/1804] lại dịch nhà Thanh là bọn Lâm Quý, Lâm Bảo đáp thuyền buôn qua Bành Hồ [Đài Loan], gặp gió trôi dạt đến cửa Đại Chiêm [Hội An, Quảng Nam] . Trấn quan Quảng Nam đem sự việc tâu lên; Vua sai cấp cho bọn Quý và thuỷ thủ tiền, gạo. Sau lại cho bọn Quý phương tiện, sai đưa theo đường bộ về trở nước.

Người Lạc Hoàn [Lạc Hòn, thuộc miền trung Lào] là Pha Na Khi đến hiến sản vật địa phương 3 thớt voi đực, 2 cặp ngà voi, 2 toà sừng tê, 25 cân sáp ong. Pha Na Khi và cha là Ất

Thăng, nối đời làm tù trưởng Lạc Hoàn. Khi Ất Thăng chết, con rể là Xí Xương Mã đuổi Pha Na Khi mà tự lập. Pha Na Khi trốn ở rừng rú, nhờ Điển quân thượng đạo Lưu Phước Tường dẫn cho quy phụ triều đình. Khi vua đã lấy lại được kinh thành, dụ cho trở về, đến nay đem lễ vật do đạo Cam Lộ [Quảng Trị]vào hiến. Vua vời vào chầu, hỏi thăm yên ủi, trả lại lễ vật.

Tháng chạp [1/1-30/1/1805], quản tàu Long Phi là Nguyễn Văn Thắng [Chaigneau] dâng sách **Thái tây toán pháp** (4) và sách **Thiên chỉ minh yếu luận** (5), mỗi thứ một quyển.

Giặc biển Tề Ngôi tên Trạc, họp hơn 60 chiếc thuyền, lại quấy phá châu Vạn Ninh [Quảng Ninh]. Trấn thủ Lê Văn Vịnh suất binh dân đánh dẹp; Cai châu Phan Phương Khách, Phó châu Phan Đình Trung, cựu Tri châu Vi Quảng Vỹ tiến đánh, chém được Trạc và đồ đảng 4 người, giặc tan vỡ. Quan Bắc Thành đem sự việc tâu lên, bèn cho Phương Khách làm Phòng ngự sứ kiêm Cai châu, cho Đình Trung làm Phòng ngự đồng tri kiêm Phó châu và Quang Vỹ làm Phòng ngự thiêm sự, thưởng tiền 500 quan, thưởng cho binh dân 1.000 quan.

Tại Kinh Bắc giặc nổi lên cướp đồn Đèo Vang trấn Thái Nguyên; viên Cai đội giữ đồn là Nguyễn Hữu Thành chống đánh bị chết. Quan Bắc Thành đem quân đánh bắt. Phó thống Nguyễn Xuân, Phó quản thập cơ Ngô Văn Tham tiến đến Phượng Nhãn [huyện Lạng Giang, Bắc Giang], Trấn thủ Kinh Bắc là Phạm Tiến Tuấn đem quân hợp đánh, bắt được tướng giặc là Lương Văn Truyền và hơn 30 đồ đảng, thu được khí giới rất nhiều. Hạ lệnh thưởng khắp cho quan binh và dân phu hơn 2.000 quan tiền; người bắt được tướng giặc thì thưởng thêm 300 quan, quan binh thì thăng chức một cấp.

Ngày 26 [26/1/1805], vua đến Thái miếu dâng lịch **Vạn Toàn** năm Ất Sửu; lễ xong ban lịch mới cho các nơi.

Chú thích:

1. Tá lãnh: Đơn vị phụ thuộc vào một cơ quan.

2. Kỳ:Quân đội nhà Thanh được chia thành 8 kỳ, tức 8 màu cờ; vậy biên chế vào kỳ tức biên chế vào quân đội.

3. Hoàng Công Toản là hậu duệ họ Mạc: Điều này không đúng, Hoàng Công Toản là con Hoàng Công Chất, nổi dậy tại vùng Sơn Nam [Nam Định, Thái Bình] vào năm 1737, kKhông liên quan đến nhà Mạc.

4. **Thái tây toán pháp**: Sách toán của Tây phương.

5. **Thiên chỉ minh yếu luận**: Sách thiên văn học.

189.
Nhà Nguyễn: Gia Long [1802-1819] (6)

Tháng giêng năm Gia Long thứ 4 [31/1-28/2/1805], định lệ khám báo ruộng lúa bị tổn hại. Nếu không may địa phương nào gặp hạn lụt sâu bọ làm tổn hại lúa má thì quan phủ huyện phải đến khám xét ngay lúc lúa chưa gặt, rồi quan trấn uỷ người đi khám lại; hạn trong 10 ngày phải tâu lên; ghi đúng phân số, để lượng xét tha bớt thuế.

Lập đội yến sào; sai Cai đội đội Trần Văn Giai mộ dân sung vào, mỗi năm mỗi người nộp thuế 8 lạng yến sào.

Tướng giặc tại Thanh Hoa là tên Chấn tự xưng quận công, ngầm đặt quan chức cho bè đảng, có các cơ hiệu Ngũ Ninh, Ngũ Thắng, Ngũ Dũng. Quan Trấn đem quân đánh, bắt được bè đảng là bọn Vũ Trí Nguyệt ở xã Ngọ Xá [huyện Vĩnh Lộc, Thanh Hoá]. Sau Thổ tù Nguyễn Đình Giá bắt được Chấn ở xã Phố Cát [huyện Thạch Thành, Thanh Hoá], sai giết đi, cho Đình Giá làm Phòng ngự sứ.

Quan Bắc Thành tâu rằng:

"Giặc biển Tề Ngôi là bọn Trịnh Năng Phát, Hoàng Long, Sĩ Tiến nhiều lần bị quan quân đuổi bắt, trốn vào động La Phù ở Long Môn [châu Khâm, Quảng Tây]. *Đã bao lần báo cho Long Môn mà quan ở đấy cứ che chở. Xin gửi công văn cho Tổng đốc Lưỡng Quảng để dẹp bắt".*

Vua xuống chiếu không nên báo, hãy sai quan trấn Yên Quảng [Quảng Ninh] đặt đồn, nghiêm việc phòng bị cho dân được yên ổn.

Ngày 22 [21/2/1805], dựng điện Thái Hoà; thưởng cho lính và thợ hơn 1.400 quan tiền.

Tháng 2 [1/3-30/3/1805], triệu Lưu trấn Gia Định là Nguyễn Văn Nhân về Kinh. Lấy Chưởng Trung quân Nguyễn Văn Trương làm Lưu trấn Gia Định, Thượng thư Hộ bộ Trịnh Hoài Đức làm Hiệp lưu trấn.

Triệu quan nhà Lê cũ là bọn Lê Duy An, Trịnh Hiến, Lý Bỉnh Đạo, Nguyễn Hữu Cung vào kinh. Bọn An theo Vua Lê Chiêu Thống xuất vong trong 16 năm, nếm đủ mùi gian khổ. Vua khen là tiết nghĩa, vời vào yết kiến, yên ủi hỏi han giờ lâu; cấp cho quần áo tiền gạo. Sau bổ Hiến và Bỉnh Đạo làm Thị trung học sĩ, Cung làm Cai cơ.

Tháng 3 [31/3-28/4/1805], hạ lệnh cho các quan văn võ hàng ngày cứ giờ mão [5-7 giờ sáng] phải vào điện Cần Chánh tâu việc.

Ngày 30 tháng 4 [28/5/1805], xây đắp Kinh thành; chu vi 2.487 trượng 4 thước 7 tấc [4 m.2487.4=9,949.6 mét], suốt bốn mặt hào dài 2.503 trượng, 4 thước 7 tấc [4 m.2503.4=10,013.6 mét]. Hào là hệ thống Hộ Thành Hà: đoạn phía Tây là sông Kẻ Vạn, phía Bắc là sông An Hoà, phía Đông là sông Đông Ba, riêng đoạn phía Nam dựa vào sông Hương. Thành có 10 cửa, kỳ đài cao 4 trượng, 4 thước [17.6 mét]; bên trong là Hoàng thành, và Cung thành. Lấy biền binh ở Kinh và ở Thanh Nghệ, Bắc Thành, quân và dân Thừa Thiên, Quảng Trị, Quảng Bình, Quảng Nam, Quảng Ngãi, Bình Định sung làm việc. Ưu cấp tiền gạo, mỗi người mỗi tháng cấp tiền 1 quan 5, gạo 1 phương 15 bát.

Vua thấy công việc nặng nhọc, nghĩ giữ cho dân đỡ mệt, hạ lệnh mỗi ngày buổi sáng làm đến giờ ngọ [11-13 giờ] thì nghỉ, buổi chiều làm đến giờ dậu [17-19 giờ] thì thôi, ai đau ốm thì cấp thuốc thang điều trị.

Tháng 5 [29/5-28/6/1805], định lệ hoãn trưng ruộng đất những dân lưu lạc từ Nghệ An trở ra Bắc. Đặc biệt ra lệnh ruộng đất của lưu dân từ năm Nhâm Tuất [1802] trở về trước đã cho quan quân cày cấy, thì nay đình bãi để đợi dân lưu tán trở về lại cho quản nhận để làm ăn; tha thuế, tha lính 3 năm.

Sai hỏi thăm nghĩa dân tại Long Xuyên [Cà Mau]. Vua dụ bầy tôi rằng:

"Trước đây nhà nước gặp bước khó khăn, ta phải lánh ở Long Xuyên, nhân dân nhiều người bỏ của nhà để giúp quân, hăm hở việc công, thích làm điều nghĩa, ta rất khen. Vậy hạ lệnh cho lưu trấn Gia Định hỏi khắp những người ấy để tâu lên, lượng gia ban thưởng."

Tháng 6 [27/6-25/7/1805], sai xây các cửa thành Thăng Long: cửa Đông Nam, cửa Tây Nam, cửa Đông, cửa Tây và cửa Bắc; mỗi cửa đều dựng bia để ghi.

Giặc biển Chà Và cướp bóc ở ngoài biển, dân Côn Lôn bị hại. Quan Trấn thủ xin hạ lệnh cho các thuyền công và thuyền tư đều được trang bị khí giới để phòng bị.

Tháng 7 [26/7-23/8/1805], đào vét sông An Hoà ở phía bắc kinh thành; dùng tiền đền bù số ruộng đất của dân tại sông đào.

Vua thấy dân Gia Định thóc gạo chứa chan mà kho trữ

thì ít, sắc cho bốn dinh rằng lương gạo của quân binh thì chiết cấp bằng tiền. Trả cao hơn giá thị trường một phương gạo [1 phương= 30 lít] một tiền; năm nào mất mùa mới cấp bằng thóc gạo.

Thuyền buôn của người Chà Và [Java] bị nạn đậu ở phần biển Quảng Đức [Thừa Thiên]; sai cấp quần áo tiền gạo rồi cho đi.

Tháng 8 [24/8-22/9/1805], truy tặng thuỵ hiệu (1) cho Đông cung nguyên soái quận công Cảnh làm Anh duệ hoàng thái tử, dựng nhà ở xã Vĩ Dã [Huế].

Điện Thái Hoà làm xong, thưởng cho lính và thợ làm việc 1.000 quan tiền.

Sai quan bộ Lễ Đặng Đức Siêu khảo xét công trạng công thần, chia làm 4 bậc: Tổng trấn Tôn Thất Khê, Thiếu uý Tôn Thất Hiệp, Nội tán Đào Duy Từ, Tiết chế Nguyễn Hữu Tiến, Nguyễn Hữu Dật, Chưởng cơ Nguyễn Hữu Kính thuộc công thần bậc trên; Khám lí Trần Đức Hoà, công thần bậc nhất; Chưởng cơ Nguyễn Hữu Hào, Trấn phủ Tống Phước Trị, Chưởng dinh Tống Hữu Thanh, Thái giám Nguyễn Đình Quý, Trà quận công phu nhân Trần thị, công thần bậc hai; Thiếu sư Tôn Thất Diễn, Chưởng dinh Tôn Thất Tráng, Chưởng cơ Tống Phước Đào, công thần bậc ba.

Con cháu mỗi người, một người được tập ấm làm Đội trưởng hay Thứ đội trưởng; ban cấp phu coi mộ và tự điền (2) theo thứ bậc khác nhau. Công thần bậc trên được tập ấm Đội trưởng 1 người, phu mộ 6 người, tự điền 15 mẫu; công thần bậc nhất được tập ấm Đội trưởng 1 người, phu mộ 4 người, tự điền 9 mẫu; công thần bậc hai được tập ấm Thứ đội trưởng 1 người, phu mộ 3 người, tự điền 6 mẫu;

công thần bậc ba được tập ấm Thứ đội trưởng 1 người, phu mộ phu 2 người, tự điền 3 mẫu.

Kinh thành làm xong, cho binh đinh làm việc về quê nghỉ ngơi, cấp cho lương đi đường hàng ngày. Khi đi đường có ai đau ốm thì cứ theo số ngày mà lãnh tiếp. Lại thấy từ Nghệ An về Bắc đường sá xa cách, thưởng thêm cho binh đinh mỗi người 1 quan 5 tiền và từ đội trưởng trở lên 3 tháng lương tiền.

Dân thiểu số nguồn Phù Âu thuộc Quảng Đức [Thừa Thiên] cướp phá miền Tả Trạch [huyện Hương Thuỷ, Thừa Thiên]. Sai Đô thống chế Phan Văn Đức và Lưu thủ Nguyễn Công Hoà đem quân đánh, bắt được hơn 60 người. Vua chỉ cho giết thủ phạm, số còn lại đày đi Quảng Trị.

Đổi phủ Phụng Thiên, Bắc Thành làm phủ Hoài Đức, huyện Quảng Đức làm huyện Vĩnh Thuận.

Tháng 8 nhuần [23/9-21/10/1805], sai Gia Định hàng năm mua 100 cân hải sâm ở Phú Quốc để nộp.

Ngày mồng 1 tháng 9 [22/10/1805], kẻ cướp giết Lê Quýnh và con là Tốt. Bấy giờ ở xã Bình Ngô [huyện Thuận Thành, Bắc Ninh] có tướng cướp tên là Bi, tự xưng là Bắc sứ Suý, thường ẩn hiện cướp bóc. Bi đốt phá làng Ngâm Điền [huyện Gia Bình, Bắc Ninh], lấy được nhiều gia súc sản vật; Quýnh đem gia đồng đón đường chặn đánh. Bi căm giận, đêm ấy đem quân vào nhà Lê Quýnh đốt phá, đâm Quýnh vài chục vết thương, 15 ngày sau thì Quýnh chết. Con Quýnh là Trắc và Tốt định báo thù cho cha, lẻn ra đi, thường đem binh khí tuỳ thân; Bi đặt mai phục, đâm chết Tốt tại cánh đồng. Quận công Thành sai quan đến viếng, cho tiền và gạo để làm tang lễ.

Bầy tôi xin lập Thái tử, Vua muốn hoãn để rèn luyện thêm, bèn dụ rằng:

"Ta từ thuở nhỏ, gặp vận nhà không may, từng trải mọi gian hiểm mới có ngày nay, khó nhọc mà được, mới phải nghĩ truyền để lâu dài. Thái tử là ngôi vua sau này của nước, chính thống là ở đó. Nay hoàng tử hoàng tôn hãy còn nhỏ, trẫm đương uỷ cho thầy dạy, rèn đúc thành tài đức rồi sau chọn kẻ nào hiền mới lập, thế cũng chưa muộn".

Tháng 10 [21/11-20/12/1805] chuẩn cho ruộng đất tam bảo tức ruộng chùa tự Quảng Bình trở vào Nam đến Phú Yên do nhà nước thu thuế; mức thuế như ruộng công, có ba bậc: nhất, nhì, ba.

Cho Mạc Tử Thiêm làm Khâm sai chưởng cơ, vẫn lãnh Trấn thủ đất Hà Tiên.

Lưu trấn Gia Định tâu:

"Gần đây giặc biển Chà Và [Java] *không gây lo cho dân ở Côn Lôn nữa, cho nên ngựa công chăn nuôi ở đấy sinh sản ngày nhiều".*

Vua sai chọn ngựa đã rèn tập đưa về Kinh.

Tháng 11 [21/12/1805-19/1/1806], miễn dao dịch cho thợ rừng Quảng Đức [Thừa Thiên] và Quảng Trị; mỗi năm nộp thuế bằng gỗ, hạng tráng nộp 2 cây mỗi cây dài 10 thước dầy 8 tấc làm mức, hạng lão tật nộp một nửa.

Tháng chạp [20/1-17/2/1806] Quốc trưởng nước Vạn Tượng [Viêng Chăn] là Chiêu A Nỗ sai sứ đến cống voi đực 2 con, sừng tê 2 tòa, nhục quế 800 cân. Sứ giả đến Cam Lộ [Quảng Trị], dịch thư như sau:

"Xưa ở đời liệt thánh, nước họ 3 năm một lần cống, đời

đời xưng phiên thần. Từ khi giặc Tây Sơn tàn ngược, dân không sống nổi, mới phải theo nước Xiêm, lại bị người Xiêm làm khổ. Nay uy vũ nhà vua nổi dấy, Man Di đều quy phục cả, xin theo lệ cũ, tiến cống như xưa."

Khi sứ giả đến, cho yết kiến, hỏi về chính sự phong tục nước họ, rồi khoản đãi rất hậu, hơn một tháng, sứ giả xin về nước.

Lại ban chiếu dụ rằng:

"Quốc trưởng Chiêu Ấn trước nước ngươi là bề tôi cũ của trẫm vậy. Trẫm đối với nước ngươi, chỉ nghĩ đến vỗ về yêu mến. Ngươi nên kính giữ chức phận, giữ yên lấy dân, cho xứng ý trẫm".

Sai Lễ bộ bàn định lệ cống cho Vạn Tượng, bắt đầu từ năm nay ba năm một lần cống, lấy các năm Sửu, Thìn, Mùi, Tuất làm kỳ cống, tháng 12 thì đến kinh cho kịp ngày chầu mừng tết Nguyên Đán. Đồ cống là: voi đực 2 con, sừng tê 2 tòa, ngà voi 2 chiếc, vỏ quế 5 cân. Sứ bộ: Chánh sứ Phó sứ đều 1 người, Tù trưởng 3 người, Thông ngôn 2 người, người đi theo 30 người. Đường sứ do trạm Nghệ An dẫn đi, không đi theo đường Cam Lộ.

Tháng giêng năm Gia Long thứ 5 [18/2-19/3/1806], chọn Nguyễn Du tác giả **Truyện Kiều** làm Đông các học sĩ, Lê Lương Thận làm Hàn lâm viện chế cáo, Nguyễn Hữu Kiều sung Cống sĩ viện, Nguyễn Danh Dương làm Đốc học Nghệ An.

Trước đây dưới thời Lê Cảnh Hưng, Hoàng Công Toản thua trận, chạy sang nhà Thanh xin tá túc [1769] rồi nạp đất cho nhà Thanh. Triều đình các đời Lê, Tây Sơn nhiều lần gửi thư đòi, nhưng chưa được phía Thanh đáp ứng. Tình trạng kéo dài đến năm nay, viên Trấn mục Hưng Hoá đích thân gửi thư cho Tổng đốc Vân Quý, xin hoàn trả lại đất. Sự việc được tâu lên, Vua Gia Khánh cực lực phản đối, bèn ra lệnh Quân cơ đại thần duyệt bản thảo Tổng đốc Vân Quý định gửi cho Việt Nam rồi sai viên Tổng đốc chép lại để gửi:

"***Ngày 8 tháng giêng năm Gia Khánh thứ 11* [25/2/1806].** *Dụ các Quân cơ đại thần:*

Đất Lục Mãnh thuộc phủ Lâm An đã được sáp nhập vào bản đồ từ lâu, trước đây Lê Duy Kỳ, Nguyễn Quang Bình hai lần khẩn khoản xin hoạch định lại địa giới, đều bị bác. Nay viên Trấn mục Hưng Hoá thuộc xứ này lại đệ văn thư, muốn được đất này phụ vào ngoại Di, thực thuộc hành động sai lầm vô tri. Bọn Bá Lân [Tổng đốc Vân Quý] *tiếp được lời bẩm báo này, bèn một mặt thông sức cho các trấn, đạo, coi sóc phủ ngự Lục mãnh một cách ổn thoả, nghiêm lệnh tăng cường phòng thủ biên giới, lại ra lệnh các viên coi trại làm văn thư phúc đáp cho Trấn mục Việt Nam; một mặt soạn bản thảo văn thư thông báo cho Quốc vương Việt Nam, rồi dâng trình lên duyệt; việc làm đều đúng.*

Nguyễn Phúc Ánh từ khi lấy được nước đến nay, trong lòng cung thuận, vị tất dám mạo muội như vậy. Việc này xét ra do viên Trấn mục làm, đáng giao cho viên Quốc vương nghiêm cách trừng biện. Đã ra lệnh cho Quân cơ căn cứ vào bản thảo, bổ sung thêm rồi phát hành; viên Tổng đốc sau khi nhận được, chép lại theo thể thức, rồi theo đường Quảng Tây gửi cho nước này; vẫn ra lệnh cho các trấn, đạo, phàm các đất tiếp giáp xứ này phải phòng thủ nghiêm mật, cùng nghiêm dụ các trại tại Lục Mãnh không được cho người Di Việt Nam nhập cảnh. Đợi sau khi nước này tiếp nhận được văn thư thông báo, phúc đáp như thế nào, hãy theo đường dịch trạm tâu lên....." (**Nhân Tông Thực Lục** quyển 156, trang 9)

Mấy tháng sau vào tháng 5 [17/6-15/7/1806], thư của Tổng đốc Vân Quý nước Thanh gửi đến nước ta, nội dung rằng:

"*Sáu trại mãnh, Mãnh Lại, Mãnh Thích, Mãnh Đinh, Mãnh Thoa, Mãnh Bạng, Mãnh Lộng đều thuộc huyện Kiến Thuỷ nước Thanh, khoảng năm Khang Hy đã vào đồ bản, kể hơn trăm năm, yên ổn không việc gì. Nay đầu mục ở trấn Hưng Hoá lại dụ dỗ họ về, thực rất lạ*".

Sau thư kê rõ quản hạt của các mãnh "*Mãnh Thoa quản hạt 15 trại, Mãnh Thích, Mãnh Đinh đều quản hạt 8 trại; Mãnh Lại, Mãnh Bạng đều quản hạt 5 trại, Mãnh Lộng quản hạt 7 trại*", xin tra xét để xử trí.

Bắc Thành cho chạy trạm dâng thư ấy lên; Vua cho rằng công việc biên cương là quan trọng, hạ chiếu cho quan Bắc Thành thần tra rõ địa giới Hưng Hoá và sự tích sáu mãnh dâng lên.

Tổng trấn Nguyễn Văn Thành tâu rằng:

"*Đã hỏi Châu trưởng ở Hưng Hoá là Đèo Quốc Ngọc châu Chiêu Tấn, Đèo Chính Ngọc Lai Châu; họ đều nói Mãnh Thoa là Mường Thu của châu Chiêu Tấn, Mãnh Lợi là Mường Thích của Lai Châu, hai mường này ở hẻo lánh nơi biên giới, lẫn lộn với dân huyện Kiến Thuỷ nước Thanh. Vả lại hai động Phong Thu, Bình Lư thuộc châu Chiêu Tấn và động Hoài Lai thuộc Lai Châu đều bị bọn quan lại nhà Thanh ở biên giới ức hiếp thu thuế bạc (ba động Phong Thu, Bình Lư, Hoài Lai bị huyện quan nước Thanh mỗi năm thu thuế bạc mỗi động 220 lạng). Nay nước Thanh lại đem hai mãnh ấy kể là dân của họ thì đất hai châu không còn được mấy....*

Nay Chiêu Tấn và Lai Châu chính thuộc sổ Hưng Hoá mà người Thanh lại đem dân các mường động hai châu chép lẫn làm các trại mãnh, chẳng qua đó là bọn quan lại ở biên giới thấy đất đai và nhân dân ấy có lợi nên lập riêng xưng hiệu, mưu toan bá chiếm, mà Tổng đốc Vân Quý thì cứ một mực nghe theo. Xét lời lẽ trong thư của Tổng đốc Vân Quý gởi đến đều là mơ hồ không căn cứ. Nay xin trước viết thư trả lời cho Tổng đốc Vân Quý, tách bạch rõ ràng cương giới của hai châu yêu cầu sai người sang hội đồng chia vạch lại, để xem ý họ ra sao, rồi sau lại sẽ nói đến chuyện cũ về cương giới sáu châu. Như thế thì Tổng đốc Vân Quý hẳn là lo ta hoặc có sinh việc ở biên giới, không thể không trù liệu, dân hai châu do đó mà cũng có thể khỏi phải thuế má nặng nề."

Tờ tâu vào, vua cho rằng nước đương lúc bắt đầu khai sáng, chưa rỗi mà liệu công việc biên cương; việc để đấy không trả lời.

Ngày mồng 6 tháng 2 [25/3/1806] bắt đầu dựng đàn Nam giao tại xã Dương Xuân về phía nam Kinh thành. Đàn chia làm ba tầng: tầng thứ nhất đàn tròn, cao 6 thước 8 tấc, chu vi 30 trượng 3 thước 5 tấc; tầng thứ hai đàn vuông; cao 2 thước 5 tấc, mỗi chiều 19 trượng 5 thước 7 tấc; tầng thứ ba đàn vuông, cao 1 thước 9 tấc, mỗi bề 37 trượng 5 thước; chung quanh ba tầng đều có lan can.

Giặc biển Tề Ngôi họp 30 chiếc thuyền vào đất Hoa Phong [huyện Cát Hải, Hải Phòng] cướp phá đồn Phượng Hoàng; quan Bắc Thành sai Phó tướng tiền quân Trương Tấn Bửu đem quân đánh đuổi.

Đắp 12 đoạn đê mới ở Bắc Thành. Một đoạn ở xã Nhật Chiêu huyện Bạch Hạc, Sơn Tây, dài hơn 766 trượng [1 trượng=4 mét]; một đoạn ở xã Nại Tử Châu huyện Yên Lạc [Vĩnh Phúc], dài hơn 273 trượng; một đoạn ở xã Bộ Đầu huyện Thượng Phúc [huyện Thường Tín, Hà Tây], dài hơn 97 trượng; một đoạn ở xã Cao Xá huyện Kim Động [Hưng Yên], dài hơn 138 trượng; một đoạn ở xã Cao Đà huyện Nam Xang [huyện Lý Nhân, Hà Nam], dài 260 trượng; một đoạn ở xã Bài Nhiễm huyện Duy Tiên [Hà Nam], dài hơn 167 trượng; một đoạn ở hai xã Bạch Sam [huyện Duy Tiên, Hà Nam], dài hơn 98 trượng; một đoạn ở xã Hoà Khê [huyện Duy Tiên, Hà Nam] dài 56 trượng; một đoạn ở xã Đường Ấm [huyện Duy Tiên, Hà Nam], dài hơn 133 trượng; một đoạn ở xã Bất Đoạn huyện Kim Bảng [Hà Nam], dài hơn 49 trượng; một đoạn ở xã Hồi Trung, huyện Kim Bảng [Hà Nam] dài hơn 50 trượng; một đoạn ở xã Hạ Cơ huyện Đại An [huyện Nghĩa Hưng, Nam Định], dài hơn 279 trượng). Sai quan Bắc Thành thần thuê dân làm việc, chi hơn 95.200 quan tiền.

Ngày mồng 9 tháng 3 [27/4/1806], bắt đầu dựng đàn Xã Tắc ở bên phải Hoàng Thành. Đàn làm hai tầng; tầng thứ nhất cao 2 thước, hình vuông mỗi chiều 15 trượng; tầng thứ 2 cao 1 thước 5 tấc, vuông mỗi chiều 29 trượng. Chu vi hai tầng đều có lan can, ngoài trồng cây, xây tường chung quanh.

Định ngạch binh cho các quân thuỷ bộ: Các vệ Thị trung, mỗi vệ 600 người, có một Vệ uý và một Phó vệ uý chỉ huy; mỗi vệ chia làm 5 đội, mỗi đội 120 người, có một Cai đội và một Phó đội; đội chia 8 thập, mỗi thập 15 người. Các cơ ở Thuỷ quân, mỗi cơ 600 người, có một Quản cơ và một Phó quản cơ chỉ huy; mỗi cơ chia làm 10 đội, mỗi đội 60 người, có một cai đội; mỗi đội chia làm 4 thập, mỗi thập 15 người, có một Suất thập.

Thổ hào châu Vân Đồn [Quảng Ninh] là bọn Nguyễn Đình Bá và Phạm Đình Quế bắt được bọn giặc Tề Ngôi và thuyền ghe khí giới, quan Bắc Thành đem việc tâu lên. Cho Đình Bá, Văn Quế làm Đội trưởng, thưởng tiền 300 quan. Những giặc Thanh bắt được sai đưa trả về Trung Quốc; người Việt bị giặc bắt phải theo, đều tha hết.

Hạ lệnh cho Gia Định, phàm thuyền nước Thanh và thuyền Tây Dương đến buôn, ngày trở về thì chiếu theo số người trong thuyền mà cấp cho mỗi người 100 cân gạo, thu tiền giá là 3 quan; lệnh này dùng làm thông lệ.

Tháng 4 [18/5-16/6/1806] Tôn Thất Thăng làm sổ kê các hệ Tôn Thất đem dâng. Vua hạ lệnh trẻ em Tôn Thất từ 8 tuổi đến 12 tuổi; kẻ nào có chí học thì cấp lương tháng cho vào nhà Quốc học để học tập.

Định mũ áo phẩm phục các quan văn võ từ nhất phẩm đến cửu phẩm.

Cai cơ quản lý Đồ gia [cơ quan chế tạo đồ vật] là Hoàng Ngọc Văn và Tri bạ là Nguyễn Văn Nghĩa có tội bị xử tử. Lúc mới thu phục Kinh thành, lấy được ấn vàng của Tây Sơn, nặng 260 lạng, cất ở nội khố. Cai hợp Đồ gia là Nguyễn Đăng Dược cùng với bọn Cai quan ty Thợ bạc là Lê Chiêu Thuật, Lê Sở Hành, và Thủ hợp Nguyễn Khoa Nguyên tham vàng ấy, bèn lấy trộm 260 lạng bạc của kho, đúc ấn khác để thay vào. Việc phát giác, bọn Nguyễn Đăng Dược đều bị giết, tịch thu gia sản. Ngọc Văn và Văn Nghĩa biết kẻ làm gian mà không tố cáo cũng bị tội chết.

Quan Bắc Thành tâu giặc biển Tề Ngôi là Lâm Tổng Huỳnh sai người đến trần tình, xin gọi bè đảng về hàng.

Chiếu bảo rằng:

"Giặc kia đã quy thuận, triều đình cũng bao dung, mà phương pháp khu xử thì cốt ở tỏ lòng thành tín. Nay nên tuyên dụ rằng chúng quả đã đổi lòng theo giáo hoá mà bỏ ác làm lành thì nên nộp hết thuyền ghe khí giới cho nhà nước. Còn của cải ở trong thuyền thì đều cho hết và cấp cho lương thực, chọn đất cho ở yên để nó chiêu dụ bè đảng về hàng; nếu không muốn thế thì cho tự ý đi".

Ngày 12 tháng 5 [28/6/1806] Vua lên ngôi hoàng đế ở điện Thái Hoà. Trước đó vào ngày mồng 7 [23/6/1806] làm lễ kính cáo trời đất; ngày mồng 9 [25/6/1806] kính cáo các miếu. Đúng ngày 12 tháng 5 [28/6/1806], đặt nghi vệ đại triều ở điện Thái Hoà, bầy tôi dâng sách vàng lên.

Vua lên ngôi hoàng đế, xuống chiếu bố cáo trong ngoài; lời có đoạn:

"... *Quần thần cố xin trẫm lên ngôi Hoàng đế để rõ mối giềng. Vậy để hợp lời xin của mọi người, định đến ngày mồng 7 tháng này kính cáo Trời Đất, ngày 9 kính cáo Tôn Miếu, ngày 12 nhận sách văn tôn ngôi Hoàng đế. Phàm có chế sách, ở đầu sẽ dùng những chữ "Thừa thiên hưng vận"* [Vâng mệnh trời mở vận nước], *để mở rộng mối lớn của nước Việt ta. Trong ngoài gần xa đều cùng đổi mới. Đặc biệt ban xuống tám điều ân xá....*"

Định triều nghi [nghi tiết buổi chầu], mỗi tháng lấy ngày mồng 1 và ngày rằm đặt đại triều ở điện Thái Hoà, quan từ lục phẩm trở lên mặc áo mũ đại triều vào lạy chầu. Những ngày mồng 5, 10, 20, 25 đặt thường triều ở điện Cần Chánh, quan từ tứ phẩm trở lên mặc áo mũ thường triều vào lạy chầu

Ngày mồng 8 tháng 6 [23/7/1806], truy tôn huy hiệu Hoàng đế, Hoàng hậu cho các Vương và Vương phi thời trước, như Nguyễn Kim làm Triệu Tổ Tĩnh Hoàng đế, vợ làm Tĩnh Hoàng hậu.

Về phía nhà Thanh lúc bấy giờ có bọn Nguyễn Như Quyền là bộ hạ cũ thuộc dòng họ xa của Nguyễn Quang Toản, vượt biển đến xin tá túc. Tổng đốc Lưỡng Quảng Ngô Hùng Quang chủ trương đem trả lại cho Việt Nam, cùng soạn văn thư thông báo cho Vua Gia Long biết; trước khi thi hành đem trình lên Vua Gia Khánh. Vị Vua này không nỡ để bọn Nguyễn Như Quyền bị xử tội nặng khi trở về nước, cho dùng thuyền đến bất cứ xứ nào để mưu sinh, nhưng không được lưu tại Trung Quốc, còn văn thư định gửi cũng đi không cần phải phát hành:

"***Ngày 24 tháng 6 năm Gia Khánh thứ 11*** **[8/8/1806].** *Dụ các Quân cơ đại thần:*

Cứ tấu triệp của Ngô Hùng Quang xin xét về việc nạn Di,bọn Nguyễn Như Quyền, để giao cho Di Mục Giang Bình (3), lệnh chuyển giải đến Quốc vương Việt Nam Nguyễn Phúc Ánh tra xét liệu biện; lại soạn bản cảo thông báo [cho viên Quốc vương này] *rồi trình lên.*

Bọn nạn Di Nguyễn Như Quyền trốn tránh tại hải đảo, nhân Việt Nam phái binh sưu tra, tình nguyện đầu thuận nội địa, đó là lời khai một bên. Nhưng Nguyễn Như Quyền chỉ là bộ hạ dòng họ xa xôi sót lại của Nguyễn Quang Toản, không thuộc chi phái thân cận; còn Nguyễn Phúc Ánh từ khi được thụ phong đến nay, đối với Thiên triều hết sức cung thuận. Nếu làm như viên Tổng đốc tâu, đem Nguyễn Như Quyền giải đến cho nước này tra biện, thì ra Thiên triều vì bọn chúng mà bắt những người trốn tránh, như vậy trái với thể chế thống ngự nước Phiên bên ngoài. Hiện tại bọn nạn Di đào thoán vào nội địa, quyết không thể thu nhận, nhưng cũng không cần phải giải tống. Bọn Ngô Hùng Quang đáng hiểu dụ nạn Di rằng trước đây cựu thần họ Lê bị an sáp tại nội địa, đều nhận được chiếu chỉ đưa về nước này an sáp, lúc này không tiện cho các ngươi lưu cư tại nội địa. Các ngươi chỉ là nạn Di trốn tránh, trước đây Thiên triều đã đưa bọn Cống sứ Lê Duy Kính trở về, giao cho Nguyễn Phúc Ánh quản lý; nguyên vào lúc đó Nguyễn Quang Toản phụ ơn bội phản, chứa chấp giặc phỉ nội địa, nên đại Hoàng đế giận dữ đem bọn Cống sứ đuổi về. Nay bọn nạn Di các ngươi không đáng phải xử lý như vậy, hiện đã tâu rõ để được đại Hoàng đế thi ân, cho dùng thuyền của các ngươi đến bất cứ xứ nào để mưu sinh, nhưng quyết không được lưu tại nội địa. Nếu như dám ngầm ẩn trốn tại nội địa gây chuyện, lúc bấy giờ tra bắt được, sẽ đem các ngươi giải tống về nước cũ xử lý, quyết không khoan dung. Dụ một cách minh bạch như vậy, hãy làm cho đúng; còn bản cảo định gửi đi không cần phải phát hành. Đem dụ này truyền lệnh để hay biết ." (**Nhân Tông Thực Lục** quyển 163, trang 12-13)

Ngày mồng 3 tháng 7 [16/8/1806] vua đem bầy tôi đến cung Trường Thọ, bưng sách vàng ấn vàng tôn Vương thái hậu làm Hoàng thái hậu.

Ngày 14 [27/8/1806], sách lập Vương hậu Tống thị Lan làm Hoàng hậu. Hậu sinh ra Hoàng tử Cảnh, Hoàng tử sinh ra Ưng hoà công Mỹ Đường và Thái bình công Mỹ Thuỳ. Đệ nhị cung là Trần Thị Đang sinh Phúc Đởm [Minh Mệnh], Kiến an vương Phúc Đài, Thiệu Hoá quận vương Phúc Chấn. Đệ tam cung là Lê Thị Ngọc Bình, là con gái út của

Vua Lê Hiển Tông, em gái Ngọc Hân Công chúa; sinh Quảng uy công Nguyễn Phúc Quân, Thường tín công Nguyễn Phúc Cự.

Tướng giặc ở Thái Nguyên là bọn Dương Đình Cúc họp đảng mưu nổi loạn. Quan trấn phát binh, cùng với bọn phiên mục Đinh Công Oai, Ma Thế Cố, Ma Thế Trạch chia nhau đi đánh, bắt được bọn đầu mục giặc hơn mười người. Sự việc tâu lên; cho Đinh Công Oai làm Tuyên uý sứ, thưởng mũ áo cho bọn Ma Thế Cố, Ma Thế Trạch và thưởng cho biền binh 2.000 quan tiền.

Bắc Thành nước lớn, đê vỡ tại xã Công Luận huyện Văn Giang [Hưng Yên]; xã Đạm Xuyên huyện Yên Lãng [Vĩnh Phúc]; xã Thần Quy, huyện Phú Xuyên [Hà Tây]; hai xã Lục Tràng, Châu Cầu, huyện Kim Bảng [Hà Nam]; ba xã Nga Sơn, Hồi Trung, Thuỵ Lôi huyện Nam Xang [huyện Lý Nhân, Hà Nam]; hai xã Quan Khê, Lão Khê huyện Hưng Nhân [huyện Hưng Hà, Thái Bình], lúa ruộng ngập mất, nhiều nhà dân bị trôi. Sai thành thần khám thực tâu lên.

Tháng 8 [12/9-11/10/1806], nước Xiêm La sai sứ sang hiến ba chiếc chiến thuyền, quan Lưu trấn Gia Định đem việc tâu lên. Sai đưa sứ giả về Kinh chiêm bái, ban tặng hậu, rồi cho về.

Ban ấn thông hành cho nước Chân Lạp, khắc chữ triện "**Ngự tứ thông hành chi ấn**". Phàm thuyền buôn của dân Chân Lạp và người Thanh do cửa biển Ba Xắc [Sóc Trăng] ra vào buôn bán, tấn thủ Trấn Di [huyện Long Phú, Sóc Trăng] xét xem bài thuyền có đóng dấu ấn làm tin thì cho đi lại, miễn thuế.

Tháng 9 [12/10-9/11/1806], tướng giặc ở Bình Định là

Nguyễn Văn Khống họp đảng ở Tượng Sơn, mưu đánh trấn thành. Người ấp Định Hương là Văn Công An đến trấn tố cáo tình trạng; quan trấn điều quân vây đánh, bắt được đồ đảng rất nhiều. Khống trốn chạy, sau bị tượng quân là Nguyễn Văn Cẩn và thổ dân là Trương Văn Nhuận bắt được, đem chém. Thưởng cho Văn Cẩn 200 quan tiền, Văn Nhuận 100 quan tiền, miễn thuế dịch. Người tố cáo là Văn Công An tuổi già, miễn thuế thân và dao dịch trọn đời cho con là Văn Công Phú.

Tháng 10 [10/11-9/12/1806], tướng giặc ở Lạng Sơn là Mạc Xán Vi, cháu chín đời Mạc Nguyên Thanh (4) nổi lên ở ải Du Thôn; dùng người Thanh là Tăng Khôi Nguyên làm Hộ giá, tự xưng niên hiệu là Cảnh Xuân. Quan trấn sai bọn Cai cơ Nguyễn Văn Khương, Nguyễn Văn Huân đem quân đánh, bắt được Xán Vi, Khôi Nguyên và bè đảng hơn mười người. Quan Bắc Thành đem việc tâu lên; thưởng áo mũ cho bọn Văn Khương và cho biền binh 600 quan tiền; Xán Vi, Khôi Nguyên đều bị xử tử. Đồ đảng là Mộng Bạch Bành, Lương Pháp Quyền, Mã Nho Minh đều là người Thanh, bị bắt ép phải theo, sai trả về châu Bằng Tường, Trung Quốc.

Tháng 11 [10/12/1806-8/1/1807], nước Chân Lạp sai sứ đến cống. Thuyền đánh cá của người Thanh gặp bão dạt vào vùng biển Quảng Nam, Bình Định; cấp cho tiền gạo rồi bảo về.

Sách **Nhất thống dư địa chí** làm xong. Trước đó Vua sai Thượng thư bộ Binh Lê Quang Định kê cứu sách vở bản đồ cả nước, các thành dinh trấn đạo từ Kinh sư vào Nam đến Hà Tiên; kinh sư ra Bắc đến Lạng Sơn. phàm sông núi hiểm hay dễ, đường đi xa hay gần, giới hạn bờ cõi thế nào, sông biển nguồn lạch, cho đến cầu cống chợ điếm, phong tục thổ sản, hết thảy đều ghi chép, soạn thành 10 quyển. Sách làm xong, Quang Định dâng lên.

Ngày mồng 1 tháng chạp [9/1/1807] vua ngự điện Thái Hoà. Bộ Lễ dẫn Khâm thiên giám đem lịch **Vạn Toàn** năm Đinh mão tiến lên để ban cho cả nước. Trước kia lấy ngày phong ấn 25 tháng chạp để ban lịch; nay chuẩn định ngày mồng 1 tháng 12, làm lệ vĩnh viễn.

Chú thích:

1. Thuỵ hiệu: Tên hiệu sau khi mất.

2. Tự điền: Ruộng đất dùng hoa lợi để cúng tế.

3. Giang Bình: Vùng đất vào thời Gia Long thuộc trấn Yên Quảng [Quảng Ninh] Việt Nam, sau hoà ước Pháp Thanh thuộc châu Khâm, Trung Quốc.

4. Mạc Nguyên Thanh: Được nhà Thanh phong chức Đô thống sứ An Nam vào năm 1661, cho trấn giữ đất Cao Bằng.

190.
Nhà Nguyễn: Gia Long [1802-1819] (7)

Ngày 13 tháng giêng năm Gia Long thứ 6 [19/2/1807], làm lễ xuất quân. Sai chỉ huy quân Thần sách Phạm Văn Nhân thao diễn bộ binh, Thị trung đô thống chế Nguyễn Văn Khiêm thao diễn thuỷ binh, chỉ huy Tượng quân Nguyễn Đức Xuyên thao diễn quân voi ngựa. Quan Khâm mạng mặc nhung phục, trước cho xuất bộ binh; đánh ba hồi trống, bộ binh đánh thanh la tung cờ, đội Trung hầu theo lệ bắn đại bác, các quân bắn súng tay. Trống đánh ba tiếng, các quân tiến bước, hoan hô ba tiếng, rồi đánh chuông thu quân. Tiếp đến thao diễn thuỷ binh và binh tượng mã. Đánh ba hồi trống, Trung hầu bắn đại bác; trống đánh ba tiếng, đội Tiểu hầu cử nhạc. Thuỷ binh dong thuyền múa chèo, binh tượng mã tung cờ tiến, sau đó khua chuông thu quân.

Người nước Xiêm là bọn Hoàng Bảo Hưng và Ma Liệt sang nước Thanh nộp cống, thuyền gặp bão phải đậu vào hải phận Bình Định. Họ xin đến kinh đô chiêm cận; Vua y cho, cấp cho 7.000 quan tiền và 1.000 phương gạo, lại sai thợ sửa chữa giúp thuyền, rồi cho về.

Lương Mang [Mường Luổng, Luang Prabang] thuộc Lào, sai Sứ đến cống. Sứ đến Nghệ An, trấn thần dịch thư dâng lên. Vua cho rằng Lương Mang ở xa mà đến thần phục, thực dối chưa rõ; sai trả lại đồ cống, cấp cho hậu rồi bảo về.

Lập hai lò gạch ngói, lấy 300 người dân Quảng Bình và 600 người dân Quảng Nam làm việc, hằng tháng cấp tiền gạo.

Định năm bực công thần Vọng Các chết trận và chết bệnh. Về hàng võ; bậc nhất 6 người gồm: Ngoại tả chưởng dinh Chu Văn Tiếp, Tiền quân Tôn Thất Hội, Cai cơ quản thuyền Nội thuỷ Trung thuỷ Võ Di Nguy, Trung dinh đô thống chế Tống Viết Phước, Hậu quân đô thống chế Mai Đức Nghị, quản đội Tiểu sai Đỗ Văn Hựu, 6 người. Bậc hai, 35 người; bậc ba, 39 người; bậc bốn, 53 người; bậc năm, 11 người. Hàng văn: bậc nhì, 4 người; bậc ba, 3 người; bậc bốn, 1 người; bậc năm, 2 người.

Tháng 2 [9/3-7/4/1807], sai đóng thêm hơn trăm chiếc thuyền chiến; Vua từng nói với bọn Nguyễn Văn Nhân và Nguyễn Đức Xuyên rằng:

"*Trong nước tuy đã yên ổn nhưng không thể quên được việc chiến tranh. Quân ta rất giỏi thuỷ chiến mà số thuyền ghe hiện không có mấy, nên đóng sẵn trước để phòng khi dùng đến*".

Bèn sai Gia Định lấy gỗ nộp về Kinh, hạ lệnh cho các quân theo mẫu mà đóng.

Xiêm La sai sứ sang cống phương vật và báo tang vua thứ ba mất. Vua bảo bầy tôi rằng:

"*Nước Xiêm đem việc tang vua thứ ba đến cáo, thật không có ý nghĩa gì. Song nước ta với nước Xiêm tình nghĩa giao hiếu không nên dứt, nên bàn sai sứ sang viếng*".

Sai bọn Cai cơ Đỗ Phước Thịnh, Tham luận Trần Đán sung Chánh, Phó sứ sang Xiêm. Tặng Phật vương: 2 cân kỳ nam, 23 cân quế, 300 tấm the, 100 tấm lụa, vải nhỏ trắng và vải thâm mỗi thứ đều 50 tấm; tặng vua thứ hai 200 tấm the, lụa và vải điều 50 tấm; phúng vua thứ ba: 100 cân sáp ong, 1.000 cân đường cát, đường phổi và đường phèn đều 200 cân, vải vàng 100 tấm. Khi sứ trở về, người Xiêm gửi thư tạ ơn.

Vua thấy nước Xiêm cùng ta giao hảo nồng hậu, hành trình đi lại, đường sá thông nhau, bèn sai quan bộ Lễ bộ bàn định thể thức hành trình sứ bộ qua Xiêm. Sứ ta sang Xiêm, nếu đi đường thuỷ thì 50 người, đường bộ thì 12 người; văn thư đưa qua nước Chân Lạp chuyển đạt. Sứ Xiêm nếu đi đường thuỷ thì 50 người, đường bộ thì 14 người.

Định phép thi Hương và thi Hội, ban chiếu rằng:

"*Nhà nước cầu nhân tài, tất do đường khoa mục. Tiên triều ta chế độ khoa cử đời nào cũng có cử hành. Từ khi Tây Sơn nổi loạn, phép cũ huỷ bỏ, sĩ khí vì đó mà bế tắc. Nay thiên hạ cả định, Nam Bắc một nhà, cầu hiền chính là việc cần kíp. Đã từng xuống sắc bàn định phép thi: kỳ đệ nhất thi kinh nghĩa, kỳ đệ nhị thi chiếu, chế biểu; kỳ đệ tam thi thơ, phú; kỳ đệ tứ thi văn sách. Lấy tháng 10 năm nay* [31/10-28/11/1807] *mở khoa thi Hương, sang năm Mậu Thìn* [28/1/1808-13/2/1809] *mở khoa thi Hội. Bọn học trò các ngươi đều nên dùi mài việc học, để đáp lại cái ơn tôn chuộng nghề văn*".

Sau vì thấy mới bắt đầu bình định, văn học còn ít, nên đình chỉ việc thi Hội.

Tổ chức đại lễ Nam Giao tại lễ đài 3 tầng. Trước đó 3 ngày giữ trai giới, trước 2 ngày làm lễ tế cáo miếu Triệu tổ Nguyễn Kim, ngày 19 Tân mão [27/3/1807], chánh lễ tế Trời Đất tại đàn Nam giao; rước Thái tổ Gia dụ hoàng đế [Nguyễn

Hoàng] cùng phối hưởng. Vua đội mũ cửu long, mặc áo bào vàng, đai ngọc, xiêm vàng, lên đàn làm lễ; các quan dự tế đều mặc triều phục. Lễ xong, vua trở về Trai cung, cùng các quan làm lễ khánh thành.

Người Thuận Thành tên là Khoa Nộn tụ họp dân thiểu số hơn 300 người đến cướp đồn Thị Linh [huyện Tánh Linh, Bình Thuận]. Trưởng đồn Phan Vân đánh chém được Khoa Nộn, đồ đảng còn lại đều trốn hết.

Tháng 3 [8/4-7/5/1807], định lệ phát phối những tù tội đồ [đày], tội lưu [đày suốt đời]. Phàm người bị tội đồ tội lưu, đều phải xiềng chân; tội lưu đeo thêm cái bài sắt khắc tên họ và tội danh. Tù tội đồ làm việc mỗi tháng cấp lương 1 phương gạo [1 phương khoảng 30 lít], hằng năm cấp một bộ quần áo vải; mãn hạn thì về làng chịu sai dịch. Tù tội lưu đi tới chỗ bị đày, quan địa phương cấp cho ruộng đất hoang và thóc giống, trâu bò, cùng đồ làm ruộng, khiến cày cấy; số thóc giống hạn một năm thời thu lại; trâu cày và đồ làm ruộng cứ ba năm chiếu giá thu tiền; hằng tháng cấp gạo lương, hằng năm cấp quần áo, cũng theo như lệ tù tội đồ; trong một năm không phạm tội gì khác thì tha xiềng chân; ba năm thành sản nghiệp thì bỏ cả bài sắt. Người tội lưu chung thân không được về làng; duy vợ con, người tình nguyện đi theo thì được tự do đi lại.

Giặc biển tỉnh Phúc Kiến nhà Thanh là Thái Khiên và Chu Phần bị quan quân đuổi bắt, chạy trốn ra ngoài biển, Tổng đốc Lưỡng Quảng gửi thư cho Bắc Thành nói thuyền giặc đều mũi xanh cột buồm đỏ, nếu có chạy đến hải phận ta thì đón bắt cho. Quan Bắc Thành đem sự việc tâu lên. Vua hạ lệnh cho các quan địa phương duyên hải từ Quảng Đức [Thừa Thiên] trở ra Bắc đều phái binh thuyền tuần xét.

Tháng 4 [8/5-5/6/1807] Quảng Ngãi bị hạn hán; Lê Văn Duyệt bấy giờ đang lo đánh dẹp giặc Đá Vách, cướp phá vùng giáp giới đầu nguồn Quảng Ngãi. Vua thấy trời hè nồng nực, lam chướng nhiều, nếu tiến đánh gấp thì tướng sĩ trèo non vượt hiểm dễ sinh tật bệnh; nên khuyên tìm cách chiêu dụ. Lê Văn Duyệt liền dâng sớ rằng:

"Thần từ khi vâng mệnh tới nay, ngày đêm lo sợ. Nhờ được uy đức của Triều đình, nên khi quân đến Đồng Dương [huyện Trà Bồng, Quảng Ngãi] *thì tù trưởng Man ra quy phục. Thần lại sai chúng chiêu dụ bọn Man hoang, đều cho yên nghiệp làm ăn, nay đã được yên, không còn lo nữa".*

Sớ đến nơi, thưởng cho quân sĩ 2.000 quan, cho tù trưởng dân thiểu số 300 quan.

Tướng giặc ở Sơn Tây tên La tụ đảng, cướp bóc vùng Sơn Tây và Kinh Bắc [Bắc Giang, Bắc Ninh]. Người Kinh Bắc là bọn Nguyễn Đức Chiêu, Nguyễn Đình Sâm, Nguyễn Đình Thắng lập mưu dụ tên La đến nhà, rồi sai người đi mật báo. Quan Trấn sai Chánh thống Tiền đồn Nguyễn Văn Hưng và Phó thống Nguyễn Xuân đem quân vây bắt, chém được tên La, bắt đồ đảng hơn 20 người, thu được súng ống khí giới. Quan Bắc Thành đem sự việc tâu lên; ban thưởng biền binh 200 quan tiền, cho Đức Chiêu làm Cai đội, Đình Sâm làm Đội trưởng.

Tại Nghệ An giặc nổi lên, đường thông thương bị nghẽn. Quan Trấn điều binh đánh dẹp không được; sự việc tâu lên, Vua thấy đất Diễn Châu nhiều rừng rậm là nơi giặc cướp ẩn hiện, bèn sai thêm quân để chặn bắt.

Tháng 5 [6/6-4/7/1807], sai quan bộ Lễ Đặng Đức Siêu biên phép thế hệ triều Nguyễn; sách xong đặt tên là **Thiên**

Nam Thế Hệ. Sách chép bắt đầu từ Triệu tổ Tĩnh hoàng đế [Nguyễn Kim] đến Duệ tông Hiếu định hoàng đế [1765-1777]. Trên lại chép lên đến Hoành quốc công và Trừng quốc công [Nguyễn Hoằng Dụ] để tỏ rõ dòng dõi của Triệu tổ từ đâu mà ra; sau chép đến Hiếu khang hoàng đế [cha Vua Gia Long] để tỏ rõ bản thân Vua từ đâu mà ra, trên dưới gần hơn 200 năm. Phàm công nghiệp các đời, cho đến ngày sinh năm giỗ, phương hướng các lăng tẩm, đều ghi chép đủ.

Ngày Nhâm Tý 11 [16/6/1807], cháu đích tôn của nhà Vua tức Hiến tổ Chương Hoàng đế [Thiệu Trị] sinh ở ấp Xuân Lộc phía đông Kinh thành, sau dựng chùa Diệu Đế tại nơi này. Mẹ là cung phi họ Hồ mới 17 tuổi, vừa mới sinh được 13 ngày thì mất.

Tháng 6 [5/7-3/8/1807], định phép thi Hương. Nghệ An, Thanh Hoa, Kinh Bắc, Sơn Tây, Sơn Nam thượng [Hà Tây, Hà Nam, Hưng Yên], Hải Dương, cả thảy sáu trường. Học trò đi thi thì trước đó lý trưởng sở tại phải xét rồi ghi vào sổ; những người có trọng tang, bất hiếu, bất mục loạn luân, điêu toa và sau năm Gia Long thứ 1 [1802] phạm án cướp hay phản nghịch, thì không được vào thi. Thi: kỳ đệ nhất, kinh nghĩa năm đề, bài làm chuyên một kinh hay kiêm năm kinh cũng được, truyện nghĩa một đề; kỳ đệ nhị, chiếu, chế, biểu mỗi thứ một đạo; kỳ đệ tam, một bài thơ đường luật, một bài phú thể tám vần; kỳ đệ tứ một đạo văn sách. Học trò làm bài, lấy một ngày làm hạn. Chữ viết lối chân hay lối thảo đều chấp nhận. Người trúng tứ trường là Hương cống, tam trường là Sinh đồ, đều được miễn phu dịch. Hương cống thì được ban mũ áo và cho ăn yến, gọi là yến **Lộc Minh** (1).

Tháng 7 [4/8-1/9/1807], triệu Lê Văn Duyệt về, để Phan Tiến Hoàng ở lại Quảng Ngãi. Vua nghĩ công việc dẹp giặc

Đá Vách trải năm tháng vất vả, thưởng cho Lê Văn Duyệt 3.000 quan tiền, cho Tiến Hoàng và quân dưới quyền 1.000 quan.

Ngày 19 [22/8/1807], tiết Thánh thọ Thất tuần đại khánh của Hoàng thái hậu, vua thân đem bầy tôi đến cung Trường Thọ làm lễ chúc mừng. Sai nhạc công múa **Bát Dật** (2), hát các khúc **Vạn Niên Hoan**, **Thiên Hạ Lạc** và **Thái Bình Lạc**. Lễ xong, vua ngự ở điện Cần Chánh, ban yến và thưởng cho các quan văn võ từ tam phẩm trở lên, theo thứ bậc khác nhau.

Tháng 8 [2/9-30/9/1807], sai trấn thủ Hà Tiên là Mạc Tử Thiêm trở về trấn, ban cho 100 quan tiền. Tử Thiêm nhân tâu:

"*Trong hạt ruộng ít, gạo ăn của dân gian đều phải nhờ hai đạo Long Xuyên* [Cà Mau] *và Kiên Giang* [Rạch Giá]. *Từ khi nghiêm cấm thông thương, dân thường thiếu ăn. Xin mỗi năm được sai quân dân tới hai đạo ấy đong một vạn phương gạo hoặc một vạn hộc thóc*".

Vua y cho.

Cấp thuyền ô sai cho Gia Định 33 chiếc, cho Bắc Thành 25 chiếc, cho Bình Định 10 chiếc, cho Bình Hoà [Ninh Hoà, Khánh Hoà] và Thanh Hoa mỗi nơi 5 chiếc.

Thanh Hoa sửa Văn miếu, bổ cho các quan quyên góp hơn 4.000 quan tiền. Vua nghe tin quở trách rằng:

"*Việc bổ góp không đúng chính thể, sao không tâu xin chỉ, mà tự tiện làm?*".

Nhân đó thông dụ cho các dinh trấn rằng từ nay xây dựng việc gì, động đến công của dân, đều phải trù tính trước mà tâu rõ, không được tự tiện bổ góp.

Tháng 9 [1/10-30/10/1807] Vua Chân Lạp là Nặc Chăn sai bầy tôi là Ốc Nha Vị Bôn Rạch đến xin phong, Vua y cho. Sai Tham tri Binh bộ là Ngô Nhân Tĩnh làm Chánh sứ, Ký lục Vĩnh Thanh là Trần Công Đàn làm Phó sứ, mang sắc ấn phong Nặc Chăn làm quốc vương Cao Mên. Định ba năm một lần cống. Cống phẩm là 2 thớt voi đực, 2 toà sừng tê, 2 chiếc ngà voi, 2 bình sơn đen; đậu khấu, sa nhân, sáp ong, cánh kiến, mỗi thứ đều 50 cân. Sứ bộ gồm một Chánh sứ một Phó sứ, cứ tháng 4 tới Gia Định, Quan Gia Định thành uỷ người đưa đến Kinh. Số người đi theo, đường bộ 10 người, đường biển 20 người.

Thuyền buôn của người Hồng Mao [nước Anh] Kê Lê Mân đậu ở Đà Nẵng. Vua sai Tham tri Hộ bộ Lê Viết Nghĩa và Giám thành sứ Trần Văn Học đến dò ý và dụ rằng:

"Người Hồng Mao không hiểu lễ phép luật lệ, bọn ngươi đi chuyến này nên đối đãi rộng rãi".

Rồi đưa [Kê Lê Mân] về Kinh, sai bọn Nguyễn Văn Chấn [Vannier], Nguyễn Văn Thắng [Chaigneau] và Lê Văn Lăng [Forcant], đều người Pháp tiếp chuyện. Kê Lê Mân bày tỏ rằng chủ tàu là Áp Bột Miệt Lăng trước đây buôn bán ở Gia Định, bán nhiều súng ống cho nhà nước, nay túng tiền, xin tăng giá trả cho. Vua nói:

"Bọn lái buôn giảo quyệt nước ngoài đã lấy có túng thiếu mà kêu xin thì triều đình ta giàu có bốn biển, há đáng so kè với chúng".

Bèn sai cấp cho 24.000 đồng bạc Tây Phương, rồi bảo đi.

Định điều lệ thuyền vận tải. Đo thuyền chiều dài, chiều

rộng, bề sâu; thuyền chiều rộng 5 thước [1 thước = 0.4 mét] trở lên được cấp bài chỉ ghi rõ bề dài, bề ngang, bề sâu; căn cứ kích thước thuyền qui định trọng tải.

Tháng 10 [31/10-28/11/1807], bắt đầu mở khoa thi Hương từ Nghệ An trở ra Bắc; lấy đỗ Hương cống [Cử nhân] 62 người. Trường Nghệ An: Hồ Sỹ Đề, Trần Ngọc, Dương Doãn Nguyên, Đinh Miễn, Nguyễn Trung Mậu, Hồ Sĩ Trinh, Nguyễn Đình Diễm, Trần Lễ, 8 người. Trường Thanh Hoa: Lê Văn Luyện, Nguyễn Hữu Bình, 2 người. Trường Kinh Bắc: Cao Huy Diệu, Nguyễn Văn Sưu, Nguyễn Ngọc Trác, Nguyễn án, Đàm Thận Hưu, Lê Gia Thắng, Nguyễn Huy Trinh, 7 người. Trường Sơn Tây: Trần Bá Kiên, Nguyễn Đình Lương, Hoàng Bình, Dương Huy Kiều, Khuất Duy Cử, Trần Duy Trác, Nguyễn Đình Thẩm, Nguyễn Tiến Trị, Phạm Gia Tứ, Nguyễn Quốc Đống, Hạ Văn Đạt, Nguyễn Danh Quế, Phạm Quang Nguyên, Nguyễn Thiều, Nguyễn Tư Trực, Vũ Viết Trường, Lê Duy Thanh, Vũ Đình Tín, Nguyễn Duy Thanh, Ngô Cao Lãng, 20 người. Trường Sơn Nam thượng: Vũ Huy Đạt, Hoàng Quốc Bảo, Dương Duy Hinh, Phạm Đình Đồ, Lê Sỹ Nguyên, Lê Đình Dư, Phạm Vũ Phác, Nguyễn Văn Hán, Lê Thừa, Lê Trọng Phú, Nguyễn Khắc Gia, Nguyễn Hiếu Đức, Nguyễn Giản, Nguyễn Chí, Nguyễn Tú, Phạm Điển, Trần Liêu, Hồ Sỹ Diệm, Nguyễn Đình Phổ, Nguyễn Đình Niên, 20 người. Trường Hải Dương: Lê Huy Triện, Phạm Văn Huyên, Nguyễn Chiểu, Đặng Huy Dư, Vũ Trọng Đĩnh, cộng 5 người

Tháng 11 [29/11-28/12/1807], thóc kho Bình Định bị hao hụt nhiều, quan trấn bắt dân đền bù. Vua hay tin, nói rằng:

"Thóc ở kho hao là lỗi tại quan, sao lại trách đòi ở dân?".

Sai bộ Lại bộ truyền chỉ nghiêm trách và cho dân xã nào đã trót nộp rồi sẽ được trừ vào thóc tô sang năm.

Người xã Cổ Loa thuộc huyện Đông Ngàn, Bắc Ninh là Nguyễn Thị Trúc tự xưng là công chúa nhà Lê, làm giả ấn tín mưu lãnh tiền kho Bắc Thành, việc phát giác bị xử tử.

Tháng chạp [29/12/1807-27/1/1808] Ma Văn Tư và Nguyễn Bảo người Sơn Tây làm giả ấn tín, tự xưng là quan đi bắt giặc, lẻn tới mỏ đồng ở châu Mai Sơn [Hoà Bình] giết cướp hộ khai mỏ; bắt được bèn đem giết.

Đắp mười đoạn đê mới tại Bắc Thành: Sơn Nam Thượng, một đoạn đê dài hơn 700 trượng [1 trượng = 4 mét] ở xã Nga Khê huyện Nam Xang [huyện Lý Nhân, Hà Nam], một đoạn 49 trượng ở xã Xâm Thị huyện Thanh Trì [Hà Nội], một đoạn hơn 100 trượng ở xã Văn La huyện Chương Đức [huyện Chương Mỹ, Hà Tây], một đoạn hơn 140 trượng ở xã Hồi Trung huyện Kim Bảng [Hà Nam], một đoạn hơn 230 trượng ở xã Lạc Trường huyện Kim Bảng [Hà Nam], một đoạn 33 trượng từ xã Mễ Trường huyện Thanh Liêm đến xã Châu Cầu [Phủ Lý, Hà Nam]. Ở Sơn Nam hạ, một đoạn hơn 70 trượng ở xã Đường Xâm huyện Chân Định [huyện Kiến Xương, Thái Bình], một đoạn hơn 300 trượng ở xã Sơ Lâm huyện Thượng Nguyên [huyện Xuân Trường, Nam Định]. Ở Kinh Bắc, một đoạn hơn 86 trượng ở xã Phụng Công huyện Văn Giang [Hưng Yên].

Dời dinh lỵ Quảng Nam đến xã Thanh Chiêm huyện Diên Phước [huyện Điện Bàn]. Dinh Quảng Nam cũ ở xã Hội An chật hẹp, Vua sai đình thần tìm nơi địa thế cao ráo sáng sủa, vẽ đồ dâng lên; bèn hạ lệnh dời đến Thanh Chiêm.

Bọn giặc thiểu số Đá Vách lại tụ họp hơn 300 người, đốt

đồn Tượng Đầu tại Quảng Ngãi. Sai Lưu thủ Nguyễn Văn Toản cùng Đô thống chế lãnh Tả quân phó tướng Phan Tiến Hoàng đem quân đi dẹp.

Đề phòng giặc, triều đình cho xây luỹ Tĩnh Man dài 177 dặm [1 dặm khoảng =0.5 km.], cách tỉnh thành 25 dặm; phía bắc đến huyện Hà Đông [huyện Tam Kỳ] Quảng Nam; phía nam đến huyện Bồng Sơn, Bình Định. Lập 5 cơ để phòng thủ: Cơ nhất có 22 đồn, cơ nhì 21 đồn, cơ tam 22 đồn, cơ tứ 25 đồn, cơ ngũ 24 đồn.

Tháng giêng [28/1-25/2/1808] Vua thấy địa thế Gia Định rộng lớn, bèn đổi trấn Gia Định làm Gia Định thành, dinh Phiên Trấn làm trấn Phiên An, dinh Trấn Biên làm trấn Biên Hoà, dinh Vĩnh Trấn làm trấn Vĩnh Thanh, dinh Trấn Định làm trấn Định Tường.

Thuyền bị nạn của các quan sai phái nhà Thanh là bọn Diệp Phương, Hoàng Phước trôi dạt đến cửa biển Sa Kỳ [huyện Sơn Tịnh, Quảng Ngãi]. Quảng Ngãi đem sự việc tâu lên, Vua sai cấp cho bạc, quần áo rồi theo đường bộ về nước; chủ thuyền là bọn Trần Hoan 8 người, cũng cấp cho lương ăn, cho đáp thuyền buôn trở về.

Phan Tiến Hoàng tiến đánh giặc thiểu số Đá Vách, xin cho dân ở ven núi sắm đồ binh khí, phụ lực với quân đồn trú. Vua y cho, lại sai Lê Văn Duyệt đem binh đến đôn đốc đánh dẹp, bảo rằng:

"*Bọn ác man quấy rối, không thể không đánh, nhưng đường lối hiểm dốc chưa dễ phá ngay được. Ngươi nên tuỳ liệu xử trí, để thu phục lòng chúng; không đánh mà khuất phục được người lại là thượng sách đó*".

Khi Văn Duyệt đến nơi mật sai Vệ uý Lê Văn Từ và Phó

vệ uý Lê Kim Nhượng giả làm dư đảng Tây Sơn, lẻn vào sách dân thiểu số ở với chúng, nhân dò hỏi tình hình. Người thiểu số nói với Từ rằng họ không có ý làm phản, nhưng khổ vì Phó quản cơ Lê Quốc Huy hà khắc sách nhiễu mãi, nên phải họp nhau mưu phản thôi. Từ về báo, Văn Duyệt liền bắt Quốc Huy xử theo quân pháp, tâu xin chém; từ đó bọn Đá Vách về hàng nhiều.

Đặt thêm phu miếu người thôn Kiều Đại tại miếu nhà Lê; nhân Diên Tự công Lê Duy Hoán tâu tâu:

"*Ba thôn xã Bố Vệ* [huyện Đông Sơn, Thanh Hoá] *thì Kiều Đại là một, thế mà trước đây chuẩn định 100 miếu phu toàn lấy ở hai thôn Mật Sơn và Tạnh Xá, thôn Kiều Đại không dự. Nay xin cho 48 người dân thôn ấy cũng sung miếu phu, miễn trừ dao dịch, để đều được ơn*".

Vua bèn y cho.

Tướng giặc ở Kinh Bắc là Hoàng Hữu Nhân họp đảng hơn bảy trăm người mưu làm loạn. Hành quân đánh bắt; viên lại Lạng Giang [Bắc Giang] là Hoàng Thúc Đạt đem quân đi trước dẫn đường bắt được Hữu Nhân. Quan quân theo sau, chém được hơn mười thủ cấp, bắt được giặc mười mấy người, còn thì vỡ chạy cả; tịch thu khí giới rất nhiều. Việc tâu lên; thưởng cho quân binh 300 quan tiền, cho Thúc Đạt chức Đề lại và thưởng 100 quan tiền.

Tướng giặc Sơn Nam hạ là Vũ Đình Khanh họp đảng ở khoảng Thiên Trường và Nghĩa Hưng [Nam Định]. Quan quân đánh đuổi đến Nghĩa Hưng, bắt được Đình Khanh, chém được một trăm đầu. Số còn lại họp thuyền đậu ở ngã ba sông huyện Giao Thuỷ [Nam Định]; quân thuỷ bộ xông tới đánh; quân giặc nhảy xuống nước chết nhiều, bắt được cờ ấn, súng ống khí giới và hơn ba chục chiếc thuyền.

Tại Yên Quảng [Quảng Ninh] giặc nổi lên; Ấn thủ Vạn Ninh là Phan Phương Khách đánh đuổi, bắt được tướng và đồ đảng giặc hơn hai chục người, cho Phương Khách làm Tuyên uý sứ và thưởng 300 quan tiền.

Tháng 2 [26/2-26/3/1808] trùng tu chùa Hàm Long, tức chùa Báo Quốc tại đồi Hàm Long, Phường Đúc, Huế.

Đảng giặc ở Sơn Nam hạ lại họp quân vây phủ Kiến Xương [Thái Bình]. Bọn Ngô Văn Tham, Nguyễn Văn Hưng, Nguyễn Xuân đem quân thuỷ bộ đánh, cả phá giặc, giải được vây cho phủ Kiến Xương.

Ngày 18 [14/3/1808], tế Trời Đất ở đàn Nam giao.

Nước Diến Điện đánh thành Xoang Mai [Chiang Mai. Thailand], tướng Xiêm là Phi Nhã Mai đầu hàng Diến Điện. Người Xiêm phát quân đi đánh; quân đến Lục Khôn [Nakhon?] bị quân Diến Điện đánh bại. Tin báo lên, vua sai trấn thủ Hà Tiên là Mạc Tử Thiêm mang thư của bộ Lễ gửi đến, mượn cớ để dò xem tình hình động tĩnh. Tử Thiêm sợ không dám đi. Lưu trấn Gia Định tâu lên; Vua tha tội, lại cho 3.000 đồng bạc phiên, rồi dụ rằng:

“*Ngươi ở lâu nơi biên trấn hiểu rõ tính tình người Man, việc này ngươi không đi thì không xong. Người Xiêm tất không hại ngươi đâu, đừng sợ!*”

Tử Thiêm bèn vâng mệnh đi.

Tháng 3 [27/3-25/4/1808], hơn 80 chiếc thuyền giặc Tề Ngôi bị người Thanh đuổi bắt, trốn chạy đến ngoài biển Yên Quảng [Quảng Ninh]. Quan Bắc Thành sai Chánh thống Hữu đồn Tiền quân là Bùi Văn Thái, Phó thống Tả đồn là

Nguyễn Văn Trị đem binh thuyền tiến đánh, Chánh quản thập cơ quân Thần võ là Trần Văn Thìn đem quân bộ đến Hải Dương tiếp ứng, Chưởng dinh Trương Tấn Bửu làm Điều bát nhung vụ. Bọn giặc xâm phạm sông Bạch Đằng, áp đánh trấn lỵ Yên Quảng. Trấn thủ Lê Văn Vịnh cùng với Nguyễn Văn Trị đánh lui được, chém được hơn mười đầu giặc và bắt được già trẻ hơn sáu chục người. Giặc bèn đem thuyền chia đậu ở các hải phận Hải Dương, Thanh Hoa và Nghệ An. Vua lo thổ phỉ liên lạc cấu kết với nhau, bèn sai Tống Phước Lương quản lãnh binh thuyền tiến đánh,

Thuyền trưởng Hồng Mao [Anh] là Tô Lô Xuy La Môn chở hơn năm trăm khách buôn người Thanh, bị nạn bão đến đậu ở cửa Đà Nẵng; Dinh Quảng Nam tâu lên. Sai cấp tiền gạo cho khách buôn bị nạn, rồi cho đưa theo đường bộ trở về Trung Quốc. Lại thấy Tô Lô Xuy La Môn cứu giúp nạn nhân, thưởng cho 300 phương gạo rồi bảo đi.

Tháng 4 [26/4-24/5/1808], bọn giặc ở Sơn Nam thượng vây phủ Ứng Thiên [huyện Ứng Hoà, Hà Tây]. Quan Bắc Thành, sai bọn Án phủ Hoài Đức [Hà Tây] Nguyễn Văn Xuyến, Vệ uý vệ Giản võ Nguyễn Văn Thiện đem quân đánh bắt. Giặc chạy sang Thượng Phước [huyện Thường Tín, Hà Tây]; Quản thủ Thường Tín Vũ Văn Thân đánh phá được. Được vài ngày giặc lại vây phủ Khoái Châu [Hưng Yên], Cai vệ đội Tiền bảo Nguyễn Văn Trượng gặp giặc, tung quân đánh dữ, quân giặc sợ tan chạy. Quan quân thừa thắng đuổi đánh, giải được vây cho phủ Khoái Châu.

Thổ tù Sơn Âm ở Thanh Bình [Ninh Bình] là Quách Tất Thúc làm phản, họp đảng hơn 3 nghìn người vây đồn Gián Khẩu. Quản đạo Lương Văn Vân báo cho trấn Thanh Hoa. Đốc trấn Tôn Thất Chương sai Vệ uý Mai Gia Cương đem quân đóng giữ Thanh Bình và sai Văn Vân đem quân đi đánh dẹp. Bọn giặc lui giữ Yên Trị [huyện Nho Quan, Ninh Bình], chia làm ba đạo vây phủ Thiên Quan [Ninh Bình]. Quản phủ Đào Văn Thành chống giữ để đợi viện binh. Tôn Thất Chương lại sai Vệ uý Lê Văn Sách, Phó vệ uý Phạm Văn Xuân đem binh đến họp; Văn Vân tự đem binh của đạo tiến lên. Đào Văn Thành thấy có viện binh đến, xuất binh giáp chiến, chém được hơn hai chục giặc. Giặc thua to, bỏ cả khí giới, tranh nhau sang sông, chạy đến Yên Trị [huyện Nho Quan, Ninh Bình], dựa thế núi cố thủ. Quan quân đánh không được. Việc báo lên. Sai Chưởng hậu quân Lê Chất quản lãnh đại binh đi đánh. Thị trung Lý Gia Du làm Tham tán quân vụ, Phó tướng Trần Quang Thái đem 50 chiếc binh thuyền đi theo.

Tháng 5 [25/5-23/6/1808] đảng giặc ở Sơn Nam Thượng lại nổi lên ở Ứng Thiên và Khoái Châu, thế rất dữ. Quan Bắc Thành lại sai Nguyễn Văn Xuyến cùng bọn Nguyễn Văn Hưng, Nguyễn Xuân chia đường đi đánh bắt. Văn Xuyến dẫn quân đến Kim Bảng [Hà Nam], đánh giặc ở Phù Đề, chém được tướng và đồ đảng mười mấy tên, giặc thua chạy. Hưng và Xuân đến Khoái Châu, đánh nhau với giặc cũng thắng. Giặc chạy đến Sơn Nam hạ, tụ tập nhau ở huyện Ý Yên [Nam Định]. Quan quân do thám được tình hình của giặc, báo cho Thanh Hoa phát binh họp đánh, bèn dẹp yên.

Lê Chất đến Thanh Hoa, trước hết sai Quản phủ Thiên Quan Đào Văn Thành và Tri phủ Nguyễn Kim Giám chiêu tập các thổ tù, lấy uy đức của triều đình mà dụ khiến họ quy thuận. Khi Chất tới Thanh Bình [Ninh Bình] thì bọn thổ tù 35 người đều đến quân thứ đầu hàng. Chất khoản đãi rất hậu, ý muốn để chiêu dụ đầu đảng Quách Tất Thúc, nhưng

Tất Thúc không chịu ra. Chất bèn chia quân làm ba đạo tiến đánh. Tất Thúc chạy trốn, bèn đuổi đến Sơn Âm, đốt trại rồi trở về. Chất xin dùng bọn thổ tù, Vua chỉ chấp nhận trao cho chức hàm làm phiên thuộc mà thôi.

Thổ phỉ ở Kinh Bắc cướp phủ Thuận An [huyện Thuận Thành, Bắc Ninh], Trấn thủ là Phạm Tiến Tuấn đem quân giao chiến ở xã Thanh Hoài [huyện Thuận Thành, Bắc Ninh] thắng trận, đuổi chúng đến xã Bình Ngô [huyện Thuận Thành, Bắc Ninh]. Vệ uý vệ Giản võ là Nguyễn Văn Thiện do Bắc Thành phái đem quân vừa tới, cùng hợp đánh, giặc bỏ hết khí giới mà chạy.

Giặc biển Tề Ngôi đến cướp ở vùng sông Giá huyện Tiên Minh [huyện Tiên Lãng, Hải Phòng]. Chưởng dinh Trương Tấn Bửu sai Chánh thống Thập cơ Trần Văn Thìn đem quân đi đánh; Thìn khinh suất tiến quân, bị giặc đánh úp. Tấn Bửu lại sai Chánh thống Hữu đồn là Bùi Văn Thái đến cứu viện, cùng giặc giao chiến phá được; giặc mang thuyền chạy.

Thổ phỉ ở Mỹ Lương [huyện Chương Mỹ, Hà Tây] trấn Sơn Tây đánh úp đồn Cao Bộ; Phó đội giữ đồn là Nguyễn Danh Gia chống đánh, bị giết. Quan Bắc Thành sai Quản vệ Nguyễn Văn Trượng đem quân đánh dẹp. Giặc nghe tin quân đến, chạy sang Lâm Thao [Phú Thọ]; Trượng đuổi theo kịp, bắt và chém được giặc rất nhiều.

Thổ phỉ ở trấn Sơn Nam hạ họp thuyền lẻn vào cửa biển Trà Lý, mưu cướp đồn Diêm Hộ huyện Thanh Quan [huyện Thái Thuỵ, Thái Bình]. Cai cơ giữ đồn là Nguyễn Bá Huề đem quân đánh, bắt được tướng giặc là Ninh và hơn bốn chục đồ đảng.

Trước đây giặc giã ở Bắc Thành mượn tiếng tôn nhà Lê,

nên dân nhiều người bị mê hoặc. Nguyễn Văn Thành sai Trần Hựu làm bài hát "**Điểm Mê**" (3), dùng lời quốc âm để hiểu thị; khi ấy trong hạt lại có người làm bài hát "**Tố Khuất**" (3) kết án bọn quan lại tham nhũng nên sinh giặc.

Giặc biển Tề Ngôi lại đến cướp các ấp Hoàng Châu, An Phong thuộc huyện Nghiêu Phong [huyện Cát Hải, Hải Phòng]. Sai quản cơ Vũ Văn Kế đem binh đi đánh, chém được vài tên giặc, bắt mười mấy người, giặc tan chạy. Tống Phước Lương sai binh thuyền đi tuần xét, đánh bại quân giặc ở cửa Liêu [Nam Định], bắt được bọn giặc 7 người và 4 chiếc thuyền; thế giặc cùng quẫn. Đồ đảng là bọn Lương Kim Ngọc, Trần Thế Dịch đem 2 chiếc thuyền và hơn 70 người thuỷ thủ vào đầu thú ở Nghệ An. Quan tại trấn tâu lên; Vua sai tha tội và cho an sáp ở Thanh Hà [Hải Dương].

Tháng 6 [24/6-22/7/1808] ở Quảng Nam giặc nổi lên, cướp bóc dân cư và thuyền buôn. Sai Cai đội Cao Văn Tiềm dò bắt được đầu đảng là tên Hội và bè lũ rất nhiều; dân các xã Ngọc Sơn, Tiên Mỹ cũng bắt được bọn giặc đem nộp. Thưởng cho Văn Tiềm 150 quan tiền và dân các xã 100 quan.

Tên giặc trốn ở trấn Tuyên Quang là Hoàng Phong Bút họp đảng ở tổng Tụ Long [đất hiện nay giáp với tỉnh Hà Giang, đã cắt cho nhà Thanh bởi **Hiệp ước Pháp Thanh** năm 1887] lại mưu nổi loạn. Quan trấn dò biết tin, sai Vệ uý Lê Văn Thái đem binh cùng với thổ tù là Ma Sĩ Trạch vây bắt, chém được quân sư giặc là Cam, tiên phong là Thiều, bắt được đồ đảng rất nhiều. Quan Bắc Thành đem việc tâu lên, bèn ban mũ áo cho Văn Thái và Sĩ Trạch, lại cho Sĩ Trạch làm Tuyên uý đại sứ và thưởng cho quân lính tiền.

Tháng 6 nhuần [23/7-21/8/1808], thổ phỉ Thái Nguyên

vây đồn Bắc Cạn. Trấn thủ Nguyễn Đình Tuyển phát binh đánh dẹp, chém được hơn sáu chục tên giặc. Việc tâu lên, thưởng cho 2.000 quan tiền.

Vét sông Dương Xuân [sông An Cựu], Vua tới xem, thưởng tiền cho quân binh theo thứ bậc khác nhau. Vào tháng 7 [22/8-19/9/1808] Vua rước Hoàng thái hậu đi xem đánh cá tại sông này.

Vào năm ngoái, Tổng đốc Lưỡng Quảng gửi thư cho Bắc Thành cho biết thuyền giặc đều mũi xanh cột buồm đỏ, nếu chạy đến hải phận Việt Nam thì đón bắt dùm. Phía ta bắt được bọn giặc biển Trương Á Nhị, Mông Kiến Sinh 37 tên; vào tháng 7 giải giao cho nhà Thanh.

Nước Chân Lạp sai sứ đến dâng sản vật địa phương và dâng biểu xin cho thuyền buôn các nước thông thương tới Nam Vang. Vua ban sắc rằng phàm thuyền buôn của người Thanh hay người Chà Và muốn đi Nam Vang để đổi chác hàng hoá đều cho, duy người Gia Định thì phải có bằng cấp của thành [Gia Định] mới được đến buôn.

Đắp đập tại phường Hà Trữ thuộc huyện Phú Lộc [Thừa Thiên]. Vua thấy đất ấy gần biển, thường bị nước mặn thấm vào, sai Giám thành phó sứ Nguyễn Đức Sĩ cùng với dinh thần Quảng Đức [Thừa Thiên] đi xem xét đo đạc, đắp đập để ngăn nước mặn, nông dân lấy làm tiện lợi.

Khai mỏ bạc ba động Lò Thượng, Lò Hạ, An Khương thuộc châu Lang Chánh, Thanh Hoá. Bọn người nước Thanh [Trung Quốc] là Cao Hoành Đức, Hoàng Quế Thành xin khai, mỗi năm nộp thuế 100 lạng bạc.

Tháng 8 [20/9-19/10/1808], thổ phỉ ở Kinh Bắc hơn 500 người cướp bóc ở ba xã Tiên Lục, Mỹ Lộc, Hoàng Hà thuộc phủ Lạng Giang [Bắc Giang]. Bọn thổ hào Trần Thế Hanh, Trần Bá Liêu, Nguyễn Bá Điều tự đem đinh tráng đón đánh, bắt được 4 đồ đảng và chém được hơn năm chục thủ cấp. Quan Bắc Thành tâu công trạng; thưởng cho 500 quan tiền và 15 tấm nhiễu.

Tướng giặc ở Sơn Nam Hạ [Nam Định] là Phạm Duật ra thú. Hạ lệnh tha tội, thả cho về. Nhân hạ lệnh cho Bắc Thành từ nay có giặc giã ra thú đều cho khoan tha; do đó đảng giặc ra đầu thú rất nhiều.

Tháng 9 [20/10-17/11/1808], bắt đầu đặt chức Tổng trấn thành Gia Định. Triệu Nguyễn Văn Trương về, lấy Nguyễn Văn Nhân làm Tổng trấn Gia Định, Trịnh Hoài Đức làm Hiệp tổng trấn. Ban ấn Tổng trấn thành Gia Định ấn bạc núm hình sư tử.

Vào tháng 7 [22/8-19/9/1808] quan Bắc Thành cho giải giao giặc biển cho nhà Thanh, Tổng đốc Lưỡng Quảng Ngô Hùng Quang tâu lên, Vua Gia Khánh hài lòng, căn dặn viên Tổng đốc gửi thư khen lao:

"***Ngày 21 tháng 9 năm Gia Khánh thứ 13*** **[9/11/1808].** *Dụ các Quân cơ đại thần:*

Ngô Hùng Quang dâng tấu triệp về việc tiếp nhận phúc trình của Quốc vương Việt Nam, cùng duyên do việc trói giải giặc phỉ. Trước đây bọn giặc họ Thái trốn tránh tại biển Di Việt Nam, viên Quốc vương tiếp nhận chỉ dụ, bèn cho ngăn chặn tại biển và đánh bắt tội phạm giải tống quan ải. Duyệt qua bản sao lục thấy tấm lòng và lời lẽ cung thuận đáng khen. Ngô Hùng Quang hãy đợi khi phạm nhân được giải đến, hãy đích thân tra hỏi, như bọn chúng là những tên giặc, thuộc loại chỉ huy nổi tiếng, thì tâu rõ để xét mà thêm ân thưởng.

Nếu như trong đó không có bọn chỉ huy giặc thì cũng nên ban tưởng lệ, cùng báo cho viên Quốc vương biết rằng lần này bắt được bọn phỉ, giải tống đến Thiên triều, đại Hoàng đế thấy được tấm lòng thành khen lao. Từ nay trở về sau đáng dốc lòng trung gấp bội, hợp sức ngăn cấm, không kể loại giặc nào trốn sang đó, đều đáng mang thêm binh thuyền đánh bắt. Nếu bắt được bọn cướp biển nổi tiếng, đáng tâu lên để được đại Hoàng đế tưởng thưởng thêm. Để đáp ơn đặc biệt, viên Quốc vương đáng cảm khích phấn chấn, ra sức đánh bắt. Đem dụ này truyền để hay biết." (**Nhân Tông Thực Lục** quyển 201, trang 23-24)

Tháng 10 [18/11-16/12/1808], lấy Hương cống [Cử nhân] bổ chức Tri huyện ở các huyện. Tri huyện ở Bắc Thành khuyết, quan Bắc Thành dâng sớ xin cử những người có học để bổ sung; Vua không cho, bảo các quan rằng:

"Chức huyện lệnh là bực thầy bực tướng của dân, có thể dùng những người tẹp nhẹp được ư? Nay những người mới đỗ Hương cống còn chưa bổ quan, cho họ thử việc hành chính trị dân, cứ chọn ở đấy".

Bèn hạ chiếu cho Bắc Thành và Thanh Nghệ đều lấy Hương cống mà bổ tri huyện.

Sai Đô thống chế Thuỷ quân Tống Phước Lương điều 50 chiếc thuyền ô đi Gia Định rước quan tài Duệ tông Hiếu định Hoàng đế và quan tài Mục vương Anh duệ Hoàng thái tử [Đông cung Cảnh]. Sai quan thành Gia Định tiễn đưa tới bến; các dinh trấn từ Bình Thuận đến Quảng Đức [Thừa Thiên] đều đặt hương án ở cửa biển bái tống.

Tổng trấn Nguyễn Văn Thành đi kinh lược các trấn, thấy sông Nông Giang [sông Luộc] thuộc huyện Duyên Hà [huyện

Hưng Hà, Thái Bình] là nơi giáp giới Sơn Nam Thượng, Sơn Nam Hạ và Hải Dương, xin dời đồn thuỷ ở Hàm Giang đến đấy. Lại đặt đồn Thuỵ Anh [huyện Thái Thuỵ, Thái Bình] ở Sơn Nam hạ, đồn Xuân Cát [huyện Nam Sách] ở Hải Dương để giữ những nơi trọng yếu.

Tháng 11 [17/12/1808-15/1/1809], sai Lưu thủ Tống Phước Ngoạn và Thượng bảo thiếu khanh Phạm Nhữ Phong sung chức Chánh, Phó sứ sang Xiêm. Tặng Phật vương 2 cân kỳ nam, 3 cân quế 100 tấm lụa, 300 tấm the, 100 tấm vải đen; tặng Vua thứ hai 1 cân kỳ nam, 2 cân quế, 50 tấm lụa, 200 tấm the, vải đen và vải trắng đều 50 tấm.

Tháng chạp [16/1-15/2/1809] Tham tri Lại bộ kiêm quản Trường đà là Phạm Đăng Hưng dâng sổ tổng kê về các hạng thuyền ghe năm nay của các dinh trấn. Tổng số thuyền 3.460 chiếc, được ơn miễn thuế 78 chiếc, ứng việc vận tải 425 chiếc, được miễn vận tải 2.957 chiếc [78+425+2.957=3.460 chiếc]. Tiền nộp thay vận tải và tiền thuế bến hơn 17.700 quan; từ nay lấy việc dâng sổ tổng kê làm thường lệ.

Lễ bộ tâu rằng:

"*Từ trước, đầu năm khai ấn duyệt binh, cuối năm yết lăng, tế chạp và khoá ấn, đều để tới kỳ mới chọn ngày lành. Nay xin lấy ngày nhất định*".

Vua nghe lời tâu, chuẩn định mỗi năm vào ngày 13 tháng chạp yết lăng, 14 tế Chạp, 25 khoá ấn; ngày mồng 7 tháng giêng thì khai ấn, sai quan xuất binh; qui định sang năm là năm Kỷ Tỵ [1809-1810] bắt đầu.

Chú thích:

1. **Lộc minh**: Tên một bài thơ trong thiên **Tiểu nhã, Kinh Thi** tả bữa yến của vua ban cho quần thần.

2. **Bát Dật:** Theo **Chu Lễ,** múa **Bát Dật** trong lễ dành riêng cho Vua, có 8 hàng.

3. **Điểm Mê:** Chỉ điểm những điều mê muội; **Tố Khuất**: Kêu oan.

191.
Nhà Nguyễn: Gia Long [1802-1819] (8)

Tháng giêng năm Gia Long thứ 8 [14/2-15/3/1809], thổ phỉ Hải Dương cướp ở tổng Yên Lãng [thuộc huyện Đông Triều], thổ hào Nguyễn Đức Hậu đem dân chống đánh, chém được 9 tên, bắt được tướng giặc tên Sĩ. Tổng Minh Nông thuộc huyện Phù Ninh [Phú Thọ] cũng có thổ phỉ đi cướp bóc, thổ hào là Đinh Đăng Bạch và Đinh Văn Chiêu đem dân đuổi bắt được tướng giặc tên là Đinh đem chém; dư đảng tan hết. Quan Bắc Thành đem sự việc tâu lên; cho Đức Hậu và Đăng Bạch làm Phó tổng, Văn Chiêu làm Cai tổng và thưởng cho dân 500 quan tiền.

Đặt Đê chánh ở Bắc Thành, sai Binh bộ Đặng Trần Thường làm Tổng lý, Tham tri Công bộ là Nguyễn Khắc Thiệu làm Tham lý. Chuẩn định đê điều các trấn thuộc Bắc Thành, cứ tháng 10 hằng năm các quan phủ, huyện, trấn phải lần lượt đến khám; sau đó quan Đê chánh khám lại. Đê nào nên sửa đắp, đều khởi công vào khoảng hai tháng giêng và hai, hạn tới tháng tư thì xong. Quan Đê chánh khám đúng sự thực; Bắc Thành làm sổ, vẽ bản đồ tâu lên.

Tháng 2 [16/3-14/4/1809], tướng giặc ở Kinh Bắc là tên Tri xưng càn là Thống lãnh, tướng giặc ở Hải Dương là Nguyễn Đình Thanh xưng là Trung quân, tướng giặc ở Sơn Nam là tên Nam xưng là Tham mưu, họp đảng ở hai huyện

Gia Định [huyện Gia Bình, Bắc Ninh], Lang Tài [Bắc Ninh]. Thủ hợp Tả đồn là Nguyễn Đức Trạch sai thuộc hạ là Nguyễn Văn Đát, Nguyễn Văn Yển, Nguyễn Văn Thế ngầm nhập vào bọn giặc để báo quan quân, bắt được tên Tri, tên Nam và đồ đảng hơn mười người. Việc tâu lên; Vua cho Đức Trạch làm Tri huyện, bọn Văn Đát làm Đội trưởng. Đình Thanh sau ra thú, theo lệ ra thú thì được miễn, nên đặc biệt tha cho.

Tướng giặc ở huyện Tiên Hưng trấn Sơn Nam Hạ tên Ngạnh xưng càn là Tiên phong; tên Xuân xưng là Tả dũng, bị quan quân đánh dẹp, lẻn trốn ở xã Tĩnh Xuyên thuộc huyện Thư Trì [huyện Vũ Thư, Thái Bình]. Phủ lại là Lê Quý Tín, thổ hào là bọn Nguyễn Duy Lân, Đào Bùi Kha, dẫn lính phủ đến bắt được tên Xuân và đồ đảng 4 người. Sự việc tâu lên; cho Quý Tín làm Đề lại và bọn Duy Lân làm Xã trưởng.

Đặt 25 lò gạch ngói tại kinh thành, lấy dân Quảng Đức [Thừa Thiên] hơn 700 người làm việc, mỗi tháng cấp cho tiền gạo.

Nước Vạn Tượng sai sứ dâng thư rằng:

"Dân ở Trấn Ninh trước theo Chiêu Nội lánh nạn ở đất Trà Lân [huyện Tương Dương, Nghệ An], *nay xin chiêu tập trở về".*

Khi sứ đến Nghệ An, quan trấn không chấp nhận, đem sự việc tâu lên. Vua dụ bầy tôi rằng:

"Dân Trấn Ninh xiêu dạt đến đất Trà Lân đã lâu, đã có cách sinh sống, thích ở yên, sao lại còn bắt dời đi? Trấn thần khước đi là phải. Nước Vạn Tượng là nước thần thuộc của ta, theo lệ năm nay phải cống, cống thì không đến mà lại muốn trả lại dân xiêu dạt, thế là ý gì?"

Bèn sai quan trấn gửi thư hỏi; Vạn Tượng sợ hãi, lại sai sứ đến tạ. Sứ đến, Vua triệu vào yết kiến, hỏi về phong tục chính sự nước ấy; Vua lại hỏi:

"*Quốc vương người thích cái gì?*".

Sứ giả nói:

"*Thích trống trận*".

Đãi yến rất hậu, khi trở về, lấy hai chiếc trống trận ban cho.

Tháng 3 [15/4-13/5/1809], tướng giặc ở huyện Từ Liêm [Hà Nội] xưng càn là Giám quân, sách nhiễu tiền gạo của dân. Thổ hào xã Minh Tảo [huyện Từ Liêm] là Nguyễn Hữu Châu điều dân đánh bắt giải nộp. Quan Bắc Thành tâu lên; cho Hữu Châu làm Cai tổng, thưởng tiền 300 quan.

Tại Thái Nguyên giặc nổi lên; Vệ uý Đỗ Thiên Thẩm, Phó trưởng chi Đinh Quang Châu đánh giặc ở phố Bắc Linh, chém được 20 tên, rồi đóng quân ở Chợ Chu [huyện Định Hoá, Thái Nguyên]. Bọn giặc xông ra bao vây, Trấn thủ Nguyễn Đình Tuyển đem quân đến cứu. Bọn Thiên Thẩm nghe quân viện đến, mở đồn ra đánh, chém được Tả tướng giặc là Triệu Văn Thanh [người Hoa], Hữu tướng là Nông Á Bính [người Nùng] cùng 82 đồng đảng, bắt sống được 18 tên, thu được khí giới rất nhiều. Việc tâu lên, thưởng cho quân binh 2.000 quan tiền.

Sai Tham tri bộ Lại bộ Nguyễn Hữu Thận sung Chánh sứ sang nhà Thanh tuế cống, cho hai kỳ cống năm Đinh Mão [1807-1808], năm Kỷ Tỵ [1809-1810]; Cai bạ Quảng Bình là Lê Đắc Tần, Thiêm sự Lại bộ là Ngô Vị sung Giáp, Ất Phó sứ; Vua dụ rằng:

"Bọn người vâng mệnh đi sứ, từ lệnh phải cẩn thận cho trọng quốc thể".

Lưu thủ Quảng Ngãi là Nguyễn Văn Toản ốm được nghỉ việc; lấy Đô thống chế quân Thần sách Phan Tiến Hoàng giữ chức Lưu thủ Quảng Ngãi.

Ngày 14 tháng 3 [28/4/1809], xa giá đi tuần Quảng Trị, sai Nguyễn Văn Khiêm coi giữ Kinh thành. Ngày 15 [29/4/1809], đến Quảng Trị, xem quân dân xây đắp lỵ sở, nhân đó bàn về hình thế; ngày 20 [4/5/1809] trở về kinh.

Đắp đê ở Bắc Thành, Đặng Trần Thường và Nguyễn Khắc Thiệu tâu rằng:

"Đê thuộc các trấn Sơn Tây, Kinh Bắc, Sơn Nam thượng đều bị sụt lở, nên đắp ba đoạn đê mới khác và đắp thêm hai đoạn đê cũ, xin thuê dân làm. Còn các đoạn khác thế nước chảy không xói lắm có thể chống đỡ được thì bắt dân sở tại ra sức sửa đắp".

Vua y lời tâu; đắp tại trấn Sơn Tây một đoạn đê mới, từ xã An Lão Thị huyện Yên Lạc [Vĩnh Phúc] đến xã Kim Đà huyện Yên Lãng [Vĩnh Phúc], dài 1.282 trượng 8 thước 4 tấc [1 trượng = 4 mét]; trấn Kinh Bắc, một đoạn từ xã Đông Dư đến xã Kim Quan huyện Gia Lâm dài 637 trượng 8 thước 7 tấc; trấn Sơn Nam thượng, một đoạn từ xã Đội Xuyên đến xã Như Trác huyện Nam Xang [huyện Lý Nhân, Hà Nam], dài 508 trượng 1 thước. Đê cũ ở Sơn Nam thượng, một đoạn ở xã Nho Lâm huyện Kim Động [Hưng Yên] dài 125 trượng, một đoạn xã Quỳnh Trân huyện Duy Tiên [Hà Nam] dài 18 trượng. Tính giá tiền là 87.000 quan.

Tháng 4 [14/5-12/6/1809], chuẩn bị đắp đường quan ở Quảng Nam, Quảng Ngãi, Bình Định, Phú Yên và Bình Hoà

[Ninh Hoà, Khánh Hoà]. Vua cho rằng đường cũ quanh co xa xôi không tiện, bèn sai Nguyễn Huỳnh Đức và Lê Chất trông coi việc này, dùng dây nắn thẳng lại, sai dân sửa đắp, hoãn bắt lính; chỗ nào mở vào nhà dân và phần mộ thì chi tiền cấp cho, ven đường trồng cây thích hợp.

Đưa quốc trưởng nước Nam Chưởng là Chiêu Ôn Mãnh sang nhà Thanh. Trước đây Ôn Mãnh mất ngôi, chạy sang đầu thuận trú ngụ ở châu Chiêu Tấn [phủ An Tây, Hưng Hoá]. Khi vua lấy được Bắc Hà; Ôn Mãnh đến hành tại bái yết. Vua cho rằng nhà nước mới định, chưa rỗi tính việc xa xôi, khiến trở về châu Chiêu Tấn, cho được tự do đi lại. Sau Ôn Mãnh cùng với người trong châu là Đèo Quốc Uy có hiềm khích, nhân đêm trốn đi. Châu trưởng sai thuộc hạ là Phìa Trại đi tìm không được, nói dối là Ôn Mãnh đã chết đường rồi. Năm ngoái Ôn Mãnh tới trấn bày kêu; quan Bắc Thành thần dâng biểu xin đưa Ôn Mãnh về Kinh. Vua bàn với bày tôi rằng:

"Ôn Mãnh theo về ta là muốn mượn thanh thế để lấy lại nước thôi. Làm cho nước mất dấy lên mối đứt nối lại vẫn là lòng nhân của vương giả, nhưng đem quân đi xa, chỗ được không bù chỗ mất. Ôn Mãnh đã từng nhận sắc ấn của nhà Thanh chi bằng ta đưa về nhà Thanh, để cho nhà Thanh mưu tính. Nếu người Thanh nhận thì Ôn Mãnh có chỗ trở về, bằng không nhận thì ta cũng có chỗ nói được."

Bèn sai gửi thư cho nhà Thanh, và đưa Ôn Mãnh đến cửa ải Lạng Sơn để chờ. Sau đó nhà Thanh cho rằng Ôn Mãnh không biết tự lập bèn khước từ mà thu lại sắc ấn. Vua lại sai quan Bắc Thành cho Ôn Mãnh ở châu Chiêu Tấn và cho 100 lạng bạc, 200 quan tiền; rồi Ôn Mãnh bị bệnh chết.

Năm ngoái Quách Tất Thúc làm phản, Chánh thống vùng núi Thanh Hoá là Hà Công Thái tâu rằng Quách Tất Thúc và Trịnh Vân trốn xa, xin uỷ người đi dò các nơi tìm bắt. Vua dụ rằng:

"Xem tờ tâu của người đủ thấy tấm lòng thành khẩn. Duy bọn Quách Tất Thúc đương cùng nên phải trốn lánh, không có nơi nhất định, trẫm đã cho các quan địa phương để ý đề phòng. Ngươi nên đóng giữ địa hạt mình, đề phòng nghiêm nhặt, không cần ra ngoài địa phận để tìm bắt".

Hơn một tháng, Tất Thúc sai con là Tất Toại tới Thanh Hoá thú tội, trấn thần gửi thư gọi về, nhưng Tất Thúc dùng dằng, cuối cùng không chịu ra.

Lấy Đông các học sĩ Nguyễn Du [tác giả **Truyện Kiều**] làm Cai bạ Quảng Bình.

Đưa quan tài Duệ tông Hiếu định Hoàng đế và Mục vương Anh duệ Hoàng thái tử [Đông cung Cảnh] từ Gia Định về; Vua ra lệnh đến Quảng Nam rước. Sai bọn Phạm Văn Nhân, Trần Văn Trạc, Lê Quang Định đi trước; mang chiếu dụ dân ở Quảng Nam rằng:

"Quảng Nam sát gần Kinh sư triều đình lấy làm quận chân tay. Từ khi lấy lại đến nay, lễ thăm địa phương còn thiếu, sự tình u ẩn hà dễ nhất nhất rõ hết! Nay Tử cung Duệ tông Hiếu định hoàng đế chở từ Gia Định về, trẫm thân hành đem bầy tôi đi đón. Đặc sai các đại thần đi trước, nhân dân địa phương ai có sự gì oan khuất, làm đơn kêu sẽ do đại thần duyệt tâu để rõ ẩn tình của dân. Ngày xa giá đến, quan quân dân chúng không được tiến dâng gì cả".

Ngày 21 [3/6/1809] xa giá khởi hành từ Kinh sư; ngày 25 [7/6/1809] đến Quảng Nam. Vua đem bầy tôi đón quan tài

Duệ Tông Hiếu định hoàng đế ở cửa biển Đại áp [huyện Núi Thành, Quảng Nam], sáng và tối Vua đích thân làm lễ.

Ngày mồng 3 tháng 5 [15/6/1809], quan tài đến Kinh sư. Dựng điện ở bến sông Hương, đặt quan tài ở đó, sai Tôn Thất Bính sớm hôm làm lễ tại điện.

Tháng 6 [13/7-10/8/1809], trước ngày an táng vua nghỉ chầu bảy ngày; bố cáo trong ngoài, cấm xử xét việc hình án và cấm âm nhạc, hát xướng, mặc áo màu đỏ màu tía, và cưới xin trong bảy ngày.

Ngày 11 [23/7/1809] an táng, Vua thân làm lễ; để mộ Duệ Tông ở Long Hồ [huyện Hương Trà, Thừa Thiên], mộ Anh duệ hoàng thái tử ở Dương Xuân [huyện Hương Thuỷ, Thừa Thiên].

Bọn Tống Phước Ngoạn, Phạm Nhữ Phong, Mạc Tử Thiêm từ nước Xiêm về; người Xiêm đưa thư nói rằng nước ấy cùng Diến Điện đánh nhau, xin giúp cho 3 vạn quân thuỷ và quân bộ, quân bộ tiến từ Ai Lao, quân thuỷ từ Hải Tây đến. Vua triệu bầy tôi bàn, dụ rằng:

"*Nước Xiêm cùng nước ta giao hiếu với nhau, nghĩa không thể không cứu được. Nhưng quân bộ đi theo thượng đạo, nghìn khe muôn núi, lặn trèo khó nhọc, ta không nỡ xua quân trong nước để phục dịch cho người phương xa. Thuỷ quân ta vốn đã tập quen, nếu dùng đường biển thì tiện. Đường biển có hai lối: một lối đi từ Lục Khôn Xa Gia Lục để hội với quân Xiêm thì chứa lương đóng quân nên ở chỗ nào? Một lối qua hải đảo các nước Chà Và* [Java] *Hồng Mao* [Singapore, Anh] *thẳng tới nước Diến Điện thì phải mượn đường ở người, nên nói thế nào? Phàm muôn dặm dấy quân là việc lớn của nước, phải nên xem xét kỹ càng, rồi sau mới có thể hành động được. Nay thư của người Xiêm nhiều chỗ không rõ ràng. Vậy hạ lệnh cho bộ Lại viết thư hỏi xem. Trước hãy đem quân Kinh sư đến đóng ở Gia Định cho đông để chờ".*

Sai Đô thống chế quân Thần sách là Trần Văn Năng quản 1.000 binh năm dinh, Đô thống chế lãnh phó tướng quân Chấn võ là Trần Văn Tín quản 400 lính vệ Chấn bảo, đi thú ở Gia Định, theo Gia Định thành điều độ. Bọn Văn Năng đến nơi, Xiêm La lại phục thư nói rằng quân Diến Điện đã bãi rồi, nên không cần phát quân nữa. Rồi hạ lệnh lưu Văn Tín ở lại thành, triệu Văn Năng đem quân về.

Quan Bắc Thành tâu:

"Đảng giặc ở các trấn trốn tránh còn nhiều, xin cho gia hạn ra thú".

Chiếu Vua báo rằng:

"Năm ngoái giặc cướp nổi lên, đã bị quan quân đánh dẹp. Sợ tội trốn lánh, nhiều người đến nỗi mất làm ăn, trẫm rất thương tình, cho nên phàm tướng giặc đảng giặc nếu biết thực tình ra thú thì đều tha tội để chúng đổi dữ theo lành, cùng nhau ở yên làng mạc. Nay gia hạn cho 3 tháng nữa, để kẻ nhầm nhỡ đều được tự đổi mới. Duy kẻ nào phạm ăn cướp án mạng thì không được tha".

Sai Thị trung học sĩ Võ Trinh làm Chánh sứ sang nhà Thanh chúc mừng Khánh tiết ngũ tuần của vua Gia Khánh. Thiêm sự bộ Binh Nguyễn Đình Chất, Thiêm sự bộ Công Nguyễn Văn Thịnh sung Giáp, Ất phó sứ; phẩm vật: ngà voi 2 đôi, sừng tê 4 tòa; trừu, the, lụa, vải đều 100 tấm.

Bọn giặc Thái Nguyên lẩn trốn ở châu Định Hoá. Trấn

thủ Nguyễn Đình Tuyển sai quân binh trong trấn cùng với dân huyện Phú Lương đón bắt tại các đường trọng yếu; chém được tướng giặc tên là Đoài và đồ đảng hơn ba chục thủ cấp, bắt sống hơn hai chục tên. Thưởng cho quân và dân 400 quan tiền.

Vào tháng 4 [14/5-12/6/1809], Tổng trấn Bắc Thành được lệnh gửi thư cho nhà Thanh về sự tình viên cựu Quốc vương nước Nam Chưởng Triệu Ôn Mãnh, và đưa viên này đến cửa ải Lạng Sơn để chờ lệnh. Vào tháng 6, Vua Gia Khánh nhận lời tâu, vẫn ra lệnh cho Quốc vương Việt Nam cho Triệu Ôn Mãnh tạm lưu tại nước này cư trú:

"***Ngày 18 Đinh Mùi tháng 6 năm Gia Khánh thứ 14* [30/7/1809].** *Dụ các Quân cơ đại thần:*

Căn cứ vào lời tâu của bọn Bách Linh rằng

'Tiếp nhận 1 kiện công văn gồm tờ biểu của Quốc vương Việt Nam Nguyễn Phúc Ánh do phủ Thái Bình gửi đến, cùng tờ trình của Ân Trường; nội dung Quốc vương nước Nam Chưởng Triệu Ôn Mãnh sau khi được sắc phong vào năm Càn Long thứ 60 [1795], bị người bác là Triệu Xà Vinh chiếm cứ, không dám trở về nước, ôm sắc ấn lưu ngụ tại châu Chiêu Tấn, Việt Nam hơn 10 năm. Đến năm Gia Khánh thứ 12, Triệu Ôn Mãnh tự đến trấn Hưng Hoá tố cáo, viên Quốc vương cho rằng không dám lưu giữ sắc ấn, sai Uỷ viên mang đến; lại đem Triệu Ôn Mãnh cùng gia quyến đến quan ải Lạng Sơn đợi chiếu chỉ.'

Bách Linh sau khi nhận được biểu văn, cùng sao phụng gửi sắc ấn, cho rằng sự việc trải qua nhiều năm, không tiện đem sắc ấn hoàn lại và cho y trở về nước. Có hay không đem nguyên sắc ấn đến kinh đô, vẫn thông sức cho Triệu Ôn Mãnh tại nước Việt Nam tạm trú, xin chiếu chỉ định đoạt.'

Đáng làm như vậy; Triệu Ôn Mãnh sau khi được sắc phong làm Quốc vương Nam Chướng vào năm Càn Long thứ 60, tại sao lại bôn ba tại ngoại trên 10 năm nay; nước này vào năm Gia Khánh thứ 5, thứ 10; hai lần sai sứ tiến cống; còn đủ ấn tín biểu văn có thể tra hạch. Còn ấn tín vào năm Càn Long thứ 60, hiện đang giao cho bộ tra kỹ; sau khi tra rõ sẽ cho hạch hỏi để liệu biện. Nay truyền dụ cho Bách Linh lập tức đem sắc ấn đến kinh đô gấp, một mặt thông tri cho Nguyễn Phúc Ánh rằng, việc này đã được tâu rõ lên đại Hoàng đế, sẽ được ban thưởng thêm. Vẫn ra lệnh viên Quốc vương cho Triệu Ôn Mãnh tạm lưu tại nước này cư trú, những vật dâng tống tại quan ải trong đó có sắc ấn hiện tuân chỉ gửi lên kinh đô; chờ sau khi đến kinh đô đại Hoàng đế sẽ giáng chỉ dụ. Hãy thông tri cho viên Quốc vương rõ một lần nữa. Đem dụ này truyền để hay biết." (**Nhân Tông Thực Lục** quyển 214, trang 11-12)

Tháng 7 [11/8-9/91809], miễn thuế thân cho dân xứ Phú Quốc.

Ba huyện tại Quảng Trị thường có nạn cọp; lấy hơn 200 người dân các xã Phù Bài và Thuỷ Ba [huyện Vĩnh Linh, Quảng Trị] đi bắt cọp, thưởng 100 quan tiền.

65 chiếc thuyền vận tải của Bắc Thành gặp gió ở ngoài biển Nghệ An, thủ ngự cửa Luật Hải [cửa Sót, Hà Tĩnh] lấy thuyền đánh cá của dân đưa dẫn vào cửa biển; thưởng cho hơn 200 quan tiền.

Tháng 8 [10/9-8/10/1809], đặt ống thông hơi bằng tre cho kho lúa ở Kinh. Vì kho chứa nhiều thóc bị mốc mục và mọc mộng, bèn sai làm ống tre đặt ở các kho cho lúa có lỗ thông, khỏi bị mốc vì hấp hơi.

Định điều lệ riêng về ngạch thuế cho thuyền buôn Hà Tiên, Xiêm La, Hạ Châu [Singapore].

Tháng 9 [9/10-7/11/1809], Bắc Thành bị gió bão, nước biển tràn lên. Hải Dương, Yên Quảng và Sơn Nam Hạ nặng nhất, nhân dân bị hại nhiều. Quan Bắc Thành tâu lên, và xin sai người đến khám để bàn việc chẩn cấp; chiếu trả lời rằng:

"*Dân đương mắc nạn đói, không thể trông nhờ vào đâu, nếu đợi khám rồi mới chẩn cấp thì làm sao cứu được cái nạn cần kíp như lửa đốt lông mày*".

Bèn hạ lệnh cho Phạm Như Đăng đi Sơn Nam hạ, Đặng Trần Thường đi Hải Dương, Yên Quảng, theo tại nạn nặng nhẹ, khiến quan trấn sở tại phát ngay thóc mà chẩn cấp.

Vào tháng tháng 6 [13/7-10/8/1809], phái đoàn do Võ Trinh làm Chánh sứ khởi hành sang Trung Quốc chúc mừng khánh tiết ngũ tuần của vua Gia Khánh; tháng 9 tới Bắc Kinh, cùng với Sứ thần Triều Tiên làm lễ chiêm cận tại cửa Tây Trực:

"***Ngày 28 tháng 9 năm Gia Khánh thứ 14*** **[5/11/1809]**

Sứ thần nước Triều Tiên là là bọn Hàn Dụng Qui 3 người, Sứ thần Việt Nam là bọn Vũ Trinh 24 người, chiêm cận tại cửa Tây Trực." (**Nhân Tông Thực Lục** quyển 218, trang 33)

Đến tháng 10, phái đoàn thực hiện nghi lễ dâng biểu mừng vạn thọ cùng tiến cống sản vật địa phương:

"***Ngày 4 tháng 10 năm Gia Khánh thứ 14*** **[11/11/1809]**

Quốc vương Việt Nam Nguyễn Phúc Ánh dâng biểu mừng vạn thọ cùng tiến cống sản vật địa phương. Ban thưởng và yến tiệc như thông lệ." (**Nhân Tông Thực Lục** quyển 219, trang 3)

Trước khi phái đoàn trở về, nhà Thanh kiểm soát lần chót về đồ vật ban thưởng cho nước Việt Nam, thấy không phù hợp với đơn cấp. Sự việc tâu lên, Vua Gia Khánh ban chiếu chỉ rằng những đồ vật ban thưởng phải theo đúng đơn cấp; nếu trong kho không có đủ thì phải tâu lên rõ ràng, để sửa lại sắc thư cho đúng:

"***Ngày 27 tháng 10 năm Gia Khánh thứ 14*** [4/12/1909]

Bộ Lễ tâu đồ vật ban thưởng cho nước Việt Nam, cùng với đơn cấp không phù hợp. Nhận được chiếu chỉ rằng những đồ vật ban thưởng cho nước Việt Nam phải theo đúng đơn cấp; nếu trong kho không có đủ thì phải tâu lên rõ ràng để sửa lại sắc thư cho đúng. Nay phủ nội vụ đem việc đồ ban thưởng không đủ ung dung thông qua, khiến cho sắc thư và đồ vật thưởng không phù hợp, lo liệu công việc sơ suất, trái với chính thể. Nay đã ra lệnh tra hạch liệu biện những đồ thưởng; các quan trong phủ nội vụ, trừ Trưng Thuỵ, Thường Phúc không liên quan đến việc này không cần bàn xét; còn bọn Tô Lăng Ngạch, Anh Hoà, Ha Minh Ha, Hoà Thế Thái đều giao bộ bàn xử." (**Nhân Tông Thực Lục** quyển 219, trang 35)

Tháng 10 [8/11-6/12/1809], hạ lệnh cho Tuyên uý đại sứ Tuyên Quang là Ma Sĩ Trạch đem 150 người lính hiệu Hùng nhị đóng giữ bảo Tụ Long [đất hiện nay giáp với tỉnh Hà Giang, đã cắt cho nhà Thanh bởi **Hiệp ước Pháp Thanh** năm 1887].

Người Vĩnh Thanh [Vĩnh Long] tên là Sâm tự xưng là Chánh trấn Hậu Giang đại tướng quân, làm ấn tín ngụy, đòi dân giàu phải đưa của cải; việc phát giác, bắt giết.

Tháng 11 [7/12/1809-4/1/1810], Tham hiệp Cao Bằng là Võ Văn Chiêu tiêu hụt tiền công 2.600 quan, thu riêng bạc thuế ba năm của sách dân thiểu số hơn 500 lạng. Việc phát giác, bị giết, tịch thu gia sản. Lấy Tri phủ Thượng Hồng là Bùi Văn Bình làm Tham hiệp Cao Bằng.

Lấy Thượng thư Binh bộ là Lê Quang Định làm Thượng thư bộ Hộ, cải thụ Lại bộ Trần Văn Trạc làm Thượng thư bộ Lại, Lễ bộ Đặng Đức Siêu làm Thượng thư bộ Lễ, Binh bộ Đặng Trần Thường làm Thượng thư bộ Binh, Hình bộ Nguyễn Tử Châu làm Thượng thư bộ Hình bộ, Công bộ Trần Văn Thái làm Thượng thư bộ Công. Sáu bộ đặt chức Thượng thư bắt đầu từ đấy.

Tháng chạp [5/1-3/2/1810] Trấn thủ Hà Tiên là Chưởng cơ Mạc Tử Thiêm chết. Hà Tiên, từ khi Mạc Cửu hiến đất tới nay, triều đình vẫn nhớ đến người cũ có công nên cho con cháu đời đời được tập chức Trấn thủ. Đến khi Tử Thiêm chết, con là Công Thế, Công Tài còn nhỏ; cháu con chú bác là Công Du bị nghị tội, vì Công Du đem vợ lẽ của Đô thống chế Phạm Văn Triệu bán cho người Xiêm. Bèn sai Cai đội Ngô Y Nghiễm và Tham luận Lê Tiến Giảng quyền lãnh việc trấn, ban ấm thụ (1) cho bọn Công Thế làm Cai đội để giữ việc thờ tự họ Mạc, cấp cho mộ phu 53 người. Hạ lệnh cho Tổng trấn thành Gia Định đem việc ấy báo cho nước Xiêm biết. Vua Xiêm viết thư trả lời:

"*Cha con Mạc Thiên Tứ có công to ở Hà Tiên, xin rộng tha tội cho Công Du để cho tập chức*".

Vua lại sai Lại bộ làm thư trả lời rằng:

"*Hà Tiên vốn là bờ cõi của triều đình, từ các vua trước của ta dựng cờ trấn tiết, cha con Mạc Thiên Tứ đều hay giữ tròn chức vụ nên trao chức cho, chứ đấy không phải là khuê điền thái ấp (2), không thể viện làm thế nghiệp được. Huống chi đất ấy liền núi sát biển, từ khi nổi binh thì dân chúng cảnh vật tiêu điều, vỗ về yên ủi chính là việc cần kíp hiện nay. Công Du nếu có tài thì không cứ phải là dòng dõi Thiên Tứ, cũng nên trao cho trấn chức; nhưng vì tài kém tuổi ít, chưa thể làm nổi, nên mới không cho, không phải là tiếc đâu. Nhớ công mà tập ấm cho một người là việc nhỏ mà nhà nước đặt quan vì dân là việc to. Lệnh đã ban ra là phải làm, lý không thể kéo lại được. Xin vua nghĩ xem".*

Vua Xiêm nhận được thư bèn thôi.

Các tù trưởng ở tám sách Man [dân tộc thiểu số] thuộc Bình Thuận gồm: sách Kiều, sách Dương, sách Lân, La Thế, Ba Lang, Hà Lung, Ba ác, La Dao đến trấn dâng một cặp ngà voi, nhân nói các Man ở xa lánh chốn núi sâu, trước không phải nộp thuế, nay xa thấm đức hoá của Vua, đem nhau quy thuận, xin mỗi năm nộp 2 con trâu để làm ngạch thuế. Lưu thủ Phan Tiến Quý cấp áo quần, muối gạo để vỗ về. Bọn tù trưởng đều mừng, xin chiêu dụ các Man đến quy thuận.

Vét đường kênh Vịnh Giang [kênh từ sông Lam qua chợ Vinh] ở Nghệ An. Hiệp trấn Ngô Đình Siêu vào chầu, đem bản đồ dâng lên, sai dùng dân mà đào vét.

Nước Xiêm La bị nước Diến Điện đánh, trưng 5.000 quân ở Chân Lạp. Nặc Chăn sai em đem quân đi và sai Triệu Bồn Nha đến báo tin cho thành Gia Định biết. Quan tại thành đem sự việc tâu lên; sai dò hỏi việc binh của Xiêm, tâu ngay cho biết.

Phật vương mới của nước Xiêm La sai bề tôi bọn Phi Nhã Sĩ Xú Ly Giá Ba Ha đến dâng sản vật địa phương cáo tang Phật vương trước. Vua thứ hai nước Xiêm mới được nhà Thanh phong, cũng đem phẩm vật đến tiến. Khi sứ đến Gia Định, quan tại thành thấy trong thư nói nhiều chỗ khoa trương, bèn làm mật sớ tâu lên; Vua nói:

"Người Xiêm không có văn tự, đấy đều là lỗi của người Đường (3) *múa bút thôi, không đủ trách".*

Rồi sai đưa sứ giả về Kinh, hỏi về tình trạng đánh nhau với Diến Điện. Sứ giả đem sự thực nói; ở vài ngày, hậu đãi rồi cho về.

Sai Tống Phước Ngoạn, Phạm Cảnh Giảng, Dương Văn Châu, Võ Doãn Thiếp sung làm Chánh, Phó sứ hai sứ bộ sang Xiêm. Phúng Phật vương trước: đường phổi, đường phèn đều 1.000 cân, đường cát 1.500 cân, sáp ong 500 cân, lụa trắng, vải trắng mỗi thứ 100 tấm; tặng Phật vương mới: kỳ nam 2 cân, nhục quế 3 cân, lụa 100 tấm, the màu 200 tấm, sa màu 100 tấm, vải trắng nhỏ 100 tấm; cho vua thứ hai mới: kỳ nam 1 cân, nhục quế 1 cân 8 lạng, lụa 50 tấm, the màu 100 tấm, sa màu, vải trắng đều 50 tấm. Lúc sứ giả về; Xiêm La gửi thư cảm tạ.

Tha giảm tô thuế ruộng vụ mùa năm nay cho năm trấn nội ở Bắc Thành. Chiếu rằng:

"Có ruộng thì có tô là đạo thường của nhà nước, nhưng có vùng lụt hạn, nên lượng gia khoan giảm. Nay vụ mùa ở các trấn nơi thì nắng hạn lâu ngày, nơi thì gió bão nước mặn, lúa má tổn hại, đã soi xét rõ, rất là đáng thương. Vậy hạ lệnh cho bộ Hộ chiếu ruộng vụ mùa, phàm 10 phần tổn hại 4 phần thì giảm cho 1 phần, tổn hại 5 phần thì giảm cho 3 phần, tổn hại 6 phần thì giảm cho 5 phần, tổn hại 7 phần trở lên thì cho miễn cả. Đến như ruộng cấy hai mùa, nửa nộp về mùa thu

cũng tính 10 phần làm suất, chiếu số mà thu giảm".

Chú thích:

1. Ấm thụ: còn gọi là tập ấm là chức tước ban cho do cha, ông có công.

2. Khuê điền thái ấp: Ruộng ấp cấp cho chư hầu.

3. Người Đường: Chỉ người Trung Quốc làm quan tại nước Xiêm La.

192.
Nhà Nguyễn: Gia Long [1802-1819] (9)

Tháng giêng năm Gia Long thứ 9 [4/2-4/3/1810], trước đó dân các trấn Kinh Bắc, Hải Dương, Yên Quảng, Sơn Nam hạ bị hạn hán và lụt, quan Bắc Thành báo lên. Sai hoãn việc bắt lính, tạm nghỉ các vụ kiện vặt, bãi các công dịch, lại sai bàn kỹ chính sách cứu đói. Tổng trấn Nguyễn Văn Thành dâng sớ nói:

"Nước lấy dân làm gốc, dân lấy ăn làm đầu. Sau khi các trấn bị thiên tai, nhân dân ngày càng đói lắm. Xin bàn cách phát chẩn và cho vay, để đỡ túng ngặt cho dân, cấm chọn tiền, để dân tiêu dùng được dễ".

Vua đều theo lời; sai phát thóc kho ra 30.000 hộc, khiến bọn Trương Tấn Bửu, Phạm Như Đăng, Nguyễn Đình Đức chia đi các nơi chẩn cấp; lại sắc rằng ai dám kén chọn loại bỏ đồng tiền thì trị tội.

Giặc nổi lên tại huyện Lục Ngạn [Bắc Giang], quan Bắc Thành đem quân đánh bắt. Thổ hào là bọn Nguyễn Hiển và Giáp Phủ đi theo quân, chém được 4 tên giặc. Việc tâu lên, cho bọn Hiển làm Đội trưởng, thưởng 200 quan tiền.

Thổ tù Sơn Âm Quách Tất Thúc lại cùng tướng giặc Đặng Trần Siêu họp quân ở Mỹ Lương [huyện Chương Mỹ, Hà Tây]. Bọn chúng có hơn nghìn người, mưu đánh úp Thiên

Quan [Ninh Bình]; quân Bắc Thành tiến đến giáp đánh, bắt được hơn mười người, giặc bèn chạy trốn.

Sửa lầu Thuỷ Các xây trên thuyền lớn, thuyền dài 7 trượng [28 mét], ngang 3 trượng 5 thước [14 mét]; thưởng cho quân và thợ hơn 600 quan tiền.

Định thứ vị những công thần khai quốc [mở nước], công thần trung tiết [trung trinh tử tiết] và công thần trung hưng [phục hưng]. Công thần khai quốc 4 người; đứng đầu là Nội tán tặng Đặc tiến kim tử Vinh lộc đại phu Thái thường tự khanh Lộc Khê hầu Đào Duy Từ. Công thần trung tiết 114 người; đứng đầu là Trung dinh giám quân tặng Hữu phủ chưởng dinh quận công Nguyễn Hữu Thuỵ. Công thần trung hưng 258 người; đứng đầu là Thiếu phó quận công Tôn Thất Mân.

Nguyễn Văn Thành có tang mẹ, tâu xin đưa quan tài về táng ở quê, vua y cho. Lấy Nguyễn Huỳnh Đức làm Tổng trấn Bắc Thành. Lê Chất làm Hiệp tổng trấn, Phạm Như Đăng làm Tham hiệp tổng trấn. Chiếu dụ rằng:

"Cõi Bắc là nơi trọng trấn, hết thảy uỷ cho các ngươi. Các ngươi nên gia tâm vỗ về, dẹp trộm cướp để yên dân, cho vừa lòng trẫm. Về việc quân lữ thì từ phó tướng trở xuống, có ai trái luật thì đều được tiện nghi làm việc, rồi sau tâu lên".

Lập 20 sở lò nung gạch ngói kinh sư, sai Chưởng cơ tri Đồ gia Phan Tiến Cẩn, Cai bạ Quảng Đức [Thừa Thiên] là Lý Gia Du giám đốc công việc.

Ngày mồng 6 tháng 2 [10/3/1810], Vua bái yết lăng Cơ Thánh (1) tại xã Cư Chính [huyện Hương Thuỷ, Thừa Thiên]; thuyền ghé chơi cửa Eo [cửa Thuận An, huyện Phú Vang, Thừa Thiên]; ngày mồng 10 [14/3/1810] trở về.

Tướng giặc ở Sơn Nam Thượng là Chử Văn Nhị họp đảng mưu làm loạn; Vệ uý Nguyễn Văn Phượng bắt được giết đi, thưởng cho 100 quan tiền.

Bọn giặc ở Thái Nguyên hơn 4 trăm người cướp đồn Đường Lang. Cai đội giữ đồn là Võ Hữu Bích, Dương Văn Quế cùng với quyền Thủ hợp là Nguyễn Đắc Thọ đem lính địa phương chống đánh, chém được 3 tên giặc. Hữu Bích bị đạn chết, giặc lùa quân vào đồn; Văn Quế, Đắc Thọ và thuộc hạ 15 người đều bị giặc giết. Việc tâu lên; tặng Hữu Bích, Văn Quế làm Chánh hiệu úy, Đắc Thọ làm Thủ hợp, chiếu theo phẩm trật cấp tiền tử tuất. Thuộc hạ thì chiếu theo lệ tử tuất của binh lính, cấp cho người nhà.

Thuyền của Thiên tổng tỉnh Phúc Kiến nhà Thanh là Tiêu Nguyên Hầu bị nạn dạt vào cửa biển Cam Ranh, hơn một tháng trấn thần đem sự việc tâu lên. Vua khiển trách rằng:

“*Sao chậm thế*?”.

Sai cho Tiêu Nguyên Hầu 30 quan tiền, 4 tấm lụa, 5 tấm vải, 6 phương gạo, lính đi theo 7 người, mỗi người cho 5 quan tiền, 2 tấm vải, 3 phương gạo. Vua cho rằng Tiêu Nguyên Hầu là người nhà Thanh sai làm việc công, nên đặc biệt thưởng cấp thêm để tỏ ưu đãi. Rồi sai gọi về Kinh, cho thêm tiền 100 quan và đưa đi đường bộ để trở về nước.

Ngày mồng 1 tháng 3 [4/4/1810] có nhật thực.

Sai Thượng thư bộ Hộ Lê Quang Định kiêm nhiệm Khâm thiên giám.

Các trấn Kinh Bắc, Hải Dương, Yên Quảng và Sơn Nam Hạ lúa chiêm chưa chín, dân gian còn nhiều người đói. Quan Bắc Thành xin phát chẩn thêm. Ra lệnh phát thêm gạo kho 5.000 phương, sai bọn Phạm Như Đăng, Nguyễn Đình Đức, Hoàng Ngọc Uẩn chia đi các nơi để chẩn cấp. Quan Bắc Thành lại tâu:

"*Cửa sông Thiên Đức* [sông Đuống] *ở Kinh Bắc bị ứ lấp, mưa lụt làm hại, và đường sá ở Lạng Sơn thì rừng rú rậm rạp, xin họp dân đói cho khơi sông và phát đường, hằng ngày cho dân ăn*".

Vua y lời tâu, sai phát 3.000 phương gạo chu cấp.

Thuyền buôn nước Xiêm La gặp gió dạt vào cửa Đại Chiêm, sai trấn Quảng Nam căn cứ vào số hơn 4 trăm người trên thuyền, cấp cho 10 ngày lương ăn, rồi cho về.

Nguyễn Văn Thành từ Bắc Thành về, vào yết kiến. Vua yên ủi hỏi han hồi lâu, cho 500 quan tiền, 200 cân sáp ong. Văn Thành nhân xin đưa tang mẹ về táng ở Bình Hoà [Gia Định] (2). Vua ngăn đi, nói rằng:

"*Cáo chết quay đầu về núi là việc lễ đấy. Làng Bác Vọng phủ Triệu Phong* [Quảng Trị] *là tổ quán của khanh, sao không táng ở đấy?*".

Văn Thành lạy xin vâng mệnh.

Ngày 14 tháng 4 [16/5/1810], xa giá đi tuần Quảng Trị; ngày 18 [20/5/1810] đến Quảng Bình, xem làm lỵ sở của dinh; bảo Ký lục Hoàng Văn Diễn và Cai bạ Nguyễn Du rằng:

"*Dùng sức dân, nên dè sẻn. Đắp đất đai sai dân làm thì được, còn xây dựng sảnh thự, nên lấy binh lính mà làm*".

Bèn hạ lệnh cho bộ Hộ bộ thưởng cho những người sai dịch.; ngày 24 [26/5/1810] trở về.

Nguyễn Hữu Thận đi sứ nhà Thanh trở về, đem dâng

sách **Đại Thanh lịch tượng khảo thành**, nói:

*"Lịch **Vạn toàn** của nước ta cùng với sách **Đại Thanh thời hiến**, từ trước đều dùng phép lịch **Đại thống** của nhà Minh, hơn ba trăm năm, chưa có sửa đổi, càng lâu càng sai. Khoảng năm Khang Hy nhà Thanh mới tham hợp phép lịch của Tây dương mà chép thành sách này. Sách suy tính tinh tường, so với lịch Đại thống kỹ hơn, mà phép tam tuyến bát giác* [Lượng giác, trigonometry] *lại rất là diệu. Xin giao cho Khâm thiên giám, sai Thiên văn sinh học lấy phương pháp ấy, thì thiên độ mới đều, mà thời tiết được đúng".*

Vua khen phải.

Tháng 5 [2/6-1/7/1810] hoãn việc thi Hương năm nay, ban chiếu rằng:

"Các trấn ở Bắc Thành liền năm đói kém, triều đình đương lấy việc cứu đói làm cần kíp. Điển lễ lớn về khoa cử chưa làm được, hãy hoãn lại".

Từ đấy cứ 6 năm mới một lần thi.

Sửa cầu cống đường sá ở các dinh Quảng Đức [Thừa Thiên], Quảng Trị, Quảng Bình. Vua thấy đường cũ cong queo bùn lầy, sai Giám thành sứ là Trần Văn Học đo xem thế đất, lấy dân sửa đắp, cấp cho lương ăn hằng ngày. Lại thấy trời mùa hè nóng nực, dặn không nên đốc thúc làm quá, để dưỡng sức dân.

Cho Khâm sai cai cơ Phạm Văn Tường và Nguyễn Văn Hạnh làm Khâm sai chưởng cơ. Sai Nguyễn Văn Hạnh suất 500 thuỷ quân, 20 chiến thuyền đóng đồn thuỷ Nông Giang [sông Luộc] thuộc Bắc Thành, kiêm chưởng bốn dực cơ.

Gặp lúc giặc biển Tề Ngôi là bọn Ô Thạch Nhị, Đông Hải

Bát, Lý A Thất bị Tổng đốc Lưỡng Quảng nước Thanh đuổi riết, phải trốn ra mặt biển thuộc bốn phủ Cao, Liêm, Quỳnh, Lôi. Khâm Châu gởi giấy cho Bắc Thành hẹn đem quân ra ngăn chặn. Quan Bắc Thành đem sự việc tâu lên; nhân sai Văn Hạnh đem binh thuyền thẳng tới Vạn Ninh, Bắc Thành lấy thêm binh thuyền lệ theo sai khiến. Hơn một tháng, bọn Ô Thạch Nhị đều bị quân Thanh bắt hết. Lý A Thất và bè lũ hơn hai chục người cũng đến quân ta đầu hàng. Bèn đưa bọn giặc bắt được sang Khâm Châu; Văn Hạnh rút quân về đóng ở đồn thuỷ Nông Giang.

Bọn Tống Phước Ngoạn và Phạm Cảnh Giảng từ nước Xiêm trở về, đem địa đồ nước Xiêm dâng.

Tháng 6 [2/7-30/7/1810], Trung quân bình Tây đại tướng quân quận công Nguyễn Văn Trương mất. Văn Trương là người có công to với nước; Vua nghe tin ốm, đã triệu con là Ngoạn vào hỏi thăm, dặn phải chữa cẩn thận. Đến lúc chết, vua thương tiếc không nguôi, tặng hàm Thái bảo thuỵ là Trung dũng, cho quan tài bằng gỗ giáng hương và 1.000 quan tiền. Sai Phó tướng Hoàng Văn Điểm và Tham tri Ngô Nhân Tĩnh coi việc tang. Ngày an táng, vua ngự thuyền rồng đến bến sông Hương để đưa, giờ lâu mới trở về.

Bọn người Yên Dũng [Bắc Giang] là Nguyễn Danh Tiến và người Từ Liêm [Hà Nội] là Nguyễn Duy Hiên dẫn quan quân bắt được đảng giặc hơn bốn chục người. Thưởng cho 300 quan tiền, và ban cho các chức Đội trưởng, Xã trưởng.

Đổi vị trí và xây dựng cầu Lý Hoà [huyện Bố Trạch] Quảng Bình. Cầu cũ 138 nhịp, đến nay đo sông rộng 74 trượng [296 mét], đổi dựng 56 nhịp, bớt đi 82 nhịp, sai quản cơ Cao Công Giang trông coi công việc.

Nguyễn Đức Xuyên tâu rằng hai xã Dương Nỗ [huyện Phú Vang, Thừa Thiên]và Quy Lai [huyện Phú Vang], có đầm nông cạn có thể cày cấy được, xin sai dân đắp đập chống nước mặn để cày cấy. Sau khi thành ruộng, theo lệ công điền mà thu thuế; Vua y cho.

Tháng 7 [31/7-29/8/1810], thổ phỉ Thanh Hoá tụ họp ở Thiệu Thiên; dân địa phương Nguyễn Xuân Dần và Nguyễn Miện dụ chúng đến xã Viên Quang [huyện Đông Sơn, Thanh Hoá], rồi báo quan quân vây đánh; bắt được tướng giặc là tên Kim tên Lâm và đồ đảng 8 người. Quan trấn tâu công trạng; cho bọn Dần làm Đội trưởng và thưởng 50 quan tiền

Kinh đô bị bão, nước lụt tràn lên; thuyền buôn ở cửa Eo [cửa Thuận An, huyện Phú Vang, Thừa Thiên] và cửa Tư Dung [cửa Tư Hiền, Thừa Thiên] bị chìm đắm, nhân dân có người chết đuối. Vua sai người, cùng với quan thuộc dinh Quảng Đức đến tận nơi, thu nhặt xác chết, cho tiền chôn cất.

Nước Xiêm La sai Sứ thần Long Tham Sám Bạt Ca, và Long Chãi Khổn Sạ Môn Tri đến dâng sản vật địa phương. Trước kia người Xiêm là Ngô Ngãnh bị bão thuyền dạt vào biển Quảng Nam, vua sai theo lệ cấp cho gạo lương, lại cho vay hơn 1.000 quan tiền, hơn 1.000 phương gạo. Đến nay người Xiêm đến tạ ơn và dâng thư bảo rằng nước Xiêm La đã đánh phá được nước Diến Điện, lấy lại đất Sa Lãng.

Kén thêm binh Tống Sơn [huyện Hà Trung, Thanh Hoá] (3) sung vào vệ Tín uy Thị nội. Chiếu rằng:

"Tống Sơn là nơi căn bản, triều trước lấy dân làm thân binh. Từ nhà nước hưng phục tới nay, tô thuế dao dịch đều miễn cả, duy các đội của vệ Tín uy là binh thân cận thì lấy

dân huyện, vì muốn cho cùng nhà nước nương nhau. Nay số quân chỉ có 160 người, mà trong huyện cũng có người chưa được dự. Vậy hạ lệnh cho kén đủ 600, chia làm 10 đội thuộc vệ Tín uy, mỗi đội 60 người, để phục sự Nguyên miếu, hoặc gọi về Kinh ứng trực....".

Tháng 8 [30/8-28/9/1810], ban thước kinh đo ruộng đất; thước kinh do triều Lê cũ chế ra ban hành đã lâu, dân gian vẫn thường dùng. Năm Gia Long thứ 5 mới dùng thước trung bình, chế hơi dài hơn, bởi thế đo ruộng số mẫu sai nhau nhiều. Vua sai hỏi tìm thước kinh cũ, lấy được ở nhà dân xã Cổ Linh huyện Gia Lâm [Bắc Ninh], bèn theo các thức ấy lấy mà làm ban cho các thành trấn.

Tướng giặc ở Sơn Tây là bọn tên Bách, tên Bàng mưu nổi loạn. Người Tam Đái [Vĩnh Phúc] là bọn Nguyễn Như Phượng, Nguyễn Đạo Cần báo dẫn quan quân bắt giết. Việc tâu lên; cho Phượng làm Cai đội, Cần làm Đội trưởng và thưởng tiền 500 quan.

Tháng 9 [29/9-27/10/1810] Lấy Lưu thủ Quảng Trị là Nguyễn Văn Thiện làm Trấn thủ Hà Tiên, Ký lục Nguyễn Đức Hội làm Hiệp trấn, Tham luận Dương Văn Châu làm Tham hiệp; lại lấy hai đạo Long Xuyên và Kiên Giang lệ vào Hà Tiên. Từ khi Mạc Thiên Tứ thất thủ, Công Bính và Tử Thiêm tuy nối chức trấn, nhưng hai đạo lại đặt quan chức riêng thuộc Vĩnh Thanh [Vĩnh Long], đến nay lại lệ vào.

Quốc vương Chân Lạp là Nặc Chăn sai ốc Nha là Ma A Mân Si đưa thư đến Gia Định nội dung:

"Năm trước sai em là Nặc Nguyên, Nặc Yêm, Nặc Đôn cùng ốc Nha là bọn Cao La Hâm Mang Trà Tri Biện sang Xiêm, đến nay Xiêm sai Uất Vô Thi đưa bọn Nguyên về, khiến

chia đất Chân Lạp cho Nguyên làm vua thứ hai, Đôn làm vua thứ ba, lại đòi 1 vạn binh để đánh Diến Điện, Chăn ngờ Cao La Hâm Mang Trà Tri Biện thông mưu với nước Xiêm, có ý làm phản, bèn giết đi."

Quan thành Gia Định dâng thư ấy lên; sai vời sứ giả đến Kinh, Vua hỏi rằng:

"*Nước ngươi là nước nhỏ, vậy mà cùng với nước Xiêm gây hiềm khích, nếu Xiêm đem quân đánh thì nước ngươi lấy gì mà chống?*".

Sứ giả thưa rằng:

"*Nước tôi xin đem hết số quân nhỏ để chống quân Xiêm, nếu không đủ, thì xin nhờ uy linh của triều đình*".

Vua thong thả yên ủi vỗ về, ban cho bạc tiền y phục rồi cho về. Nhân đấy cùng bầy tôi bàn cách xử trí. Mọi người cho rằng: Nặc Chăn đưa thư đến nói Xiêm trưng binh mà không nói binh đi đường nào, nói Xiêm bảo chia cho các em làm vua mà không nói có theo lệnh hay không, thực hay dối chưa có thể biết được! Nhưng bọn Cao La Hâm Mang Trà Tri Biện đều là do người Xiêm phong cho làm phụ thần nước Chân Lạp mà Chăn giết đi, chưa chắc đã giữ được không xảy ra việc; Gia Định cùng Nam Vang tiếp giáp nhau, không thể không dự bị đề phòng. Vua cho là phải, tức thì xuống lệnh cho các trấn đạo ở Gia Định đều lập hương binh; lại sai quan Tổng trấn Gia Định cho chế áo trận, sửa khí giới, luyện thuốc đạn, chứa gạo lương, để phòng bị dụng binh.

Thuyền dân bị nạn người Thanh là Trịnh Thiên Thịnh dạt vào phần biển Yên Quảng [Quảng Ninh], quan Bắc Thành tâu lên; sai đưa về châu Khâm.

Tướng giặc ở Thái Nguyên là Dương Đình Cúc ra vào ở nơi rừng rậm, hoành hành cướp bóc. Trấn thủ Nguyễn Đình Tuyển đuổi bắt rất gấp. Cúc lập mưu hoãn binh, bèn sai anh là Tự đến cửa quân đầu hàng. Đình Tuyển tin lời, muốn chiêu dụ Cúc; ngay đêm hôm ấy, Tự trốn đi, bị quân đi tuần đâm chết. Đình Tuyển bèn đem quân đi lục soát khắp núi thì Cúc đã trốn xa, bắt được đồ đảng hơn mười người đem về.

Tháng 10 [28/10-26/11/1810], tướng giặc ở Kinh Bắc là tên Liễn lại họp đảng hơn 200 người, cướp bóc dân xã Ngọc Nham [huyện Lạng Giang, Bắc Giang]. Tri huyện Yên Thế [Bắc Giang] là Hoàng Phước Đạt đem dân phu đuổi bắt, chém được tên Liễn và 7 người đồ đảng. Việc tâu lên, cho Phước Đạt làm Tri phủ, ban cho mũ áo lục phẩm.

Chiếu báo cho Tổng trấn thành Gia Định Nguyễn Văn Nhân về việc tại Chân Lạp như sau:

"Nước Chân Lạp đời đời làm thần thuộc nước ta, không bỏ lễ phiên thần. Nay thế nước suy yếu, lại cùng nước Xiêm có hiềm khích, sợ khó tự giữ yên, cho nên sai bọn Phong đi tuần biên giới để giúp tiếng. Người nên chỉnh bị thuyền đi biển 15 chiếc, thuyền chiến 30 chiếc, biền binh hơn 2.000 người, chia làm ba đạo, sai Trí lãnh tiền đạo, Phong lãnh trung đạo, Giám lãnh hậu đạo, đến thẳng Tân Châu [An Giang] đóng giữ. Lại sai Ký lục Định Tường là Bùi Đức Mân và Quản trấn binh là Nguyễn Văn Tồn Quản lãnh binh hai phủ Trà Vinh và Mân Thít [Vĩnh Long] *đi theo. Nếu Chân Lạp có nguy cấp thì tiến quân ngay đến La Bích* [Longvek, Campuchia] *để giúp."*

Tháng 11 [27/11-25/12/1810], lệnh từ Quảng Bình trở vào Nam đến Bình Hoà [Ninh Hoà, Khánh Hoà] làm địa bạ. Hạ lệnh cho các dinh trấn báo khắp cho xã dân, căn cứ theo số ruộng đất công tư, thực trưng và bỏ hoang, ghi rõ mẫu sào, đẳng hạng, xứ sở, bốn bên tiếp giáp, hạn trong 3 tháng làm xong sổ dâng lên. Quan sở tại phải nghiêm cấm nha lại, không được đặt chuyện quấy nhiễu.

Sai bang trưởng Quảng Đông là Hà Đạt Hoà thuê 3 người thợ làm ngói ở Quảng Đông, khiến nung ngói lưu ly các sắc xanh, vàng, lục, ở Khố Thượng [nay là gò Long Thọ], dạy cho công nhân học theo, chế đúng theo như kiểu, xong rồi hậu thưởng cho về.

Giặc Đá Vách tại thượng nguồn Quảng Ngãi lẻn xuống Đồng Quán cướp đồn Giang Ngạn; Thủ ngự là Lê Văn Hội đem hết quân ra chống cự, bị giết. Quân giặc lại lan xuống Bồ Đề [tên thôn thuộc huyện huyện Tư Nghĩa], cướp giết dân, Lưu thủ Phan Tiến Hoàng chia quân đuổi bắt không được, đem sự việc tâu lên; Vua sai đình thần truyền dụ khiển trách rằng:

"*Trước kia Lê Văn Duyệt ở đấy người Man không dám phạm tới, là vì có phòng bị. Nay trong khoảng tuần nhật mà quân Man hai lần phạm vào bờ cõi, thế chẳng phải vì phòng ngự sơ sài sao? Từ nay nên gia ý nghiêm phòng, đừng để cho bọn chúng nhân sơ hở làm hại dân ta*".

Sai Nguyễn Văn Nhân đi kinh lược Nam Vang; lấy Trương Tấn Bửu tạm coi trấn Gia Định. Trước kia vua nước Chân Lạp là Nặc Chăn đã giết Cao La Hâm Mang Trà Tri Biện, bè đảng là Đê Đô Minh giữ đất Bông Xuy và A Phi Phù Biệt Biện đóng đồn ở Bắc Tầm Bôn [Battambang, Cambodia] làm phản. Nước Xiêm sai tướng là bọn Phi Mã Long Mang và Phi Nhã Na Trật đem trọng binh đến giúp. Chăn cả sợ, sai người đi cầu viện; Vua cùng bầy tôi bàn rằng:

"Đê Đô Minh vốn là bề tôi của Nặc Chăn, nay trong lòng ngờ sợ, chiếm ấp tự giữ, nên bảo rõ điều hoạ Phước để gọi lại. Bắc Tầm Bôn [Battambang, Cambodia] *là đất của Chân Lạp, không nên để người Xiêm chiếm lấy. Nhưng việc quân khó ở xa mà tính được, không gì bằng sai một đại tướng đem quân tới đó, tuỳ cơ mà làm, đấy là kế sách vạn toàn".*

Bèn sai Văn Nhân đi và bảo rằng:

"Việc nước Chân Lạp uỷ thác cả cho khanh. Các tướng từ Lê Văn Phong trở xuống, đều do khanh điều khiển, khanh nên cấm ngăn tướng sĩ, vỗ về dân ngoại biên, khiến cho họ biết uy đức của Triều đình".

Tháng chạp [26/12/1810-24/1/1811], Trưởng châu châu Quỳnh Nhai [Sơn La] là Đèo Chính Kiểu và Phó châu là Đèo Chính Tuyên vì thiếu thuế nhà nước, đem bán dân cho Thổ mục là Đèo Quốc Quỳ châu Chiêu Tấn [phủ An Tây, Hưng Hoá], lấy số tiền ấy đem nộp; lại cử con Quốc Quỳ là Quốc Hùng làm trưởng châu và xin với trấn thần, trấn thần y cho. Đến nay việc phát giác; hạ lệnh đem dân ấy trả về châu Quỳnh Nhai, cho người trong châu là Đèo Chính Ban làm Trưởng châu, Đèo Chính Bằng làm Phó châu, thế tập việc châu. Kiểu và Tuyên đều bị 70 roi, đuổi về làm dân. Trấn thủ là Nguyễn Văn Kiên, Tham hiệp là Vũ Xuân Cẩn đều bị bãi chức.

Người Thanh đưa bọn giặc bỏ trốn là Lê Du, An Ôn Bích đến Bắc Thành. Trước kia bọn Du tụ họp côn đồ cùng bọn giặc biển là Trương Bảo Tử, Trịnh Nhất Tảo họp đảng cướp ngoài biển, bị quan quân đánh bắt, thế cùng bèn sang nước Thanh. Tổng đốc Lưỡng Quảng sai đưa trả về, nhưng bọn

Du viện cớ xin ở lại; bèn cho ở kho Đại Hữu trong thành Quảng Đông. Dân buôn người Thanh là Trương Tiến Thắng biết rõ tình trạng, báo cho Bắc Thành. Sự việc tâu lên, Vua sai quan Bắc Thành gửi thư cho Tổng đốc Lưỡng Quảng yêu cầu đuổi về. Đến nay người Thanh đóng gông giải bọn Du hơn 30 người về Bắc Thành, bèn đem giết hết.

Quân của Nguyễn Văn Nhân đến La Bích [Longvek, Campuchia]; Nặc Chăn đến đón, xin quan quân tiến đánh lấy Bắc Tầm Bôn [Battambang, Cambodia]. Văn Nhân bảo Chăn đem quân trong nước đi trước; Chăn từ chối, nói không có quân, Văn Nhân đem tình trạng tâu lên. Vua ban chiếu rằng:

"Mới rồi sai khanh đem quân đi giúp tiếng cho Nặc Chăn, vốn muốn giúp ngầm thôi. Nay Nặc Chăn lại không thể tự cường, việc gì cũng đùn đẩy, nhưng quân ta có phải là đồ dùng để báo oán cho người Di Địch đâu! Nên đóng quân chớ hành động, thong thả xem tình thế, cẩn thận chớ nên sơ suất phát binh".

Lại gửi thư chiêu dụ bọn vua quan Chân Lạp rằng:

"Mới đây vì vua Phiên [chỉ Chân Lạp] *mới lập, trong nước bất hoà, cho nên triều đình sai quan quân đến bảo hộ. Nay nghe nước Phiên binh bị yếu ớt, chỉ chuyên nhờ quan quân, khi quan quân rút về thì lấy gì mà chống giặc ngoài? Chi bằng nên hiệu triệu binh Phiên, thu dụng các quan thuộc Phiên, để lúc không việc thì phòng giữ tự vệ, lúc có việc thì chống giặc đánh thù, thế mới thực là mưu hay giữ nước. Quan Phiên các ngươi là tôi con của vua Phiên, đương lúc có việc, cũng nên cùng lòng hợp sức để giữ lấy nước; nếu không thế, nước Phiên không yên thì bọn ngươi có ở yên được không? Các*

việc lành dữ hoạ phúc lý thế rõ ràng. Vậy nên cùng nhau hết lòng với phận sự, để trên dưới cùng yên, không phụ ý của trẫm yêu kẻ nhỏ mọn, thương người cô đơn".

Sai Trần Văn Năng đi Gia Định, theo Nguyễn Văn Nhân làm việc quân. Lấy Lưu Phước Tường làm Trấn thủ Vĩnh Thanh, Nguyễn Văn Thuỵ làm Trấn thủ Định Tường, sai cùng Mạc Văn Tô quản lãnh 1.200 người hương binh, tiến đến quân thứ La Bích, theo Nguyễn Văn Nhân điều khiển.

Vua thấy Hà Tiên ở về biên giới phía đông, có quan hệ tin tức về việc động tĩnh ở biên khổn, nên sắc rằng phàm có thuyền buôn nước ngoài đến buôn, thì hỏi thăm sự thể người Xiêm thế nào để tâu lên.

Khai mỏ kẽm ở xã Yên Lãng trấn Hải Dương. Vua thấy kẽm có quan hệ đến việc quốc dụng, sắc cho quan Bắc Thành có ai xin khai mỏ ấy thì đem tâu lên. Hiệp trấn Hải Dương là Nguyễn Trí Hoà tự xin mộ hoá phu [Hoá phu: Người phu bỏ vốn ra mà làm khoán] để khai mỏ, hằng năm nộp thuế kẽm mỗi lò 720 cân. Quan Bắc Thành tâu lên; Vua y cho.

Nguyễn Văn Nhân vẫn đóng quân ở La Bích [Longvek, Cambodia]. Tướng Xiêm là Phi Nhã Long Mang ở Bắc Tầm Bồn [Battambang, Cambodia] sợ không dám động binh, bèn sai người đưa thư đến Nặc Chăn:

"Trước đây vì Diến Điện xâm lấn cho nên đòi binh viện trợ. Nay Diến Điện đã lui nên bãi việc đòi binh".

Văn Nhân đem việc tâu lên. Vua sai đưa thư cho nước Xiêm trách rằng:

"Cao La Hâm Mang Trà Tri Biện tuy được nước Xiêm phong, nhưng bọn ấy có lòng bội nghịch, Nặc Chăn giết đi

cũng không phải là quá. Vua Xiêm lấy cớ ấy mà động binh là danh nghĩa gì? Ta sở dĩ sai tướng đến bảo hộ, không phải lợi vì đất đai, chỉ là vì nghĩa cứu tai thương nạn, vương nên nghĩ kỹ xem".

Vua Xiêm được thư, ngầm rút quân về; nhà Vua cũng ban chiếu cho Nguyễn Văn Nhân rút quân. Nặc Chăn lấy cớ nước mới yên định, tình dân chưa yên, xin lưu quân lại bảo vệ; bèn sai Nguyễn Văn Tồn đem 1000 binh đóng tại đấy.

Chú thích:

1. Lăng Cơ Thánh: Lăng Hưng tổ Hiếu khang hoàng đế, sinh ra Vua Gia Long.

2. Nguyễn Văn Thành tổ tiên tại Triệu Phong [Quảng Trị], đời cố dời vào Gia Định, đời ông ngụ tại đất Bình Hoà, Gia định.

3. Tống Sơn: Quê Triệu Tổ Nguyễn Hoàng; người đất Gia Miêu, huyện Tống Sơn, phủ Hà Trung, Thanh Hoá.

193. Nhà Nguyễn: Gia Long [1802-1819] (10)

Tháng giêng năm Gia Long thứ 10 [25/1-22/2/1811], lấy Hữu tham tri bộ Binh Ngô Nhân Tĩnh làm Hiệp trấn Nghệ An. Nhân Tĩnh đến trấn, tâu rằng dân trong hạt đói kém, còn thiếu tô thuế tiền thóc kể tới 10 vạn. Vua dụ rằng:

"Nhà nước để của ở dân, thì ở dân cũng như ở nhà nước, có cần gì. Đợi sang năm được mùa sẽ thu".

Vệ uý Nguyễn Văn Như giữ đồn Tiên Lý [huyện Yên Thành, Nghệ An]; ban đêm đồn bốc cháy, cháy lan tới kho thóc mất hơn 9.000 hộc. Quan trấn Nghệ An tịch biên nhà Văn Như; sự việc tâu lên, Vua không nỡ bắt tội, chỉ cách chức quan. Gia sản đã tịch thu đều trả lại hết; những quân coi giữ bị đánh trượng rồi tha.

Sai các quan trong triều soạn bộ luật, lấy Nguyễn Văn Thành giữ chức Tổng tài.

Vùng Sơn Nam đói; dân các huyện Bình Lục, Duy Tiên, Kim Bảng, Ý Yên, Thanh Liêm, họp nhau trộm cướp. Quan Bắc Thành sai Cai cơ Nguyễn Văn Tại, Phó quản cơ Nguyễn Văn Nhàn đem quân đi bắt.

Tháng 2 [23/2-23/3/1811], các địa phương thiếu nhiều thuế, quan Bắc Thành cho rằng các huyện thu đòi bất lực, xin trói Tri huyện để trị tội. Vua nói:

"Huyện lệnh là quan thầy của dân, làm nhục là không phải đạo, dân còn coi ra gì".

Không y lời xin.

Đắp đê mới ở huyện Yên Lãng [huyện Mê Linh, Vĩnh Phúc] qua các xã Văn Quán, Hạ Lôi, Đông Cao, Trang Việt, Mạch Lũng, dài hơn 1.350 trượng [1 trượng = 4 mét].

Tướng giặc Đặng Trần Siêu và Võ Đình Lục lại họp đảng ở xã Kính Lão, huyện Mỹ Lương [huyện Chương Mỹ, Hà Tây] hơn nghìn người, đi cướp bóc. Lê Chất đem binh đi bắt, đóng đồn ở Ứng Thiên [huyện Ứng Hoà, Hà Tây], sai Phó thống chưởng cơ Đặng Đức Bính, Phó vệ uý Ngô Văn Dần, Cai đội Nguyễn Văn Chỉnh và Cai cơ Ngô Văn Tiến làm tiền du. Khi quân đến xã Yến Vĩ thuộc huyện Hoài An [huyện Ứng Hoà, Hà Tây], phục binh bốn mặt nổi dậy. Tiến chạy trước; Bính cùng Dần và Chỉnh đánh nhau bị chết tại trận. Chất chém Tiến để răn quân; lại uỷ cho Trấn thủ Sơn Nam thượng là Nguyễn Xuân, Phó vệ uý Mai Văn Châu tiến quân tới xã Thức Cốc, thuộc huyện Chương Đức [huyện Chương Mỹ, Hà Tây]. Quân giặc chống đánh; Xuân và Châu lùa đánh tan. Chém được 4 đầu giặc, bắt được hơn hai chục người. Việc tâu lên; thưởng cho quan và binh hơn 1.000 quan tiền, truy tặng Dần làm Vệ úy, Chỉnh làm Cai cơ.

Tháng 2 nhuần [24/3-22/4/1811], nước Xiêm La sai bọn Phi Nhã Phi Phật đến dâng thư và sản vật địa phương. Trong thư nói đến tội trạng của Nặc Chăn tự tiện giết bọn Cao La Hâm Mang Trà Tri Biện. Vua sai Nguyễn Văn Thành bẻ rằng:

"Cao La Hâm Mang Trà Tri Biện âm mưu phản nghịch, Nặc Chăn là vua giết đi, cũng như bề tôi ở biên cương giết một kẻ lại phạm pháp, thì có tội gì? Huống nước Xiêm phong

mà không có bằng sắc, để gây hiềm khích, há nên chỉ trách một mình Nặc Chăn sao?".

Sứ giả lại xin bảo vua nước Chân Lạp thân sang nước Xiêm để hội táng Phật vương; Vua lại sai dụ rằng:

"Chân Lạp từ khi có nước tới nay, chưa từng có lễ vua thân đi mừng viếng bao giờ. Nếu có lầm lỗi, đưa thư răn bảo là được, hay sai sứ đến trách cũng được, sao lại bắt bỏ nước mà đi? Lấy nước lớn vỗ về nước nhỏ, đó là thuận theo lẽ trời. Nếu nước ngươi làm trái lẽ trời thì hành động của Nặc Chăn biết làm sao được?".

Sứ giả không nói thêm được nữa.

Trước đây Nặc Chăn cùng nước Xiêm gây ác, chỉ trông nhờ vào ta. Đến khi nghe sứ Xiêm lại chầu, cho rằng ta vui vẻ với Xiêm, Nặc Chăn rất sợ. Vua sai đình thần biên thư bảo cho biết những lời hỏi đáp với sứ Xiêm khiến cho họ yên lòng. Lại dụ rằng:

"Nước ngươi hãy còn suy yếu, thế chưa thể tranh với người Xiêm được. Nay nước Xiêm có tang Phật vương, Vương tuy không thể thân hành đi được, nhưng cũng nhân lúc này sai sứ sang hội táng, để tỏ tình giao hiếu".

Nặc Chăn được thư vui mừng, dâng biểu tạ ơn.

Ngày mồng 4 tháng 3 [26/4/1811], duyệt các quân ở trước điện Càn Nguyên, dẫn sứ Xiêm đến xem. Thưởng cho các quân 2.500 quan tiền. Ngày hôm sau thao diễn chiến thuyền ở sông Hương; cùng bọn Tống Phước Lương bàn về thao lược dùng binh, Vua bảo rằng:

"Côn Lôn, Phú Quốc, Thị Nại, Cù Mông, trẫm cùng tướng sĩ các ngươi đã trăm trận đánh vất vả mới có ngày nay. Lúc

yên đừng quên lúc nguy, đó thực là đạo giữ nước yên dân".

Năm ngoái Thượng thư bộ Hộ Lê Quang Định được kiêm nhiệm Khâm thiên giám; nay xin điều bổ Hữu tham tri Lại bộ Nguyễn Hữu Thận giữ chức Hữu tham tri Hộ bộ; chắc Khâm thiên giám muốn dùng Hữu Thận giúp vào việc soạn lịch mới.

Sai bọn Chưởng cơ Tống Phước Ngoạn, Phó vệ uý Trần Văn Trinh, Thiêm sự Phạm Văn Toán sung Chánh phó sứ sang Xiêm. Tặng Phật vương 120 tấm lụa trắng, 100 tấm vải trắng, 2.000 cân đường cát, đường phổi, đường phèn đều 500 cân. Cho vua thứ hai 80 tấm lụa trắng, 80 tấm vải trắng, 1.000 cân đường cát, đường phổi đường phèn đều 300 cân.

Vua sai bộ Lại viết thư cho nước Xiêm, nhằm thu xếp cho nước Chân Lạp thống nhất một nước, một Vua, trung thành với hai nước lớn Việt Nam và Xiêm La, thư như sau:

"Nước Chân Lạp là một nước phiên nhỏ, người thưa đất hẹp, trước đây các vua ta phong cho ông cha Nặc Chăn một nước một vua, chính quyền về một mối, cho nên có thể nắm được giềng mối để giữ gìn vô sự; nay vì nước loạn ly đã lâu, sức người mòn mỏi, Nặc Chăn đã làm quốc vương mà em là Nặc Nguyên lại làm vua thứ hai, Năm Yêm làm vua thứ ba, một nước ba vua, nhân dân do đó mang hai lòng. Mới đây nghe dân Man không yên, cho nên hạ lệnh cho khổn thần ở Gia Định đem quân trấn giữ, đấy là nghĩa yêu nước nhỏ không thể không được, chứ không phải vì lợi, cũng không phải thích dụng binh. Huống chi Nặc Chăn đem thần dân trong nước để thờ hai nước lớn cũng chỉ là mong nhờ uy đức để giữ bờ cõi toàn vẹn mà thôi. Trong khi Nặc Chăn có việc, mà nước Xiêm trong thì có quốc tang, ngoài thì có việc

quân, thế ấy không thể trông coi cả được; nước ta đưa quân đi tuần ngoài biển để nhân giữ cho yên, chẳng những là giúp cho Nặc Chăn mà cũng giúp cả cho nước Xiêm nữa. Đường sá xa cách e vương không suốt được ý ấy, nên nói rõ ra".

Sứ giả nước Xiêm xin về nước, thưởng cho rất hậu, sai cùng đi với sứ ta.

Khai mỏ sắt La Bôn ở Biên Hoà. Bọn lái buôn người Thanh là Lâm Úc Tam và Lý Kinh lãnh trưng, mộ dân địa phương và người Thanh lập làm đội Thiết trường, mỗi năm nộp thuế sắt mỗi người 50 cân.

Nguyễn Văn Tồn đóng đồn ở La Bích [Longvek, Cambodia], quân nhiều người bị bệnh vì nước độc. Nguyễn Văn Nhân tâu xin rút và mộ người Việt ngụ ở Chân Lạp lập thành ba đội, tuỳ tiện đóng giữ; Vua theo lời. Chiếu dụ vua nước Chân Lạp rằng:

"Nay trong nước yên tĩnh, không cần để quân lại nữa, nếu có sự cần kíp sẽ phát quân cũng chưa muộn".

Tháng 4 [22/5-20/6/1811] Tham hiệp Hà Tiên là Dương Văn Châu cùng Hiệp trấn Nguyễn Đức Hội vốn có hiềm khích với nhau. Hội hay mưu lợi, sai riêng người đi Chân Lạp. Châu biết được việc, bèn sai bắt giữ để làm chứng. Hội sai người kêu ở Gia Định, Châu đón chặn đường, lại họp quân dân vây dinh thự của Hội. Hội cũng lệnh cho quân tự vệ, khiến cả trấn rối động. Trấn thần bắt trói cả hai người, đem việc hặc tâu lên. Khi án tâu lên, Châu bị tội trảm quyết, Hội bị tội trảm giam hậu, các viên biền thuộc trấn a tòng đều bị xử đánh trượng và lưu đày.

Tháng 5 [21/6-19/7/1811] Đặng Trần Thường và Nguyễn Gia Cát có tội, đều bị bỏ ngục. Trước đây Thanh Nghệ và Bắc

Thành tâu xin ban sắc phong cho bách thần. Vua sai Gia Cát bàn xét rồi tâu lên. Gia Cát uỷ cho Thiêm sự Vũ Quý Dĩnh chủ trương việc ấy và sai con là Nguyễn Dục, em vợ là Cống sĩ Tô Văn Dâu ngầm giúp đỡ. Quý Dĩnh làm sắc giả, phong cho ông cha và bố mẹ vợ mình làm phúc thần. Bọn Dục cũng dựa nhau làm gian, đến nay Bắc Thành thần hạch tâu hơn 560 đạo sắc. Vua sai đình thần tra xét; bọn Quý Dĩnh đều xin chịu tội.

Lại có tướng Trịnh là Hoàng Ngũ Phúc năm Giáp Ngọ [11/2/1774-30/1/1775] vào đánh phương Nam, khi về bị chết đường, họ Trịnh phong làm phúc thần. Trần Thường trước ở Bắc Thành giấu việc ấy đi, vẫn liệt vào điển thờ, Gia Cát theo mà gia tặng là "*Thanh danh văn võ thánh thần đại vương*". Đến khi sự việc phát giác, Trần Thường sợ hãi, xin chịu tội. Vua nói:

"*Đăng trật cho bách thần là điển lễ lớn ở buổi đầu của nhà nước. Bọn ngươi làm gian trá, dối người khinh thần, không tội nào lớn bằng. Vả cuộc biến loạn năm Giáp ngọ Hoàng Ngũ Phúc chính là thủ ác, nay lại cất lên mà cho là thần, thế chẳng phải là bán tước sao? Việc ấy còn nỡ làm thì việc gì lại chẳng nỡ!*".

Giao xuống bộ Hình bộ nghị tội. Phạm Như Đăng cho là tội Trần Thường nên cách chức, tội Gia Cát nên xử tử. Lê Bá Phẩm cho rằng Trần Thường và Gia Cát tội cũng như nhau, cùng tội mà phạt khác, thì không đúng hình, đều xử tội chết. Nghị ấy tâu lên, vua sai đình thần xét lại. Nguyễn Văn Thành nói dầu rằng Trần Thường, Gia Cát vẫn là có tội, nhưng lấy công giảm lỗi theo bát nghị (1); bọn Lê Quang Định, Nguyễn Đức Huyên, Nguyễn Hữu Thận đều chủ trương theo lời nghị ấy; bọn Trịnh Hoài Đức, Trần Văn Trạc lại theo lời nghị của Như Đăng. Bàn mãi không quyết định được, khi tâu lên, vua nói:

"Bá Phẩm nói phải".

Vua theo lời Phẩm xử Quý Dĩnh bị tội trảm; Trần Thường và Gia Cát đều giam hậu; bọn Dục bị tội đồ, những người khác đều giáng và phạt khác nhau. Nhân đó hạ chiếu thu lại thần sắc, rồi sai quan Lễ bộ bàn lại việc phong tặng.

Tháng 6 [20/7-18/8/1811], bàn định soạn sách **Quốc Triều Thực Lục**. Triệu Thị trung học sĩ Phạm Thích, Đốc học Sơn Nam thượng Nguyễn Đường, Đốc học Hoài Đức là Trần Toản về kinh đô, sung chức Biên tu ở sử cục. Lại thấy Lê Duy Thanh là người Duyên Hà [huyện Hưng Hà, Thái Bình] có văn học, cũng triệu về Kinh, ban chức Đông các học sĩ.

Xuống chiếu tìm sách sử điển tích; từ đấy những sách cất ở nhà dân dần dần đưa ra.

Bộ Hộ tâu rằng:

"Trước kia trong hai phủ Thăng Hoa, Điện Bàn thuộc Quảng Nam, một mẫu ruộng công chỉ đánh thuế 8 phần, còn 2 phần, trừ làm nương mạ. Nay tính mẫu mà đánh thuế cả, dân lại viện lệ cũ xin miễn".

Vua nói:

"Vương giả rất công bằng, không riêng tây, gần xa như một. Nay cư dân ở đâu thổ trạch đều có thuế cả, sao chỉ ruộng mạ hai phủ ấy không nộp thuế?". Quyết định không cho.

Tháng 7 [19/8-17/9/1811], người đất Diên Khánh [tỉnh lỵ Khánh Hoà] là Mạc Văn Diên dâng sách **Hồng Đức Luật Lệ** đời Lê; Tri huyện Thuỷ Đường [Hải Dương] là Nhữ Công

Quý dâng sách **Hoàng Việt Thống Chí**; người Sơn Nam Thượng là Hoàng Quý Chi, người Sơn Tây là Cao Văn Tình, người Kinh Bắc là Lê Doãn Khản dâng các sách quan chế và điều luật triều Lê trước; đều thưởng tiền khác nhau.

Làm xong hai điện Trung Hoà và Cần Chánh, thưởng cho lính và thợ 7.500 quan tiền, quan thì thưởng tiền bổng hai tháng.

Tháng 8 [18/9-16/10/1811] kinh sư bị bão từ giờ mùi [7-9 giờ sáng] đến giờ sửu [1-3 giờ sáng hôm sau]. Nước lụt so với lúc thường hơn 8 thước [3.2 mét]; nhiều nhà ở của quan dân sụp đổ. Sai đội Tiểu sai cùng với dinh Quảng Đức [Thừa Thiên] chia đi các huyện xét hỏi sự đau khổ của dân gian. Thuyền vận tải và thuyền buôn bị lật đắm thì cho tiền cấp tuất. Các hạt Quảng Trị, Quảng Bình, Quảng Nam, Quảng Ngãi cũng bị nạn bão. Xuống chiếu rằng tiền thóc còn thiếu, tạp dịch, kiện vặt và việc xây dựng không gấp, đều bãi cả.

Cửa biển Tư Dung [cửa Tư Hiền, Thừa Thiên] bị vỡ, mở thành cửa lạch rộng 7 trượng 5 thước [30 mét], sâu 7 thước [2.8 mét].

Thuyền Hải Nam của Phan Nguyên Ký đến buôn. Thủ ngự Sa Kỳ [huyện Sơn Tịnh, Quảng Ngãi] là Lâm Ấn riêng nhận đút lót giấu hàng hoá để mong giảm thuế. Việc phát giác, Vua sai giết. Nhân đó dụ các Thủ ngự cửa biển phàm thuyền buôn giấu bớt đều tịch thu hàng hóa.

Lấy Quản đạo Kiên Giang Trương Phước Giáo làm Trấn thủ Hà Tiên, Ký lục Định Tường Bùi Đức Miên làm Hiệp trấn. Vua thấy Hà Tiên là nơi trọng yếu ngoài biên, hai người đã biết rõ tình hình biên cương cho nên sai đi. Bọn Giáo đến trấn, chính sự chuộng rộng rãi giản dị, không làm phiền nhiễu, sửa sang trại quân, chiêu tập dân xiêu dạt, đặt trường học, khẩn ruộng hoang, vạch định phố chợ, ngăn riêng khu vực cho người Việt, người Thanh, người Chân Lạp, người Chà Và [Java]; làm cho Hà Tiên lại trở thành một nơi đô hội ở biên thuỳ phương nam.

Ngày 14 tháng 9 [30/10/1811] Hoàng thái hậu mất, thọ 74 tuổi; Vua thương khóc không thôi. Triệu các quan vào để bàn việc tang; các quan xin từ tam phẩm trở lên đều để tang một năm, Vua dụ rằng:

"Nhà vua lấy Tôn miếu xã tắc làm trọng. Nay trẫm đã để tang 3 năm, các ngươi lại để tang 1 năm, nếu trong một năm có việc ở Tôn miếu xã tắc thì lấy ai làm lễ? Nên cho để tang 3 tháng".

Tháng 10 [16/11-15/12/1811]; nước Chân Lạp sai sứ đến cống, và xin đổi quốc hiệu là Ân Di Bắc Phủ Lài. Vua cho vào yết kiến, hỏi về việc nước, biết được anh em không hoà mục; bèn viết thư cho Vua Chân Lạp Nặc Chăn rằng:

"Xem biểu của Vương, khen lòng thành thực. Vừa đây hỏi sứ thần mới biết rõ việc hai em của Vương. Vả tổ tiên của Vương đều nhờ Tiên triều che chở; tiên phụ của Vương là bề tôi trước của trẫm, mà anh em của Vương đều là người con mồ côi của tiên phụ Vương, nay Vương là anh cả được chịu tước phong, hai em cũng là ruột thịt rất thân, tình ý há nên chia rẽ. Vương nên thể theo lòng trẫm, nghĩ đến đạo trời, bảo cho hai em nghĩ đến tình cùng gốc, chớ lấy thế vị mà khuynh loát nhau, chớ lấy hình tích mà ngờ ghét nhau, làm sao cho luân thường được hậu, nhà nước yên hoà, để không làm đổ cơ nghiệp của tổ tiên của Vương, để xứng ý dựng nước phên dậu của trẫm. Còn quốc hiệu của Vương,

tự tổ phụ Vương dựng nước đã định danh rồi, không cần thay đổi làm gì. Vương nên tuân theo".

Nặc Chăn được thư, bèn cảm tạ.

Lấy Chưởng Tiền quân Nguyễn Văn Thành làm Khâm sai chưởng Trung quân, Chưởng Hữu quân Nguyễn Huỳnh Đức làm Khâm sai chưởng Tiền quân, Chưởng Thần võ quân Phạm Văn Nhân làm Khâm sai chưởng Hữu quân.

Bình Định và Phú Yên bị lụt, nhà cửa của quân dân trôi mất nhiều, có người chết đuối. Vua sai Vệ uý Tôn Thất Bính và Tham tri Nguyễn Hữu Thận đi phát chẩn. Dụ rằng:

"*Nhà nước tích trữ đều là ở dân ra, chẩn cấp cho dân bị tai nạn không thể tiếc phí được*".

Bọn Bính đến nơi phát gạo ở Phú Yên hơn 19.000 phương, ở Bình Định hơn 4.800 phương, chia hạng để chẩn cấp. Khi bọn Bính chưa đến, trấn thần Bình Định là bọn Vương Văn Học trước đã tuỳ tiện phát gạo muối chẩn cấp cho dân, dâng sớ xin chịu tội. Vua nói:

"*Giữ chức chăn nuôi dân phải nên như thế chứ có tội gì*".

Tháng 11 [16/12/1811-13/1/1812] Bọn Tống Phước Ngoạn, Trần Văn Trinh và Phạm Văn Toán từ nước Xiêm về. Vua hỏi về Xiêm La và Chân Lạp; bọn Ngoạn thưa rằng: "*Nặc Chăn ơn ta mà thù Xiêm, nước Xiêm chưa hết giận, việc Chân Lạp hẳn là chưa xong được*".

Lục xét tù tội, bèn thả thân thuộc tù phạm trốn; Vua ban chiếu rằng:

"*Cấm kẻ gian răn kẻ ác là lệ công của phép nước; thương tù ngục, hoãn hình phạt là việc lớn của vương chính. Gần đây các nha môn xét hình, đặt phép bắt trộm cướp; trộm cướp có trốn thì bắt giam vợ con, trải qua năm không cho ra. Nhưng can phạm điều cấm là tội một người, vợ con có tội gì, nếu nhất khái bắt giam, cho ở lẫn trong nhà tù, ngày dồn tháng chứa, nỗi u uất không bày tỏ được, thực không phải là ý thương xót. Vậy hạ lệnh cho các quan địa phương lục xét tù tội, phàm vợ con phạm trốn, không đáng giam giữ thì thả cho về để yên nghiệp làm ăn".*

Sông Nhĩ Hà lở, nhà cửa dân huyện Hoài Đức hư hỏng nhiều, quan Bắc Thành xin sai dân các phố tự đem gạch đá và cây gỗ làm thêm kè đá để ngăn giữ. Vua cho là không nên bắt dân làm; bèn sai xuất tiền kho 47.000 quan, thuê dân đắp đê mới từ phường Đông Hà đến cửa ô Ông Tượng dài 108 trượng để bảo vệ.

Tháng chạp [14/1-12/2/1812] Võ Trinh dâng bản phàm lệ soạn sử. Sai Nguyễn Văn Thành sung chức Tổng tài, Phạm Như Đăng làm Phó.

Nguyễn Văn Thành dâng sách **Võ bị chí** và sách **Tứ di loại chí;** sai Thị thư viện thu cất.

Thổ phỉ ở Lạng Sơn cướp đồn Bình Gia [huyện Văn Quan]; Cai đội Trần Văn Long đánh giặc bị chết, truy tặng Cai cơ.

Thổ phỉ ở Tuyên Quang là Hoàng Văn Thái họp đảng đánh bảo Tụ Long (2); quan trấn sai tuyên uý là Ma Sĩ Trạch đem quân đi đánh, bắt được đồ đảng và khí giới rất nhiều. Thưởng cho Sĩ Trạch mũ áo và 100 lạng bạc, 200 quan tiền.

Nước Vạn Tượng sai sứ đến cống, lại đưa trả về hơn ba chục người lính trốn. Vua bảo Nguyễn Văn Thành và Phạm Như Đăng rằng:

"Vạn Tượng đã nộp lễ cống hằng năm lại trả lính trốn về, đủ thấy lòng thành thực. Nên nhân đấy ban chiếu khen ngợi để cho yên lòng....".

Em quốc vương Chân Lạp Nặc Chăn là Nặc Nguyên trốn đến Phủ Lật [Pursat, Cambodia], nhiều tội nhân bỏ trốn của nước ấy đi theo, sửa sang binh khí để tự giữ, xin cắt đất ba phủ Ca Khu, phủ Lòng, phủ Trung, lại sai người cầu viện với Xiêm, Xiêm sai tướng là Phi Nhã Nhâm Ba Lạc đóng quân ở Bắc Tầm Bôn [Battambang, Cambodia], thế rất hung dữ. Nặc Chăn sợ, báo gấp Gia Định; Tổng trấn Nguyễn Văn Nhân đem sự việc tâu lên.

Vua triệu bầy tôi bàn. Nguyễn Văn Thành, Lê Văn Duyệt tâu nói:

"Xiêm La cùng ta kết nghĩa hoà hiếu, nếu gây binh đao thì lợi hại thực không nhỏ. Vả anh em Nặc Chăn không hoà với nhau, trước đã không có cớ gì mà xin quân, làm nhọc triều đình phải một phen thu xếp, nay tờ biểu ấy chưa thể tin được. Xin hạ lệnh cho thành thần [Gia Định] *hịch cho một tướng ngoài biên đem quân đi tuần ở biên giới để xem hư thực, rồi sau sẽ cất quân".*

Vua cho là phải.

Chiếu báo cho Nguyễn Văn Nhân rằng:

"Trước kia quân Xiêm đã lui, nay lại trở lại, chưa biết ý ra sao. Nặc Chăn là phên giậu của ta, nếu có sự hoãn cấp thì không lẽ ngồi nhìn, nhưng việc binh cũng không thể khinh động. Nên sai trấn thủ Định Tường là Nguyễn Văn Thuỵ đem quân đến La Bích [Longvek, Cambodia], *nói phao là đi lấy gỗ, để viện trợ ngầm".*

Quân Văn Thuỵ chưa đến thì Nặc Chăn lại dâng biểu xin quân. Bèn hạ chiếu cho Văn Nhân lấy quân đồn Uy Viễn [huyện Trà Ôn, Vĩnh Long] chuẩn bị xuất phát và căn dặn rằng:

"Phàm việc ngoài biên phải bình tĩnh mà trấn giữ, thong thả xem biến chuyển, cẩn thận chớ nên gây hấn trước".

Chú thích:

1. Bát nghị: Theo hình luật xưa có 8 trường hợp được giảm tội gọi là Bát nghị, gồm nghị thân [người thân thích của nhà Vua], nghị cố [quen thân nhà Vua], nghị hiền [người có đức hạnh lớn.], nghị năng [người có tài năng], nghị công [người có công lao lớn], nghị quý [dành cho những quan viên có chức từ tam phẩm trở lên] và nghị cần [người cần cù chăm chỉ trong công việc].

2. Tụ Long: Đất hiện nay giáp với tỉnh Hà Giang, đã cắt cho nhà Thanh, do **Hiệp ước Pháp Thanh** năm 1887.

194. Nhà Nguyễn: Gia Long [1802-1819] (11)

Tháng giêng năm Gia Long thứ 11 [13/2-12/3/1812], lại qui định cấm bán riêng và chở trộm đồng kẽm. Ai chứa riêng đồng kẽm, hạn trong một tháng phải bán cho nhà nước, chiếu giá thu mua.

Sai Tham tri bộ Hộ bộ Nguyễn Hữu Thận kiêm giữ chức Phó quản lý Khâm thiên giám. Hữu Thận giỏi về sao và lịch, sang sứ nước Thanh học được lịch pháp, thuật càng thêm tinh. Vua cùng bàn về hiện tượng thiên nhiên, rất khen ngợi.

Vua nước Chân Lạp là Nặc Chăn nghe tin quốc tang, dâng biểu xin đến kinh đô tiến lễ. Vua yêu cầu đừng đến; bèn sai sứ giả đem lễ đến dâng.

Ngày 17 [29/2/1812], xây lăng ở Định Môn Vua nhiều lần đến xem. Gặp một hôm gió tây thổi hơi mạnh, trên lăng có chiếc nhà tranh đổ; vua lánh xuống chỗ lõm, bị thương ở chân. Quan quân không ai là không sợ hãi; Hoàng tư [Hoàng tử thứ tư tức Minh Mệnh] và các đại thần tranh nhau dắt đỡ. Vua yên ủi nói:

"*Không can gì. Quan quân được vô sự chứ?*"

Hoàng bảy Tấn, hoàng tám Phổ, hoàng chín Chẩn đều bị thương nặng. Quân nhân có người chết. Bầy tôi đều nói

Trần Quang Thái làm Giám tu sơ suất, xin trị tội đại bất kính. Vua nói:

"Đó là tình cờ thôi. Quang Thái làm thế nào với gió được? Miễn tội cho".

Sai Hoàng tử thứ tư [Minh Mệnh] thay làm lễ điện buổi sáng buổi chiều ở cung Trường Thọ. Hoàng thái hậu băng, vua thương xót đau đớn không xiết, sớm chiều đều thân làm lễ điện. Tới đây vua chân đau chưa khỏi, mới sai Hoàng tử thứ tư tế thay. Hoàng tử vâng mệnh rất cẩn thận, không dám chút trễ. Vua rất khen ngợi.

Tháng hai [13/3-10/4/1812], Vua đi thăm sơn lăng; Hoàng tư [Minh Mệnh] cùng các đại thần đều theo hầu. Đến khi đào huyệt, thấy có đất ngũ sắc, vua mừng cho là điềm tốt. Bầy tôi đều khen mừng, duy Nguyễn Văn Thành không hưởng ứng; Vua hỏi vì sao? Thành vội thưa rằng:

"Đất ấy chưa đủ làm tốt. Mộ mẹ thần cũng có đất ngũ sắc, mà sắc coi còn tươi nhuần, có thể tốt hơn đất này".

Vua lặng yên, bầy tôi đều bất bình. Rồi Văn Thành lại nói:

"Gần đây xứ Châu Ê có một kiểu đất rất tốt".

Bọn đại thần Phạm Văn Nhân đều nói:

"Đã biết đấy có đất tốt, sao không tâu cho vua nghe?".

Văn Thành nói:

"Đất ấy tuy tốt nhưng không thể táng được, táng đấy hẳn bị sét đánh".

Vua nghe không đẹp lòng. Hoàng tư quay bảo rằng:

"Tây Sơn là bọn tiếm ngụy, tất gặp vạ sét đánh, còn nay

là đời thánh minh, được trời giúp đỡ. Đứng trước mặt Vua, khanh sao vội nói những câu như thế?".

Văn Thành tự biết mình nói sai rồi, xấu hổ sợ hãi, lùi đi nơi khác.

Thổ phỉ Thanh Hoa là Nguyễn Tuấn tự xưng là Hổ uy đô thống, tụ đảng ở Nghệ An, lẩn lút tại huyện Nam Đàn, Đông Thành. Quản phủ Diễn Châu là Lê Văn Quân đem quân đi tuần, bị Tuấn giết chết. Việc tâu lên; Vua thấy lính trấn chưa giỏi đánh trận, muốn lấy lính Kinh ra đánh, bèn sai Đô thống chế Trung dinh quân Thần sách là Trần Công Lại quản lãnh quân vệ Long võ ra kinh lược Nghệ An. Lại sai Phó đô thống chế Tả dinh là Trịnh Ngọc Trí đem hơn 1.000 người binh kinh đóng ở đồn Thổ Sơn, chia đường ngăn chặn. Sau thấy địa phương hơi yên, triệu Trần Công Lại và Trịnh Ngọc Trí về kinh.

Ngày mồng 6 tháng 3 [16/4/1812] Vua cùng bầy tôi bưng sách vàng dâng tên thuỵ [tên dùng lúc qua đời] Hoàng thái hậu là Ý Tĩnh Huệ Cung An Trinh Từ Hiến Hiếu Khang Hoàng hậu.

Em Nặc Chăn vua nước Chân Lạp là Nặc Nguyên đem quân Xiêm về cướp La Bích [Longvek, Cambodia]; quân Xiêm chia làm năm đạo đánh xuống. Nặc Yêm, Nặc Đôn đều chạy sang với người Xiêm; Nặc Chăn bỏ thành chạy về Nam Vang. Vừa lúc quân của Nguyễn Văn Thuỵ đến, bèn đưa đi Gia Định, rồi đóng quân ở Lô Yêm để giúp dân Chân Lạp dời chạy vào Việt Nam. Việc tâu lên, Vua sai Tổng trấn thành Gia Định dựng phiên để (1) cho ở phía đông thành. Cho Nặc Chăn 3.000 quan tiền, 3.000 phương gạo, 2.000 lạng bạc, sa, trừu đều 20 tấm; bộ hạ 1.500 người đều cấp đủ tiền gạo. Nặc

Chăn dâng biểu xin quân viện .

Vua xuống chỉ uỷ dụ rằng:

"Anh em nhà ngươi không hoà với nhau, tự gây mối lo ấy. Nay đã nương nhờ ở ta, ta sẽ có phương xử trí để yên nhà nước của ngươi, ngươi cũng nên nghĩ tự cường, sai người viết thư về cáo với thần dân nước ngươi, khiến họ có chỗ hệ thuộc. Lòng người đã yên thì việc về nước của ngươi có thể ngồi mà tính được".

Dụ đến, Nặc Chăn cảm khóc dâng biểu tạ ơn. Lại bắt kẻ phản thần là Đồng Phù đưa đến kinh đô xin mệnh lệnh triều đình. Đồng Phù xưa bị tội, trốn sang Xiêm, đến nay lại về với Chân Lạp; nên Vua dụ rằng:

"Đồng Phù đã biết ăn năn tội lỗi, ngươi nên đem lòng thực mà vỗ về cho nó vui lòng lập công. Cái lỗi đã qua hà tất bắt tội!".

Tháng 4 [11/5-8/6/1812] lấy Ngô Nhân Tĩnh làm Thượng thư bộ Công kiêm Tổng trấn Gia Định. Sai Đô thống chế Hậu dinh quân Thần sách Trần Văn Năng quản lãnh binh thuyền tiến đóng ở Tân Châu [An Giang]; Trấn thủ Vĩnh Thanh [Vĩnh Long] là Lưu Phước Tường giữ Châu Đốc [An Giang], cùng với đạo quân Nguyễn Văn Thuỵ đều lệ vào. Lại sai Trấn thủ Phiên An là Đào Quang Lý đóng giữ Quang Hoá [Tây Ninh], Trấn thủ Bình Hoà [Ninh Hoà, Khánh Hoà] là Nguyễn Đắc đem binh các cơ Hoà Thắng và Thuận Nghĩa theo quan thành Gia Định phân phái việc quân.

Sai lính ba vệ thành Gia Định cùng với ốc Nha Chân Lạp là Phủ Lịch giữ phủ Ba Xắc [Sóc Trăng]. Trước kia Nặc Ấn lên ngôi, vua lấy phủ Ba Xắc cho; đất ấy người Việt, người Hoa, người Chân Lạp ở rất nhiều. Đến nay Chân Lạp không yên, lòng người ngờ sợ. Vua sai Tổng trấn thành Gia Định đem quân đến trấn; lại sai Nặc Chăn hiệu triệu các quan Chân Lạp đem dân lệ thuộc vào sự điều khiển của quan quân .

Sai Hà Tiên, Long Xuyên, Kiên Giang thăm dò tình hình động tĩnh của người Xiêm mà báo lên; công việc nơi biên cương, do thành Gia Định cứ 5 ngày báo một lần.

Trưng dụng hương binh ở Gia Định, chia làm 35 cơ, mỗi cơ 9 đội, mỗi đội 50 người; chọn những quan viên đã nghỉ việc người nào quả quyết siêng năng sai làm Quản cơ, Cai đội để suất lãnh. Chiếu ban rằng:

"*Gia Định là đất trung hưng, dân thứ các ngươi phục dịch nhọc mệt đã lâu ngày, vốn muốn cho được nghỉ ngơi, nhưng ở biên cương có việc, phải phòng bị trước. Vậy nghị trưng hương binh, cứ 2 đinh thì lấy1, biên thành cơ đội lệ theo trấn để đợi lệnh phát động. Sau khi công việc yên rồi, sẽ thả về nhà. Vả việc điều động ngày nay dẫu có phiền nặng, nhưng có việc thì làm lính, không việc thì làm ruộng, so với quân tòng chinh lâu dài thì cũng yên nhàn hơn. Lại quan viên nghĩ hưu đều là những người nanh vuốt cũ của ta, nay nên đem hết sức thừa của các ngươi, vì nước chịu nhọc mệt, ngày khác biên cương không còn gió bụi, muốn làm quan hay không muốn làm, trẫm cũng không cưỡng các ngươi*".

Hạ lệnh cho thành Gia Định chiếu theo số hương binh tại hàng mà cấp lương như thường lệ; cấm dân các trấn không được thông thương với Nam Vang.

Thổ phỉ ở Thanh Hoa là Lê Duy Phán trá xưng dòng dõi nhà Lê, lẻn vào Nghệ An mưu nổi loạn. Trấn thủ Hoàng Viết Toản đem quân bắt được đồ đảng 9 người; thưởng cho quan binh 200 quan tiền.

Nguyễn Quang Hiến từ nước Xiêm trở về. Xiêm gửi kèm thư nói duyên cớ nước Xiêm dụng binh ở Chân Lạp; Vua triệu bầy tôi soạn thư trả lời.

Tháng 5 [9/6-8/7/1812], chiếu ban năm sau là năm Quý Dậu [1813-1814] mở khoa thi Hương cho 7 trường thi: Quảng Đức [Thừa Thiên], Bình Định, Gia Định, Nghệ An, Thanh Hoa, Thăng Long [Hà Nội], Sơn Nam thượng. Trường Quảng Đức, học trò Quảng Đức, Quảng Trị, Quảng Bình, Quảng Nam hợp thi; trường Bình Định, học trò Quảng Ngãi, Bình Định, Phú Yên, Bình Hoà [Khánh Hoà] hợp thi; trường Gia Định, học trò Bình Thuận, Phiên An [Gia Định], Biên Hoà, Vĩnh Thanh [Vĩnh Long], Định Tường, Hà Tiên hợp thi; trường Thăng Long, học trò Kinh Bắc, Sơn Tây, Hoài Đức, Thái Nguyên, Lạng Sơn, Hưng Hoá, Tuyên Quang, Cao Bằng hợp thi; trường Sơn Nam thượng, học trò Sơn Nam hạ, Hải Dương, Yên Quảng hợp thi. Nhưng học trò Quảng Trị, Quảng Bình, Quảng Nam, Quảng Ngãi, Bình Định, Phú Yên, Bình Hoà đến thi, đều cấp cho lương đi đường.

Quân Trần Văn Năng đóng ở Tân Châu [An Giang], chạy thư báo với Gia Định rằng:

"Quân thuỷ quân bộ Xiêm La rất thịnh, nếu chúng nhân được gió nước thuận chiều thẳng xuống các đạo Hà Tiên, Long Xuyên, Kiên Giang, thì quân tuần biên của ta đầu đuôi bị đánh. Chi bằng đem quân đánh trước Nam Vang để đoạt khí của chúng".

Tổng trấn thành Gia Định đem sự việc tâu lên, chiếu báo rằng:

"Quân Xiêm tuy nhiều không thể làm lo cho ta được,

không nên gây bậy hiềm khích ngoài biên. Nếu chúng phát trước thì ta đối phó cũng chưa muộn".

Bèn hạ lệnh cho Mạc Văn Tô đem quân tiến đóng ở Quang Hoá [Tây Ninh], sai Đào Quang Lý dời giữ Xỉ Khê [nhánh sông Vàm Cỏ phía tây Tây Ninh] và Thống quản đồn Uy viễn là Nguyễn Văn Tồn giữ Thông Bình, cho theo Văn Tô điều khiển. Văn Tô đến, xem hình thế, đắp đồn lũy, cùng Trần Văn Năng thanh ứng với nhau. Quân Xiêm mỗi khi gặp quân ta thì sợ không dám phạm. Trước kia dân ta nhiều người buôn ở Nam Vang; quân ta cũng có người đi lấy củi ở đất ấy; đến khi quân Xiêm đến, thuyền ghe của quân và dân ta đều bị quân Xiêm ngăn giữ. Đến nay bọn Văn Năng gửi thư trách. Tướng Xiêm là Long Mang bèn đem hết số gồm 163 người, 35 chiếc thuyền đưa tới quân thứ của ta và đem thổ vật biếu Văn Năng, xin cho thuyền dân ở Sa Đéc và Ba Xắc [Sóc Trăng] được thông thương với Nam Vang; nhưng Văn Năng từ chối. Quân Xiêm từ đó dần dần rút lui.

Nguyễn Văn Thành trước ở Bắc Thành vay riêng tiền kho 4.500 quan; nay ty liên hệ đòi. Văn Thành đem sự việc tâu lên; Vua tha tội và cho không đòi nữa.

Tháng 6 [9/7-6/8/1812], Chân Lạp dâng 39 thớt voi đực; sai quan thành Gia Định xuất tiền kho trả đúng giá.

Tha thuế bạc thiếu cho dân thiểu số Lạng Sơn; vì thổ phỉ lấn cướp khiến dân bỏ trốn, nên quan trấn xin miễn thuế cho.

Thám tử Gia Định đều nói Xiêm La bị Diến Điện đánh, đã rút quân về. Nguyễn Văn Nhân đem tình trạng tâu lên và xin ước lượng để ở Vĩnh Thanh và Định Tường mỗi trấn 2 cơ, chia phiên đóng giữ, còn dư thì thả hết về làm ruộng;

Vua theo lời. Riêng tướng Xiêm rút về Long Úc, đóng quân tự thủ.

Vua nghe tin bảo bầy tôi rằng:

"Yên định được nước người ta không phải là dễ. Người Xiêm hay dối trá, thực giả chưa thể biết được. Một lần cử động thì phải được vạn toàn."

Bèn sai Hà Tiên uỷ người đi dò tình hình nước Xiêm. Hạ lệnh cho Nguyễn Văn Thuỵ và Lưu Phước Tường đều lấy một cơ hương binh theo quân thứ Trần Văn Năng để phân phái phòng ngự, cho rút quân các đạo về.

Xiêm La sai bọn Sa Trật Sĩ Na đến tiến hương và dâng thư nói rằng vì anh em Nặc Chăn không hoà cho nên sai trọng thần đến là muốn dập tắt mối tranh nhau chứ không có ý gì khác; Vua bảo bầy tôi rằng:

"Người Xiêm chối, biết là nói dối rồi. Nhưng với Di Địch nên đãi bằng lòng chí thành."

Vài ngày sau triệu sứ Xiêm đến yết kiến; Vua trách rằng:

"Nước ngươi vô cớ dấy quân để cho Nặc Chăn phải chạy, nay lại thác cớ giải hoà là thế nào! Chân Lạp đời đời làm tôi của ta, ta tất phải vì họ mà kinh lý. Ngươi về nói với vua ngươi rằng Nặc Chăn tất phải trở về. Vương đừng dối ta và đừng làm lo cho Chăn thì tình nghĩa tốt với láng giềng, giúp đỡ nước nhỏ mới trọn được."

Trước kia vua sai Nguyễn Quang Hiến đem việc quốc tang cáo với nước Xiêm. Quang Hiến chưa đến, vua Xiêm đã sai Sĩ Na đi trước, vì đường biển bị trở ngại, đến nay mới đến Kinh. Bèn nhân ngày tế điện lớn, sai bộ Lễ dẫn sứ Xiêm theo ban vào viếng, rồi lại đến lăng Thuỵ Thánh vọng bái.

Lúc trở về, tặng cho Phật vương 40 lạng vàng, 500 lạng bạc; cho vua thứ hai 20 lạng vàng, 300 lạng bạc. Sai đình thần làm thư trả lời, đem ý khu xử tốt với nước Chân Lạp mà dụ.

Lấy Thượng thư Hộ bộ là Trịnh Hoài Đức làm Thượng thư Hình bộ; Hoài Đức cố từ, bèn cử Phạm Như Đăng nhận chức .

Tàu của người Hồng Mao [Anh] là Ốc Luân đậu ở vụng Trà Sơn, dâng biểu nói năm trước nhà vua mua súng đạn của trưởng tàu là Áp Bột Miệt Lăng giá bạc hãy còn thiếu, xin trả cho. Quản tàu vụ là Nguyễn Đức Xuyên đem việc tâu lên. Vua nói:

"*Người di địch chỉ biết có lợi, khó nói nhân nghĩa được. Giá hàng mua năm trước còn ở sổ kia. Gần đây Kê Lê Mân đến xin thêm giá, ta cũng không thèm so đọ, đã cho đủ số rồi. Nay lại tham lam không chán, sở dục biết làm sao cho no được?*".

Bèn sai Đức Xuyên làm thư nghiêm trách, và sao cả sổ mua hàng cho xem. Ốc Luân được thư xấu hổ và sợ, đi mất.

Nguyễn Văn Thành dâng thư phong kín nói bốn điều:

1. Xin sớm lập Thái tử và phong tước hiệu cho các Hoàng tử để yên lòng người.

2. Xin tiến dâng luật thư cho Vua xem, khắc bản in mà ban hành để rõ pháp luật.

3. Xin kén thêm nho thần, sung vào sử cục.

4. Xin chế phục nước Phiên để chốn biên cương được yên.

Vua khen và chấp nhận.

Tháng 7 [7/8-5/9/1812], lấy Trịnh Hoài Đức làm Thượng thư bộ Lễ, kiêm quản lý công việc Khâm thiên giám.

Sách luật xong, Vua sai Nguyễn Văn Thành và Võ Trinh định các điều luật lệ gồm 398 điều. Về hình danh và phàm lệ 45 điều, luật lại 27 điều, luật hộ 66 điều, luật lễ 26 điều, luật binh 58 điều, luật hình 166 điều, luật công 10 điều). Sách gồm 22 quyển, Vua đích thân xét định và làm bài tựa.

Lấy dân Quảng Đức [Thừa Thiên] sửa đắp đường quan từ kinh thành đến cửa Eo [cửa Thuận An, huyện Phú Vang, Thừa Thiên].

Triệu Nguyễn Văn Nhân về, lấy Lê Văn Duyệt làm Tổng trấn thành Gia Định, Trương Tấn Bửu làm Phó tổng trấn, điều hơn 3.000 người thuộc quân Thần sách ở Thanh Nghệ cùng Ngũ quân và Tượng quân ở Bắc Thành theo đi đồn trú ở Gia Định.

Giặc tụ đảng ở ven núi Sơn Âm cướp bóc các huyện Tống Sơn [huyện Hà Trung, Thanh Hoá], Phụng Hoá [huyện Nho Quan, Ninh Bình]. Quản phủ Thiên Quan [Ninh Bình] là Đào Văn Thành đón đánh, bắt được đồ đảng 14 người. Giặc lại xuống Gia Viễn [Ninh Bình], quấy phá Gián Khẩu. Quản đạo Thanh Bình là Mai Gia Cương đem quân đánh nhau với giặc; quân đến hang tối, giặc dựa ở trên cao bắn xuống, chết hơn 10 người. Cương không thể tiến được, bèn đóng chỗ hiểm để giữ. Đốc trấn Thanh Hoa là Tôn Thất Chương nghe tin báo, tức thì phát binh cứu viện và đem sự việc tâu lên. Vua bèn sai Hiệp tổng trấn Bắc Thành là Lê Chất đi tuần; Chất đến, quân giặc tan vỡ. Chất đóng quân ở Mai Viên, chiêu tập bọn thổ tù tuyên bố uy đức của triều đình; lại sai các quân đặt đồn luỹ giữ nơi hiểm yếu. Mai Gia Cương vì làm hỏng quân cơ, bị bãi chức.

Tháng 8 [6/9-4/10/1812], hơn 80 đồ đảng giặc ở Kinh Bắc ra thú; quan Bắc Thành tâu lên, sai tha tội.

Vệ uý vệ Ban trực tiền là Võ Công Thìn lấy riêng tiền của quân hơn 600 quan; việc phát giác, bị xử tử; Phó vệ uý là Nguyễn Đình Lân vì không biết để phát giác ra bị giáng làm Cai đội.

Tháng 9 [5/10-3/11/1812], cho tiền gạo các bề tôi triều Lê cũ từng lưu vong (2). Trước kia các tôi nhà Lê từ nhà Thanh về, đã trao quan chức cho 76 người. Đến nay lại sai quan Bắc Thành làm sổ tâu lên, cấp thêm cho 69 người, 1.825 quan tiền, 1.825 phương gạo.

Xiêm La sai bầy tôi là Khổn A Nỗ Lạc Phu Thông mang thư lại nói:

"Trước đây anh em Nặc Chăn không hoà với nhau, sửa binh khí để đánh nhau, có hại đến ơn cốt nhục, mà phụ nghĩa vỗ nuôi của hai nước lớn. Vua Xiêm nhân sai trọng thần thân tín đến khuyên hoà nhau. Không ngờ Nặc Chăn sinh lòng ngờ sợ, đem gia quyến đi. Quân Xiêm niêm phong kho tàng, sửa sang thành luỹ để đợi về, không dám có ý gì khác. Nay Nặc Chăn chạy sang Gia Định để nhờ uy thiêng, xử trí mọi việc thực chỉ nhờ triều đình xếp đặt, vua Xiêm không dám không theo mệnh."

Vua sai viết thư trả lời, hẹn sai sứ cùng đưa Nặc Chăn về nước và đưa thư của Xiêm cho Nặc Chăn biết; lại dụ rằng:

"Đem vương về nước, không phải là ý của vua Xiêm. Sở dĩ yêu cầu nước Xiêm phải hội là do trẫm khổ tâm điều độ vì Vương, muốn cho Vương cùng nước Xiêm không mất hoà

khí, khỏi để lo sau. Nếu người Xiêm thất tín, gây nên hấn khích, thì trái ở họ rồi, trẫm có cách tính toán. Vương chớ nên nghĩ lầm."

15 sách thuộc Man trấn Bình Thuận phần nhiều thiếu thuế, thuộc lại ở trấn đòi gấp, dân Man giết bọn lại chết 5 người. Việc tâu lên. Vua nói:

"Ngày thường thiếu sự vỗ yên, đó là lỗi ở hữu ty. Dân Man bị hoảng hốt trách thế nào được!".

Giặc ở Bắc Thành là Đặng Trần Siêu trốn ở Mỹ Lương [huyện Quốc Oai, Hà Tây]. Thổ tù là Sầm Ngọc Long sai người giả nhập bọn, nhân tụ họp thổ tù là Đinh Công Lương, Bạch Công Bảo, Đinh Công Thành, Đinh Thế Hộc, Bạch Công Lũy, đều đem dân thổ đánh úp. Bắt được Siêu và đồ đảng rất nhiều. Quan Bắc Thành tâu lên, sai giết đi. Cho Ngọc Long làm Tuyên uý sứ, ban cho mũ áo, thưởng tiền 200 quan, cho Lương làm Phòng ngự sứ, thưởng tiền 200 quan, Bảo, Thành, Hộc làm Tuyên uý đồng tri, Luỹ làm Phòng ngự đồng tri, thưởng tiền đều 100 quan, cho thổ dân là bọn Võ Văn Thái, Bạch Công Tiến 7 người làm Đội trưởng; số còn lại thưởng chung 900 quan.

Tháng 10 [4/11-3/12/1812], đặt đồn Chi Nê tại huyện Nho Quan, Ninh Bình. Lê Chất tự Bắc Thành vào chầu, tâu rằng:

"Miền thượng du Thanh Bình [Ninh Bình], *rừng rậm liền nhau, thường có thổ phỉ lẩn lút ở đó. Thần trải xem địa thế duy có Chi Nê hiểm yếu, có thể đặt đồn được".*

Vua y lời tâu, sai Phòng ngự sứ là Quách Công Chuyên và Quách Công Huỳnh quản hơn 370 người đinh tráng đóng giữ ở đó.

Trời lâu không mưa, Vua lấy làm lo, sai hoãn thu thuế thiếu ở các địa phương một năm và ra lệnh cho các nha rà soát tù bị giam, xét rõ nỗi oan uổng.

Nặc Nguyên, em vua nước Chân Lạp Nặc Chăn từ La Bích [Longvek, Cambodia] lại chạy sang Xiêm, người xin Xiêm nộp về Gia Định; quan tại thành đem sự việc tâu lên.

Bắc Thành bắt được giặc trốn là Trịnh Vân ở Lục Ngạn [Bắc Giang], sai giải về kinh xử tử. Người học trò là Nguyễn Bài vì có công báo quan bắt được giặc được bổ làm Tri huyện, lại ban mũ áo, thưởng tiền 300 quan.

Bắt đầu đúc bạc đĩnh 1 lạng; định giá vàng cho Bắc Thành,1 lạng vàng ngang 16 lạng bạc; vàng của dân đổi lấy vàng nhà nước thì nộp tiền ấn tích (3) 1 quan.

Tháng 11 [4/12/1812-2/1/1813] lấy Đốc học Nghệ An là Bùi Dương Lịch làm Phó đốc học Quốc Tử giám. Hàn lâm viện chế cáo là Nguyễn Đăng Cơ làm Đốc học Quảng Nam, Trợ giáo Sơn Nam hạ là Nguyễn Khắc Tráng làm Đốc học Nghệ An, Trợ giáo Hải Dương là Trần Danh Phác làm Đốc học Thanh Hoa.

Sửa chùa Kim Chương, cho 1 vạn quan tiền để làm; chùa nguyên ở phía nam tỉnh lỵ Phiên An [đường Nguyễn Trãi, Sài Gòn]. Đời Thế tông Hiếu võ hoàng đế, năm thứ 18, Ất Hợi [1755], nhà sư ở Quy Nhơn là Đạt Bản hoà thượng tu trì ở đấy; ban cho biển ngạch Kim Chương tự.

Cho bọn thổ ty ở Hưng Hoá là Bạc Cầm Kế, Lương Kim Tam 11 người làm Cai châu, Phó châu, và bọn thổ ty ở Lạng Sơn là Nguyễn Đình Cẩm, Hà Quốc Vưu 14 người làm Chánh Phó thuộc hiệu.

Ngày mồng 1 tháng chạp [3/1/1813] đổi lịch **Vạn Toàn** làm lịch **Hiệp Kỷ**. Lịch này do Phó quản lý Khâm thiên giám Nguyễn Hữu Thận soạn; Hữu Thận từng đi sứ nhà Thanh, học được lịch pháp **Thời Hiến** của nhà Thanh, lịch **Thời Hiến** được các Giáo sĩ Tây Phương giúp, chính xác hơn lịch cũ.

Dân hai phường Kế Đăng [huyện Phú Vang, Thừa Thiên] và Đường Thiên dinh Quảng Đức [Thừa Thiên] kiện nhau tranh địa giới. Dinh thần không quyết định được, giao án cho bộ Hộ xét lại,sai Thiêm sự là Phạm Văn Toán đi xem. Toán cố ý thiên vị Đường Thiên, Kế Đăng không phục, bèn đánh nhau với Đường Thiên. Toán về, tâu vu cho Kế Đăng không tuân pháp luật. Vua cả giận nói:

"*Ruộng đất đã thành án rồi, sao dám làm thế? Bọn này khỏe kiện lắm, không giết thì để làm gì*?".

Muốn bắt hết dân để trị; bọn Nguyễn Văn Thành, Phạm Như Đăng và Lê Quang Định tâu rằng:

"*Tiểu dân không biết gì, ở trong hẳn có bọn xúi giục, xin giao xuống pháp ty xét kỹ lại, bắt tội kẻ xúi giục*".

Vua nguôi lòng, tức thì sai bộ Hình xét lại, Kế Đăng quả đúng lý. Toán vì tội tâu vu, bị xử tử giam hậu.

Cho vua nước Chân Lạp là Nặc Chăn 1.000 quan tiền, 300 lạng bạc.

Người Gia Định là Võ Đình Minh điều trần về việc chính trị; Vua thấy là người có văn học, bổ vào Cống sĩ viện.

Định cách thưởng người bắt trộm cướp. Phàm quân dân, ai bắt được đầu đảng bọn cướp thì thưởng tiền 100 quan, bắt được tòng phạm thì thưởng tiền 50 quan, kẻ trộm thì thưởng tiền 30 quan; ai báo bắt được cướp thì thưởng 50 quan, báo bắt được trộm thì thưởng 20 quan.

Nguyễn Văn Thành dâng thư kín về 5 điều:

1. Việc làm gộp sổ địa bạ hay gây tranh kiện, dân gian chịu phiền tệ không xiết, xin sửa định điều lệ cho tắt mối tranh nhau.

2. Sáu bộ và các dinh trấn làm việc hoặc có kẻ siêng kẻ lười, xin cho cuối năm được kiểm xét để phân biệt hay dở.

3. Việc hình ngục cốt được xong xuôi và bớt ít, xin cứ cuối năm thì sai người tra khám, khiến không có án đọng lại.

4. Kẻ tù tội phải nên thương xót, xin hạ lệnh cho nha môn xét án về hình sự, từ nay phàm tù phạm bị kết án phải tính từ ngày tháng phạm tội lâu chóng thế nào mà khấu trừ đi.

5. Dùng quan cốt ở được người tốt, xin chọn những Hàn lâm Cống sĩ cùng Tri phủ Tri huyện làm việc lâu năm mà không có lỗi, đem chia bổ làm liêu thuộc ở sáu bộ, để sung vào các chức.

Vua khen và thâu nhận.

Chú thích:

1. Phiên để: Chỗ ở của phiên thần, tức Vua Chân Lạp, tại kinh đô.

2. Sự việc xảy ra vào năm 1789, khi Cựu hoàng Lê Chiêu Thống lưu vong sang nhà Thanh.

3. Ấn tích: dấu ấn đóng trên lượng vàng.

195.
Nhà Nguyễn: Gia Long [1802-1819] (12)

Tháng giêng năm Gia Long thứ 12 [1/2-2/3/1813], bắt đầu đúc tiền kẽm nặng 7 phân, hiệu "**Gia Long thông bảo**"; qui định cứ 125 quan tiền kẽm đổi được 100 quan tiền đồng.

Số hộ khẩu ở Gia Định hằng năm tăng thêm, quan dâng số đinh lên, số mới thêm được 26.500 người; Vua bảo:

"*Dân là gốc của nước, gốc vững thì nước mới yên. Bèn xuống chiếu phàm dân mới biên vào sổ, từ tháng 10 năm Nhâm Thân* [4/11-3/12/1812] *đến tháng 12 năm nay* [23/12/1813-20/1/1814], *thuế thân và thuế sản vật đều miễn.*"

Hạ lệnh cho các trấn thủ địa phương dọc biển đo cửa biển sở tại, sâu nông rộng hẹp thế nào, hằng năm cứ đến mùa xuân, mùa đông thì dâng bản đồ lên. Bộ Công sẽ đưa bản đồ cho các đội thuyền vận tải thuỷ quân, để biết rõ đường.

Thổ phỉ trấn Tuyên Quang là Lý Trương Hoàng giả xưng là con cháu nhà Lý, làm tờ hịch giả, chiêu dụ người thiểu số là bọn Hà Mỹ, Hà Cá, mưu đánh úp trấn thành. Bọn Mỹ, Cá mật báo cho chỉ huy đồn Tụ Long (1) là Ma Doãn Điền và đồn Phước Nghi là Ma Doãn Trinh đem quân ập bắt giết đi. Sự việc tâu lên, cho Doãn Điền làm Tuyên uý thiêm sự,

Doãn Trinh và Mỹ, Cá làm Chánh phó thuộc hiệu.

Tháng hai [3/3-31/3/1813], dời trấn lỵ Thái Nguyên đến xã Đồng Mỗ [huyện Động Hỷ]. Trấn lỵ trước ở xã Bình Kỳ thuộc huyện Thiên Phước [huyện Sóc Sơn, Hà Nội], địa thế xa cách, bèn sai dời đến Đồng Mỗ để tiện việc cai trị.

Đắp đài Điện Hải và đồn An Hải ở Quảng Nam; đài ở bên tả cửa biển Đà Nẵng, đồn ở bên hữu. Sai Nguyễn Văn Thành trông coi, công việc xong, để lại 500 quân đóng giữ.

Phong Cai bạ Quảng Bình là Nguyễn Du làm Cần chánh điện học sĩ, sung Chánh sứ sang cống nhà Thanh cho hai lễ cống năm Tân Mùi [1811-1812] và Quý Dậu [1813-1814]; Thiêm sự bộ Lại Trần Văn Đại và Nguyễn Văn Phong sung Giáp Ất Phó sứ. Sứ bộ đến Bắc Kinh vào tháng 10, được ban thưởng và dự yến:

"***Ngày 4 Đinh Dậu tháng 10 năm Gia Khánh thứ 18* [27/10/1813].** *Quốc vương Việt Nam Nguyễn Phúc Ánh sai sứ dâng biểu, cống sản vật địa phương. Ban thưởng và yến tiệc theo lệ.*" (**Nhân Tông Thực Lục** quyển 276, trang 12)

Tháng 3 [1/4-30/4/1813], lấy đỗ Hương cống 21 người tại các trường thi Thanh, Nghệ. Trường Thanh Hoa: Lê Huy Côn, Lâm Văn Bính, Cao Nguyên Luận, Hoàng Đức Nhân, Nguyễn Giáp, Lê Duy Cao, Lê Hữu Đức, Nguyễn Nhân, Võ Đích, gồm 9 người. Trường Nghệ An: Lưu Công Đạo, Võ Khắc Kiêm, Võ Duy Tân, Phạm Đình Trọng, Hồ Phức Tương, Hoàng Văn Vận, Nguyễn Thế Cát, Nguỵ Khắc Thận, Lê Nguyên Chung, Bùi Danh Cung, Vũ Huy Quýnh, Nguyễn Duy Phiên, gồm 12 người.

Nước Xiêm La sai bọn Phi Nhã Ma Kha A Mặc dâng phẩm vật địa phương, và xin cùng đưa Vua Chân Lạp, Nặc

Chăn, về nước. Vua thấy thư Xiêm gởi đến, lời lẽ thuận tình, bèn cho triệu sứ đến kinh. Xuống chiếu cho quan thành Gia Định chỉnh bị binh thuyền để chờ, đem việc báo trước cho quan dân Chân Lạp biết. Hơn một tháng sứ Xiêm trở về Gia Định, tặng cho rất hậu; riêng tặng Phật vương 40 lạng vàng, 500 lạng bạc, cho vua thứ hai 20 lạng vàng, 300 lạng bạc.

Đổi cửa Eo làm cửa Thuận An, xây đài Trấn Hải bên cạnh. Xưa gọi là Eo, ý nói cửa nông hẹp khó đi. Ở kinh sư chỉ có cửa này và cửa Tư Dung; từ khi cửa Tư Dung trở nên cạn, thì hải vận đều ra vào cửa này, cửa rất xung yếu, nhưng đường lạch quanh co, bên cạnh có bãi cát ngầm rất trở ngại cho đường biển. Từ khi vâng mệnh đặt Thuận An, thì buồm gió thuận lợi.

Định lại thuế buôn đường bộ ở Bắc Thành. Phàm những lái buôn người Thanh, đi qua đường Lạng Sơn, cùng các thuyền công tư chở hàng buôn; khi đánh thuế hàng hóa, cứ giá hàng 100 quan thì nộp 2 quan 5 tiền thuế.

Tháng 4 [1/5-29/5/1813], Vua ra cửa biển Thuận An xem đài Trấn Hải. Dựng đền thờ thần (2) và đền Thai Dương phu nhân ở cửa biển này.

Ban chiếu sai Tổng trấn thành Gia Định là Lê Văn Duyệt và Hiệp tổng trấn là Ngô Nhân Tĩnh điều động thuỷ binh hơn 13.000 người đưa quốc vương Chân Lạp Nặc Chăn về nước. Ngày mồng 3 [3/5/1813], quân ta xuất phát từ Gia Định; sứ Xiêm là bọn Phi Nhã Ma Kha A Mặc đem sứ bộ Xiêm đi theo. Ngày 14 [14/5/1813], quân ta đến Long Úc [Udongk, Campuchia] . Tướng Xiêm là bọn Phi Nhã Phì Sai Bô Liên Tra, Phi Nhã Phì Phạt Cô Sĩ đến cửa quân lạy tờ chiếu. Ngày 18 [18/5/1813], Nặc Chăn vào thành La Bích

[Longvek, Campuchia], sai bề tôi là Cao La Hâm dùng 500 quân hộ vệ.

Bọn Văn Duyệt định rõ hiệu lệnh, cấm cướp bóc, tỏ uy tín, thương dân Di, người Xiêm nghe tiếng, rụt rè sợ hãi, dân Chân Lạp nhờ đó được yên. Trước đây Nặc Chăn sang ở nước ta, người Xiêm lấy làm giận, cùng nhau bàn mưu rằng:

"*Nước Xiêm là một nước lớn, đã không sai khiến được người mà lại bị người sai khiến, thì còn ra nước gì nữa*".

Bèn bàn muốn lấy đất Bắc Tầm Bôn [Battambang, Cambodia] phong cho Nặc Nguyên, nhưng lại sợ triều đình ta hỏi tội, không dám xin. Khi nghe tin Nặc Chăn sắp về nước, cho rằng quân ta chắc không có nhiều, bề ngoài tuy sai sứ đến hội đưa Nặc Chăn về, tỏ ra hoà hảo, mà trong thì sửa soạn đánh nhau, ngầm muốn nhân lúc sơ hở đánh úp để cho hả giận. Đến bấy giờ quân Văn Duyệt kéo đến, thanh thế lừng lẫy, người Xiêm bèn thôi mưu mô, sai sứ đem sản vật cho Nặc Chăn và uỷ lạo tướng sĩ ta. Nhưng quân Xiêm đóng ở Long Úc lâu không rút về, hẹn đưa Nặc Nguyên về nước lại không đưa. Bọn Văn Duyệt đem đủ tình trạng tâu lên, và nói:

"*Xiêm La muốn được Chân Lạp thì phải dùng Nặc Nguyên làm món hàng quý, mà ta muốn che chở đất Gia Định tất phải dùng Nặc Chăn làm phiên thần. Ta đưa Nặc Chăn về nước, người Xiêm bất lợi nhiều lắm, chưa chắc họ đã không mưu tính khác, mà phiên vương chưa chắc đã khỏi lo về sau. Nay quân ta đóng lâu thì già quân mà phí của, về hết thì phiên vương đơn nhược mà không có phòng bị. Vả thành La Bích* [Longvek, Campuchia], *chật hẹp, không đủ để giữ. Xin đắp thành Nam Vang cho phiên vương ở, đắp thành Lô Yêm để chứa lương thực. Khi thành đắp xong sẽ để một số quân lại bảo hộ nước ấy, còn đại binh thì rút về Gia Định, chờ xem động tĩnh. Như thế thì lẽ thuận nghịch có khác, tình hình lao dật không giống nhau, muốn đánh thì đánh, muốn hoà thì hoà, phần thắng vẫn thuộc về ta".*

Vua rất lấy làm phải, bèn lệnh cho Lê Văn Duyệt đem thuỷ quân đóng giữ sông Xà Năng và đem bộ quân đóng đồn các nơi trọng yếu và gấp gửi quốc thư trách nước Xiêm rằng:

"Xiêm vương vốn muốn Chăn và Nguyên giải mối thù oán cho trọn tình nghĩa anh em, nay Chăn đã về nước mà Xiêm chưa giải binh là tại cớ gì? Phàm cứu tai nạn, thương láng giềng, gây đức mà giúp người cùng ý muốn, đó là đạo đời xưa. Nếu làm ở trước mà để oán sau, thì việc cất quân ấy chẳng là trái lắm sao? Huống chi Nặc Nguyên phản anh giữ nước, tội không kể xiết. Bản quốc cùng với Xiêm vương sở dĩ làm ngơ để đó, là nghĩ nó còn trẻ, muốn cho đổi lỗi mà thôi. Nay Nặc Chăn đã biết ơn Xiêm vương khoan tha thì Nặc Nguyên há chẳng nghĩ đến ơn bản quốc dung thứ sao mà còn cứ chấp mê một đường như thế? Thử nghĩ xem, kẻ giặc đã bị thiên hạ đều muốn giết thì còn trốn vào nước nào được?".

Người Xiêm nhận được thư cả sợ, tức thì sai tướng lui quân đến Bắc Tầm Bôn [Battambang, Cambodia], lại sai Nặc Nguyên viết thư kể tình anh em để tạ Nặc Chăn; nhưng cuối cùng Nguyên vẫn chưa chịu về nước.

Vua lại thấy nước Chân Lạp mới yên, kho tàng trống rỗng, cho Nặc Chăn 3.500 lạng bạc, 5.000 quan tiền và 10.000

hộc thóc; Nặc Chăn cùng với người trong nước dâng biểu tạ ơn. Quân ta đắp thành Nam Vang và thành Lô Yêm, xây đài An Biên ở đất Quỷ Chàng Oa, trên đài dựng nhà Nhu Viễn làm nơi cho Vua Chân Lạp bái vọng.

Sửa đền thờ Khai quốc công thần Nguyễn Hữu Kính. Đền ở Nam Vang; trước kia Nguyễn Hữu Kính đi kinh lược Chân Lạp đóng quân ở đấy; sau khi chết, dân Chân Lạp làm đền thờ ngay đấy, gọi là đền Lễ Công.

Tha thuế thân năm nay cho hương binh ở bốn trấn Gia Định theo việc quân ở Chân Lạp.

Chế hai thứ cân là cân Bình Thiên và cân Trung Bình. Phàm hàng hoá hạng đồng thiếc kẽm sắt thì dùng cân Bình Thiên; vàng, bạc thì dùng cân Trung Bình.

Ngày 12 tháng 5 [10/6/1813], Vua ngự giá đi tuần Quảng Nam. Sai bọn Phạm Văn Nhân, Nguyễn Văn Nhân, Nguyễn Văn Khiêm, Trịnh Hoài Đức ở lại giữ kinh thành; phàm những tấu sớ của các địa phương từ Quảng Trị ra Bắc đều phải chuyển đệ đến hành tại [nơi Vua trú]. Ngày 15 [13/6/1813] đến Đà Nẵng, xem pháo đài Điện Hải. Ngày19 [17/6/1813], sai quan yết lăng Vĩnh Diễn [Hoàng hậu vợ Chúa Nguyễn Phúc Nguyên] và lăng Vĩnh Diên [Hoàng hậu vợ Chúa Nguyễn Phúc Lan]; ngày 25 [23/6/1813], xa giá trở về kinh.

Khởi phục Nguyễn Văn Như làm Ấn thủ cửa biển Đà Nẵng, sai đốc các quân đóng 35 chiếc thuyền sam bản; cho quân và thợ 1.900 quan tiền.

Tháng 6 [28/6-26/7/1813], thổ phỉ ở Nghệ An cướp bóc các huyện Quỳnh Lưu, Đông Thành, Nam Đàn, Thanh Chương, La Sơn, Hương Sơn; Quản phủ Đức Quang [Đức Thọ] là Nguyễn Văn Tuấn đánh, bị giết. Trấn thủ Hoàng Viết

Toản đem quân đuổi bắt, giặc trốn sang Vạn Tượng. Viết Toản gửi thư sai Vạn Tượng giữ nơi hiểm yếu để ngăn chặn, thế giặc càng nguy; quan quân bắt được và chém chết rất nhiều. Việc tâu lên, Vua xuống chiếu rằng:

"Bọn tiểu dân đói rét, đến nỗi lỡ chân, cũng như chim đến lúc cùng thì mổ, thú đến lúc cùng thì vồ. Nay không nên đuổi đánh tới cùng, chỉ nên phòng bị nghiêm nhặt, đừng để nó lan rộng ra mà làm khổ cho trăm họ thôi".

Nhân dụ cho Vạn Tượng bãi binh và hậu thưởng; truy tặng Văn Tuấn làm Cai cơ, lấy Vệ uý Phan Bá Phụng làm Quản phủ Đức Quang.

Người nhà Thanh đưa giải tên giặc trốn ở Tuyên Quang là Hoàng Văn Thái về Bắc Thành; Thái chết dọc đường, đồ đảng đều bị giết. Trước kia Thái họp đảng đánh cướp ở vùng Tụ Long (1) và Thuỷ Vĩ [Lao Cai]; Bắc Thành đem quân tiễu bắt. Thái cùng đường phải trốn sang Vân Nam. Đồ đảng người Thanh là bọn Trương Thế Nguyên, Trương Lão Mục, Trương Lão Nhị đều bị quan quân bắt được. Vua sai quan Bắc Thành trả bọn giặc bị bắt cho nhà Thanh và đòi bắt tên Thái đưa về trị tội. Đến nay Thái cùng đồ đảng bị quân Thanh bắt hết đưa về ải Nam Quan, giao cho Bắc Thành xét tội rồi giết.

Tháng 7 [27/7-25/8/1813], bắt đầu mở khoa thi Hương từ Quảng Bình trở vào Nam. Sai Tham tri Hình bộ là Phạm Như Đăng sung Đề điệu trường Quảng Đức [Thừa Thiên], Thị trung học sĩ là Võ Trinh sung Giám thí; Tham tri Lễ bộ là Lê Chính Lộ sung Đề điệu trường Gia Định, Cai bạ Bình Hoà là Ngô Lương Uyển sung Giám thí; lấy đỗ hương cống 17 người. Trường thi Quảng Đức: Hoàng Văn Đản, Nguyễn

Bá Thịnh, Hoàng Quốc Điều, Nguyễn Lý Hào, Phạm Đình Thuận, Nguyễn Văn Thuyên, Lê Văn Đức, Đặng Văn Hoà, Trần Văn Tú, cộng 9 người. Trường thi Gia Định: Nguyễn Bảo Bang, Nguyễn Chí Thành, Lưu Bảo Tam, Đoàn Trọng Quýnh, Trần Văn Hương, Lê Văn Thịnh, Nguyễn Tiến Bách, Phạm Vĩnh Thế, cộng 8 người.

Hai thành Nam Vang và Lô Yêm đắp xong. Chiếu ban cho Lê Văn Duyệt rút quân về, lưu Nguyễn Văn Thuỵ dùng hơn 1.000 quân đóng giữ thành Nam Vang, bảo hộ nước Chân Lạp. Trước đây quân Xiêm đã rút lui, nhưng sợ ta tiến đánh, vẫn đóng quân lại ở Bắc Tầm Bôn [Battambang, Cambodia]. Vua muốn giải mối ngờ, bèn sai rút quân ta về; quân Xiêm nghe tin cũng rút.

Triệu Bồn Nha Xa Kê nước Chân Lạp từ Xiêm trốn về, Nguyễn Văn Thuỵ đem việc tâu lên; Vua nói:

"Xa Kê trước kia theo Nặc Nguyên làm phản, nay hoặc nhớ đất nước mà trốn về, hay vì kẻ khác mà về do thám cũng chưa biết chừng".

Bèn bảo Vua Chân Lạp khéo léo phủ ủy, rồi viết thư chiêu dụ Nặc Nguyên, sai Xa Kê đem đi, để xem ý tứ y ra sao.

Tháng 8 [26/8/23/9/1813] lấy Lê Đồng Lý và Phan Huy Thực sung Hàn lâm viện, hai người có văn học, do Phạm Đăng Hưng tiến cử.

Nước Chân Lạp dâng 88 thớt voi; Vua cho rằng nước ấy bắt đầu xây dựng lại, kho tàng thiếu hụt, nên sai quan thành Gia Định lấy bạc kho trả đúng giá. Voi cao 6 thước trở lên là hạng nhất, trả 50 lạng bạc, cao 5 thước ba tấc là hạng nhì, trả 40 lạng bạc, cao 4 thước 4 tấc trở lên là hạng ba, trả 30 lạng.

Sai bộ Hộ hội làm sổ tổng kê số tiền bạc ở kho tàng các trấn đạo từ Bình Hoà [Ninh Hoà, Khánh Hoà] đến Bắc Thành; số tiền là 1.203.532 quan, số bạc là 180.222 lạng, số thóc là 6.847.687 phương.

Tháng 9 [24/9-23/10/1813], tha tội chết cho Đặng Thần Thường và Nguyễn Gia Cát. Vua xét thu thẩm (3), nghĩ thương bọn Đặng Trần Thường có công tha cho; nhưng không được làm quan, cho ở Kinh.

Lấy Ký lục quản Nội đồ gia là Trần Công Đàn làm Tả tham tri Binh bộ, hiệp cùng Nguyễn Văn Thuỵ bảo hộ Chân Lạp. Đàn từ giả bệ rồng, Vua dụ rằng:

"Chân Lạp là nước phên giậu của ta, nay nước ấy mới yên, nhân dân chưa tụ tập, cho nên sai bọn ngươi sang bảo hộ. Bọn ngươi nên thể tất đức ý của triều đình, đừng tham tiền của, đừng dùng kẻ gian, đừng bóc lột dân Man, đừng quấy rối biên cương. Ngươi đi đi, chớ trái mệnh ta".

Lấy Cựu khâm sai Trưởng cơ Nguyễn Thuỵ lãnh Trấn thủ Định Tường; Cai cơ Nguyễn Văn Khoa Quản thủ đạo Đông Khẩu [thị xã Sa Đéc, Đồng Tháp]; Nguyễn Văn Châu Quản thủ đạo Hưng Phước [Bà Rịa]; Phạm Văn Uông Quản thủ đạo Trấn Giang [Cần Thơ]; Trương Phước Quyền Quản thủ ba đạo Tân Châu [An Giang], Chiến Sai [An Giang], Hùng Ngự [Hồng Ngự, Đồng Tháp].

Quảng Ngãi và Bình Định lụt, lúa mạ ngập; sai quan trấn lấy thóc kho ra phát chẩn, lại cấp cho thóc giống để dân gieo mạ.

Tháng 10 [24/10-22/11/1813], sai Hiệp trấn Thanh Hoa Nguyễn Hoài Quỳnh sung Đề điệu trường thi Thăng Long, Hiệp trấn Lạng Sơn Lê Duy Đản sung Giám thí; Tham tri

Hộ bộ Nguyễn Đình Đức sung Đề điệu trường thi Sơn Nam thượng, Thị trung học sĩ Phạm Thích sung Giám thí; lấy đỗ hương cống 44 người. Trường thi Thăng Long: Nguyễn Đình Cấp, Ngô Trọng Tân, Đỗ Tuấn Đại, Nguyễn Siêu, Nguyễn Văn Ân, Nguyễn Mậu Chiêu, Nghiêm Thế Nghĩa, Nguyễn Văn Lệ, Lê Đạo Quảng, Nguyễn Danh Bích, Ngô Hữu Bát, Lê Trần Thanh, Nguyễn Chí, Võ Đình Duệ, Nguyễn Chí Quảng, Lê Quốc Tá, cộng 16 người. Trường thi Sơn Nam thượng: Nguyễn Đình Võ, Nguyễn Đăng Sĩ, Hoàng Khắc Sĩ, Nguyễn Duy, Nguyễn Huy Diễm, Đặng Cử, Đỗ Tuấn Tú, Nguyễn Viết Điều, Phạm Thế Mỹ, Võ Tự, Nguyễn Huy Chuẩn, Trương Cam Triêm, Dương Thế Thịnh, Đoàn Xuân Sảng, Võ Đình Bách, Võ Huy Nhất, Trần Thế Nho, Nguyễn Trân, Nguyễn Quốc Dao, Ngô Hiển Doãn, Lê Vi Quang, Nguyễn Sĩ Bảng, Bùi Tuấn Tuyển, Nguyễn Đình Chu, Nguyễn Võ Ngọc, Nguyễn Trọng Chu, Nguyễn Xuân Tháp, Đặng Dung Bảo, cộng 28 người.

Nước Chân Lạp sai bọn Tham Đích Triệu Bồn Nha và ốc Nha Thu My dâng biểu tạ ơn, nhân xin ban cho triều phục. Vua giao cho triều đình bàn, đều nói triều phục của Phiên vương nên coi như ở trên nhất phẩm; bèn sai Nội đồ gia chế áo mãng bào hồng và mũ đai để cho. Lại cho Phan Hữu Trí làm Cai đội, theo Vua Chân Lạp để phiên dịch.

Hạ lệnh cho Gia Định xem đo đất Chân Lạp, đặt ba đường trạm: một từ sông Cam Bà đến Xỉ Khê [nhánh sông Vàm Cỏ phía tây Tây Ninh] đạo Quang Hoá, hai từ Trang Tân đến Thạch Yển, ba từ thành Lô Yêm [gần Nam Vang] đến Chế Lăng. Lấy dân Chân Lạp sửa đắp, cứ 4.000 trượng đặt 1 nhà trạm, mỗi trạm 50 người phu trạm để thông báo việc ngoài biên.

Hiệp tổng trấn Gia Định là Ngô Nhân Tĩnh chết. Nhân Tĩnh trước sang Chân Lạp, có người nói Tĩnh nhận hối lộ từ nước này, Lê Văn Duyệt đem sự việc tâu lên, Vua nói:

"Việc không có chứng cớ, hãy để đó".

Nhân Tĩnh nghĩ không yên lòng, thường tự than rằng:

"Vẽ rắn thêm chân, ai khiến ta mang cái oan không bày tỏ được".

Đến nay ốm chết, Trịnh Hoài Đức tâu xin truy tặng, Vua không cho.

Người Bình Định bắt được ấn đồng cổ, mặt khắc chữ "**Phù Ly huyện ấn**" [ấn huyện Phù Ly], lưng khắc chữ "**Hồng Đức thập tam niên tạo**" [Đúc năm Hồng Đức thứ 13 (19/1/1482-6/2/1483)] . Quan trấn đem dâng, Vua sai cất vào kho.

Ngày mồng 2 tháng 11 [24/11/1813] Vua thân đến làm lễ tế hết tang Hoàng thái hậu tại cung Trường Thọ; ngày 12 [4/12/1813] rước thần chủ lên phụ vào miếu Vua cha.

Người học trò ở Bắc Thành [thiếu họ tên] dâng thư nói rằng hai xứ Ninh Biên [Điện Biên] và Trấn Ninh [Xiêng Khoáng, Lào] đất đai rất rộng, cùng với Chân Lạp và Xiêm La tiếp giáp, xin sai quan đại thần đóng giữ vỗ yên, dần dần xem tình thế nếu kẻ kia gây hấn thì nên ước cùng Diến Điện giáp đánh, đó là dùng Man Di để đánh Man Di vậy.

Vua dụ rằng:

"Nước ta với nước Xiêm La có nghĩa láng giềng đã lâu, Chân Lạp là nước phiên thần của ta, chưa làm việc gì thất lễ, há nên gây hấn ngoài biên?. Còn Diến Điện thì tục hung tợn, không thể thông hiếu được. Ngươi là thư sinh có học thuật,

nên do đường khoa mục để tiến thân, đừng nói càn vào việc biên giới mà mắc vào tội lệ".

Rồi yên ủi cho về.

Cho Khâm sai cai cơ là Tôn Thất Huyên làm Lưu thủ sung chánh sứ, Cai đội Nguyễn Văn Đường và Mạc Công Du sung Giáp ất phó sứ, đem việc hết quốc tang báo cho nước Xiêm. Tặng Phật vương 2 cân quế, 50 tấm lụa vàng, 40 tấm sa, 200 tấm lụa trắng, đường phổi, đường phèn đều 500 cân, 2.000 cân đường cát, 16 tảng đá xanh; cho vua thứ hai 1 cân quế, 25 tấm lụa vàng, 25 tấm sa, 100 tấm lụa trắng, đường phổi, đường phèn đều 300 cân, 1.000 cân đường cát.

Tháng chạp [23/12/1813-20/1/1814, định lệ thuộc binh ở các phủ đệ hoàng tộc. Vua nghe con em nhà giàu ở các dinh trấn có nhiều người xin vào thuộc binh ở phủ để tránh dao dịch, nhân bảo các quan hầu rằng:

"Nhà nước kén binh đã có quy chế nhất định. Nếu để người giầu được miễn, người nghèo chịu riêng, đâu phải là thể thống làm chính trị".

Bèn sắc định rằng hoàng tử hoàng tôn đã ra ở phủ riêng thì cho thuộc binh 200 người, chưa ra ở phủ riêng thì thuộc binh 150 người, công chúa thì thuộc binh 50 người, số thừa ra bắt trả về làm dân.

Lấy Thượng thư bộ Lễ bộ Trịnh Hoài Đức làm Thượng thư bộ Lại, Tham tri bộ Lại bộ là Phạm Đăng Hưng làm Thượng thư bộ Lễ, Tham tri bộ Hình Nguyễn Đăng Hựu làm Thượng thư bộ Binh, Tham tri bộ Hình Phạm Như Đăng lại làm Thượng thư bộ Hình, Tham tri bộ Hộ Nguyễn Đình Đức làm Thượng thư bộ Hộ.

Thổ phỉ trấn Hải Dương 300 người ngầm họp ở xã Bình Dã, huyện Đường An. Phủ lại là Nguyễn Đức Triệu báo quan vây bắt, chém được 20 đầu giặc; cho Đức Triệu làm Cai hợp, thưởng 100 quan tiền.

Thổ phỉ trấn Hưng Hoá nguỵ xưng niên hiệu Cần Chánh, nổi lên ở châu Thuỷ Vĩ [Lao Cai]. Cai châu Chiêu Tấn là Đèo Quốc Kiêm đem dân thiểu số đánh bắt được giết đi; cho Quốc Kiêm làm Chiêu thảo thiêm sự, thưởng 300 quan tiền.

Chú thích:

1. Tụ Long: Đất hiện nay giáp với tỉnh Hà Giang, đã cắt cho nhà Thanh, do **Hiệp ước Pháp Thanh** năm 1887.

2. Đền thờ thần tại cửa biển Thuận An vào năm Minh Mệnh thứ 3 [1822-1813] đổi làm miếu Nam Hải Long Vương.

3. Thu thẩm: hàng năm xét những trọng án vào mùa thu.

196.
Nhà Nguyễn: Gia Long [1802-1819] (13)

Tháng giêng năm Giáp Tuất Gia Long thứ 13 [21/1-19/2/1814], thổ phỉ ở Tuyên Quang nguỵ xưng niên hiệu Thuận Chính, chiêu tập đồ đảng cướp bóc dân địa phương. Quan trấn phát binh đi bắt được hết đồ đảng. Sự việc tâu lên, Vua cho rằng dân ngoài biên không hiểu biết, bị giặc lừa dụ; hạ lệnh giết kẻ đầu sỏ, còn lại bao nhiêu thì tha hết.

Thanh Hoá giặc nổi, cướp bóc các hạt Vĩnh Lộc, Yên Định. Trấn thủ Trần Công Lại đem quân đi bắt. Giặc chạy đến miền thượng đạo, mật sai thống lĩnh Hà Công Thái chặn đánh, bắt được bọn giặc hơn 30 người. Việc tâu lên, Vua khen sai Thiêm sự bộ Hình Nguyễn Hữu Nghi đem vàng lụa thưởng cho.

Thổ phỉ Cao Bằng là Nông Văn Nho họp đảng sang cướp châu Quy Thuận [Jingxi, Quảng Tây] nhà Thanh. Quản châu là Bành Dụng Ký bắt được, gửi thư cho Bắc Thành hẹn đến cửa ải họp để trả. Quan Bắc Thành đem sự việc tâu lên; Vua thấy Hiệp trấn Hải Dương là Nguyễn Văn Lễ trước làm Hiệp trấn Cao Bằng, hiểu rõ tình hình ngoài biên nên sai đi; Nho và đồ đảng đều bị giết.

Quan thành Gia Định tâu nói: *"Thuế lông chim ở đạo Kiên Giang trấn Hà Tiên đã bãi bỏ rồi, nay tiểu dân có nhiều người lấy trộm để bán cho thuyền buôn mà kiếm lợi. Vậy xin sai trấn thần uỷ dân sở tại giữ lấy, hằng năm phải nộp quạt lông chim đen 50 bộ, quạt lông nhỏ 100 chiếc. Nếu dám mua bán riêng thì có tội"*. Vua y cho.

Ngày Ất Mùi mồng ba tháng hai [22/2/1814] Hoàng hậu họ Tống băng, thọ 54 tuổi; đặt quan tài ở điện Khôn Nguyên. Ngày Canh tuất 18 [9/3/1814] lễ thành phục. Vua mặc áo sổ gấu đến lạy hai lạy, sai Hoàng tử dâng cơm tế điện. Trước kia Hoàng tử thứ tư [Minh Mệnh] mới lên 3 tuổi, vua cho Hoàng hậu nuôi làm con mình. Hoàng hậu đòi làm giấy khoán, theo thế tục, phàm nuôi con người làm con mình thì phải có khế khoán. Vua viết giấy sai Lê Văn Duyệt đưa cho; Hậu giao cho cung tỳ Nguyễn Thị Lê cất giữ. Từ đấy Hoàng tử thứ tư thường vào chầu ở đại nội, làm con của Hoàng hậu, gọi là mẹ. Đến khi Hoàng cả là Cảnh, Hoàng hai là Hy, Hoàng ba là Tuấn nối nhau mất, Hoàng tư lấy thứ bậc là lớn nhất, duy đời trước phái trưởng phần nhiều khó nuôi cho nên không muốn gọi là trưởng. Đến nay làm lễ tang Hoàng hậu, bầy tôi có người bàn lấy hoàng tôn Đán [con hoàng tử Cảnh] làm chủ tự. Vua dụ rằng:

"Hoàng tư từng làm con của Hoàng hậu, đã có giấy tờ, nên sai làm chủ tự, việc lớn của nhà nước không nên câu nệ theo lễ đích tôn thừa trọng như nhà thường".

Nguyễn Văn Thành cho thế thì văn tế khó gọi, Vua bảo rằng:

"Con theo mệnh cha tế mẹ là việc danh chính ngôn thuận, có gì mà không nên".

Bấy giờ việc bàn bạc mới định; Nguyễn Văn Thành tỏ ý không bằng lòng.

Đúc tiền đồng 6 phân hiệu "**Gia Long thông bảo**"; sai cục Bảo tuyền Bắc Thành phỏng theo phép đúc tiền của nhà Thanh mà làm.

Tháng hai nhuần [22/3-19/4/1814], Quốc vương Chân Lạp là Nặc Chăn cũng xin chịu tang Hoàng hậu, quan thành Gia Định đem việc tâu lên; Vua bảo để tâm tang 13 ngày thôi; Nặc Chăn bèn sai sứ đến dâng hương.

Ngày Quý Sửu 22 tháng ba [11/5/1814], dựng Thọ lăng ở Thụ Sơn, xã Định Môn [huyện Hương Trà, Thừa Thiên]. Trước đây, Đại hành hoàng hậu băng, vua cùng đại thần bàn muốn phỏng theo lễ hợp lăng (1) Bèn sai làm lăng, mặt trước rộng 150 trượng, 3 mặt tả hữu hậu đều rộng 100 trượng. Bốn mặt thành chính đều dài hơn 10 trượng; chỗ chính huyệt đặt 2 cái quách đá, cửa trước xây bực đá. Mấy tháng làm xong, gọi tên là lăng Thiên Thụ, phong cho núi là núi Thiên Thụ

Giặc trốn ở Bắc Thành là Lê Đoàn họp đảng hai trăm người cướp ở xã Lạt Sơn [huyện Kim Bảng, Hà Nam], đốt phá hơn trăm nhà. Trưởng hiệu đồn Bút Sơn là Nguyễn Đăng Bích đem quân và dân đánh nhau với giặc, bắt được đồ đảng hơn 40 tên. Việc tâu lên, thưởng cho Đăng Bích 100 quan tiền, binh lính 200 quan tiền, dân làng Lạt Sơn 1.000 quan; người chết và người bị thương thì cấp tiền tuất cho gia đình.

Tháng tư [20/5-17/6/1814], vét sông An Cựu đến giáp phá Hà Trung. Vua đến làng Thanh Thuỷ [huyện Hương Thuỷ, Thừa Thiên] xem hình thế, vời các phụ lão đến bảo về công việc vét sông; phụ lão thưa rằng:

"Đời xưa có ngòi lạch để phòng nắng lụt, để chứa lại hay

tháo đi. Nay khai sông này, thực lợi cho nông dân lắm".

Bèn sai quan dinh Quảng Đức [Thừa Thiên] đo đường sông mà khai vét. Lại ở xã Thần Phù [huyện Hương Thuỷ, Thừa Thiên] xây 1 cái cống có cánh cửa để ngăn nước mặn, dùng 1vạn 3 nghìn người làm, chi tiền 130.400 quan, gạo cũng tương đương thế; nhờ đấy nước sông lưu thông, dân đều tiện lợi.

Kén lính ở Gia Định; đây là đất quan trọng ở cõi Nam, quan Tổng trấn tâu xin kén lính, để làm mạnh biên phòng. Vua giao xuống triều đình bàn, chuẩn cho theo sổ tuyển năm Quý Dậu [1813] lấy dân đinh các hạng tráng gồm 49.700 người; chiếu dụ rằng:

"Gia Định là đất trung hưng. Trước kia đất 1 thành, quân 1 lữ mà lấy lại được cơ nghiệp cũ. Sau khi đại định, vui cho dân ta nghỉ vai. Nhưng lại nghĩ nước nhà dẫu yên, không nên quên việc đánh dẹp. Huống chi ở gần biên giới phải biết phòng bị trước mới khỏi lo sau. Nay chuẩn theo đình nghị, kén lấy binh lính, biên thành cơ đội, là vì bọn ngươi sinh trưởng ở đấy, quen thuộc đất nước, khi không việc thì chia phen mà rèn tập, lúc có việc thì ra sức mà chống đánh, dùng binh ở đất ấy để giữ đất ấy, không ví như những binh kén ở nơi khác thường phải gọi đi thú ở xa. Dân chúng các ngươi nên thể lòng trẫm, dân yên làm ăn, binh vui phục dịch, không nên ngờ sợ".

Tháng năm [18/6-16/7/1814], bọn quan bảo hộ Chân Lạp là Nguyễn Văn Thuỵ [Thoại] và Trần Công Đàn làm việc phần nhiều chuyên quyền độc đoán, Phiên vương bị chèn ép, lòng người ngờ sợ. Việc đến tai vua, Vua với bầy tôi bàn, Nguyễn Văn Thành tâu rằng:

"Nước Chân Lạp là thuộc quốc của ta, đời đời cống hiến. Nay vì nước ấy suy nhược, triều đình sai quan bảo hộ, thực là việc nghĩa cử. Song đặt chức bảo hộ là cốt giữ cho nước ấy được còn, chứ không phải để giám trị nước ấy. Vậy nên hạ lệnh cho bọn Thuỵ chớ nên can dự vào chính sự nước ấy, để cho Phiên vương được tự làm việc, thì lòng dân sẽ yên".

Vua cho là phải, chiếu cho bọn Thuỵ rằng phàm là việc nước Chân Lạp thì để cho vua quan nước ấy phân xử không được can thiệp.

Hạ lệnh cho Bắc Thành hằng năm cấp tiền gạo cho họ Lê. Trước kia đã ân cấp tự dân hơn 1.000 người, tự điền 1.000 mẫu, khiến tự thu lấy 3.000 quan tiền và 6.000 phương gạo. Đến nay bọn Lê Duy Khải cho rằng thu ở dân không tiện, xin hạ lệnh cho dân y số nộp vào quan, rồi quan cấp cho; Vua y theo lời xin.

Tháng sáu [17/7-14/8/1814], bỏ thuế hoa chi (2) ở Long Xuyên, Kiên Giang và Trà Vinh. Vua cho rằng dân sinh ra trộm cắp đều là do đánh bạc, bèn hạ lệnh bỏ ngạch thuế hoa chi. Ai còn dám mở sòng chứa bạc thì bắt tội.

Xiêm La sai Sá Sâm Phủ Di Lạc đem phẩm vật đến hiến. Thư nói rằng triều đình hậu đãi Chân Lạp, Xiêm vương cũng cám ơn. Nhưng Nặc Chặn vốn là phên giậu của nước Xiêm, nếu Chăn không chầu nước Xiêm, thì nước Xiêm không trả Nặc Nguyên về.

Nguyễn Văn Thành cho rằng ý trong thư bất hoà; gạn hỏi thì sứ giả trả lời lúng túng. Lê Văn Duyệt ở Gia Định cũng lấy việc biên giới làm lo, ý muốn đánh trước, bèn gửi thư kín cho Nguyễn Đức Xuyên, Đức Xuyên đem việc tâu lên.

Vua dụ Nguyễn Văn Thành và Nguyễn Đức Xuyên rằng:

"Giọng của sứ Xiêm không nên để ý. Ta cùng Phật vương trước kia có tình giao hảo, kết nghĩa với cha mẹ mà đánh con thì các nước láng giềng sẽ bảo ta ra sao? Vả lại việc can qua mới yên, dân đương vui được nghỉ ngơi, trẫm không muốn lại làm mệt tướng sĩ ở dưới giáo mác. Được một nước Chân Lạp mà để lo cho đời sau, thì trẫm không làm. Hãy đem ý trẫm dụ cho Duyệt biết".

Hơn một tháng sau, hậu đãi sứ giả rồi cho về; tặng Phật vương 40 lạng vàng, 500 lạng bạc, cho vua thứ hai 20 lạng vàng, 100 lạng bạc.

Ngày Mậu Tuất mồng 10 tháng bảy [24/8/1814], dâng sách đặt tên thuỵ cho Đại Hành Hoàng hậu Tống thị, mẹ Hoàng tử Cảnh, là Giản Cung Tề Hiếu Dực Chính Thuận Nguyên Hoàng hậu. Sách văn như sau:

"Việc trong nhờ nội tướng, ***Kinh Thi*** *chép thiên Chính thuỷ ở đầu; Đại hành nhận đại danh phép Lễ trọng trang hoàng lúc chót.*

Nhớ người đức tốt, nên đặt tên hay. Đại hành Hoàng hậu Tống thị, là con nhà dòng, học đời dạy nghĩa. Duyên trời kết hợp, cùng trẫm tu tề. Trong khi mây sấm tối tăm, gặp gió bụi hết lòng chống đỡ; giữa buổi biển trời khó nhọc, đã vì ta ra sức lo toan. Đất khách lạnh lùng, lòng vui hầu mẹ; ngày đêm không ngại, cố sức giúp ta. Thù miếu xã nặng nề, nghĩ quyết cùng ta báo phục; tình lê dân đau khổ, nghĩ phải cùng ta cưu mang. Nên khi trẫm khôi phục đất đai, quét thanh bờ cõi; hậu hay đem điều hiếu phụng sự tổ tiên. Một vẻ khiêm cung, tiếp đãi người dưới. Đối phi tần giữ niềm nhân hậu, đối con cái đều lòng mến yêu. Ra ơn đến cả võ văn, để ý đến nơi làng xóm. Tang chế Thái hậu, thương xót đến điều. Sau trước một niềm, trong ngoài đều cảm. Tuổi thọ chưa đầy sáu chục; xe tiên phút đã giục đi. Nhớ người giúp việc tốt lành nên tặng di chương rực rỡ. Vậy nay thỉnh mệnh Tôn Miếu, đặc biệt sai quan Khâm sai chưởng Hữu quân kiêm giám Thần sách quân Khiêm quận công Phạm Văn Nhân làm Chánh sứ, Thượng thư Lễ bộ Hưng nhượng hầu Phạm Đăng Hưng làm Phó, dâng sách đặt tên thuỵ là Giản Cung Tề Hiếu Dực Chính Thuận Nguyên hoàng hậu. Mong cho vui nhận tên hay để thơm muôn thủa. Than ôi! Khen việc làm cốt để nêu công, lễ cần nên thế; sống vẻ vang chết đành thương xót, xin Hậu chứng cho."

Dân xã Quy Lai [huyện Phú Vang, Thừa Thiên] dinh Quảng Đức [Thừa Thiên] xin mở đập Mậu Tài [tên tổng] để lấy nước vào ruộng vụ mùa. Quan tại Dinh đem sự việc tâu lên, Vua nói:

"*Nước sông tưới ruộng há có phải lợi riêng cho 1 ấp đâu?*".

Bèn y cho.

Nước Xiêm La điều 300 binh và 50 thuyền đến đóng ở Bắc Tầm Bôn [Battambang, Cambodia]. Tổng trấn thành thần Gia Định nghe tin, mật bảo Nguyễn Văn Thuỵ đem quân và voi đi tuần biên giới để thị uy.

Tháng tám [14/9-12/10/1814], chế đạn cho súng, hạ lệnh cho đội Thạch cơ lấy đá đen ở nguồn Sơn Bồ để làm.

Thổ phỉ ở Thái Nguyên đánh cướp huyện Võ Nhai. Trấn thủ Trần Văn Thìn đem quân đánh bắt, nhân đó dung túng cho bộ hạ cướp bóc tài sản của dân. Quan Bắc Thành đem việc tâu lên, Văn Thìn bị tội bãi chức bắt về làm dân.

Tháng chín [13/10-11/11/1814], lấy Tuyên uý Thiêm sự

Tuyên Quang là Ma Doãn Điền quản hiệu Hùng Nhất, Thổ mục Ma Sĩ Nhuận làm Chánh thủ hiệu quản hiệu Hùng Nhị, cùng lãnh thuế mỏ xưởng đồng Tụ Long và thuế cửa quan .

Tháng mười [12/11-11/12/1814], tướng giặc Bắc Thành là nguỵ Tham quân Khuê, Đốc chiến Vượng, Tham binh Hựu, Hậu chi Vưu, 9 người ra thú, quan Bắc Thành cho rằng bọn Khuê ra thú ngoài hạn, phép không thể tha được, xin giết. Vua xuống chiếu trả lời rằng:

"Kẻ tiểu dân lỡ bước trù trờ trông ngóng, tự rước cái vạ là kẻ đi sau, phép tuy khó khoan, tình thì nên thứ. Huống chi bọn giặc trốn ở thành lẩn lút còn nhiều, lên rộng gia ơn để mở con đường đổi mới. Vậy nên tha tội cho bọn Khuê, mà định lại gia hạn thú, từ tháng 10 năm nay đến mồng 1 tháng 3 năm sau [10/4/1815]. *Những người tội phạm, không kể người đầu sỏ hay đi theo, biết ăn năn tội lỗi mà ra thú thì đều cho miễn tội".*

Tháng 11 [12/12/1814-9/1/1815] nước Xiêm sai bọn Sá Sĩ Na Phạt Đa đến dâng hương viếng Hoàng hậu họ Tống mất. Ngày tế điện lớn, bộ Lễ dẫn sứ đến cung Khôn Nguyên lạy viếng. Vua dụ các quan rằng:

"Việc tang một năm theo lễ thì không báo tin buồn cho nước ngoài. Nay người Xiêm tự đến, tình lễ nồng nàn, ta nên hậu đãi sứ giả rồi cho về". Tặng Phật vương 40 lạng vàng, 500 lạng bạc, cho vua thứ hai 20 lạng vàng, 300 lạng bạc.

Ngày Canh Thìn 24 tháng chạp [2/2/1815] sửa lăng Cơ Thánh (3).

Trưng 9.500 người binh ở Thanh Nghệ, Bắc Thành và Thanh Bình [Ninh Bình] đưa về Kinh: Thanh Hoa 1.200 người, Nghệ An 2.800 người, Bắc Thành 5.300 người,

Thanh Bình 200 người.

Chú thích:

1. Hợp lăng: Táng 2 ông bà vào một lăng, cũng gọi là song táng.

2. Thuế hoa chi: Thuế sòng bạc.

3. Lăng Cơ Thánh: Lăng Hưng tổ Hiếu khang hoàng đế, sinh ra Gia Long tại xã Cư Chính huyện Hương Thuỷ, Thừa Thiên.

197. Nhà Nguyễn: Gia Long [1802-1819] (14)

Tháng giêng năm Gia Long thứ 14 [9/2-10/3/1815], thổ phỉ ở Kinh Bắc là Thân Văn Đồng xưng là Thống lãnh thượng đạo, đem đồ đảng hơn 40 người ra thú. Quan Bắc Thành tâu lên; Vua cho rằng Đồng là giặc trốn lâu năm, giết hại nhiều người, nên sai giết đi, còn dư đảng đều tha hết.

Bọn sai dịch tỉnh Phúcc Kiến nhà Thanh là Hứa Ninh An và Lý Chấn Thị gặp bão, thuyền dạt vào đậu ở Vũng Lấm [huyện Sông Cầu, Phú Yên]; sai quan trấn cấp cho tiền lụa đưa về nước.

Tháng 2 [11/3-9/4/1815] triệu Tổng trấn Gia Định Lê Văn Duyệt, Đô thống chế Trần Văn Năng, Phó tướng Tô Văn Mạc, Hiệp tổng trấn trấn Bắc Thành Lê Chất, Thượng thư bộ Hộ Nguyễn Đình Đức, và các quan dinh trấn, mỗi nơi một người về kinh. Rồi có điệp báo ở Gia Định rằng quân Xiêm tiến vào đất Khổ Đạt Mang nói phao rằng đi đánh Lào, nên lại hạ lệnh cho Văn Duyệt và Văn Năng lưu lại thành để phòng bị.

Hạ lệnh cho các phủ huyện trữ tiền ân tuất mỗi nơi 50 quan để cấp cho người đi đường ốm chết. Từ nay quân dân đi đường có người đau ốm thì chủ quản ở làng xóm đều phải tuỳ tiện bảo dưỡng, không được ruồng đuổi, mỗi ngày nuôi dưỡng bao nhiêu, nhà nước trả tiền, chết thì cấp tiền chôn cất, để cho kẻ còn người mất đều được nhờ ơn, không một ai phải bơ vơ không có nơi nương dựa.

Sai đội Hoàng Sa do Phạm Quang Ảnh làm Cai đội, ra đảo Hoàng Sa thăm dò đường biển.

Tháng 3 [10/4-8/5/1815] sai bộ Lễ đem ngày ninh lăng Đại Hành Hoàng hậu bố cáo trong ngoài. Ngày Tân Mão mồng 5 [14/4/1815], dời quan tài Hoàng hậu đến điện Hoàng Nhân. Ngày Canh Tý 14 [23/4/1815], linh cữu bắt đầu phát, Vua thân đi đưa. Ngày Nhâm Dần 16 [25/4/1815] an táng ở phía hữu huyền cung huyệt lăng Thiên Thụ. Ngày Ất Tỵ 19 [28/4/1815], đặt thần chủ ở điện Hoàng Nhân.

Tháng 4 [9/5-6/5/1815], dân tộc thiểu số ở 7 sách Cam Lộ vào cống, xin đến điện Hoàng Nhân dâng hương lễ Hoàng hậu.

Thổ phỉ ở Thái Nguyên cướp châu Bạch Thông [Bắc Cạn]. Thổ mục là Hoàng Thu Nguyên và Trâu Đường Văn đem dân địa phương đánh, bắt sống và chém tướng và đồ đảng hơn 10 người. Việc tâu lên, cho Thu Nguyên và Đường Văn làm Chánh thuộc hiệu, thưởng 500 quan tiền.

Sửa chùa Thiên Mụ, đúc tượng phật. Vua đến xem, nhân bảo Trịnh Hoài Đức rằng:

"*Chùa này đất có linh khí, từ khi hoàng tổ ta là Hiển Tông Hiếu Minh Hoàng đế, năm thứ 23 Giáp ngọ* [14/2-2/3/1714] *tu tạo đại quy mô đến nay đã được 101 năm rồi, nay nhân chùa cũ mà sửa lại để truyền thắng tích*".

Bèn thưởng cho binh lính và thợ hơn 1.800 quan tiền.

Lấy người Minh Hương là Phan Gia Thành làm Cai phố

ở Bắc Thành, coi việc thuế nhà của người Thanh, mỗi năm nộp bạc 1.500 lạng.

Lấy thổ tù châu Chiêu Tấn là Đèo Quốc Thể làm Chiêu thảo đồng tri, đóng giữ đồn Ninh Biên [Điện Biên]

Tháng 5 [7/6-6/7/1815], thuyền của sứ thần Xiêm La sang nhà Thanh nộp cống, gặp bão vào đậu ở biển Bình Định, khẩn xin đến kinh đô chầu thăm. Quan trấn thần tâu lên, Vua sai thưởng mỗi người 3 tháng lương, hộ tống đến kinh; lại cấp thêm cho mỗi người 5 tháng lương rồi cho về; rồi Xiêm La sai sứ đến cảm tạ. Khi sứ giả về, tâu xin đi qua Nam Vang để thăm Vua Chân Lạp, rồi theo đường Châu Đốc, Hậu Giang mà trở về nước. Vua cho rằng đi như thế là có ý dòm ngó, nên không cho.

Bấy giờ Chân Lạp sai Sứ sang cống.

Quan Bắc Thành tâu rằng:

"*Bảo Bảo Thắng* [Lào Cai] *ở Hưng Hoá đất gần nước Thanh, rất là quan yếu, xin sai Chiêu thảo sứ là Đinh Công Kiểm đem thổ binh và thủ hạ 100 người đóng giữ, cấp cho lương tháng.*"

Vua y lời.

Tháng 6 [7/7-4/8/1815], lấy Cần chánh điện học sĩ Nguyễn Du làm Hữu tham tri bộ Lễ.

Miễn cho ty Giáo phường ở Thanh Nghệ khỏi về kinh. Lệ trước, đến hai tết Nguyên Đán [1/1 Âm lịch] và Đoan Ngọ [5/5 Âm lịch] họ phải về kinh tấu nhạc. Vua thương vì đường xa khó nhọc và phí tổn, nên miễn cho.

Tháng 7 [5/8-2/9/1815], xã Lý Hoá [huyện Bố Trạch] Quảng Bình bị cháy, lửa lan ra cháy mất 500 nhà; cấp cho mỗi nhà 1 quan tiền và 1 phương gạo.

Thổ mục châu Vị Xuyên trấn Tuyên Quang [huyện Vị Xuyên, Hà Giang] là Nguyễn Thế Niêm mưu nổi loạn, bị bắt, giết.

Tháng 8 [3/9-2/10/1815], bộ luật làm xong vào tháng 7 năm Gia Long thứ 11 [7/8-5/9/1812], nay ban hành khắp nước, nhà Vua ban chiếu rằng:

"Việc hình là để ngăn cấm giữ dân, có sáng rõ thì kẻ ngu ngoan mới biết đường đi lối tránh. Pháp luật là của chung của thiên hạ, có nhất định thì quan lại mới biết có chỗ nắm theo. Quốc triều ta từ trước xử đoán việc hình đã sẵn phép thường. Từ buổi Tây Sơn nổi loạn, pháp kỷ mất hết, hình phạt không có điều chương, kẻ gian dối ngày càng lắm. Trẫm vâng mệnh trời, vỗ về dân chúng, dạy đức sửa lễ, theo lời thánh nhân, nhưng sau buổi loạn ly, mối tệ chưa trừ được hết. Khí cụ giúp việc trị nước, không giám bỏ lơ. Trong khi xử đoán, mệnh người rất là quan hệ, trẫm rất để ý. Trừ cái xấu, bày cái mới cần phải có pháp nhất định. Vậy nên đặc biệt sai đình thần tham khảo điển cũ của bản triều, luật lệ đời Hồng Đức, điều luật nước Đại Thanh, cùng những điều mới định gần đây, châm chước những điều thích hợp mà biên tập thành sách, trẫm thân hành xét định, phàm 22 quyển. Lại sai các đại thần tổng tài và khảo hiệu để khắc in, ban hành cho thiên hạ để làm lệnh điển đời đời. Từ nay xét xử ngục tụng, hết thảy y theo luật điều mới ban, không được trái vượt. Quan lại trong ngoài đều nên lưu tâm nghiên cứu. Dẫn dụng mà xử đoán, cần phải rõ ràng khiến cho hình được công bằng, không ai bị oan lạm, để báo đáp tấm lòng xử phạt thương xót việc hình của trẫm. Lại thấy điều lệ mới thi hành, nha môn trong ngoài chưa có thể xem kỹ hết mọi điều, chuẩn cho

từ năm nay đến cuối tháng 12 năm Đinh Sửu [7/1-4/2/1818], *quan xét hình có sơ suất nhầm lẫn thì không phải là có ý khép mở; tội người thì về tội roi và trượng đều miễn nghị, về tội đồ trở lên thì chiếu lệ thất xuất thất nhập* (1) *giảm thêm một bậc; từ năm Mậu Dần [5/2/1818-22/1/1819] trở đi thì xử trị theo luật*".

Tháng 9 [3/10-31/10/1815], Chưởng Hữu quân kiêm giám quân Thần sách quận công Phạm Văn Nhân từng giữ chức Khâm sai chưởng Hữu quân chết. Vua rất thương tiếc, sai Nguyễn Văn Thành trông coi việc tang.

Tháng 10 [1/11-30/11/1815] Gia Định bắt được đảng cướp có đứa 14 tuổi. Khi án dâng lên vua thương là trẻ con bị ép buộc làm theo, đặc biệt sai đánh 100 roi, rồi tha.

Dân biệt nạp thuế gỗ lim xã Tình Diệm [huyện Hương Sơn, Hà Tĩnh] đem bạc xin với thuộc lại để cầu tha đòi gỗ. Thuộc lại bắt đem tố cáo, quan trấn tâu xin trị tội. Vua dụ rằng:

"*Dân tình bách thiết, động việc là cầu xin, người trông coi chắc là không quấy rối sao?*"

Sai đem bạc trả lại dân mà tha tội.

Tháng 11 [1/12-29/12/1815], Vua bảo Tham tri Nguyễn Hữu Thận rằng:

"*Xét công các huyện lệnh rất khó. Thuế má để thiếu thì xử tội thế nào?*".

Hữu Thận thưa rằng:

"*Ngạch thuế trong hạt xin chia làm 10 thành, thiếu 1 thành trở lên thì y phép luận tội, nếu không đến 1 thành thì miễn tội*".

Vua cho là phải.

Sai lấy đất Tam Độc [Ba Ngòi, Nha Trang] làm nơi đày tù án lưu. Hạ lệnh cho trấn thần chọn nơi thuỷ thổ hơi lành và có địa lợi có thể nhờ mà làm ăn, thì cho dựng nhà tranh cho ở.

Quảng Nam có người thuộc lại tuổi 70 phạm tội xuy [bị đánh roi]. án dâng lên. Vua bảo bộ Hình rằng:

"Theo luật thì người 70 tuổi thì được nghỉ việc".

Bèn hạ lệnh bãi dịch và miễn đánh roi.

Vua thấy dân Gia Định nhiều người sang ngụ ở Chân Lạp, sợ làm khổ cho dân nước này, bèn hạ chiếu dụ Vua Chân Lạp, Nặc Chăn, rằng:

"Nước ngươi đời làm phiên thần, triều đình hằng lo vỗ về, vốn muốn cho dân ngươi an cư lạc nghiệp, chung hưởng thái bình. Nay nghe dân Hán [dân Việt] *có nhiều người trốn ở nước ngươi. Bọn ấy đều là những người lêu lổng không chăm lo nghề nghiệp, dân nước ngươi ở lẫn cùng họ chắc là khổ lắm. Nên ta lệnh cho các Ốc nha xét trong bọn người Hán người nào không phải là thuộc hai đội Cường bộ, An bộ và là lính bảo hộ thì đuổi về hết. Lại quân và dân đến buôn ở Nam Vang phải có bằng do thành* [Gia Định thành] *cấp, bảo hộ và quan các trấn không được tự tiện cấp giấy thông hành".*

Người Thanh đưa cai đội Nguyễn Văn Mân và những binh lính bị bão 50 người trở về. Bọn Văn Mân đi chở gỗ ở Gia Định, gặp bão trôi dạt đậu vào Nhai Châu [Hải Nam]. Tổng đốc Lưỡng Quảng sai Thông ngôn là Lưu Gia Khu đưa về. Khi tới kinh, vua triệu đến hỏi thăm, cho Gia Khu 20 lạng bạc và bảo về.

Lại bàn đến đạo Thiên chúa của Tây Dương, Nguyễn Văn Thắng [Chaigneau] tâu rằng:

"*Thiên chúa ra đời tới nay đã 1815 năm*".

Vua sai Nguyễn Hữu Thận tính thử, thì nhằm năm Nguyên Thuỷ thứ 1 đời Hán Bình đế là năm Tân dậu [11/2/1-31/1/2]; điều này chứng tỏ Nguyễn Hữu Thận tính đúng.

Tháng chạp [30/12/1815-28/1/1816], sửa cống nước huyện Nam Xang [huyện Lý Nhân, Hà Nam]. Huyện Nam Xang có bảy tổng bốn mặt giáp sông, trong có sông nhỏ thông với sông cái, trước có đê, đê hỏng bèn xây cống ở giữa xã Mạnh Khê và xã Cao Đà [huyện Lý Nhân, Hà Nam]. Đến nay cống ấy cũng hỏng, quan Bắc Thành tâu rằng ruộng bảy tổng ấy nửa chiêm nửa mùa, đê chắn nước ngoài thì tiện cho vụ chiêm mà không tiện cho vụ mùa, có cống thì tuỳ tiện chứa nước tháo nước, chiêm mùa đều lợi cả hai, xin theo ý nguyện của dân mà sửa cống; bèn chi tiền kho hơn 6.000 quan.

Vua tuổi đã cao mà chưa định người nối ngôi. Hoàng tử thứ tư hiền và lớn hơn cả, vua đã để ý; bầy tôi đều có lòng theo. Riêng một mình Nguyễn Văn Thành là người ngạo mạn kiêu căng, muốn được vua nhỏ tuổi, không thích vua lớn tuổi. Một hôm mời các quan trong triều uống rượu ở nhà, nói lên rằng:

"*Hoàng tôn Đán nối ngôi, tôi sắp tâu xin lập đấy*".

Cử toạ không ai dám nói gì; riêng Trịnh Hoài Đức sợ vạ lây mình, bèn nói rằng:

"*Việc lớn của nhà nước, quyết định do ở lòng vua, nếu người bầy tôi định kế riêng, tham lấy công to thì tội lại lớn*".

Văn Thành bèn thôi, sau có người nói đến tai vua. Vua giận nói rằng:

"Hắn muốn dựng vua nhỏ để dễ khống chế, ngày sau có thể chẹt họng vỗ lưng chăng. Ta há tối tăm nhầm lẫn, không biết đắn đo nên chăng, vội nghe lời hắn mà không vì xã tắc chọn người sao!".

Từ đó hễ cứ Văn Thành vào yết kiến là chỉ xin dựng Thái tử, Vua nín lặng. Văn Thành tự biết không được thoả ý, càng thêm ngờ sợ. Con là Văn Thuyên nhòm biết ý cha, thầm mang lòng phản trắc, bèn giao thiệp khách khứa, kết riêng bè đảng; Văn Thành cũng không ngăn cấm. Khi ấy có người Thanh Hoa là Nguyễn Trương Hiệu tự đến xin làm môn khách của Văn Thuyên. Không bao lâu, Văn Thuyên sai về Thanh. Trương Hiệu nói với người cùng quê là Thiêm sự Hình bộ Nguyễn Hựu Nghi rằng Văn Thuyên ngầm muốn nổi loạn, dùng thơ sai Trương Hiệu gọi bọn người trong quận là Nguyễn Văn Khuê, Nguyễn Đức Nhuận, lời rất bội nghịch; thơ như sau:

Văn đạo Ái Châu đa tuấn kiệt,

Hư hoài trắc tịch dục cầu ti.

Vô tâm cửu bảo Kinh Sơn phác;

Thiện tướng phương tri Ký Bắc kỳ.

U cốc hữu hương thiên lý viễn;

Cao cương minh phượng cửu cao tri.

Thử hồi nhược đắc sơn trung tể,

Tá ngã kinh luân chuyển hoá ky.

Dịch nghĩa:

Nghe nói ái Châu nhiều tuấn kiệt

Dành để chiếu bên ta muốn chờ.

Vô tâm ôm mãi ngọc Kinh Sơn

Tay sành mới biết ngựa Ký Bắc.

Thơm nghìn dặm lan trong hang tối;

Vang chín chằm phượng hót gò cao.

Phen này nếu gặp tể [tướng] trong núi,

Giúp ta kinh luân chuyển hoá cơ.

Dịch thơ:

Ái châu nghe nói lắm người hay,

Ao ước cầu hiền đã bấy nay.

Ngọc phác Kinh Sơn (2) tài sẵn đó,

Ngựa Kỳ Ký bắc (3) biết lâu thay.

Mùi hương hang tối xa nghìn dặm,

Tiếng phượng gò cao suốt chín mây.

Sơn tể phen này dù gặp gỡ,

Giúp nhau xoay đổi hội cơ này.

Nghi sai Trương Hiệu đem thơ ấy cáo với Lê Văn Duyệt. Duyệt với Văn Thành vốn không ưa nhau, bèn đem thơ phản nghịch của Văn Thuyên dâng lên; Vua cho rằng sự trạng chưa được rõ rệt, hãy để đấy.

Trương Hiệu nhân thế giữ bài thơ làm bằng cớ, thường

đến Văn Thuyên đòi hối lộ; Văn Thuyên cho mãi không vừa. Hiệu bèn lẻn đợi Văn Thành lui chầu, đứng ở bên đường nắm lấy vạt áo mà hỏi mãi. Văn Thành bất đắc dĩ, bắt Trương Hiệu và Văn Thuyên đưa cho dinh Quảng Đức [Thừa Thiên] tra hỏi, rồi tự rảo vào chầu, đem việc tâu lên. Vua sai đình thần xét án, Trương Hiệu nói đủ về tình trạng mưu phản của Văn Thuyên và đem môn khách của Văn Thuyên là Đỗ Văn Chương làm chứng. Hỏi thì Văn Chương đã về Gia Định; Vua bèn tha Văn Thuyên ra khỏi ngục ra và hạ lệnh bắt Văn Chương về kinh để đối chất.

Tướng nước Xiêm đóng đồn ở Bắc Tầm Bôn [Battambang, Cambodia]. Tham Đích Tây nước Chân Lạp cho quân đi qua đất ấy, tướng Xiêm đem quân đánh đuổi đến Phủ Lật, giết và bị thương rất nhiều. Tham Đích Tây kháng cự, quân Xiêm bèn lui. Việc đến tai vua; bèn sai Nguyễn Văn Thuỵ đóng quân ở Nam Vang và sai quan thành Gia Định cho người hỏi rõ tình trạng. Sau biết Tham Đích Tây là người gây hấn, bèn bảo vua Chân Lạp trị tội.

Sai Tham tri Lễ bộ là Bùi Mân, Thiêm sự Công bộ là Nguyễn Kim Truy đem việc hết quốc tang báo với nước Xiêm. Tặng Phật vương 40 lạng vàng, 500 lạng bạc, 5 cân quế, đường phổi đường phèn đều 500 cân, 2.000 cân đường cát, 55 phiến đá Thanh Hoa; cho vua thứ hai 20 lạng vàng, 300 lạng bạc, 3 cân quế, đường phổi đường phèn đều 300 cân, 1.000 cân đường cát.

Chú thích:

1. Thất xuất thất nhập:Ý chỉ nương tay xử nhẹ tội, hay nặng tay xử tội nặng cho người.

2. Kinh Sơn: Núi Kinh Sơn tại tỉnh Hồ Bắc, nơi Biện Hoà tìm được ngọc quí.

3. Ký: Một trong 9 châu thời xưa tại Trung Quốc, vị trí nay thuộc các tỉnh Hà Bắc, Sơn Tây. Sách **Nam Tề Thư** chép "*Tần tây Ký bắc có nhiều ngựa quí*", cho đất này là nơi sinh sản ngựa tốt, và cũng chỉ nơi phát xuất nhân tài.

198. Nhà Nguyễn: Gia Long [1802-1819] (15)

Tháng giêng năm Gia Long thứ 15 [29/1-27/2/1816], lấy Nguyễn Huỳnh Đức làm Tổng trấn Gia Định.

Thuyền trưởng người Phúc Kiến là Tăng Sĩ Lương sang buôn ở Gia Định, giấu 6 hòm trân châu lớn để trốn thuế; bộ Hình tâu rằng theo phép bắt phải sung công. Vua cho rằng người buôn ở xa nhầm mà phạm lỗi, phạt trượng rồi tha cho và trả cả ngọc.

Hơn mười người biền binh chở gỗ ván Gia Định, bị bão dạt vào hải đảo. Thuyền đánh cá người đảo Hải Nam [Trung Quốc] là Hoàng Hưng Bảo đưa về Bình Hoà [Ninh Hoà, Khánh Hoà]. Quan trấn đem sự việc tâu lên; sai thưởng cho Hưng Bảo 100 quan tiền, 50 phương gạo; lính bị nạn thì cấp áo cơm khiến trở về nhà.

Triệu Thượng thư bộ Hộ lãnh Hộ tào Bắc Thành là Nguyễn Đình Đức về kinh. Lấy Tả tham tri bộ Hộ Nguyễn Hữu Thận thay lãnh Hộ tào. Trước đó Vua thấy Bắc Thành nhiều việc, muốn triệu Đình Đức mà khó có người thay, bèn bảo Hữu Thận rằng:

"Ta đã lựa chọn, không có khanh thì không được, nên có mệnh ấy".

Ốc nha nước Chân Lạp là Siêu khéo bắt voi. Vua nghe

chuyện, sai gọi về Kinh, đặc biệt trao cho chức Cai đội, thưởng tiền bạc quần áo rồi cho về, khiến mỗi năm bắt 30 thớt voi để dâng.

Xây đắp đồn Châu Đốc [An Giang]. Trước đây vua thấy đạo Châu Đốc là nơi quan trọng ở biên Thuỳ, muốn đặt đồn hiểm để giữ. Sai giám thành sứ là Nguyễn Đức Sĩ đến xem đo hình thế, vẽ bản đồ dâng lên; nay lấy lính thú ở Gia Định và lính cơ ở bốn trấn 3.000 người, cấp tiền gạo cho ứng dịch. Sai Phó tướng tả quân là Nguyễn Văn Xuân, Trấn thủ Vĩnh Thanh là Lưu Phước Tường cùng Đức Sĩ trông coi công việc. Lại gọi 2.000 quân dân Chân Lạp đến hội, Vua dụ Vua Chân Lạp Nặc Chăn rằng:

"Nước ngươi đời đời giữ bờ cõi ngoài phiên, một lòng kính thuận. Triều đình hằng nghĩ vỗ về để giữ yên cho. Việc đắp bảo này không phải là muốn phiền dân, mà cốt là bảo vệ Hà Tiên để sách ứng cho Nam Vang. Vương nên chọn uỷ quan viên người nào lanh lợi siêng năng cho đem quân dân đến làm, khiến mọi người đều vui lòng như con đến làm cho cha vậy".

Rồi thấy binh dân nhiều người ốm và trốn, lại lấy thêm dân bốn trấn và lính đồn Uy viễn mỗi bên 1.000 người để sung vào. Sai quan thành Gia Định cho người ghi rõ phần vụ công việc, cứ mười ngày thì tâu một lần; dụ rằng:

"Công việc thổ mộc, là việc bất đắc dĩ. Một phen đã làm, việc động binh dân thì nên hết lòng kinh lý, đừng để sai hẹn mà động đến việc nông".

Tháng 2 [28/2-28/3/1816], Cai châu Thuỷ Vĩ trấn Hưng Hoá là Hoàng Kim Châu cùng Phó châu là Lý Văn Chính có hiềm khích, bèn mưu với Tấn thủ Hà Khẩu [Vân Nam] là

Triệu Bỉnh Trung. Bỉnh Trung nhận hối lộ, họp quân đến giết Văn Chính mà cướp lấy của. Sự việc phát giác, quan trấn gửi thư cho Tổng đốc Lưỡng Quảng xin bắt Bỉnh Trung. Nhưng Bỉnh Trung là người của Tổng đốc, nên che giấu không bắt giao, chỉ đưa thư giục uỷ người sang nhận tang vật. Quan Bắc Thành đem sự việc tâu lên, Vua bảo bầy tôi rằng:

"Nếu cứ giằng co thì sinh hiềm khích ở biên cương, không bằng sai quan trấn bảo họ xử tội Bỉnh Trung, rồi sau hãy nhận tang, như thế thì dứt được hiềm nghi".

Rồi sai chém tên Châu ở chợ.

Dân Gia Định đi buôn ở các sách Man Cổ Khăng, Bồ Lô thuộc Chân Lạp, nhiều đến hơn 500 người, họ cầm binh khí để tự vệ, người Xiêm lấy làm ngờ, nghiêm ngặt phòng giữ. Vua nghe tin, ban sắc cho quan thành Gia Định rằng từ nay giấy thông hành của dân buôn chỉ cho 10 người làm hạn, không được quá nhiều, khiến nước láng giềng phải sợ.

Bảo hộ Chân Lạp là Nguyễn Văn Thuỵ được người Chân Lạp tin phục, gửi thư thăm hỏi; Thuỵ sợ bị hiềm nghi nên tâu lên. Vua ra lệnh từ nay hễ có thư của người Chân Lạp, việc thường thì tự viết thư trả lời, việc quan trọng thì mới chuyển đạt qua thành Gia Định.

Ký lục Quảng Trị là Nguyễn Duy Hoà vào chầu, dâng sớ hạch tội Nguyễn Văn Thành rằng:

"Con Văn Thành là Văn Thuyên âm mưu làm phản, sự cơ tiết lộ, Thành không biết đến cửa khuyết chịu tội mà còn mặc áo triều, mũ triều nghênh ngang đứng ở trên các đình thần, như thế thì còn thể thống triều đình chi nữa. Vả triều đình là triều đình của liệt thánh, Hoàng thượng ta vâng trời chịu mệnh, giữ đất lên ngôi, chính triều đình để chính bách quan,

chính muôn dân để chính bốn phương, khiến thần dân trong nước xem làm khuôn mẫu. Nay Văn Thuyên đã hạ đình nghị mà lại yên ổn ở nhà, pháp luật không được thi hành thì lấy gì mà tỏ bảo cho thiên hạ? Huống chi Văn Thành soạn điều luật, tự tiện bỏ mất điều kết giao cận thị (1), cử Trần Hựu là người bậy mà giấu tội cưỡng dâm với vợ người, âm kết bè đảng, dối người trên làm việc riêng, xây dựng mồ mả cho mẹ thì vượt phép phạm phận, xét đạo của người bầy tôi, tội rất lớn vậy. Nay bệ hạ nếu thương là người có công, cũng nên giao cho công luận, lấy phép mà trị, rồi sau lấy ơn mà chu toàn cho, thế thì phép nước được tỏ bày mà kẻ gian thì biết sợ hãi".

Sớ giao xuống đình nghị. Nguyễn Văn Thành chỉ nhận một việc cử nhầm Trần Hựu, dâng sớ chịu tội, còn các khoản khác đều cãi cả. Vua nhân nói đến bài thơ nghịch của Văn Thuyên và dụ bầy tôi rằng:

"Ý thơ của văn Thuyên sao mà tiếm bội thế! Phàm có Lương Vũ đế làm vua rồi sau mới có tể tướng trong núi chứ. Văn Thuyên là người thế nào mà muốn được tể tướng trong núi?".

Tham tri Hình bộ là Võ Trinh cho rằng bài thơ lời quê không hợp lẽ tuy nhiên câu thứ 5 của bài thơ "*U cốc hữu hương thiên lý viễn*" cho rằng chữ "hương 香" nguyên là chữ "lan 蘭"vì kiêng tên huý [Nguyễn Phúc Lan] nên tránh; vậy y còn biết kỵ húy, thì chưa phải là bội nghịch; lời giải thích này, Vua không bằng lòng. Tuy nhiên nếu xét hai câu luận trong bài thơ này:

U cốc hữu hương thiên lý viễn

Cao cương minh phượng cửu cao tri.

Chữ "*phượng* 鳳" là danh từ cụ thể, không thể đối với chữ "*hương* 香" thuộc trừu tượng, vậy thì chữ "lan 蘭" là hợp cách và hợp nghĩa; dịch nghĩa như sau "*Lan trong hang tối thơm nghìn dặm*"

Ngày Ất Sửu 15[13/3/1816], tế Trời Đất ở đàn Nam giao, trước đó bộ Lễ tâu rằng:

"*Tế Nam giao là đại lễ, Nguyễn Văn Thành là người có tội không nên dự*".

Vua nói:

"*Văn Thành là người trọng thần của nước, con là Văn Thuyên dù có càn bậy, nhưng việc còn mờ tối, há nên nghe thuyết một bên mà vội xa bề tôi huân cựu sao?*".

Bèn sai Văn Thành vẫn dự lễ phân hiến. Sau vài ngày vua đương coi chầu, Văn Thành từ cửa Tả túc vào, lên thẳng điện lớn tiếng kêu gào, người tả hữu cản lui xuống. Từ đấy mới cấm không được vào chầu nữa.

Bắt trói Tham tri Hình bộ Võ Trinh và Chưởng cơ Tống Phước Ngoạn hạ ngục. Đình thần đương họp tra Văn Thuyên cùng Nguyễn Trương Hiệu, thanh biện chưa xong. Có viên xá sai hình ty là Trần Ngọc Ngữ làm ngục lại nói với Võ Trinh rằng:

"*Trương Hiệu trước làm tịch sĩ cho Nguyễn Hựu Nghi, nay nhận là môn khách của Văn Thuyên là không đúng*".

Trinh đem lời đó nói với Tống Phước Ngoạn, Ngoạn lòng muốn biện cho Văn Thuyên bị vu, bèn ngầm giục Ngữ đem việc phát giác. Vua sai đình thần nghiêm tra. Ngữ không trả lời được, đổ cho Trinh và Ngoạn mớm lời; hai bên đều bị tội.

Dân đói, triều đình chỉ cho người có ruộng vay, để có thể đòi lại được. Quan thuộc dinh Quảng Trị tâu rằng:

"Triều đình thương dân đói mà cứu sống là điều rất may. Nhưng cho vay mà căn cứ vào ruộng làm hạn thì kẻ không có ruộng không được nhờ ơn".

Vua nói:

"Dân không đều nhau đã lâu rồi, sao có thể nhất nhất đều nhau được! Duy cho vay nhiều thì gạo rẻ, kẻ không có ruộng nhờ đó mà cũng được nhờ ơn".

Ngày Canh Dần mồng 10 tháng 3 [7/4/1816], đặt triều nghi ở điện Cần Chánh, triệu bầy tôi đến, dụ rằng:

"Trẫm nay làm việc đã mỏi, rất lo đến kế lớn của Xã Tắc. Thái tử là ngôi trừ nhị (2) của nước, cần phải sách lập để trọng chính thống mà giữ bền gốc nước".

Bèn triệu Thượng thư bộ Lại bộ Trịnh Hoài Đức đến trước giường ngự, sai viết

"Lập hoàng tử Hiệu [Minh Mệnh] *làm Hoàng thái tử"*

Rồi đưa cho bầy tôi xem, Vua nói:

"Ai đồng ý thì ký tên vào".

Quần thần đều nói:

"Ý thánh định trước, thực là phước không cùng của xã tắc, bọn thần xin noi theo mệnh lệnh".

Vua thung dung dụ rằng:

"Cha con truyền ngôi cho nhau là đạo thường xưa nay. Từ đời Hán đời Đường trở xuống, ít người không theo. Hoặc có kẻ nói "đích tôn thừa trọng" [Cháu đích tôn nhận trọng

trách], *ta thực không hiểu thuyết ấy. Duy có vua Thái tổ nhà Minh mê hoặc theo lời nói của Lưu Tam Ngô mà bỏ con là Yên Vương* [Minh Thành Tổ] *để lập đích tôn là Doãn Văn, rốt cùng sinh tai vạ. Phàm biết con không ai bằng cha. Nếu vua Thái tổ nhà Minh cho Yên Vương là hiền mà bấy giờ họp ngay đình thần, nói rõ là lập làm thái tử, thì một lời nói ra, ai dám không theo! Như thế thì làm sao sinh loạn được".*

Quần thần đều vui phục.

Ngày Đinh Dậu 17 [14/4/1816], đúc ấn vàng sách vàng cho Hoàng thái tử.

Sai Đô thống chế Trần Văn Năng, Thượng thư Trịnh Hoài Đức, Tham tri Hoàng Văn Diễn và Nguyễn Khoa Minh coi việc làm sách ấn. Ngày Nhâm dần 22 [19/4/1816], dựng cung điện Hoàng thái tử ở phía đông hoàng thành gọi tên là điện Thanh Hoà; trước điện dựng nhà Đoan bản và cửa Chấn hanh. Sai Đô thống chế Nguyễn Văn Soạn và Tham tri Đoàn Viết Nguyên trông coi công việc.

Người xã Phạn Khoả trấn Nam Định, đón xa giá dâng sớ tâu nói rằng: trước đây bị người vu cáo, ruộng đất bị tịch thu, sau án xét ra được vô tội, xin trả lại ruộng đất, nhưng quan sở tại cho rằng trót đã thu rồi không cho.

Vua xem lời tâu, sắc cho quan Bắc Thành thần xét rõ các án, phàm có người bị ruộng đất tịch thu mà xét ra không có tội trạng thì trả lại hết.

Khai mỏ đồng Trình Lạn tại châu Thuỷ Vĩ [Lao Cai]. Trình Lạn có mỏ đồng đỏ, người Thanh xin khai mỏ để nộp thuế; quan Bắc Thành tâu lên, Vua y cho.

Sai thuỷ quân và đội Hoàng Sa đi thuyền ra Hoàng Sa để

thăm dò đường thuỷ.

Bọn Bùi Đức Mân và Nguyễn Kim Truy từ nước Xiêm về. Trước đây người Xiêm lấy việc đánh nhau ở Phủ Lật mà oán Nặc Chăn, vua thứ hai nước Xiêm mưu với Phật vương rằng:

"Nặc Chăn dám khinh rẻ ta vì cậy có Nam triều che chở. Nay ta đánh Chăn, Nam triều tất phải cứu, nhân đó ta đánh luôn để cởi hai mối giận".

Phật vương không nghe, nói:

"Gây ra mối hấn không phải là phước. Nếu quyết thực hành mưu ấy, thì xin nhường nước cho".

Việc bèn thôi, sau vài tháng, người Xiêm phao tin là quân ta sắp đến. Phật vương cả sợ, bèn tạo thuyền chiến, sửa đồn binh, làm kế tự thủ. Phàm dân đến buôn đất ấy, đều ngờ là do thám, bắt bỏ tù cả. Đến khi bọn Đức Mân đến, Phật vương hỏi rằng:

"Việc đánh nhau ở Phủ Lật Nguyễn Văn Thuỵ có được biết không?"

Đức Mân nói:

"Không".

Phật vương im lặng. Lại hỏi:

"Nguyễn Văn Thành và Lê Văn Duyệt ở đâu?".

Thành, Duyệt đều là tay tướng cũ; Duyệt lại trấn Gia Định, có tiếng, người Xiêm sợ, mỗi khi sứ giả ta đến họ vẫn hỏi thăm. Đức Mân đem tình trạng bảo cho họ biết. Phật vương hậu đãi mà tha những dân ta bị tù. Đến nay bọn Đức Mân về nước, đem việc tâu lên. Vua không muốn gây hấn khích ngoài biên, bèn hạ chiếu cho Nặc Chăn thông sứ với nước Xiêm, Dụ rằng:

"Nước ngươi đối với Xiêm, lấy nước nhỏ thờ nước lớn đã lâu năm rồi. Nay vương tuy không thân hành sang thăm, cũng nên sai sứ đi như xưa, không nên trước hậu mà sau bạc".

Do đó nước Chân Lạp lại cùng nước Xiêm giao hảo.

Tháng 4 [27/4-26/5/1816], thu ấn Chưởng Trung quân của Nguyễn Văn Thành và giam Văn Thuyên vào ngục. Trước là Nguyễn Trương Hiệu tố cáo Văn Thuyên mưu phản, Văn Thuyên cho rằng thơ ấy không phải tự tay viết, cố cãi là vu. Kịp Đỗ Văn Chương làm chứng cho lời nói của Hiệu là đúng; Phạm Đăng Hưng tâu lên. Vua nói:

"*Văn Thuyên đã phục chưa*?"

Trả lời rằng chưa. Vua nói:

"*Nó có lòng làm phản, sao được già miệng thế*?"

Đăng Hưng tâu rằng:

"Văn Thuyên tự cho mình là con công thần, bệ hạ không nỡ giết và bọn thần ngửa theo lòng thánh, không dám hết phép tra trị, nên mới già miệng là do cậy mình vậy".

Vua nín thinh, sáng hôm sau bèn sai Lê Văn Duyệt tra hỏi. Văn Thuyên quả phục, do đó Văn Thành sợ hãi xin chịu tội. Vua bèn đưa tờ biểu ra cho bầy tôi xem. Đăng Hưng tâu nói:

"Văn Thành dâng biểu này, lời nói úp mở, muốn lấy khôn vặt đánh lừa triều đình, việc xin chịu tội là không phải thực lòng vậy".

Vua nói:

"Lấy tình thực mà nói, Văn Thành không phải là người phản bạn, chỉ có lỗi là không biết con mình là ác, mà lại che lỗi cho, ấy là muốn khêu lòng giận cho mọi người, cũng ngu lắm vậy có gì là khôn đâu?".

Bầy tôi xin hạ ngục Văn Thành,Vua nói:

"Văn Thành vốn là kẻ có tội; nhưng thể thống đối với đại thần, cũng nên có cách xử trí".

Bèn sai thu ấn và khiến về ở nhà riêng.Văn Thành mất chức; Vua bảo bầy tôi rằng:

"Văn Thành thân làm đại thần mà dung túng cho con kết nạp môn khách, là hiếu danh ư ? Hay ý muốn làm gì ? Có người tôi như thế xử trí thực khó. Nếu không bảo toàn được công thần thì cũng không phải là việc hay của trẫm, thế mới khó chứ!".

Đắp đê giữ ruộng ở huyện Tống Sơn, Thanh Hoa. Năm ngoái Vệ uý Tôn Thất Huy tâu xin lưu vệ binh ở trấn để cùng với dân huyện đắp đê để bảo vệ nghề nông, Vua y lời xin. Đến nay khởi công đắp đê, sai phát tiền 1.000 quan, 5.000 phương gạo cấp cho.

Tướng giặc ở châu Bố Chính ngoại dinh Quảng Bình tên là Điện nguỵ xưng niên hiệu Càn Thái, họp đảng ở xã Thanh Bào mưu nổi dậy. Lưu thủ là Phan Văn Thuý đem quân vây bắt. Điện trốn sang Nghệ An, quan quân bắt giết.

Tháng 5 [27/5-24/6/1816] đúc ấn bạc Hoàng thái tử, trên khắc chữ triện "**Đông triều thị tín**" (3).

Ngày Ất Mão mồng 7 tháng 6 [1/7/1816], điện Thanh Hoà làm xong; ngày Bính Thìn mồng 8 [2/7/1816], Hoàng tử thứ tư [Minh Mệnh] lên ở điện Thanh Hoà.

Người thiểu số Thạch Bích [Đá Vách] ở Quảng Ngãi lại quấy rối ngoài biên; Trấn thủ Phan Tiến Hoàng đánh không lợi. Vua nghe tin, chiếu sai Lê Văn Duyệt đem quân tiến tiễu, dùng Phó đô thống chế Nguyễn Văn Trí, Vệ uý Phan Đăng Tuyên và Nguyễn Văn Trượng phụ tá. Lại sai Quảng Nam, Bình Định lượng phát biền binh theo Duyệt điều khiển. Duyệt đến nơi, người thiểu số đều trốn nấp cả; bèn lưu bọn Trí,Trượng cầm quân rồi triệu Duyệt về.

Trói Phan Tiến Hoàng giải về Kinh, giao bộ Hình bàn xét; Hiệp trấn Nguyễn Hoài Quỳnh tâu:

"*Tiến Hoàng thân làm tướng ngoài biên, trị dân chống giặc không đúng phép đến nỗi quân ác man gây việc, đến khi đem quân đánh dẹp, lại sai quân cơ, xin xử theo tội trảm giam hậu*".

Vua theo lời.

Nguyễn Văn Trí sai Nguyễn Văn Trượng đánh úp người thiểu số Thạch Bích, phá tan. Trước là viên Đội trưởng ở Quảng Ngãi là Nguyễn Đặc bị Quản suất lăng nhục, trốn theo dân thiểu số Thạch Bích, hằng dẫn quân thiểu số đi cướp bóc. Kịp khi đại quân tiến đến, Đặc tự thú xin lập công chuộc tội, Lê Văn Duyệt cho. Đến nay, Đặc dụ quân thiểu số đến; Trí ngầm sai Trượng nấp quân đánh úp, chém hơn trăm thủ cấp, bắt được khí giới rất nhiều. Tin thắng trận báo lên; thưởng cho Trượng mũ áo và 1.500 quan tiền, cho các biền binh 6.000 quan tiền, mà tha tội cho Đặc.

Tháng 6 nhuần [25/7-22/8/1816], sai đình thần bàn lại án phản nghịch của Nguyễn Văn Thuyên. Trước vua từng sai bộ Hình lấy những lời ở trong án trích tâu, đọc đến việc

Nguyễn Văn Thành sai Nguyễn Trương Hiệu Phước xem mả mẹ, vua nói:

"Văn Thành cầu lấy đất tốt sợ giàu sang không được thêm nữa à ?

Đến nay án dâng lên, đình thần đều nói:

"Văn Thuyên mưu làm phản, tội trạng rõ ràng; Văn Thành thì dám che giấu cho con, lấy yêu ngôn tâu bậy, sửa mộ quá phép, tiến cử người xằng, nhiều điều bất pháp như thế, xin xử tội chết".

Chỉ một mình Tham tri bộ Lại Trần Văn Tuân cho rằng:

"Văn Thành không dạy được con thì tội nhẹ; Nguyễn Duy Hoà tham hặc đại thần thì tội nặng."

Vua giận nói:

"Vậy là muốn khoá miệng người ta à? Há không có bè đảng sao?".

Bèn hạ lệnh bàn lại.

Tháng 7 [23/8-20/9/1816], triệu Chưởng cơ lãnh Trấn thủ Vĩnh Thanh là Lưu Phước Tường về Kinh; lấy Trấn thủ Hà Tiên là Nguyễn Văn Triêm làm Trấn thủ Vĩnh Thanh, Phó vệ uý vệ Hùng cự nhị là Trần Văn Trinh làm Trấn thủ Hà Tiên. Trinh ra đi, Vua dụ rằng: *"Việc binh dân kiện tụng triều đình đã có phép sẵn ngươi nên cẩn thận giữ phép vỗ nuôi dân chúng ngoài biên, đừng nên tham cao chuộng lạ".*

Ban mũ áo thường triều cho các quan nước Chân Lạp. Trước đây, Vua Nặc Chăn đã nhận mũ áo, quan Chân Lạp trông thấy khen ngợi đều xin đổi theo phục sắc của nước ta; quan thành Gia Định tâu xin cho. Từ đấy y phục đồ dùng của người Chân Lạp phần nhiều mộ theo phong cách người Việt, tục cũ dần dần đổi bỏ.

Hoàng tử thứ 6 là Bính dung túng cho bọn thuộc hạ ở phủ đi dỗ con nhà người ta làm nghề con hát. Việc đến tai vua; Vua giận sai đánh rất đau. Hoàng thái tử khóc xin cho. Vua không cho; bảo bọn Lê Văn Duyệt, Nguyễn Văn Nhân, Nguyễn Đức Xuyên rằng:

"Từ nay hoàng tử hoàng tôn có làm gì trái phép, bọn ngươi phải báo cáo trẫm biết".

Tham tri bộ Hộ là Lê Viết Nghĩa đi thanh tra các trấn Gia Định, sai riêng lính coi kho thiện tiện mua lương của nhà nước, bị trấn Vĩnh Thanh tố phát, Vua sai giết.

Phạm Đăng Hưng xin đặt kho ở xã [xã thương] để phòng chẩn cấp năm mất mùa. Vua nói:

"Trẫm trù tính đã kỹ rồi, phương pháp đặt xã thương làm được thực khó, kẻ giữ kho không được người tốt thì sẽ hại cho dân. Không bằng cẩn thận rộng chứa thuế chính cung, gặp khi đói kém thì phát chẩn và cho vay, đó cũng là chước hay vậy".

Lại từng bảo Đăng Hưng rằng:

"Đời xưa chia ruộng và định sản nghiệp, việc ấy xem ra như hay. Nhưng nghĩ bọn du thủ du thực, dẫu trao ruộng đất cho ắt cũng không chịu siêng năng làm việc, rồi cũng chuyển bán cho người khác. Nay muốn ngăn cấm việc kiêm tính ấy ra để chia đều, chỉ thêm nhiễu dân mà thôi. Trẫm nghĩ kỹ rốt cuộc cũng không làm được".

Tháng 8 [21/9-20/10/1816] Xiêm La sai bọn Sá Thông Sự đến hiến phương vật và hỏi việc năm ngoái Tham Đích Tây đánh quân Xiêm. Vua cho vào yết kiến ở điện Cần Chánh và dụ rằng:

"*Tội của Tham Đích Tây đã sai vua Phiên* [Chân Lạp] *trị rồi. Nhưng đầu mối gây ra việc đánh nhau là ở tướng Xiêm, về cáo cho vua ngươi biết nhé*".

Tháng 9 [21/10-18/11/1816], nước Chân Lạp sai sứ sang mừng lễ lớn sách lập Hoàng thái tử. Vua thấy nước ấy mới yên, sai thu phẩm vật một vài thứ, còn dư cho trả lại rồi hậu đãi cho về.

Cấm thuyền buôn chở riêng thóc gạo hoá vật thông thương với nước ngoài. Kẻ nào phạm thì lấy luật giao thiệp riêng ngoài cõi và luật phạm cấm ra biển để xử, thuyền và hàng hoá sung công.

Bảo hộ Chân Lạp là Nguyễn Văn Thuỵ ốm xin giải chức; sai Chưởng cơ Lưu Phước Tường thay.

Vua cho rằng bảo hộ là chức vụ quan trọng ở ngoài biên, cho Phước Tường làm Thống chế, cho trật ngang Thống chế Thuỷ dinh, cấp cho ấn đồng bảo hộ cho trọng thêm quyền. Phước Tường từ giả, Vua cho lên điện và dụ rằng:

"*Gia Định giáp giới Chân Lạp, đường giao thông bốn bề năm ngả, ngươi nên bày tỏ với thành thần sửa sang đường sá, cho mạnh sự phòng thủ ngoài biên*".

Cho 50 quan tiền, lại cho mộ lập một đội thuộc sai để đi theo.

Ban tiền "**Gia Long thông bảo**" mới đúc. Hạ lệnh cho các dinh trấn từ Quảng Bình vào Nam, phàm lương bổng và chi tiêu đều dùng tiền cả; duy dân gian nộp thuế vẫn phải dùng nửa tiền nửa bạc.

Huỷ tiền nguỵ hiệu của Tây Sơn, chiếu rằng: "*Quy chế đúc tiền, từ xưa ghi niên hiệu cốt để phân biệt. Từ thuở Tây Sơn lấn cướp, đúc ra các thứ tiền* ***Thái Đức, Quang Trung, Cảnh Thịnh, Bảo Hưng****, dân gian nối nhau thông dụng, lẫn lộn rất nhiều. Nhưng noi theo đã lâu, chợt nghiêm cấm thì người tích trữ phải đọng lại mà không thông, người dùng quen thì ngại tiền mới, thực ra không tiện cho dân. Vậy chuẩn định những tiền nguỵ cho thông dụng thêm từ năm Đinh Sửu [16/2/1817-4/2/1818] đến năm Tân Tỵ [3/2/1821-22/1/1822] là năm năm, từ năm Nhâm Ngọ [23/1/1822-10/1/1823] về sau thì đều cấm. Ở trong hạn ấy thì kho tàng trưng thu và nhân dân mua bán không được kén loại, làm trái thì có tội*".

Tháng 10 [19/11-18/12/1816], Chân Lạp dâng biểu xin hằng năm sai sứ sang chầu một lần. Vua chấp nhận cho sứ giả hàng năm đi cùng thuyền chở của Gia Định; phẩm vật tiến cống gồm: sừng tê 2 tòa, ngà voi một cặp, sơn đen 10 ghè; đậu khấu, sa nhân, sáp ong, cánh kiến, trần hoàng đều 50 cân.

Vua nghe tin quân và dân ở Gia Định nhiều người chiếm ruộng đất của người Chân Lạp, các nha môn cũng có người Chân Lạp đến phục dịch; nên ban chiếu cho quan Gia Định rằng:

"*Chân Lạp đời đời làm phiên phụ của ta, một tấc đất, một người dân, đều nhờ ơn triều đình nuôi giữ. Phàm ruộng đất có bị người Việt lấn chiếm, dân có bị các nha dung chứa thì đều trả lại cả*".

Có tên Hữu lấy trộm ấn Tả quân, Lê Văn Duyệt bắt được tâu lên. Vua sai đình thần tra hỏi. Hữu thú là do Nguyễn Văn Thành sai, hẹn thưởng 30 lạng bạc; lại nói Văn Thành sai làm môn hạ Văn Duyệt để bỏ ngầm thuốc độc, mưu không thành bèn tự lấy trộm ấn bỏ đi. Vua cho Hữu nói trước sau bất nhất, không có căn cứ; nên không xét, sợ liên luỵ cho người, bèn sai giết Hữu và bỏ việc ấy đi.

Đặng Trần Thường có tội bị giết. Đặng Trần Thường đã được tha, lưu lại kinh; nhân vì trước ở Bắc Thành, ẩn lậu thuế đầm ao đinh điền, Lê Chất phát giác ra lại bị hạ ngục. Trần Thường uống rượu nói xằng, phần nhiều oán trách. Đình thần thẩm án đều cho rằng nên giết; bèn xử giảo [thắt cổ] và tịch thu gia sản.

Tháng 11 [19/12/1816-16/1/1817] Diễn tự công Lê Duy Hoán mưu phản. Việc phát giác, bắt hạ ngục. Trước Duy Hoán ở Thanh Hoa, có người Khoái Châu [Hưng Yên] tên Đỗ Danh Hoành đến làm môn khách môn, xui làm phản. Duy Hoán mới nghe thì sợ. Hoành lại nói có câu sấm "**Phá điền thiên tử xuất**". Phá điền tức là chữ thân (4); Duy Hoán do đó mà mê hoặc. Hoành bèn giới thiệu người trong đảng là Đặng Đình Thạch làm mưu chủ, suy tôn Duy Hoán làm Trinh nguyên hội chủ, xưng là vua Lê, uống máu ăn thề. Duy Hoán sai Thạch về Bắc Thành, chiêu tập những bọn giặc cướp, tụ đảng ở Kinh Bắc. Đội trưởng Nguyễn Đức và Hà Viên tố cáo với Bắc Thành. Quan Bắc Thành đem quân vây bắt, rõ được sự trạng, mật báo cho Thanh Hoa, xét chỗ ở Duy Hoán, bắt hết cả văn thư đồ đảng và ấn tín tâu lên. Vua bảo bầy tôi rằng:

"*Trẫm đãi họ Lê không bạc, Duy Hoán vì sao mà làm phản*?".

Tức sai Hiệp trấn Thanh Hoa là Võ Văn Doãn hội đồng với ba tào Bắc Thành mà xét án ấy. Án xong, đóng gông Duy

Hoán giải về Kinh. Họ Lê sợ hãi, đều xin đến cửa khuyết chờ tội.

Vua xuống chiếu dụ rằng:

"Duy Hoán tự làm việc trái phép, chẳng những phải tội với triều đình mà cũng hổ thẹn với họ Lê nhiều vậy. Phép nước không thể tha được. Tội ở Duy Hoán, trẫm lấy lòng chí công, không lỡ lấy việc ấy mà bắt tội họ Lê, đừng sợ"

Tổng trấn Gia Định là Nguyễn Huỳnh Đức dâng biểu nói:

"Nay Phó tổng trấn Trương Tấn Bửu và Tham tri Lê Bá Phẩm đều đã về Kinh, thần là kẻ thường tài, ở một mình ở nơi xung yếu, bận rộn, nhiều việc chồng chứa, xin chọn người làm phó".

Dâng biểu tâu. Vua bảo Nguyễn Văn Nhân rằng:

"Gia Định là thành lớn ở phương Nam, lại có việc ngoại giao quan trọng, không có được người giỏi thì không xong".

Bèn lấy Thượng thư Lại bộ là Trịnh Hoài Đức làm Hiệp tổng trấn Gia Định. Sai Bảo hộ Chân Lạp là Trần Công Đàn lãnh Binh tào và kiêm lý Hộ tào. Vua nhân hỏi Trịnh Hoài Đức rằng:

"Công Đàn đã về Gia Định thì trách nhiệm từ chương ở Nam Vang ai có thể sai được?".

Hoài Đức thưa có Tri bạ Lê Đăng Doanh. Bèn sai Đăng Doanh đi thành Nam Vang, theo Bảo hộ Lưu Phước Tường chuyên làm việc từ chương.

Sai Phạm Đăng Hưng kiêm lãnh Lại bộ, quản lý công việc Khâm thiên giám.

Tháng chạp [17/1-15/2/1817], định phép luyện thuốc súng.

Diêm tiêu 11 cân 4 lạng, lưu hoàng 1 cân 8 lạng, than 2 cân 4 lạng, thành thuốc súng 13 cân 7 đồng 9 phân 4 ly.

Vua xem bản đồ Châu Đốc, bảo các thị thần rằng:

"*Đất này nay mở đường sông để đi thẳng tới Hà Tiên* (5), *làm ruộng đi buôn đều được lợi cả. Sau này dân ở đông đúc, đất mở rộng rãi, có thể thành một trấn to lớn*".

Chú thích:

1. Kết giao cận thi: Nội dung cấm các quan không được chơi với kẻ hầu gần Vua.

2. Trừ nhị: Dự bị lên nối ngôi, coi như vị vua thứ hai.

3. Đông triều thị tín: Đông triều tức Đông cung, là Hoàng thái tử.

4. Lợi dụng câu sấm "**Phá điền thiên tử xuất**", giải thích như sau: Chữ điền [田] cắt bởi nhát dọc, thành chữ thân [申]; ý chỉ năm Thân [Giáp Thân 1824] Vua Lê tái xuất hiện.

5. Tức sông Vĩnh Tế tại biên giới Hà Tiên, An Giang; đào sau này.

199.
Nhà Nguyễn: Gia Long [1802-1819] (16)

Tháng giêng năm Gia Long thứ 16 [16/2-17/3/1817], lại sai quan tại thành Gia Định điều động 1.000 người đắp đồn Châu Đốc [An Giang], giao cho Phó tướng Nguyễn Văn Xuân trông coi công việc.

Vua muốn dùng quân dân Chân Lạp đào vét đường sông Châu Đốc [sông Vĩnh Tế], Nguyễn Văn Nhân can rằng:

"Việc đào sông là công trình to lớn. Nay dân nước Phiên mới phụ, nếu việc thổ mộc phiền nhọc, thần sợ họ kinh động mà công việc khó thành. Xin hãy tạm thôi".

Nhà Vua bèn theo lời.

Vua nước Chân Lạp là Nặc Chăn xin đi tuần trong nước, xét hỏi dân tình. Quan Bảo hộ Lưu Phước Tường đem việc tâu lên; Vua dụ rằng:

"Thăm địa phương, xem phong tục cũng là việc đầu của người có nước, có thể theo lời xin được. Duy khi đi nên có nhiều binh phòng vệ để phòng việc chẳng hay".

Bộ Lễ tâu:

"Năm nay mồng 1 tháng 4 [16/5/1817] có nhật thực, mồng 1 tháng 10 [9/11/1817] lại có nhật thực, hai lễ tế hưởng mùa hạ mùa đông đều xin đổi lại sau ba ngày mà làm lễ".

Vua y lời tâu, ban sắc lễ miếu hưởng, nếu gặp nhật thực thì đều lui lại 3 ngày. Đúng các ngày tiên đoán, đã xảy ra nhật thực, đó là nhờ sự tính toán chính xác của Phó quản lý Khâm thiên giám Nguyễn Hữu Thận; nên Vua cùng bầy tôi khi bàn về lịch pháp, khen rằng:

"*Phép tính lịch rất là tinh vi, duy có Nguyễn Hữu Thận đủ học thuật để biết được*".

Thấy đất đai đạo Châu Đốc mầu mỡ mà dân thì thưa ít, biết An phủ Chân Lạp là Diệp Hội [người Trung Quốc làm quan Chân Lạp] là người nhanh nhẹn giỏi giang, xử sự cũng được lòng người, bèn dùng làm Cai phủ Châu Đốc. Sai chiêu tập dân Việt, Chân Lạp và Hoa đến ở, nhắm tụ họp đông đúc. Phàm kẻ làm nghề trồng cây, chăn nuôi, buôn bán, thợ gốm, thợ rèn đều theo nghề mình, kẻ cùng thiếu được nhà nước cho vay; lại xuống chiếu dụ quan thành Gia Định rằng:

"*Nay mới phủ dụ chiêu tập, nên nhân việc có lợi mà chỉ dẫn để cho họ yên nghiệp; đợi sau mọi việc xong xuôi thì làm biểu tâu lên*".

Bộ Lễ tâu:

"*Từ xưa các đế vương đời nào cũng có quốc huý* (1) *để dạy bảo cho thiên hạ, như thế là nêu rõ nghĩa tôn người đáng tôn, xem trọng thể thống triều đình, bảo cho dân biết kính. Nay lập ngôi Thái tử danh phận đã định, nghĩa lớn ở đấy xin kính đưa tôn tự để thần dân biết mà kính tránh.*"

Vua y lời tâu.

Tháng 2 [18/3-15/4/1817], định lệ xử cai tù để tù trốn, Vua bảo bầy tôi rằng:

"Áp giải tội phạm, ngày đi đêm giữ thì tình có thể thương được, cho nên tội chỉ mãn trượng [phạt 100 trượng] *thôi. Nếu là ngục, hoặc nơi đày, chủ thủ không vất vả lắm, mà canh giữ không cẩn thận, đến nỗi mất tù so với người áp giải có khác, tội chỉ mãn trượng thì nhẹ quá, nhưng bắt đồng tội với tù thì lại nặng quá. Vậy đặc chuẩn từ nay áp giải để mất tù thì y luật xét xử, chủ thủ để mất tù thì chiếu theo tội của tù trốn giảm đi hai bậc mà xử".*

Vua nước Chân Lạp là Nặc Chăn đem việc người bề tôi là Cao La Hâm Biện làm việc phi pháp, tâu xin xét định. Vua nói:

"Đấy là việc của nước Phiên, đã có chính lệnh của nước Phiên, sao phải xin chi?".

Chiếu ban cho vua Chân Lạp, y theo phép nước mà xử định.

Lấy Ký lục Quảng Bình Hồ Công Thuận làm Cần chánh điện học sĩ sung Chánh sứ sang nhà Thanh, Tham hiệp Lạng Sơn là Nguyễn Huy Trinh và Hàn lâm viện Phan Huy Thực sung Giáp, Ất phó sứ; dụ rằng:

"Chuyến đi này nên cùng mưu hợp sức với nhau, để trọng quốc thể, giữ vững bang giao".

Bọn Công Thuận xin mỗi người cử một người thân và xin chọn người hành nhân cũ để đi theo, Vua nói:

"Đi sứ là việc công triều đình không thiếu chi người, sao lại phải người thân và người cũ?".

Quyết định không cho; từ đó sứ bộ không được lấy người thân và hành nhân cũ mà cử vào.

Vào tháng 9 sứ bộ đến Bắc Kinh, yết kiến Vua Gia Khánh:

"***Ngày 22 Quí Hợi tháng 9 năm Gia Khánh thứ 22* [1/11/1817]**

Thiên tử ngự tại núi Vạn Thọ, Sứ thần Việt Nam bọn Hồ Công Thuận 3 người chiêm cận ngoài cửa vườn rêu." (**Nhân Tông Thực Lục** quyển 334, trang 17)

Tuần sau Sứ thần dâng đồ cống, lại được thưởng và ban yến:

"***Ngày mồng một Đinh Mùi tháng 10 năm Gia Khánh thứ 22* [9/11/1817].** *Quốc vương Việt Nam Nguyễn Phúc Ánh sai sứ dâng biểu cống sản vật địa phương. Ban thưởng và yến tiệc theo lệ."* (**Nhân Tông Thực Lục** quyển 335, trang 2)

Bắc Thành bắt được sáu con của nguỵ Tư khấu Định, đem tâu; Vua nói:

"*Tội của cha chúng có can gì đến chúng?*".

Bèn tha cho.

Giặc người Trung Quốc là Cao La Y chiếm giữ đất Lâm An [Vân Nam], quan nhà Thanh đưa thư sang Bắc Thành yêu cầu giúp ngăn chặn. Sự việc tâu lên; hạ lệnh cho các trấn điều quân phòng giữ nghiêm ngặt các nơi trọng yếu tại các châu Chiêu Tấn [phủ An Tây, Hưng Hoá], Thuỷ Vĩ [Lao Cai], Lai Châu. Rồi La Y bị người Thanh bắt được, quân ta bèn rút .

Tháng 3 [16/4-15/5/1817], quan Bảo hộ Chân Lạp là Lưu Phước Tường trước làm Trấn thủ Vĩnh Thành, cùng với Cai bạ Lê Đắc Tần, Ký lục Trần Bá Bảo, nhân việc công bắt đóng góp, tham nhũng tiền đến vài vạn, nay việc phát giác; Vua bảo bầy tôi rằng:

"*Trẫm yêu dân như con, mà không cai trị một mình được,*

cho nên đặt chức thú mục để vỗ nuôi dân. Nay quan lại Vĩnh Thanh như thế, rất không xứng chức".

Bèn sai quan Gia Định thành xét hỏi.

Đày tù phạm tội lưu từ các địa phương đến Tam Độc [Ba Ngòi] trấn Bình Hoà [Khánh Hoà]; Vua bảo bộ Hình rằng:

"Đất ấy vốn mầu mỡ, trước có dân làm ruộng để sống. Từ sau binh lửa dân vật điêu hao, nên thành hoang rậm. Nay đưa người đến ở cũng có cách để sống".

Rồi hạ lệnh cho quan tại trấn, phàm tù tội lưu đưa đến nơi, thì tha xiềng khoá chỉ đeo một vòng sắt ở cổ có buộc bài sắt, trên bài có khắc hai chữ "lưu tù", cấp cho trâu và ruộng để khai khẩn ruộng đất, làm lấy mà ăn.

Vét đường sông ở ngoài Kinh thành, từ phía tây nam thành thông đến Long Hồ [huyện Hương Trà, Thừa Thiên], Trúc Lâm [Hương Trà, Thừa Thiên].

Tháng 4 [16/5-14/6/1817], đồn Châu Đốc làm xong. Sai quan thành Gia Định điều động 100 lính cơ ở bốn trấn, 200 lính đồn Uy viễn; chọn người giỏi cai quản. Lính thì ba tháng một lần đổi, quản thủ thì một năm một lần đổi; lại sai chở 40 cỗ súng gang và thuốc đạn chia đặt các nơi trong đồn, phòng giữ nghiêm.

Bảy sách dân thiểu số Cam Lộ [Quảng Trị] vào cống mừng đại lễ sách lập Hoàng thái tử. Vua bảo các quan rằng:

"Man ấy ngu xuẩn chất phác, từ tiên triều đến giờ, hơn hai trăm năm chưa từng ngang ngạnh, hằng năm vẫn nộp cống thuế, trẫm từng đã xuống chiếu xá cho mà họ vẫn cố xin giữ như cũ, thực đáng yêu đáng thương".

Sai cho bạc lụa, đãi yến rất hậu.

Tháng 5 [15/6-13/7/1817] Nguyễn Văn Thành bị gán tội nên tự sát. Vào năm ngoái Bắc Thành xử án Diên tự công Lê Duy Hoán, án làm xong đưa về Kinh, lại sai bộ Hình hỏi lại. Duy Hoán khai thêm rằng Nguyễn Văn Thuyên có âm mưu với ông ta, gửi thư bảo làm phản. Bộ Hình đem việc tâu, Vua nói:

"Văn Thuyên ở trong ngục làm sao bảo người khác vì mình mà làm phản được? Lời ấy lại giống trẻ con nói đùa, vậy sai các nội thần hội bàn xét đến cùng cho rõ tội trạng".

Nguyễn Văn Nhân, Nguyễn Đình Đức đều nói:

"Bọn kia ngầm mưu làm càn ngay từ ngày Văn Thành còn làm Tổng trấn Bắc Thành, chứ không phải đợi khi đã phải tội rồi sau mới gởi thư".

Vua nhân bảo Phạm Đăng Hưng rằng:

"Trẫm từ lúc đất một thành, binh một lữ, gian nan trăm trận để có ngày nay không phải là dễ dàng. Nguyễn Văn Thành ngôi cao nhất trong hàng bầy tôi, con đỗ Hương cống mà lại đi giao thiệp bậy mà kết bè đảng, toan muốn làm gì? Xưa Hoài Nam vương (2) nhà Hán chiêu nạp nhiều tân khách, sau đến bị tội phải giết. Từ xưa bề tôi gian giảo nhòm ngó ngôi vua, đại khái đều như thế cả."

Phạm Đăng Hưng tâu rằng:

"Kẻ sĩ áo vải còn không nên giao du bậy huống chi là con cháu công thần? Tội vạ ngày nay của Văn Thành là tự làm ra".

Vài ngày sau, đình thần lại tâu rằng:

"Xét lại lời cung của Duy Hoán thì tình trạng làm phản của cha con Văn Thành đã rõ. Xin trị tội".

Vua nói:

"Trẫm đãi Văn Thành không bạc, nay hắn tự mình làm nên tội, thì phép công của triều đình trẫm cũng không thể làm của riêng được".

Bèn sai bắt Văn Thành và con giam ở nhà quân Thị trung. Bầy tôi họp ở Võ công thự để xét hỏi Văn Thành. Hỏi:

"*Có làm phản không?*"

Thành nói:

"*Không*".

Hỏi:

"*Có dự biết không?*"

Thành nói:

"*Không*".

Văn Thành trả lời rồi đi ra, sắc mặt bừng bừng, trở về nhà quan, nói với Thống chế Thị trung là Hoàng Công Lý rằng:

"*Án đã xong rồi, vua bắt bề tôi chết, bầy tôi không chết không phải là trung*". Rồi Thành đi nằm hồi lâu, uống thuốc độc chết. Việc tâu lên, vua triệu Hoàng Công Lý hỏi rằng:

"*Văn Thành khi chết có nói gì không?*"

Công Lý đem hết lời Thành nói thưa lên. Vua giận nói rằng:

"*Văn Thành không biện bạch mà chết, sự nhơ bẩn càng rõ rệt*".

Bỗng có quân lại nhặt được tờ di chiếu trần tình của Văn Thành ở nhà quân đem dâng. Vua cầm tờ biểu khóc to lên đưa cho bầy tôi xem mà dụ rằng:

"Văn Thành từ lúc trẻ theo trẫm có công lao to. Nay nhất đán đến nỗi chết, trẫm không bảo hộ được ấy là trẫm kém đức".

Nhân quay hỏi Phạm Đăng Hưng rằng:

"Văn Thành chết, nên lấy lễ nào mai táng".

Đăng Hưng thưa:

"Táng như thường dân".

Vua yên lặng. Sai một cai đội Trung quân và 30 binh lính làm việc tang, cho 500 quan tiền cấp trả mũ áo, cho thêm ba cây gấm Tống, 10 tấm vải và 10 tấm lụa. Các con Thành bị giam tha ra hết.

Lê Duy Hoán và Nguyễn Văn Thuyên bị giết. Nguyễn Văn Thành chết rồi, đình thần đem án phản nghịch dâng lên. Duy Hoán và Văn Thuyên đều bị xử lăng trì; Võ Trinh bị tội a tòng, xử trảm giam hậu; Tống Phước Ngoạn bị tội kiện điêu, xử trượng và cách chức; Trần Ngọc Nhữ bị tội vu cáo, xử tội lưu tột bậc. Nguyễn Trương Hiệu cáo giác, thưởng 500 quan tiền.

Xét về vụ án Nguyễn Văn Thành, bắt nguồn từ việc ông chống đối lập Hoàng Tử thứ tư là Minh Mệnh, công khai ủng hộ sách lập Hoàng tôn Đán, con Hoàng tử Cảnh lên làm Vua. Việc này trái với ý định của Gia Long, nên nhà Vua nhận xét rằng:

"Hắn muốn dựng vua nhỏ để dễ khống chế, ngày sau có thể chẹt họng vỗ lưng..."

Kíp đến khi phát giác bài thơ của người con là Nguyễn

Văn Thuyên với lời lẽ ngông cuồng, thì mối nghi ngờ lại càng nặng thêm, nên tìm cách giết cho bằng được. Bản tính của Vua Gia Long mưu an toàn tuyệt đối cho bản thân và dòng dõi, nên trước kia đã giết Đỗ Thành Nhân, bức tử Chưởng tiền quân Lê Văn Quân; nay về già, lại mưu an toàn cho Vua nối dõi Minh Mệnh, nên trù tính giết Nguyễn Văn Thành cho bằng được. Nhà Vua thấy việc dùng một bài thơ của Nguyễn Văn Thuyên mà giết công thần Nguyễn Văn Thành không đủ thuyết phục, nên nhân vụ án Diên tự công Lê Duy Hoán xảy ra ngoài Bắc, bèn cố gài việc Nguyễn Văn Thuyên cấu kết với Lê Duy Hoán, để chứng tỏ việc bức tử Nguyễn Văn Thành là hợp lý. Quần thần biết ý Vua nên hùa theo; sau khi Nguyễn Văn Thành chết; mục đích đạt được; nhà Vua ra vẻ thương xót khóc lóc, rồi cấp tiền lụa chôn cất. Riêng Võ Trinh là danh thần, không tiện giết, bèn đày đi Quảng Nam, cuối đời dạy học. Năm 70 tuổi, nhân Vua Minh Mệnh tuần du Quảng Nam, bèn sai con xin trở về quê, được mấy hôm thì mất.

Thổ phỉ ở Thanh Bình [Ninh Bình] là Quách Công Thận cướp bóc ở ven núi; quan trấn Thanh Hoa tâu xin đem quân đánh. Chiếu trả lời rằng:

"Lũ giặc lúc ẩn lúc hiện không thường; đất ấy núi khe hiểm trở, lại thông với các địa đầu Sơn Nam thượng, Sơn Tây, Hưng Hoá. Nếu dò xét chưa đích xác đã vội xuất quân, thì chưa thuộc đường, không quen nước, lại thành mệt nhọc. Nay nên dò cho biết rõ bọn ấy đi đâu tới đâu rồi dùng người thổ sở tại cho vào bọn, để xem tình hình động tĩnh. Nếu có cơ thừa được thì mật báo trước cho Bắc Thành để hội đánh. Lại nên đòi họp binh hạ ban và thổ binh để phòng điều khiển, cốt sao trọn vẹn muôn phần, đánh là hẳn được. Không thì cứ

yên lặng để chờ, chớ nên khinh cử".

Tháng 6 [14/7-12/8/1817], Vua cho rằng trấn Vĩnh Thanh giáp nước Chân Lạp địa vị rất quan trọng, phải lưu tâm bố trí sao cho trong cõi được yên, bên ngoài phải phục; bèn sai Phó quản đồn Uy viễn là Hồ Văn Thất đóng giữ đồn Châu Đốc [An Giang], Khâm sai cai cơ Võ Văn Sáng quản lãnh ba đạo Tân Châu [An Giang], Chiến Sai [An Giang], và Hùng Ngự [Hồng Ngự, Đồng Tháp].

Thuyền Mã Cao [Quảng Đông] đậu ở Đà Nẵng, đem địa đồ đảo Hoàng Sa dâng lên; thưởng cho 20 lạng bạc.

Vua nước Chân Lạp là Nặc Chăn gửi thư đến thành Gia Định, xin thân hành đến thành hỏi về việc chính sự; quan tại thành viết thư trả lời rằng:

"Chính sự nước Phiên đã có quan bảo hộ có thể giúp để bàn bạc. Huống chi sự biến loạn ở trong nước mới yên, lòng dân mới phụ, không nên đi xa."

Sau đó đem sự việc ấy tâu lên; Vua bảo có thể phúc thư chấp nhận lời xin, nếu đến thì nên lấy điều lợi về đào sông Châu Đốc [Vĩnh Tế] mà bảo, khiến quy hoạch trước, đợi ngày phát động quân dân góp sức đào, cho chóng xong việc.

Thuyền sứ giả nước Xiêm sang nhà Thanh, gặp gió đậu vào Đà Nẵng; rồi thuyền lại bị cháy mất hết cả, sự việc tâu lên. Vua nói rằng thuyền sứ giả bị cháy cũng như thuyền buôn bị nạn; sai quan dinh Quảng Nam cấp cho gạo lương hơn 200 phương.

Tháng 7 [13/8-10/9/1817], nước Chân Lạp sai sứ đến chầu. Vua cho rằng Chân Lạp là nước bề tôi, hàng năm đến chầu là bổn phận, không giống như sứ giả nước khác. Chỉ sai cấp cho tiền gạo; khi, sứ giả về, Vua nhắc lại việc đào sông:

"Trẫm sắp đào sông Châu Đốc [Vĩnh Tế] *để thông tới Hà Tiên, lợi của nước ngươi cũng là lợi cho nông thương. Về bảo với chúa ngươi nên hiểu ý ấy".*

Dinh Quảng Đức [Thừa Thiên] có người tù bị thích chữ đày đi Hà Tiên, chưa đưa đi lại đổi đi Bình Hoà [Ninh Hoà, Khánh Hoà]. Tham tri bộ Hình Lê Bá Phẩm lại sai thích chữ lại. Việc đến tai, Vua khiển trách rằng:

"Ngươi là hình quan mà không biết nên xét cẩn thận. Người không phải là gỗ đá, sao không nghĩ đến sự đau đớn của người ta?".

Sắc cho các thành dinh trấn từ nay án xử tội sung quân và tội lưu, cuối năm làm danh sách tâu lên đợi định chỗ đày, rồi sau mới thích chữ. Phép thích chữ thì bên tả thích tội danh, bên hữu thích chỗ đày, chỉ lấy bốn chữ làm hạn.

Bọn giặc ở Thanh Bình [Ninh Bình], nổi lên ở Gia Viễn, sai quan Bắc Thành phát binh cùng với binh ở đạo này, họp đánh dẹp yên.

Tháng 8 [11/9-10/10/1817] phong tước Công cho chú và các con, cháu: Quốc thúc quận công Tôn Thất Thăng làm Phước Long công, Hoàng tử thứ năm là Đài làm Kiến An công, Hoàng tử thứ sáu là Bính làm Định Viễn công, Hoàng tử thứ bảy là Tấn làm Diên Khánh công, Hoàng tử thứ tám là Phổ làm Điện Bàn công, Hoàng tử thứ chín là Chẩn làm Thiệu Hoá công, Hoàng tử thứ mười là Quân làm Quảng Oai công, Hoàng tử thứ mười một là Cự làm Thường Tín công, Hoàng tôn Kính làm Thái Bình công, Hoàng tôn Đán làm ứng Hoà công; ban cho sách bạc, ấn bạc và ấn quan phòng mỗi người một cái.

Đặc cách cho con các đại thần được tập ấm chức tước: Con Chưởng Hậu quân Võ Tánh là Võ Khánh làm Khinh xa Đô úy; con Chưởng Tiền quân Tôn Thất Hội là Tôn Thất Trinh, con Tổng trấn Gia Định Nguyễn Huỳnh Đức là Nguyễn Hoàng Toán, con Chưởng Hữu quân Nguyễn Văn Nhân là Nguyễn Văn Đức, con Chưởng Tả quân Lê Văn Duyệt là Lê Văn Yến, con Chưởng Tượng quân Nguyễn Đức Xuyên là Nguyễn Đức Thiện, con Đô thống chế Hậu dinh Thần sách Mai Đức Nghị là Mai Đức Nho, con Đô thống chế Thị trung Nguyễn Văn Khiêm là Nguyễn Thường Tuân đều làm Kiêu kỵ đô kỵ; con Đô thống chế Trung dinh Thần sách Tống Viết Phước là Tống Viết Tri làm Kỵ đô úy; con Lưu thủ Nguyễn Đức Thịnh là Nguyễn Đức Long làm Vệ úy.

Nước Chân Lạp đói, xin đong thóc ở Gia Định; ra lệnh cho đến các xứ Long Hồ [Vĩnh Long], Sa Đéc [Đồng Tháp] đong 10.000 hộc thóc.

Sai Phó tướng Tả quân là Nguyễn Văn Xuân quyền lãnh việc bảo hộ Chân Lạp. Bảo hộ là Lưu Phước Tường dung túng cho thuộc hạ sách nhiễu, làm khổ dân Chân Lạp, việc phát giác, vua nói:

"Phước Tường trước ở Vĩnh Thanh đã làm nhiều việc trái phép, nay lại như thế, tội không thể nói xiết được".

Tức thì hạ lệnh lột ấn bảo hộ, đưa về Gia Định xét trị.

Tháng 9 [11/10-8/11/1817], nước Xiêm có tang vua thứ hai, sai bầy tôi là bọn Long A Nô Lạc Phu Thích đến báo. Vua bèn sai Thiêm sự bộ Lễ Ngô Văn Duyệt và Hàn lâm viện Trương Quang Hải sung Chánh, Phó sứ sang nước Xiêm phúng điếu. Tặng Phật vương lụa trắng, the trắng, vải nhỏ trắng mỗi thứ 300 tấm; phúng vua thứ hai 300 cân sáp ong,

100 tấm vải trắng; đường phổi, đường phèn đều 300 cân, 2.000 cân đường cát. Khi Sứ thần trở về, nước Xiêm đưa thư tạ ơn và gửi phẩm vật biếu tặng.

Thống quản đồn Uy Viễn [huyện Trà Ôn, Vĩnh Long] Nguyễn Văn Tồn cho rằng các đội tinh binh sở thuộc hiện có hơn 300 người, sai phái không đủ, xin cho con là Nguyễn Văn Vị mộ người lập ba đội Uy Viễn nhất, nhị, tam; rồi mộ được hơn 100 người, sai bổ vào các đội tinh binh, lại xin mộ thêm đủ 1 cơ tinh binh, cơ có 10 đội, đội có 50 người.

Ngày Tân Mùi mồng 1 tháng 10 [9/11/1817] có nhật thực; đúng như Nguyễn Hữu Thận tiên đoán.

Giặc biển Chà Và [Java, Indonesia] thường nương tựa các cù lao thuộc Hà Tiên để cướp thuyền buôn. Quan tại trấn phát binh tuần xét, bắt được rất nhiều; sai đóng gông tướng giặc đưa về kinh giết.

Tháng 11 [8/12/1817-6/1/1818], vét sông Tam Khê, sông cách trấn lỵ Vĩnh Thanh [Vĩnh Long] 214 dặm. Vua thấy đất ấy gần Chân Lạp, mênh mông lầy rậm, đường sông đi qua Kiên Giang bị bùn cỏ ủng tắc, thuyền bè không đi được, bèn sai Trấn thủ Nguyễn Văn Thuỵ sửa sang đường sông, điều động dân Việt, dân Miên 1.500 người để vét, nhà nước cấp cho tiền gạo, theo lối cũ mà đào sâu rộng thêm. Hơn một tháng sông vét xong ngang hơn 10 trượng, sâu 18 thước, dân Hán, dân Di đều lợi cả. Vua khen công của Thuỵ, đặt tên sông là Thuỵ [Thoại] Hà. ở phía đông sông có núi Lạp Sơn, cũng đặt tên Thuỵ [Thoại] Sơn, cấm dân không được chặt cây cối.

Lại thu thuế sân chim ở Kiên Giang trấn Hà Tiên. Sân chim ở hai thôn Đông An và Vĩnh Hoà thuộc Kiên Giang, trước đã bãi thuế mà thu lông và quạt. Đến nay những làng bên cạnh viện lẽ là không có thuế, tranh chia lấy lợi. Dân hai thôn ấy xin mỗi năm nộp tiền thuế 500 quan, còn lông quạt nộp như lệ. Quan tại thành Gia Định tâu lên; Vua y cho.

Về việc giao thiệp với người Pháp, vào năm này [16/2/1817-4/2/1818] có 2 chiếc tàu La Paix và Henry, từ Bordeaux chở hàng hoá đến Đà Nẵng; nhưng hàng không hợp với thị hiếu người Việt nên bán không chạy. Thấy thế, Vua tha cho không bắt đóng thuế, lại sai chỉ cho những hàng hoá có thể nhập cảng được.

Tháng 11 [8/12/1817-6/1/1818] có tàu binh La Cybèle dương cờ trắng của Vua Louis 18 mới dành lai ngôi, đi tuần vùng biển Ấn Độ và Trung Hoa. Thuyền ghé cửa biển Đà Nẵng, Thuyền trưởng Kergarion đưa thư cho Nguyễn Văn Thắng [Chaigneau] nói vua nước ấy lấy lại được nước, sai treo cờ ở thuyền đi đến các cửa biển để các nước láng giềng biết, xin dâng phẩm vật gồm binh khí, đồng hồ, lọ thuỷ tinh, ảnh Vua Louis 18, và xin đến kinh đô chiêm yết.

Vua lấy cớ không có quốc thư nên khước từ. Sai quan tại dinh Quảng Nam khoản đãi hậu, rồi bảo đi. Lại sắc cho tấn thủ Đà Nẵng rằng nếu thuyền người Pháp có treo cờ bắn súng mừng 21 tiếng thì ở trên đài Điện Hải cũng bắn trả lời đúng số ấy. Từ sau có thuyền buôn nước ngoài vào cửa biển, bắn súng dẫu nhiều, trên đài chỉ bắn 3 tiếng làm hiệu mà thôi.

Tháng chạp [7/1-4/2/1818], Thanh Hoa và Nghệ An đói kém, giặc giã nổi lên nhiều. Vua nghe tin, sai Phó đô thống chế Tôn Thất Bính đem lính tại kinh hơn 2.900 người đi kinh lược miền ấy; lại sai quan tại trấn điều thêm binh lính thuộc trấn, sai phái đi bắt giặc.

Sau khi xử tội chết Diên tự công Lê Duy Hoán vào nữa năm trước; nhà Vua sai quan tại Bắc Thành chọn dùng con cháu nhà Lê để lo việc thờ cúng, ban chiếu như sau:

"Phép là của chung thiên hạ, mà ngoài phép gia ơn là thịnh đức của đế vương. Trẫm khi mới dẹp yên, rất nghĩ đến nghĩa nối đời đã dứt, tức thì phong Lê Duy Hoán làm Diên Tự công, cho tự điền tự dân, khiến giữ việc phụng tự nhà Lê; lại ân cấp gạo lương cho các chi con cháu nhà Lê, đều chu đáo khắp. Trẫm đối với họ Lê để tâm hậu đãi, vẫn mong cho đều nhờ phước lớn, cùng nước cùng vui. Không ngờ Duy Hoán nổi lên, dụ dỗ đảng giặc, thầm mưu phản nghịch, đã giao đình nghị, đều xin xử cực hình và giảm bớt ân lệ để rõ phép nước. So với phép thường, vẫn phải nên thế. Trẫm để tâm lo việc thiên hạ, rất mang lòng thương xót, há lại vì tội nghiệt của một đứa tự làm, mà bỏ cái lòng nhân nuôi nấng bao dung của nhà nước sao? Vậy đặc sai thành thần chọn người thừa tự họ Lê, ân điển cấp phát vẫn như cũ, khiến cho họ Lê hương khói có chỗ nương tựa, con cháu không đến thất sở, kẻ còn người mất đều được thấm ơn, để cùng hưởng Phước thái bình".

Lấy Tả tham tri Hộ bộ là Nguyễn Hữu Thận làm Thượng thư Lại bộ. Vua từng bảo Nguyễn Văn Nhân rằng:

"Trong sáu bộ duy bộ Lại việc rất quan trọng. Trẫm xem Nguyễn Hữu Thận là người cần mẫn cẩn thận và thuần hậu, có thể đương được".

Nhưng Nguyễn Hữu Thận dâng biểu xin chối từ, Vua dụ rằng:

"Trẫm chọn ngươi có thể làm được, sao lại từ?".

Chú thích:

1. Quốc húy: Tên huý cả nước phải kiêng, viết đến thì bớt nét đi hoặc đổi dùng chữ khác, đọc đến thì phải đọc trại đi.

2. Hoài Nam vương: Hán cao tổ phong cho cháu tên là Trường làm Hoài Nam vương, sau y làm phản.

200.
Nhà Nguyễn: Gia Long [1802-1819] (17)

Tháng giêng năm Gia Long thứ 17 [5/2-6/3/1818], cử Lê Chất làm Tổng trấn Bắc Thành. Chất dâng sớ từ và xin về kinh để chầu, Vua dụ rằng:

"Thăng Long là đất lớn ở Bắc Thành, giao cho ngươi ở đấy là tự trẫm kén chọn, ngươi chớ từ. Nhưng nghĩ đến công lao đi thú biên phương đã lâu, còn đương chọn người có công lao tài năng cho làm chức phó. Vậy đợi có Phó tổng trấn đến thành, ngươi muốn về Kinh vào chầu thì sẽ theo lời ngươi xin".

Thổ phỉ ở Nghệ An quấy nhiễu. Phó đô thống chế Tôn Thất Bính cùng Trấn thủ là Hoàng Viết Toản thân mang binh và voi chia nhau đi đánh bắt. Giặc đều trốn nấp. nên tâu xin đóng quân không đánh, để chờ giặc tự ra thú. Vua không chấp nhận, bảo kịch liệt đánh để trừ tận gốc.

Tháng 2 [7/3-4/4/1818], định lệ cấp lương ăn cho tù. Tù bị đồ [lao công khổ sai], mỗi người mỗi tháng cấp 11 thăng [lít] gạo; tù bị lưu [đày], mỗi người mỗi tháng 10 thăng; tù giam cấm và tù giam xét ở ngục chưa xử đoán xong mà không người cấp dưỡng, không kể nam hay nữ, 18 tuổi trở lên thì mỗi người 9 thăng, 11 tuổi trở lên thì mỗi người 7 thăng, 10 tuổi trở xuống thì mỗi người 5 thăng. Tù tội lưu, nếu vợ con có xin theo đi thì cấp y theo lệ tù giam cấm [9 thăng].

Cho Lê Duy Khải, con Vua cũ Lê Hiển Tông, làm Cai cơ, trật chánh tam phẩm; coi giữ việc thờ tự nhà Lê, cho mũ áo đại triều.

Xây đài gạch tại Kinh thành. Vua sai bọn Hoàng Công Lý, Trương Phước Đặng, Nguyễn Đức Sĩ, trông coi công việc xây 24 đài ở trên thành

Người Kinh Bắc bắt được ấn đồng cổ (mặt ấn khắc chữ "**Lục Ngạn** [Bắc Giang] **huyện ấn**", sau lưng khắc chứ "**Cảnh Trị nguyên niên** [Lê Huyền Tông 1663] **tạo**". Quan Bắc Thành đem nộp, sai thu cất đi.

Tháng 3 [5/4-4/5/1818], giặc ở Nghệ An nổi tại địa hạt Đông Thành [huyện Yên Thành, Nghệ An], Quỳnh Lưu. Binh lính do trấn phái đi đánh có lúc bị thua. Phó đô thống chế Tôn Thất Bính đem quân đến thì giặc đã rút đi; bèn đóng quân ở đồn Tiên Lý [huyện Yên Thành, Nghệ An], rồi đem sự việc tâu lên. Vua dụ rằng trước đây chia đường để đánh, số quân phân tán, đường núi lại không quen, cho nên dễ bị thua. Phàm phép dụng binh hợp thì mạnh, chia thì yếu; nay nên hợp quân đóng đồn, sai dò thám được thực tình, ăn chắc mới tiến đánh.

Tháng 4 [5/5-3/6/1818], trước kia luật lệ thi hành, án xử tội đồ [lao công khổ sai] có 10 năm, 15 năm và suốt đời; bèn sai đổi lại, lấy 5 năm làm hạn, ai đã đầy 5 năm thì tha.

Tháng 5 [4/6-2/7/1818], sứ bộ Hồ Công Thuận đi sứ nhà Thanh vào tháng 2 năm ngoái [18/3-15/4/1817], nay trở về nước.

Tham hiệp Yên Quảng là Trần Phước Hiển, nhận tiền

hối lộ của dân, đến 700 quan, việc phát giác, Vua nói:

"Không giết kẻ tham bẩn thì lấy gì khuyên người thanh liêm ?".

Sai quan Bắc Thành trị tội, Hiển bị tội chết.

Sử liệu này, **Quốc Sử Di Biên** chép có liên quan đến nữ sĩ Hồ Xuân Hương, ghi sự việc xảy ra vào đầu năm Kỷ Mão [1819] như sau:

"Tham hiệp Yên Quảng ví hống hách, lấy tiền của dân, phải tội chết. Châu Vạn Ninh phần nhiều có ruộng hoang, Tham hiệp ức hiếp dân bắt khai làm thực điền, đòi ăn bạc đến hàng ngàn, bị dân trong châu tố cáo. Quan xét xử là Thủ Dung xếp đặt thành án, Tham hiệp phải giam 1 năm. Tiểu thiếp của Tham hiệp là Xuân Hương hay chữ, lại hiểu chính sự, bấy giờ gọi là tài nữ; Tham hiệp thường sai can thiệp việc ngoài, nên Thủ Dung ghét sẵn."

Trước kia vào tháng giêng năm Gia Long thứ 14 [9/2-10/3/1815], binh thuyền Quảng Đông của bọn Lý Chấn Thị gặp bão dạt vào phần biển Phú Yên; cho đi bộ về nước, để lại súng ống khí giới ở trấn. Nay sai bọn Trần Chấn và Nguyễn Hựu Nhân đưa thuyền bị nạn cùng súng ống khí giới sang nhà Thanh.

Tháng 6 [3/7-1/8/1818] giặc ở Nghệ An lẻn xuống huyện Thanh Chương [Nghệ An]. Thổ hào là bọn Nguyễn Quỳnh và Nguyễn Hữu Siêu đem dân đón đánh bắt được khí giới rất nhiều. Sự việc tâu lên; cho bọn Quỳnh làm Đội trưởng, thưởng tiền 400 quan.

Giặc biển Chà Và [Java, Indonesia] tụ họp đi cướp bóc, gây mối lo cho dân Phú Quốc; sai quan thành Gia Định đem quân đi bắt.

Dư đảng giặc tại Trung Quốc là Cao La Y lại chiếm giữ Lâm An [Vân Nam], đánh cướp các huyện Kiến Thuỷ [phủ Lâm An], Mông Tự [phủ Lâm An]. Vua thấy đất Lâm An tiếp với Hưng Hoá, sai quan Bắc Thành phát binh giữ các châu biên giới Thuỷ Vĩ [Lao Cai], Chiêu Tấn [phủ An Tây, Hưng Hoá], Lai Châu, để phòng bị. Hơn một tháng, giặc Thanh dẹp yên, quân ta cũng rút. Bấy giờ có người buôn nước Thanh là Trương Chiếm Ngao có hiềm khích với đồ đảng của mình là Trương A, giả làm công văn huyện Văn Sơn [phủ Khai Hoá, Vân Nam], đích thân đưa cho trấn Tuyên Quang, nói Trương A là giặc trốn, nên bắt trị tội ngay. Các quan tại thành, trấn hạch là không hợp lệ (1), bèn đưa thư tâu lên. Vua nói:

"Thư ấy là giả, đưa nó cho nước Thanh giết đi".

Tháng 8 [1/9-29/9/1818], dân nước Chân Lạp đói, lại xin đong thóc ở Gia Định, sai bán cho 5.000 hộc thóc. Nước Chân Lạp sai sứ sang cống và xin thương thuyền được tự do qua lại trên sông Hậu Giang, thư rằng:

"Trước kia các xứ Nam Vang, Ô Môn [Cần Thơ], *Ba Xắc* [Sóc Trăng], *đi lại buôn bán, mọi người đều lấy làm tiện. Từ khi Nặc Nguyên chiếm nước, Nặc Chăn chạy sang bên này thì triều đình mới có lệ cấm buôn. Nay nước đã yên định, đời đời xưng làm phiên thần, xin lại cho đi lại buôn bán như cũ".*

Vua y cho; sắc cho vua Chân Lạp từ nay quốc thư công văn thì dùng ấn Quốc vương đã ban cấp năm Gia Long thứ 6; giấy thông hành cửa quan bến đò thì dùng triện ngà. Đồn tấn các địa phương hỏi han xét nghiệm thì phải xét đích xác, không được làm khó khăn.

Sai Mạc Công Du tìm tòi sự tích Hà Tiên. Vua khuyến khích, ban dụ rằng:

"Đất Hà Tiên là bờ cõi mới do các thánh mở mang và là chỗ đất cũ của tiên tổ ngươi là Mạc Cửu và Mạc Thiên Tứ được phong. Từ triều trước trở đi công việc đều có sách vở ghi chép. Từ giặc Tây Sơn nổi loạn, sách vở tản mát, không theo đâu mà kê cứu được. Nay bắt đầu yên định, dân trước sót lại hãy còn, ngươi nên hết lòng tìm hỏi thu nhặt việc cũ, biên chép tiến lên, trẫm sẽ đăng vào tín sử, để lại đời sau".

Tháng 9 [30/9-29/10/1818], lấy Chưởng cơ lãnh Trấn thủ Vĩnh Thanh [Vĩnh Long] là Nguyễn Văn Thuỵ làm Thống chế, lại sai bảo hộ nước Chân Lạp, lấy Phó tướng quyền lãnh bảo hộ Nguyễn Văn Xuân lãnh Trấn thủ Vĩnh Thanh.

Tổng trấn Gia Định Nguyễn Huỳnh Đức đưa hịch gọi Ốc Nha Lục và Ốc Nha Ma nước Chân Lạp đến thành. Vua Chân Lạp nghe thấy sinh ngờ, bọn ốc Nha Lục sợ tội không dám về nước. Huỳnh Đức đem sự việc tâu bày, Vua nói:

"Thành thần vời riêng ốc Nha đi riêng, đều là không phải. Huỳnh Đức làm việc ở biên cương đã già đời, còn sơ lược thế, Vua Phiên ngờ vực có gì đáng lạ".

Bèn phạt bổng Huỳnh Đức; chiếu dụ Vua Chân Lạp cho yên lòng, rồi cho bọn Ốc Nha Lục về nước.

Tháng 11 [28/11-26/12/1818], sửa đồn Châu Đốc. Đồn bị nước lụt ngấm vào nên vỡ, sai quân dân sửa lại. Lại điều động thêm lính cơ bốn trấn và lính đồn Uy Viễn, mỗi nơi 100 người, hợp với biền binh phái trước để đóng giữ.

Vua lại thấy sau đồn có nhiều đất không, sai trấn thần Vĩnh Thanh tụ họp người Hoa, người Chân Lạp, người Chà

Và [Java] đến ở, lập phố chợ và khai khẩn chỗ hoang, cấm dân ta không được quấy rối.

Thổ phỉ ở Nghệ An lên xuống huyện Hương Sơn; thổ hào là Hồ Đình Vực đem dân chống đánh, bắt được đồ đảng giết đi. Cho Đình Vực làm Đội trưởng, thưởng tiền hơn 100 quan.

Tháng chạp [27/12/1818-25/1/1819], năm ngoái Trần Chấn và Nguyễn Hựu Nhân đem thuyền Trung Quốc bị nạn sang Quảng Đông, nay trở về.

Triệu bảo hộ Chân Lạp là Nguyễn Văn Thuỵ về, sai Tham tri Trần Văn Tuân lãnh việc bảo hộ. Trước Thuỵ thay Nguyễn Văn Xuân làm bảo hộ, người Chân Lạp không thích Thuỵ mà xin giữ Xuân lại, gửi thư đến Gia Định. Nay Vua giải quyết dung hoà bằng cách lấy cớ khác triệu Thuỵ về, mà cho Tuân thay, chứng tỏ việc quyền nghi thay đổi không hoàn toàn rập theo yêu cầu của Chân Lạp

Tháng giêng năm Gia Long thứ 18 [26/1-23/2/1819], sửa đắp thành Thăng Long. Sai 5.300 người thuộc Ngũ quân và Tượng quân ở Bắc Thành sung làm việc, miễn cho năm nay không phải về kinh, thưởng tiền 35.000 quan, gạo 35.000 phương.

Sai trấn Vĩnh Thanh [Vĩnh Long] đắp hai đồn Tân Châu [An Giang] và Chiến Sai; lại ở thủ sở cũ Châu Đốc đắp một đồn gọi là Châu Giang. Đồn đắp xong, điều động lính cơ bốn trấn hạt Gia Định, chia phiên đóng giữ. Lấy Cai cơ Võ Văn Sáng giữ đồn Tân Châu kiêm quản đồn Chiến Sai, theo quyền quản hạt của Vĩnh Thanh. Cai đội Trần Văn Ngoan giữ đồn Châu Giang, theo quyền quản hạt của Châu Đốc.

Đào kênh ở Phiên An đến sông Mã Trường, [kênh Ruột

ngựa]. Sai Phó tổng trấn Gia Định là Hoàng Công Lý lấy dân Phiên An hơn 10.000 người, cấp cho tiền gạo sai làm việc; khi công việc xong đặt tên là sông An Thông [kênh Tàu Hủ, Sài Gòn]. Sông ở phía tây nam trấn, trước có sông từ kênh Thông, qua Sài Gòn đến Lao Giang, xa xôi, nhỏ hẹp, quanh co, nông cạn. Đến nay đổi đường cũ, đào kênh mới, từ kênh Thông thẳng đến sông Mã Trường, dài hơn 9 dặm, ngang 7 trượng 5 thước, sâu 9 thước. Đường sông đã thông, thuyền bè đi lại ngày đêm nối nhau, bèn thành chỗ bến sông đô hội, người ta đều khen là tiện lợi

Sai Tả quân Lê Văn Duyệt đi kinh lược các xứ Nghệ An, Thanh Hoa. Lấy bọn Phó đô thống chế Nguyễn Văn Trí và Vệ uý Tôn Thất Huy lệ theo việc binh, Tham tri Lê Bá Phẩm giúp việc quân cơ, Tham bồi Nguyễn Hựu Nghi sung làm giấy tờ trong quân. Vua thấy hai trấn ấy hằng năm bị đói, dân xiêu dạt phần nhiều họp nhau làm giặc cướp, quan sở tại không thể ngăn được, bèn sai Duyệt đi, việc thường đều cho tuỳ tiện xử đoán, duy việc lớn thì mới tâu lên.

Cho dòng dõi nhà Lê là Lê Duy Thản, con Vua Hiển Tông làm Cai cơ giám thủ việc thờ tự nhà Lê; Duy Khải ốm chết nên lấy Thản thay.

Đào sông Vũng Cù [thượng lưu sông Vàm Cỏ Tây], sai Trấn thủ Nguyễn Văn Phong lấy hơn 9.000 dân làm việc, hàng tháng cấp cho tiền gạo đầy đủ. Vài tháng công việc xong, đặt tên là sông Bảo Định.

Tháng 2 [24/2-25/3/1819] Lê Văn Duyệt đã đến Nghệ An, tuyên dương uy đức của triều đình, hỏi thăm nỗi khổ của nhân dân. Bọn giặc cướp nghe tin tan vỡ, hoặc đến cửa quân xin thú, hoặc bị quan quân bắt giết, trong cõi nghiêm hẳn.

Duyệt dâng sớ nói:

"Dân Nghệ An điêu hao quá lắm. Xét về cớ đến nỗi như thế thì có hai mối là quan thì không có tài năng vỗ trị, lại thi đua nhau tham lam tàn ngược. Dân đi trộm cướp là do đấy cả. Xin chọn quan trấn khác để vỗ yên dân. Lại tha cho thuế đã giục, dừng hẳn công dịch, để thoả lòng mong mỏi của dân".

Vua đều theo lời, chiếu tha thu thuế năm nay và thuế thiếu năm trước; tại trấn cho dừng lại những công việc không cần kíp.

Tháng 3 [26/3-23/4/1819], sai Tham tri Hình bộ là Võ Đức Thông sung Đề điệu trường thi Nghệ An; Ký lục Quảng Bình là Hoàng Kim Hoán sung Giám thí; Tham tri Lễ bộ là Bùi Đức Mân sung Đề điệu trường thi Thanh Hoa, Tham bồi Hình bộ là Nguyễn Huy Trinh sung Giám thí. Lấy đỗ Hương cống trường thi Nghệ An 14 người: Nguyễn Công Trứ, Đặng Huy Thuật, Hồ Minh Tĩnh, Nguyễn Năng Tĩnh, Hồ Sĩ Lâm, Lê Sĩ Thường, Nguyễn Chương Đạt, Bùi Văn Tán, Nguyễn Huy Triêm, Nguyễn Hữu Tố, Lê Hữu Tuệ, Nguyễn Đức Hiển, Phan Bá Đạt, Nguyễn Bùi Nhã. Trường thi Thanh Hoa 16 người: Trần Lê Hiệu, Trịnh Tần, Nhữ Đình An, Lê Quốc Thạc, Lê Dục Đức, Trần Văn Tự, Bùi Trịnh Dự, Trần Thố, Thang Huy Thận, Hà Duy Phiên, Nguyễn ái, Nguyễn Phổ, Văn Như Kỳ, Lê Thanh, Lê Cảnh, Nguyễn Biểu.

Hạ lệnh cho Bắc Thành hằng năm cấp tiền thóc cho họ Trịnh. Trước đây cấp tự điền 500 mẫu, khiến thu thóc 333 hộc, tiền 75 quan. Đến nay họ Trịnh xin khiến dân đúng theo số ấy nộp vào nhà nước, rồi nhà nước cấp riêng cho, Vua chấp nhận lời xin.

Lấy Ký lục Quảng Nam là Nguyễn Xuân Tình làm Cần Chánh điện học sĩ sung Chánh sứ sang cống nhà Thanh. Đốc học Quảng Nam là Đinh Phiên làm Đông Các học sĩ, Tri phủ Nam Sách là Nguyễn Hựu Bình làm Hàn lâm Thị độc, sung Giáp Ất phó sứ.

Triệu phó tướng Tả quân lãnh Trấn thủ Vĩnh Thanh là Nguyễn Văn Xuân về Kinh; lại lấy Thống chế Nguyễn Văn Thuỵ lãnh Trấn thủ Vĩnh Thanh. Bảo hộ Chân Lạp là Trần Văn Tuân đã đến thành Nam Vang, thấy vua Chân Lạp Nặc Chăn bỏ trễ nhiều việc, các quan mang lòng ngờ nhau, bèn dâng biểu tâu lên. Vua thấy Xuân đã từng làm bảo hộ, biết kỹ tình hình người Chân Lạp, bèn triệu vào chầu. Khi hỏi đến, Xuân thưa rằng:

"*Nặc Chăn nhu nhược, chính sự do ở chức Chiêu Chùy. Nay Chiêu Chuỳ chưa được người giỏi, bọn Ốc Nha không thể sai bảo nhau, cho nên ngờ nhau. Nếu chọn một Ốc Nha có khả năng làm Chiêu Chùy, để cho việc có đầu mối thì nước sẽ yên*".

Vua cho là phải, sắc cho quan thành Gia Định viết thư đem ý ấy dụ Nặc Chăn. Rồi Nặc Chăn dâng biểu cho Ốc Nha Tôn La Kha Đồng Phủ làm Chiêu Chùy.

Tháng 4 [24/4-23/5/1819], bắt đầu đắp luỹ dài ở đạo Bình Man thuộc Quảng Ngãi. Ngoài luỹ trồng tre, dưới ngăn bằng hào, phía bắc đến dinh Quảng Nam; phía nam đến trấn Bình Định. Địa giới dài 37.479 trượng, lính cơ đóng giữ 115 đồn, mỗi đồn 10 người, cộng 1.550 người, mỗi người cấp lương tháng 1 phương gạo.

Ngày Tân Sửu mồng 10 tháng 4 nhuần [2/6/1819], Vua ra cửa biển Thuận An; ngày Quý Mão 12 [4/6/1819] đến cửa biển Tư Dung; ngày Bính Ngọ 15 [7/6/1819] trở về.

Tháng 6 [22/7-20/8/1819] dựng Phu Văn Lâu. Trước có bảng đình, các chiếu thư dụ chỉ đem bá cáo thì treo yết ở đó; đến nay mới dựng lầu.

Châu Sầm Tộ xin nội thuộc vào Nghệ An, châu có 10 động: Sầm Man, Phật Trình Di Man, Bang Man, Bao Man, Nhãn Man, Phụng Ban Man, Quyên Man, Cân Man, Tụ Cổ Man, Trình Man. Trước kia thuộc nước Vạn Tượng, nhân Lê Văn Duyệt đi kinh lược Thanh Nghệ, Thống lĩnh thượng đạo Hà Công Thái sai người đến dụ,Tù trưởng Xỉ Vu Hâm tự đến quân thứ của Duyệt xin quy phục. Duyệt đem việc tâu lên, Vua y cho.

Tháng 7 [21/8-18/9/1819], sai Thượng thư bộ Lại bộ Nguyễn Hữu Thận, làm Đề điệu trường thi Quảng Nam, Cai bạ Bình Định là Võ Xuân Cẩn làm Giám thí; Tham tri bộ Lại là Ngô Vị làm Đề điệu trường thi Gia Định, Cai bạ Phú Yên là Trần Văn Đại làm Giám thí. Trường Quảng Nam lấy đỗ 17 người: Nguyễn Đăng Ngạn, Đoàn Bá Trinh, Nguyễn Thành, Phan Nhật Thạnh, Lê Huệ, Thân Văn Duy, Trần Văn Nhiễm, Phạm Đình Học, Trương Đăng Quế, Đinh Doãn Trung, Nguyễn Khắc Biểu, Doãn Văn Xuân, Võ Đĩnh, Nguyễn Xuân Hải, Nguyễn Văn Điển, Ngô Trọng Vỹ, Nguyễn Nhân Lý. Trường Gia Định lấy đỗ 12 người: Trương Bảo Hợp, Đặng Văn Nguyên, Đặng Văn Mô, Trương Minh Giảng, Ngô Phước Hội, Mai Thăng Đường, Nguyễn Công Hoán, Hoàng Văn Tú, Hồ Hựu, Bùi Tăng Huy, Chu Kế Thiện, Trần Vĩnh Lại.

Về việc giao thiệp với người Pháp, 2 chiếc tàu Le Henri và La Rose đem hàng sang nước ta, lần này hàng hoá đều bán được; mua đường, chè, tơ mang về. Nguyễn Văn Thắng [Chaigneau] muốn về thăm nhà, lại giúp triều đình phúc đáp những điều Thủ tướng Richelieu gửi hỏi; nên xin nghỉ 3 năm, được Vua Gia Long cấp trước cho 2 năm lương; cùng gia quyến đáp tàu Le Henri trở về nước.

Tháng 8 [19/9-18/10/1819], hạ lệnh cho Lê Chất về Bắc Thành giữ chức Tổng trấn. Cho súng mạ vàng, gươm mạ vàng, gươm mạ bạc của Tây Dương, mỗi thứ hai cái, và phát 20 thớt voi ở Kinh cho theo đi thú.

Tháng 9 [19/10-17/11/1819], cho cháu họ xử sĩ Võ Trường Toản là Võ Tài Đông được miễn binh dịch. Toản là người văn học súc tích, trong loạn Tây Sơn ở ẩn tại Gia Định dạy học; bọn Ngô Tòng Chu, Trịnh Hoài Đức đều là học trò, lúc Vua ở Gia Định, nghe tiếng khen ngợi. Toản mất không có con trai, tha binh dao cho con nuôi là Nguyễn Văn Trúc, khiến trông nom việc thờ cúng. Đến nay người cháu họ là Đông tuổi đã lớn, quan thành Gia Định tâu lên, lại miễn cho.

Vét đào đường sông Châu Đốc thông đến Hà Tiên; đặt tên là sông Vĩnh Tế. Vua thấy Vĩnh Thanh và Hà Tiên tiếp giáp với Chân Lạp, việc công tư đi lại, trước không có đường thuỷ, bàn định nhân sông Châu Đốc mà đào cho thông suốt. Gặp Chiêu Chuỳ nước Chân Lạp là Tôn La Kha Đồng Phù đến chầu, vua triệu cho yết kiến hỏi han. Đồng Phù trả lời rằng:

"*Khai sông ấy thì dân Chân Lạp được nhờ lợi, vua Phiên cũng muốn thế, không dám xin mà thôi*".

Vua lấy làm vui lòng, dụ bảo quan thành Gia Định, đo từ phía Tây đồn Châu Đốc qua cửa Ca Âm, Cây Báng, đến sông cũ hơn 200 dặm, tính công đào đất và lượng sức người. Sai

Trấn thủ Vĩnh Thanh là Nguyễn Văn Thuỵ và Chưởng cơ Phan Văn Tuyên đốc suất dân phu 5.000 người và binh dân đồn Uy Viễn 500 người, Đồng Phù quản suất dân Chân Lạp 5.000 người, đến tháng 12 khởi công đào. Dân người Việt cùng với binh đồn Uy Viễn thì mỗi tháng cấp cho mỗi người 6 quan tiền và 1 phương gạo; dân Chân Lạp mỗi tháng cũng cấp cho mỗi người 4 quan 5 tiền, 1 phương gạo.

Chiếu dụ dân Vĩnh Thanh rằng:

"Đào con sông này công việc rất khó nhọc. Kế sách của nhà nước, mưu hoạch về biên Thuỳ, đều quan hệ không nhỏ. Các ngươi nay khó nhọc, mà thực có lợi muôn đời. Vậy nên bảo nhau đừng sợ khó nhọc".

Lại dụ vua Chân Lạp rằng:

"Nước ngươi giáp giới với Vĩnh Thanh. Nay đào sông này không những lợi cho người Hán mà còn lợi cho nước ngươi vô cùng. Vương nên họp nhân dân bảo cho biết ý nhọc một lần mà nhàn mãi mãi, khiến dân vui làm việc, cho chóng thành công. Quan Phiên trở xuống, ai không theo lệnh cho Đồng Phù trị theo quân pháp".

Triệu Trần Văn Tuân về Gia Định, bãi bỏ chức bảo hộ Chân Lạp. Vua dụ bầy tôi rằng:

"Nước Chân Lạp có bảo hộ là vì vua Phiên mà đặt. Nay Nặc Chăn không biết lo xa, sinh ra ngờ vực, cưỡng họ thì sợ sinh biến, cứ để thế thì họ sinh nhờn, không bằng bãi bảo hộ đi, cho họ giữ lấy nước; sau này nếu họ cần thì sẽ cho lại. Như thế thì thể thống của triều đình được tôn, mà ân uy đều rõ cả".

Bèn triệu Tuân về, lưu lại ba ngự đội đóng ở thành Nam

Vang.

Tổng trấn Gia Định Quận công Nguyễn Huỳnh Đức chết. Tặng chức Thái phó, cho 5 cây gấm Tống, 1.000 quan tiền, sai quan trấn Định Tường dụ tế. Lại lấy Chưởng Hữu quân Nguyễn Văn Nhân làm Tổng trấn Gia Định.

Trước đây vào tháng 3 sứ bộ Nguyễn Xuân Tình khởi hành sang triều Thanh cống, đến cuối tháng 9 làm lễ chiêm cận tại cửa Tây An, Bắc Kinh; vào đầu tháng 10 lại được dự yến tiệc và ban thưởng:

"***Ngày 26 Ất Dậu tháng 9 năm Gia Khánh thứ 24*** **[13/11/1819].** *Sứ thần nước Triều Tiên bọn Lý Lỗ Ích 3 người, Sứ thần Việt Nam bọn Nguyễn Xuân Tình 3 người chiêm cận tại cửa Tây An.*" (**Nhân Tông Thực** Lục quyển 362, trang 22)

"***Ngày mồng 1 Canh Dần tháng 10 năm Gia Khánh thứ 14*** **[18/11/1819].** *Quốc vương Việt Nam Nguyễn Phúc Ánh, Quốc vương Tiêm La Trịnh Phật, Quốc vương Nam Chưởng Triệu Mãng Tháp Độ Tịch; mỗi người sai Sứ mừng vạn thọ và tiến cống sản vật địa phương. Ban thưởng cùng yến tiệc theo lệ.*" (**Nhân Tông Thực Lục** quyển 363, trang 2)

Tháng 10 [18/11-16/12/1819], sai Tham tri bộ Hình là Nguyễn Duy Hoà làm Đề điệu trường thi Thăng Long, Đốc học Nghệ An là Phan Bảo Định làm Giám thí; Tham tri bộ Hộ Nguyễn Tường Vân làm Đề điệu trường thi Sơn Nam hạ [Nam Định], Đốc học Hoài Đức là Lê Huy Du là Giám thí. Trường Thăng Long lấy đỗ 23 Hương cống: Nguyễn Viết Khuông, Lý Văn Phức, Trịnh Đường, Chu Văn Nghị, Nguyễn Huy Chiêm, Hoàng Đăng Hiến, Phùng Đắc Ninh, Phạm Hội, Đinh Gia Tạo, Cấn Công Nguyên, Trần Bưu, Trần Trọng Hiển, Võ Quyền, Nguyễn Văn Trường, Cao Huy Tố,

Nguyễn Đình Uyển, Lê Huy Côn, Ngô Đình Tuệ, Đỗ Trọng Dư, Nguyễn Hữu Thu, Lý Văn Hảo, Ngô Quang Diệu, Ngô Thế Mỹ. Trường Sơn Nam hạ lấy đỗ 30 Hương cống: Ngô Đình Thái, Phạm Đình Giản, Phạm Đình Duệ, Phạm Quang Can, Lê Huy Thuy, Nguyễn Văn Nhiên, Võ Đình Lễ, Nguyễn Dư, Võ Diễn, Phạm Cử, Trần Đăng Đạo, Nguyễn Quốc Trinh, Nguyễn Phạm Vỹ, Phạm Đăng Tình, Nguyễn Đình Lập, Nguyễn Xuân Phượng, Nguyễn Vũ Thục. Nguyễn Danh Văn, Nguyễn Huy Cầu, Nguyễn Bá Nghi, Trần Quang Chiếu, Nguyễn Bá Linh, Đỗ Khắc Thủ, Trịnh Ngọc Lâm, Bùi Cung Tiên, Phạm Đức Phổ, Nguyễn Thế Tuấn, Nguyễn Văn Nghiêm, Đỗ Huy Cảnh, Đỗ Mậu Thường.

Ngày Bính Tý 18 tháng 11 [3/1/1820], Vua không được khỏe, hạ chiếu rằng mọi việc quân, việc nước đều trình lên để Hoàng thái tử quyết đoán, rồi sau mới tâu lên.

Ngày Tân mão mồng 3 tháng chạp [18/1/1820], triệu Hoàng thái tử và các Hoàng tử tước công và các quan đại thần là bọn Lê Văn Duyệt, Phạm Đăng Hưng vào hầu. Bầy ấn ngọc, cờ, gươm ở trên án vàng trước giường ngự. Dụ Hoàng thái tử rằng:

"Đấy là cơ nghiệp gian nan của trẫm, nay giao cho con, con nên cẩn thận giữ gìn".

Hoàng thái tử cùng các công tước và các đại thần đều đến trước tâu rằng:

"Trời giúp cho mình thánh ngày còn khỏe mạnh, xin cứ tĩnh dưỡng tinh thần, mà đừng phiền nghĩ".

Vua nói:

"Cái này không phải bọn ngươi biết đâu ! Phàm truyền

ngôi là việc lớn xưa nay, hôm nay còn nói được mà không nói, ngày khác chết thì nói sao cho kịp ?".

Nhân gọi Hoàng thái tử đến trước giường dụ rằng:

"Nay việc lớn của thiên hạ đã định rồi. Ta cũng sắp chết, không nói gì, chỉ có một việc là ngày sau phải cẩn thận, chớ nên gây hấn ngoài biên".

Sai viết ra, Hoàng thái tử chỉ chừa chữ băng không nỡ viết. Vua nói:

"Tuổi trời có mệnh, đế vương đời xưa cũng thế, việc gì phải kiêng".

Bèn cầm bút phê vào. Hoàng thái tử chảy nước mắt, lạy nhận mệnh, các Hoang tử tước công và đại thần đều tấm tức khóc.

Bộ hộ dâng **Tổng sách đinh điền của các thành dinh trấn** như sau:

Thành, dinh, trấn	Số đinh (người)	Ruộng đất (mẫu)
Quảng Đức	34.000	74.000
Quảng Bình	13.500	36.100
Quảng Trị	17.200	56.500
Quảng Nam	36.900	137.100
Quảng Ngãi	15,400	60.000
Bình Định	33.300	85.900
Phú Yên	5.000	46.900
Bình Hoà	5.000	12.800
Bình Thuận	9.200	2.600 sở, 1.090 khoảnh
Phiên An	28.000	4.800 sở

Biên Hoà	10.600	2.800 sở
Định Tường	19.800	7.000 sở
Vĩnh Thanh	37.000	9.900 sở
Hà Tiên	1.500	60 sở
Nghệ An	115.400	413.500
Thanh Hoá	40.300	323.200
Thanh Bình	9.100	120.800
Hoài Đức	5.100	5.300
Hải Dương	23.900	535.500
Kinh Bắc	43.900	595.500
Sơn Nam Hạ	38.700	515.300
Sơn Nam Thượng	38.700	515.300
Sơn Tây	35.400	475.800
Hưng Hoá	6.300	11.300
Tuyên Quang	3.800	31.400
Yên Quảng	2.100	17.900
Lạng Sơn	5.300	6.700
Cao Bằng	8.000	36.600
Thái Nguyên	6.700	57.900

Ngày Kỷ Hợi 11 [26/1/1820], vua ốm nặng; triệu Hoàng thái tử và các Hoàng tử tước công cùng các đại thần là bọn Lê Văn Duyệt, Phạm Đăng Hưng, cùng nhận di chiếu.

Ngày Đinh Mùi 19 [3/2/1820], vua băng ở điện Trung Hoà, thọ 58 tuổi.

Chú thích:

1. Lệ bấy giờ công văn tỉnh Vân Nam phải do tấn Mã Bạch [Trung Quốc] đưa cho đồn Tụ Long [Việt Nam] châu Vị Xuyên chuyển đệ.

BẢNG TRA CỨU

- Quang Hoá 3064, 3109, 3186, 3351, 3354

- Quảng Tây 2809, 2810, 2818, 2826, 2827, 2828, 2837, 2844, 2845, 2850, 2854, 2855, 2856, 2864, 2866, 2870, 2875, 2876, 2877, 2878, 2879, 2885, 2895, 2898, 2906, 2927, 2928, 2929, 2939, 2943, 2969, 2970, 2972, 2973, 2974, 2975, 2987, 3001, 3016, 3030, 3031, 3050, 3072, 3073, 3176, 3213, 3214, 3222, 3223, 3224, 3235, 3236, 3237, 3241, 3243, 3244, 3247, 3250, 3256, 3264, 3271, 3376
- Quang Thiệu 3198, 3199, 3218, 3220
- Quang Thuỳ 2882, 2883, 2884, 2888, 2904, 2905, 3015, 3173, 3198, 3199, 3200
- Quang Toản 2836, 2888, 2889, 2890, 2892, 2945, 2969, 2970, 2971, 2972, 2975, 2976, 2978, 2979, 2980, 2986, 2987, 2992, 2994, 2995, 3001, 3003, 3005, 3013, 3014, 3015, 3016, 3017, 3018, 3035, 3042, 3050, 3051, 3056, 3069, 3072, 3079, 3087, 3088, 3091, 3093, 3095, 3114, 3126, 3127, 3128, 3129, 3130, 3131, 3135, 3137, 3150, 3151, 3155, 3162, 3163, 3168, 3169, 3170, 3173, 3176, 3187, 3188, 3189, 3190, 3191, 3198, 3199, 3211, 3213, 3214, 3218, 3219, 3220, 3223, 3229, 3234, 3236, 3243, 3277, 3278
- Quảng Trị 3128, 3129, 3149, 3151, 3156, 3160, 3166, 3167, 3180, 3181, 3193, 3217, 3230, 3242, 3256, 3262, 3265, 3268, 3269, 3307, 3313, 3323, 3324, 3327, 3334, 3342, 3353, 3368, 3398, 3401, 3418, 3444
- Quang Trung 2809, 2811, 2812, 2815, 2818, 2821, 2823, 2826, 2828, 2834, 2835, 2836, 2837, 2839, 2840, 2841, 2844, 2845, 2847, 2848, 2853, 2855, 2857, 2864, 2865, 2866, 2870, 2872, 2873, 2882, 2885, 2888, 2902, 2904, 2906, 2911, 2913, 2923, 2927, 2933, 2939, 2941, 2942, 2944, 2945, 2946, 2947, 2948, 2952, 2953, 2955, 2956, 2957, 2958, 2969, 2972, 2975, 2978, 2980, 3014, 3031, 3164, 3195, 3196, 3197, 3198, 3410
- Quảng Yên 3204
- Quất Lâm 3200
- Quế Lâm 2809, 2811, 2816, 2821, 2822, 2823, 2852, 2853, 2861, 2886, 2905, 2928, 2930, 2932, 3030
- Quí Châu 2880, 2886, 3032, 3172

MỤC LỤC TẬP SÁU